सुधारित अभ्यासक्रमानुसार

महाराष्ट्र लोकसेवा आयोग
MPSC

राज्यसेवा मुख्य परीक्षा
सामान्य अध्ययन पेपर - १

भूगोल

प्राचार्य डॉ. बाळ कांबळे, प्रा. शरद बोरुडे
प्रा. संतोष लगड, प्रा. रविंद्र भगत

डायमंड पब्लिकेशन्स

महाराष्ट्र लोकसेवा आयोग : राज्यसेवा मुख्य परीक्षा
सामान्य अध्ययन पेपर - १
भूगोल

प्राचार्य डॉ. बाळ कांबळे, प्रा. शरद बोरुडे, प्रा. संतोष लगड, प्रा. रविंद्र भगत

MPSC : Rajyasewa Mukhya Pariksha
Samanya Adhyayan Paper - 1
Bhugol
Pri. Dr. Bal Kamble, Prof. Sharad Borude
Prof. Santosh Lagad, Prof. Ravindra Bhagat

प्रथम आवृत्ती - ऑगस्ट २०१३

ISBN : 978-81-8483-521-2

© डायमंड पब्लिकेशन्स

मुखपृष्ठ
शाम भालेकर

प्रकाशक
डायमंड पब्लिकेशन्स
२६४/३ शनिवार पेठ,३०२ अनुग्रह अपार्टमेंट
ओंकारेश्वर मंदिराजवळ, पुणे-४११ ०३०
☎ ०२०-२४४५२३८७, २४४६६६४२
info@diamondbookspune.com
www.diamondbookspune.com

प्रमुख वितरक
डायमंड बुक डेपो
६६१ नारायण पेठ, अप्पा बळवंत चौक
पुणे-४११ ०३० ☎ ०२०-२४४८०६७७

मनोगत

महाराष्ट्र लोकसेवा आयोग (MPSC) राज्यसेवा मुख्य परीक्षेसाठी सामान्य अध्ययन - १ 'भूगोल' हे पुस्तक आपल्या हाती देताना आम्हाला अत्यंत आनंद होत आहे. २०१२ या वर्षापासून राज्यसेवा मुख्य परीक्षेचे स्वरूप बदललेले आहे. एकूण ८०० गुणांसाठी सहा पेपर्स आहेत. त्यापैकी मराठी व इंग्रजी या विषयांचे स्वरूप पारंपरिक पद्धतीचे असून ह्या विषयांना प्रत्येकी १०० गुण आहेत. तसेच सामान्य अध्ययनाचे (जनरल स्टडीज) प्रत्येकी १५० गुणांचे चार पेपर्स वस्तुनिष्ठ स्वरूपाचे (Objective Nature) आहेत. प्रश्नपत्रिकेतील प्रश्नांचा दर्जा पदवी परीक्षा पातळीवरचा आहे. त्यामुळे विद्यार्थ्यांनी संबंधित विषयातील आणि उपविषयातील अद्ययावत आणि चालू घडामोडींचा अभ्यास करणे अपेक्षित आहे.

या पुस्तकात मुख्य परीक्षेच्या बदललेल्या अभ्यासक्रमानुसार प्रत्येक प्रकरणात सविस्तर व विवेचनात्मक माहिती दिली आहे. या विषयाच्या संबंधित योग्य माहिती देऊन त्यांचे वास्तववादी दृष्टिकोनातून विश्लेषण केलेले आहे; आणि प्रत्येक प्रकरणानंतर उत्तरासहित आयोगाच्या बदललेल्या पद्धतीनुसार वस्तुनिष्ठ प्रकारचे प्रश्न दिले आहेत. राज्यसेवा मुख्य परीक्षा गेल्या वर्षी पहिल्यांदा सुधारित अभ्यासक्रमानुसार घेण्यात आली. भूगोल या विषयाच्या परीक्षेमध्ये विचारलेल्या बऱ्याच वस्तुनिष्ठ प्रश्नांचा समावेश या पुस्तकात केला आहे. त्यामुळेच या पुस्तकाचे स्वरूप दर्जेदार झालेले आहे.

रयत शिक्षण संस्थेचे चेअरमन मा. ॲड. रावसाहेब शिंदे यांनी स्पर्धा परीक्षांच्या पुस्तकलेखन आणि प्रकाशनासाठी सतत प्रोत्साहन दिले. त्यांच्या प्रेरणेतूनच या पुस्तकाचे लेखन झालेले आहे; त्याबद्दल ऋणात राहणे आम्ही नेहमीच पसंत करू.

या पुस्तकाच्या लेखनासाठी रयत शिक्षण संस्थेच्या दादा पाटील महाविद्यालय, कर्जत (जिल्हा-अहमदनगर) येथील स्पर्धा परीक्षांचा अभ्यास असलेले प्राचार्य आणि राज्यशास्त्राचे संशोधक, प्राध्यापक डॉ. बाळ कांबळे, अहमदनगर कॉलेजमधील भूगोलाचे साहाय्यक प्राध्यापक शरद बोरुडे, दादा पाटील महाविद्यालयातील भूगोलाचे साहाय्यक प्राध्यापक संतोष लगड आणि कला व वाणिज्य महाविद्यालय, तळेगाव ढमढेरे (पुणे) येथील भूगोलाचे साहाय्यक प्राध्यापक रविंद्र भगत यांनी खूप कष्ट घेतलेले आहेत. स्पर्धा परीक्षांना बसणाऱ्या सर्व विद्यार्थ्यांना गुणवत्तापूर्ण दर्जेदार मार्गदर्शन करण्यासाठीच त्यांनी हे पुस्तक लिहिले आहे. स्पर्धा परीक्षेचा अभ्यास करणाऱ्या सर्वांनाच हे पुस्तक निश्चित उपयुक्त ठरणार आहे. या पुस्तकाच्या शेवटी संदर्भसूची दिली आहे. त्यांच्या ऋणात आम्ही आहोत. या पुस्तकात काही त्रुटी राहिल्या असण्याची शक्यता आहे; त्या त्रुटी आमच्या निदर्शनास आणून दिल्यास आम्ही त्यांचे निश्चितच स्वागत करू.

परीक्षेसाठी हार्दिक शुभेच्छा!

प्रकाशक
डायमंड पब्लिकेशन्स, पुणे

लेखक-परिचय

१) प्राचार्य डॉ. बाळ कांबळे : रयत शिक्षण संस्थेच्या कर्जत (जिल्हा-अहमदनगर) येथे दादा पाटील महाविद्यालयात राज्यशास्त्राचे विभागप्रमुख व प्राचार्य आहेत. MPSCच्या सुधारित अभ्यासक्रमानुसार डायमंड पब्लिकेशन्सने प्रकाशित केलेल्या राज्यसेवा पूर्व परीक्षा पेपर-१ (जनरल स्टडीज) तसेच राज्यसेवा मुख्य परीक्षेच्या सामान्य अध्ययन पेपर-१ (आधुनिक भारताचा इतिहास), पेपर-२ (भारतीय राज्यघटना, राजकारण आणि कायदा), पेपर-३ (मानव संसाधन विकास व मानवी हक्क) या महाराष्ट्रात सर्वदूर पोहचलेल्या पुस्तकाचे लेखक आहेत.

२) प्रा. शरद बोरुडे : बी. पी. एच. ई. सोसायटीचे अहमदनगर कॉलेज, अहमदनगर येथील पदव्युत्तर भूगोल विभागात साहाय्यक प्राध्यापक म्हणून कार्यरत आहेत. महाराष्ट्र राज्य माध्यमिक व उच्च माध्यमिक शिक्षण मंडळ पुणेद्वारा प्रमाणित इयत्ता अकरावी व बारावी भूगोल पाठ्यपुस्तकाचे लेखन. बी. ए., बी. एस्सी., बी. कॉम. व इतर स्पर्धापरीक्षांसाठी उपयुक्त पर्यावरण भूगोल पुस्तकाचे लेखन.

३) प्रा. संतोष लगड : रयत शिक्षण संस्थेच्या कर्जत (जिल्हा-अहमदनगर) येथे दादा पाटील महाविद्यालयात पदव्युत्तर भूगोल विभागात साहाय्यक प्राध्यापक म्हणून कार्यरत आहेत. डायमंड पब्लिकेशन्सने प्रकाशित केलेल्या राज्यसेवा पूर्व परीक्षा पेपर-१ जनरल स्टडीज पुस्तकात महाराष्ट्राचा भूगोल याविषयी लिखाण केलेले आहे. विविध आंतरराष्ट्रीय, राष्ट्रीय चर्चासत्रात सहभाग घेऊन रिसर्च पेपरचे वाचन केलेले आहे.

४) प्रा. रविंद्र भगत : शिक्षण प्रसारक मंडळाचे, साहेबराव शंकरराव ढमढेरे कला व वाणिज्य महाविद्यालय, तळेगाव ढमढेरे येथे भूगोल विभागप्रमुख व साहाय्यक प्राध्यापक आहेत. विविध आंतरराष्ट्रीय, राष्ट्रीय चर्चासत्रात सहभाग घेऊन रिसर्च पेपरचे वाचन केलेले आहे.

पुढील अनुभवी लेखकांनी या पुस्तकासाठी खालीलप्रमाणे लेखन केले आहे.

अ.नं.	प्रकरणाचे नाव	लेखकाचे नाव
१	प्राकृतिक भूगोल	प्रा. शरद बोरुडे
२	महाराष्ट्राचा आर्थिक भूगोल	प्राचार्य डॉ. बाळ कांबळे प्रा. संतोष लगड
३	महाराष्ट्राचा मानवी व सामाजिक भूगोल	प्राचार्य डॉ. बाळ कांबळे प्रा. संतोष लगड
४	पर्यावरणीय भूगोल	प्रा. शरद बोरुडे
५	जन भूगोलशास्त्र (महाराष्ट्राच्या संदर्भात)	प्रा. शरद बोरुडे
६	सुदूर संवेदन	प्रा. संतोष लगड
७	कृषि परिस्थितिकी	प्राचार्य डॉ. बाळ कांबळे प्रा. रविंद्र भगत
८	हवामान	प्रा. रविंद्र भगत
९	मृदा	प्रा. रविंद्र भगत
१०	जल व्यवस्थापन	प्रा. संतोष लगड

१

प्राकृतिक भूगोल
(Physical Geography)

अ) पृथ्वीचे अंतरंग -

बुध व शुक्र ग्रहांनंतर सूर्यापासून १५० दशलक्ष कि.मी. अंतरावर असलेला पृथ्वी हा सूर्यमालेतील महत्त्वाचा ग्रह आहे. पृथ्वीच्या उत्पत्तीविषयी अनेक शास्त्रज्ञांनी आपले वेगवेगळे विचार मांडले असले तरी पृथ्वीची उत्पत्ती ४.५ ते ५ अब्ज वर्षांपूर्वी झाली असावी याविषयी बऱ्याच शास्त्रज्ञांमध्ये एकमत आढळते.

पृथ्वीच्या उत्पत्तीविषयीचे सर्वप्रथम मत बफॉन या निसर्गशास्त्रज्ञाने १७४९ मध्ये 'नैसर्गिक इतिहास' या ग्रंथात मांडले आहे. त्यानंतर इ.स. १७५५ मध्ये इमॅन्युएल कांट या जर्मन शास्त्रज्ञाने पृथ्वीच्या उत्पत्तीविषयी 'तेजोमेघ परिकल्पना' मांडली. यावर झालेल्या टीकेनंतर लाप्लास या फ्रेंच खगोल व गणिती शास्त्रज्ञाने इ.स. १७९६ मध्ये 'कांटच्या परिकल्पनेवर आधारित तेजोमेघ परिकल्पना' मांडली. लॉकीयर या विचारवंताने तेजोमेघाची निर्मिती उल्कापातातून झाली असावी असे विचार मांडले.

इ.स. १९१९ मध्ये जेम्स जीन्स व सर हॅरॉल्ड जेफरीन या ब्रिटिश शास्त्रज्ञांनी पृथ्वीच्या उत्पत्तीविषयीची मांडलेली द्वितारका परिकल्पना किंवा भरती परिकल्पना अधिक योग्य वाटते.

डॉ. सी.एफ.व्हॉन वायझेकर यांनी इ.स. १९४३ मध्ये आद्यगृह परिकल्पना मांडली.

पृथ्वी निर्मितीच्या वेळी सुरुवातीस ती वायुरूप अवस्थेत होती. उष्णता उत्सर्जन क्रियेमुळे ती द्रवरूपात गेली व कालांतराने जसजसे वातावरण थंड होत गेले तशी ती द्रवरूपातून घनरूपात आली. थंड होण्याच्या क्रियेतून निर्माण झाल्यामुळे प्रथम बाहेरील भाग थंड होऊन त्यास घनस्वरूप प्राप्त झाले व नंतर आतील भाग थंड होऊन पृथ्वीच्या अंतरंगाच्या निर्मिती झाली असल्याची कल्पना केली जात असली तरीही पृथ्वीच्या अंतरंगाचा अभ्यास हा काही अनुभवजन्य ज्ञानावर आधारित आहे. यात पृथ्वीच्या अंतरंगात वाढणारे तापमान, पृथ्वीची घनता, भूकंप, ज्वालामुखी इ. पुराव्यांचा आधार घेऊन पृथ्वीच्या रचनेबद्दल सांगितले जाते.

पृथ्वीच्या अंतरंगाच्या अभ्यासाचे आधार किंवा साहाय्यकारी घटक -

तापमान - पृथ्वीच्या अंतरंगात खोलीनुसार तापमानात वाढ होत जाते.

हा तापमान वाढीचा सरासरी दर ३० मीटर्सला १° सें. इतका आहे. या दराने भूगर्भात ३० कि.मी. खोलीवर तापमान ५०० अंश सें.ग्रे, २०० कि.मी. खोलीवर १४०० अंश सें.ग्रे., ३००० कि.मी. खोलीवर २३०० अंश सें.ग्रे. तर पृथ्वीच्या गाभ्याजवळ ६३७१ कि.मी. खोलीवर तापमान २५०० अंश सें.ग्रे. आढळते.

घनता - ग्रॅम प्रती घन सेंमी. मध्ये मोजतात. पाण्याची घनता १ मानल्यास पृथ्वीची सरासरी घनता ५.५ ग्रॅम/घन सेंमी. आहे. बाह्यगाभ्याची घनता २.८ इतकी असून केंद्रांजवळ घनता सुमारे १५ ग्रॅम/घन सेंमी. इतकी आहे.

भूकंपलहरी -

I) प्राथमिक लहरी किंवा अनुतरंग लहरी - ('P' wave)
घन व द्रव माध्यमातून या लहरी वेगाने प्रवास करतात. यात पृष्ठभागाची हालचाल मागेपुढे होते.

II) दुय्यम/अवतरंग लहरी - ('S' wave)
घन माध्यमातून अतिशय वेगाने प्रवास करतात, मात्र द्रव माध्यमातून प्रवास करण्यास असमर्थ असतात. हालचाल लहरीच्या दिशेशी काटकोनात असते.

III) भूपृष्ठलहरी - ('L' wave)
प्राथमिक व दुय्यम लहरी भूपृष्ठावर पोहोचल्यानंतर या विध्वंसक लहरींची निर्मिती होते. पृथ्वीच्या अंतर्गत भागात वाढत जाणारे तापमान घनता व भूकंप लहरींचे गुणधर्म यावरून पृथ्वीचे अंतरंग एकसारख्या एकसंघ घटकापासून बनलेले नसून पृथ्वीच्या अंतरंगाची निर्मिती स्तररचनेतून झालेली आहे, अशी कल्पना केली जाते. कारण आजपर्यंत मानवी उपकरणे पृथ्वीच्या अंतरंगात प्रत्यक्ष ९.५ कि.मी. पर्यंत गेली आहे. संयुक्त संस्थानाच्या राष्ट्रीय विज्ञान संस्थेने कॅलीफोर्नियाजवळ 'मोहो प्रकल्प' राबवून समुद्रतळाचा छेद घेण्याचा प्रयत्न केला आहे.

पृथ्वीच्या अंतरंगाची रचना -

पृथ्वीचे अंतरंग खालील प्रमुख तीन स्तरांपासून बनले आहे.

१) शिलावरण किंवा भूपृष्ठ - (Crust)

- शिलावरणास कवच, मृदावरण किंवा बाह्यावरण असे म्हटले जाते.
- शिलावरणाची खोली सर्वत्र सारखी नसून ती १६-४० कि.मी. च्या दरम्यान आढळते.
- हिमालय, रॉकीज, अँडीजच्या पायथ्याला ४० कि.मी. तर सागरतळाला १० कि.मी. एवढी खोली आढळते.
- शिलावरणाने पृथ्वीचा सुमारे १ टक्का भाग व्यापला आहे.
- शिलावरणाचे दोन उपस्तर आढळतात.

१) **सियाल** - सिलिका व ॲल्युमिनिअम (Si + Al = Sial) या घटकांचे प्राबल्य

- सरासरी जाडी २९ कि.मी.
- सरासरी घनता २.७ ग्रॅम/घन सें.मी.
- सियाल हा स्तर ग्रॅनाईट खडकापासून बनलेला असून प्रस्तर भंगातून बेसॉल्ट खडकाची निर्मिती झालेली आढळते.
- भूपृष्ठाचा काही भाग स्तरित खडकांनी व्यापला आहे.

२) **सायमा** - सिलिका व मॅग्नेशिअम (Si + Ma = Sima)

- खोली - २९-४२ कि.मी. दरम्यान, सागरतळाखाली ३-५ कि.मी.

- **घनता** – २.९ - ३.४ ग्रॅम/घन सें.मी.
- बेसॉल्ट व ग्रॅबो खडकापासून निर्मिती
- सियाल व सिमा स्तरांदरम्यान 'कॉनरॅड विलगता' आढळते.

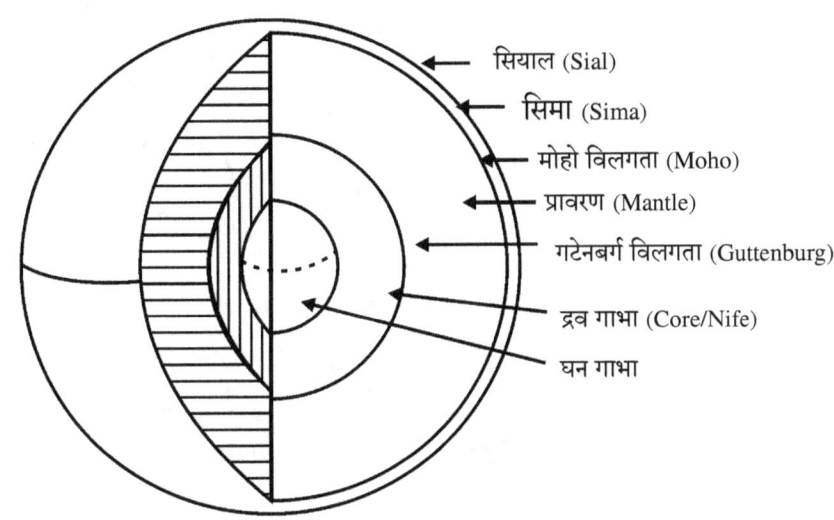

आकृती १.१ : पृथ्वीचे अंतरंग स्तर

२) प्रावरण - (मध्यावरण)

- शिलावरण व पृथ्वीच्या गाभ्यादरम्यान हा स्तर आढळतो.
- पृथ्वीच्या अंतरंगाचा सर्वात जास्त म्हणजे सुमारे ८३% इतका भाग याने व्यापला आहे.
- **खोली** – शिलावरण - २८८० कि.मी.
- **घनता** – बाह्यप्रावरण घनता ४.३ तर अंतर्प्रावरणाची घनता ५.५ ग्रॅम/घन सें.मी.
- **खडक** – पायराक्झिन, ड्यूनाईट व सिलिकेट प्रकारचे खडक
- **तापमान** – २२०० - २५०० अंश सें.ग्रे.
- **मोहो विलगता** – शिलावरण व प्रावरणादरम्यान पातळ स्तर अनुतरंग व अवतरंग लहरीत अचानक बदल घडून येतो.

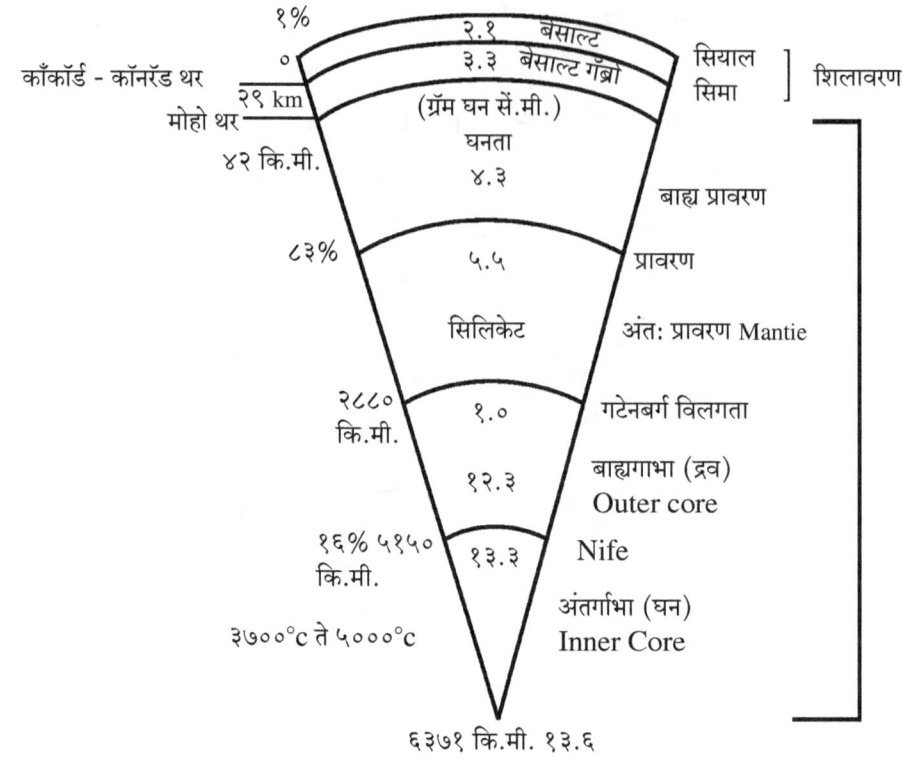

आकृती १.२ : पृथ्वीचे अंतरंग (उभा काटछेद)

३) गाभा/निफे -

• पृथ्वीचा १६ टक्के भाग

• **खोली –** २८८० - ६३७१ कि.मी.

• गाभ्याचे खालील दोन उपविभाग केले जातात.

   १) बाह्यगाभा - खोली - २८८०-५१५० कि. मी. या थरातून दुय्यम लहरी प्रवास करत नसल्याने हा स्तर द्रव स्थितीत असावा. मृदू घन/निमद्रव (थंड डांबराप्रमाणे) स्थितीत आढळतो.

   • घनता - सुमारे १० ग्रॅम/घन सेमी.

   २) **अंतर्गाभा** –हा भाग घनरूप असावा.

   • खोली - ५१५० - ६३७१ कि.मी. (पृथ्वीच्या केंद्रापर्यंत)

   • घनता - १३.३ ग्रॅम/घन सें.मी. (प्रावरणाच्या दुप्पट)

   • खडक - निकेल, लोह याशिवाय सल्फाइड व कार्बाइड असावे.

   • **गटेनबर्ग विलगता –**

   • प्रावरण व पृथ्वीचा गाभा या दरम्यान आढळते.

   • अनुतरंग लहरीचा वेग बदलतो.

   • अवतरंग लहरी यातून परावर्तित होतात.

भूरूप विकास नियंत्रित करणारे घटक

भूकवच अस्थिर स्वरूपाचे आहे. अंतर्गत व बहिर्गत शक्ती यावर सतत बदल घडवून आणतात. अंतर्गत शक्तीच्या परिणामातून भूस्वरूप सतत बदलते; याचा परिणाम होऊन विविध भूरूपे निर्माण होतात.

खंड व महासागर यांच्या निर्मितीविषयी आपण प्रथम अभ्यास करू, नंतर या बाह्य कारकांचा अभ्यास करूया.

भूखंड व महासागर यांचे वितरण व उत्पत्ती

पृथ्वीवर भूखंड व महासागर यांचे वितरण समान स्वरूपाचे नाही. ते अतिशय विषम स्वरूपाचे आहे. निरनिराळ्या भूगर्भशास्त्रज्ञांनी जमीन व पाणी (भूखंड व महासागर) यांच्या वितरणाचे आकडे दिलेले आहेत. उदा. सर जॉन मूर या शास्त्रज्ञाच्या मते पृथ्वीचे एकूण क्षेत्रफळ ५७४ दशलक्ष चौ.कि.मी. आहे. यापैकी ३५८ दशलक्ष चौ.कि.मी. प्रदेश पाण्याने व्यापलेला आहे. तर १४६ दशलक्ष चौ.कि.मी. प्रदेश जमिनीने व्यापलेला आहे. वेगनर या शास्त्रज्ञाच्या मते पृथ्वीच्या एकूण क्षेत्रफळापैकी ७१.७% भाग पाण्याने व्यापलेला आहे तर २८.३% भाग जमिनीने व्यापलेला आहे. क्रमेल या शास्त्रज्ञाच्या मते पृथ्वीच्या एकूण क्षेत्रफळापैकी ७०.८% भाग पाण्याने व्यापलेला आहे. तर २९.२% जमिनीने व्यापलेला आहे. अशा प्रकारे निरनिराळ्या शास्त्रज्ञांनी जमीन व पाणी यांनी व्यापलेल्या क्षेत्राविषयी भिन्न मते व्यक्त केली आहेत. असे असले तरी सर्वसाधारणपणे पृथ्वीच्या एकूण क्षेत्रफळापैकी ७१% भाग पाण्याने व्यापलेला आहे तर २९% भाग जमिनीने व्यापलेला आहे असे मानले जाते.

भूखंड व महासागर यांच्या वितरणाचा सूक्ष्म अभ्यास केल्यास त्यांच्या वितरणाची पुढील काही प्रमुख वैशिष्ट्ये आढळतात.

१) पृथ्वीवर भूखंड व महासागर (जमीन व पाणी) यांचे वितरण अतिशय विषम आहे.

२) पृथ्वीवरील भूखंडाचा किंवा जमिनीचा भाग उत्तर गोलार्धात जास्त प्रमाणात आहे. यामुळेच या गोलार्धास भूगोलार्ध असे म्हणतात, तर पाण्याचा भाग दक्षिण गोलार्धात अधिक आहे. यामुळे या गोलार्धाला जलगोलार्ध असे म्हणतात.

३) पृथ्वीवरील भूखंड व सागरी विभाग साधारणपणे त्रिकोणी आकाराची आहेत.

४) बहुतेक भूखंडाचे निमुळते भाग दक्षिणेकडे आहेत तर रुंद भाग उत्तरेकडे आहेत, परंतु महासागरांचे मात्र निमुळते भाग उत्तरेकडे आहेत तर रुंद भाग दक्षिणेकडे आहेत.

५) पृथ्वीच्या गोलावर कोणत्याही भूभागाचे सूक्ष्म निरीक्षण केल्यास असे दिसून येते की, साधारणपणे प्रत्येक भूखंडाच्या विरुद्ध बाजूला सागरी भाग व सागरी भागाच्या विरुद्ध बाजूला भूखंड आढळतात. या रचनेला प्रतिपाद असे म्हणतात.

६) पृथ्वीवर प्रत्येक भूखंडाच्या दक्षिण टोकाजवळ बेटे आढळतात. उदा. भारताच्या दक्षिणेस श्रीलंका, आशियाच्या आग्नेय टोकाकडे इंडोनेशियाची बेटे, ऑस्ट्रेलियाच्या दक्षिण टोकाजवळ टास्मानिया अशी बेटे आढळतात.

७) पृथ्वीवरील भूखंड विखंडित झालेले असून ते विखुरलेल्या स्वरूपात आढळतात, तर महासागर मात्र एकमेकास जोडलेले आहेत.

८) पृथ्वीवरील भूखंड अरुंद भूमीने जोडलेले आहेत. उदा. उत्तर व दक्षिण अमेरिका

९) पृथ्वीवरील भूखंडाचे केंद्रीकरण कॅस्पियन समुद्राभोवती झालेले आहे, तर महासागरांचे केंद्रीकरण पॅसिफिक महासागरात तहाती बेटाभोवती झालेले आहे.

१०) उत्तर गोलार्धात उत्तर ध्रुवाजवळील समुद्राभोवती जमिनीचे आवरण तयार झालेले आहे, तर दक्षिण गोलार्धात दक्षिण ध्रुवाजवळ अंटार्क्टिका खंडाभोवती पाण्याचे अवरण तयार झालेले आहे.

भूखंड व महासागर यांची उत्पत्ती किंवा निर्मिती

पृथ्वीच्या उत्पत्तीविषयी जशा वेगवेगळ्या विचारप्रणाली आहेत तशाच विचारप्रणाली भूखंड व महासागर यांच्याबाबतही आहेत. निरनिराळ्या शास्त्रज्ञांनी भूखंड व महासागर यांच्या उत्पत्तीविषयी किंवा निर्मितीविषयी भिन्न मते किंवा सिद्धांत मांडले आहेत. यामध्ये वेगनरचा खंडवहन सिद्धांत महत्त्वाचा असून चतु:शिरस्क परिकल्पना, आर्थर होम्सचा अभिसरण प्रवाह सिद्धांत व समस्थायी संतुलन सिद्धांत देखील महत्त्वाचे आहेत.

१) वेगनरचा खंडवहन सिद्धांत : आल्फ्रेड वेगनर या जर्मन शास्त्रज्ञाने भूखंड व महासागर यांच्या उत्पत्तीविषयी खंडवहन सिद्धांत इ.स. १९१२ मध्ये मांडला. सध्याची भूखंडे सियाल या हलक्या द्रव्यापासून बनलेली असून ती सीमा या जड द्रव्यावर तरंगत आहे अशी कल्पना वेगनर यांनी केली आहे. त्यांच्या मते पॅलीऑझोइक कालखंडात सर्व भूमिखंड मिळून एकच विस्तृत भूमिखंड अस्तित्वात होते. त्याला त्यांनी 'पॅन्जीया' (Pangea) असे म्हटले आहे. हा सलग भूमिखंड महासागराने वेढलेला होता. या महासागराला त्यांनी 'पँथला' असे नाव दिले आहे. पुढे काही काळानंतर (पार्मोकार्बोनिफेरस कालखंडात) काही स्थित्यंतरे होऊन सलग भूमिखंडाला तडा जाऊन त्याचे दोन भाग पडले. त्यातील उत्तरेकडचा भाग म्हणजे 'लॉरेशिया' (अंगारा) व दक्षिणेकडचा भाग म्हणजे 'गोंडवाना' होय. या दोन भूमिखंडांच्या दरम्यान 'टेथिस' नावाचा समुद्र होता. नंतर काही काळानंतर (मेसोझोईक कालखंडात) लॉरेशिया व गोंडवाना या दोन्ही प्रदेशांचे विखंडन झाले व त्यांच्यापासून निरनिराळी भूमिखंडे निर्माण झाली. ही निर्माण झालेली निरनिराळी भूमिखंडे ज्याप्रमाणे पाण्यावरील तराफे वाहात जातात त्याप्रमाणे दूरदूर वाहात गेली व त्यातूनच आजची भूमिखंडे व महासागर निर्माण झाले. लॉरेशियापासून उत्तर अमेरिका, युरोप व आशिया खंड निर्माण झाले तर गोंडवाना भूमिखंडापासून दक्षिण अमेरिका, आफ्रिका, भारतीय द्वीपकल्पीय पठार व ऑस्ट्रेलिया यांची निर्मिती झाली. वेगनर यांच्या मते, हे विविध भूमिखंड फक्त पूर्वेकडून पश्चिमेकडेच सरकले नाहीत, तर दक्षिण व उत्तरेकडेही सरकले आहेत.

२) आर्थर होम्सचा अभिसरण प्रवाहसिद्धांत : आर्थर होम्स या ब्रिटिश भूशास्त्रज्ञाने १९४४ मध्ये अभिसरण प्रवाह सिद्धांत मांडला. त्यांनी या सिद्धांतात प्रामुख्याने वहनामागील शक्तीबाबत स्पष्टीकरण देण्याचा प्रयत्न केलेला आहे. त्यांच्या मते पृथ्वीच्या अंतर्गत भागात किरणोत्सारी खडकांमुळे उष्णता निर्माण होत असते, परंतु किरणोत्सारी द्रव्यांचे प्रमाण सर्वत्र समान नसल्याने निर्माण होणाऱ्या उष्णतेचे प्रमाणही भिन्न स्वरूपाचे असावे, त्यामुळे अभिसरण प्रवाह निर्माण झाले असावेत. यामुळे भूकवचावर जेथे घडीपर्वत आहेत त्या भागतील कवचाचा भाग अंतर्गत भागाकडे जाणाऱ्या प्रवाहाने आत खेचला जात असावा. त्यामुळे या भागात मोठी भूघळी (Geosyncline) निर्माण होत असावी. या भूघळीच्या दोन्ही बाजूंच्या फुगीर भागात खंडीय भूमी असून जसजसा या भूघळीचा तळ खाली खेचला जातो तसे हे खंड भूघळीकडे खेचले जातात व त्यांचा प्रचंड दाब भूघळीतल्या स्तरित खडकावर पडून त्यांना घड्या किंवा वळ्या पडून ते वर उचलले जाऊन पर्वतश्रेणी निर्माण होतात. याचाच अर्थ असा की, पूर्वी जेथे मोठी भूघळी म्हणजे सागर भाग होते तेथेच पर्वत निर्माण झाले असावेत.

या सिद्धांतात आर्थर होम्स यांनी भूमिखंड हे द्रव सीमावर तरंगत असावे हे जरी मान्य केले असले तरी त्यांचे स्थानांतर हे मात्र खंडीय भूमिपुरतेच मर्यादित मानलेले नाही. त्यांच्या मते भूमध्याकडे जाणाऱ्या प्रवाहाने भूकवचाच्या पृष्ठभागावर खड्डा पडणे व भूपृष्ठाकडे वाहणाऱ्या प्रवाहाने भूपृष्ठावर फुगवटा निर्माण होणे यामुळे भूमिखंड व महासागर यांची निर्मिती झाली असावी.

३) समस्थायी संतुलन सिद्धांत : या सिद्धांतानुसार सियाल व सीमा या दोन भिन्न घनतेच्या खडकांचे भूकवचात संतुलित वितरण झालेले आहे. भूखंडाचे भाग सियाल या कमी घनतेच्या खडकांचे बनलेले असून ते सीमा या अधिक घनतेच्या द्रवावर तरंगत आहेत असा विचार मांडलेला आहे. पर्वत जरी सागरतळापेक्षा उंच व विशाल वाटत असले तरी ते ज्या पदार्थांचे बनलेले आहेत ते पदार्थ सागरतळातील पदार्थांपेक्षा वजनाने फारच हलके आहेत, कारण सागरतळाचा बहुतांशी भाग सीमा या पदार्थांचा बनलेला असून तो जड आहे. तसेच पृथ्वीवरील मैदाने ज्या पदार्थांपासून बनलेली आहेत. ते पदार्थ सागरतळातील पदार्थांपेक्षा जास्त जड आहेत. अशा प्रकारे परस्परांमध्ये असलेल्या वजनाच्या भिन्नतेमुळे सागरतळ, मैदाने व उंच पर्वत परस्परांशी संतुलित अवस्थेत आहेत. याचाच अर्थ असा की, या तीनही भूआकारांमध्ये संतुलन निर्माण झालेले आहे. पृथ्वीवरील पर्वत, पठारे व मैदाने यावरून वाहणाऱ्या नद्यांच्या खनन कार्यामुळे तेथील वजनात घट होत जाऊन जेथे संचयन होते अशा सागरतळाच्या वजनात वाढ होत जाते. यामुळे कालांतराने एक वेळ अशी येते की, अत्याधिक भारामुळे सागराचा तळ खाली खचतो व त्याच्या विरुद्ध बाजूला पर्वत प्रदेश निर्माण होतो. अशा प्रकारे काही वेळा संतुलन बदलत असते.

समस्थायी संतुलनाच्या सिद्धांताप्रमाणे सियालपासून तयार झालेले भूखंडाचे भाग सीमावर तरंगत असतील तर त्यांचा काही भाग सर्वसाधारण सीमाच्या पातळीच्या खाली बुडालेला असेल असे दर्शविलेले आहे.

४) भूपट्ट विवर्तनी सिद्धांत (Plate Tectonics) : भूपट्ट विवर्तनी आधुनिक संकल्पना आहे. या संकल्पनेनुसार पृथ्वीवरील भूकवच हे विविध आकारांच्या घट्ट व १०० ते १५० कि.मी. जाडीच्या भू-तबकड्यांनी (Geoplates) बनलेले आहे. पृथ्वीवर अशा सहा प्रमुख भू-तबकड्या किंवा भूपट्ट आहेत.

१. अमेरिका भूपट्ट	२. आफ्रिका भूपट्ट
३. युरेशिअन भूपट्ट	४. अंटार्क्टिक भूपट्ट
५. भारतीय भूपट्ट	६. पॅसिफिक भूपट्ट

या भू-तबकड्यांचा आकार असमान असून त्यांना भूपट्ट किंवा भूमंच असेही म्हणतात. या भूपट्टांच्या सीमा या ज्वालामुखी व भूकंप पट्ट्यांच्या क्षेत्रात, सागरतळावरील व भूपृष्ठावरील पर्वतीय क्षेत्रात, बेटांच्या समूहक्रमात, सागरी गुहांच्या सान्निध्यात आढळतात.

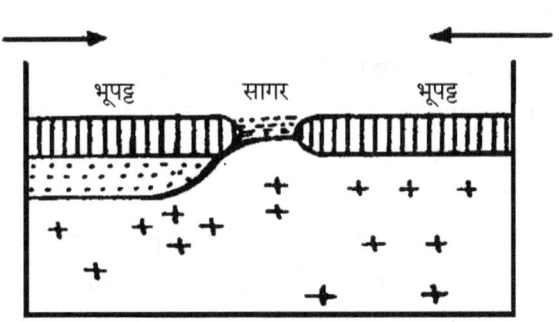

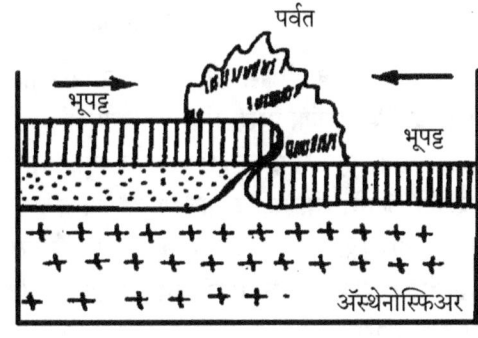

भूपट्टांचे सरकणे व पर्वतनिर्मिती

आकृती क्र. १.३

भूपृष्ठाचा सगळ्यात वरचा थर म्हणजे या भूपट्टांची घटना होय. या भूपट्टांची सावकाश सरकरण्याची क्रिया अद्यापही सुरू आहे. ॲस्थेनोस्फिअर थरातील द्रव्याच्या अस्थिरतेमुळे सरकण्याची क्रिया होत असावी असा शास्त्रीय तर्क आहे. भूपट्टांची हालचाल क्षितिजसमांतर दिशेत परस्परांकडे होत असते. सागरी गर्ताच्या परिसरात भूपट्टाचा भाग खालच्या थरांकडे सरकतो तर भूपट्टांच्या पारस्परिक सरकण्यामुळे वलीकरण होऊन पर्वतनिर्मिती देखील होते. भूगर्भशास्त्रज्ञांच्या मते भारतीय भूपट्ट व युरेशिअन भूपट्ट यांच्या परस्परांशी झालेल्या जोरदार स्पर्शामुळे हिमालय हे घडीचे पर्वत निर्माण झाले असावेत.

पृथ्वीवरील सर्व भूपट्ट मध्यावरणाच्या बाह्य पृष्ठाचे व भूकवचाचे मिळून तयार झाले आहेत. या भूपट्टांचा सर्वात बाहेरचा भाग म्हणजे खंडे व सागरतळ तयार झाले आहेत. सामान्यत: प्रतिवर्षी १० सें.मी. या वेगाने भूपट्ट सरकण्याची क्रिया सुरू आहे.

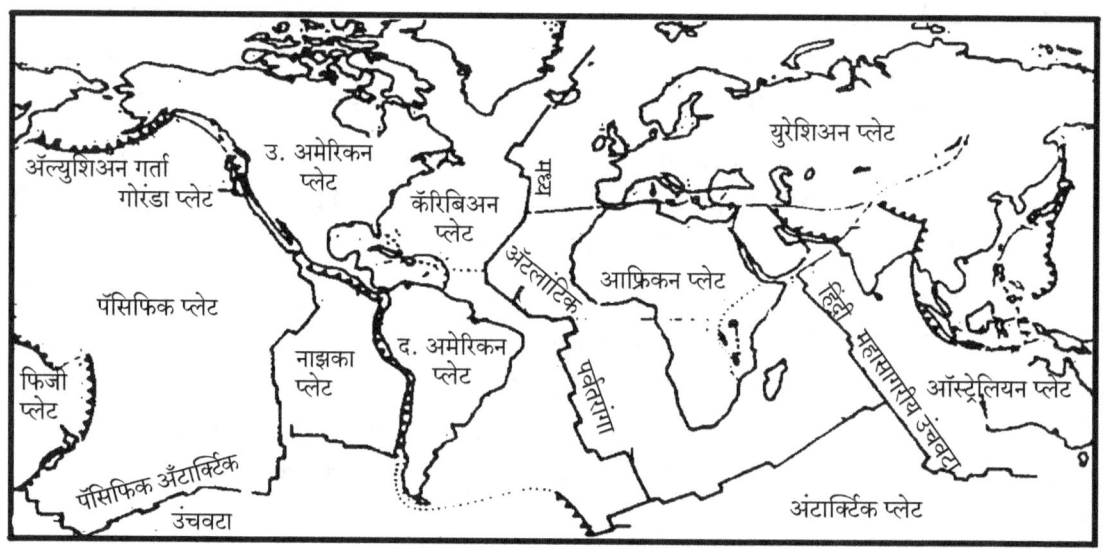

आकृती क्र. १.४ : पृथ्वीवरील विविध भूपट्ट (प्लेट्स)

भूपट्ट विवर्तनी सिद्धांतामुळे पर्वतनिर्मितीच्या प्रक्रियेवर प्रकाश पडतो. अँडीज व रॉकीज यांची निर्मिती किनारवर्ती भूपट्टांच्या पारस्पारिक संपर्कामुळे झाली असावी असे भूगर्भशास्त्रीय तर्क पुराव्यावरून शास्त्रज्ञांनी सिद्ध केले आहेत. एक भूपट्ट स्थिर व दुसरा भूपट्ट जोराने त्याच्याशी संपर्कात आला तर मध्यवर्ती कवचाचा भाग वर उचलला जातो, त्यावेळी वलीकरण होऊन घड्यांचे पर्वत तयार होतात.

थोडक्यात, भूपट्ट हे अस्थिर असून त्यांचे सरकणे अद्यापही संथ गतीने सुरू आहे. वेगवेगळ्या भूखंडांतील व बेटांमधील अंतरात दर वर्षी जो फरक पडताना दिसतो त्याचेही कारण या भू-तबकड्यांच्या अस्थिरतेत आहे याविषयी शास्त्रज्ञांना शंका नाही.

हालचाली (Movements)

भूकवचात बदल घडवून आणणाऱ्या काही विशिष्ट शक्ती आहेत. या शक्ती भूगर्भात तसेच पृथ्वीवरील वातावरणात निर्माण होतात. भूकवचात बदल घडवून आणणाऱ्या शक्तीचे पुढील प्रकार पडतात.

हालचाली / शक्तीचे प्रकार

- अंतर्गत शक्ती (Endogenic Forces)
  - मंद कार्यरत शक्ती
    - ऊर्ध्वशक्ती किंवा उभ्या हालचाली (Epeirogenic-Movements)
    - आडव्या शक्ती किंवा आडव्या हालचाली (Orogenic Movements)
  - शीघ्र कार्यरत शक्ती
    - भूकंप
    - ज्वालामुखी
- बहिर्गत शक्ती (Exogenic Forces)
  - अनाच्छादन
  - विदारण

भूगर्भात निर्माण होणाऱ्या शक्तींना अंतर्गत शक्ती किंवा अंतर्गत हालचाली असे म्हणतात. भूगर्भातील वाढता दाब, प्रचंड तपमान, संतुलनातील बिघाड, अंतर्गत द्रव्य रचनेतील रासायनिक बदल इत्यादी कारणांमुळे अंतर्गत शक्ती निर्माण होतात. ह्या अंतर्गत शक्ती कधी मंद गतीने तर कधी शीघ्र गतीने कार्य करतात, म्हणून अंतर्गत शक्तीचे मंद शक्ती व शीघ्र शक्ती असे दोन प्रकार पडतात. मंद हालचालीमुळे भूकवचात होणारे बदल अतिशय संथ गतीने होतात तर शीघ्र हालचालीमुळे भूकवचात एकदम बदल घडून येतात. अंतर्गत भागातील मंद हालचाली भूकवचावर उभ्या व आडव्या दिशेने कार्य करतात, म्हणून त्यांचे पुढील दोन प्रकार पडतात. १) उभ्या हालचाली २) आडव्या हालचाली

१) उभ्या हालचाली किंवा भूरूपजनक हालचाली (Epeirogenic Movements) : जेव्हा अंतर्गत भागात मंद हालचाली उभ्या दिशेने कार्य करतात तेव्हा त्यांना उभ्या हालचाली असे म्हणतात. उभ्या हालचाली साधारणपणे पृथ्वीच्या त्रिज्येच्या दिशेने कार्य करतात. या हालचालींमुळे भूकवचाचा संबंधित भाग वर उचलला जातो किंवा संबंधित भाग खाली खचला जातो. अशा प्रकारच्या हालचालींमुळे पृथ्वीवर अनेक प्रकारची भूरूपे निर्माण होतात.

२) आडव्या किंवा क्षितिजसमांतर किंवा पर्वतनिर्माणकारी हालचाली (Orogenic Movements) : जेव्हा अंतर्गत भागातील मंद हालचाली भूकवचावर त्याला समांतर दिशेने कार्य करतात; तेव्हा या हालचालींना आडव्या किंवा क्षितिजसमांतर हालचाली असे म्हणतात. अशा हालचालींमुळे कधीकधी पर्वतांची निर्मिती होते. म्हणून यांना पर्वत निर्माणकारी हालचाली असेही म्हणतात. या हालचालींमुळे भूकवचावर दाब व ताण निर्माण होतो, त्यामुळे भूकवचातील खडकांना वळ्या (घड्या) पडतात किंवा खडकांना मोठमोठ्या भेगा पडतात, तर कधी कधी काही ठिकाणी खडकात आडवे व उभे जोड निर्माण होतात.

भूकवचाला वळ्या किंवा घड्या पडणे

आडव्या हालचालींमुळे भूकवचावर पडणारा ताण व दाब जर समान स्वरूपात नसेल तर खडकांना वळ्या पडतात. भूकवचाच्या स्वरूपावरही ह्या वळ्या पडणे अथवा न पडणे अवलंबून असते. सर्वसाधारणपणे स्तरित प्रकारच्या मृदू खडकांना वळ्या पडतात. वळ्या पडल्यावर जो भाग वर उचलला जातो त्याला 'अपनती' असे म्हणतात, तर जो भाग खाली दबला जातो त्या दबलेल्या भागाला 'अभिनती' असे म्हणतात. अपनती व अभिनती

यांच्या बाजू म्हणजे वळीचे अंग होय. वळ्यांचे विविध प्रकार पुढीलप्रमाणे -

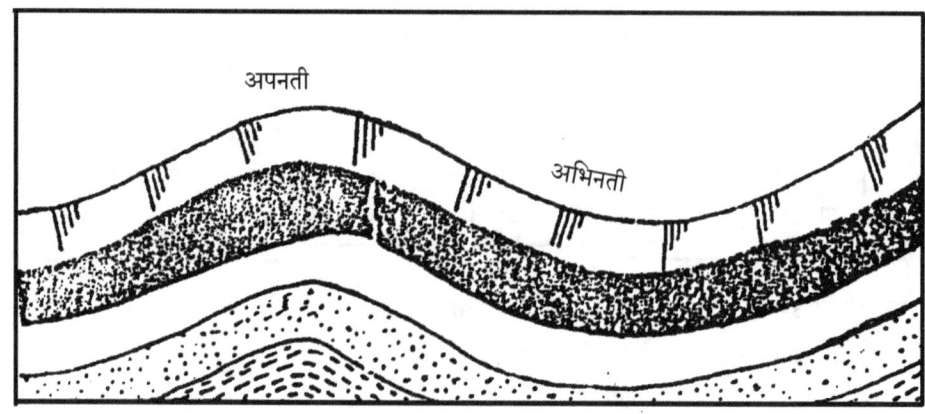

आकृती १.५ (अपनती व अभिनती)

वळ्यांचे प्रकार :-

१) समांग वळी (Symmetrical Fold) : ज्या वळीच्या दोन्ही अंगांचा उतार व लांबी सारखी असते त्या वळीला समांग वळी असे म्हणतात. भूकवचाच्या दोन्ही बाजूंनी किंवा दिशांनी सारखा दाब पडल्यास अशी वळी निर्माण होते.

२) असमांग किंवा एकांगी वळी (Asymmetrical Fold) : ज्या वळीची एक बाजू तीव्र उताराची व लहान असते आणि दुसरी बाजू सौम्य उताराची व लांब असते; त्या वळीस असमांग किंवा एकांगी वळी असे म्हणतात. एका बाजूने कमी दाब व दुसऱ्या बाजूने जास्त दाब पडल्यास अशी वळी निर्माण होते.

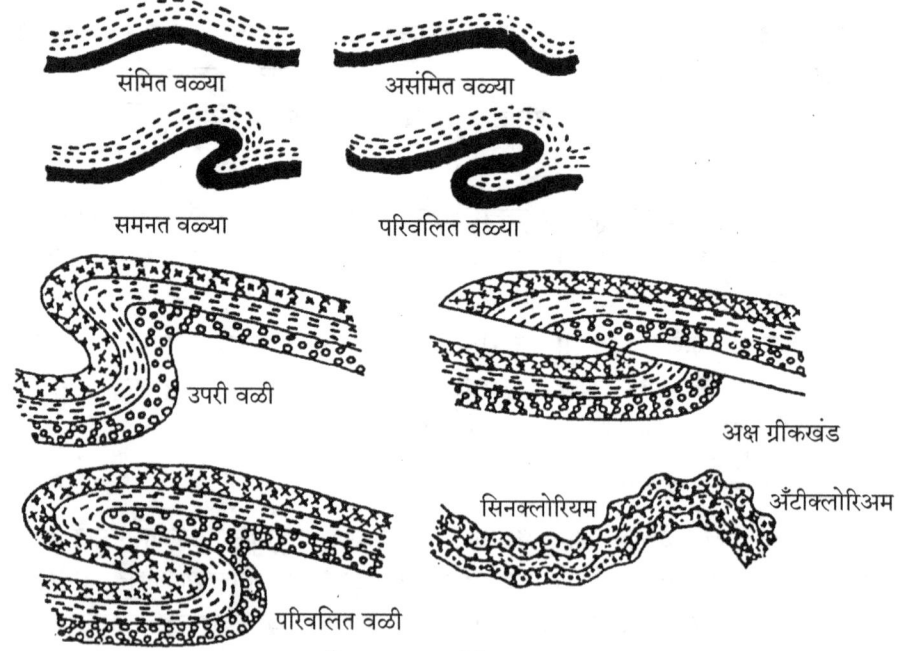

आकृती १.६ : वळ्यांचे प्रकार

३) समनत वळी (Isoclinal Fold) : कधी कधी काही वळ्यांच्या दोन्ही भुजा कोणत्याही एका बाजूला इतक्या झुकलेल्या असतात की, त्या परस्परांना जवळ जवळ समांतर असतात. अशा वळीला समनत वळी असे म्हणतात. या वळीच्या दोन्ही भुजांचा उतार एकाच बाजूला असतो. या वळीला समवाक वळी असेही म्हणतात.

४) एक प्रवण वळी (Monoclinal Fold) : जेव्हा एका बाजूला दुसऱ्या बाजूपेक्षा फारच जोरदार दाब पडतो तेव्हा निर्माण होणाऱ्या वळीची एक बाजू सौम्य उताराची व दुसरी बाजू लंबवत् असते. अशा वळीला एक प्रवण वळी असे म्हणतात. असमान दाबामुळे अशी वळी निर्माण होते.

५) परिवलित किंवा आडवी वळी (Recumbent Fold) : काही वेळा वलीकरण प्रक्रियेत वळीच्या दोन्ही भुजा एकाच बाजूला एवढ्या झुकलेल्या असतात की, त्या परस्परांना तर समांतर असतातच, पण भूकवचालाही समांतर असतात. अशा वळीला परिवलित किंवा आडवी वळी असे म्हणतात.

६) ग्रीवाखंड किंवा विखंडित वळी (Nappes) : काही वेळा वळी निर्माण झाल्यानंतर तिच्या आसावर इतका ताण पडतो की, ती वळी तुटते व जास्त दाबाकडील भुजा पुढे सरकते; अशा वळीला ग्रीवाखंड किंवा विखंडित वळी असे म्हणतात.

७) उपरी किंवा झुकलेली वळी (Over Fold) : जेव्हा भूकवचावर एका बाजूने येणारा दाब जास्त असल्याने अपनती ही अवनतीवर झुकल्यासारखी होते तेव्हा अशा वळीला झुकलेली किंवा उपरी वळी असे म्हणतात.

८) पंखाकृती वळ्या (Fanshaped Folds) : जेव्हा भूकवच अधिक मऊ असते व त्याच्या दोन्ही बाजूंकडून येणारा दाब तीव्र असतो तेव्हा त्या संबंधित ठिकाणी भूकवचाला अनेक वळ्या पडतात. वळ्या पडल्यावरही दाब पडत राहिल्यास तेथे लहान-मोठ्या वळ्या वर उचलल्या जातात व त्यांना पंख्यासारखा आकार प्राप्त होतो. त्यांना पंखाकृती वळ्या असे म्हणतात.

९) संविमुखनती (Anticlinorium) : विस्तृत प्रदेशात अपनती व अवनती निर्माण होत असताना त्यात कमी-अधिक दाबामुळे लहान-मोठ्या घड्या किंवा वळ्या निर्माण होतात. अशा घड्या किंवा वळ्या अपनतीमध्ये निर्माण झाल्यास त्यांना संविमुखनती असे म्हटले जाते.

१०) संसमुखनती (Synclinorium) : संविमुखनतीप्रमाणे वलीकरण क्रिया घडून जेव्हा अवनतीमध्ये तशा घड्या किंवा वळ्या निर्माण होतात त्यावेळी त्यांना संसमुखनती असे म्हटले जाते.

प्रस्तरभंग

भूकवचातील आडव्या हालचालींमुळे प्रस्तरभंग होतात. हे प्रस्तरभंग प्रामुख्याने कठीण खडकाच्या प्रदेशात होतात. जेव्हा भूकवचावर आडव्या हालचाली कार्य करतात तेव्हा भूकवचाच्या एका बाजूस दाब व दुसऱ्या बाजूस ताण पडतो. भूकवचावर ताण निर्माण झाल्यावर भूकवचाचे भाग परस्पर विरोधी दिशेने ओढले जातात व त्यामुळे तेथील खडक मूळ स्थितीत न राहता त्यांना मोठे तडे किंवा भेगा पडतात. तडे किंवा भेगा पडल्यानंतर भूकवचातील दाब वाढल्यास भूकवचाचा काही भाग वर सरकतो तर काही भाग खाली खचतो. याला प्रस्तरभंग असे म्हटले जाते. प्रस्तरभंगात खडकांच्या थरांची हालचाल वर किंवा खाली होते असेही नाही तर कधी कधी ते तिरकस किंवा कलत्या पातळीत देखील सरकतात. प्रस्तरभंगाचे प्रकार पुढीलप्रमाणे आहेत.

१) साधा प्रस्तरभंग (Normal Fault) : जेव्हा खडकावर ताण पडून भेग पडते व त्या भेगेजवळील खडकांची क्षितिजसमांतर व अधोगामी हालचाल होते, अशा प्रस्तरभंगास साधा प्रस्तरभंग असे म्हणतात. थोडक्यात, ताण पडून निर्माण होणाऱ्या प्रस्तरभंगास साधा प्रस्तरभंग असे म्हणतात.

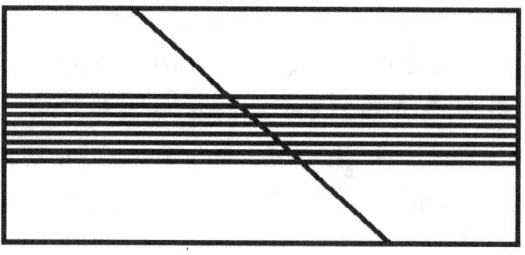

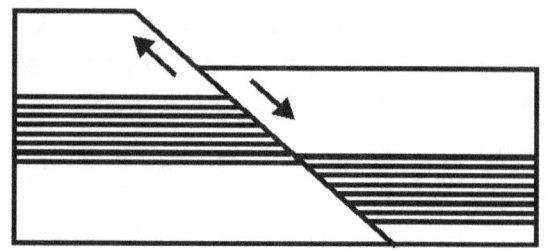

आकृती क्र. १.७ : साधा प्रस्तर भंग

२) उलटा प्रस्तरभंग (Reverse Fault) : जेव्हा खडकावर दाब पडून खडकाला भेग पडते आणि भेगेजवळील खडकांची एकमेकांकडे हालचाल होते; अशा प्रस्तरभंगास उलटा प्रस्तरभंग असे म्हणतात. यात प्रामुख्याने ऊर्ध्वगामी हालचाल होते. थोडक्यात, दाब पडून निर्माण होणाऱ्या प्रस्तरभंगास उलटा प्रस्तरभंग असे म्हणतात.

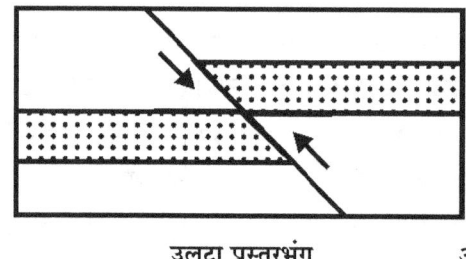

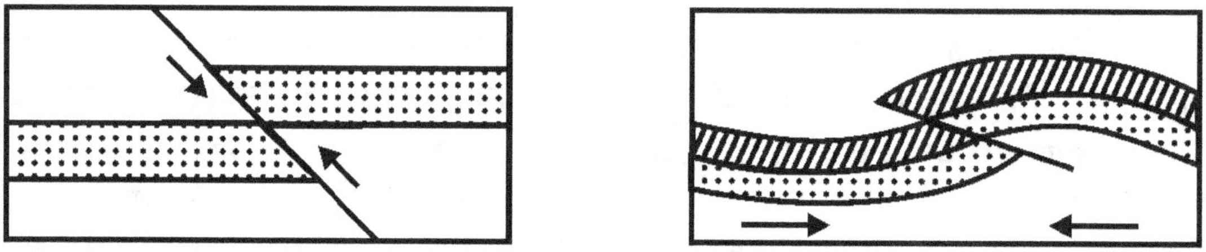

उलटा प्रस्तरभंग **आकृती क्र. १.८** **दाबरूपी प्रस्तरभंग**

३) दाबरूपी प्रस्तरभंग (Thrust Fault) : कधी कधी खडकाच्या थरावर दोन्ही बाजूंकडून दाब पडून खडकाला भेग पडते व या भेगेच्या दोन्ही बाजूंकडील खडकांवरील दाबाच्या कमी-अधिक प्रभावामुळे एका बाजूचे खडक दुसऱ्या बाजूच्या खडकावर आलेले दिसतात. याला दाबरूपी प्रस्तरभंग असे म्हणतात.

४) भेगरूपी प्रस्तरभंग (Tear Fault) : बऱ्याचदा खडकांना भेगा पडल्यानंतर त्या भेगांजवळील खडकांचे थर वर-खाली न सरकता परस्पर विरोधी दिशांना सरकून भूकवचाला मोठ्या विस्तृत भेगा पडतात. याला भेगरूपी प्रस्तरभंग असे म्हणतात.

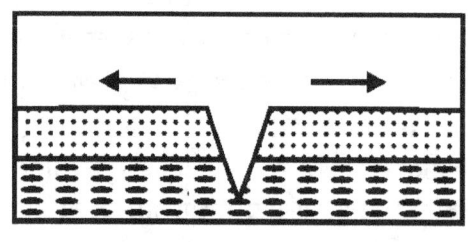

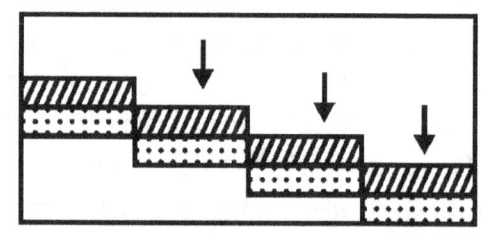

भेगरूपी प्रस्तरभंग **आकृती क्र. १.९** **पदविक्षेप प्रस्तरभंग**

५) पदविक्षेप प्रस्तरभंग (Terrace Fault) : काही वेळेस उतारावरील खडकांना एकमेकांना समांतर अशा बऱ्याचशा भेगा पडतात व त्या भेगांजवळील खडकांचे स्थानांतर होऊन पायऱ्या पायऱ्यांसारखी रचना निर्माण होते. अशा प्रस्तरभंगास पदविक्षेप किंवा पायऱ्यांचा प्रस्तरभंग असे म्हणतात.

६) **छेद प्रस्तरभंग :** जेव्हा प्रस्तरभंगाची क्रिया विस्तृत प्रदेशात होते तेव्हा तेथे बऱ्याच वेळा प्रस्तरभंगाची क्रिया होऊन तेथे पडलेल्या भेगा परस्परांना काटकोनात छेदतात. अशा प्रस्तरभंगास छेद प्रस्तरभंग असे म्हणतात.

७) **दरी डोंगर प्रस्तरभंग :** जेव्हा प्रस्तरभंगामुळे अति उंच व खोलगट भूरचना निर्माण होते तेव्हा त्या प्रस्तरभंगाला दरी डोंगर प्रस्तरभंग असे म्हणतात.

प्रस्तरभंगामुळे निर्माण होणारे भूआकार :

प्रस्तरभंगामुळे प्रामुख्याने पुढील भूआकार निर्माण होतात.

१) **गट पर्वत (Block Mountain) :** या पर्वतांची निर्मिती आडव्या हालचालींमुळे होते. भूकवचाला जेव्हा समोरासमोर दोन समांतर भेगा पडतात त्यावेळी काही ठिकाणी दोन भेगांच्या दरम्यानचा भूकवचाचा भाग वर उचलला जातो. हा वर उचलला गेलेला भाग सभोवतालच्या भागापेक्षा उंच असल्याने तो पर्वतासारखा दिसतो, म्हणून त्याला गटपर्वत असे म्हणतात.

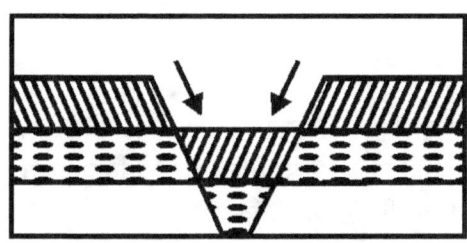

आकृती क्र. १.१० : खचदरी

२) **खचदरी (Rift Valley) :** कधी कधी दोन भेगांच्या दरम्यानचा भाग खाली सरकतो किंवा खचतो व त्यामुळे खोलगट दरीसारखा भाग निर्माण होतो. अशा प्रकारे खचून तयार झालेल्या दरीला खचदरी असे म्हणतात. उदा. ऱ्हाईन नदीची खचदरी ही अशाच प्रकारे निर्माण झालेली आहे.

शीघ्र हालचाली

i) ज्वालामुखी : पृथ्वीच्या अंतर्गत कार्य करणाऱ्या हालचालींचे जे दोन मुख्य प्रकार पडतात, त्यापैकी संथ हालचालींमुळे घडीकरण किंवा वळीकरण आणि प्रस्तरभंग यांच्या परिणामातून पर्वताची निर्मिती होत असल्याने या हालचालींना पर्वतनिर्माणकारी (Orographic movements) असे संबोधले जाते. या संथ हालचालींप्रमाणे काही वेळा अंतर्गत भागात अत्यंत शीघ्र गतीने ज्वालामुखी व भूकंप यासारख्या हालचाली घडून येतात.

एफ. जे. माँकहाऊस यांच्या मते ज्या प्रक्रियेमुळे पृथ्वीच्या अंतरंगातील तप्त घन पदार्थ, द्रव पदार्थ व वायुरूप पदार्थ भूपृष्ठाकडे किंवा भूपृष्ठावर फेकले जातात त्या प्रक्रियेचा समावेश ज्वालामुखी क्रियेत होतो.

भ्रंशमूलक ज्वालामुखी क्रिया ही प्रस्तरभंगातून किंवा छिद्रातून होते, त्यामुळे पठाराची निर्मिती होते. उदा. भारतातील दख्खनचे पठार या प्रक्रियेतून निर्माण झाले आहे.

भूपृष्ठाला छिद्र किंवा नळीसारखे भोक पडून त्यातून शिलारस भूपृष्ठावर बाहेर फेकला गेला, तर ज्वालामुखीय पर्वताची निर्मिती होते. त्याला ज्वालामुखीय पर्वत/शंकू पर्वत म्हणतात.

ज्वालामुखी उद्रेकाच्या वारंवारितेवरून त्याचे जागृत, निद्रिस्त व मृत ज्वालामुखी असे उपप्रकार केले जातात.

ii) भूकंप : पृथ्वीच्या अंतर्गत हालचालींच्या परिणामातून कमी-अधिक तीव्रतेचे सुमारे दहा लाख भूकंप दरवर्षी घडून येतात. त्यातील ५-१० अधिक तीव्रतेचे असतात. इ.स. १८८० मध्ये जॉन मिलने या ब्रिटिश शास्त्रज्ञाने

पहिले भूकंपमापी यंत्र तयार केले.

- भूपृष्ठाच्या कंपायमानास भूकंप म्हणतात.
- भूकंप अल्पकालीन (काही सेकंद किंवा काही मिनिटे) असतात.
- पृथ्वीवरील कोणताच भाग भूकंपमुक्त नाही, मात्र काही प्रदेश भूकंपप्रवण क्षेत्र आहे.
- **डब्ल्यू.जी.मूर** च्या मते नैसर्गिक कारणाने भूपृष्ठाखाली निर्माण झालेल्या हालचालींमुळे भूपृष्ठाला हादरे बसतात, याला भूकंप असे म्हणतात.
- पी.लेकच्या मते काही कारणांमुळे भूकवचाला हादरे बसतात, याला भूकंप म्हणतात.
- भूकवचाच्या सतत चालू असणाऱ्या संथ गतीच्या विषम हालचालींमुळे खडकांच्या थरात ताण निर्माण होतो. हा ताण वाढल्यावर खडक भंग पावून खाली-वर किंवा मागे-पुढे सरकतात. अशा हालचालींना विभंग/भ्रंश म्हणतात.
- यातून भूकंप किंवा ज्वालामुखीची निर्मिती होते. भूशास्त्रज्ञांनी भूमंच विवर्तणी सिद्धांतातून भूकंपाविषयीची कारणे शोधण्याचा प्रयत्न केला आहे.

विदारण (Weathering)

बाह्यशक्तीच्या घटकांमुळे भूपृष्ठावरील खडकांची तूटफूट होऊन त्यांच्या लहान-मोठ्या तुकड्यांचे, रेती व मातीत रूपांतर होण्याच्या क्रियेला विदारण असे म्हणतात. यालाच विखंडण असेही म्हणतात. विदारणाची क्रिया प्रामुख्याने उष्णता, आर्द्रता, पर्जन्य, पाणी गोठण्याची क्रिया, वारा, वनस्पती, प्राणी, विविध वायू व गुरुत्वाकर्षण यामुळे घडते. विदारणाचे प्रामुख्याने तीन प्रकार पडतात.

अ) कायिक विदारण   ब) रासायनिक विदारण   क) जैविक विदारण

अ) कायिक विदारण (Mechanical Weathering) :

बाह्यशक्तीच्या कारकांमुळे मूळ खडकातील रासायनिक घटना न बदलता त्याची फक्त तूटफूट होते. या क्रियेला 'कायिक किंवा यांत्रिक विदारण' असे म्हणतात. ही क्रिया प्रामुख्याने सूर्याची उष्णता, आर्द्रता, पाणी गोठण्याची क्रिया, पर्जन्य, धुके, स्फटिकता, वनस्पती, प्राणी इत्यादी घटकांमुळे होते.

१) सूर्याची उष्णता : सूर्याच्या उष्णतेमुळे म्हणजेच सौरशक्तीमुळे कायिक विदारणाची क्रिया मोठ्या प्रमाणावर होते. दिवसा सूर्याच्या उष्णतेमुळे तपमान जास्त असते, त्यामुळे खडक प्रसरण पावतात व रात्री तपमान कमी झाल्याने ते आकुंचन पावतात. ह्या क्रिया एकसारख्या होत राहिल्याने खडकावर ताण पडतो व त्याला भेगा पडतात. कालांतराने मूळ खडक फुटून त्याचे लहान-मोठे तुकडे होतात. प्रसरण व आकुंचन ह्या क्रियांचा परिणाम पृष्ठभागावर जास्त होतो, त्यामुळे खडकाचे वरचे पापुद्रे वेगळे होतात. काही काळानंतर त्यांचे तुकडे होऊन शेवटी मातीत रूपांतर होते.

२) पाणी गोठण्याची क्रिया : भूपृष्ठावरील खडकांच्या जोडात, फटीत किंवा भेगेत पाणी शिरते व हे आत शिरलेले पाणी रात्रीच्या वेळी तापमान कमी असल्याने गोठते व प्रसरण पावते, तर दिवसा तापमान वाढल्याने ते पुन्हा वितळते व आकुंचन पावते. गोठण्याच्या क्रियेत पाण्याचे आकारमान वाढते. त्यामुळे त्याला जास्त जागा लागते. परिणामी या गोठलेल्या पाण्याच्या मूळ खडकावर भेग रुंदावत जाते व काही काळानंतर त्या खडकाचे तुकडे तुकडे होतात. अशा प्रकारची विखंडन क्रिया उंच पर्वतीय भागात व ध्रुवीय प्रदेशात फार मोठ्या प्रमाणात घडते.

३) पर्जन्य : मुसळधार पावसाच्या आघातामुळे खडकातील व जमिनीतील कण विलग होऊन दुसरीकडे

वाहून नेले जातात. अशा प्रकारे पावसामुळे विदारणाची क्रिया घडून येते.

४) वारा : जोरात वाहणाऱ्या वाऱ्यामुळे पृष्ठभागावर आघात होऊन तेथील पापुद्रे पृष्ठभागापासून विलग होतात व नंतर त्यांचे लहान कणात रूपांतर होऊन ते वाऱ्याबरोबर वाहात जातात.

५) स्फटिकीभवन : अतिशय उष्ण व कोरड्या हवामानाच्या प्रदेशात खडकात मुरलेल्या पाण्याचे बाष्पीभवन होताना क्षार पदार्थांचे स्फटिक तयार होतात. या स्फटिकीभवनाच्या क्रियेमुळे मूळ खडकावर ताण पडून त्यांचे विखंडन होते. स्फटिकीभवनाच्या क्रियेत मूळ क्षार पदार्थांचे आकारमान वाढत असल्याने मूळ खडकावर ताण पडतो, त्यामुळे त्याचे विखंडन होते.

ब) रासायनिक विदारण (Chemical Weathering) :

बाह्य शक्तींच्या घटकांमुळे मूळ खडकांवर रासायनिक क्रिया होऊन मूळ खनिज द्रव्यात(रासायनिक घटनेत) बदल होऊन त्यांचे वेगळ्याच गुणधर्माच्या खनिज द्रव्यात रूपांतर होते, या क्रियेला 'रासायनिक विदारण' असे म्हणतात. रासायनिक विदारणाचे प्रकार पुढीलप्रमाणे आहेत.

१) कर्बाम्ल क्रिया (Carbonation) : भूपृष्ठाकडे येणाऱ्या पावसाच्या पाण्यात वातावरणातील कार्बन वायू विरघळतो आणि त्यापासून सौम्य कर्बाम्ल तयार होते. या सौम्य कर्बाम्लाचा परिणाम चुनखडीसारख्या खडकावर होऊन काही भाग त्यात विरघळतो; याला कर्बाम्ल क्रिया असे म्हणतात. या क्रियेमुळे मूळ खडक कमकुवत होतात. तसेच त्यांना छिद्रे, फटी, खड्डे पडतात व शेवटी त्यांचे विदारण होते.

२) भस्मीकरण (Oxidation) : पावसाच्या पाण्यात वातावरणातील प्राणवायू (ऑक्सिजन) मिसळलेला असतो. अशा प्राणवायूमिश्रित पाण्याची खडकावर रासायनिक क्रिया होऊन मूळ खडकाचे विघटन होते. या क्रियेला भस्मीकरण असे म्हणतात.

३) जलअपघटन (Hydrolysis) : पावसाचे पाणी खडकात मुरल्यानंतर त्या पाण्याचा व खडकातील खनिज द्रव्यांचा संपर्क येऊन विशिष्ट खनिजद्रव्यांवर रासायनिक परिणाम होऊन वेगळ्याच गुणधर्माचे खनिज तयार होते. यात अशा खनिज द्रव्याचे आकारमान वाढते.

४) द्रवीकरण (Solution) : पावसाचे पाणी खडकात मुरल्यानंतर त्या खडकातील खनिज द्रव्यांवर रासायनिक क्रिया होऊन ती खनिजद्रव्ये पाण्यात विरघळतात. या क्रियेला द्रवीकरण असे म्हणतात. खनिज द्रव्ये पाण्यात विरघळल्यानंतर ती मूळ खडकापासून विलग होतात किंवा त्यांचे रासायनिक संघटन बदलून खडकाचे विदारण होते.

क) जैविक विदारण (Biological Weathering)

वनस्पती, प्राणी (जीव, जंतू व मानव) यांच्यामुळे होणाऱ्या विदारणास जैविक विदारण असे म्हणतात.

१) वनस्पती : वनस्पतींमुळे होणारे विदारण हे कायिक व रासायनिक असे दोन्ही प्रकारचे असते. उदा. जमिनीत वनस्पतींची मुळे पाण्याच्या शोधात खडकांच्या भेगांतून आत शिरतात. वनस्पतींच्या वाढीबरोबर त्या मुळांचीही वाढ होते, त्यामुळे त्या भेगांवर दाब व ताण पडून भेगा रुंदावतात. या क्रियेत खडक फुटतात व विदारण घडून येते.

२) प्राणी : काही प्राणी खडकाचे भाग किंवा जमीन पोखरतात, त्यामुळे तेथे विदारण घडते. उदा. उंदीर, घुशी, मुंग्या, गोगलगाय, खेकडे वगैरे. तसेच पाळीव जनावरे चरण्यासाठी सोडल्यानंतर त्यांच्या पायाने तुडवलेल्या जमिनीतील कण विलग होऊन विदारण क्रिया घडते.

भूरूपीय चक्राची संकल्पना

अपक्षरण चक्र - (Cycle of Erosion) : अमेरिकन शास्त्रज्ञ डब्ल्यू. एम. डेव्हीस याने १८९९ साली अपक्षरण चक्रांची संकल्पना प्रथम मांडली.

- ही कल्पना नदीच्या संदर्भात मांडली आहे.
- पृथ्वीवरील भूरूपाचा विकास क्रमबद्ध अवस्थेतून होतो.
- अपक्षय चक्र : कोणत्याही नवनिर्मित भूप्रदेशावर नद्या, वारा, बर्फ इ. बहिर्गत शक्तींच्या खनन कार्याचा परिणाम होऊन त्याचे सपाट प्रदेशात रूपांतर होईपर्यंत लागणारा एकूण कालावधी म्हणजे अपक्षय चक्र होय.
- या संकल्पनेचा उपयोग बहिर्गत शक्तीच्या निरनिराळ्या कारकांच्या खनन कार्यामुळे निर्माण होणाऱ्या स्थलाकृतीच्या अभ्यासासाठी होतो.
- डेव्हीसच्या मते प्रत्येक भूरूप हे तेथील भूरचना प्रक्रिया आणि कालअवस्था यांच्या परिणामातून घडत असते.
- अ) भूरचना (Structure) : भूरचना म्हणजे खडकांचे स्वरूप, कठीणता, प्रकार, जलभेद्यता इ.
- खनन प्रक्रियेवर खडकांचा परिणाम होतो.
- ब) प्रक्रिया (Process) : वाहते पाणी, वारा, बर्फ इ. बहिर्गत कारके भूपृष्ठावर कार्यरत असतात. यामुळे झीज व भर या दोन गोष्टी घडून येतात.
- भूपृष्ठाच्या बाह्य आकारास या शक्तीच कारणीभूत असतात.
- क) कालअवस्था (Time) : खननचक्र पूर्ण होण्यासाठी लागणारा वेळ
- डेव्हीस यांनी नदीच्या अपक्षय चक्राच्या पुढील अवस्था मांडल्या आहेत :

१) युवावस्था - प्रारंभिक अवस्था आहे.

- भूकवचातील अंतर्गत हालचालींमुळे भूभाग उंचावून नवीन भूरूपाची निर्मिती होते.
- या भूरूपावर खनन प्रक्रिया चालू होते.
- नद्यांच्या प्रवाहमार्गाचा उतार तीव्र असल्याने नद्या वेगाने वाहतात.
- उपनद्यांची संख्या फारच कमी असते.
- नदीला वेग असल्याने उभे घर्षणकार्य प्रभावीपणे होते.
- व्ही आकाराच्या दऱ्या, घळई, धावत्या, धबधबे इ. भूरूपे आढळतात.

२) प्रौढावस्था - नदीच्या पाण्यात वाढ होते.

- उभ्या खननापेक्षा पार्श्ववर्ती खनन जास्त - त्यामुळे नदीची दरी रुंद व विस्तीर्ण होते.
- जलविभाजक अरुंद, कमी उंचीचे आणि दूर दूर असतात.
- नागमोडी वळणे, नालाकृती सरोवरे, पूरतट व पूरमैदाने इ. भूरूपे

३) वृद्धावस्था - नद्या व उपनद्या प्रदेशाची झीज करून समुद्रसपाटीपर्यंत नेण्याचा प्रयत्न करतात.

- अपक्षय चक्राची अंतिम अवस्था होय.
- नदीभोवतालचा सर्व प्रदेश सपाट होतो.

- काही ठिकाणी कठीण खडकाची झीज कमी झाल्याने लहान टेकड्यांच्या स्वरूपातील भागास मोनॅड नॉक्स असे म्हणतात.
- त्रिभुज प्रदेश, नद्यांचे संगम, दलदली इ. भूमीस्वरूपे आढळतात.

अपक्षरण चक्रात येणारे अडथळे

१) भूपृष्ठाच्या अंतर्गत हालचाली
२) अपक्षय चक्र सुरू असलेल्या हवामानात होणारे बदल
३) सागर पातळी उंचावणे / खचणे

अपक्षय चक्र कल्पनेवरील टीका

- हवामानातील बदल व भूहालचालींमुळे अपक्षय चक्र पूर्ण होऊ शकत नाही.
- प्रदीर्घ कालावधी लागतो, तसेच या काळात हवामान एकसारखे राहू शकत नाही.
- अपक्षय वक्राची शेवटची अवस्था क्वचितच आढळते.
- महत्त्व - सोप्या भाषेत अपक्षय चक्राची माहिती सांगितली.
- शास्त्रशुद्ध प्रणाली व माहितीचे उगमस्थान म्हणून ही कल्पना भौगोलिकदृष्ट्या महत्त्वाची आहे.

नदीचे भूरूपीय चक्र

- भूपृष्ठावर झीज घडवून आणणाऱ्या विविध बाह्यशक्तींच्या कारकांपैकी नदी हे कारक फारच महत्त्वाचे आहे.
- नदीचे कार्य खनन, वहन व संचय असे तीन प्रकारचे आहे.

नदीचे खनन कार्य - (अपक्षरण) : नदीतील पाण्याचे वहन होत असताना खननाचे कार्य प्रभावीपणे होते. हे संयुक्त कार्य पुढीलप्रमाणे -

१) अपघर्षण - नदीतील ओबडधोबड व अणकुचीदार खडकांचे तुकडे नदीपात्राची झीज घडवून आणतात.
नदीतील पदार्थाच्या प्रमाणावर व पाण्याच्या वेगावर झीज कमी-जास्त होते.
अपघर्षण उभे घर्षण व पार्श्ववर्ती घर्षण अशा दोन प्रकारे होते.
अ) उभे घर्षण - यात नदीच्या तळाची उभी झीज व तळ खोल खणला जातो.
ब) पार्श्ववर्ती घर्षण - यात नदीच्या काठाची झीज तळभागाच्या मानाने जास्त होते. नदीचे पात्र रुंद होते.

२) सन्निघर्षण - Attriation : वाळूचे कण व धूलिकण वाऱ्याबरोबर वाहताना खडक घासले जाऊन खडकावर हे धूलिकण व वाळू आदळून त्यांचे तुकडे तुकडे होतात व त्या आघातामुळे वाळू व धूलिकणाचे आकार लहान होतात, त्यास सन्निघर्षण म्हणतात.

३) द्राविक क्रिया - या क्रियेत पाण्याच्या दाबामुळे नळाच्या खडकातील - भेगातील हवा आंकुचन - प्रसरण पावते, त्यामुळे खडकांच्या भेगांवर ताण पडून खडक फुटतात व त्यांचा वाहत्या पाण्याबरोबर प्रवास चालू होतो.

४) द्रावणीकरण - नदीच्या पाण्यात विरघळलेले रासायनिक पदार्थ तळावरील व काठावरील चुनखडीसारख्या खडकांची झीज करतात, यास द्रावणीकरण म्हणतात.

नदीचे खनन कार्य हे नदीतील पाण्याचे प्रमाण, वेग, वाहणाऱ्या पदार्थांचे प्रमाण व प्रकार यावर अवलंबून असते.

नदीच्या खनन (अपक्षरण) कार्यामुळे निर्माण होणारी भूरूपे/भूआकार

१) गुंफित गिरीपाद

- उगमस्थानाच्या प्रदेशात आढळून येतात.
- नदीचा उगम झाल्यावर ती वाहताना तिला अनेक ठिकाणी गिरीपादांचे अडथळे निर्माण होतात.
- या अडथळ्यांना वळसे घालून मार्गक्रमण करताना नदीला वळणे प्राप्त होऊन हे गिरीपाद एकमेकात गुंफल्याप्रमाणे दिसतात.

२) व्ही आकाराची दरी

- नदीच्या वरच्या टप्प्यात पाण्याचे प्रमाण कमी परंतु तीव्र उतारामुळे पाण्याचा वेग जास्त असतो.
- त्यामुळे नदीचे उभे खनन कार्य जास्त प्रभावी असते.
- तळभाग खोल खणला जातो.
- काठांची कमी झीज होऊन अरुंद दरी तयार होते. या दरीचा आकार इंग्रजी V अक्षरासारखा असतो.

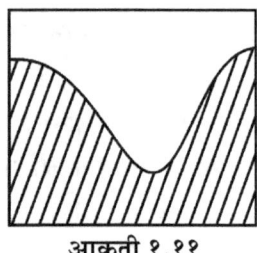

आकृती १.११

३) घळई

- नदीच्या पहिल्या टप्प्यात उभे खनन जास्त प्रभावी असते.
- कठीण खडकांच्या प्रदेशात काठापेक्षा उभ्या खननामुळे तळभाग जास्त खोल खणला जातो, त्यामुळे काठ उभ्या भिंतीप्रमाणे दिसतात.
- घळईचे काठ ६०° पेक्षा जास्त तीव्र उताराचे असतात.
- अतिखोल व अरुंद घळईस महाघळई/निदरी असे म्हणतात.

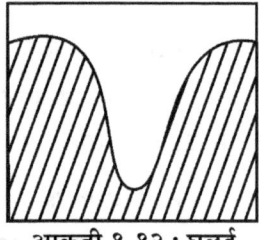

आकृती १.१२ : घळई

४) धावत्या

- नदीप्रवाह मार्गात मृदू व कठीण अशा खडकांची रचना असल्यास कठीण खडकापेक्षा मृदू खडकाची झीज लवकर होते व त्यामुळे तेथे नैसर्गिकरीत्या पायऱ्या पायऱ्यांप्रमाणे रचना निर्माण होते.

५) धबधबे

- नदीप्रवाहात कठीण खडकानंतर मृदू खडकाचा स्तर असेल तर मृदू खडकाची झीज जास्त प्रमाणात होऊन कड्यासारखा एक भाग तयार होतो.
- या कड्यावरून नदी वेगाने खाली कोसळते.
- नदीचे पाणी धबधब्याच्या पायथ्याशी असलेल्या मृदू खडकावर जोराने आदळून एक मोठा खळगा तयार होतो. त्यास प्रपातगर्ता असे म्हणतात.

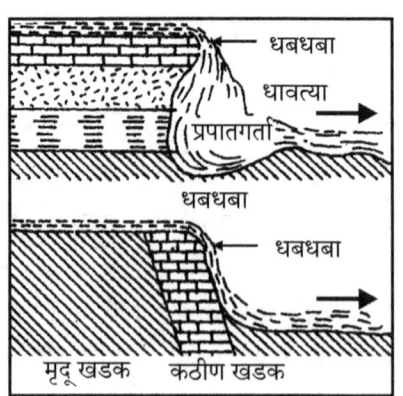

आकृती १.१३ : धबधबा

६) रांजणखळगे - कुंभगर्ता

- नदी डोंगराळ भागातून वाहताना तिच्याबरोबर खडकांचे अणकुचीदार तुकडे नदीपात्रात आघात करून खाच खळगे निर्माण होतात.
- हे पदार्थ वर्तुळाकार रीतीने फिरतात, त्यामुळे खाचखळग्यांची झीज होऊन खोल व रुंद होऊन त्यांचा आकार रांजणासारखा होतो, म्हणून त्यास रांजणखळगे म्हणतात.

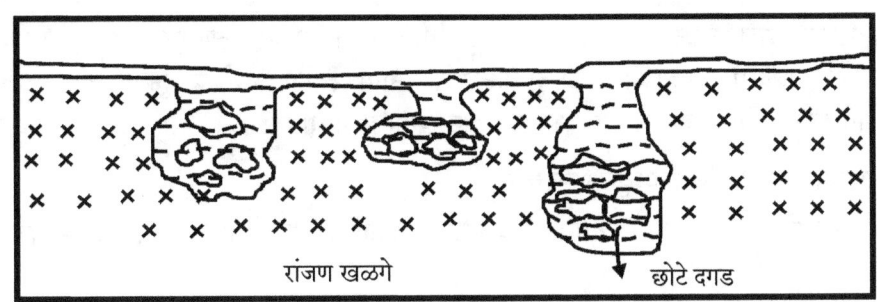

आकृती १.१४

नदीच्या संचयन/निक्षेपण कार्यामुळे निर्माण होणारी भूरूपे -

नदीच्या पाण्याबरोबर वाहात आलेल्या पदार्थांचे (दगड, गोटे, वाळू) एखाद्या विशिष्ट ठिकाणी संचयन होऊन विविध भूआकार तयार होतात.

१) पंख्याच्या आकाराची मैदाने

- पर्वत प्रदेशातून नद्या जेव्हा सपाट मैदानी प्रदेशात वाहात येतात तेव्हा त्या भागात नद्यांचा वेग कमी होऊन गाळाचे संचयन होते. अशा गाळाची भूरूपे पंख्याच्या आकाराची होतात व पंख्याच्या आकाराची मैदाने तयार होतात.

२) पूरमैदाने

- या भूआकाराची निर्मिती नदीच्या मधल्या व खालच्या टप्प्यात होते. नदीप्रवाह मार्गाचा वेग कमी होतो. त्यामुळे या भागात नदीच्या पात्रात गाळाचे संचयन होऊन पात्र उथळ बनते.
- पुराच्यावेळी उथळ पात्रात पुराचे पाणी सामावू शकत नसल्याने ते सभोवतालच्या प्रदेशात पसरते.
- दरवर्षी येणाऱ्या पुरामुळे असे संचयन होऊन काही काळाने तेथे दोन्ही काठांलगतच्या प्रदेशात मैदाने तयार होतात, त्यांना पूर मैदाने म्हणतात.

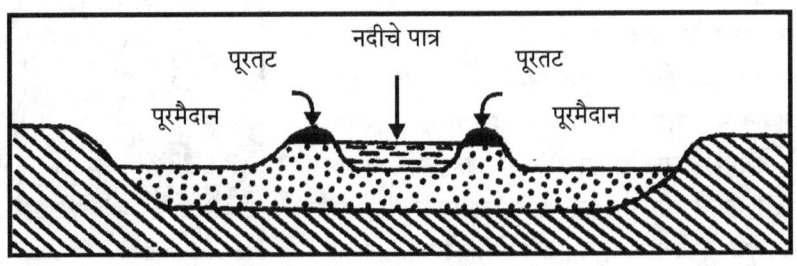

आकृती क्र. १.१५ : पूरतट व पूरमैदान

३) पूरतट

- पुराचे वेळी नदीचे पाणी काठासभोवतालच्या भागात पसरते. पुराच्या पाण्याबरोबर वाहात आलेले दगड, गोटे इ. नदीच्या काठावर साचतात व त्यांच्या बाजूला गाळ साचून नदीच्या काठांवर समांतर असा नैसर्गिक बांध तयार होतो त्याला पूरतट म्हणतात.

४) नागमोडी वळणे

- प्रौढावस्थेत नदीचा उतार मंद व पाण्याचा वेग कमी झालेला असतो, त्यामुळे नदीच्या मार्गात थोडासाही अडथळा आल्यास नदी हा अडथळा दूर करू शकत नाही. त्यांना वळसे घालून पुढे जाते. तेथे संचयनाला सुरुवात होते व विरुद्ध बाजूस पाणी आदळल्याने खननक्रिया वाढते.

५) कुंडलकासार सरोवर/धनुष्याकृती सरोवर

- नदीला नागमोडी वळणे प्राप्त झाल्यावर या वळणाच्या अंतर्वक्र भागात खनन व बहिर्वक्र भागात संचयन सुरू होते.

- खनन व संचयन या दोन्ही क्रिया सतत सुरू राहिल्याने कालांतराने नदीची वळणे वाढत जाऊन ती तीव्र स्वरूपाची होतात व शेवटी नदीची दोन बाह्यवळणे जवळ येतात.

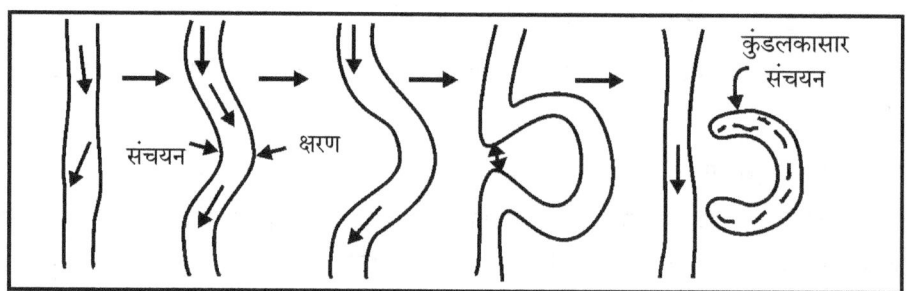

आकृती क्र. १.१६ : कुंडलकासार संचयन

- पुराच्या वेळी नदी ही वळणे तोडून सरळ वाहते, यामुळे वळणाचा भाग प्रवाहापासून वेगळा होतो.
- जो वेगळा झालेला भाग असतो त्याचा आकार अर्धचंद्राकृती असतो, म्हणून त्यास कुंडलकासार सरोवर म्हणतात.

६) त्रिभुज प्रदेश

- हा भूआकार नदीमुखालगत तयार होतो. नदी जेथे समुद्राला जाऊन मिळते तेथे नदीच्या मुखालगतच्या भागात गाळाचे संचयन होते.
- कित्येक वर्षे झाल्यानंतर नदी मुखालगतचा भाग गाळाने भरून येतो. त्यामुळे प्रवाहमार्गात अडथळा निर्माण होतो. हा अडथळा पार करू शकत नसल्याने नदी अडथळ्याच्या दोन्ही बाजूंनी वाहू लागते. तेथेही संचयन होऊन तो भाग काही काळाने भरून निघतो. अशी क्रिया वारंवार होत राहून संचयनाचा विस्तार वाढत जाऊन तेथे त्रिकोणाकृती सपाट मैदानी प्रदेश तयार होतो. याला त्रिभुज प्रदेश असे म्हणतात.

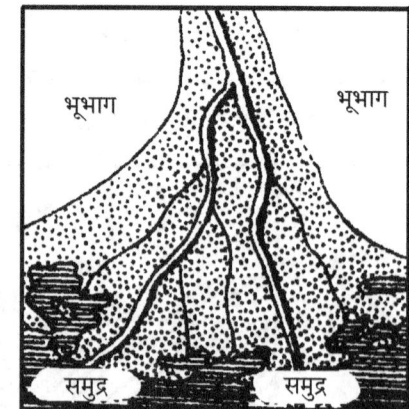

आकृती क्र. १.१७ : त्रिभुज प्रदेश

७) वाऱ्याचे खनन कार्य

- वाऱ्याचे कार्य प्रामुख्याने वाळवंटी, निमओसाड व शुष्क प्रदेशात आढळून येते. जगाचा १/३ भाग वाळवंटाने व्यापला आहे.

खनन कार्य

- वाऱ्यामुळे होणारे खनन हे मुख्यत्वेकरून कायिक (यांत्रिकी) स्वरूपाचे असते.
- वाऱ्याचे खनन कार्य वाऱ्याचा वेग, खडकांचे स्वरूप इ. गोष्टींवर अवलंबून असते.

वाऱ्याच्या खनन कार्याचे तीन प्रकार पडतात.

१) **अपवहन** – वाळवंटात वाहणाऱ्या वाऱ्यामुळे एका ठिकाणची वाळू दुसऱ्या ठिकाणाकडे वाहून नेली जाते त्यास अपवहन म्हणतात.

२) **अपघर्षण** – वाऱ्याबरोबर वाहणारे खडकांचे तुकडे/वाळूचे कण यास अपघर्षण म्हणतात.

३) **सन्निघर्षण** – वाऱ्याबरोबर वाहात असताना वाळूचे कण एकमेकांवर आपटून तसेच भूपृष्ठावर आपटून लहान होतात यास सन्निघर्षण असे म्हणतात.

वाऱ्याच्या क्षरण कार्यामुळे निर्माण होणारी भूरूपे –

वाऱ्याचे कार्य प्रामुख्याने वाळवंट किंवा ओसाड व रुक्ष प्रदेशात आढळते. वेगवान वाऱ्याच्या आघातामुळे भूपृष्ठाची झीज होऊन पुढील विविध भूविशेष निर्माण होतात.

१) गर्त किंवा खळगे – वाळवंटात सखलीकरण क्रियेमुळे भूपृष्ठावर निरनिराळ्या आकारांच्या विस्तृत खड्ड्यांची निर्मिती होते. या खड्ड्यांना अपवहन खळगे म्हणतात.

२) वातघृष्ट आणि त्र्यनीक – वाळवंटात वाऱ्यामुळे खडकांचे तुकडे व दगडगोटे यांची घर्षणक्रिया होऊन पृष्ठभाग गुळगुळीत बनतो, परंतु अशा खडकांच्या तुकड्यांना कोणताच आकार नसतो, त्यांना वातघृष्ट असे म्हणतात.

कधी कधी वाळवंटात वारा चोहोबाजूंनी वाहात असेल तर अशावेळी खडकांच्या तुकड्यांचे तिन्ही भाग झिजून त्यांना त्रिकोणासारखा आकार प्राप्त होतो त्यांना त्र्यनीक म्हणतात.

३) स्टोन लेटीस – वाऱ्याबरोबर वाहणाऱ्या खडकांच्या कणांच्या आघातामुळे मार्गात येणाऱ्या खडकांच्या तुकड्यावर निरनिराळ्या रेषा पडतात व त्यामुळे त्यावर नक्षीकाम तयार होते. अशा खडकांना स्टोन लेटीस म्हणतात.

४) भूछत्र खडक – खडकावर येऊन आपटणाऱ्या वाऱ्याच्या खालच्या बाजूला जाडसर वाळू असते तर वरच्या बाजूला हलकी व बारीक वाळू असते. त्यामुळे खडकाच्या माथ्यालगतचे भाग कमी झिजले जातात तर भूपृष्ठालगतच्या भागाचे अध:कर्तन होते, त्यामुळे खडकास भूछत्रासारखा आकार प्राप्त होतो. म्हणून त्यास भूछत्रखडक म्हणतात.

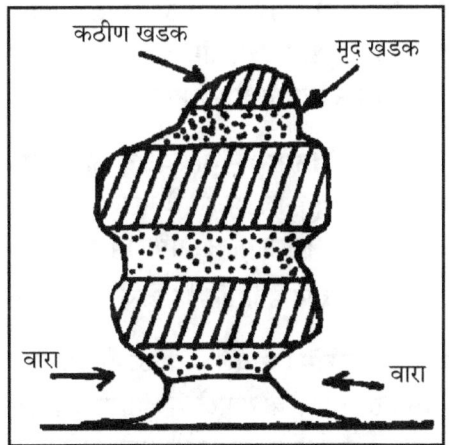

आकृती क्र. १.१८ : भूछत्र खडक

सहारा वाळवंटात अशा खडकास 'गारा' असे म्हणतात.

५) चबुतरे - भूछत्र खडक तयार झाल्यावर वाऱ्याचे घर्षण कार्य चालूच राहिल्यास भूछत्र खडकाचा मधला भाग पूर्णपणे झिजला जाऊन वरचा भाग खाली कोसळतो व खडकाचे भाग चबुतऱ्यासारखे शिल्लक राहतात त्यांना चबुतरे म्हणतात.

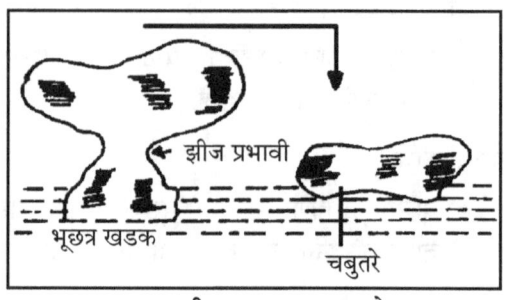

आकृती क्र. १.१९ : चबुतरे

६) यारदांग - वाळवंटी प्रदेशात कठीण व मृदू खडकांचे थर हे एकानंतर एक असतात. ते वाऱ्याच्या दिशेला समांतर असतात. येथे वारा मृदू खडकाची जास्त झीज करतो. त्यामानाने कठीण खडकाची कमी झीज होऊन तेथे खोलगट भागाची निर्मिती होते व कठीण खडकास फासळ्यासारखे रूप प्राप्त होते, यांना यारदांग असे म्हणतात.

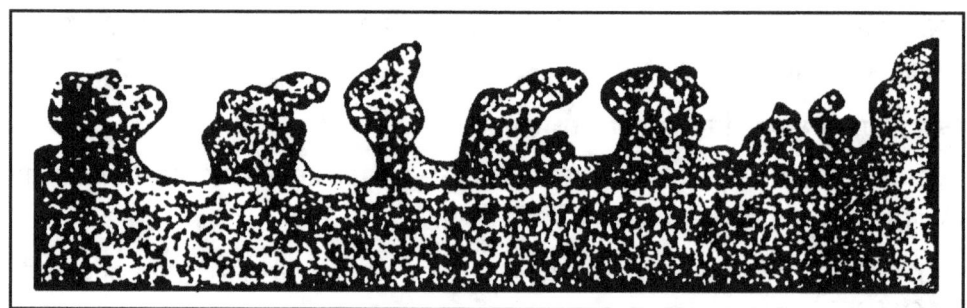

आकृती क्र. १.२० : यारदांग

७) इयूजेन - वाळवंटी प्रदेशात कठीण व मृदू खडकांचे थर परस्परांना तसेच भूपृष्ठाला समांतर असल्यास व भूपृष्ठावर जोड, संधी, भेगा असल्यास इयूजेन तयार होतात.

पृष्ठभागावरील कठीण खडकातील भेगांत पाणी साचते व अतिथंडीत हे पाणी गोठते, त्यामुळे भेगा रुंदावतात व खोल जातात. त्यामुळे कठीण खडकाखाली असलेला मृदू खडक उघडा पडून मृदू खडकाची झीज जास्त होते, परंतु कठीण खडकाचे भाग कमी व सावकाशपणे झिजतात. त्यांना झाकण असलेल्या दौतीसारखा आकार प्राप्त होतो, त्यास इयूजेनची म्हणतात. उंची ५-५० मीटरपर्यंत असते.

८) द्विपगिरी - वाळवंटात काही भाग मृदू व कठीण खडकांनी बनलेले असतात. वाऱ्याच्या क्षरण कार्यामुळे मृदू खडकांची झीज होऊन ते नष्ट होतात, परंतु कठीण खडक शिल्लक राहतात. कालातंराने या कठीण खडकांना वाऱ्याच्या खनन कार्याच्या परिणामामुळे गुळगुळीतपणा व घुमटाकार प्राप्त होतो. त्यांना द्विपगिरी असे म्हणतात.

यांची निर्मिती ग्रॅनाईट किंवा नीस प्रकारच्या अग्निजन्य खडकापासून होते.

९) मेसा व बूटे - वाळवंटी प्रदेशात काही ठिकाणी कठीण व मृदू खडकांचे थर परस्परांना समांतर आडवे असतात. घर्षण कार्यामुळे मृदू खडकाची झीज होऊन यातून कठीण खडकांनी बनलेल्या चौकोनी आकाराच्या टेकड्या निर्माण होतात त्यांना मेसा असे म्हणतात.

आकृती क्र. १.२१ : मेसा व बूटे

मेसा टेकड्यांची बराच काळ झीज झाल्याने त्या आकाराने लहान होतात त्यांना बूटे असे म्हणतात.

१०) हम्मदा - काही वेळा वाळवंटांतील वाळू उडून गेल्यावर त्या वाळूखालील खडकांचा पृष्ठभाग उघडा पडतो. या उघड्या पृष्ठभागावर घर्षणक्रिया होऊन तो भाग गुळगुळीत होतो. त्यांना हम्मदा म्हणतात.

११) भूस्तंभ - वाळवंटात कधी कधी मुसळधार पाऊस पडतो. त्यामुळे अनियमित व अस्थायी नद्यांबरोबर वाळवंटातील वाळू, गाळ व खडकांचे तुकडे वाहून येतात. अशा संचयनाची उंची कित्येक मीटरपर्यंत वाढते. नंतर क्षरण कार्य होऊन या संचयनापासून खांबासारखे भूआकार तयार होतात, त्यांना भूस्तंभ असे म्हणतात.

१२) वातखिडकी/वातकमान - वाऱ्याबरोबर वाहात येणारे पदार्थ खडकावर आपटतात. या खडकात एखादा भाग जर कमकुवत असेल तर त्या ठिकाणी लहानसे छिद्र पडते. त्यावर वाऱ्याबरोबर आलेल्या पदार्थांचे आघात होत राहिल्यास ते छिद्र विस्तीर्ण व खोल होऊन कालांतराने आरपार पडते त्यास वातखिडकी म्हणतात.

वाऱ्याच्या संचयन कार्याची भूरूपे

वाऱ्याचा वेग जेथे कमी होतो व अडथळा येतो त्या ठिकाणी वाऱ्याबरोबर वाहणाऱ्या पदार्थाचे संचयन होते.

आकारानुसार वाळूच्या टेकड्यांचे प्रकार

१) वाळूच्या टेकड्या/वालुकागिरी

- वाऱ्याच्या क्षरण क्रियेमुळे निर्माण झालेले वाळूचे कण वाऱ्याबरोबर एका ठिकाणाहून दुसऱ्या ठिकाणी वाहतात व जेथे वाऱ्याची गती मंद होते त्या ठिकाणी वाळूचे संचयन होऊन ढीग तयार होतात त्यांना वालुकागिरी/वाळूच्या टेकड्या असे म्हणतात.
- टेकड्यांची वाऱ्याकडील बाजू मंद उताराची तर विरुद्ध बाजू शीघ्र उताराची असते.
- वालुकागिरीची जास्तीतजास्त लांबी ६ कि.मी. पर्यंत असते.

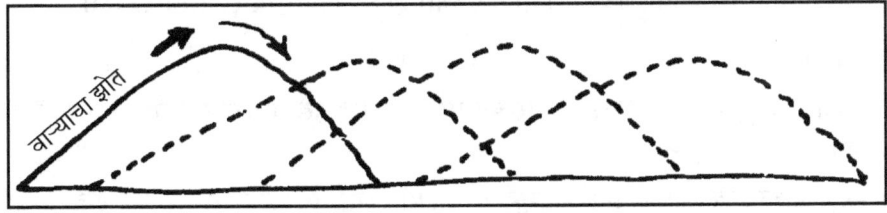

आकृती क्र. १.२२ : वाळूच्या टेकडीचे स्थानांतर होते.

२) बारखण चंद्राकृती टेकड्या

- वारा वाहताना वाऱ्याच्या दिशेला काटकोनात काही मोठा अडथळा आला तर वाऱ्याचा वेग मंदावतो व अडथळ्याच्या मध्यभागी व दोन्ही बाजूस वाळूचे संचयन होते. ज्या बाजूस संचयन होते त्या बाजू शिंगाप्रमाणे पुढे जातात. असे संचयन सुरू राहिल्यानंतर काही काळाने तेथे टेकडी निर्माण होऊन तिचा आकार अर्धचंद्राकृती बनतो. त्यांना अर्धचंद्राकृती टेकड्या किंवा तुर्कस्थानमध्ये बारखण असे म्हणतात. या टेकड्यांची वाऱ्याकडील बाजू मंद उताराची व विरुद्ध बाजू तीव्र उताराची असते.

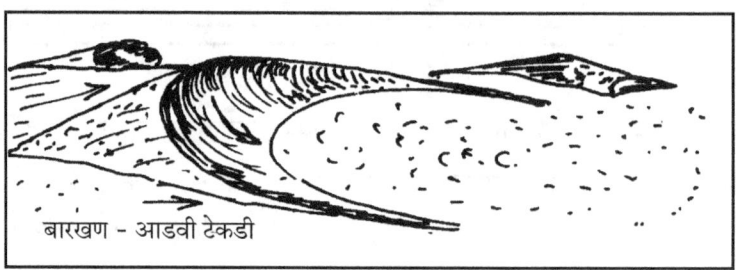

बारखण - आडवी टेकडी

आकृती क्र. १.२३ : बारखण (आडवी टेकडी)

३) पवनाकृती वाळूच्या टेकड्या

- वाऱ्याच्या दिशेस समांतर वाहतात.
- वाळवंटात जास्त वेगाने वाहणाऱ्या वाऱ्यामुळे यांची निर्मिती होते. यांना सैफ ड्यून्स (seif dunes) असे म्हणतात.
- या टेकड्या लांबच लांब असून त्या साधारणत: लंबाकृती दिसतात.

४) लंबवर्तुळाकार टेकड्या

- वारा जर एकाच दिशेन वाहात असेल तर लंबवर्तुळाकार टेकड्यांची निर्मिती होते.
- यांची लांबी व रुंदी कमी असते.

ब) लोएस - वाऱ्याबरोबर वाहणाऱ्या अतिसूक्ष्म कणांचे, वाऱ्याचा वेग जेथे मंदावतो तेथे संचयन झाल्यावर कालांतराने या संचयनापासून मैदानांची निर्मिती होते. या मैदानांना लोएस मैदान असे म्हणतात.

- लोएस म्हणजे मऊ पिवळसर अत्यंत बारीक माती.
- लोएसचे कण ०.०२ मि.मी. पेक्षा कमी व्यासाचे असतात.

क) ऊर्मी चिन्हे - वाऱ्याबरोबर वाहात येणाऱ्या अतिसूक्ष्म मातीच्या कणांचे व बारीक वाळूचे पृष्ठभागावर कमी-अधिक प्रमाणात संचयन होऊन हा भूआकार तयार होतो. याचे दृश्य लाटांसारखे दिसते.

हिमनदीचे कार्य -

- हिमनदी - हिम प्रदेशात उताराला अनुसरून सावकाश पुढे पुढे सरकणाऱ्या बर्फाच्या राशीला हिमनदी असे म्हणतात.
- हिमरेषा - भूपृष्ठावर सागर पातळीपासून ज्या कमीतकमी उंचीवर कायम व भर उन्हाळ्यातही बर्फ किंवा पाणी गोठलेल्या स्वरूपात आढळते, त्या उंचीवर कल्पिलेल्या रेषेस हिमरेषा असे म्हणतात.

- हिमनद्यांचा आकार - जिव्हाकृती असतो.
- हिमनद्यांच्या प्रकार - १) पर्वतीय हिमनद्या,   २) पर्वतपदीय हिमनद्या, ३) महाद्विपीय हिमनद्या

हिमनदीचे खनन कार्य

- हिमनदीच्या खनन कार्यात हिमनदीची गती अधिक तसेच विस्तार व हिमप्रमाण अधिक हवे.
- हिमनदीचे खनन कार्यात (i) कणहिमक्षरण, (ii) अव्यघर्षण, (iii) उत्पाटन इ. घटकांचा समावेश होतो.

भूरूपे -

१) हिमगव्हर/हिमगर्ता - हिमनदी वाहताना खननकार्यामुळे पर्वताच्या उतारावर अर्धवर्तुळाकार खड्ड्यांची निर्मिती होते. याचा आकार आरामखुर्चीसारखा असतो.

उदा. पिरनीज पर्वतातील गेव्हनी नावाचा सर्क हा जगातील सर्वात मोठा सर्क आहे.

२) हिमानी सरोवर - उन्हाळ्यात हिमगव्हरातील बर्फ वितळून हिमगव्हराच्या खोलगट भागात पाणी साचून सरोवर तयार होते, यास हिमानी सरोवर म्हणतात.

३) शीर्षभेग - हिमगव्हराचा माथा व त्यातील बर्फ या दरम्यान एक मोठी भेग असते या भेगेस शीर्षभेग असे म्हणतात.

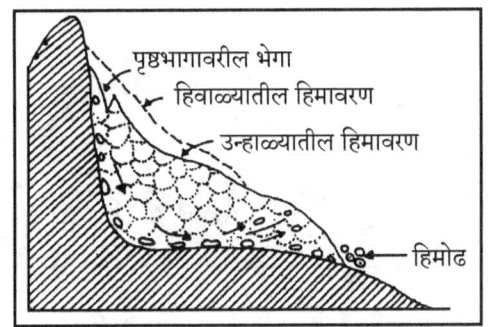

आकृती क्र. १.२४ : (सर्क) हिमगव्हर

४) हिमविदर - हिमनदी उतारावरून मार्गक्रमण करत असताना पृष्ठभागावरील बर्फात अनेक भेगा पडतात. असमान हालचालींमुळे या भेगा पडतात.

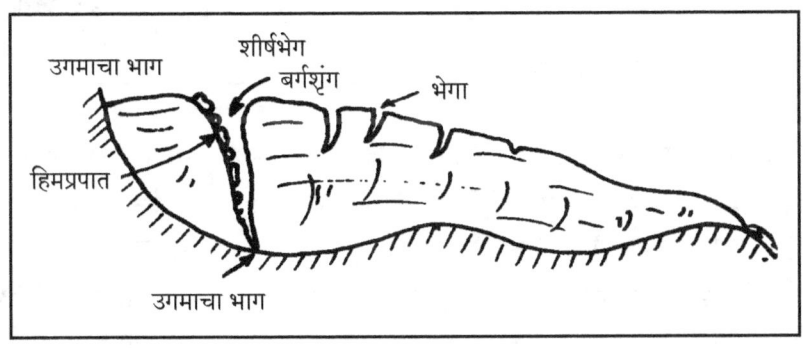

आकृती क्र. १.२५

५) शुककुट - दोन हिमगव्हरांना अलग करणारा पर्वताचा भाग हिमानी क्रियेमुळे झिजत जाऊन तीव्र उताराचा बनतो. झिजेचे कार्य पुढे हे सतत चालू राहिल्याने हे पर्वताचे भाग तुटून खाली पडतात. तेथे छोट्या खिंडी व शिखरे निर्माण होतात.

६) गिरीशृंग - हिमगव्हरांची झिजेची क्रिया सतत चालू राहिल्यास कालांतराने अनेक हिमगव्हर पाठीला पाठ लावून उभे असल्यासारखे वाटते. शेवटी प्रत्येक हिमगव्हराचा कडा घासत जाऊन पर्वताच्या माथ्याचा भाग निमुळता व त्रिकोणाकृती बनतो. हा शिखराचा भाग शिंगासारखा वर आलेला असतो. त्याला गिरीशृंग म्हणतात.

७) 'यू' आकाराची दरी – हिमाच्छादित प्रदेशातून हिमनद्या वाहताना पर्वतातील दऱ्यांमधून मार्गक्रमण करतात.

पर्वतातील दऱ्यांमधून हिमनद्या वाहताना दऱ्यांच्या तळभागावरील काठावरील खडकावर खनन कार्य करून खडकाचे भाग झिजले जातात, त्यामुळे पूर्वीच्या दऱ्यांचा आकार इंग्रजी 'यू' अक्षरासारखा होतो. अशा दऱ्यांना 'यू' आकाराच्या दऱ्या म्हणतात.

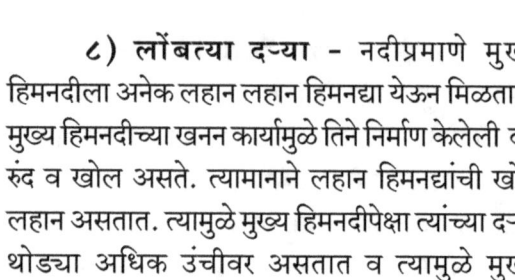

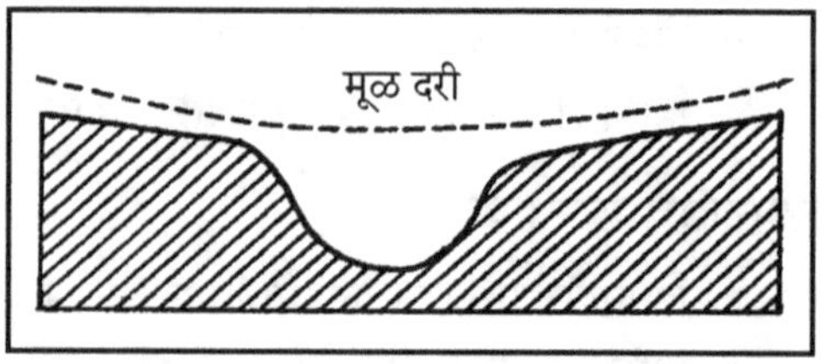

आकृती क्र. १.२६ : 'यू' U आकाराची दरी

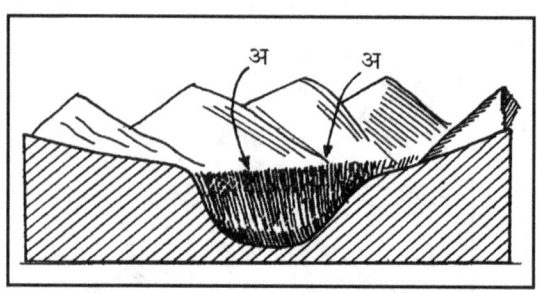

आकृती क्र. १.२७ : लोंबत्या दऱ्या

८) लोंबत्या दऱ्या – नदीप्रमाणे मुख्य हिमनदीला अनेक लहान लहान हिमनद्या येऊन मिळतात. मुख्य हिमनदीच्या खनन कार्यामुळे तिने निर्माण केलेली दरी रुंद व खोल असते. त्यामानाने लहान हिमनद्यांची खोरी लहान असतात. त्यामुळे मुख्य हिमनदीपेक्षा त्यांच्या दऱ्या थोड्या अधिक उंचीवर असतात व त्यामुळे मुख्य हिमनदीवर टांगल्यासारख्या वाटतात, म्हणून त्यांना लोंबत्या दऱ्या/टांगत्या दऱ्या असे म्हणतात.

९) मेषशिला – हिमनदी वाहताना तिच्या मार्गात लहान टेकड्या/खडक यांचा अडथळा आल्यास ती मार्ग न बदलता अडथळ्यावरून वाहते. अशा भागावरून वाहताना त्या भागावर बर्फाचे घर्षण होऊन झीज होते.

हिमनदी ज्या दिशेने वाहते तेथे जास्त झीज होते व तो भाग गुळगुळीत होतो व विरुद्ध बाजूची कमी झीज झाल्याने ती बाजू खडबडीत राहते.

आकृती क्र. १.२८ : मेषशिला

घर्षण झालेले भाग दुरून पाहिल्यावर मेंढ्याप्रमाणे दिसतात त्यामुळे या भूआकारास मेषशिला सबोधतात.

१०) रॉक बेसिन्स – हिमनदी वाहताना तिच्या तळभागावर घर्षण कार्यामुळे ते जोरात उखडले जाऊन खोल खड्डे निर्माण होतात. अशा खड्ड्यांमध्ये पाणी साठून सरोवरे निर्माण होतात. अशा खड्ड्यांना रॉक बेसीन्स म्हणतात.

११) फियार्ड – हिमनदीने बनविलेल्या 'यू' आकाराच्या दऱ्यांचा भाग समुद्रापर्यंत येतो व तेथे भूहालचालीमुळे खचल्यामुळे समुद्र आत शिरून फियार्ड बनतो. यात समुद्राचे चिंचोळे फाटे जमिनीत दूरवर गेलेले असतात.

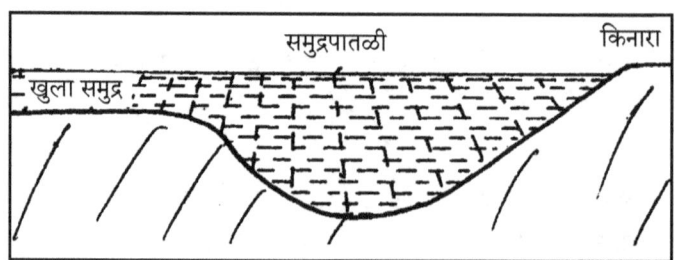

आकृती क्र. १.२९ : फियार्ड किनारा

या जमिनीत शिरलेल्या फाट्यांना फियार्ड म्हणतात.

मुखाजवळ लहान बेटे आढळतात.

१२) सुळका व शेपूट - हिमनदीच्या मार्गात आलेल्या कठीण खडकामुळे हिमनदी अशा अडथळ्यावरून आणि अडथळ्याच्या बाजूने पुढे जाण्याचा प्रयत्न करते. या अडथळ्यामुळे अनियमित झीज होऊन चरे पडतात, परंतु मागील बाजूस असणारा मृदू खडकाचा भाग सुरक्षित राहतो.

अडथळ्याच्या मागे हिमगाळ संचयन होऊन निमुळता शेपटीसारखा एक भाग तयार होतो त्यास सुळका व शेपूट असे म्हणतात.

हिमनदीचे संचयन कार्य -

१) हिमोढ - हिमनदीने वाहून आणलेल्या विविध पदार्थांचे संचयन होऊन जे ढीग बनतात त्यांना हिमोढ असे म्हणतात. हिमोढाच्या संचयन स्थितीवरून प्रकार पुढीलप्रमाणे आहेत.

अ) पार्श्व हिमोढ - दोन्ही काठांवर संचयन होते.

ब) मध्य हिमोढ - दोन हिमनद्यांचा संगम जेथे होतो तेथे मध्य हिमोढ तयार होतात.

क) अंत्य हिमोढ - हिमनदीच्या शेवटच्या टप्प्यात आढळतो.

ड) भू हिमोढ - हिमनदीच्या तळभागावर आढळतो.

इ) क्रमापसारी हिमोढ - हिमनदीच्या अग्रभागावर आढळतो.

ई) प्रणोद हिमोढ - हिमोढावर बर्फाचा दाब पडून निर्माण होतात.

२) हिमोढ कटक - हिमनदीतील बर्फ वितळल्यावर प्रवाहाबरोबर वाहणाऱ्या भरड पदार्थांचे संचयन होऊन कमी उंचीच्या नागमोडी, लांब टेकड्यांची निर्मिती होते त्यांना हिमोढ कटक म्हणतात.

विस्तार हिमनदीच्या प्रवाह मार्गाच्या दिशेला समांतर असतो.

लांबी २०-२५ कि.मी. तर उंची ६०-९० मी. असते.

३) गाळाची मैदाने - हिमनदीचा अग्रभाग जसजसा मागे सरकू लागतो तसतसे हिमनदीच्या मुखाजवळ गाळाचे संचयन होऊन मैदानाची निर्मिती होते, तेव्हा त्यास गाळाची मैदाने म्हणतात.

४) हिमोढगिरी - हिमनदीने वाहून आणलेल्या पदार्थांचे संचयन सपाट भागात होऊन विशिष्ट आकाराच्या लहान टेकड्या निर्माण होतात त्यांना हिमोढगिरी म्हणतात. त्यांचा आकार अर्ध अंडाकृती असतो.

५) कंकतगिरी - हिमनदीच्या मुखाजवळील भागात भूपृष्ठाला मोठमोठ्या भेगा पडलेल्या असतात. त्यात जलप्रवाहाबरोबर आलेल्या पदार्थांचे संचयन होऊन त्या भेगा भरतात. अशी क्रिया सतत चालू राहिल्यास तेथे संचयन होऊन लहान टेकड्यांची निर्मिती होते.

६) उत्क्षालित मैदाने - हिमनदीच्या अग्रभागातून अनेक जलप्रवाह निर्माण होऊन त्याबरोबर वाहणाऱ्या रेतीच्या व गाळाच्या संचयनाने जे मैदान निर्माण होते त्यास उत्क्षतित मैदान म्हणतात. या मृदूकमिश्रित गढूळ पाण्याला ग्लेसियल मिल्क म्हणतात.

सागरी लाटांचे कार्य -

समुद्रावर वाहणाऱ्या वाऱ्यामुळे सागरी लाटा निर्माण होतात. सागरी लाटा खनन, वहन, संचयन असे विविध प्रकारचे कार्य करतात. हे कार्य किनारी प्रदेशात चालते.

समुद्रतट - भरतीच्या पाण्याची कमाल व ओहोटीच्या पाण्याची किमान मर्यादा यामधील प्रदेशास समुद्रतट म्हणतात.

समुद्रतटाचे प्रकार -

१) अग्रतट - ओहोटीच्या किमान मर्यादेपासून भरतीच्या सरासरी मर्यादेपर्यंतच्या प्रदेशास अग्रतट म्हणतात.

२) पश्चतट - भरतीच्या सरासरी मर्यादेपासून समुद्रकड्याच्या पायथ्यापर्यंतच्या भागास पश्चतट म्हणतात.

३) अपतट - ओहोटीच्या किमान मर्यादेपलीकडील समुद्राच्या दिशेकडच्या समुद्रतटास अपतट म्हणतात.

सागरी लाटांचे खनन कार्य

खनन कार्य पुढील गोष्टींवर अवलंबून असते.

- किनाऱ्यावरील खडकाची रचना
- खडकाचे उभे थर, आडवे थर
- लाटांची दिशा

खननकार्य -

i) द्राविक क्रिया - Hydraulic Action : लाटा किनाऱ्यावर आपटल्यावर खडकातील संधीत हवेचे आकुंचन आणि प्रसरण क्रिया घडवून आणतात, त्यामुळे संधी (जोड) खंदावून खडक फुटतो. यास द्राविक क्रिया म्हणतात.

ii) अपक्षरण - Corrasic Action : लाटांबरोबर वाहात येणाऱ्या पदार्थांच्या घर्षणामुळे किनाऱ्यावरील खडकाची झीज होते.

iii) सन्निघर्षण - Attrition : लाटांबरोबर वाहात येणाऱ्या पदार्थांचे घर्षण होऊन झीज होते व आकार लहान होतो त्यास सन्निघर्षण म्हणतात.

iv) द्रावणक्रिया - Solution : समुद्रात रासायनिक पदार्थ विरघळलेले असतात त्यामुळे किनाऱ्यावरील खडकांवर रासायनिक क्रिया होऊन खडकांचे भाग विरघळतात व खडक झिजतात. त्यास द्रावण क्रिया म्हणतात.

भूरूपे -

१) सागरी कडा - सागरी लाटांच्या सततच्या माऱ्यामुळे किनाऱ्यावरील खडकांच्या पायथ्याची झीज होऊन खोलगट भाग तयार होतो. याची झीज होऊन तीव्र उताराचा समुद्राकडे कललेला खडकाचा भाग शिल्लक राहतो त्यास सागरी कडा म्हणतात.

उदा. वेंगुर्ला बंदरातील 'डाक बंगला' सागरी कड्यावर बांधला.

२) सागरी गुहा - समुद्रकिनाऱ्यावर कमकुवत व जोड असलेल्या खडकात लाटांचा सतत मारा होऊन खोल खड्डा निर्माण होतो. तेथे हवेचे आकुंचन व प्रसरण होऊन खडकातील फटी रुंदावतात व कालांतराने तेथे गुहा तयार होते.

उदा. रत्नागिरी, मालवण

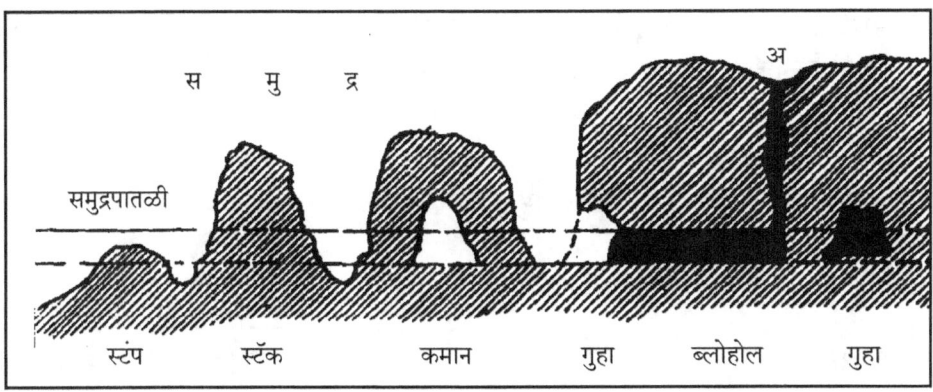

आकृती क्र. १.३०

३) **सागरी कमान** - सागरी लाटांच्या सततच्या माऱ्यामुळे दोन गुहा एकमेकींना येऊन मिळतात व आरपार बोगदा तयार होतो त्यास सागरी कमान म्हणतात.

४) **सागरी स्तंभ** - समुद्राच्या लाटांमुळे सागरी कमानीचे छत कोसळून पडते व स्तंभासारखा भाग शिल्लक राहतो, त्यास सागरी स्तंभ म्हणतात.

झिजेमुळे स्तंभाची उंची कमी होते.

उदा. मुंबईत गेट वे ऑफ इंडिया जवळ संक सॅक हे स्टंपचे उत्तम उदाहरण आहे.

५) **तरंगघर्षित मंच - (चबुतरा) :** सागरी कडा तयार झाल्यानंतरही सागरी लाटांचे खनन कार्य चालू असते यामुळे किनाऱ्यालगतच्या कड्यांची झीज मोठ्या प्रमाणात होते व तेथे पायऱ्यांसारखा भूआकार निर्माण होतो. याचे झिजेचे कार्य होऊन नंतर तो भाग चबुतऱ्यासारखा निर्माण होतो त्यास तरंगघर्षित मंच म्हणतात.

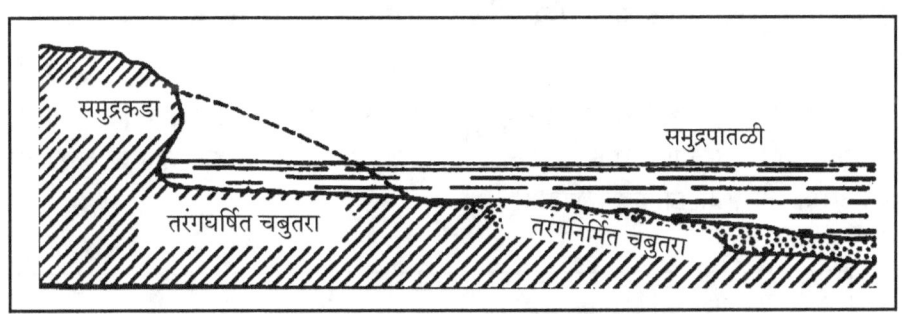

आकृती क्र. १.३१ : समुद्रकडा व तरंगघर्षित चबुतऱ्याची निर्मिती

६) **आघातछिद्रे** - किनाऱ्यावर गुहा तयार झाल्यानंतर गुहेच्या छतावर लाटांचा सतत मारा होऊन त्यात कोंडलेल्या हवेच्या आकुंचन-प्रसरणामुळे गुहेच्या छतावर छिद्रे पडतात त्यांना आघात छिद्रे म्हणतात.

७) **अंतमार्ग - Geo :** आघात छिद्र व आघात नलिका दरम्यानचे छप्पर लाटांच्या माऱ्यामुळे नाहीसे होते व जो अरुंद मार्ग तयार होतो त्यास अंतमार्ग म्हणतात.

उदा. गुहागरजवळ हेदवी येथे हे भूरूप आढळते.

८) आखाते व भूशिरे – समुद्रकिनाऱ्यावरील मृदू व कठीण खडकांचे थर समुद्रकिनाऱ्यास लंबवत (काटकोन) असतील तर मृदू खडक झिजून तो भाग मागे सरकला जातो व त्यात पाणी शिरते. या आत गेलेल्या पाण्यास आखात म्हणतात.

कठीण खडकाचे भाग कमी झिजल्याने ते समुद्रात शिरल्यासारखे दिसतात त्यांना भूशिरे म्हणतात.

उदा. इंग्लंडचा किनारा

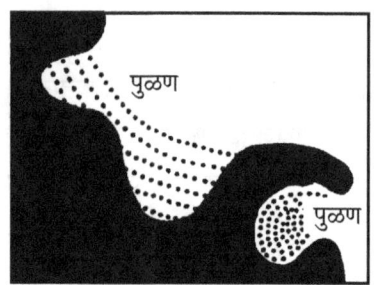

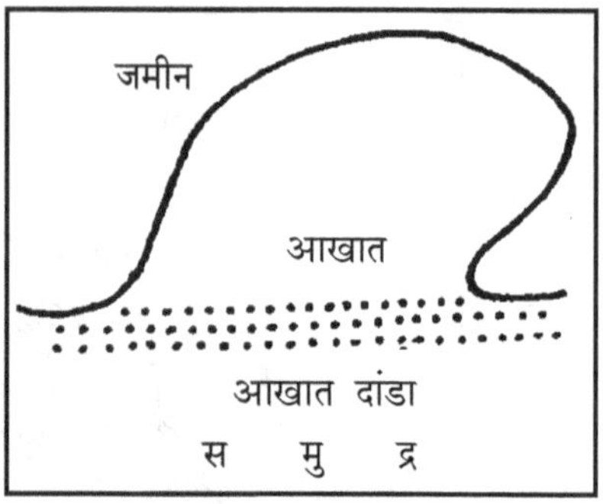

आकृती क्र. १.३२ : आखात दांडा

सागरी लाटांचे संचयन कार्य

सागरी लाटांच्या आघातामुळे समुद्रकिनाऱ्यावरील खडकाची झीज होऊन त्यामुळे ओहोटीच्या लाटांबरोबर वाळू, रेती समुद्राकडे वाहून त्या भागात त्यांचे संचयन होते.

भूरूपे

१) पुळण – Beach : सागरी लाटांबरोबर वाहणाऱ्या पदार्थांचे (शंख, शिंपले) समुद्रकिनाऱ्याला समांतर संचयन होते त्यास पुळण असे म्हणतात.

२) तरंगनिर्मित मंच/चबुतरा Wave built terraces : तरंगघर्षित चबुतऱ्यावरील झिजेमुळे तयार झालेले पदार्थ चबुतऱ्याच्या समुद्राकडील भागावर साचविले जातात व तेथे सपाट भाग तयार होतो, त्यास तरंगनिर्मित चबुतरा म्हणतात.

आकृती क्र. १.३३ : आखात

३) बर्म – Berm : समुद्रकिनाऱ्यावर वादळी लाटांमुळे शंख, शिंपले व वाळूचे संचयन आढळून येते, त्यास बर्म असे म्हणतात.

४) संलग्न दांडे – Spits : सागरी लाटांमुळे निर्माण होणाऱ्या पदार्थांचे संचयन किनाऱ्याला समांतर असे बांधाप्रमाणे वाढत जाते, त्याचे एक टोक जमिनीच्या पुढे आलेल्या भागास जोडले जाते तर दुसरी बाजू समुद्राच्या बाजूस खुली असते. त्यास संलग्न दांडे म्हणतात.

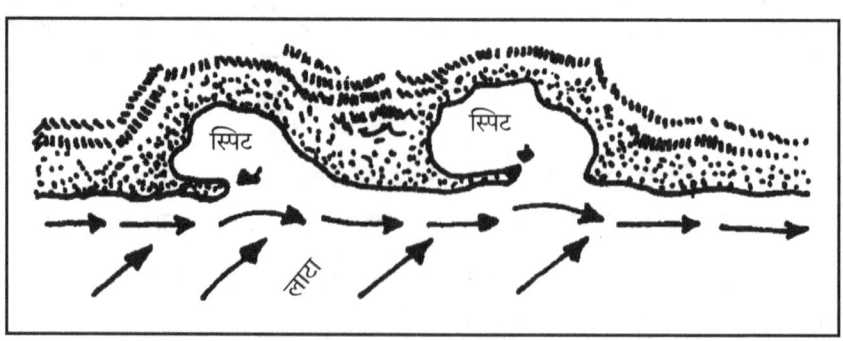

आकृती क्र. १.३४ : स्पिट

५) वाळूचे दांडे व खाजण Sand bars & lagoons : समुद्रकिनाऱ्याजवळील उथळ समुद्रात लाटा फुटल्यानंतर लाटांबरोबर येणाऱ्या पदार्थांचे संचयन (वाळू) कित्येक वर्षं झाल्यानंतर वाळूच्या दांड्यांची निर्मिती होते.

वाळूचे दांडे निर्माण झाल्यावर हे दांडे व समुद्रकिनारा या दरम्यान खाऱ्या पाण्याची सरोवरे निर्माण होतात, त्यास खाजण म्हणतात.

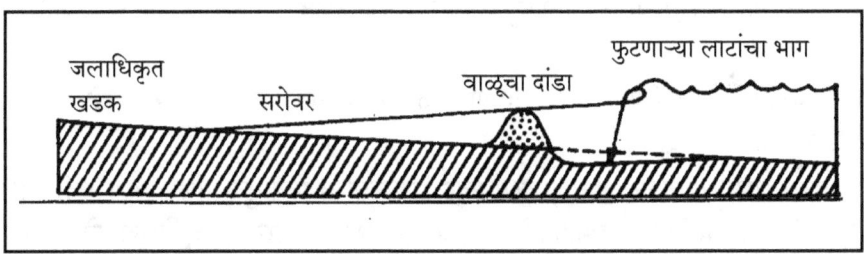

आकृती क्र. १.३५ : वाळूचा दांडा

६) टोंबोलो - Tombolo : किनाऱ्यालगतचे एखादे बेट वाळूच्या दांड्याने जोडले गेल्यास त्या वाळूच्या दांड्यास टोंबोलो म्हणतात.

आकृती क्र. १.३६ : टोम्बोलो

७) वाळूच्या टेकड्या - Marine Dunes : समुद्रकिनाऱ्यावर वाळूच्या संचयनाने तयार होणाऱ्या वाळूच्या टेकड्यांना सागरी वाळूच्या टेकड्या म्हणतात.

भारताची प्राकृतिक रचना

उत्तरेस हिमालयीन पर्वतरांगा व दक्षिणेस हिंदी महासागर यामुळे द. आशियातील भूभाग उपखंड म्हणून ओळखला जातो. यास भारताचा आकार व मध्यवर्ती स्थान यामुळे भारतीय उपखंड म्हणून संबोधले जाते. भारतीय उपखंडातील भारत हा त्याची प्राकृतिक रचना हवामान, वनस्पती, मृदा यांच्यातील विविधतेमुळे व आर्थिक दृष्ट्या एक महत्त्वपूर्ण देश आहे.

भारतीय उपखंडाची उत्पत्ती

भारतीय उपखंडाच्या उत्पत्तीविषयी वेगनरचा 'खंड वहन सिद्धांत' महत्त्वपूर्ण आहे. आजच्या आधुनिक जगात या सिद्धांताला मोठ्या प्रमाणावर पुष्टी मिळाली आहे. या सिद्धांताचा सखोल अभ्यास आपण भूरूपांच्या निर्मितीवर परिणाम करणारे घटक अभ्यासताना सखोलपणे केलेलाच आहे. येथे आपण भारतीय उपखंडावरील

पर्वत, पठारे व मैदाने निर्मिती संदर्भात या सिद्धांताचा विचार करू.

वेगनरच्या खंड वहन सिद्धांतानुसार द्विपकल्पीय पठारी प्रदेश हा मूळचा गोंडवना भूमीचा भाग आहे व तो बेसाल्ट प्रकारच्या अग्निजन्य खडकापासून बनला आहे.

भारतीय पठारी प्रदेश उत्तरेकडे सरकत असताना मूळच्या टेथिस समुद्राचा तळभाग जो स्तरित खडकापासून बनलेला आहे, खंडवहनामुळे वळीकरण प्रक्रियेमुळे उंचावला जाऊन त्यातून हिमालय पर्वताची निर्मिती झाली आहे. या प्रक्रियेत अनेक जलचर गाडले गेल्यामुळे आसाम येथे आजही दिग्बोई या ठिकाणी खनिजतेलाचे साठे आढळतात.

हिमालयाच्या निर्मितीनंतर हिमालयीन नद्यांच्या गाळाच्या संचयनाने हिमालयाच्या पायथ्याला विस्तृत सखल मैदानी प्रदेशाची निर्मिती झाली आहे.

भारतीय पठाराचा पश्चिमेकडील भाग प्रस्तरभंगातून अचानक खचल्यामुळे पश्चिम किनारवर्ती मैदानांची निर्मिती झाली आहे, तर पूर्व किनारवर्ती प्रदेशात महानदी, गोदावरी, कृष्णा, कावेरी नद्यांचे त्रिभुज प्रदेश आढळतात.

शेकडो वर्षांपासून प्रवाळ कीटकांच्या संचयनातून लक्षद्वीप मिनिकॉय बेटे तयार झाली, तर अंदमान निकोबार ही ज्वालामुखीय बेटे आहेत.

जनगणना विभाग यांच्या १९५१ च्या आकडेवारीनुसार (उंचीनुसार क्षेत्र)

१) पर्वतीय क्षेत्र (२१३५ मीटर्स पेक्षा जास्त उंची) - १०.७%

२) डोंगराळ क्षेत्र (३०५ ते २१३५ मीटर्स उंची) - १८.६%

३) पठारी क्षेत्र (३०५ ते ९१५ मीटर्स दरम्यान उंची) - २७.७%

४) मैदानी क्षेत्र (समुद्रसपाटी ते ३०५ मीटर्स दरम्यान उंची) - ४३.०%

भू रचना व भूगर्भीय रचना यावरून भारतीय भूमीचे खालील प्राकृतिक विभाग केले जातात.

१) उत्तरेकडील पर्वतीय प्रदेश

२) उत्तरेकडील मैदानी प्रदेश

३) द्विपकल्पीय पठारी प्रदेश

४) किनारवर्ती मैदानी प्रदेश

५) भारतीय बेटे

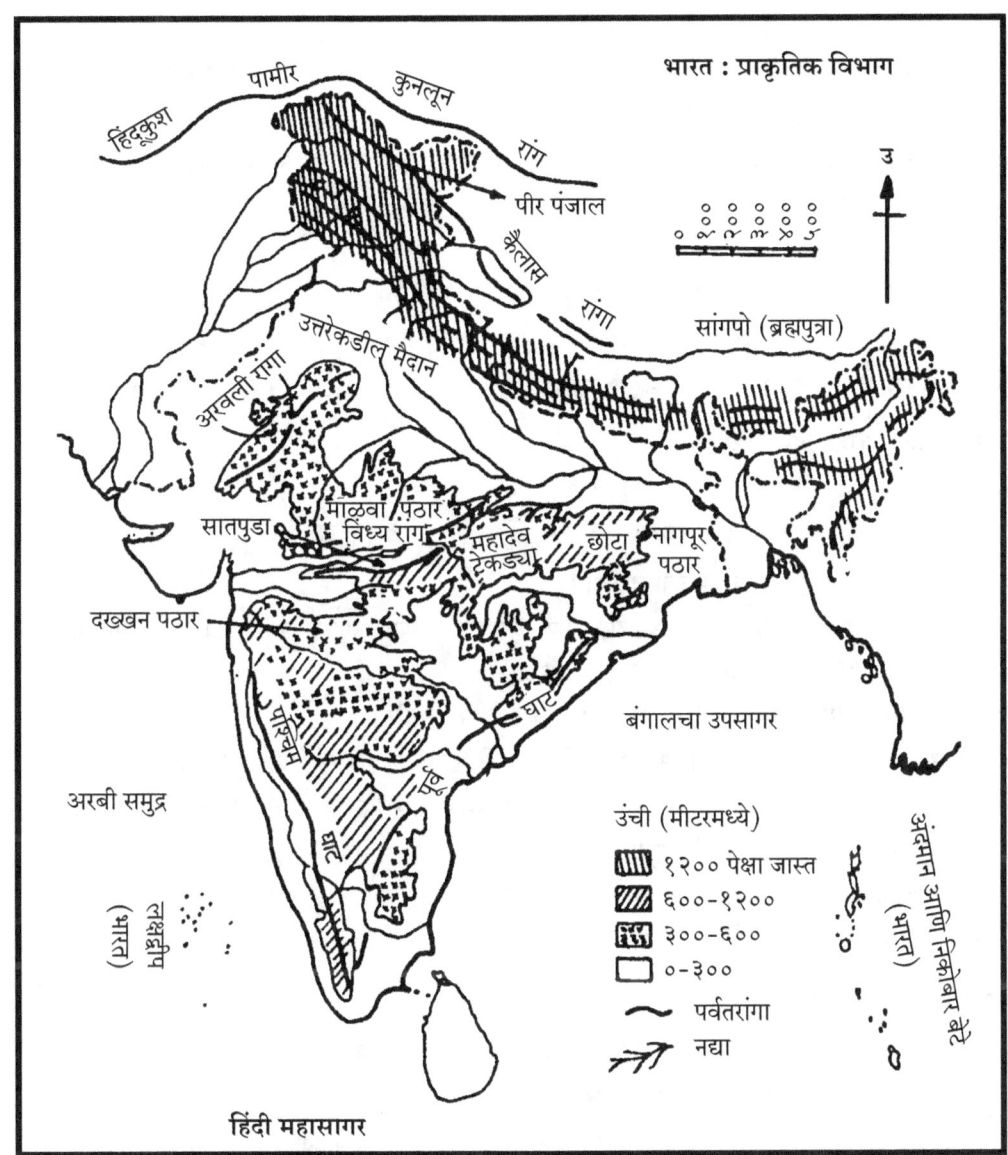

आकृती क्र. १.३७ : प्राकृतिक विभाग

१) उत्तरेकडील पर्वतीय प्रदेश/हिमालय पर्वत :-

- यालाच हिमवन, हिमाचल, हिमाद्री इ. नावे आहेत.
- जगातील सर्वात तरुण व सर्वात मोठी पर्वतरांग आहे.
- पश्चिमेस सिंधू तर पूर्वेस ब्रह्मपुत्रा नदी दरम्यान २४०० कि.मी. लांबीची पर्वतरांग आहे.
- पश्चिमेस काश्मिरमध्ये ५०० कि.मी. रुंदी पूर्वेस निमुळती होत जाते, जी अरुणाचल प्रदेशात २०० कि.मी. इतकी आहे.

- साधारणत: ५ लाख चौ.कि.मी. क्षेत्र व्यापले आहे.
- हिमालयाचे दक्षिणेकडील उतार तीव्र असून हिमालयीन शिखरावरून दक्षिणेकडे पाहिले असता हिमालय धनुष्याकृती/अर्धचंद्राकृती दिसतो.
- अतिजास्त उंची, तीव्र कडे, बर्फाच्छादन, खोल दऱ्या ही हिमालयीन रांगांची काही वैशिष्ट्ये आहेत.
- हिमालयीन शिखरे
  ८००० मीटर्स पेक्षा जास्त उंचीची शिखरे - १४
  ७५०० मीटर्स पेक्षा जास्त उंचीची शिखरे - २०
  ७३०० मीटर्स पेक्षा जास्त उंचीची शिखरे - ९४
- **हिमालयाचे उपप्रदेश** - दक्षिणेकडून उत्तरेकडे हिमालयाचे खालील तीन उपप्रदेश आहेत.

अ) शिवालिक/बाह्य हिमालय :-

- लांबी - २४०० कि.मी.
- रुंदी - हिमाचल प्रदेश - ५० कि.मी. अरुणाचल प्रदेश - १५ कि.मी.
- उंची - ६०० ते १५०० मीटर्सच्या दरम्यान
- शिवालिक रांगांना स्थानिक नावे - उदा. जम्मू टेकड्या - जम्मू, उफला, मिरी, अबोर व मिसमी अरुणाचल प्रदेश डांग रांगा, डूंडवा रांग, उत्तरांचल प्रदेश इ.
- शिवालिक व मध्य हिमालयादरम्यान अनेक सरोवरांची निर्मिती
- या सरोवराच्या तळाशी संचयातून खोऱ्याची निर्मिती - याला ड्यून्स किंवा डून असे म्हणतात.
- उदा. डेहराडून - सर्वात मोठी डून उत्तरांचलची राजधानी ७५ कि.मी. लांब व १५ कि.मी. रुंदीची ड्यून
- इतर ड्यून्स - पाटली, कोथरी, चुंबी, चौखबा इ.
- पूर्वीय भागात घनदाट जंगले पश्चिमेकडे मात्र विरळ होत जातात.
- शिवालिक टेकड्या संपूर्णत: भारतात आहेत.

ब) हिमाचल/मध्य हिमालय

- शिवालिक व ग्रेटर हिमालया दरम्यान रुंदी ६० ते ८० कि.मी. आहे.
- उंची ३५०० ते ४५०० मीटर्स दरम्यान आहे.
- अनेक शिखरे ५०५० मीटर्स पेक्षा जास्त उंचीवर असून ती वर्षभर बर्फाच्छादित असतात.
- पीरपंजाल, धौलधार, मसूरी या काही महत्त्वाच्या रांगा आहेत.
- महत्त्वाच्या खिंडी - पीरपंजाल - (३४८० मी.), बिलड (४२७० मी.), गोलाबघर (३८१२ मी.), बनिहाल - (२८३५ मी.)
- जम्मू श्रीनगर रस्ता - बनिहाल खिंडीतून जातो.
- पीरपंजाल - सर्वात लांब डोंगररांग
- **काश्मीर खोरे** - पीरपंजाल व झास्कर रांगेदरम्यान मध्यवर्ती भागात ४० कि.मी. रुंदीचे खोरे क्षेत्र ४९२१ चौ.कि.मी. समुद्रसपाटीपासूनची उंची १,५८५ मीटर्स
- काश्मीर खोऱ्याच्या पूर्वेला मसुरी व नाग तिंबा रांगा आहेत.

- मसुरी रांगेची उंची २००० ते २६०० मीटर्सच्या दरम्यान तर लांबी सुमारे १२० कि.मी. आहे.
- याच रांगेत मसूरी, नैनिताल, चक्राता व रानिखेत ही पर्यटनस्थळे १५०० ते २००० मीटर्स उंची दरम्यान आढळतात.
- मध्य हिमालयाची मध्यम उंची व आरोग्यदायी हवामान यामुळे अनेक महत्त्वाची पर्यटनस्थळे या पर्वतरांगेत आढळतात. उदा. सिमला, मसूरी, रानिखेत, नैनिताल, अलमोरा, दार्जिलींग इ.

क) ग्रेटर/बृहद् हिमालय/हिमाद्री

- अंतर्गत भाग, सरासरी उंची ६१०० मीटर्स / सरासरी रुंदी २५ कि.मी. / जगातील सर्वात उंच व सलग पर्वत श्रेणी. गंगेच्या मैदानी प्रदेशापासून सुमारे १५० कि.मी. उत्तरेस आहे.
- माऊंट एव्हरेस्ट - जगातील सर्वात उंच शिखर (८८५० मी.)
- नेपाळमध्ये यास 'सागरमाथा' असे म्हणतात. (आकाशाची देवता)
- सर जॉर्ज एव्हरेस्ट यांच्या नावावरून १८६५ पासून हे शिखर माऊंट एव्हरेस्ट म्हणून ओळखले जाते. तत्पूर्वी या शिखरास 'XV शिखर' असे नाव होते.

तक्ता क्र. : १.१

अ.क्र.	शिखर	उंची (समुद्रसपाटीपासून मीटर्समधे)
१.	माऊंट एव्हरेस्ट	८८५० मी.
२.	कांचनगंगा	८,५९८ मी.
३.	लोत्से I	८,५०१ मी.
४.	मकालू	८,४८१ मी.
५.	धवलगिरी	८,१७२ मी.
६.	मानस्लू	८,१५६ मी.
७.	छो-ओया	८,१५३ मी.
८.	अन्नपूर्णा	८,०७८ मी.
९.	गोसींथन/शिश पंग्मा	८,०१३ मी.
१०.	नंदादेवी	७,८१७ मी.
११.	कामेत	७,७५६ मी.
१२.	नामचा बरवा	७,७५६ मी.
१३.	त्रिशूळ	७,१४० मी.
१४.	बद्रीनाथ	७,१३८ मी.
१५.	गौरी शंकर	७,१४४ मी.

खिंडी - बार्झी ला, जो-झि ला, नथू ला जेलप ला, बारा लाप्चा ला, शिप्कि ला, थांग ला, निती ला, लिपू लेखा ला या सर्वांची उंची सुमारे ४५७० मी. पेक्षा जास्त आहे.

ट्रान्स हिमालय/तिबेट हिमालय हिमालयाच्या उत्तरेस तिबेट पठाराजवळील रांगा -

- झास्कर, लडाख व काराकोरम किंवा कृष्णगिरी पर्वतरांगा या महत्त्वाच्या रागांचा समावेश होतो.
- सर्वसाधारण १००० कि.मी. लांबी, ४० कि.मी. रुंदी व सरासरी ३००० मीटर्स उंचीच्या या रांगा आहेत.

अ) झास्कर रांग - ८०° अक्षवृत्तास समांतर
नंगा पर्वत (८१२६ मीटर्स) या रांगेत आहे.

ब) लडाख रांग - ३०० कि.मी. लांबीची व सरासरी ५८०० मीटर्स उंचीची रांग, राकापोशी व हरामोश ही याच रांगेची विस्तृत रूपे आहेत.

क) कैलास रांग - तिबेट पठारावर ५५०० ते ६००० मीटर्स उंचीची व ३० कि.मी. रुंदीची पर्वत रांग, या रांगेच्या उत्तरेकडील उतारावर सिंधू नदी उगम पावते. या रांगेतील कैलाश (६७१४ मीटर) हे सर्वात उंच शिखर आहे. भारतातील सर्वात उत्तरेकडील काराकोरम पर्वतरांग (जी सध्या पाकव्याप्त काश्मिरमध्ये आहे.) 'कृष्णगिरी' या नावानेही ओळखली जाते. भारत व चीन आणि अफगाणिस्थान दरम्यानची सीमा या रांगेवरून निश्चित केलेली असून भारत व तुर्कस्थान मधील मुख्य जलविभाजक रांग आहे.

जगातील दुसऱ्या क्रमांकाच्या उंचीचे व भारतातील सर्वात उंच शिखर गॉडविन ऑस्टीन (ब्रिटिश नाव) किंवा (के २) K2 हे याच रांगेत असून आणखी १९ शिखरे ७६०० मीटर्स पेक्षा जास्त उंचीची आहेत.

पूर्वांचल हिमालय

भारताच्या पूर्वेला दिहँग घळईनंतर असलेली ही अर्धचंद्राकृती, अंतर्वक्र पर्वतरांग पूर्वांचल हिमालय म्हणून ओळखली जाते. या रांगांनी भारत व म्यानमार दरम्यानची सीमा निश्चित केली आहे.

पत्कईबूम - अरुणाचल प्रदेश व म्यानमार दरम्यानची आंतरराष्ट्रीय सीमा २००० ते ३००० मीटर दरम्यान उंची वालुकाश्म खडकापासून निर्मिती.

नागा टेकड्या - भारत (नागालँड व म्यानमार दरम्यानची सीमा सारामती (३८२६ मी.) हे उंच शिखर आहे. याशिवाय कोहिमा, बार्ली रांगा, जैतिया, खासी, गारो, दक्षिणेकडे ब्लू माऊंटन (२१५७) ही सर्वात उंच रांग आहे. पूर्वांचल रांगांची उंची उत्तरेकडून दक्षिणेकडे कमी कमी होत जाते.

हिमालयाचे प्रादेशिक विभाग

सर सिडनी बुऱ्हार्ड (Sidney Burrard) यांनी नदी खोऱ्याच्या आधारे हिमालयाचे खालील चार प्रादेशिक विभाग केले आहेत.

१) पंजाब हिमालय - सिंधु ते सतलज नदी दरम्यान ५६० कि.मी. लांबीचा भाग जम्मू काश्मीर व हिमाचल प्रदेश राज्याचा विस्तृत भाग यामध्ये येत असल्याने यास काश्मीर हिमाचल हिमालय असेही संबोधतात.

२) कुमाऊँ हिमालय - ३२० कि.मी. लांबीचा सतलज ते काली नदीदरम्यानचा हिमालय याचा पश्चिमेकडील भाग गढवाल तर पूर्वेकडील भाग कुमाऊँ हिमालया म्हणून संबोधतात.

नंदा देवी (७८१८७ मी.), कामेत (७७५६ मी.), त्रिशूळ (७१४० मी.), बद्रीनाथ (७१३८ मी.), केदारनाथ (६९६८ मी.) ही शिखरे आहेत. नैनिताल, भीमताल ही सरोवरे व गंगा व यमुना या नद्यांचा उगम कुमाऊँ हिमालयात होतो.

३) नेपाळ हिमालय - काली ते तिस्ता नदी दरम्यान ८०० कि.मी. लांबीचा हिमालय, सर्वात उंच हिमालयाचा यात समावेश. माऊंट एव्हरेस्ट (८८५० मी.) कांचनगंगा (८५९८ मी.) लोत्से I (८५०१ मी.) मकालू (८४८१ मी.),

धवलगिरी (८१७२ मी.), अन्नपूर्णा (८०७८ मी.) इ. शिखरे या प्रादेशिक विभागात आहेत.

४) आसाम हिमालय – तिस्ता ते ब्रह्मपुत्रा नदी दरम्यानचा ७५० कि.मी. लांबीचा हिमालय प्रदेश तुलनेने खूपच कमी उंचीचा प्रदेश आहे. सिक्कीम, आसाम व अरुणाचल प्रदेशातील रांगांचा समावेश होतो. यांचे उत्तरेकडील उतार मंद तर दक्षिणेकडील उतार तीव्र आहेत.

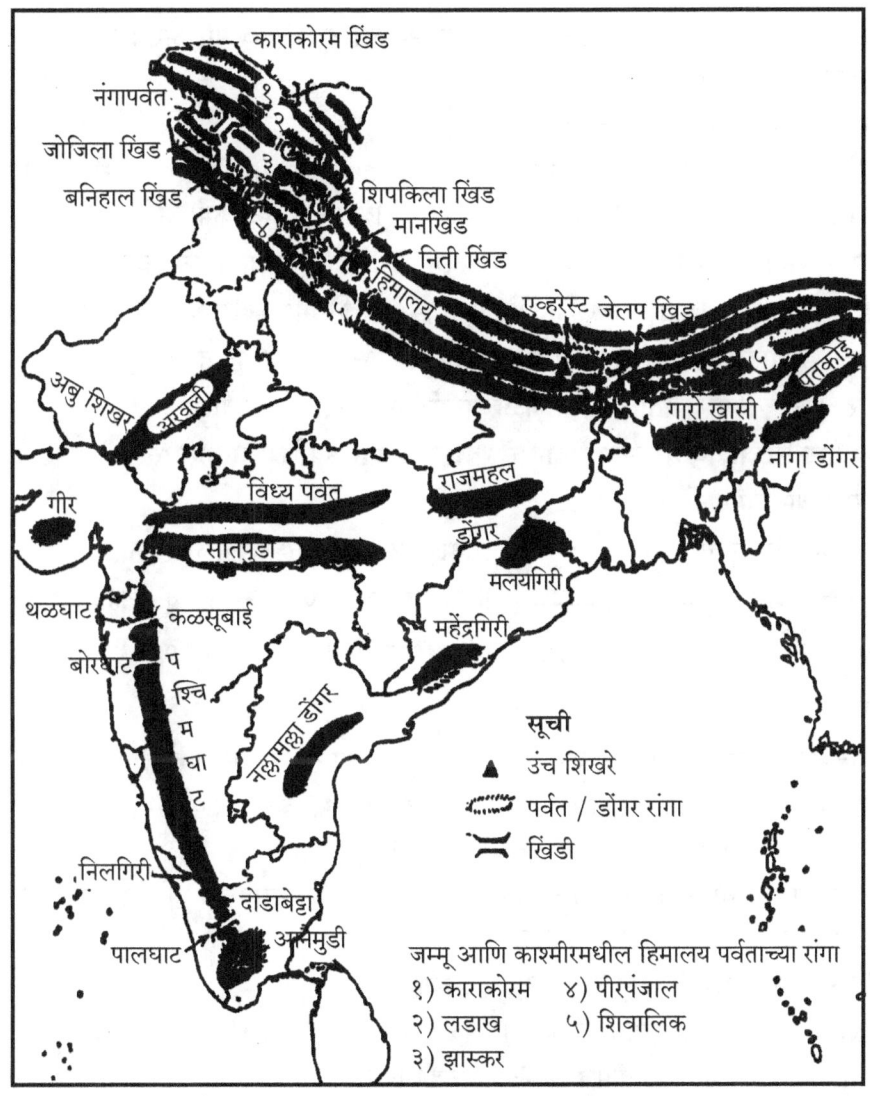

आकृती क्र. १.३८ : भारत : पर्वतीय प्रदेश

२) उत्तर भारतीय मैदानी प्रदेश/गंगेचा मैदानी प्रदेश

- उत्तरेस हिमालय व दक्षिणेस द्विपकल्पीय पठारी प्रदेशादरम्यान अत्यंत सखल, सपाट गाळाचे मैदान
- गंगा, सिंधू व ब्रह्मपुत्रा नद्यांच्या गाळाच्या संचयनामुळे निर्मिती ७.८ लाख चौरस कि.मी. क्षेत्र असलेला हा

जगातील सर्वात मोठा सुपीक मैदानी प्रदेश आहे.

- भारतीय मैदानाची लांबी २४०० कि.मी. असून रुंदी १५० ते ३०० कि.मी. आहे.
- 'ओल्डहॅम' (Oldham) यांच्या मते गाळाच्या मैदानात मातीची खोली सुमारे ५००० मी. असावी तर आधुनिक अभ्यासानुसार ही खोली ६१०० मी. असावी. ही खोली मेरठ (१०६७ मी.), कल्याण (२२८६ मी.) आणि सिलीगुरी या ठिकाणी ५५७८ मी. इतकी आहे.
- अत्यंत सखल आणि सपाट असलेल्या मैदानाची सरासरी उंची २०० मी. असून अंबाला (२९१ मी.) हे सर्वात उंच ठिकाण आहे.
- अंबाला गंगा व सिंधू नदीचा जलविभाजक आहे.
- शहारनपूर कोलकाता या १५०० कि.मी. लांबीच्या क्षेत्रात जमिनीचा उतार २० सें.मी./कि.मी. असून वाराणसी ते गंगेच्या त्रिभुज प्रदेशादरम्यान १५सी.मी./कि.मी. इतका कमी आहे.
- **भाबर** - शिवालिकच्या पायथ्याला ८-१६ कि.मी. रुंदीचे पंख्याच्या आकाराचे संचयन
- **तराई** - (no mans land) भाबरच्या दक्षिणेला १५-३० कि.मी. रुंदीचा हा दलदलयुक्त प्रदेश आहे.
- **भांगर** - पूर पातळीच्या वरील जुन्या गाळाच्या संचयनास भांगर म्हणतात.
- **खादर** - नदीच्या पूरक्षेत्रातील नवीन गाळाच्या संचयनास खादर म्हणतात.
- **भूरूपशास्त्रीय वैशिष्ट्यावरून मैदानाचे खालील चार उपविभाग करतात.**
- १) राजस्थानचे मैदान

  २) पंजाब हरियानाचे मैदान

  ३) गंगेचे मैदान
  - i) वरचा टप्पा (Upper Ganga Plain)
  - ii) मधला टप्पा (Middle Ganga Plain)
  - iii) खालचा टप्पा (Lower Ganga Plain)

  ४) ब्रह्मपुत्रेचे मैदान

i) राजस्थानचे मैदान

- भारताच्या पश्चिमेस राजस्थान राज्यात 'थर'च्या वाळवंटाचा यात समावेश होतो.
- **थर वाळवंट** - ६५० कि.मी. लांब, २५०-३०० कि.मी. रुंद, भारत व पाक मिळून वाळवंटाखाली २.० लक्ष चौ.कि.मी. क्षेत्रापैकी १.७५ लक्ष क्षेत्र भारतात आहे.
- या वाळवंटी क्षेत्राचा २/३ भाग राजस्थान राज्यात अरवली पर्वतरांगेच्या पश्चिमेस तर उर्वरित १/३ भाग हरियाणा, पंजाब व गुजरात राज्यात आहे.
- या मैदानाची समुद्रसपाटीपासून उंची ३२५ मी. आहे.
- अरवलीच्या पश्चिमेकडील भाग शुष्क असून पूर्वेकडील निमशुष्क आहे.
- या क्षेत्रात लूनी ही अंतर्गत नदीप्रणाली नैऋत्येकडे वाहते.
- लूनीच्या उत्तरेस अनेक अंतर्गत नद्या तसेच खाऱ्या पाण्याचे सरोवर आहे.
- सांभर, डिडवना, देगना, कुचमन, सरगोल, खट्टू ही काही महत्त्वाची सरोवरे आहेत.
- **सांभर सरोवर** - जयपूरच्या पश्चिमेस ५०० कि.मी, ३६० मी. उंचीवरील हे भारतातील सर्वात मोठे खाऱ्या पाण्याचे सरोवर आहे.
- ३-८ कि.मी. रुंदी व ३० कि.मी. लांबीचे २२५ चौ.कि.मी. क्षेत्र असलेले हे सरोवर आहे.

ii) पंजाब व हरियानाचे मैदान

- वायव्य - आग्नेय ६४० कि.मी. व पूर्व पश्चिम ३०० कि.मी. रुंदीचा हा पंजाब-हरियाना राज्यांतील सखल मैदानी प्रदेश
- एकूण क्षेत्र १.७५ लाख चौ. कि.मी. असून सरासरी उंची २५० मी. आहे.
- सिंधूच्या उपनद्या सतजल, बियास, रावी, चिनाब, झेलम यांच्या गाळाच्या संचयनातून निर्मिती झाली आहे.
- पंजाब - पाच नद्यांचा प्रदेश
- **दुआब** - दोन नद्यांतील मैदानी प्रदेश

  अ) बिस्त - जलंधर दुआब-बियास व सतलज नदी दरम्यान आहे.

  ब) बारी दुआब - बियास व रावी नदी दरम्यान आहे.

  क) रचना दुआब - रावी व चिनाब नदी दरम्यान आहे.

  ड) छाज दुआब - चिनाब व झेलम नदी दरम्यान आहे.

  इ) सिंध सागर दुआब - झेलम, चिनाब व सिंधू नदी दरम्यान आहे.

ii) गंगेचे मैदान

- उत्तर भारतीय मैदानाचा सर्वात जास्त भाग या मैदानी प्रदेशाने व्यापला आहे.
- दिल्ली ते कोलकता दरम्यानचे क्षेत्र ३.७५ लाख चौ.कि.मी. आहे.
- उत्तर प्रदेश, बिहार, प. बंगाल राज्यांचा समावेश या मैदानी प्रदेशात होतो.
- यमुना, गोमती, घागरा, गंडक, कोसी या हिमालयीन तर चंबळ, बेतवा, केन व शोन या द्वीपकल्पीय नद्यांचे संचयनांतून निर्मिती
- या मैदानाचे खालील तीन विभाग पडतात.

  १) वरचा टप्पा - पश्चिमेस यमुना नदीपासून पूर्वेस ३०० मी. उंचीच्या समोच्च रेषांदरम्यान व उत्तरेस शिवालिक टेकड्यांच्या पायथ्यापासून दक्षिणेस दखखनच्या पठारापर्यंतचा समावेश.

  - एल.डी.स्टॅम्प यांनी हे वर्गीकरण केले आहे. याची पूर्व पश्चिम लांबी ५५० कि.मी. तर उत्तर दक्षिण ३८० कि.मी. आहे.
  - १००-३०० मीटर उंची दरम्यानचे क्षेत्र या मैदानी प्रदेशात आहे.
  - १.४९ लाख चौ.कि.मी. क्षेत्र व्यापले आहे.
  - गंगा व तिच्या उपनद्या यमुना, रामगंगा, सरदा, गोमती आणि घागरा या मैदानांतून वाहतात.
  - या क्षेत्रात विस्तृत खादर असून जास्तीतजास्त ५५ कि.मी. रुंदीची खादर आढळते.

  २) मधला टप्पा - Middle Ganga Plain

  - पूर्व उत्तर प्रदेश व बिहारचा समावेश या मैदानात होतो.
  - या मैदानाची लांबी उत्तर दक्षिण ३३० कि.मी. व पूर्व पश्चिम ६६० कि.मी. आहे.
  - मैदानाचे क्षेत्र १.४४ लाख चौ.कि.मी. आहे.
  - या मैदानाची उंची १५० कि.मी. पेक्षा कमी आहे.

- घागरा, गंडक, कोसी या हिमालयीन नद्यांच्या सुमारे २००० मी. उंचीच्या संचयानातून निर्मिती - पुरतट, कुंडलकासार, नागमोडी वळणे इ. भूरूपे आढळतात.
- कोसी बिहारचे अश्रू म्हणून ओळखली जाते.
- मागील १०० वर्षांच्या काळात कोसीने आपले पात्र १२० कि.मी. पश्चिमेकडे सरकविले.
- काही वेळा या नदीच्या पाण्याची उंची २४ तासांत १० मी. ने वाढते.
- याच मैदानात गंगेस पूर्वेकडून शोण नदी मिळते.

३) खालचा टप्पा - (Lower Ganga Plain)

- संपूर्ण प. बंगाल व पूर्णा जिल्ह्यातील कृष्णगंज तालुका (बिहार) याचा समावेश या मैदानात होतो.
- उत्तर-दक्षिण ५८० कि.मी., पूर्व पश्चिम २०० कि.मी. एकूण लांबी ८१००० चौ.कि.मी. क्षेत्र
- **सुंदरवन** - त्रिभुज प्रदेश, सुंदरी या नैसर्गिक वनस्पती आढळतात.
  खालच्या टप्प्याचा २/३ भाग सुंदरबनने व्यापला आहे. जगातील सर्वात मोठा त्रिभुज प्रदेश
- अत्यंत सपाट प्रदेश असून जमिनीचा उतार २ सें.मी./कि.मी.
- या प्रदेशाच्या २/३ भागाची उंची समुद्रसपाटीपासून ३० मी. पेक्षा कमी आहे.
- सागरजल पातळी ७ मी. ने वाढल्यास कोलकत्यापर्यंतचा सर्व भाग पाण्याखाली जाईल, इतका हा भाग सखल आहे.

iv) ब्रह्मपुत्रा मैदान व्हॅली (Assam Valley) आसामचे मैदान/आसामची व्हॅली.

- बांगलादेश सीमेपासून पूर्वांचल हिमालयादरम्यान ७२० कि.मी. लांब व उत्तर दक्षिण ६०-१०० कि.मी. दरम्यान रुंदी आढळते.
- या मैदानाने ५६००० चौ.कि.मी. क्षेत्र व्यापले आहे.
- ब्रह्मपुत्रा व तिच्या उपनद्यांच्या संचयनातून या मैदानाची निर्मिती झाली.
- या मैदानाची उंची पश्चिमेस ३० मी. पूर्वेस १३० मी. एवढी कमी आहे.
- ब्रह्मपुत्रा मैदानाची सरासरी उतार १२ सें.मी./कि.मी. इतका कमी आढळतो.
- दलदलयुक्त प्रदेश, नालाकृती सरोवरे या मैदानात आढळतात.

३) द्विपकल्पीय पठारी प्रदेश - (Penensular Pleteau)

- उत्तरेस गंगेच्या मैदानी प्रदेशापासून दक्षिणेस कन्याकुमारीपर्यंत त्रिकोणी आकाराचे पठार आहे.
- त्याच्या तीनही सीमा डोंगररांगांनी निश्चित केल्या आहे. उत्तरेस अरवली, विंध्य सातपुडा व राजमहल टेकड्या, पश्चिमेस पश्चिम घाट तर पूर्वेस पूर्व घाट आहे.
- भारताच्या एकूण क्षेत्राच्या निम्मे क्षेत्र या पठाराने व्यापले आहे.
- हा देशातील सर्वात मोठा प्राकृतिक विभाग आहे.
- या पठाराची उंची ६००-९०० मी. दरम्यान आहे.
- पठराचा सामान्य उतार पश्चिमेकडून पूर्वेकडे आहे.

पठाराचे उपविभाग

द्विपकल्पीय पठाराचे खालील दोन उपविभाग पडतात.

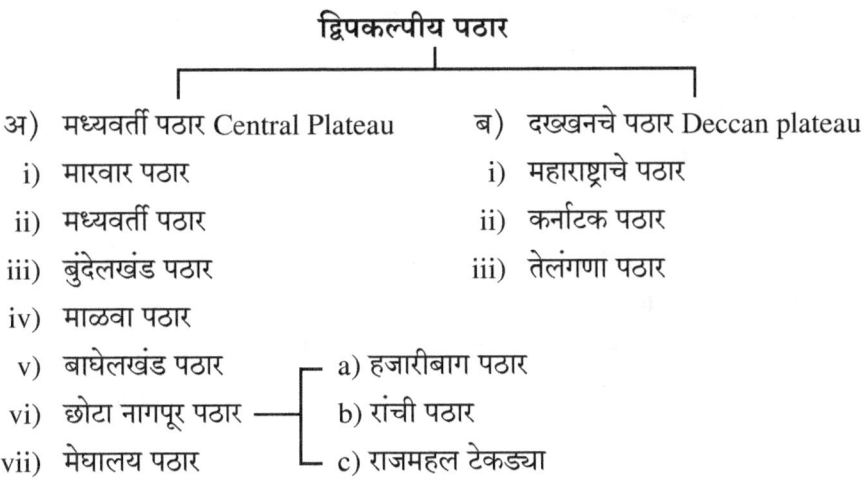

द्विपकल्पीय पठार

अ) मध्यवर्ती पठार Central Plateau
- i) मारवार पठार
- ii) मध्यवर्ती पठार
- iii) बुंदेलखंड पठार
- iv) माळवा पठार
- v) बाघेलखंड पठार
- vi) छोटा नागपूर पठार
  - a) हजारीबाग पठार
  - b) रांची पठार
  - c) राजमहल टेकड्या
- vii) मेघालय पठार

ब) दख्खनचे पठार Deccan plateau
- i) महाराष्ट्राचे पठार
- ii) कर्नाटक पठार
- iii) तेलंगणा पठार

अ) मध्यवर्ती पठार

- नर्मदा नदीच्या उत्तरेकडील विस्तृत पठारी प्रदेशास मध्यवर्ती पठारी प्रदेश म्हणतात.
- पठाराचे खालील उपविभाग पडतात.

१) मारवार पठार

- राजस्थानमध्ये अरवलीच्या पूर्वेस
- समुद्रसपाटीपासून २५०-५०० मी. दरम्यान उंची
- पूर्वेकडे उतार - वालुकाश्म व चुनखडकापासून निर्मिती झाली आहे.
- बियास ही चंबळची उपनदी या पठारावरून वाहते.

२) मध्यवर्ती पठार

- मारवारच्या पूर्वेस - यालाच मध्य भारत पठार असे संबोधतात.
- या पठारावरून चंबळ नदी खचदरीतून वाहते.
- सिंध व पार्वती या चंबळच्या उपनद्या पठारावरून वाहतात.
- पठाराच्या उत्तरेस चंबळचे नदीचौर्य (Ravines) पाहावयास मिळतात.
- या वालुकाश्म निर्मित पठारावर सागाची जंगले आढळतात.

३) बुंदेलखंड पठार

- मध्यभारत पठार व यमुना नदी दरम्यान ५४,५६० चौ.कि.मी. क्षेत्र व्यापले आहे.
- ३०० ते ६०० मी. उंची, ग्रॅनाईट व वालुकाश्म खडकांचे प्राबल्य आढळते.
- या पठारावर बेतवा, दशन व केन या नद्या घळईतून वाहतात.

४) माळवा पठार

- पश्चिमेस अरवली व पूर्वेस बुंदेलखंड दरम्यान हे पठार आढळते.
- या पठारावरून नर्मदा, तापी, मही या अरबी समुद्रास मिळणाऱ्या तर चंबळ व बेटवा या बंगालच्या उपसागरास मिळणाऱ्या नद्या वाहतात. (यमुना नदी उपनदी)
- क्षेत्र १.५ लाख चौ.कि.मी. आहे.
- पठराची उंची ५०० ते ६०० मीटर्सच्या दरम्यान आहे.

५) बाघेलाखंड पठार

- मैकल डोंगररांगाच्या पूर्वेस व शोण नदीच्या पश्चिमेस १.४ लाख चौ.कि.मी. क्षेत्र असलेला हा पठारी प्रदेश आहे.
- या पठाराची उंची १५० ते १२०० मी. च्या दरम्यान असल्याने उंच-सखल प्रदेश आढळतो.
- पठाराचा मध्यवर्ती भाग शोण व महानदी दरम्यानचा जलविभाजक आहे.

६) छोटा नागपूर पठार

- बुंदेलखंडच्या पूर्वेस ८७,००० चौ.कि.मी. क्षेत्र असलेले हे पठार आहे.
- झारखंड राज्याचा जास्तीतजास्त भाग या पठाराने व्यापला आहे.
- उंची ७०० मी. आहे.
- सर्वात जास्त उंचीचे ठिकाण-पाट लॅण्ड्स (पाटभूमी) ११०० मी. आहे.
- या पठारावर केंद्रत्यागी नदीप्रणाली आढळते.
- उत्तरेस शोण नदी तर दक्षिणेस सुवर्णरेखा, दामोदर, उत्तर व दक्षिण कोएेल (koel) बारकर या नद्यांची खोरी आहेत.
- या पठारावरून वाहणारी दामोदर नदी कोळसा क्षेत्रासाठी प्रसिद्ध आहे.

अ) **हजारीबाग पठार** - दामोदर नदीच्या उत्तरेस ६०० मी.पेक्षा जास्त उंची
पारसनाथ १३६६ मी. उंचीचे ठिकाण, ग्रॅनाईट, नीस व पंकाश्म खडक आढळतात.

ब) **रांची पठार** - दामोदरच्या दक्षिणेस, ६०० मी. उंची
नेत्राहत पट (१११९ मी.), गोरू (११४२ मी.), रांची (६६१ मी.) उंचीची पठारे आढळतात.

७) मेघालय पठार

- मध्यवर्ती पठाराचा विस्तार ईशान्य भारतात मेघालय पठारापर्यंत पसरलेला आहे.
- मेघालय व मध्यवर्ती पठारादरम्यान असलेल्या दरीस गोरो राजमहल खिंड असे संबोधतात.
- अवनतीमुळे (Anticline) गोरो राजमहल खिंडीची निर्मिती होऊन पुढे ती गंगेच्या संचयनाने भरून निघाली.

ब) दख्खनचे पठार

- क्षेत्र - ५ लाख चौ.कि.मी. आहे.
- उत्तरेस विंध्य, सातपुडा, पश्चिमेस पश्चिम घाट व पूर्वेस पूर्व घाटा दरम्यान या पठाराचा विस्तार आहे.
- पठाराचा सामान्य उत्तार पश्चिमेकडून पूर्वेकडे आहे.

- पठाराची उंची ६००-१००० मी. दरम्यान आहे.
- या पठारावरून महानदी, गोदावरी, कृष्णा, कावेरी या नद्या वाहतात.

१) महाराष्ट्र पठार

- दख्खनच्या पठाराकडील उत्तरेकडील विभाग जास्तीतजास्त महाराष्ट्र राज्यात महाराष्ट्र पठार म्हणून ओळखले जाते.
- या पठाराची निर्मिती लाव्हारसाच्या संचयनातून बेसाल्ट खडकापासून झालेली आहे.
- या पठारावरून गोदावरी, भीमा, कृष्णा व तापी या नद्या वाहतात.
- हे पठार रेगूर मृदेसाठी प्रसिद्ध आहे.

२) कर्नाटक/म्हैसूरचे पठार

- हे पठार महाराष्ट्र पठाराच्या दक्षिणेस आहे.
- या पठाराची उंची ६०० ते ९०० मी. दरम्यान उंची आहे.
- या पठारावर तुंगभद्रा व कावेरी पश्चिम घाटात उगम पावून पूर्वेकडे वाहतात.

३) तेलंगणा पठार

- आंध्रप्रदेशात ५०० ते ६०० मी. उंची दरम्यानचे क्षेत्र व्यापते.
- या पठारावरून गोदावरी, कृष्णा व पेन्नूर या नद्या वाहतात.

द्विपकल्पीय पठारावरील डोंगररांगा

१) अरवली रांगा

- अरवली रांग ईशान्य वायव्य दिशेत विस्तार केली आहे.
- या रांगेची लांबी ८०० कि.मी. (दिल्ली ते पालनपूर / अहमदाबाद जवळ) आहे.
- जगातील जुन्या घडीच्या पर्वताचे हे उदाहरण आहे.
- अरवलीची सामान्यत: उंची ४०० ते ६०० मीटर्स दरम्यान, दिल्ली व अजमेरजवळ ही उंची कमी आढळते, तर अजमेरच्या दक्षिणेस ९०० मीटरपेक्षा जास्त उंची आढळते.
- माऊंट अबू - बनास नदीच्या दरीमुळे मुख्य रांगेपासून वेगळा होतो. याची उंची ११५८ मी. आहे.
- गुरू शिखर (१७२२ मी.) हे या रांगेतील सर्वात उंच शिखर आहे.

२) विंध्य रांगा

- विंध्य रांग नर्मदा नदीस समांतर साधारणत: पूर्व पश्चिम दिशेस आहे.
- विंध्य या रांगेची लांबी १२०० कि.मी. आहे.
- साधारण उंची ३०० ते ६५० मीटर दरम्यान आहे.
- बार्मेर व कैमूर या विंध्यच्या उपरांगा पूर्वेस पसरल्या आहेत.
- विंध्य पर्वत हा हिमालयीन व द्विपकल्पीय नद्यांदरम्यानचा मुख्य जलविभाजक आहे.
- नर्मदेच्या उत्तरेस ३० कि.मी. अंतरावर चंबळ, बेतवा व केन या नद्या उगम पावून उत्तरेकडे वाहतात.

३) सातपुडा रांगा

- सातपुडा हा शब्द संस्कृत भाषेतील असून 'सात' व 'पुडा'चा अर्थ पर्वत म्हणजेच सात पर्वतरांगांपासून निर्मिती असा त्याचा शब्दश: अर्थ होय.
- नर्मदा व तापी या नद्यांदरम्यान पूर्व पश्चिम विस्तार - ९०० कि.मी. लांबी आहे.
- सातपुडा हे गट पर्वताचे उदाहरण आहे.
- या रांगेची उंची ९००-१००० मी. दरम्यान आहे.
- सातपुडा पर्वतातील महादेव रांगेतील पंचमढीजवळील धूपगड (१३५० मी.) सर्वात उंच शिखर
- तर अस्तोंभ डोंगर (१३२५ मी.) अमरकंटक (११२७ मी.) ही इतर शिखरे आहेत.

४) पश्चिम घाट (Western Ghat)

- दख्खनच्या पठाराची पश्चिम सीमा व किनारवर्ती मैदानाची पूर्व सीमा या डोंगररांगांनी निश्चित केली आहे. उत्तरेस २१° उत्तर अक्षवृत्त ते दक्षिणेस (कन्याकुमारी) ११° उत्तर अक्षवृत्त या दरम्यान १,६०० कि.मी. लांबीची ही डोंगर रांग आहे.
- पश्चिम घाटाची सरासरी उंची १००० मी. असून दक्षिणेकडे कडे उंची वाढत जाते.
- पश्चिम घाटाची पश्चिम बाजू तीव्र उताराची (भिंतीसारखी) तर पूर्वेस पठाराच्या बाजूने मंद उतार आहे.
- पश्चिम घाटाचे पुढील तीन विभाग पडतात.

अ) सह्याद्री

- १६° उ. ते २१° उ. अक्षवृत्तादरम्यान, तापी नदी ते गोवा दरम्यानच्या भागास सह्याद्री म्हणतात.
- सह्याद्रीची सरासरी उंची १२०० मी. आहे.
- अहमदनगर जिल्ह्यातील कळसूबाई (१६४६ मी.) हे महाराष्ट्रातील सर्वात उंच शिखर आहे.
- सह्याद्रीतील इतर शिखरे साल्हेर (१५६७ मी.), महाबळेश्वर (१४३८ मी.) हरिश्चंद्र (१४२४ मी.) आहेत.
- या रांगेत थळ व बोरघाट या दोन खिंडी आहेत.

ब) निलगिरी रांग जंगले

- सरासरी उंची १२०० मी. परंतु अनेक शिखरे १५०० मी. पेक्षा जास्त उंचीची आहेत.
- या रांगेत दोडा बेट्टा - (२६३७ मी.) हे सर्वात उंच शिखर आहे, या रांगेत घनदाट जंगले आहेत.
- इतर उंच शिखरे - व्हऊल माला (२३३९ मी.) कुद्रेमुख (१८९२ मी.), पुष्पगिरी (१७१४ मी.) मकुरुती (२५५४ मी.) आहेत.
- **पालघाट खिंड**
- निलगिरी रांगांच्या दक्षिणेला २४ ते ३० कि.मी. रुंदीची खिंड असून उंची ७५ ते ३०० मी. च्या दरम्यान आढळते.
- केरळ राज्याचा इतर भारताशी रस्ते व लोहमार्गाने या खिंडीमुळे संपर्क शक्य झाला आहे.

क) इतर टेकड्या

- पालघाट खिंडीच्या दक्षिणेस अन्नामलाई, (१८०० ते २००० मी.) पालणी (९०० ते १२०० मी.) कार्डमम व इलमलाई या टेकड्या आढळतात.
- द्वीपकल्पीय भारतातील सर्वात उंच शिखर अनैमुडी (Anai Mudi) (२६९५ मी.) या रांगेत आहे.

५) पूर्व घाट

- पूर्व किनारपट्टीत समांतर पूर्व वाहिनी नद्यांमुळे पूर्व घाटाचे विखंडन झाले आहे.
  - १) मलाया रांग   • ९०० ते १२०० मी. दरम्यान उंची असलेली रांग आहे.
    - महेंद्रगिरी (१५०१ मी.) उंच शिखर आहे.
  - २) मदुगुला कोंडा रांग – ११०० ते १४०० मी. दरम्यान उंचीची रांग
- या रांगेत अरमाकोंडा (१६८० मी.), गलीकोंडा (१६४३ मी.) आणि सिंक्रमगुत्ता (१६२० मी.) इ. शिखरे आहेत.
- या शिवाय बेल्लारगिरी कोइमतूर जिल्ह्यातील (१२७९ मी.) नल्लामलाई, जावडी या काही महत्त्वाच्या डोंगररांगा आहेत.

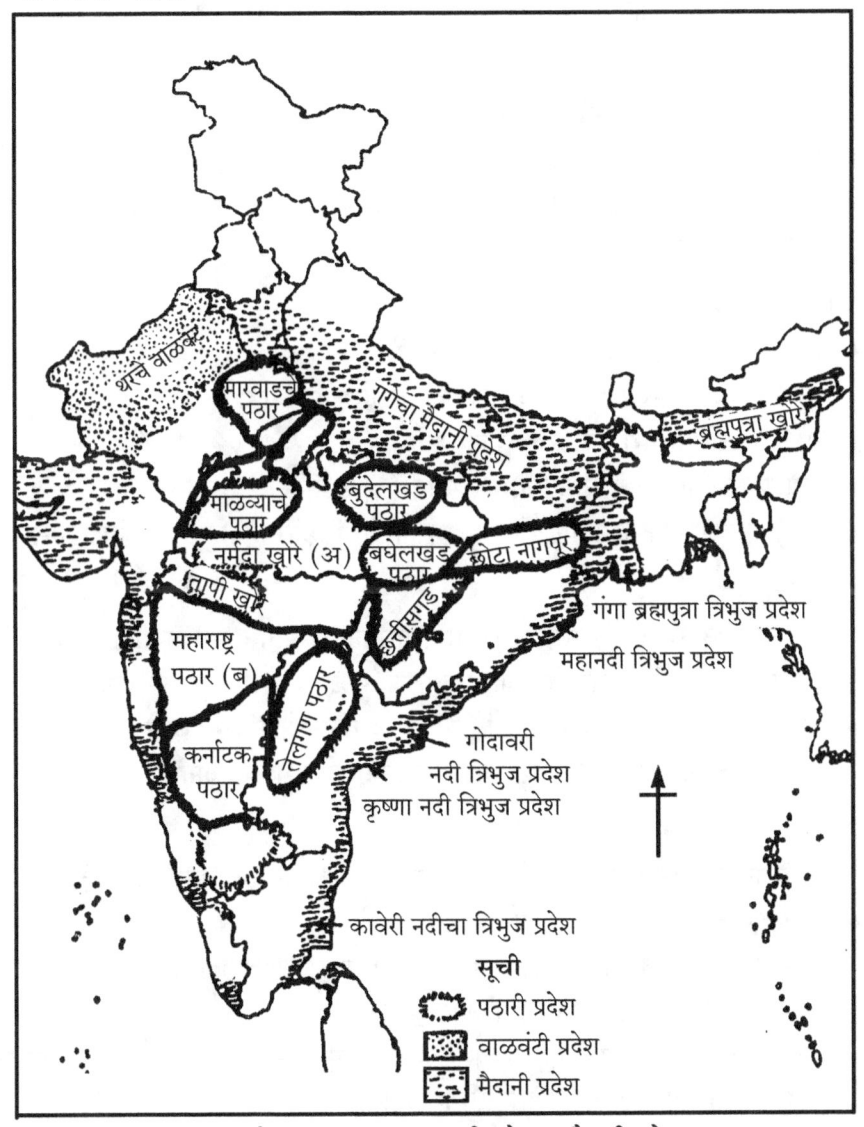

आकृती १.३९ : भारत : पठारी प्रदेश व मैदानी प्रदेश

४) किनारवर्ती मैदानी प्रदेश (The Coastal Plains)

- कच्छचे आखात ते गंगा-ब्रह्मपुत्रा त्रिभुज प्रदेशादरम्यान समुद्रकिनाऱ्याला समांतर किनारवर्ती मैदानी प्रदेश आहे.
- किनारवर्ती मैदानाची लांबी ६१०० कि.मी. आहे.
- या किनारवर्ती मैदानाचे दोन विभाग केले जातात.

अ) पश्चिम किनारवर्ती मैदाने

- या मैदानाचा विस्तार कच्छचे आखात ते कन्याकुमारीपर्यन्त आहे.
- पश्चिम किनारवर्ती मैदानाची सरासरी रुंदी ६५ कि.मी. आहे.
- पश्चिम किनारवर्ती मैदान पूर्व किनारपट्टीपेक्षा निमुळते आहे. याचे खालील उपविभाग केले जातात.

i) कच्छचे मैदान –

- याची लांबी ३२० कि.मी. व रुंदी १६० कि.मी. आहे.
- या मैदानाचे क्षेत्रफळ - २१,५०० चौ.कि.मी. आहे.
- कच्छचे मैदान अत्यंत कमी उंचीचे असून बनास व लूनी या नद्यांच्या पुराचा परिणाम होतो. (मिठागरे आढळतात.)

ii) काठेवार मैदान

- हे मैदान कच्छच्या मैदानाच्या दक्षिणेस आहे.
- या मैदानाचा विस्तार छोटे रण व नल नदीच्या दरम्यान आहे.
- या मैदानाची सरासरी उंची २०० मीटर आहे.
- ज्वालामुखी उद्रेकातून निर्मित गिरनार पर्वत (११७ मीटर) हे उंच ठिकाण
- या मैदानाच्या दक्षिणेला गिर डोंगररांग असून गिर सिंहांसाठी हे घनदाट जंगल प्रसिद्ध आहे.

iii) गुजरातचे मैदान

- खंबायतचे आखात व गुजरात राज्याचा दक्षिणेकडील भाग यामधे समाविष्ट होतो.
- नर्मदा, तापी, मही व साबरमती या महत्त्वाच्या पश्चिमवाहिनी नद्या या मैदानातून वाहतात.
- गाळाचा सखल मैदानी प्रदेश. याची उंची १५० मीटर्स पेक्षा कमी आहे.
- या मैदानाचा पश्चिमेकडील प्रदेश लोएस व लाटांमुळे प्रभावित आहे.

iv) कोकणचे मैदान

- या मैदानाचा विस्तार दमण ते गोवा दरम्यान असून लांबी ५०० कि.मी. आहे.
- या मैदानाची रुंदी ५० ते ८० कि.मी. दरम्यान आहे.
- या मैदानावरून वैतरणा, उल्हास, आंबा या सारख्या नद्या वाहतात.
- मुंबई हे नैसर्गिक बंदर या मैदानी प्रदेशात आहे.
- काही डोंगररांगा (प.घाट) समुद्रापर्यन्त पोहोचल्यामुळे सागरी लाटांच्या कार्यामुळे कडे, लोंबते कडे, सागरी मंच इ. भूरूपे पाहावयास मिळतात.

v) कर्नाटक किनारवर्ती मैदान

- या मैदानाचा विस्तार कर्नाटक राज्यात आहे.
- या मैदानाची रुंदी ३० ते ५० कि.मी. दरम्यान आहे.
- १४° उत्तर अक्षवृत्ताजवळ पश्चिम घाट अरबी समुद्रापासून फक्त १३ कि.मी. अंतरावर आहे.
- **गिरसप्पा (जोग)** हा शरावती नदीवरील २७१ मीटर उंचीवरून कोसळणारा धबधबा आहे.

vi) केरळचे मैदान

- यालाच मलबार मैदान संबोधतात. या मैदानाची लांबी सुमारे ५०० कि.मी. आहे.
- मैदानाची सरासरी रुंदी ९६ कि.मी. (पश्चिम किनारवर्ती मैदानात सर्वात रुंद) आहे.
- सखल, सपाट मैदान. उंची ३० मीटर पेक्षा कमी आहे.
- हे मैदान खाड्या व सरोवरे (लगून) साठी प्रसिद्ध आहे. सरोवराला 'कायल' म्हणतात.
- **'बेवनाद कायल'** - सर्वात मोठे सरोवर, लांबी ७५ कि.मी., रुंदी ५ ते १० कि.मी. आहे.

ब) पूर्व किनारवर्ती मैदान

- या मैदानाचा विस्तार सुवर्णरेखा नदी ते कन्याकुमारी दरम्यान आहे.
- हे मैदान महानदी, गोदावरी, कृष्णा व कावेरी नदीच्या गाळाच्या संचयनाने निर्माण झालेले आहे.
- या मैदानाची सरासरी रुंदी १२० कि.मी. असून याचे खालील उपविभाग पडतात.

i) उत्कलचे मैदान

- हे ओरिसा राज्यातील पूर्व किनारवर्ती मैदान आहे.
- याची लांबी ४०० कि.मी. असून महानदी त्रिभुज प्रदेशाचा यात समावेश होतो;
- महानदी त्रिभुज प्रदेशाच्या दक्षिणेस चिल्का सरोवर आहे
- **चिल्का सरोवर** - ७० कि.मी. लांबी, जास्तीतजास्त रुंदी २२ कि.मी.
  भारतातील सर्वात मोठे सरोवर, क्षेत्रफळ - ७८० चौ.कि.मी., तर पावसाळ्यात याचा विस्तार १,१४४ चौ.कि.मी. होतो.

ii) आंध्राचे मैदान

- उत्कलचे मैदान ते पुलिकत सरोवरा दरम्यान याचा विस्तार आहे.
- या मैदानाची निर्मिती गोदावरी व कृष्णा या नद्यांच्या संचयन कार्यामुळे झाली आहे.
- पुलिकत सरोवर - ६० कि.मी. लांबी, १६ कि.मी.रुंदी, श्रीहरी कोटा (इस्रोचे महत्त्वाचे ठिकाण) या मैदानी प्रदेशात आहे.

iii) तमिळनाडूचे मैदान

- ६७५ कि.मी. लांबी, (पुलिकत सरोवर ते कन्याकुमारी) सरासरी रुंदी १०० कि.मी. कावेरीचा त्रिभुज प्रदेश व जलसिंचन सुविधा यामुळे यास 'greenary of south lndia' असे संबोधतात.

५) भारतीय बेटे (Indian Islands)

भारतात एकूण २४७ बेटे असून २०४ बेटे बंगालच्या उपसागरात आढळतात, तर ४३ बेटे अरबी समुद्र व मानारच्या आखातात आहेत.

१) बंगालच्या उपसागरातील बेटे

अ) अंदमान निकोबार बेटे

- बंगालच्या उपसागरात या बेटांचा समावेश आहे.
- दक्षिण आग्नेय ते उत्तर ईशान्य दिशेत ६° ते १४° उ. अक्षवृत्तादरम्यान आढळतात.
- या बेटांचे क्षेत्रफळ ८३०० चौ.कि.मी. आहे.
- उत्तर, मध्य व दक्षिण अंदमान असे उपप्रकार पडतात.
- ही बेटे वालुकाश्म, पंकाश्म व चुनखडकांनी बनलेली आहेत.
- या बेटांची समुद्रसपाटीपासून सरासरी उंची ७५० मी. आहे.
  - i) **अंदमान - बेट समूह** - अंदमान बेट समूहात (अ) उत्तर अंदमान (ब) मध्य अंदमान (क) दक्षिण अंदमान अशा तीन गटांत वर्गीकरण केले आहे.
  - ii) निकोबार बेट समूह - ६°.३०’ व ९°.३०’ उत्तर अक्षवृत्तादरम्यान या बेटांचा समूह आढळतो.
- या समूहात ७ मोठे व १२ लहान बेटे आहेत.
- २६२ कि.मी. लांबी, ५८ कि.मी. रुंदी असून १६५३ चौ.कि.मी. क्षेत्र व्यापले आहे.
- ही बेटे तीन समूहात विभागली जातात.
  - १) उत्तरेकडील कार - निकोबार बेट समूह
  - २) मध्यवर्ती बेट समूह
  - ३) दक्षिण बेट समूह

२) अरबी समुद्रातील बेटे

- अरबी समुद्रात लक्षद्वीप, मिनीकॉय इ. बेटांचा समावेश होतो.
- या बेटांची समुद्रसपाटीपासून उंची केवळ ५ मीटर इतकी आहे.

१) अमिनीदिवी बेटे समूह

- उत्तरेकडील बेटांच्या समूहास अमिनीदिवी बेटे म्हणतात.
- चेटलाढे, किल्तान, आमिनी आणि बिन्ना यांचा त्यामध्ये समावेश होतो.

२) लक्षद्वीप बेटे समूह

- अमिनीदीवी बेटे समूहाच्या दक्षिणेस - कवरत्ती, अगाथी, कालपेनी इ. बेटांचा समावेश होतो.
- ८° - ११° उत्तर अक्षवृत्त पट्ट्यात
- ३२ चौ.कि.मी. क्षेत्र व्यापले आहे.

३) मिनीकॉय बेटांचा समूह

- लक्षद्वीप बेटांच्या समूहाच्या दक्षिणेस मिनीकॉय बेटांचा समूह असून मिनीकॉय हे सर्वात मोठे बेट आहे ४.५ चौ.कि.मी. क्षेत्र व्यापले आहे.

भारतीय बेटांचे महत्त्व

- नाविक संरक्षणाच्या दृष्टीने महत्त्वाचे
- खोल समुद्रातील मासेमारीसाठी बेटांचे स्थान सुयोग्य आहे.
- सदाहरित अरण्ये असल्याने लाकूड व शिकार व्यवसाय आढळतो.

३) पूर (Floods) : (पुराची समस्या) : 'ज्यावेळी जास्त पाण्याच्या पुरवठ्यामुळे नद्यांचे पाणी दोन्ही काठांपासून आजूबाजूच्या क्षेत्रात दूर पसरते तेव्हा त्यास पूर म्हणतात.' पूर ही संज्ञा नदीपुरतीच मर्यादित नाही. ओढे, नाले, लहान नद्या यांनाही पूर येतात. समुद्राच्या पाण्याच्या पातळीत वाढ झाली तर किनारी प्रदेशात समुद्राच्या पाण्यामुळे पूर येतात. शिवाय समुद्राच्या भरतीचे पाणी आणि त्सुनामीसारख्या प्रलयकारी सामुद्रिक लाटांमुळे किनारी प्रदेशात पूर येतात. यावरून पूर ही संज्ञा व्यापक आहे असे दिसून येईल.

जॅकी स्मिथ - 'नद्या, सरोवरे किंवा समुद्र यांच्या पातळीत तात्पुरत्या होणाऱ्या वाढीमुळे आसपासच्या पाण्याखाली नसलेला प्रदेश जलमय होणे आणि अंशत: जलमय असलेल्या प्रदेशातील पाण्याच्या पातळीत वाढ होणे याला पूर असे म्हणतात.'

किंवा

जास्त पाणीपुरवठ्यामुळे 'नद्यांचे पाणी दोन्ही काठ ओलांडून आसपासच्या प्रदेशात पसरणे म्हणजे नद्यांचे पूर' अशी व्याख्या दिलेली आहे.

'The submergence of land not usually covered with water or an increase in the depth of water on land already partially submerged through a temporary rise in river, lake or sea levels.' Jackie Smith

OR

'A river floods when it can no longer contain the discharge from its catchment and the bankful stage is exceed.'

नद्यांना येणारे पूर हानिकारक असून मोठे क्षेत्र व्यापतात. दरवर्षी हजारो लोकांचे जीवन उद्ध्वस्त होत असल्याने पूर म्हटले की, नदीचा पूर हे चित्र समोर येते. पूर इतर नैसर्गिक आपत्तींपेक्षा अतिशय भयंकर आपत्ती समजली जाते. २० वर्षात जगातील एकूण मानवी मृत्यूंपैकी ४० टक्के मृत्यू पुरामुळे झाले असे संशोधकांना आढळून आले.

पुराची कारणे :

ज्यामुळे पाण्याचा पुरवठा वाढतो ती पूरनिर्मितीची कारणे म्हणून संबोधता येतील. याशिवाय काही इतर गोष्टींमुळेदेखील पूरनिर्मितीस साहाय्य होते. पूरनिर्मितीची कारणे खालीलप्रमाणे आहेत.

१) नद्यांची उगमक्षेत्रे व जलसंग्राहक क्षेत्रे (Catchment Areas) या ठिकाणी मुसळधार पाऊस किंवा बर्फ वितळून पाणीपुरवठा वाढणे. उदा. भारतातील गंगा, यमुना, ब्रह्मपुत्रा या नद्यांचा उगम हिमालयातून झाला आहे. त्यांना वर्षातून दोनदा पूर येतात. एक म्हणजे मोसमी पावसाच्या काळात व दुसरा उन्हाळ्यात उगमक्षेत्रातील बर्फ वितळल्यामुळे येतो.

२) काही वेळा अनपेक्षितपणे अतिवृष्टी किंवा ढगफुटी सारख्या घटना घडतात. कमी वेळात अतिजास्त पर्जन्यवृष्टी झाल्यामुळे नदीच्या वहनक्षमतेपेक्षा जास्त पाणी पुरवठ्यामुळे पूरस्थिती निर्माण होते. (उदा. जून २०१३ मध्ये बद्रीनाथ, केदारनाथ या हिमालयीन प्रदेशातील ढगफुटी किंवा अतिवृष्टीमुळे संपूर्ण हिमालयीन उत्तरांचल व उत्तरेकडील राज्यात पूरस्थिती निर्माण झाली होती.)

३) पुष्कळदा नद्यांवरील धरणे फुटल्यामुळे (त्यातील पाण्याचा दाब वाढून) नद्यांच्या पात्रांतील जलप्रमाण वाढते, त्यामुळे पूर येतात. (उदा. इ.स. १९६१ मध्ये पुण्याजवळील पानशेत धरण फुटल्यामुळे मुठा नदीला आलेला पूर, तसेच गुजरातमधील मोर्वी धरण फुटल्यामुळे आलेला पूर.)

४) काही वेळा जागतिक हवामानात अचानक बदल झाल्याने समुद्राच्या पाण्याची पातळी वाढून किनारी प्रदेशात पूर येतात. याशिवाय नद्यांच्या पाण्याचीही भर पडते. दोन व तीन क्रमांकांच्या कारणांमुळे उद्भवणारे पूर

मर्यादित क्षेत्रात व तुरळक आढळतात.

५) किनारी प्रदेशात, भूकंपामुळे निर्माण होणाऱ्या समुद्रलाटांद्वारे पूर येऊन तो भाग जलमय होतो.

६) वादळे व मुसळधार वृष्टी झाल्यास पाण्याचे प्रमाण एकाएकी वाढून पुराची आपत्ती येते.

७) जंगलांचा नाश झाल्यामुळे जमिनीची धूप मोठ्या प्रमाणात होते. यामुळे तयार झालेला गाळ, लहान मोठे ओहोळ, ओढे, नाले याद्वारे मुख्य नदीच्या पात्रात वाहात येतो, त्यामुळे मुख्य नदीपात्र गाळाच्या संचयनाने उथळ होते. अशा वेळी थोडादेखील पाऊस जास्त झाला तरी नदीची वहनक्षमता कमी होऊन तिचे पाणी आजूबाजूला पसरते व पूर येतात. उदा. ब्रह्मपुत्रा, कोसी, दामोदर या नद्यांचे पूर या कारणांमुळे येतात.

पुराचे परिणाम : पुराचे परिणाम विध्वंसक आणि विधायक असे दोन्ही प्रकारचे असतात.

विधायक परिणाम :

१) पूर मैदानात अनेक संस्कृती उदयास आल्या आहेत. जमिनीची सुपीकता व नित्य नवीन मातीची भर यामुळे शेतीव्यवसाय भरभराटीस येतो. गंगा, सिंधू, नाईल, टैग्रीस या नद्यांच्या खोऱ्यात प्राचीन संस्कृतींची वाढ झाली.

२) पुरामुळे आजूबाजूच्या विहिरींतील पाण्याचे प्रमाण वाढते. शिवाय जलाशयातील पाण्याचे प्रमाणही वाढते.

३) प्रदूषित आणि कुजलेले पदार्थ पुराद्वारे समुद्रात दूरवर जाऊन त्यांची कायमची विल्हेवाट लागते.

४) नद्यांना आलेल्या पुरामुळे तिच्या दोन्ही काठांवर पूरमैदाने निर्माण होतात. पूरमैदानात सुपीक मृदेचे प्रमाण खूप असते.

विध्वंसक परिणाम :

१) पुरामुळे मनुष्य, प्राणी व वित्त यांची हानी होते. उदा. १६ जून २०१३ रोजी उत्तरांचल राज्यात ढगफुटी त्यामुळे पूर व पुरामुळे मोठ्या प्रमाणात भूस्खलन यासारख्या समस्यांच्या श्रृंखलेमुळे दि. १ जुलै १३ पर्यंतच्या आकडेवारीनुसार सुमारे १२००० कोटी रुपयांची मालमत्तेचे नुकसान झाले. १० हजारपेक्षा जास्त लोक मृत्युमुखी पडले तर २०० गावांशी संपर्क तुटून अनेक स्थानिक व भाविक लोक बेपत्ता झाले आहेत.

२) नदीकाठच्या शेतातील उभी पिके वाहून जातात. आजूबाजूची खेडी, शहरे जलमय होतात व तेथील घरे, इमारती, रस्ते यांची अतोनात हानी होते.

३) पुराचे प्रमाण मोठे असल्यास नदीचे पात्र बदलते व नवीन भागातील तिचा संचार अचानक आपत्ती निर्माण करतो.

४) कित्येक वेळा पुराबरोबर जास्त पावसामुळे भूमिपाताची क्रिया होते. उदा. १९६८ मधील तिस्ता नदीचा पूर, १९७० मधील अलकनंदा नदीचा पूर, १९७८ मधील भागीरथी नदीचा पूर इ. अशा पुरांमुळे नदीच्या पात्रास नैसर्गिक बांध घातला जातो. पुढे हा बांध फुटून महापूर येतात.

५) शेतामधील सुपीक मातीचा थर वाहून जातो व त्या जमिनी नापीक होतात.

६) रेल्वे व रस्ते यांची हानी होऊन दळणवळणात व वाहतुकीत अडथळे निर्माण होतात. पूर प्रदेशाचा बाहेरील भागांशी संबंध तुटतो.

७) पूर ओसरल्यावर पुष्कळदा दलदलीच्या जागा निर्माण होतात व त्यातूनच साथीचे रोग बळावतात. प्रदूषणदेखील वाढते.

८) वरील सर्व प्रकारचे नुकसान भरून काढण्यासाठी, नवीन वसाहती उभारण्यासाठी प्रचंड खर्च करावा लागतो.

जगातील पूरग्रस्त प्रदेश :

१) उत्तर अमेरिकेतील संयुक्त संस्थानांमधील मिसिसिपी, टेनिसी, मिसुरी, लॉरेन्स या नद्यांची खोरी. या ठिकाणी आवर्तामुळे भयंकर वृष्टी होऊन नद्यांना पूर येतात. दक्षिण अमेरिकेतील ॲमेझॉन नदीचे खोरेदेखील पूरग्रस्त आहे. ही नदी जगातील सर्वात जास्त पाणी वाहून नेणारी नदी आहे.

२) चीनमधील हो ॲंग नदीला तर चीनचे अश्रू म्हणतात. या नदीला नेहमी पूर येतात. जगातील हा फार मोठा पूरग्रस्त भाग आहे.

३) इजिप्तमधील नाईल पूरक्षेत्र प्रसिद्ध आहे.

४) लाओस, थायलंड व कंबोडियामधील मेकाँग नदीचे खोरे पूरग्रस्त आहे.

५) पश्चिम युरोपातील किनारी भागात विशेषत: हॉलंड देशात समुद्राच्या पाण्यामुळे पूर निर्माण झालेले आढळतात. येथे अति वेगवान वारे, आवर्त, धरणांना पडलेल्या भेगा व समुद्रपातळीत वाढ होणे यामुळे पूर व दलदल अशा आपत्ती पुराबरोबरच येतात.

६) भारतात पूरग्रस्त क्षेत्रात लक्षणीय वाढ होत आहे. राष्ट्रीय पूर आयोगाच्या अंदाजानुसार पूरग्रस्त क्षेत्रांचा प्रदेश नकाशात दाखविला आहे.

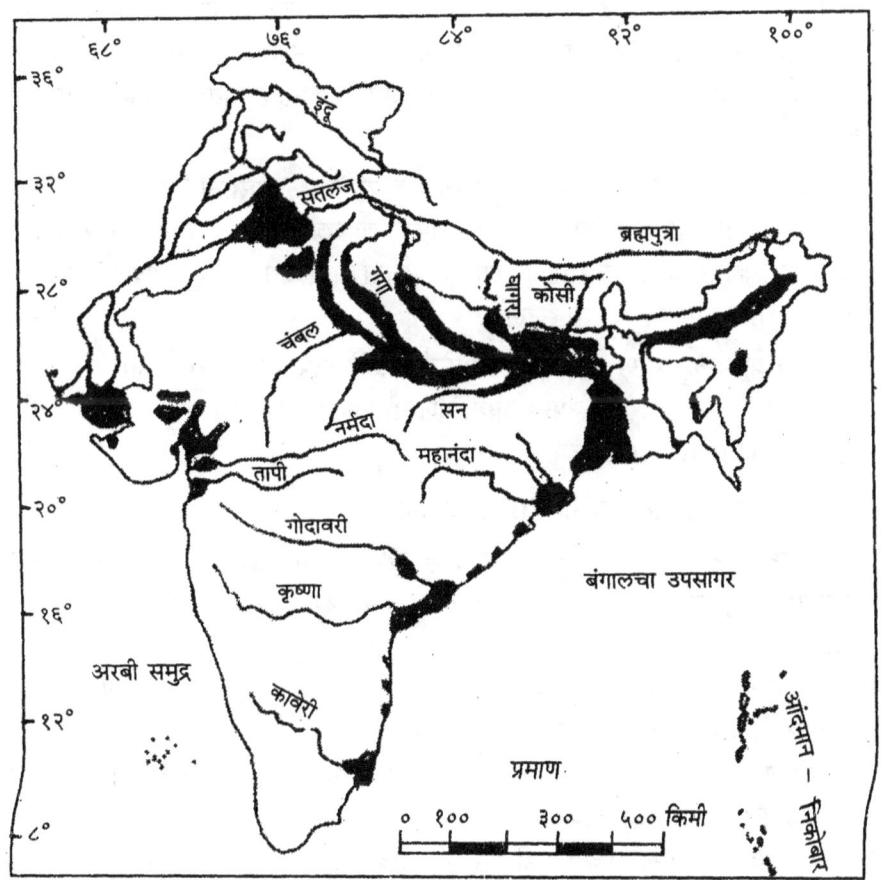

नकाशा - भारत पूरग्रस्त प्रदेश

२६ जुलै २००५ रोजी मुंबईत ९४४ मि.मी. नोंद करणारा विक्रमी पाऊस हा तेथील हवामानातील बदलावर शिक्कामोर्तब करतो. या पावसामुळे संपूर्ण मुंबईला महाभयंकर संकटाला तोंड द्यावे लागले. महापुरानंतर सर्वत्र साचलेले कचऱ्याचे ढीग, गाळ, जनावरांची प्रेते, घाणेरड्या पाण्याचा प्रादुर्भाव यामुळे साथीच्या रोगांची लागण झाली होती.

भारतातील पूरग्रस्त प्रदेश (Flood Regions in India) :

उत्तर भारतातील गंगा, यमुना, सतलज, ब्रह्मपुत्रा, कोसी, गंडक, दामोदर या नद्यांना सतत पूर येतो. कोसीच्या पात्रबदलामुळे तर बिहारमधील ११ जिल्ह्यांना नेहमी पुराचा तडाखा बसतो. तसेच तापी, नर्मदा, महानदी, गोदावरी, कृष्णा, कावेरी या नद्यांचे त्रिभुज प्रदेशही पूरग्रस्त आहेत. हिमालयीन नद्यांचा प्रभाव द्विपकल्पीय नद्यांपेक्षा जास्त आहे.

पूरनियंत्रणाचे उपाय :

१) वृक्षलागवड - भारतातील नद्यांना येणारे पूर, प्रामुख्याने त्यांची पात्रे उथळ होत असल्याने येतात. नद्यांची पात्रे उथळ होण्याचे कारण या नद्यांच्या आजूबाजूच्या प्रदेशातील जंगलतोड, जंगलतोडीमुळे जमिनीची धूप मोठ्या प्रमाणात होऊन लक्षावधी टन द्रव्य नद्यांच्या मुख्य पात्रात साचते. त्यामुळे वृक्षसंहार थांबविणे आणि त्याबरोबरच नवीन जंगल लागवड करणे हा निश्चित उपाय आहे. यामुळे नद्यांमधील पाण्याच्या पसरण्यावर नियंत्रण येते. बरेचसे पाणी जमिनीत मुरते. जमिनीची धूप व भूमिपात कमी प्रमाणात होतात. विशेषत: हिमालयातील पुराचे एक महत्त्वाचे कारण वनांचा ऱ्हास हे होते.

२) नद्यांमधील जास्त पाण्याचा साठा दुसरीकडे वळविणे - यासाठी काही वर्षांपूर्वी भारतात गंगा-कावेरी कालवा योजना मांडली गेली. उत्तर भारतातील गंगा, यमुना, ब्रह्मपुत्रा या नद्यांचे पाणी कालव्याद्वारा दक्षिणेकडील नर्मदा, गोदावरी, कृष्णा, कावेरी नद्यांमध्ये सोडणे अशी ही योजना होती. त्यामुळे पूरनियंत्रण होईल व त्याचबरोबर कमी पाणी असणाऱ्या भागात पाण्याचा प्रश्न सुटेल.

३) नद्यांची पात्रे सरळ करणे - नद्यांना नागमोडी वळणे खूप असल्यास त्यांना येणाऱ्या पुराने तीव्रता वाढते. त्यामुळे अशी पात्रे सरळ करणे हा उपाय आहे; पण तो फार खर्चाचा भाग आहे. प्रगत देशांत जलवळण योजना (Water Diversion Project) राबवतात.

भारताचे महत्त्वपूर्ण स्थान - Strategic location of India

उत्तर पूर्व गोलार्धातील भारत हा महत्त्वपूर्ण देश आहे. हिंदी महासागराची उत्तर सीमा भारताने निश्चित केली असून हिंदी महासागर हा एकमेव सागर एखाद्या देशाच्या नावाने म्हणजेच भारताच्या नावाने (Indian ocean) ओळखला जातो.

भारताच्या पश्चिमेस असलेले विकसित युरोपियन व अमेरिकन देश व पूर्वेस विकसनशील व आशियाई देश जोडणारे अनेक महासागरीय मार्ग हिंदी महासागरातून जातात.

द. आशियातील इतर कोणत्याही देशापेक्षा जास्त जलसीमा भारताने व्यापलेली असल्याने या महासागरास भारताच्या नावाने ओळखणे जास्त संयुक्तिक आहे.

भारताच्या मध्यवर्ती स्थानामुळे पश्चिमे कडील युरोप, प. आशिया, आफ्रिका आणि पूर्वेकडील पूर्व आशिया, दक्षिण पूर्व आशिया,जपान व ऑस्ट्रेलिया या दरम्यान अनेक हवाई मार्ग भारतातून जातात. भारताच्या आर्थिक व सांस्कृतिक विकासासाठी या दळणवळणाचा उपयोग झाला आहे.

हिंदी महासागराचे महत्त्व

- हिंदी महासागराचे क्षेत्रफळ ७३,४४२,७०० चौ.कि.मी. आहे.
- पॅसिफिक व अटलांटिक महासागरानंतर तिसऱ्या क्रमांकाचा महासागर आहे.
- या महासागराची उत्तर सीमा द.आशियाई देशांनी, पूर्व सीमा इंडोनेशिया बेटे व ऑस्ट्रेलिया तर पश्चिम सीमा आफ्रिका खंडाने निश्चित केली आहे.
- १४७° पूर्व रेखांश 'केप ऑफ टास्मानिया' याने हिंदी महासागर व पॅसिफिक महासागराची सीमा निश्चित केली आहे.
- १८° २२' पूर्व रेखांश 'केप टाऊन' ने हिंदी व अटलांटिक महासागराची सीमा निश्चित केली आहे.
- दक्षिणेस हिंदी महासागराचा विस्तार अंटार्क्टिकापर्यंत झाला आहे.
- उत्तर, पूर्व व पश्चिम बाजूने हिंदी महासागर भूवेष्टित असून दक्षिण बाजूला तो खुला आहे.
- अंटार्क्टिकाजवळ पूर्वेकडे पॅसिफिकशी तर पश्चिमेकडे अटलांटीक महासागराशी जोडला गेला आहे.
- हा महासागर सर्वसाधारणपणे त्रिकोणाकृती आहे.
- हिंदी महासागराची सरासरी खोली ४००० मी. इतकी आहे.
- भारतीय उपखंडात बंगालचा उपसागर व अरबी समुद्र या दोन विभागांत हिंदी महासागर विभागला आहे.

हिंदी महासागराचे संरक्षणाच्या दृष्टिकोनातून महत्त्व

भारत आणि दिएगो गार्सिया

भारताच्या दृष्टीचे विचार करता कन्याकुमारीपासून १६०० कि.मी. वरील हे लहानसे द्वीप अतिशय महत्त्वाचे आहे. १९७१ च्या बांगलादेशाच्या मुक्तिसंग्रामानंतर भारत देश दक्षिण आशियातील सर्वात प्रबळ सत्ता म्हणून गणला जाऊ लागला. युद्धात भारतीय नौदलाने कराचीवर हल्ला करून तेथील तेलटाक्या भस्मसात केल्या होत्या व पाकिस्तानच्या नाविक कोंडीमुळे पूर्व पाकमधील पाकिस्तानी लष्कर समुद्रमार्गाने माघार घेऊ शकले नाही. अमेरिकेने सातवे आरमार 'एंटरप्राईझ' या अण्वस्त्रधारी नौकेसह व जवळ जवळ एक हजार नौसैनिक बंगालच्या उपसागरात रवाना केले, परंतु त्याला उशीर झाला. तत्पूर्वीच बांगलादेश मुक्त झाला होता, त्यामुळे अमेरिकेची थोडीशी नाचक्की झाली. या गोष्टी अमेरिकन मुत्सद्दी विसरलेले नाहीत. त्या वेळी सातवे आरमार खूपच लांब म्हणजे व्हिएटमानच्याही उत्तरेस होते. तेच जर दिएगो गार्सियाच्या जवळ असते, तर १९७१ च्या युद्धाच्या शेवटी भारतावर अमेरिकेचे जास्त दडपण आले असते.

भारताची नैसर्गिक साधने, जागृत झालेली जनता व भारतात ३१ वर्षे टिकलेली लोकशाही यांचा व 'भारत रशिया मैत्री' यांचा विचार करता भारत हा देश पुढील २५ वर्षांत जगातील चौथ्या क्रमाकांची शक्ती होऊन बसेल. दक्षिण आशियातील भारताचे वर्चस्व हे अमेरिकेला व इतर पाश्चात्त्य देशांना खपणारे नाही. त्यांना भारत हा देश प्रभावी शक्ती व्हायला नको आहे. भारताची किनारपट्टी ८००० कि.मी. लांबीची असून भारताचा ९५% विदेशी व्यापार जलमार्गाने चालतो. भारताच्या जलसीमेत (territorial waters) वाढ झाल्यास भारतीय सागरी हद्दीतील उथळ समुद्रबुडात अनेक उपयुक्त खनिजे, मासे व इतर जलसंपत्ती मिळण्याची शक्यता आहे. या सर्व गोष्टींचा भारताच्या आर्थिक भरभराटीशी संबंध असल्याने भारताची आर्थिक नाकेबंदी युद्धकाळात करण्यास हा तळ उपयोगी पडेल.

भारत पाक संघर्ष परत उद्‌भल्यास एकटा पाक भारताचा लष्करी पराभव करू शकणार नाहीच, उलट त्याची

आणखी शकले होतील. अमेरिकेस सत्तेचा समतोल हवा असल्याने भारत-पाक संघर्षाच्या वेळी पाकच्या मदतीस जाण्यास विलंब लागू नये म्हणून ही वरील प्रकारच्या नाविक तळाची अमेरिकेला आवश्यकता आहे.

हिंदी महासागरात लढाऊ जहाजे पाठविण्यासाठी अमेरिकेला फिलीपाईन्स बेटाजवळील ग्वाम (Guam) येथील किंवा पूर्व ॲटलांटिकमधील नाविक तळांचा वापर करावा लागत असे व त्यासाठी सुमारे ७००० कि.मी. पेक्षा जास्त अंतर कापावे लागत असे.

१९७१ नंतर सुवेझच्या पूर्वेकडून ब्रिटिश फौजा व नाविक दल निघून गेल्यानंतर होणारी पोकळी भरून काढण्यास अमेरिका सिद्ध होऊ पाहात आहे. हिंदी महासागरात रशियन वर्चस्व निर्माण होणे जरी कठीण असले तरी तो बाऊ करून रशियाच्या भोवतालीच संहारक चक्र निर्माण करण्याचे अमेरिकेचे मनसुबे आहेत. त्यामुळेच दिएगो गार्सिया येथे सुसज्ज नाविक तळ, ५ कि.मी. लांबीची धावपट्टी असलेला विमानतळ व सुमारे ५०० नौसैनिक राहतील असे विश्रामस्थान अमेरिकेने तयार केलेले आहे.

दिएगो गार्सियामुळे हिंदी महासागरात तणाव क्षेत्र निर्माण झालेले असून विकसनशील व तिसऱ्या जगातील अलिप्त राष्ट्रांच्या सुरक्षिततेला धोका निर्माण झालेला आहे. टीचभर भूमी असलेल्या नगण्य अशा बेटाचे अस्तित्व ही भौगोलिक घटना. परंतु त्याभोवती गुंतलेले राजकीय व आर्थिक डावपेच किती सूक्ष्म व गुंतागुंतीचे असतात याचे दिएगो गार्सिया हे उत्कृष्ट उदाहरण आहे. शीतयुद्धाच्या समाप्तीनंतरही दिएगो गार्सियाचे महत्त्व कमी झालेले नाही.

हिंदी महासागरातील भारतीय बेटे : अंदमान, निकोबार व लक्षद्वीपचे राजकीय व भौगोलिक महत्त्व

भूराजनीती : पर्ल हार्बर, प्रशांत महासागरातील जपानबरोबरची सागरी युद्धे, कोरियन युद्ध व व्हिएटनाम संघर्ष यामधून तावून सुलाखून निघालेल्या अमेरिकेतील उच्च भूसामरिक राजनैतिक वर्तुळात एक निश्चित, शास्त्रशुद्ध विचारप्रवाह आहे. तो असा की, आशियाई देशाविरुद्ध जमिनीपेक्षा समुद्र व आकाश यावर लढणे सोपे असते, कारण त्यांचे सागरी व हवाई सामर्थ्य कमी आहे. आकाश व सागरी युद्धासाठी लागणारे तंत्र व आर्थिक बल त्यांना नसल्याने त्यांचा म्हणजे आशियाई देशांचा सागरी व आकाशयुद्धात पराभव करणे सोपे असते. आशियाई देशांच्या भूमीवर लढणे परकियांना कठीण जाते, कारण त्या भूमीची फारशी माहिती त्यांना नसल्याने आशियाई देशांसारखी लवचीक रणनीती त्यांना वापरता येत नाही, त्यामुळे ते आशियाई देशांशी लढताना जेरीस येतात. व्हिएटनाम व कोरियातील संघर्षांनी हेच सिद्ध केले आहे.

ब्रिटनचे महान मुत्सद्दी विन्स्टन चर्चिल म्हणत की, शत्रूची (जर्मनी)बंदरे व नाविक तळ येथेच आपली (ब्रिटनची) समुद्रातील पहिली बचाव फळी असली पाहिजे. म्हणजे त्या बंदरातून होणाऱ्या आक्रमक कारवायांचा बंदोबस्त करणे सागरी युद्धात सोपे जाते.

वरील दोन विचारसरणींच्या संदर्भात द्वीपकल्पीय म्हणजे तीन बाजूंनी समुद्राने वेढलेल्या भारताचा विचार यापूर्वीच करणे आवश्यक होते. उत्तर भारताचे हिमालयीन तटबंदीमुळे खूपच संरक्षण झाले. अजूनही या तटबंदीमुळेच भारतावर उत्तरेकडून आक्रमण करणे अशक्य नसले तरी कठीण आहे. त्यामुळे भरतभूमीस स्पर्श करणाऱ्या जलभागांचे व त्यातील द्वीपसमूहांचे अनन्यसाधारण महत्त्व आहे.

भारतीय किनाऱ्यांचे रक्षण करण्यासाठी दोन्ही किनाऱ्यांनजीक सुसज्ज नाविक तळ असणे आवश्यक आहे. डच, इंग्रज, पोर्तुगीज व फ्रेंच यांच्या भारतात वखारी होत्या. यातूनच पुढे त्यांनी भारतात आपल्या वसाहती स्थापन केल्या. अशा वेळी भारतीय किनाऱ्यावर प्रबळ सागरी सत्ता असती तर ब्रिटिशांचा व इतरांचा भारतात राजकीय शिरकाव होणे कठीण झाले असते. जपानने दुसऱ्या महायुद्धात हिंदी महासागरातील अनेक बेटांवर व अंदमानवर आपले स्वामित्व प्रस्थापित केले होते. चिनी व मलायी चाचे अंदमानवर येत असत. हल्ली देखील मासेमारीच्या

निमित्ताने अनेक परकीय जहाजे भारतीय जलसीमेत प्रवेश करतात. दुसऱ्या महायुद्धात जर्मनी व जपान यांची इजिप्तमध्ये हातमिळवणी करण्याची योजना होती. त्यात अंदमानला महत्त्वाचे स्थान होते. बांगलादेशच्या लढाईच्या वेळी अमेरिकेचे एंटरप्राईझ हे जहाज राजकीय चाचेगिरी करण्यासाठी आलेले होते, ते मलाक्काच्या सामुद्रधुनीतून आले. ती सामुद्रधुनी अंदमान द्वीपसमूहांच्या पूर्वेस आहे.

वाहतूक दळणवळण : प्रशांत महासागर व हिंदी महासागर यांच्या दरम्यान पूर्व हिंदी द्वीपसमूह आहे. वरील दोन महासागर पूर्व हिंदी द्वीपसमूहात असलेल्या सामुद्रधुन्यांच्यामुळे जोडलेली आहेत. यामध्ये मल्लाक्काची सामुद्रधुनी (इंडोनेशिया व मलेशिया दरम्यानची) व सुंदाची सामुद्रधुनी (सुमात्रा व जावामधील) या महत्त्वाच्या आहेत. दक्षिण थायलंड व उत्तर मलेशियाला जोडणारा एक जमिनीचा चिंचोळा भाग आहे. त्याला क्रा संयोगभूमी असे म्हणतात. या संयोगभूमीतून तिसरा जलमार्ग भावी काळात निघण्याची शक्यता आहे. या सर्व जलमार्गांतून होणाऱ्या नाविक व मुलकी दळणवणावर लक्ष ठेवण्यासाठी अंदमान द्वीपसमूह अत्यंत सोईचा आणि सुरक्षित आहे.

भारताच्या पश्चिमेस अरबी समुद्रात केरळ किनाऱ्यापासून २०० किलोमीटर लक्षद्वीप हा प्रवाळ द्वीपसमूह असून त्याचे क्षेत्रफळ २९ चौरस किलोमीटर म्हणजे दिएगो गार्सियाइतकेच आहे. येथील नौतळ दिएगो गार्सिया, मसीराह, इराणी आखात, सुएझ कालवा व केप मार्ग या मार्गाने होणाऱ्या जलवाहतुकीवर योग्य प्रकारे नजर ठेवू शकेल.

दक्षिण व पूर्व आफ्रिका देशात चीनचा प्रवेश झालेला आहे. चीनने तयार केलेली टांझानिया रेल्वे हे त्याचे द्योतक आहे. पूर्व आफ्रिकेच्या किनाऱ्यावर चीनला नौतळ वापरण्याच्या सवलती मिळणे सहज शक्य आहे. चिनी सीमेपासून अरबी समुद्र दूर असून देखील चीनला तेथे शिरकाव करण्यास जागा उपलब्ध आहेत. म्हणजे चीन भारताच्या पश्चिम किनाऱ्यासमोर आलेला आहे.

नैसर्गिक संपदा : अंदमान निकोबार द्वीपसमूहात विपुल नैसर्गिक संपत्ती आहे. डोंगराळ जमिनी, भरपूर पाऊस व उष्ण हवामान यामुळे अंदमान द्वीपसमूहात अनेक मानवस्पर्शविरहित जंगले आहेत. या जंगलांचा उपयोग अजून आपण फारसा करीत नाही. जंगलातून अनेक औषधी वनस्पती व सुगंधी द्रव्ये मिळविता येतील. अन्नधान्याच्या बाबतीतही अंदमान द्वीपसमूह स्वयंपूर्ण बनविता येईल. द्वीपसमूहातील नैसर्गिक परिस्थिती तांदूळ, काजू, ऊस, अननस, आंबे, पपई, केळी, सुपारी, नारळ, कोको व रबर यांना उपयुक्त आहे. रबर, कोको व ताडाची व्यापारी प्रमाणावर लागवड केल्यास भारताचे बरेच परकीय चलन वाचू शकेल.

पर्यटन : द्वीपसमूहातील खाड्या अधोगामी हालचालींमुळे बुडून तयार झालेल्या असल्याने तेथे खोलवर व सुरक्षित नैसर्गिक बंदरे खूपच उपलब्ध आहेत. ८ अंश उत्तर अक्षांशावर नानकोरी नावाचे अत्यंत सुरक्षित व खोल नैसर्गिक बंदर आहे. नानकोरीचे स्थान कोलंबो व सिंगापूर या दोन बंदरांना मध्यवर्ती असे आहे. पाणी, वीज यांची सोय झाल्यास नानकोरीला दुसरे प्रतिसिंगापूरसारखे बंदर तयार करता येईल.

द्वीपसमूहातील हिरवी गर्द झाडी, रुपेरी वाळूंनी युक्त अशी व अत्यंत स्वच्छ पुलोमिलोची चौपाटी, निकोबारमधील ककाना गावी असलेल्या चुनखडीतील विशाल गुहा ही पर्यटकांची खास आकर्षणस्थळे आहेत. याच्या जोडीला समुद्रस्नान, इतर जलक्रीडा, शिकार, गिर्यारोहण, खाड्यांमधील मासेमारी या मनोरंजक गोष्टी उपलब्ध करून दिल्यास अनेक विदेशी पर्यटक, मानवशास्त्रज्ञ व पक्षीतज्ज्ञ तेथे जाऊ शकतील व कोट्यवधी रुपयांचे परकीय चलन उपलब्ध होईल.

महाराष्ट्राचे स्थान, प्राकृतिक रचना

भारतातील २८ घटक राज्यांपैकी 'महाराष्ट्र राज्य' हे एक राज्य आहे. भारताच्या मध्यवर्ती भागात महाराष्ट्र राज्य असून उत्तर व दक्षिण भारतास एकत्रित आणणारी विशाल भूमी आहे. भौगोलिक स्थानातील महत्त्वाबरोबरच या विशाल भूमीला महान परंपरा लाभलेल्या आहेत. ऐतिहासिक, आर्थिक आणि राजकीयदृष्ट्या महाराष्ट्राचे भारतात महत्त्वपूर्ण स्थान आहे. देशातील सर्वात जास्त लोकसंख्येचे शहर व देशाची आर्थिक राजधानी 'मुंबई' हे महाराष्ट्र राज्याचे राजधानीचे शहर आहे. भारतात महाराष्ट्राचा क्षेत्रफळात तिसरा (९.३६%) तर लोकसंख्येच्या बाबतीत दुसरा (९.३%) क्रमांक लागतो.

ऐतिहासिक पार्श्वभूमी (Historical Background) :

सध्याचे महाराष्ट्र या नावाने ओळखले जाणारे राज्य १ मे १९६० रोजी अस्तित्वात आले. पूर्वी या राज्यास 'मुंबई' हे नाव होते. यामध्ये गुजरात व सध्याच्या पश्चिम महाराष्ट्राचा समावेश होता. भाषावार प्रांतरचनेनुसार गुजरात हा भाग मुंबई राज्यापासून वेगळा करून त्याचे स्वतंत्र राज्य निर्माण करण्यात आले. या बरोबर महाराष्ट्राचा पश्चिम भाग, मध्य प्रदेशातील विदर्भ आणि आंध्रप्रदेशातील मराठवाडा हे तीन भाग एकत्र जोडून महाराष्ट्र राज्याची निर्मिती झाली.

राष्ट्र आणि महाराष्ट्र या शब्दांचा अर्थ लहान व मोठा असा असला तरी बहुसंख्य मराठी बोलणाऱ्यांच्या प्रदेशाला 'महाराष्ट्र' म्हणतात. ऐतिहासिक माहितीवरून दक्षिणेतील 'रठ्ठ' लोकांनाच अशोकाच्या शिलालेखात 'रास्टिक' म्हटले असून त्यांचे संस्कृत रूप राष्ट्रिक असे झाले. रठ्ठाचे 'महारठ्ठ' व राष्ट्रिकचे महाराष्ट्रिक झाले. सातवाहन काळातील शिलालेखांवरून सुमारे दोन हजार वर्षे या प्रदेशांचे 'महाराष्ट्र' हे नाव प्रचलित आहे असे दिसते.

लांबी, रुंदी व क्षेत्रफळ : पश्चिमेस अरबी समुद्रापासून पूर्वेस साधारणपणे पूर्व घाटापर्यंत महाराष्ट्र पसरला असून महाराष्ट्राची पूर्व-पश्चिम लांबी सुमारे ८०० कि.मी. आहे. मात्र बंगालच्या उपसागराच्या किनाऱ्यापासून फक्त ३०० कि.मी. आहे. महाराष्ट्राची दक्षिणोत्तर लांबी सुमारे ७२० कि.मी. आहे. महाराष्ट्राचे क्षेत्रफळ ३,०७,७१३ चौ.कि.मी. आहे. क्षेत्रफळाच्या दृष्टीने राजस्थान ३,४२,२३९ चौ.कि.मी. व मध्यप्रदेश (३,०८,३४६ चौ.कि.मी.) यांच्या खालोखाल महाराष्ट्राचा तिसरा क्रमांक लागतो. महाराष्ट्राने देशाचा १/१० (९.३६%) भाग व्यापलेला आहे.

सीमा :

१) भूसीमा : महाराष्ट्राच्या वायव्येस सातमाळा डोंगररांगा, गाळणा टेकड्या व सातपुडा पर्वतरांगेतील अक्राणी टेकड्या, उत्तरेस सातपुडा पर्वतरांगा व त्यांच्या पूर्वेस गाविलगड टेकड्या आहेत, तर ईशान्येस दरकेसा टेकड्या, पूर्वेस चिरोली टेकड्या व भागरागड डोंगर आहेत. दक्षिणेस हिरण्यकेशी व कोकणात तेरेखोल नदीने राज्याच्या नैसर्गिक सीमा निश्चित केल्या आहेत.

२) जलसीमा : महाराष्ट्राच्या पश्चिमेस अरबी समुद्र असून त्यामुळे राज्याची पश्चिम सीमा निश्चित झाली आहे. महाराष्ट्र राज्यास ७२० कि.मी. लांबीचा किनारा लाभला आहे.

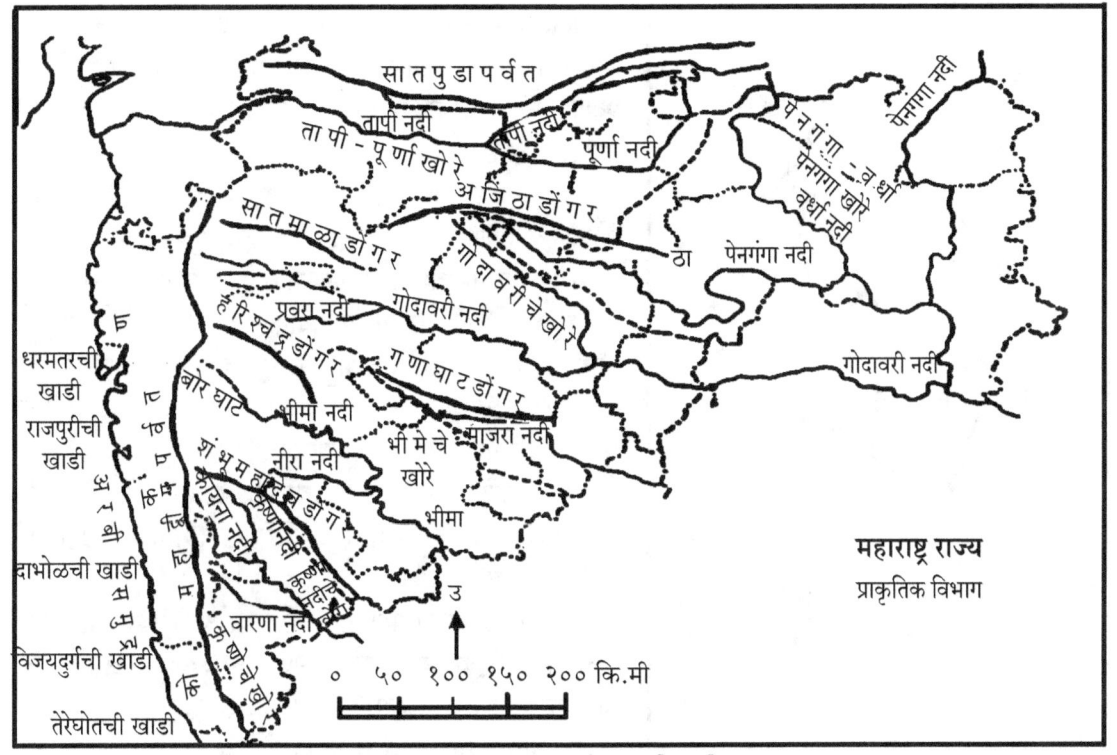

आकृती १.४१ : महाराष्ट्राचे प्राकृतिक विभाग

प्राकृतिक विभाग -

महाराष्ट्राचे प्राकृतिकदृष्ट्या खालील तीन उपविभाग पडतात.

१) कोकण किनारपट्टी किंवा किनारपट्टीचा सखल प्रदेश.

२) पश्चिम घाट किंवा सह्याद्री पर्वत व सातपुडा पर्वताच्या डोगररांगा

३) दख्खनचा पठारी प्रदेश किंवा महाराष्ट्र पठार

१) कोकण किनारपट्टी किंवा किनारपट्टीचा सखल प्रदेश - महाराष्ट्राच्या पश्चिम भागात दक्षिणोत्तर चिंचोळी किनारपट्टी आहे. पश्चिम घाटाने या प्रदेशाची सीमा निश्चित केली आहे. सह्याद्री पर्वत व अरबी समुद्र यांच्या दरम्यान असलेल्या या लांबट चिंचोळ्या भागाला 'कोकण' म्हणतात. महाराष्ट्राच्या पश्चिमेला अरबी समुद्राला लागून असलेल्या सह्याद्री पर्वतात प्रस्तर भंग होऊन कोकण किनारपट्टी तयार झाली आहे. ज्वालामुखी क्रियेचे अवशेष वज्रेश्वरी, उन्हेरे येथील गरम पाण्याच्या झऱ्याच्या रूपाने आढळतात.

उत्तरेस डहाणूपासून दक्षिणेस वेंगुर्ल्यापर्यंत किंवा उत्तरेस दमणगंगा नदीपासून दक्षिणेस तेरेखोल नदीपर्यंत कोकणाचा विस्तार आहे. कोकण किनारपट्टीची दक्षिणोत्तर लांबी सुमारे ३२० कि.मी. असून कोकणचे क्षेत्रफळ सुमारे ३०, ३९४ चौ.कि.मी. आहे. कोकण किनारपट्टी महाराष्ट्रात उत्तरेकडून दक्षिणेकडे निमुळती होत गेली आहे. उत्तरेकडे काही भागात किनारपट्टी ९०-९५ कि.मी. रुंद आहे. उल्हास नदी खोऱ्यात कोकणची रुंदी १०० कि.मी. आहे. तर दक्षिणेकडे ही रुंदी ४०-४५ कि.मी. आहे. हा किनारपट्टीचा मैदानी भाग वैतरणा, तानसा, उल्हास, गड, वाशिष्टी, सावित्री, अंबा, कुंडलिका, शुक, काजळी इ. नद्यांनी वाहून आणलेल्या गाळाच्या संचयनापासून तयार

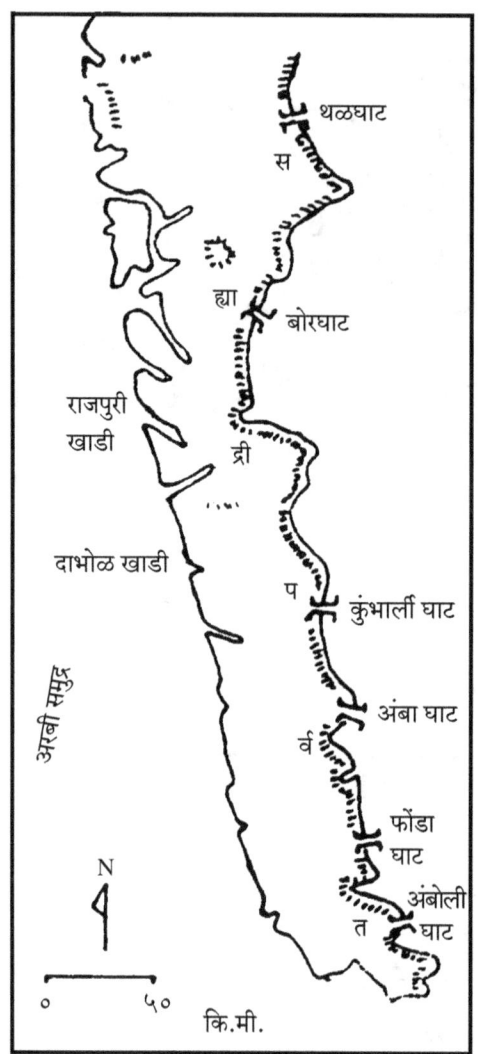

आकृती १.४२ : महाराष्ट्र : किनारवर्ती प्रदेश

झालेला आहे. या सर्व नद्या पश्चिम घाटात उगम पावून वेगाने अरबी समुद्रास येऊन मिळतात. या आखूड वेगवान नद्या त्रिभुज प्रदेश निर्माण करू शकत नसल्या तरी त्यांनी अनेक भागात खळगे पाडलेले आहेत.

कोकणचे दोन उपविभाग पाडले जातात. ते म्हणजे उत्तर कोकण व दक्षिण कोकण होय. मुंबई शहर, मुंबई उपनगर, ठाणे, रायगड यांचा समावेश उत्तर कोकणात केला जातो. तर रत्नागिरी व सिंधुदुर्ग जिल्ह्यांचा समावेश दक्षिण कोकणात केला जातो. उत्तर कोकण हा विकसित भाग असून दक्षिण कोकण अधिक खडकाळ, डोंगराळ, कमी शहरे असलेला व दळणवळणाच्या सोयीचा अभाव असलेला प्रदेश आहे.

कोकण किनारपट्टीची उंची पश्चिमेकडून-पूर्वेकडे वाढत जाते. पश्चिमेकडील अरबी समुद्राच्या सखल भागास 'खलाटी' असे म्हणतात.

त्याची समुद्रसपाटीपासूनची उंची अतिशय कमी आहे. खलाटीच्या पूर्वेस साधारणत: २७५ ते ३०० मीटरपर्यंत जो डोंगराळ भाग आहे त्यास 'वलाटी' असे म्हणतात.

नदीमुखात भरतीचे पाणी जेथेपर्यंत आत शिरते त्या भागाला 'खाडी' असे म्हणतात. उत्तरेकडून दक्षिणेकडे दातीवारा खाडी, वसईची खाडी, धरमतर, राजपुरी, बालकोट, दाभोळ व जयगड खाड्या त्यांच्या दक्षिणेस विजयदुर्ग, कर्ली व तेरेखोलची खाडी आहे. या खाड्यांचा उपयोग मिठागरे तयार करण्यासाठी होतो. त्यावर स्थानिक लोकांचे गुजराण होते.

काही डोंगराची भूशिरे समुद्रात घुसली आहेत. येथे लाटांच्या कार्यामुळे समुद्रकडे, सागरी गुंफा, तरंगघर्षित चबुतरे, वाळूच्या चौपाट्या, वाळूचे दांडे व सखल मैदाने अशी विविध भूरूपे निर्माण झाली आहेत. सागरी भाग जमिनीच्या दिशेने पुढे घुसल्याने आखातेही निर्माण झाली आहेत.

२) सह्याद्री पर्वत किंवा पश्चिम घाट : उत्तरेस तापी नदीपासून दक्षिणेस कन्याकुमारीपर्यंत पसरलेल्या १६०० कि.मी. लांबीच्या पर्वत रांगेस 'पश्चिम घाट' असे म्हणतात. याच पर्वतरांगेला महाराष्ट्रात सह्याद्री म्हणून ओळखतात. पश्चिम घाटाची उंची दक्षिणेकडे वाढत जाते तर उत्तरेकडे कमी होत जाते. महाराष्ट्रात या पर्वतरांगेची लांबी सुमारे ६०० कि.मी. होत आहे व सरासरी उंची १२०० ते १३०० मीटर आहे. सह्याद्री ही एकच सलग पर्वतरांग नसून मुख्य शिरोधारेपासून पर्व पश्चिम दिशांनी अनेक डोंगररांगा गेल्या आहेत. पश्चिम किनाऱ्याकडून पूर्वेकडे जाताना सह्याद्री सरळ भिंतीसारखा वाटतो; म्हणजेच पश्चिमेकडे सह्याद्रीचा उतार एकदम तीव्र आहे, मात्र पूर्वेकडून सह्याद्रीचा उतार मंद असून ती एक डोंगररांग असल्यासारखी वाटते.

सह्याद्री पर्वतरांगेत महाराष्ट्रातील सर्वोच्च शिखर कळसूबाई (१६४६ मीटर) अहमदनगर जिल्ह्यात असून, अहमदनगर व नाशिक जिल्ह्यांच्या सीमेवर इगतपुरीजवळ आहे. नाशिकच्या उत्तरेस असणारे 'साल्हेर' हे दुसऱ्या क्रमांकाचे शिखर समुद्रसपाटीपासून १५६७ मीटर उंच आहे. याबरोबरच पुढील महत्त्वाची उंच शिखरे सह्याद्री पर्वतरांगेत आहेत. हरिश्चंद्र गड (१४२४ मी.), महाबळेश्वर (१४३८ मी.), सप्तशृंगी (१४१६ मी.), तोरणा (१४०४ मी.), त्र्यंबकेश्वर (१३०४ मी.), शिंगी (१२९३ मी.), नाणेघाट (१२६४ मी.), कुंभार्ली घाट (१०५० मी.)

कोकणात वाहणाऱ्या पश्चिमवाहिनी नद्या व महाराष्ट्र पठारावरील पूर्ववाहिनी नद्या यामधील सह्याद्री हा जलविभाजक आहे. कोकणातील सर्व नद्या सह्याद्रीमध्ये उगम पावतात. महाराष्ट्र पठारावरील मोठ्या नद्या व त्यांच्या उपनद्यांचे उगम सह्याद्रीमध्ये आहेत. नाशिक जिल्ह्यात त्र्यंबकेश्वर येथे गोदावरी, पुणे जिल्ह्यात भीमाशंकर येथे भीमा व सातारा जिल्ह्यात महाबळेश्वर येथे कृष्णा व कोयना या नद्या उगम पावतात. याच विभागात पश्चिमेकडे वाहात जाणारी सावित्री नदी उगम पावते.

सह्याद्रीतील घाट :

उंचच उंच व लांब पर्वतरांगांमधील कमी उंचीच्या भागास 'खिंड' म्हणतात. या खिंडीतून वाहतुकीचे मार्ग जातात. त्यांना 'घाट' म्हणतात. सह्याद्री पर्वतरांगात पुढील महत्त्वाचे घाट आहेत. मुंबईहून नाशिककडे जाणारा रेल्वे मार्ग कसाऱ्याजवळ'थळघाटा'तून जातो. पुणे मुंबई दरम्यानचा रेल्वेमार्ग खंडाळ्याजवळून असलेल्या 'बोरघाटा'तून जातो. 'कुंभार्लीघाटा'तून कोकणात चिपळूण भागात जाता येते. 'आंबाघाटा'तून रत्नागिरीकडे जाता येते, तर 'फोंडा आणि आंबोली घाट' मालवण आणि दक्षिणेत गोव्याकडे जाण्यासाठी उपयुक्त आहेत.

सह्याद्रीच्या उपरांगा :

सह्याद्री पर्वताच्या लहान-मोठ्या डोंगररांगा साधारणपणे पश्चिमेकडून पूर्वेकडे जातात. पठारावरील नद्यांचे जलविभाजक म्हणून ओळखल्या जाणाऱ्या या डोंगररांगांना भिन्न भिन्न स्थानिक नावे आहेत.

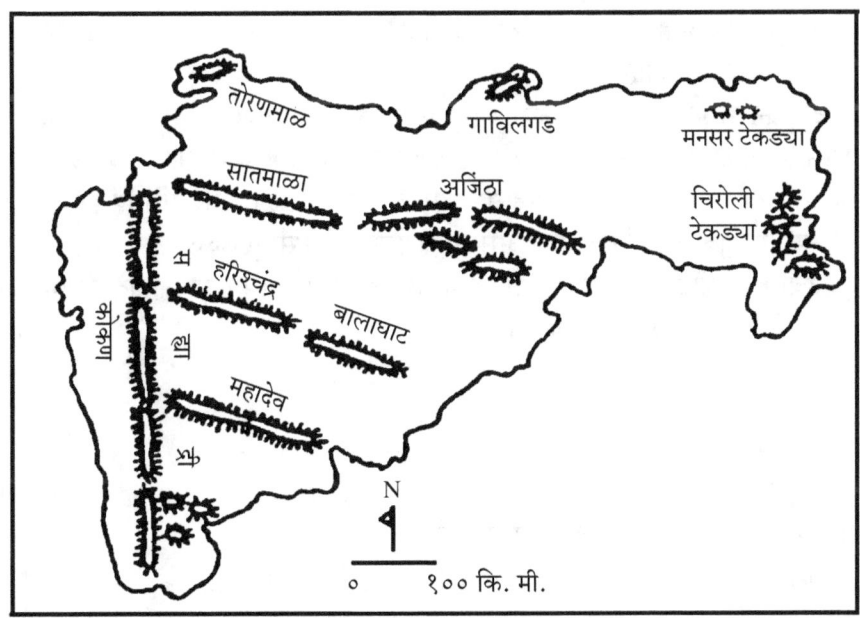

आकृती १.४३ : महाराष्ट्र : डोंगररांगा

१) सातमाळा - अजिंठा डोंगररांगा : उत्तर सह्याद्रीत सप्तशृंगीजवळ सातमाळा रांग सुरू होऊन पूर्वेकडे जाताना त्यांची उंची कमी होते. देवगिरीचा दौलताबाद, अजिंठ्याची जगप्रसिद्ध लेणी याच डोंगररांगात आहेत. अजिंठा टेकड्यांचा उतार उत्तरेकडे तीव्र असून दक्षिणेकडे मंद आहे. वेरूळ लेणी या वेरूळ पर्वतरांगेत आहेत. अजिंठा रांगा पुढे पूर्णा खोऱ्याच्या दक्षिण बाजूने बुलढाणा व यवतमाळ पठार म्हणून ओळखल्या जातात. त्यांच्याच आग्नेयेकडील भाग परभणी, नांदेड जिल्ह्यातून आंध्रप्रदेशात जातो.

२) हरिश्चंद्र बालाघाट डोंगररांगा : गोदावरी व भीमा यांची खोरी हरिश्चंद्र बालाघाट रांगांमुळे वेगळी होतात. या डोंगररांगांच्या पश्चिम भागास 'हरिश्चंद्र घाट' व पूर्व भागास 'बालाघाट' नावाने ओळखले जाते. पुणे जिल्ह्यातील भीमाशंकरजवळून सुरू झालेल्या या रांगेत शिवनेरी हा प्रसिद्ध गड आहे. या रांगेच्या पश्चिम भागात अहमदनगरचे पठार असून पूर्वेस ते उस्मानाबाद पठारावरून नळदुर्गजवळ 'बालाघाट रांग' म्हणून प्रसिद्ध आहे. पुढे बालाघाटची उंची कमी होऊन आंध्रप्रदेशात या डोंगररांगा नाहीशा होतात.

३) शंभूमहादेवाचे डोंगर : १८° उत्तर अक्षांशावर महाबळेश्वरजवळ सह्याद्रीपासून सुरू होऊन आग्नेय दिशेने जाणारी रांग 'शंभूमहादेवाचे डोंगर' म्हणून ओळखली जाते. याच डोंगरावर शिखर शिंगणापूर हे प्रसिद्ध शिवक्षेत्र आहे. या रांगेच्या सुरुवातीस महाबळेश्वर व पाचगणी पठारे आहेत. पुढे उत्तरेस सासवडचे पठार येते. सातारा-सोलापूर जिल्ह्याच्या सरहद्दीवरून ही रांग सांगली जिल्ह्यातील खानापूर पठारावरून जतवरून कर्नाटकात जाते. या रांगेमुळे कृष्णा व भीमा ही खोरी स्वतंत्र झाली आहेत.

सातपुडा पर्वतरांग :

सातपुडा पर्वतरांगेचा फारच थोडा भाग महाराष्ट्रात येतो. नर्मदा व तापी नदी दरम्यान पूर्व-पश्चिम सातपुडा पर्वतरांग पसरली आहे. महाराष्ट्रात नंदुरबार जिल्ह्याच्या पश्चिम भागात सातपुडा पर्वतरांगेतील तोरणमाळ हे (१०३६ मी.) एक लहान आकाराचे पठार आहे. या भागातील सर्वात उंच शिखर अस्तंभा डोंगर (१३२५ मी.) हे आहे.

गाविलगड टेकड्या हा सातपुडा पर्वतरांगेचा भाग अमरावती जिल्ह्याच्या उत्तर भागात आढळतो. येथील वैराट हा महत्त्वाचा डोंगर आहे. त्याची उंची ११७७ मीटर आहे. अमरावतीच्या गाविलगड टेकड्यांचा दक्षिण उतार हा अतिशय तीव्र स्वरूपाचा आहे.

३) दख्खनचा पठारी प्रदेश किंवा महाराष्ट्र पठार किंवा देश : नर्मदा नदीच्या दक्षिणेकडील विस्तृत पठारी प्रदेशास 'दख्खनचे पठार' म्हणतात. महाराष्ट्रात हे पठार 'महाराष्ट्र पठार' नावाने ओळखतात. सर्वसामान्यपणे लोक या भागास 'देश' असे संबोधतात. महाराष्ट्र पठाराचा सर्वसाधारण उतार पश्चिमेकडून पूर्वेकडे आहे. महाराष्ट्र पठाराची पूर्व-पश्चिम लांबी ७५० किलोमीटर असून दक्षिणोत्तर लांबी सुमारे ७०० किलोमीटर आहे. महाराष्ट्र पठाराची सर्वसाधारण उंची ४५० मीटर आहे. राज्याच्या एकूण क्षेत्राच्या ९०% भूभाग या प्राकृतिक विभागाने व्यापला आहे. नद्यांच्या खोऱ्यांनी हा पठारी प्रदेश निर्माण झाला आहे.

प्रश्न

१. पृथ्वीच्या पृष्ठभागापासून भूकेंद्रापर्यंतचे अंतर ..... कि. मी आहे.

(१) ६३७१   (२) ६३७०   (३) ६४००   (४) ६०००

२. शिलावरणाचे ..... व ... हे दोन उपथर आहेत.

(१) सियाल व निफे   (२) सायमा व निफे

(३) सियाल व सायमा   (४) यापैकी एकही नाही.

३. शिलावरणाचा .....% भाग भूमीने तर .....% भाग पाण्याने व्यापला आहे.
(१) ७१,२१ (२) २१,७१ (३) २९,७१ (४) ७१,२९

४. सियाल व सायमा यांची घनता ज्या भागात बदलते त्या भागास .... विलगता असे म्हणतात.
(१) मोहो (२) कॉनरॅड (३) गटेनबर्ग (४) रेपेडी

५. शिलावरण व प्रावरण या दोन थरांना वेगळे करणाऱ्या विलगतेस..... विलगता असे म्हणता.
(१) गटेनबर्ग (२) मोहो (३) रेपेडी (४) कॉनरॅड

६. सायमा या थरात ..... व .... ही मूलद्रव्ये आढळतात.
(१) सिलिका, मॅग्नेशियम (२) सिलिकॉन, मॅग्नेशिअम
(३) ॲल्युमिनिअम, मॅग्नेशियम (४) सायमा, सियाल

७. पृथ्वीच्या अंतरंगाचे थर क्रमाने लावा.
(१) प्रावरण, गाभा, शिलावरण (२) शिलावरण, गाभा, प्रावरण
(३) शिलावरण, प्रावरण, गाभा (४) गाभा, शिलावरण, प्रावरण

८. प्रावरणाचा विस्तार.... कि. मी. पासून ..... कि. मी. पर्यंत आहे.
(१) ४२,२९०० (२) ४०,३००० (३) २९००, ६३७१ (४) यापैकी नाही

९. पृथ्वीचा केंद्रभाग कोणत्या नावाने ओळखला जातो?
(१) सियाल (२) सायमा (३) निफे (४) शिलावरण

१०. .... या भूरूपशास्त्रज्ञाने सर्वप्रथम नदीच्या संदर्भात भूरूपचक्राची संकल्पना मांडली.
(१) डब्ल्. एम. डेविस (२) ब्लार्क (३) हॅकेल (४) रॅटझेल

११. व्ही आकाराच्या दऱ्या, घळई, जलप्रपात घळई ही भूरूपे खालीलपैकी कोणत्या कारकामुळे निर्माण होतात?
(१) नदी (२) हिमनदी (३) भूमिगत पाणी (४) समुद्रलाटा

१२. खारदांग हे भूरूप कोणत्या प्रदेशात आढळते?
(१) महासागरीय (२) वाळवंटी (३) हिमाच्छादित (४) आर्द्रप्रदेश

१३. समुदकडा हे भूमिस्वरूप समुद्र लाटांच्या .... कार्यामुळे निर्माण होते.
(१) संचयन (२) खनन (३) वहन (४) यापैकी नाही.

१४. भारताच्या मध्यातून .... वृत्त गेलेले आहे.
(१) कर्क (२) मकर (३) विषुव (४) यापैकी नाही.

१५) जोड्या जुळवा.

यादी (I)	यादी (II)
अ) हिमानी निक्षेपण	१) हिमोढगिरी
ब) नदीय अपक्षरण	२) समतलप्राय मैदान
क) वारा अपक्षरण	३) मंच / चबुतरा
ड) सागरी लाटा निक्षेपण	४) बारखण

(१) अ-२, ब-३, क-४, ड-१ (२) अ-१, ब-२, क-४, ड-३
(३) अ-४, ब-३, क-२, ड-१ (३) अ-१, ब-२, क-३, ड-४

१६. भूशास्त्रीय कारकांचे .... टप्पे आहेत.
(१) अपक्षरण (२) निक्षेपण (३) वहन (४) १, २, ३ हे सर्व

१७. उभेक्षरण हे नदीच्या ..... प्रभावी असते.
(१) युवावस्थेत (२) प्रौढावस्था (३) वृद्धावस्था (४) १, २, ३ हे सर्व

१८. 'व्ही' आकाराच्या दरीच्या निर्मितीचे घटक
(अ) उभेक्षरण (ब) तीव्र उतार (क) खडकाची रचना (ड) पावसाचे प्रमाण
(१) फक्त अ (२) अ व ब (३) अ, ब, क (४) अ, ब, क, ड

१९. भारतीय प्रमाण वेळ .... रेखावृत्तावरून निश्चित केली जाते.
(१) ८०° पूर्व (२) ८२°३०' पूर्व (३) ८२°३' पूर्व (४) ८२° ३०' पश्चिम

२०. गुंपित गिरीपादांची निर्मिती नदी ..... प्रदेशातून वाहत असतांना होते.
(१) डोंगराळ (२) मैदानी (३) समुद्रकाठ (४) यापैकी नाही.

२१. 'यू' आकाराची दरी बाबत खालील विधानांचा विचार करा.
(अ) नद्यांप्रमाणे हिमनद्या आपल्या दरीची निर्मिती करीत नाहीत.
(ब) पूर्वी असलेल्या दऱ्यांच्या आकारांमध्ये आपल्या क्षरण कार्यामुळे परिवर्तन घडून आणतात.
(क) हिमनद्यांनी पूर्वीच्या दऱ्यांचे पार्श्व व तळभागाचे खनन करून केलेला 'यू' आकार म्हणजे 'यू' आकाराची दरी होय.
(१) फक्त अ विधान बरोबर (२) फक्त अ व ब बरोबर
(३) फक्त क बरोबर (४) वरील सर्व विधाने बरोबर आहेत.

२२. क्षेत्रफळाच्या बाबतीत भारताचा जगात ..... क्रमांक लागतो.
(१) पाचवा (२) सातवा (३) पहिला (४) दुसरा

२३. मुख्य हिमनदीला उपहिमनद्या जेथे येऊन मिळतात तेथे उपहिमनद्यांची उंची मुख्य नदीपेक्षा जास्त उंचावर असते अशा भूरूपाला ..... म्हणतात.
(१) लोंबती दरी (२) 'यू' आकाराची दरी (३) हिमगव्हर (४) शीर्षभेग

२४. लोएस मैदानाची निर्मिती .... नदीच्या खोऱ्यात झाली आहे.
(१) हो अँग हो (२) नाईल (३) थेम्स (४) ऱ्हाईन

२५. आरामखुर्चीच्या आकारासारख्या तीव्र उताराच्या भिंतीसह खोलगट भूरूपास ...... म्हणतात.
(१) लोंबती दरी (२) टार्न (३) सर्क (४) 'यू' आकाराची दरी

२६. भूमिखंडे व महासागर निर्मिती संबंधीचा अभिसरण प्रवाहाचा सिद्धांत .... या भूगर्भ शास्त्रज्ञाने मांडला.
(१) प्रॅट (२) डटन (३) होम्स (४) ती पिचॅन

२७. नंदादेवी शिखर .... मध्ये आहे.
(१) उत्तरांचल हिमाचल (२) नेपाळ हिमाचल
(३) सिक्किम हिमालय (४) हिमाचल हिमालय

२८. भारताचे एकूण .... प्राकृतिक विभाग आहेत.
(१) सात (२) चार (३) पाच (४) यापैकी नाही.

२९. भारतामध्ये प्राकृतिक विभागात सर्वात जास्त क्षेत्रफळ .... ने व्यापले आहे.

(१) उत्तरेकडील पर्वतीय प्रदेश   (२) उत्तर भारतीय मैदानी प्रदेश

(३) भारतीय द्वीपकल्पीय प्रदेश   (४) भारतीय किनारी मैदानी प्रदेश

३०. दक्षिण भारतातील सर्वात उंच शिखर .... आहे.

(१) निलगिरी   (२) कळसूबाई   (३) अनैमुडी   (४) दोडाबेट्टा

३१. भारतीय उपखंडात..... या देशांचा समावेश होतो.

(१) भारत, पाकिस्तान व अफगाणिस्थान   (२) भूतान

(३) बांग्लादेश, श्रीलंका व नेपाळ   (४) वरील सर्व

३२. द्वीपगिरी या भूरूपाची निर्मिती..... मुळे होते.

(१) वाऱ्याचे अपक्षरण   (२) वाऱ्याद्वारे निक्षेपण

(३) वाऱ्याचे संचयन   (४) हिमनदीचे कार्य

३३. वाऱ्याचे प्रभावी कार्य...... प्रदेशात पाहावयास मिळते.

(१) वाळवंटी प्रदेश   (२) हिमाच्छादित प्रदेश   (३) सपाट मैदाने   (४) यापैकी नाही.

३४. उत्तर महाराष्ट्रातील दुष्काळग्रस्त प्रदेश ..... आहे.

(१) सोलापूर   (२) धुळे   (३) नाशिक   (४) नंदूरबार

३५. वातखिडकी भूरूपाची निर्मिती ...... या कारकामुळे होते.

(१) वाहते पाणी   (२) वारा   (३) सागरी लाटा   (४) हिमनदी

३६. भारताचे स्थान ...... गोलार्धात आहे.

(१) उत्तर   (२) पूर्व   (३) उत्तर पूर्व   (४) उत्तर पश्चिम

३७. भारताची प्रमाणवेळ ग्रिनिच प्रमाण वेळेच्या ...... ने पुढे आहे.

(१) ५ तास ३० मिनिटे   (२) ५ तास

(३) ५ तास ५ मिनिटे   (४) यापैकी नाही

३८. भारताला सर्वात कमी सीमा ..... या देशाची लाभलेली आहे.

(१) चीन   (२) भूतान   (३) बांगला देश   (४) अफगाणिस्तान

३९. .... हे भारतातील सर्वात उंच शिखर आहे.

(१) गॉडविन ऑस्टिन (के-२)   (२) माऊंट एव्हरेस्ट

(३) कांचनगंगा   (४) नंगा पर्वत

४०. सागरी किनाऱ्यावर वादळी लाटांमुळे वाळू, शंख, शिंपले इत्यादींचे संचयन होते त्याला .... म्हणतात.

(१) पुळण   (२) बर्म   (३) तरंग   (४) यापैकी नाही.

४१. वाळूच्या दांड्याची निर्मिती सागरी लाटांच्या ..... कार्यामुळे होते.

(१) अपक्षय   (२) वहन   (३) संचयन   (४) खनन

४२. भारताला...... कि. मी. भूसीमा लाभलेली आहे.

(१) ७५१४   (२) ७५००   (३) ७५१७   (४) यापैकी नाही.

४३. खाजणाची निर्मिती .... दरम्यान होते.

(१) भूमी आणि सागर (२) वाळूचा दांडा व किनारा

(३) सागरी मैदान व भूखंडमंच (४) यापैकी सर्व

४४. समुद्रकिनाऱ्याच्या स्वरूपात बदल घडवून आणणारे .... हे घटक आहेत.

(१) लाटा (२) भरती-ओहोटी

(३) समुद्रकिनाऱ्याची खडकरचना (४) वरील सर्व

४५. जोड्या लावा.

भारताचे प्राकृतिक विभाग	क्षेत्र (टक्केवारी)
अ) पर्वत	१) १९.६
ब) टेकड्या	२) १०.७
क) पठार	३) ४३.०
ड) मैदान	४) २७.७

(१) अ-२, ब-१, क-४, ड-३ (२) अ-३, ब-२, क-१, ड-४

(३) अ-४, ब-३, क-२, ड-१ (४) अ-१, ब-४, क-३, ड-२

४६. पूर ही ..... निर्मित आपत्ती आहे.

(१) निसर्ग (२) मानवनिर्मित

(३) नैसर्गिक व मानवनिर्मित (४) यापैकी कोणतेही नाही.

४७. ...... या कारणांमुळे पुराची समस्या निर्माण होते.

(१) वृक्षतोड (२) नद्यांमध्ये गाळाचे संचयन

(३) बर्फ वितळणे (४) वरीलसर्व

४८. भारतातील सर्वाधिक पूरग्रस्त प्रदेश .... राज्यात आहे.

(१) बिहार (२) झारखंड (३) उत्तरप्रदेश (४) आसाम

४९. खालीलपैकी कोणत्या राज्यातून कर्कवृत्त .... जात नाही?

(१) गुजरात (२) झारखंड (३) राजस्थान (४) ओरिसा

५०. भारतात सर्वात कमी क्षेत्रफळाचे संघराज्य ...... आहे.

(१) अंदमान-निकोबार बेट (२) लक्षद्वीप

(३) पाँडेचरी (४) यापैकी नाही.

५१. अंदमान-निकोबार बेटे संघराज्याचे क्षेत्रफळ .... चौ. कि. मी. आहे.

(१) ८२४९ (२) ८००० (३) ८२०० (४) ८५००

५२. कोकण किनारपट्टीची दक्षिणोत्तर लांबी .... कि. मी. आहे.

(१) २९३३ (२) ३२१४ (३) ७२० (४) यापैकी नाही.

५३. ....साली बांग्लादेश पाकिस्तानपासून अलग होऊन एक स्वतंत्र गणराज्य म्हणून उदयाला आले.

(१) १९५० (२) १९७२ (३) १९७१ (४) १९४७

५४. भारतीय उपखंडात..... देशांचा समावेश होतो.

(१) सात (२) आठ (३) पाच (४) चार

५५. खांदेरी व उंदेरी ही ...... आहेत.
(१) खाडी (२) बंदरे (३) किल्ले (४) बेटे

५६. कोकणच्या सखल भागास ...... म्हणतात.
(१) वलाटी (२) खलाटी (३) देश ९४) कोणकण

५७. महाराष्ट्राने भारताचे ...... टक्के क्षेत्रफळ व्यापले आहे.
(१) ९ (२) ७ (३) १६ (४) ५

५८. शिवालिक रांगाची निर्मिती ..... यामुळे झाली.
(१) नदीपासून गाळाचे संचयन
(२) प्रदेशाचे उत्थापन
(३) ग्रेटर आणि मध्य हिमालयापासून गाळाचे संचयन
(४) ज्वालामुखीचा उद्रेक

५९. आजच्या अनेक खंडाच्या निर्मितीच्या अगोदर एकजिनसी खंड होता त्याचे नाव काय आहे ?
(१) गोंडवना (२) लॉरेशिया
(३) पॅन्जिया (४) टेथिस

६०. वेगनरच्या खंडवहन सिद्धांन्तातील लॉरेशियामध्ये समाविष्ट प्रदेशांचा विचार करा.
(१) उत्तर अमेरिका, दक्षिण अमेरिका (२) युरोप, उत्तर अमेरिका, ऑस्ट्रेलिया
(३) उत्तर अमेरिका, युरोप आणि आशिया (४) आशिया, युरोप आणि आफ्रिका

६१. सर्वोच्च (कमाल) तपमानाचे दोन भिन्न बिंदू जोडणाऱ्या रेषेला ..... म्हणतात.
(१) तापीय भूमध्य रेषा (२) महाद्वीपता
(३) अन्तरोष्ण अभिसरण पट्टी (४) विशिष्ट उष्मा

६२. पृथ्वीच्या .... प्रमुख भू-तबकड्या किंवा भूपट्ट आहेत.
(१) सहा (२) सात
(३) तेरा (४) यापैकी नाही.

६३. पृथ्वीचा सर्वाधिक भाग कोणत्या प्रकारच्या खडकाने व्यापला आहे?
(१) रूपांतरित खडक (२) द्वितीय खडक
(३) अग्निजन्य (४) स्तरित

६४. गंगेचे मैदान सुपीक आहे कारण हा भाग ..... ने व्यापला आहे.
(१) खारयुक्त जमिनीने (२) ज्वालामुखीय घटकाने
(३) रूपांतरित खडकाने (४) गाळाने

६५. अक्षांश व रेखांश माहीत असणे आवश्यक असते, कारण त्यावरून ..... निश्चित होते.
(१) स्थानिक वेळ (२) वेळ
(३) प्रमाणित वेळ (४) स्थान

६६. महाराष्ट्राच्या खाली दिलेल्या नकाशात चार घाट दाखविले आहेत. त्यांचा खाली दिलेला दक्षिणे कडून उत्तरेकडे कोणता क्रम बरोबर आहे?

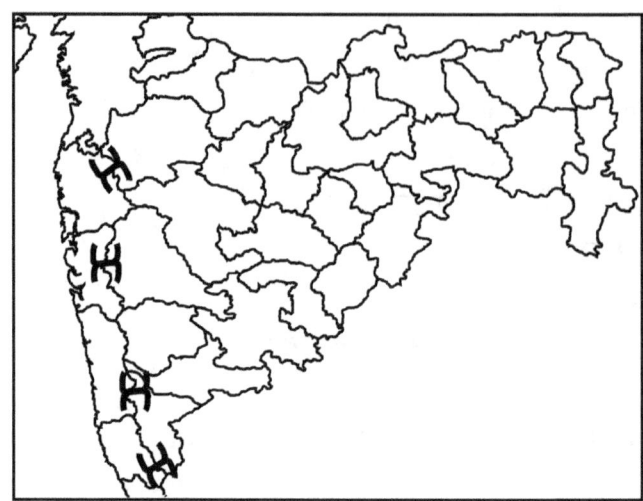

(१) थळघाट, बोरघाट, अंबोली, आंबा   (२) अंबोली, अंबा, थळगाट, बोरघाट

(३) अंबोली, अंबा, बोरघाट, थळघाट   (४) अंबा, अंबोली, थळघाट, बोरघाट

६७. खालीलपैकी कोणता एक पर्वत महाराष्ट्रातील प्रमुख जलविभाजक आहे ?

(१) सह्याद्री पर्वत   (२) सातपुडा पर्वत   (३) अजिंठा पर्वत   (४) महादेव डोंगर

६८. खालीलपैकी कोणती नदी पूर्ववाहिनी नाही ?

(१) तापी   (२) गोदावरी   (३) भीमा   (४) कृष्णा

६९. खालील नकाशात पूर्व हिमालय प्रदेशातील चार पर्वत रांगा १, २, ३, ४, अंकांनी दाखविलेल्या आहेत. या पर्वत रांगांचा पश्चिमेकडून कोणता क्रम बरोबर आहे ?

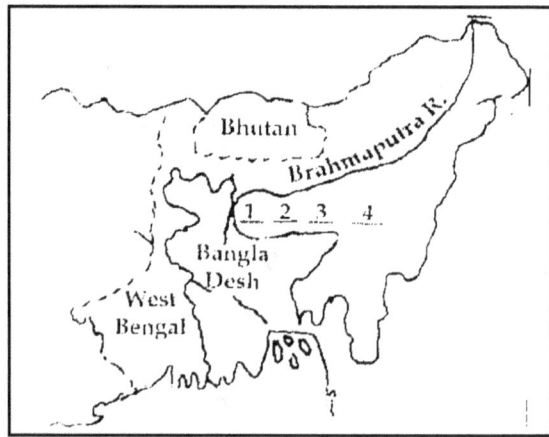

(१) बराली, जयंतिया, खासी, गारो   (२) गारो, खासी, जयंतिया, बराली

(३) जयंतिया, खासी, गारो, बराली   (४) खासी, गारो, बराली, जयंतिया

७०. भारताच्या खाली दिलेल्या नकाशात काढलेली दाट (thick) रेषा .... दाखविते:

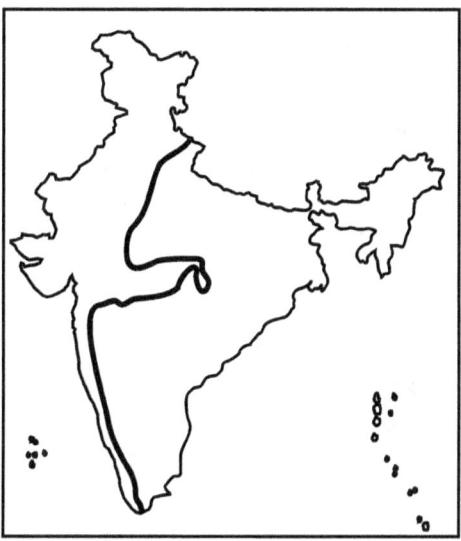

(१) तांदळ व गहू-उत्पादन करणाऱ्या प्रदेशाचे विभाजन करणारी रेषा

(२) जल विभाजक

(३) समभूकंप तीव्रता दर्शक रेषा

(४) वरील पैकी एकही नाही

७१. पृथ्वीचे एकूण क्षेत्रफळ ..... दशलक्ष चौ. कि. मी. आहे.

(१) ५५४   (२) ५६४

(३) ५७४   (४) ५८४

७२. प्राणवायू मिश्रित पाण्याची खडकावर रासायनिक क्रिया होऊन मूळ खडकाचे विघटन होते, या क्रियेला काय म्हणतात?

(१) भस्मीकरण   (२) द्रवीकरण

(३) जलअपघटन   (४) यापैकी नाही.

७३. नदीच्या पूरक्षेत्रातील नवीन गाळाच्या संचयनाला काय म्हणतात ?

(१) भाबर   (२) तराई

(३) खादर   (४) हे सर्व

७४. भारतात एकूण ...... बेटे आहेत.

(१) ४   (२) २४७

(३) २०४   (४) ४३

उत्तरे

१. १	२. ३	३. ३	४. २	५. २	६. १	७. ३
८. १	९. ३	१०. १	११. १	१२. २	१३. २	१४. १
१५. २	१६. ४	१७. १	१८. ४	१९. २	२०. १	२१. १
२२. ४	२३. १	२४. १	२५. ३	२६. ३	२७. १	२८. ३
२९. ३	३०. ३	३१. ४	३२. १	३३. १	३४. २	३५. २
३६. ३	३७. १	३८. ४	३९. १	४०. २	४१. ३	४२. ३
४३. २	४४. ४	४५. १	४६. ३	४७. ४	४८. ३	४९. ४
५०. १	५१. १	५२. ३	५३. ३	५४. २	५५. ४	५६. २
५७. १	५८. २	५९. ३	६०. ३	६१. १	६२. १	६३. ३
६४. ४	६५. ४	६६. ३	६७. १	६८. २	६९. २३	७०. २
७१. ३	७२. १	७३. ३	७४. २			

१०

जलव्यवस्थापन

(Water Management)

प्रस्तावना

'पाणी म्हणजे जीवन' या उक्तीप्रमाणे पाण्याचे महत्त्व मानवी जीवनात अनन्य साधारण आहे. 'No life without water' म्हणजेच मानवाला आपली उपजीविका भागविण्यासाठी पाण्यावर अवलंबून राहावे लागते. परंतु पाण्याची उपलब्धता व मानवी गरजा यामध्ये मोठे असंतुलन असल्याचे पाहावयास मिळते; त्यामुळे सध्याच्या कालखंडात जलव्यवस्थापनाला महत्त्व आले आहे.

पृथ्वीचा ७१% भाग पाण्याने व्यापलेला असला तरी त्यापैकी सुमारे ९७.१% पाणी महासागरात असून ते खारट आहे. २.२% पाणी ध्रुवानजीक, हिमटोके यासारख्या प्रदेशात बर्फाच्या स्वरूपात आहे. त्यातही ०.०८% पाणी उपयुक्त अशा गोड्या स्वरूपात आहे. उपयुक्त गोडे पाणी किती मर्यादित आहे, हे यावरून स्पष्ट होते. उपयुक्त पाणी अत्यंत मर्यादित असूनही पाण्याचा अद्यापही अनियोजित, अनिर्बंध, अयोग्य वापर जगात सुरू आहे. त्याचे अनिष्ट परिणाम मानवाला आणि पर्यावरणाला भोगावे लागत आहेत.

वार्षिक सरासरी पर्जन्याच्या बाबतीत जगात भारताचा दुसरा क्रमांक लागतो. परंतु भारतासारख्या अतिवेगाने लोकसंख्या वाढणाऱ्या देशाचा दरडोई पाणी वापराच्या बाबतीत जगात सहावा क्रमांक लागतो, असे मत पॉप्युलेशन इंटरनॅशनल (अमेरिका) या आरोग्यविषयक जागतिक संस्थेने केलेल्या सर्वेक्षण अहवालानुसार लक्षात येते.

स्वीडनमधील प्रसिद्ध जलशास्त्रज्ञ फॉकेनमार्क यांनी टंचाईच्या संदर्भात पाणी टंचाई सूचकांक विकसित केला असून तो जगाने प्रमाणित केला आहे.

महाराष्ट्रात पाण्याची नैसर्गिक उपलब्धता १६,३८,२० द. ल. घ. मी. असून पाणी वापराची स्थिती २०० द. ल. घ. मी. इतकी आहे. जलशास्त्रज्ञ फॉकेनमार्क यांच्या जलटंचाई सूचकांकाप्रमाणे महाराष्ट्रात लवकरच टंचाईसदृश परिस्थिती निर्माण होईल व पुढील काळात म्हणजे इ. स. २०२५ मध्ये ती उग्र स्वरूप धारण करेल.

जगाची वाढती लोकसंख्या, औद्योगीकरण, शहरीकरण, राहणीमानाचा उच्च दर्जा, मानवी गरजांची अमर्याद वाढ, पर्यावरणाचा ऱ्हास, जागतिक तापमान वाढ, प्रदूषण यासारख्या समस्यांमुळे पावसाची अनियमितता व खंड, प्रादेशिक, भिन्नता तसेच पिण्याच्या पाण्याची टंचाई, दुष्काळ, शेतीसाठी पाणी, स्वच्छ पाण्याची उपलब्धता यांसारख्या भीषण समस्या निर्माण होतील म्हणून जल व्यवस्थापन ही काळाची नितांत गरज आहे.

भारत - नद्या जोड प्रकल्प :

सर्वोच्च न्यायालयाच्या सन २००२ च्या आदेशामुळे नदीजोड प्रकल्पाची चर्चा सुरू झाली. सर्वोच्च न्यायालयाच्या मते, नदीजोड प्रकल्प ही काळाची गरज आहे. पाणी पुरवठ्यातील विषमता कमी करणे, पाणी टंचाई समस्या दूर करणे, मुबलक पाणी असलेल्या नदीखोऱ्यातून ते कमी पाणी असलेल्या खोऱ्यात वळवणे, देशातील लागवडी खालील शेती क्षेत्राची टक्केवारी वाढवणे इत्यादींसाठी ही महाकाय योजना महत्त्वाची आहे.

इ. स. २०५० मध्ये भारताची लोकसंख्या १५० कोटींपेक्षा जास्त असेल. एवढ्या लोकसंख्येसाठी अन्न व पाणी या मूलभूत गरजा भागविण्यासाठी जमीन जलसिंचनाखाली आणावी लागेल. दिवसेंदिवस भारताचा शहरीकरणाचा व औद्योगिकीकरणाचा वेग वेगाने वाढत आहे. त्यांना पाणी पुरवठा करण्यासाठी मोठे जलाशय लागतील. भारतात मौसमी स्वरूपाचा पाऊस पडतो. तो अनियमित, अनिश्चित स्वरूपाचा असतो; म्हणून देशातील बारमाही, मुबलक पाणी असणाऱ्या नद्याखोऱ्यांचे पाणी देशातील कोरडवाहू, दुष्काळी, हंगामी नदीखोऱ्यांच्या क्षेत्रात आणले पाहिजे. उदा. गंगा-कावेरी जोडकालव्याची योजना, गंगा-ब्रह्मपुत्रा या हिमालयीन नद्यांमधून प्रत्येक वर्षी १४० घनमीटर पाणी उपलब्ध होईल. त्यामुळे पंजाब, राजस्थान, हरियाणा व गुजरात राज्यातील २ कोटी २० लाख हेक्टर जमीन सिंचनाखाली येईल. गंगेच्या पाण्यामुळे नेपाळ व भारत मिळून ३० हजार मेगावॅट वीजनिर्मिती होईल. यासारखे अनेक नदी-जोड प्रकल्प भारतात विकसित करता येतील. भारतात अशी ३० ठिकाणे निवडली आहेत. द्विपकल्पीय घटकांच्या अनुषंगाने या यंत्रणेने १३७ खोऱ्यांचा व उपखोऱ्यांचा अभ्यास केला; दरवर्षी १७४ घन कि.मी. एवढे प्रचंड पाणी वळविण्याची ही योजना म्हणजे जगातील दुसऱ्या क्रमांकाची योजना असणार आहे.

या नदीजोड प्रकल्पामुळे पूरनियंत्रण, रोजगार, जीवनमान उंचावणे, सिंचनवीजनिर्मिती, जलवाहतूक, शेतीच्या सिंचनक्षेत्रातील वाढ, स्थलांतराचा प्रश्न, दुष्काळ इ. महत्त्वाचे प्रश्न सुटणार आहेत.

अर्थतज्ज्ञ नीलकंठ रथ यांच्या मते या योजनांचा अंदाजे खर्च ५,६०,००० कोटी रुपये आहे. या प्रकल्पासाठी २० वर्षांचा कालावधी आणि गुंतवणुकीच्या परताव्यासाठी ५० वर्षे असे गृहीत धरले आहे. याशिवाय नद्याजोड प्रकल्पाविषयी अनेक समस्या आहेत.

नियोजन मंडळाचे सदस्य आणि कृषितज्ज्ञ प्रा. सेन यांनी ऑगस्ट २००९ मध्ये असे मत मांडले की, दुष्काळावर मात करण्यासाठी 'नदीजोड प्रकल्प' हा रामबाण उपाय नाही. तसेच भविष्यात हा प्रकल्प सुरू केला जाण्याची कोणतीही चिन्हे नाहीत. तसेच शासनाने याबाबत वेळोवेळी कोणतीही भूमिका न घेतल्याने हा प्रकल्प रद्दबातल झाल्याचे मानले जाते.

महाराष्ट्रातील नद्याजोड प्रकल्प

महाराष्ट्राला नद्याजोड प्रकल्पांतर्गत ५६ हजार कोटी रुपयांचा निधी देण्याचे केंद्र शासनाने नुकतेच जाहीर केले. कोल्हापूर, सांगली, सातारा, मराठवाडा भागातील दुष्काळी परिस्थिती दूर करण्यासाठी उपसा योजनेंतर्गत उजनी धरणात ९५ टी.एम.सी. पाणी घेतले जाणार आहे. त्या संदर्भात योजना म्हणजे कोल्हापूर जिल्हातील जादा पाणी अडवून ते नैसर्गिक पद्धतीने नीरा-भीमा खोऱ्यात आणण्यात येणार आहे. केंद्र शासनाच्या नद्याजोड प्रकल्पाच्या धर्तीवरच राज्य शासनामार्फत कुंभी, कासारी, वारणा, पंचगंगा, कृष्णा, नीरा, भीमा या नद्या भुयारी जलमार्गाने जोडण्यात येणार आहेत. हा प्रकल्प पाच हजार कोटींचा असेल; त्याचा अभ्यास चालू आहे.

त्याचप्रमाणे मुंबई शहरासाठी पाण्याची वाढती गरज पाहता कोयना नदीचे ६७ अब्ज घनफूट पाणी मुंबईकडे वळवणे, यासाठी पाच हजार कोटी रुपये खर्च आहे. दमण-पिंगळ व त्यातून राज्याला २४ अब्ज घनफूट पाणी उपलब्ध होऊ शकेल. ही योजना तानसापर्यंत वाढविल्यास ३८ अब्ज घन फूट पाणी मिळेल. याशिवाय तापी व

नर्मदा नद्या जोडाव्यात. तापी खोऱ्यात बोगद्याद्वारे नर्मदेचे पाणी आणावे. तसे केल्यास दोन लाख हेक्टर जमीन ओलिताखाली येईल, असे राज्यातील नदीजोड कार्यक्रमाचे स्वरूप आहे. वैनगंगा-वर्धा जोड योजना - गोदावरी पाणीतंटा लवादाकडून महाराष्ट्राला ३८०.४२ अब्ज घनफूट पाणी वापरण्याची योजना आहे. त्यापैकी १३ अब्ज घनफूट पाणी उपशाद्वारे वर्धा खोऱ्यात (गोदावरी) वळविण्याचा प्रस्ताव आहे. सदरील प्रमाणात नद्याजोड प्रकल्प लवकरात लवकर कार्यान्वित झाल्यास सिंचनाखालील क्षेत्रात मोठ्या प्रमाणात वाढ होईल.

इतर राज्यांच्या तुलनेत महाराष्ट्राची सिंचनक्षमतेची टक्केवारी अतिशय कमी आहे. नदीजोड प्रकल्पामधून या टक्केवारीत वाढ होईल.

भारत - नद्याजोड प्रकल्प

सर्वोच्च न्यायालयाच्या सन २००२ च्या आदेशामुळे नदीजोड प्रकल्पाची चर्चा देशभर सुरू झाली. ही महाकाय योजना म्हणजे एखादा प्रकल्प नाही. नदीजोड प्रकल्प हाती घेण्याची आवश्यकता अशी सांगितली जाते की, पाणी पुरवठ्यातील विषमता दूर करणे, त्यासाठी जादा पाणी असलेल्या नदी खोऱ्यातून ते पाणी कमी पाण्याच्या खोऱ्यात वळवणे.

पुढील ५० वर्षांत भारताची लोकसंख्या १५० ते २०० कोटींच्या घरात गेलेली असेल. या लोकसंख्येला किमान पाणी व अन्न पुरवायचे तर आणखी सुमारे ५ कोटी हेक्टर जमीन सिंचनाखाली आणावी लागेल. तसेच आजचा शहरीकरणाचा वेग पाहता येत्या ५० वर्षांत जी महानगरे व मोठी शहरे वाढतील, त्यांना पाणीपुरवठा करायला मोठे जलाशय-प्रकल्प लागतील. देशाच्या बहुतांश भागाला फक्त मौसमी पावसांचे पाणी मिळते. नेहमीच्या काळात शेतीला पाणी मिळण्यासाठी, या महानगरांना पाणी मिळविण्यासाठी उत्तरेतील बारमाही नद्यांचे पाणी देशभर फिरविले पाहिजे असेही सांगितले जाते. नदीजोड प्रकल्पाची रचना खालीलप्रमाणे आहे.

नद्यांचे जादा पाणी कृष्णा, पेन्नार, कावेरी या नद्यांमध्ये सोडले जाईल. पूर्व किनारपट्टीच्या भागात महानदी-गोदावरीचा जोड होईल. तिथे पाणी उचलावे लागणार नाही. गोदावरी-कृष्णा जोड हा प्रवाही पद्धतीने व काही ठिकाणी १२० मीटर उंचीवर पाणी उचलून काम करेल. यमुना चंबळ जोड कालवा हा मध्यप्रदेशाचा प्रश्न सोडवेल. केरळच्या पश्चिमवाहिनी नद्या उलट्या वळून केरळ-तमिळनाडूला पाणी देतील. नर्मदा-तापी ही अशाच रीतीने सौराष्ट्र, कच्छ, कोकण, उत्तर मध्यमहाराष्ट्राला पाणी देतील. या दक्षिणी भागात ८४ घन कि.मी. पाणी फिरवले जाईल. यामुळे १ कोटी ३० लाख हेक्टर जमीन सिंचनाखाली येईल. आता नव्याने महाराष्ट्रातील गोदावरी-तापी जोडल्या आहेत. या यंत्रणेने नदीजोड होऊ शकतील अशी एकूण ३० ठिकाणे निवडली. द्वीपकल्पीय घटकांच्या अनुषंगाने या यंत्रणेने १३७ खोऱ्यांचा व उपखोऱ्यांचा अभ्यास केला. ज्या ठिकाणाहून पाणी वळवता येईल; अशा ठिकाणांचा अभ्यासही केला. काही कामांचे व्यवहार्यता अहवाल हाती घेण्यात आले. गंगा व ब्रह्मपुत्रा या नद्यांचा नेपाळ व भूतान या देशातील पात्राचा अभ्यासही करण्यात येत आहे. २००४-२००८ या काळात सर्व 'व्यवहार्यता अहवाल' पूर्ण झाला, असे म्हटले आहे. सर्वोच्च न्यायालयाच्या आदेशामुळे कामकाजासाठी कृती-गट (टास्क फोर्स) नेमला गेला आहे. दरवर्षी १७४ घन कि.मी. एवढे प्रचंड पाणी वळविण्याची ही योजना म्हणजे जगातील दुसऱ्या क्रमांकाची योजना असणार आहे. त्यामुळे देशात दुष्काळ शिल्लक राहणार नाही असेच काहींचे मत आहे; या योजनेसाठी एवढा प्रचंड खर्च, लोकांचे पुनर्वसन, निर्माण होणारे वाद आणि एवढी गुंतवणूक कोणत्या पद्धतीने व कोठून करणार व हा प्रकल्प पूर्ण केव्हा होणार या सर्व प्रश्नांची उत्तरे येणारा काळच ठरवील.

या नदीजोड प्रकल्पामुळे पूरनियंत्रण, रोजगार, जीवनमान उंचावणे, सिंचन वीजनिर्मिती, जलवाहतूक असे फायदे सांगितले जातात.

गंगा-ब्रह्मपुत्रा, गोदावरी व महानदी या नद्यांमधले जादा पाणी उपसा करून ते कालव्यात सोडले जाईल. पुराच्या लोंढ्यातील १ ते ५% पाणी कमी होईल. 'जिओ हायड्रॉलॉजी' या शाखेच्या अभियंत्याचे असे मत आहे की, या योजनेमुळे समुद्राचे खारे पाणी नदीत शिरण्याचा धोका आहे. विशेषत: कोकणपट्टीत काम करणाऱ्या अधिकाऱ्यांना ही भीती वाटते. आता नदीजोड प्रकल्पात ८०,००० हेक्टर वनजमीन पाण्याखाली जाणार आहे. याशिवाय पाणथळ, चिबड व खारावणाऱ्या जमिनींचे प्रमाण वाढते आहे. उत्तर प्रदेशातील शारदा सहाय्यक प्रकल्पातील पाणथळ जमिनीमुळे भाताचे उत्पादन ४० ते ७० टक्क्यांनी घटले आहे. आंध्र, मध्यप्रदेश व राजस्थान, बिहार व उत्तर प्रदेशातील अनुक्रमे श्रीरामसागर, चंबळ व गंडक प्रकल्पांमध्ये पाणथळ जमिनी ६०,००० हेक्टर, ९८,७०० हेक्टर व २,११,००० हेक्टर एवढ्या आहेत, तर दहा वर्षांपूर्वी मीठ फुटलेल्या जमिनीचे क्षेत्र देशात ७० लाख हेक्टर आहे. धरणे गाळाने भरण्याचे प्रमाण १४% पासून ते ८०% पर्यंत आहेत. भाक्रा धरण आणखी ८८ वर्षे काम करेल, असा मूळ अंदाज होता, तर त्याचे आयुष्य ४७ वर्षांवर आले आहे. हे सारे प्रश्न हाताळण्याचे सरकारला नियोजन करणे आवश्यक आहे. आज अमेरिका, ऑस्ट्रेलिया, युरोप, रशिया या देशांमध्ये नदी पुनर्निर्माण प्रकल्प हाती घेतले जात आहे.

के. एल. रावांची 'गंगा-कावेरी' आणि दस्तुरांची 'कालवा-माला' या योजना तांत्रिक-आर्थिकदृष्ट्या न झेपणाऱ्या म्हणून नाकारल्या गेल्या; पण तरीही अलीकडे नदीजोड योजना कल्पना मांडली. गेल्या वर्षी स्वातंत्र्यदिनानिमित्त राष्ट्रपतींनी आपल्या भाषणात देशाची तंत्रवैज्ञानिक क्षमता किती वाढली आहे, हे स्पष्ट करण्याच्या संदर्भात नदीजोड प्रकल्पाचा उल्लेख केला होता. हा प्रकल्प परवडण्याजोगा आहे की नाही किंवा तो उचित-इष्ट आहे का इत्यादी मुद्यांसंबंधी या भाषणांमध्ये काहीही मत मांडले नव्हते. या योजनेविषयीचा उल्लेख समग्र विचारांनी केला होता. खरे तर आसाम आणि अरुणाचल प्रदेश ही राज्ये वगळता बाकी सर्व राज्यांनी आपल्या नद्यांमध्ये 'जादा' पाणीच नाही अशी भूमिका घेतली आहे. नद्या वा नद्यांची खोरी यातील पाणीतंट्याचा प्रश्न निर्माण होण्याची शक्यता नाकारता येत नाही. सर्वोच्च न्यायालयाने सर्व राज्यांमध्ये 'सहमती' गृहीत धरली आहे. परंतु या प्रकल्पासाठी आंतरराष्ट्रीय राष्ट्रांची मान्यता घ्यावी लागणार आहे. महाराष्ट्राला कृष्णा खोऱ्यातील कालव्यात पाणी साठवता येईल, असा लाभ सांगितला आहे. दमण-गंगा व पिंजाळ आणि इचमपल्ली धरण बांधल्यावर महाराष्ट्राला या योजनेतून पाणी मिळण्याची शक्यता आहे; पण पिंजाळ नदीवरील धरण वैतरणेच्या खोऱ्यात निर्माण होणार आहे. आता नव्याने गोदावरी-तापी खोरी जोडण्याचे नियोजन केले आहे. या साऱ्याबाबत आंतरराष्ट्रीय तसेच राष्ट्रीय पातळीवर काही कायदे स्पष्ट आहेत काय, असाही प्रश्न आहे. 'पाणी ही निगेटिव्ह केमॉडिटी आहे.' म्हणजे 'पाण्यावर कोणाचीही मालकी नाही' हे तत्त्व प्राचीन काळापासून चालत आले आहे.

पाण्याला जेवढे जास्त 'चालवावे' तेवढे त्याचे बाष्पीभवन जास्त होणार आणि ते झिरपून जाण्याचे प्रमाणही वाढणार. वेगवेगळ्या अंदाजाप्रमाणे पृष्ठजल सिंचनातील पाण्यापैकी ३५ ते ४०% पाणीच प्रत्यक्ष शेतात पोहोचते. या 'वळणदार' प्रकल्पात तर ते आणखी कमी होईल. अर्थतज्ज्ञ नीलकंठ रथ यांनी याबाबत काही प्राथमिक अंदाज मांडले आहेत. या योजनेचा अंदाजे खर्च ५,६०,००० कोटी रुपये आहे. या प्रकल्पपूर्तीसाठी सर्वसाधारण २० वर्षांचा कालावधी आणि गुंतवणुकीचा परतावा मिळण्याचा काळ ५० वर्षे असे गृहीत धरले आहे. तसेच व्याज व चलनवाढ अशा घटकांचा विचार केला आहे. त्यानुसार ७ टक्के व्याज आणि ५% चलनवाढ गृहीत धरून गणित केल्यास या प्रकल्पाचा २० वर्षांचा खर्च २०,१७,४६८ कोटी एवढा होईल, असे नीलकंठ रथ यांचे म्हणणे आहे. विस्थापनाचा प्रश्न मोठा आहे. एवढ्या प्रमाणावर धरणे आणि कालवे यांचे बांधकाम हाती घेतल्यामुळे हजारो खेडी विस्थापित होतील. नदीजोड प्रकल्प विस्थापनाच्या रूपात अशी किती किंमत मागेल, याचा अंदाज करणे टाळले जात आहे.

पाण्याविषयीची देशाची समग्र योजना हवी आणि जलशास्त्रीय पद्धतीने विचार करून खालून-वर अशी तिची बांधणी व्हावी ही मागणी तर सतत पुढे येत आहे. सुप्रीम कोर्टाने नदीजोड प्रकल्प २०१६ पर्यंत पुरा करा म्हटले आहे; परंतु तो २०५० पर्यंत होणार नाही.

देशाच्या पाणी योजनांवर खर्चाचा विचार करता १९५० ते १९९७ या काळात केंद्र आणि राज्य सरकारांनी विविध सिंचन व पाणी योजनांवर ५४० अब्ज रुपये खर्च केले आहेत. याशिवाय सार्वजनिक वित्तसंस्थांनी मुख्यत: पंप आणि विहिरींसाठी शेतकऱ्यांना दिलेली ७० अब्ज रुपयांची कर्जे वेगळीच. अजूनही सिंचनविकासास प्राधान्य देणे आवश्यक आहे, जेणेकरून सिंचन क्षेत्रांत वाढ होईल.

नद्याजोड प्रकल्प रद्दबातल

नियोजन मंडळाचे सदस्य आणि कृषितज्ज्ञ प्रा. अभिजित सेन यांनी ऑगस्ट २००९ मध्ये (ऑगस्टच्या पहिल्या आठवड्यात) असे स्पष्ट केले की, दुष्काळावर नदीजोड प्रकल्प हा रामबाण उपाय नाही. भविष्यात हा प्रकल्प सुरू केला जाण्याची कोणतीही चिन्हे नाहीत, असे त्यांनी सांगितले. फायद्यापेक्षा नुकसानच अधिक असल्याचे सांगत २००४ मध्ये संयुक्त पुरोगामी सरकारने सरकार सत्तेवर आल्यानंतर नदीजोड प्रकल्पाला अग्रक्रम दिला नव्हता. तसेच आघाडीचे सरकार याबाबत अधिकृत प्रतिक्रिया व्यक्त करीत नव्हते. परंतु प्रा. सेन यांनी याबाबत स्पष्ट भूमिका व्यक्त केल्याने आता हा प्रकल्प रद्दबातल झाल्याचे मानले जाते.

भूजल व्यवस्थापन

महाराष्ट्रातील बहुतांश शेती मौसमी पर्जन्यावर अवलंबून आहे. मात्र, मौसमी पर्जन्य अनियमित व अनिश्चित स्वरूपाचा आहे. शिवाय मौसमी वाऱ्यांपासून राज्याच्या सर्व भागांत सारखा पाऊस पडत नाही. महाराष्ट्राच्या फार मोठ्या भागात पावसाचे प्रमाण कमी आहे आणि याच भागातील शेती अयशस्वी ठरली आहे. त्यातच अकार्यक्षम जलव्यवस्थापन, अतिखोल विंधन विहिरीद्वारे भूजलाचा अमर्याद उपसा, सिंचन विहिरींच्या संख्येत वाढ, गेल्या तीन दशकातील शेती, उद्योग व इतर शेती आधारित उद्योगासाठी वाढती पाण्याची मागणी, नगदी पिकांसाठी पारंपरिक सिंचन पद्धतीचा वापर, महाराष्ट्रातील ३.०७ लक्ष चौ.कि.मी. भूभागापैकी २.५० लक्ष चौ.कि.मी. भूभाग अग्निजन्य खडकाने व्यापला आहे आणि वाढती लोकसंख्या इत्यादींसारख्या अनेक कारणांनी उपलब्ध भूजलसाठ्यापेक्षा अतिरिक्त भूजलसाठ्याचा उपसा होतो. अशा प्रकारच्या अतिरिक्त भूजलाच्या उपश्याच्या पट्ट्यात कृत्रिम भूजल भरणा करून जास्तीत जास्त भूजलसाठा निर्माण केल्यास त्या भागातील साध्या व विंधन विहिरींच्या पाण्याची पातळी नियंत्रणात आणता येईल. यासाठी महाराष्ट्रात 'भूजल सर्वेक्षण विकास यंत्रणा' (१९७२), १९९२ पासून पाणलोटक्षेत्र व जलसंधारण कार्यक्रम इ. सारखे कार्यक्रम राबवून भूजलव्यवस्थापन करण्याच्या विविध तांत्रिक, सामाजिक आणि कृत्रिम पद्धती सुचविल्या आहेत.

भूजलव्यवस्थापनाच्या तांत्रिक / अपारंपरिक पद्धती

राज्यात शेतकऱ्यांनी जवळजवळ १४ लाख विहिरी सिंचनासाठी खोदल्या असून सुमारे ७ लाख विहिरी अपूर्ण खोली असलेल्या किंवा पाण्याचा स्रोत कमी असलेल्या आहेत. विशेषकरून अवर्षणप्रवण क्षेत्रातील अशा प्रकारच्या सिंचन विहिरींची पाहणी भूजल सर्वेक्षण यंत्रणेकडून करून अपूर्ण खोली, पाणी कमी असल्यास विहिरीच्या तळाशी तांत्रिक पद्धतीचा अवलंब करून पाण्याची क्षमता वाढविण्यास प्रयत्न करता येईल, त्यामुळे विहिरींचा जलसाठा वाढण्यास मदत होण्याची शक्यता असल्याने विहिरींची सिंचन क्षमता वाढण्यास मदत होईल. त्यासाठी पुढील तांत्रिक पद्धतीचा अवलंब करणे महत्त्वाचे आहे.

पाणलोटक्षेत्रामध्ये ज्या गावांना पिण्याचे पाणी उपलब्ध नाही. तसेच जेथे टँकरने, बैलगाडीने पाणीपुरवठा केला जातो. अशा गावांमध्ये अपारंपरिक पद्धतीने पाणी उपलब्ध करून दिले जाते. या पद्धतीत प्रामुख्याने पुढील कामांचा समावेश होतो.

१) फ्रॅक्चर सील सिमेंटेशन (F.S.C.) - पेयजल उद्भवाच्या जलधारक भूस्तरातून निचरा होऊन उद्भवातील पाणी उताराच्या दिशेने वाहून जाते. त्यामुळे विहिरींची क्षमता कमी होते. असे जलधारक भूस्तरातून वाहून जाणारे पाणी थोपविणे आणि उद्भवाची क्षमता टिकविणे हा या प्रकल्पाचा मुख्य उद्देश आहे. यासाठी उताराच्या दिशेने उद्भवाच्या खालच्या बाजूस विंधन छिद्रांची मालिका करून त्यामध्ये दाबाने सिमेंट सोडण्यात येते. त्यामुळे जलधारक भूस्तरात भूमिगत बंधाऱ्याने सारखा अडथळा निर्माण होऊन पाण्याच्या निचऱ्यास अवरोध निर्माण होतो. त्यामुळे भूसाठ्यात वाढ होते.

२) जॅकेटवेल - खडकामध्ये कृत्रिमरीत्या सच्छिद्रता निर्माण करून उद्भव विहिरींची पाणीपुरवठ्याची क्षमता वाढविण्यासाठी जॅकेटवेल या तंत्रज्ञानाचा वापर करण्यात येतो. या प्रकल्पांर्गत उद्भव विहिरीभोवतीच्या परिसरातील भूशास्त्रीय परिस्थितीप्रमाणे वर्तुळाकारात विंधन छिद्रे घेऊन विहिरीभोवती एक प्रकारे जॅकेट तयार करण्यात येते. विंधन छिद्रांमध्ये दारूगोळा भरून स्फोट करण्यात येतो. त्यामुळे भूपृष्ठाखालील स्तरांची सच्छिद्रता वाढून भेगा व फटी विहिरींशी जोडल्या जातात. त्यामुळे भूजलवहन प्रक्रियेचा वेग वाढून विहिरीभोवतीच्या प्रस्तरातील भूजल विहिरीत पाझरते. पर्यायाने विहिरीच्या पाणीपुरवठा क्षमतेत वाढ होते.

३) बोअर ब्लास्ट टेक्निक (B.B.T.) - जास्त किंवा निश्चित पर्जन्यमान असूनही काही भागातील उद्भव भूस्तरातील सच्छिद्रता कमी असल्याने कोरडे पडतात. असा भूस्तर कृत्रिमरीत्या सच्छिद्र करून त्याची साठवण क्षमता वाढविणे हा या प्रकल्पाचा मुख्य उद्देश आहे. या तंत्रामध्ये उद्भवाच्या परिसरामध्ये आवश्यक त्या खोलीची विंधनछिद्रे घेऊन त्यामध्ये सुरुंगाद्वारे स्फोट करण्यात येतो. त्यामुळे पाण्याची साठवण क्षमता वाढते.

४) जलीय भंजन (हायड्रोफ्रॅक्चरिंग) - ग्रामीण भागात पिण्याच्या पाण्यासाठी विंधन विहिरींचा मोठ्या प्रमाणात वापर करण्यात येतो. भूशास्त्रीय परिस्थिती योग्य असूनही काही ठिकाणी विंधन विहिरीस आवश्यक त्या प्रमाणात पाणी उपलब्ध होत नसल्याचे निदर्शनास येते; कारण अपूर्णता आणि भूशास्त्रीय असलगता काही ठिकाणी कठीण पाषाणामध्ये भेगा किंवा सांध्याचे प्रमाण अत्यल्प असते. तसेच या भेगा व हे सांधेभूजल यासाठ्याशी जोडलेले नसल्याने किंवा त्याची सभोवतालच्या भूजल वाहनमार्गाशी संलग्नता नसल्याने ते भूजल पुनर्भरण व वहनप्रक्रियेतून अलग राहतात. त्यामुळे अशा ठिकाणी घेतलेल्या विंधन विहिरीस अपेक्षेप्रमाणे पाणीपुरवठा क्षमता राहात नाही. अशा परिस्थितीत कमी क्षमतेच्या विंधन विहिरीतील भेगा व फटी भोवतालच्या भूजल वहनमार्गांशी किंवा भूजलसाठ्याशी निगडित होतात. त्यामुळे विंधन विहिरीची पाणीपुरवठ्याची क्षमता वाढते. हायड्रोफ्रॅक्चरिंग या तंत्राद्वारे कमी क्षमता असलेल्या विंधन विहिरीमध्ये हायड्रोलिक फॅक्चर वापरून उच्च दाबाखाली पाणी सोडण्यात येते. त्यामुळे खडकामध्ये अस्तित्वात असलेल्या भेगा स्वच्छ होतात. सदर भेगा विस्तारित होऊन त्या पाणी वाहून आणणाऱ्या भेगांशी संलग्न होतात, तसेच काही ठिकाणी खडकांमध्ये नव्याने भेगा व फटी तयार होतात. पर्यायाने विंधन विहिरीच्या पाणीपुरवठ्याच्या क्षमतेत लक्षणीय वाढ होते.

तसेच ब्लास्टिंग आणि विंधन विहिरींद्वारे कृत्रिम पुनर्भरण याद्वारे पिण्याचे पाणी उपलब्ध करून देण्यास अपारंपरिक साधनांचा उपयोग केला जातो. भूजल सर्वेक्षण आणि विकास यंत्रणा ही कामे करून विंधन विहिरींना पाणी उपलब्ध करून देण्याचा प्रयत्न करत आहे. या तंत्राचा वापर शेतकऱ्यांनाही सिंचन विहिरींसाठी स्वत:च्या खर्चाने करून घेता येऊ शकतो.

सामाजिक बाबी

भूजलसाठा वाढविण्यासाठी पाणलोटक्षेत्र विकास कार्यक्रमातून विविध उपक्रम तांत्रिक, आर्थिक, राजकीय आणि सामाजिक स्तरावर राबविले जातात. त्यातून सामाजिक व आर्थिक विकास होतो. हा विकास लोकशाही प्रक्रियेने व्हावा; स्वत:च्या विकासासाठी विविध घटकांनी एकत्र येऊन प्रयत्न करावेत; म्हणून भूजल व्यवस्थापनात 'लोकसहभाग' संकल्पना अंतर्भूत केली आहे.

स्थानिक लोकांचा विकासकामात प्रत्यक्ष सहभाग घेतला जणार नाही. तोपर्यंत लोकांना त्या कामाबद्दल आपुलकी वाटणार नाही, असे शासनाच्या लक्षात आले. त्यामुळे शासनाने 'कार्यक्रम लोकांचा, सहभाग शासनाचा' असे धोरण अवलंबले आहे. त्यातून जलसंवर्धनाच्या विविध योजना 'लोकसहभागातून' राबविता येतात म्हणून 'लोकसहभाग' हा या कार्यक्रमाचा आत्मा आहे.

भूजलसंवर्धनाच्या सामाजिक बाबी -

१) सलग समतल चर - 'सलग समतल चर' म्हणजे डोंगर-उताराच्या जमिनीवर उताराला आडव्या दिशेने समपातळी रेषेवर खोदलेले चर होय. यामुळे पाणी अडवून जमिनीत जिरवणे, जमिनीवरून वाहणाऱ्या पाण्याचा वेग कमी करणे, पाण्याबरोबर वाहणारी माती अडवून जमिनीची धूप कमी करणे, चरालगतच्या बांधावर वृक्षलागवड करून वृक्षलागवड वाढविता येते. तसेच वरील भागात चरात मुरलेल्या पाण्यामुळे क्षेत्रालगतच्या विहिरी, बोअर यांच्या पाण्याची पातळी वाढते. उदा. कोकण व पश्चिमघाट या सर्व प्रदेशातील पडीक जमिनीवर समतल घेता येतात.

२) लूज बोल्डर स्ट्रक्चर (अनघड दगडी बांध) - पाणलोटक्षेत्राच्या वरच्या व मधल्या भागात दरी, ओंघळ, घळ्या असलेल्या भागात दगडी बांध टाकल्याने वाहणाऱ्या पाण्याचा वेग कमी होतो. मृदाधूप थांबते त्यामुळे बांधालगत पाणी अडवून जमिनीत मुरते त्याचा उपयोग भूजलपातळी वाढण्यासाठी होतो.

उदा. अशा पद्धतीचे अनघड दगडी बांध 'कळसूबाई शिखरावर' तसेच राजस्थानमधील अवर्षणप्रवण क्षेत्रात उंच पर्वतावर 'जोहाड' प्रकल्पांतर्गत तयार केलेले आहेत.

३) मातीचे बांध - पाणलोटक्षेत्राच्या मधल्या व पायथ्याकडील भागात उताराच्या दिशेने मातीचे लहान-मोठे बांध घातल्याने मृदा धूप थांबविली जाते, तसेच उताराच्या दिशेने वाहणाऱ्या पाण्याचा वेग कमी होतो. बांधालगत पाणी अडवून जमिनीत पाणी मुरवले जाते.

४) शेततळे व खोदतळे - शेतीतील वाहून जाणारे पावसाचे पाणी तसेच पावसाळ्यात उपलब्ध असणारे पाणी आपत्कालीन वेळेस उपलब्ध होण्याच्या दृष्टीने खोदलेल्या तळ्यास शेततळे असे म्हणतात.

जमिनीवरून वाहून जाणारे पावसाचे पाणी साठवून शेततळ्याच्या आजूबाजूच्या जलस्रोताचे पुनर्भरण करण्यासाठी उपयोग होतो. त्यामुळे भूजलपातळीत वाढ होते.

नालापात्रातील नाल्याच्या तळाशी नालापात्राच्या रुंदी इतकेच तांत्रिकदृष्ट्या योग्य बाजू व उतार देऊन खोदलेल्या खड्ड्यास शेततळे असे म्हणतात. त्यामुळे नाल्यातून वाहणाऱ्या पाण्याचा वेग कमी होऊन साठा वाढतो. त्याचा फायदा जमिनीची पाण्याची पातळी वाढण्यासाठी होतो.

५) गॅबियन बंधारा - नालापात्रातील पाणी अडविण्यासाठी नालातळात गॅलव्हनाईज्ड तारेची जाळी अंथरून त्यावर लूज बोल्डर स्ट्रक्चरप्रमाणे रचना केल्यानंतर जाळी माथ्यावर ओढून बांधली जाते. तसेच जाळीच्या वेष्टनात (आवरणात) बांधलेल्या दगडी बांधास 'गॅबियन बंधारा' म्हणतात. याचा उपयोग नाल्यातून वाहणाऱ्या पाण्याचा वेग

कमी करून घळीचे नियंत्रण केले जाते. पाणी साठवून त्याद्वारे जमिनीतील पाण्याच्या पातळीत वाढ होते.

याशिवाय नालापात्रात भूमिगत बंधारे, माती नालाबांध, सिमेंट नालाबांध यासारखे उपक्रम राबवल्याने भूजल पातळी वाढण्यास मदत होते.

६) वळण बंधारा - कच्च्या व पक्क्या बांधकामातील बंधाऱ्याच्या साहाय्याने नालाप्रवाह अडवून वळण पाटाद्वारे पाणी थेट शेतीला दिले जाते. याचा उपयोग पाणी साठवल्याने विहिरी व बोअरवेल इ. चे पुनर्भरण होते.

याशिवाय शेतबांध बंदिस्ती, ढाळीची बांध बंदिस्ती केल्याने शेतातील पावसाचे पाणी वाहून न जाता जमिनीत मुरते, त्यामुळे भूजल साठा वाढण्यास मदत होते.

७) नाला बंडिंग - नाल्यातील पाणी काही प्रमाणात साठवण्याच्या उद्देशाने नाल्यामध्ये मातीचेबंधारे घातले जातात. या बंडिंगमुळे नाल्यात पाणीसाठा होतो व पाणी जमिनीत जिरते.

८) पाझर तलाव - दुष्काळी प्रदेशात, जिथे पाऊस कमी पडतो, सिंचनाची दुसरी कोणतीही व्यवस्था नाही अशा भागात जमिनीतील पाण्याची पातळी वाढवण्यासाठी पाझर तलाव बांधले जातात.

९) कोल्हापूर बंधारे - पावसाळ्यात पुराचे पाणी व्यवस्थित वाहून जावे, पावसाळा संपल्यावर नदीमधील प्रवाहावर ऑक्टोबर महिन्यात बंधाऱ्यमाध्ये लाकडी फळ्यांच्या दोन रांगा टाकून व त्यामध्ये काळ्यामातीसारखी जलाभेद्य माती टाकून पाणी अडविले जाते; त्यामुळे नदीपात्रात पाणी अडविल्याने आजूबाजूच्या प्रदेशातील भूजलपातळीत वाढ होते.

उदा. कोल्हापूर जिल्हातील अनेक नद्यांवर असे बंधारे बांधून भूजलसाठा वाढविला गेला आहे.

१०) वृक्षलागवड - गवत आणि झाडांची पाणलोटक्षेत्राच्या वरच्या टप्प्यात मधल्या भागात मोठ्या प्रमाणात लागवड केल्यास बरेच फायदे होतात. सर्वात महत्त्वाचा फायदा म्हणजे यामुळे जमिनीत पाणी मुरले जाते. गवतावरून पाणी वाहताना पाण्याचा वेग कमी असतो. पाणी जास्त वेळ जमिनीच्या संपर्कात राहते. यामुळे जमिनीत पाणी मुरण्याचे प्रमाण वाढते व जमिनीमधील पाण्याची पातळी वाढते.

याशिवाय ग्रामीणभागात जलसाक्षरता, पाणी अडवा-पाणी जिरवा, झाडे लावा-झाडे जगवा इत्यादींसारख्या योजना राबविल्याने भूजलपातळीत वाढ होऊन भूजलव्यवस्थापना होईल.

पाणलोट क्षेत्राची संकल्पना व पाणलोट क्षेत्राचे व्यवस्थापन

दुष्काळाचा अभ्यास केल्यानंतर असे दिसून येते की, महाराष्ट्राला कायमच दुष्काळाचा सामना करावा लागतो. वाढती लोकसंख्या, बेरोजगारी, पिण्याच्या पाण्याची कमतरता, अन्नधान्याची कमतरता, शेतीच्या जलसिंचनाचा प्रश्न, पर्यावरणाचा ऱ्हास इत्यादींसारख्या अनेक समस्यांना तोंड द्यावे लागते. यावर उपाययोजना करण्यासाठी पाण्याचे व्यवस्थापन करणे आवश्यक आहे. त्यासाठी पाणलोटक्षेत्र विकास ही संकल्पना महत्त्वाची आहे.

स्वातंत्र्योत्तर कालखंडात भारतात मृदा संधारणाविषयी विविध कार्यक्रम राबविले जातात. परंतु मृदासंवर्धनाबरोबर शेतीची उत्पादकता वाढवण्यासाठी जलसंधारणाची आवश्यकता असते. यातूनच भारतात पाणलोटक्षेत्र विकास कार्यक्रमाची संकल्पना जोम धरू लागली. १९८६ पासून भारत सरकार राष्ट्रीय पाणलोटक्षेत्र विकास कार्यक्रम राबवत आहे. तत्पूर्वी, महाराष्ट्रात १९८२-८३ पासून सर्वंकष पाणलोटक्षेत्र विकास कार्यक्रम सुरू झाला होता. महाराष्ट्रात १९९२ पासून जलसंधारण विभागांर्तगत पाणलोट क्षेत्र विकास कार्यक्रम राबविला जात आहे. हा कार्यक्रम विविध शासकीय विभागांमार्फत राबविला जातो, जसे मृदा व जलसंधरण व अशासकीय

विभाग, सामाजिक वनीकरण विभाग, भूजल सर्वेक्षण, विकास यंत्रणा व लघुपाटबंधारे विभाग, अशासकीय संघटना, सामाजिक संस्था यांच्या वतीने हा कार्यक्रम ग्रामपातळीपासून ते राष्ट्रीय पातळीवर राबवला जात आहे. त्यामुळे जलसंधारण कार्यक्रमाला महत्त्व प्राप्त झाले.

पाणलोटक्षेत्राची संकल्पना

जमिनीवर पडणारे पावसाचे पाणी शक्य तेवढे जमिनीवर किंवा जमिनीखाली साठवणे हा सर्वसामान्य उद्देश पाणलोटक्षेत्र विकास कार्यक्रमाचा असतो.

जमीन सहसा कधी समपातळीत नसते. जमिनीमध्ये थोडाफार उंचसखलपणा असतोच. पर्वत, डोंगर, घळ्या व सपाट मैदाने असतात. यामुळे जमिनीवर पडणारे पाणी त्याच ठिकाणी न राहता उताराच्या दिशेने वाहू लागते. अशा तऱ्हेने पाणी ओढ्याला मिळते. ज्या वरच्या भागातून पाणी वाहत येते त्या भागाला त्या ओढ्याचे 'पाणलोट क्षेत्र' म्हणतात. आर. एस. देशपांडे आणि रेड्डी यांच्या मते, नदीकाठच्या पाण्याचा साठा असलेले क्षेत्र म्हणजे पाणलोटक्षेत्र होय. डॉ. जनार्दन कदम आणि वराडे यांच्या मते, 'एखाद्या ठराविक क्षेत्रात पडलेल्या पावसाचे, वाहून आलेले पाणी एकत्र जमा होऊन एकाच ओहोळाद्वारे बाहेर पडते, त्या क्षेत्रास पाणलोट क्षेत्र असे म्हणतात.

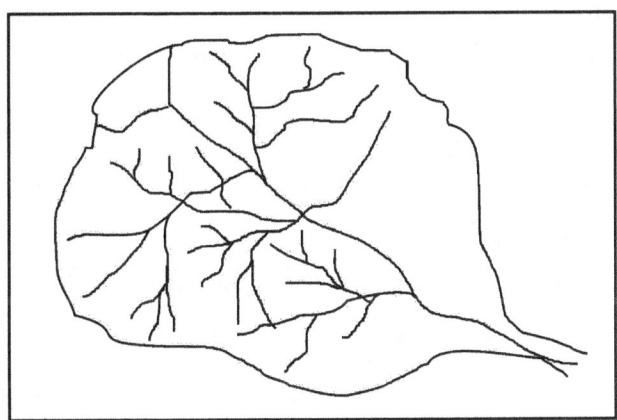

पाणलोट क्षेत्राचे व्यवस्थापन

पाणलोट क्षेत्राचे व्यवस्थापन करण्यासाठी पाणलोट क्षेत्राचा आकार, भूगर्भरचना, उतार, पाणलोट क्षेत्रातील विविध समस्या जाणून घेणे महत्त्वाचे असते.

पाणलोट क्षेत्राचे क्षेत्रफळ काही हजार हेक्टर पासून काही लहान पाणलोट क्षेत्रापर्यंत असते. साधारणपणे पाणलोट क्षेत्राचा आकार बेसिनप्रमाणे असतो; मोठ्या पाणलोट क्षेत्रात अनेक लहान पाणलोट क्षेत्र असतात. त्यामुळे संशोधकांनी पाणलोट क्षेत्राचे वर्गीकरण प्रामुख्याने तीन भागात केलेले आहे.

१) पाणलोटक्षेत्राचा सुरुवातीचा तीव्र उताराचा भाग.
२) पाणलोटक्षेत्राचा मध्यावरील मध्य उताराचा भाग.
३) पाणलोटक्षेत्राचा पायथ्याजवळील मंद उताराचा किंवा सखल भाग.

पाणलोट क्षेत्राच्या पातळ्यांनुसार / टप्प्यांनुसार जलसंवर्धनाच्या विविध उपाययोजना राबवून पडणाऱ्या पावसाचा थेंब वाहून न देता, पाणी साठविणे किंवा जमिनीत मुरवणे हा प्रमुख उद्देश ठेवून पिक पद्धतीत बदल करणे, पाणलोट क्षेत्र व्यवस्थेचे नियोजन आणि आराखडा तयार करणे आवश्यक असते. त्यासाठी खालील उपाययोजना १९९१ मध्ये आर.एस. देशपांडे व रेड्डी यांनी महाराष्ट्र पाणलोटक्षेत्र विकास अभ्यासात मांडल्या आहेत.

१) वृक्षलागवड - पाणलोटक्षेत्राचा पहिला टप्पा तीव्र उताराचा असतो. त्यामुळे पावसाचे पाणी उतारानुसार जलद गतीने वाहून जाते. त्यासाठी पहिल्या टप्प्यात उतारानुसार समपातळीत चर खोदून जंगलाची लागवड केल्याने पावसाचे पाणी साठवून भूगर्भजलपातळी वाढवणे व मृदा धूप थांबवणे महत्त्वाचे असते.

२) फळबाग व वनीकरण क्षेत्र - दुसऱ्या भागात पहिल्या भागातील मृदा धूप थांबवणे महत्त्वाचे असते. त्यामुळे जमिनीच्या पोतानुसार फळझाड लागवड केली जाते. तसेच दगडी बांध, शेतीची बांधबंदिस्ती, जलशोषक समतल चर, ओघळीचे नियंत्रण आणि जैविक बांध यासारखे प्रयोग राबविले जातात.

३) शेतीयोग्य व कुरण विकास क्षेत्र - तिसऱ्या टप्प्यात फळबाग पिके व चांगल्या गवताचे उत्पादन देणाऱ्या गवताची लागवड केली जाते. त्यामुळे मृदा व जलसंवर्धन होते.

उदा. घासगवत, पवना, स्टायलो हॅमाटा गवत इ. सारखे गवत घेतले जाते.

४) पावसातील कोरडवाहू पिकाचे उत्पादन.

५) संरक्षित बागायत क्षेत्र हा पाणलोटक्षेत्राचा शेवटचा टप्पा असून या भागात चांगल्या प्रतीची माती व भूगर्भजलपातळी चांगली असल्याने या भागात बागायती पिके घेतली जातात. हा परिणाम वरच्या भागात केलेल्या उपाययोजनांमुळे दिसून येतो.

याशिवाय काही महत्त्वाच्या योजना पाणलोट क्षेत्र विकासात महत्त्वाच्या असतात. त्या थोडक्यात पुढीलप्रमाणे -

- कोरडवाहू शेती विकासात्मक कामे
- पाणलोट विकास विविध शासकीय व अशासकीय योजना
- नवीन जलसंधारण कार्यक्रम.

इत्यादींच्या साहाय्याने पाणलोट क्षेत्र विकास योजना कार्यान्वित होते; असे असले तरी पाणलोट क्षेत्र विकास कार्यक्रमाचे व्यवस्थापन अतिशय महत्त्वाचे आहे.

पुनर्भरण

शेतीसिंचनाखालील क्षेत्रात वाढ करणे, पिण्याच्या पाण्याची सोय, पाण्याचा औद्योगिकीरणासाठी वाढता वापर, अनियोजित व अयोग्य पाण्याचा वापर, नागरीकरण, अतिरिक्त लोकसंख्या, लोकसंख्या वाढ इत्यादींसारख्या अनेक कारणांनी पाण्याचा उपसा दिवसेंदिवस वाढत आहे. त्याचबरोबर पावसामधील अनियमितता इत्यादींवर मात करण्याकरिता पुनर्भरणाच्या पर्यायाचा विचार महत्त्वाचा आहे. निसर्गाची पुनर्भरणाची क्षमता मर्यादितच आहे. परिणामी महाराष्ट्र राज्यातील २१ जिल्ह्यांतील ६४ तालुक्यांत भूजलाच्या पातळीत घट झाली असल्याचा निष्कर्ष पुढे आलेला आहे.

भूजलसर्वेक्षण आणि विकास यंत्रणेमार्फत कृषी हवामान प्रस्थापित आठ जल वेधशाळांमधून १५ ते २० वर्षांपासून भूजल पुनर्भरण व इतर परिणामांचा अभ्यास करण्यात येत आहे. त्यातील पुनर्भरण आकडेवारीनुसार महाराष्ट्रात कठीण खडकात (बेसॉल्ट प्रकारचा अग्निजन्य खडक) व दगडात ४ ते २०%, गाळाच्या प्रदेशात २० ते २८% पाणी जमिनीत मुरते. त्याचप्रमाणे जमिनीवर पडणाऱ्या पावसाच्या पाण्यापैकी ३० ते ४०% पाणी बाष्पीभवनाद्वारे उडून जाते. याचबरोबर दोन पावसांमधील अंतराच्या काळात ओल्या मातीच्या स्तरातून बाष्पीभवन मोठ्या प्रमाणावर होऊन पुनर्भरणाची प्रक्रिया मंदावते. त्यामुळे पाण्याची भूजलपातळी खोल जाते.

महाराष्ट्र शासनाने कृत्रिम पुनर्भरणाच्या विविध पारंपरिक पद्धतीचा अवलंब केला आहे. त्यांच्यामते अशा पारंपरिक पुनर्भरणामुळे भूजलपातळीत २५ ते ३०% पर्यंत वाढ होते. या पारंपरिक पद्धतीमध्ये पाणलोटक्षेत्र विकास

कार्यक्रमांतर्गत राबविण्यात येत असलेल्या नालाबांध, पाझर तलाव इ. उपक्रमांचा समावेश होतो. त्याचबरोबर काही अपारंपरिक उपाययोजनांचा प्रयोग चालू आहे. यामध्ये विहिरी, विंधन विहिरी, कूपनलिका यांच्या माध्यमातून उथळ व खोलीवर भूजलप्रस्तरात पाणी मुरविता येते. त्यामुळे भूजलपातळी वाढविण्यास मदत होईल. भूजल पुनर्भरणाच्या पारंपरिक उपायांप्रमाणेच भूजलशास्त्रातील संशोधनाच्या आधारे कृत्रिम पुनर्भरणाच्या आधुनिक यांत्रिक पद्धती जसे उभ्या चराद्वारे पुनर्भरण, गाळाच्या प्रदेशातील नलिकाकूपद्वारे. पुनर्भरण कठीण खडकातील विंधन विहिरीद्वारे पुनर्भरण अशा विविध अपारंपरिक पद्धती विकसित करण्यात आलेल्या आहेत.

१) विहीर पुनर्भरण -

अ) चारीच्या / चरीच्या साहाय्याने - पावसाचे पाणी चारीच्या साहाय्याने किमान १२-१५ फूट अंतरावर आणावे. तेथे जमिनीचा उतार भाग व उपलब्धता लक्षात घेऊन ८ × ८ फूट व तळात / बुडात ६× ६ फूट अशा प्रकारचा ८ फूट खोल खड्डा तयार करावा. पावसाचे गढूळ पाणी खड्ड्यात जमा होईल व तेथून चारीद्वारे हे पाणी दुसऱ्या ४ × ६ × ६ फूट आकाराच्या खड्ड्यात सोडावे आणि खड्ड्यात ३ × ३ फुटाचा फिल्टर तयार करण्यासाठी खड्ड्यात १/३ भागात २ इंची दगड, मध्ये १/ ३ भागात रेतीचा खड्डा व खालील १/३ भागात बारीक रेती या पद्धतीने भरावा. त्यामध्ये आपधाव म्हणून चारीतील येणारे पावसाचे पाणी सोडावे, जेणेकरून पाणी गाळले जाऊन खड्ड्याच्या तळावरून पाइपच्या साहाय्याने विहिरीतच सोडता येईल. तसेच खड्ड्याच्या तळावरील पाइप बारीक जाळीने बंद करावा. त्यामुळे गाळ व कचरा खड्ड्यात राहील. पावसाळा संपल्यानंतर मोठ्या खड्ड्यातील साचलेला गाळ परत शेतीला वापरता येतो. अशा प्रकारे भूगर्भातील पाण्याचा साठा वाढविता येतो. मात्र, पिण्याच्या पाण्याच्या विहिरीत अशा प्रकारे पुनर्भरण करू नये; कारण त्यामुळे विहिरीतील पाणी दूषित होण्याचा संभव असतो.

ब) खड्ड्याचा साहाय्याने - विहिरीपासून १०-१२ फूट अंतरावर १८ × १८ फूट आकाराचा (तळाला १५ × १५ फूट आकाराचा) ४.५ फूट खड्डा, या खड्ड्यात मध्यभागी पुन्हा ३ × ३ फूट व ३ फूट खोलीचा दुसरा खड्डा खोदावा. या छोट्या खड्ड्यातील वरील भागात २.५ इंच दगड १/३ मधल्या भागात रेतीचा खड्डा व खालील १/३ भागात त्यापेक्षा बारीक रेती भरावी. खड्ड्याच्या खालील भागातून एक पाइप विहिरीच्या आतपर्यंत सोडावा. पाइप टाकण्यासाठी खड्ड्यापासून ते विहिरीपर्यंत दोन मीटर खोल चर खोदून पाइप विहिरीला छिद्र करून सोडावा. खड्ड्यातील तळावरील पाइपचे तोंड बारीक जाळीने बंद करावे व त्यामुळे गाळ व कचरा खड्ड्यातच राहील आणि अशा प्रकारे खड्ड्यातून पाणी फिल्टर होऊन विहिरीत साठविले जाईल. पावसाळ्यात पाच-दहा लाख लीटर पाण्याचे पुनर्भरण शक्य होते.

२) कूपनलिका / ट्यूबवेल पुनर्भरण

कूपनलिका / ट्यूबवेलच्या आजूबाजूला ४ फूट व्यासाचा खोल खड्डा खोदावा. खड्ड्यातील उंचीएवढा क्रेसिंगचा पाईप काढून ४ सें.मी. अंतरावर सर्व बाजूंनी ८-१० मि.मी. ची छिद्रे करावीत व तो पाइप परत कोसिंगला जोडून छिद्रावर नारळाची दोरी गुंडाळवी (काथ्या). जेणेकरून पाणी गाळले जाईल. खड्ड्याचा खालचा १/३ भाग २.५ इंची दगड किंवा विटांचे तुकडे, मधील १/३ भागात रेतीचा खडांगा व वरील १/३ भागात बारीक रेती भरावी. अशा प्रकारे रेतीच्या स्तरातून दोरी गुंडाळलेल्या गाळणीतून पाणी कूपनलिकेत जाऊन पुनर्भरण होते.

३) बोअरवेल पुनर्भरण

बोअरवेलच्या चारही बाजूंनी १५ फूट व्यासाचा ४.५ फूट खोलीचा खड्डा तयार करावा. या खड्ड्याला १:५:१ अशा प्रकारचा चारही बाजूने उतार काढावा व त्याचा आकार बशीसारखा तयार करावा. खड्ड्याची माती

आत कोसळू नये म्हणून त्याला दगडाची पिचिंग द्यावी. या मोठ्या खड्ड्यात एक फूट खोलीचा खड्डा घेऊन त्याच्या बुडाशी ३.० इंचाचे दगड टाकावेत. त्यावर रेतीचा खडांगा टाकून २.५ इंच व्यासाचा पाइप बोअरवेल केसिंगला छिद्र पाडून जोडावा. या पाइपच्या वर पुन्हा ३० सें.मी. बारीक रेती गच्च भरावी. मोठ्या खड्ड्यात पडणारे पावसाचे पाणी लहान खड्ड्यातील रेतीच्या फिल्टरमध्ये स्वच्छ होऊन बोअरवेमध्ये सोडता येते. याकरिता साधारणत: २००० रु. खर्च येतो व यामधून ५ ते ६ लाख लीटर पाण्याचे बोअरवेलमध्ये पुनर्भरण करता येते.

४) घराच्या छताचे पाणी साठवणे

रुफवॉटर मॉडेल या पद्धतीत छतावर पडणारे पावसाचे पाणी स्लॅब असल्यास किंवा पत्राघर, कौलारू घर असल्यास त्यास पन्हाळी लावून पाइपद्वारे फिल्टरमधून पाठवून सरळ विहिरीत अथवा बोअरवेलमध्ये पुनर्भरण करता येते किंवा एका टाकीत साठवता येते. पावसाळ्यापूर्वी छप्पर स्वच्छ धुऊन घ्यावे. पहिल्या पावसाने छत धुतल्यानंतर पावसाचे पाणी फिल्टरमधून पाठवावे. फिल्टर ३ ते ४.५ फूट लांबीचे आणि १४ सें.मी. व्यासाचे असावे. विहिरीत पाइप घेऊन त्याच्या दोन्ही तोंडावर नायलॉन जाळी बसवून घ्यावी. पाइपच्या खालच्या तोंडातून १/३ भागात रेतीचा खडांगा १/३ भागात रेती व १/३ भागात बारीक गाळलेली रेती भरून फिल्टर तयार करावा. या तयार झालेल्या फिल्टरला रिड्यूसर लावून ३ इंची पाइपद्वारे छपराचे पाणी सहज विहिरीत सोडता येईल. ज्या शेतकऱ्यांकडे ठिबक सिंचन असेल त्या इंचाचे वाळूचे गाळणयंत्र म्हणून (सँड फिल्टर) सुद्धा वापरता येईल. पावसाळा संपताच हे फिल्टर पुन्हा शेतात वापरता येईल. १००० चौरस फुटांवर ७०० ते ८०० मि.मी. पाऊस पडला आणि त्यातील केवळ ७०% पाणी जरी विहिरीत गोळा करता आले तरी ५०,००० लीटर पाणी विहीर अथवा बोअरवेलमध्ये सोडता येते.

अशा प्रकारे विहीर, कूपनलिका, बोअरवेल, इ. चे पुनर्भरण सहज साध्या पद्धतीने करता येते. त्यासाठी सर्वांनी तसे प्रयत्न करणे आवश्यक आहे. म्हणजे पाण्याच्या प्रत्येक थेंबाचा उपयोग करता येईल. त्यामुळे सिंचनक्षेत्र वाढू शकेल व पिण्याचे पाणी उपलब्ध होईल.

कोरडवाहू जमिनीवरील शेती व त्यतील समस्या

महाराष्ट्राच्या एकूण भौगोलिक क्षेत्राच्या ६०% क्षेत्र हे लागवडीखाली आहे. भारतातील एकूण लागवडीखाली असलेल्या क्षेत्रापैकी हे क्षेत्र १३% आहे. सह्याद्री व सातपुड्याचा डोंगराळ भाग, कमी जाडीच्या मृदेचे आवरण असलेले विस्तृत पठारी प्रदेश व कोकणातील जांभी मृदेचे प्रदेश यामुळे लागवडीखाली असलेले क्षेत्र खूपच मर्यादित झाले आहे.

महाराष्ट्रात नैर्ऋत्य मान्सून वाऱ्यापासून अनियमित, अनिश्चित स्वरूपाचा मोसमी पाऊस पडतो. महाराष्ट्रात सरासरी ८०० मि.मी.पेक्षाही कमी पाऊस पडतो. सन २०११ च्या आर्थिक सर्वेक्षणाच्या मते सध्या महाराष्ट्रात १७.९% क्षेत्र जलसिंचनाखाली आहे. डोंगराळ भागात व पठारांच्या माथ्यावर जी शेती होते, ती हंगामी व उदरनिर्वाहाची शेती आहे.

महाराष्ट्रात कोरडवाहू शेतीचा प्रदेश म्हणून सोलापूर, अहमदनगर जिल्ह्यांचा पूर्ण प्रदेश व सांगली, सातारा, पुणे, नाशिक, धुळे या जिल्ह्यांचे पूर्व भाग, बीड, उस्मानाबाद, नांदेड या जिल्ह्यांचा पश्चिम भाग येतो. या दुष्काळी अवर्षणप्रवण भागाने महाराष्ट्राच्या एकूण क्षेत्रफळाच्या सुमारे २०% प्रदेश व्यापला आहे. इ. स. १९३३ मध्ये महाराष्ट्रात सोलापूर येथे कोरडवाहू शेती संशोधन केंद्र सुरू झाले आहे. महाराष्ट्रात कोरडवाहू पिकांच्या शेतीला स्थिरता आणण्यासाठी शास्त्रीय पद्धतीने शेती करण्यास हे केंद्र फायदेशीर आहे.

कोरडवाहू शेती - व्याख्या

'जलसिंचनाशिवाय केली जाणारी पर्जन्याधारित शेती म्हणजे कोरड्या प्रदेशात केली जाणारी जिरायत शेती होय.'

'पावसाचे पाणी मृदेत जिरल्याने प्राप्त होणाऱ्या मृदाजलावर जी शेती केली जाते. त्या शेतीला कोरड्या प्रदेशातील 'जिरायत शेती' असे म्हटले जाते.'

कोरड्या प्रदेशात पावसावर आधारित केली जाणारी ही शेती, निर्वाही शेतीचा एक स्थानिक प्रकार आहे. ही एक परंपरागत शेती असून, जलसिंचन अस्तित्वात येण्यापूर्वीपासून या प्रकारची शेती केली जात आहे. मृदाजलाचा कार्यक्षम वापर करून विविध पिके घेण्याचे तंत्र या प्रदेशातील शेतकऱ्यांनी निर्माण केले आहे.

साधारणपणे ८० सें.मी. पेक्षा कमी पर्जन्य, आठ ते दहा महिन्यांचा पर्जन्यविरहित म्हणजे कोरड्या ऋतूचा कालावधी अशा खंडांतर्गत प्रदेशात जिरायत शेती उत्क्रांत होत गेली आहे. पावसाच्या अनिश्चिततेसोबत कोरड्या हवामानामुळे वेगाने होणारे बाष्पीभवन हा घटक अत्यंत महत्त्वाचा आहे. यामुळे पिकातील, मृदेतील आर्द्रता कमी होते व वातावरणात कोरडेपणा जाणवतो.

कोरड्या प्रदेशातील शेती निर्वाही स्वरूपाची असल्याने धान्य पिकांना प्राधान्य असते.

महत्त्वाची पिके

मका, ज्वारी, बाजरी, बार्ली, राय अशी धान्य पिके, मूग, हरभरा, मसूर अशी भरडधान्ये, सोयाबीन, तीळ, सुर्यफूल, जवस यासारखी कडधान्ये याशिवाय कापूस व वटाणावर्गीय पिकेसुद्धा घेतली जातात.

भारतातील निव्वळ पेरणी क्षेत्रांपैकी (१४१ दशलक्ष हजार हेक्टर) ६५ टक्के क्षेत्र म्हणजे ९९ दशलक्ष हजार हेक्टर क्षेत्र कोरड्याप्रदेशातील शेती खाली असून त्यातून ४०% अन्नधान्याचे उत्पादन होते.

कोरडवाहून जमीन / शेतीची वैशिष्ट्ये -

१) पर्जन्याश्रयी शेती - कोरडवाहू किंवा जिरायत शेती ही पूर्णपणे पावसावर आधारित शेती आहे. ज्या प्रदेशात वार्षिक सरासरी ३०-७५ सें.मी. पाऊस पडतो व हवामान उष्ण, कोरडे अशा निमशुष्क प्रदेशात कोरडवाहू शेती हा निर्वाही शेतीचा परंपरागत प्रकार आढळतो. मोसमी पावसाचे जे पाणी मृदेत झिरपते त्याचा यथायोग्य, कार्यक्षम वापर या शेतीत करून घेतला जातो.

यासाठी जमिनीची विशेष मशागत करून जमिनीत पाणी झिरपण्याच्या विविध पद्धतींचा अवलंब केला जातो-

२) निर्वाही स्वरूपाची शेती - कोरड्या प्रदेशातील शेती निर्वाही स्वरूपाची आहे. पावसाची अनिश्चितता, वारंवार निर्माण होणारी अवर्षण स्थिती, सिंचनाचा अभाव, अनिश्चित व अशाश्वत शेती उत्पादन, अल्पभूधारक गरीब शेतकरी इत्यादींसारख्या विविध कारणांनी शेतकऱ्यांचा निर्वाह स्वरूपाची शेती करण्यावर भर असतो.

३) समस्याग्रस्त शेती - कोरडवाहू शेती ही परंपरागत असल्याने तिच्यात नवीन तंत्रज्ञानाचा अभाव असल्याचे जाणवते. अनिश्चित स्वरूपाच्या पावसावर शेती अवलंबून असल्याने अनेक भौगोलिक, आर्थिक व सामाजिक समस्या असल्याचे दिसून येते.

४) कोरडवाहू शेतीतून वर्षातून एकच पीक घेतले जाते.

५) शेतीची उत्पादन क्षमता खूपच कमी असल्याचे दिसून येते.

कोरडवाहू शेतीच्या समस्या

कोरडवाहू शेती पूर्णतः पावसाच्या पाण्यावर अवलंबून असल्याने शेतीतून खूपच कमी उत्पादन मिळते. त्यामुळे कोरडवाहू शेती अनेक समस्यांना तोंड देत असल्याचे दिसून येते.

अ) भौगोलिक / नैसर्गिक समस्या

१) कमी व लहरी पाऊस – भारतात पावसाचे अनियमित वितरण झालेले आहे. काही भौगोलिक प्रदेशात सरासरी २५० सें.मी. पेक्षा जास्त पर्जन्य तर काही प्रदेशात ५० सें.मी. पेक्षाही कमी व अनियमित आणि अनिश्चित पर्जन्य त्यामुळे प्रामुख्याने पर्जन्य छायेच्या प्रदेशात ही शेती केली जाते.

२) अवर्षणप्रवणता – ज्या भौगोलिक भागात ५०० मि. मी. पेक्षा कमी पाऊस पडतो. यामध्ये प्रामुख्याने सह्याद्रीच्या पूर्वेकडील अवर्षणप्रवण क्षेत्रात (सोलापूर, पुणे, अहमदनगर, बीड, उस्मानाबाद, जालना, औरंगाबाद हे जिल्हे) कोरडी शेती केली जाते. त्यामुळे शेतीतून कमी उत्पादन व पारंपरिक पिके घेतली जातात.

३) पाण्याचा तुटवडा – कोरडी शेती प्रामुख्याने कमी पावसाच्या पर्जन्यछायेच्या प्रदेशात केली जात असल्याने शेतीसाठी, पिण्याच्या पाण्यासाठी, जनावरांचा चारा व पाणी यासारख्या अनेक कारणांसाठी पाण्याचा तुटवडा ही कोरडवाहू शेतीची कायमची समस्या असल्याचे दिसून येते. परंतु अती जलसिंचनाच्या सोयी-सुविधांचा विकास मोठ्या प्रमाणात होऊ लागल्याने काही कोरडवाहू शेती जलसिंचनाखाली येऊ लागली आहे.

४) मृदा धूप – अतिअल्प पर्जन्य व अधिक तापमान अशा उष्ण कोरड्या हवामानामुळे मृदाकण सुटे होऊन वाऱ्याबरोबर व पावसाच्या पाण्याबरोबर वाहून जातात व मोठ्या प्रमाणात याप्रदेशात मृदाधूप होऊन मृदेची सुपिकता कमी-कमी होत असल्याचे दिसून येते.

५) भूजलपातळी व मृदाजलाचा ऱ्हास – उष्ण व कोरडे हवामान असल्याने मृदेतून होणाऱ्या बाष्पीभवनाचा वेग जास्त असतो. त्यामुळे भूजलपातळी खालावते; तसेच मृदाजलाचा ऱ्हास होऊन जलाशये कोरडे पडतात.

६) मौसमी पावसाचे आगमन व निर्गमन यावर कोरडी शेती अवलंबून असल्याने मोसमी पावसाचा विचार करून शेतमालाचे उत्पादन घ्यावे लागते.

ब) आर्थिक आणि सामाजिक समस्या –

१) उत्पादनाची हमी नाही – कोरडवाहू शेती लहरी मोसमी पर्जन्यावर अवलंबून असल्याने कधी जास्त तर कधी अतिअल्प पाऊस तर कधी पाऊस पडतच नाही. त्यामुळे शेतमालाच्या उत्पादनाविषयी निश्चित स्वरूपाची हमी देता येत नाही.

उदा. २०१२-१३ मधील महाराष्ट्रातील दुष्काळसदृश्य परिस्थिती.

२) गरिबी व कर्जबाजारीपणा – कोरडवाहू शेतीत काम करणारे शेतमजूर व शेतकरी यांना शेती उत्पादनाची व शेतात काम मिळण्याची कोणतीही हमी नसल्याने हे शेतकरी सावकार, भांडवलदार, बँका इत्यादींसारख्या शासकीय, अशासकीय आणि खाजगी संस्थांकडून कर्ज घेतात. परंतु कर्ज माघारी करू शकत नाहीत. त्यामुळे याभागातील शेतकरी, शेतमजूर कर्जबाजारीपणाच्या विळख्यात सापडतो. उदा. विदर्भातील शेतकऱ्यांच्या आत्महत्या.

३) पशुधनाचे स्थलांतर व विक्री – कोरडवाहू शेतीतून जनावरांच्या चाऱ्याचा प्रश्न निर्माण होतो. त्यामुळे या प्रदेशातील लोकांना पशुधनाची विक्री किंवा स्थलांतराशिवाय पर्यायच उरत नाही. त्यामुळे आर्थिक समस्या अधिकच गंभीर बनत चालल्या आहेत.

४) बेकारी – कोरडवाहू क्षेत्रात राहणाऱ्या शेतकरी व शेतमजुरांना अवर्षणकालावधीत शेतात व शेतीशीसंबंधित

इतर उद्योगांत कोणतेही काम मिळत नाही. त्यामुळे अशा प्रदेशातील तरुण वर्ग (कार्यकारी लोकसंख्या) बेरोजगार, बेकार बनते.

५) पुरुषांना कामाच्या शोधात स्थलांतर करावे लागते. त्यामुळे स्त्रिया, मुले यांचा चरितार्थ, आरोग्य, सुरक्षितता धोक्यात येते.

६) अस्थैर्य, अशांतता, चोऱ्या, गुन्हेगारी, व्यसनाधिनता वाढते.

७) कोरडवाहू शेतीक्षेत्रात आंदोलन, पाणी प्रश्न, अन्न-धान्याचा प्रश्न, इतर सुखसुविधांचा अभाव इ. समस्यांमुळे नेहमी राजकीय अस्थैर्य असल्याचे दिसून येते.

८) कोरडवाहू शेतीक्षेत्रात लोकसंख्येच्या वैशिष्ट्यांत उदा. लिंग गुणोत्तर, स्थलांतर, कार्यकारी लोकसंख्या, आरोग्यांच्या सुविधांचा अभाव इत्यादींमध्ये मोठा व नियमित बदल संभवतो.

९) दैववादी दृष्टिकोन वाढीस लागून लोक रूढी, परंपरा, अंधश्रद्धा, जात-पात इत्यादींच्या विळख्यात सापडून अकार्यक्षम बनतात.

अशा प्रकारे कोरडवाहू शेती क्षेत्रात लोकांना अनेक समस्यांना सामोरे जावे लागत असल्याने शासनाने या प्रदेशात शेती सुधार योजना व प्रकल्प कार्यान्वित केले आहेत.

१) मृदा व जल-संधारण योजना.

२) पाणलोट क्षेत्र विकास कार्यक्रम.

३) शेतीपूरक व्यवसायांविषयी मार्गदर्शन, प्रशिक्षण व आर्थिक साहाय्य.

४) १९७२ - हैदराबाद येथे 'इंटरनॅशनल क्रॉप रिसर्च इन्स्टिट्यूट फॉर सेमी ॲरिड ट्रॉपिक्स' या संशोधन संस्थेची स्थापना.

५) ऑल इंडिया कोऑर्डिनेटेड रिसर्च प्रोजेक्ट फॉर ड्राय लँड ॲग्रिकल्चरची स्थापना.

६) विशेष आर्थिक अनुदान.

७) जलसिंचनाच्या विविध योजना व प्रकल्प.

इत्यादींसारख्या विशेष योजना प्रकल्प शासन स्तरावर, अशासकीय संस्था, सामाजिक संस्था, कोरडवाहू शेती क्षेत्रांत राबवित असल्याचे दिसून येते.

जलसिंचनाच्या पाणी वाहून जाण्याचे प्रमाण कमी करण्याच्या पद्धती-

पिकांना पाणी देताना धरणे, कालवे, पाटपाणी, विहिरी इत्यादींसारख्या पारंपरिक पद्धतीचा मोठ्या प्रमाणात वापर केला जातो. त्यामुळे आवश्यकतेपेक्षा जास्त पाणी वाया जाते. त्याचा विपरीत परिणाम पिके, मृदा व पाण्याच्या उपलब्धतेवर होतो; म्हणून जलसिंचन करताना आवश्यक तेवढेच पाणी दिले, तर पाण्याची बचत होऊन जास्त क्षेत्राला पाणी देता येईल. आज देशातील सुमारे ३८.७% क्षेत्र सिंचनाखाली असताना महाराष्ट्रात जेमतेम १७.३% क्षेत्र सिंचनाखाली आहे. म्हणजे आज महाराष्ट्राची ८३% शेती जिरायती, अर्थात पावसावर अवलंबून आहे. म्हणून पाण्याच्या प्रत्येक थेंबाचा वापर योग्य पद्धतीने जलसिंचनासाठी झाला तर जलसिंचनाखालील क्षेत्र वाढेल. यासाठी जलसिंचनाचे पाणी वाहून जाण्याचे प्रमाण कमी करण्यासाठी काही आधुनिक पद्धती, तंत्राचा उपयोग केला पाहिजे.

१) जमिनीत असलेल्या पाण्याचे प्रमाण - जमिनीतील पाणी मुळाद्वारे शोषले जाण्याची क्रिया मातीकण, त्याभोवती असलेले पाणी व पिकांचा प्रकार यांमधून निर्माण होणाऱ्या ताणामुळे होते. पाणी कमी असेल तर

पिके कोमेजतात व पाणी जास्त उपलब्ध असेल तर पाणथळ परिस्थिती निर्माण होते. पाण्याची गरज मोजण्यासाठी 'टेनशियो मीटर' हे उपकरण वापरले जाते. या उपकरणामुळे पिकाला जलसिंचनाची आवश्यकता आहे की नाही हे कळते. त्यामुळे जलसिंचनाचे पाणी वाहून जाण्याचे प्रमाण कमी करता येते.

२) **अॅन्टीट्रान्सपरन्ट केमिकल** - पिकांना पाणी दिल्यास त्यातील ४०% पाणी बाष्पीभवनाद्वारे उडून जाते. त्यासाठी अॅबसायसिक अॅसिड, प्लाअिथर न्यूट्रियन्ट, सायोप्रोटेक्टिव्ह पॉलिमर स्प्रे सारख्या अॅन्टीट्रान्सपरन्ट केमिकलचा फवारा केल्यास पाण्याच्या बाष्पीभवनाचा वेग थांबतो.

३) **मल्चिंग** - जैविक व अजैविक घटकांचा थर शेतात पिकानजीक अंथरवून पिकास पाणी दिल्यास तणाची वाढ न होता जलसिंचनाच्या पाण्याच्या बाष्पीभवनाचा वेग मंदावतो.

४) कार्बन-डाय-ऑक्साईड केंद्रित खतांचा वापर केल्याने जलसिंचनाचे पाणी वाहून जाण्याचे प्रमाण कमी होते.

५) **छाटणी** - जलसिंचनाचे मोठ्या प्रमाणात पाणी पिकांच्या फांद्या, पाने इत्यादींतून बाष्पीभवनाच्या माध्यमातून वाहून जाते. तेव्हा पिकांच्या अनावश्यक फांद्या व पाने यांची वेळोवेळी छाटणी करावी.

६) वॅक्स कोटिंगसारखे फवारे शेतात मारल्याने पाण्याचे जमिनीत संवर्धन होऊन जमिनीत ओलावा टिकून राहतो.

७) जमिनीत व जमिनीलगत वाढणाऱ्या पिकांची लागवड जमिनीत करावी.

८) पडणाऱ्या पावसाचे पाणी जमिनीत मुरण्यासाठी शेताची बांधबंदिस्ती, मशागत योग्य पद्धतीने करावी.

९) जमिनीत पिकांना वाढीसाठी आवश्यक असणाऱ्या खतांमध्ये जास्तीत जास्त सेंद्रिय खतांचा वापर करावा.

१०) एकाच वेळी जमिनीत (नायट्राईस युक्त) तंतूमूळ पिकांची व सोटमूळ युक्त पिकांची लागवड करावी.

११) जलसिंचनासाठी ठिबक सिंचन, तुषारसिंचन, मटका सिंचन इत्यादींसारख्या आधुनिक तंत्राचा अवलंब करावा.

वरीलप्रमाणे पारंपरिक व अपारंपरिक जलसिंचनाच्या विविध पद्धतींचा अवलंब केल्यास जलसिंचनाचे पाणी वाहून जाण्याचे प्रमाण कमी होऊन अधिकाधिक शेती क्षेत्र जलसिंचनाखाली येऊन जमिनीची उत्पादकता वाढते.

ठिबक व तुषार जलसिंचन

शेतीला पाणी देताना अनेक पारंपारिक पद्धतीचा अवलंब केला जातो. त्यामुळे अनेक तोटे होतात व शेतीला अनेक समस्यांना तोंड द्यावे लागते. त्यावर उपाययोजना म्हणून शेतीला पाणी देण्यासाठी सुधारित पद्धतींचा अवलंब करणे महत्त्वाचे आहे. त्यापैकी एक ठिबक व तुषार सिंचन योजना महत्त्वाची आहे.

ठिबक सिंचन योजना इस्राईल या देशातून आली. या पद्धतीचा सर्वप्रथम अवलंब ब्लास या शास्त्रज्ञाने केला. अशा प्रकारची योजना राबविणारे 'महाराष्ट्र' हे देशातील पहिले राज्य आहे. ही योजना महाराष्ट्रात १९८६-८७ पासून राबविली जाते.

ठिबक सिंचन योजना

या पद्धतीने जमिनीचे स्वरूप, मृदा, पिकाचे वय, तापमान इत्यादी गोष्टींचा विचार करून पिकांच्या मुळाजवळ आवश्यक तेवढे पाणी नळ्यांद्वारे दिले जाते. जमिनीत खोलवर पाणी मुरण्याच्या वेगापेक्षा कमी वेगाने पाणी दिल्यामुळे

व ज्या ठिकाणी पीक नाही अशा ठिकाणी पाणी न दिल्याने तुषार सिंचनापेक्षा पाण्याची बचत जास्त होते.

राहुरी विद्यापीठाने कापूस पिकाच्याबाबतीत केलेल्या अभ्यासानुसार असे आढळून आले की, सरी पद्धतीपेक्षा ठिबक सिंचन पद्धतीने जलसिंचन केल्यास पाण्याची बचत ५३% होते व उत्पादनातील वाढ २६% होते.

ठिबक सिंचन पद्धतीचे फायदे -

१) योग्य प्रमाणात पाणी दिल्यामुळे जमिनीत हवा व पाणी यांचा समतोल साधला जाऊन उत्पादनात वाढ होते.

२) आवश्यकता नसलेल्या भागाला पाणी न दिल्यामुळे पाण्याची बचत होऊन जास्त क्षेत्राला पाणी देता येते.

३) मुळांजवळ पाणी दिल्यामुळे, तणांची वाढ कमी झाल्यामुळे आंतरमशागतीचा खर्च वाचतो.

४) तुषार सिंचनापेक्षा ठिबक सिंचनाला कमी पाणी लागत असल्यामुळे विजेचा वापर कमी होऊन विजेची बचत होते.

५) रासायनिक खते, पोषक द्रव्ये पाण्यामध्ये मिसळून देता येतात. यामुळे खतांची बचत होते व पोषक द्रव्ये योग्य वेळी योग्य ठिकाणी अल्प कालावधित पोहचते.

६) मानवी श्रमशक्तीची बचत होते.

७) जमिनीचे सपाटीकरण करावे लागत नाही.

८) शासकीय अनुदान मिळत असल्यामुळे कमी भांडवल गुंतवावे लागते.

९) अल्पभूधारकांपासून मोठ्या शेतकऱ्यांना उपयोगी पद्धत.

ठिबक सिंचनाचे तोटे -

१) लहान / सूक्ष्म नळांच्या तोंडाला क्षार अडकल्यामुळे ती तोंडे बंद होतात; त्याकडे सतत लक्ष द्यावे लागते.

२) तुषार सिंचनापेक्षा भांडवली खर्च जास्त येतो.

३) मुळांच्या ज्या बाजूला पाणी दिले जाते, त्या बाजूला मुळांची वाढ चांगली होते.

४) पिकांच्या मुळाशेजारी क्षार जमा होतात.

प्रामुख्याने ठिबक सिंचन सर्व प्रकारची फळझाडे, फळभाज्यांसाठी वापरतात.

सन २०११-१२ मधील उपलब्ध माहितीनुसार अखेर महाराष्ट्रातील १,५३,२२३ हेक्टर क्षेत्र ठिबक सिंचनाखाली आणले गेले आहे.

तुषार सिंचन पद्धती

पिकांवर कृत्रिम पाऊस पाडण्याची ही पद्धत आहे. पाणी जास्त दाबाने पाइपांमधून नॉझेलद्वारे फवाऱ्याच्या रूपाने बाहेर पडते. नॉझेल फिरत असल्यामुळे हा फवारा सर्व बाजूंना पडतो. २ ते ४ किलो दर चौरस सें.मी. एवढा दाब असताना पाणी १० ते २० मीटरपर्यंत जाते. या पद्धतीमध्ये पाणी मोजून देता येते; त्यामुळे पाण्याचा आवश्यक तेवढाच वापर होतो. २ ते ४ किलो दर सें.मी. एवढ्या दाबाखाली पडणारे पाणी एका तासात १५ मि.मी. पावसाएवढे असते. पाण्याचा फवारा सतत ३ तास चालू ठेवला जातो.

तुषार सिंचन खाली दिलेल्या परिस्थितीत उपयुक्त आहे.

१) जमीन उंचसखल असल्याने पाटाने, कालव्याने सर्व भागात पाणी पोहचत नाही.

२) जमिनींमधून पाण्याचा निचरा लवकर होत असल्याने त्यांना पाणी लवकर द्यावे लागते.

३) ज्या ठिकाणी कालव्याने पाणी देणे शक्य होत नाही. अशा परिस्थितीमध्ये तुषारसिंचन उपयुक्त आहे.

तुषार सिंचनाचे फायदे-

१) पाण्याची बचत होऊन ४०% जास्त क्षेत्राला पाणी देता येते.
२) सर्व जमिनीवर सारखेच पाणी पडते; त्यामुळे सर्व ठिकाणांना सारखेच पाणी मिळते.
३) योग्य प्रमाणात पाणी दिल्याने जमिनीचा वापसा कायम राहून हवा कायम खेळती राहते.
४) पाणी साचून न राहिल्यामुळे जमिनीचे क्षारीकरण होत नाही.
५) तुषार सिंचनामुळे पाणी वाहून जात नसल्यामुळे मृदा धूप होत नाही.
६) जमिनीचे सपाटीकरण करण्याची आवश्यकता नसते.
७) खते पाण्यातून देण्याची सोय असल्यामुळे खताची सुमारे २०% टक्के बचत होते.
८) पाणी पावसाच्या स्वरूपात हवेतून पडत असल्यामुळे तापमान कमी होते, तसेच पिकांवरील रोग धुऊन जातो. कीटकांचा नाश होतो.
९) पाण्याची बचत होऊन योग्य प्रमाणात पाणी मिळाल्यामुळे उत्पन्नात सरासरी १५% वाढ होते.
१०) पाणी जमिनीला देताना जास्त देखभाल करावी लागत नाही.

तुषार सिंचनाचे तोटे -

१) सुरुवातीला जास्त भांडवल गुंतवणूक करावी लागते.
२) व्यवस्थापनाची आवश्यकता मोठ्या प्रमाणात असते.
३) वीज, डिझेल अशा उर्जेची इलेक्ट्रॉनिक मोटार इंजिनासाठी आवश्यकता असते.
४) फळझाडांसाठी मोठ्याप्रमाणात वापर करता येत नाही.
५) वाऱ्याचा वेग दर ताशी ७ कि.मी. पेक्षा जास्त असल्यास सर्व जमिनीवर सारख्याप्रमाणात पाणी, खतमिश्रित पाणी, पोषणद्रव्ये, कीटकनाशक औषधे पडत नाहीत.

महाराष्ट्रात तुषारसिंचन प्रामुख्याने गहू, हरभरा, सोयाबीन, भुईमूग, फुलझाडे, भाजीपाला इ. पिकांसाठी वापरले जाते.

सन २००३ मधील उपलब्ध माहितीनुसार अखेर महाराष्ट्रातील १०१७०५ हेक्टर क्षेत्र तुषार सिंचनाखाली आणले गेले आहे.

पाणथळ मृदेचे जलनिस्सारण

'पिके घेण्यास उपयुक्त असलेल्या जमिनीचा मृदेचा वरचा थर विविध पर्यावरणीय कारणामुळे अथवा मानवीकृती व हस्तक्षेपामुळे नाहीसा होऊन तिची सुपिकता नष्ट झाल्यामुळे ती पिके घेण्यास अयोग्य होते; व उपयोगात नसते अशा जमिनीला नापीक जमीन असे म्हणतात.'

आपल्या देशात जलसिंचनाचे अयोग्य नियोजन, पावसाची अनियमितता, पारंपरिक जलसिंचनाच्या पद्धती, अयोग्य मशागत, मृदा धूप, अयोग्य जलव्यवस्थापन, उजाड जमीन इत्यादींसारख्या अनेकविध नैसर्गिक व मानवनिर्मित कारणांमुळे क्षारयुक्त, दलदलीच्या पाणथळ जमिनी अशा विविध समस्या निर्माण झाल्या आहेत.

अशा पाणथळ मृदेतून पाण्याचा निचरा योग्य पद्धतीने व लवकर करून अशा जमिनीची उत्पादकता वाढवण्याच्या दृष्टीने 'नापीक जमीन विकास विभाग बोर्ड' स्थापन करण्यात आले आहे.

इ. स. १९८९-९० साली केंद्र सरकारच्या मदतीने ही बहुउद्देशीय स्वरूपाची योजना देशातील विविध प्रदेशात राबवण्यात आली. या योजनेत खालील उपाययोजना राबविण्यात येत आहेत.

१) क्षारयुक्त जमिनी विकसित करण्यासाठी शेती सभोवताली पाण्याचा निचरा होण्यासाठी कृत्रिम चर तयार करणे त्यामुळे अतिरिक्त पाण्याचा सहजतेने निचरा होईल.
२) ठिबक सिंचन, तुषार सिंचन, मटका सिंचन इत्यादींसारख्या आधुनिक जलसिंचनाच्या पद्धतीचा अवलंब करणे.
३) रासायनिक खतांऐवजी सेंद्रिय खतांचा वापर वाढविणे.
४) उताराच्या दिशेने जमिनीला ढाळ देणे व मशागत करणे.
५) मृदा संरक्षण व संवर्धन करणे.
६) वृक्षशेती, फळबाग इत्यादींसारखी जास्त पाणी लागणाऱ्या पिकांची लागवड करणे.
७) मातीपरीक्षण करून मातीत कमी असलेल्या खनिजांच्या मात्रा मातीला देणे.
८) पाणलोट क्षेत्र विकास योजना राबविणे.
९) शेतजमिनीची बांधबंदिस्ती करणे. वृक्ष लागवड करून जमिनीला त्यांचे कुंपण करणे, शेत जमिनीच्या बांधावर वृक्ष लागवड करणे.
१०) आधुनिक कृषी तंत्रज्ञानाचा प्रचार व प्रसार करणे.
११) अतिचराईमुळे माती उघडी पडते, चिखल होतो. त्यामुळे मोकाट चराईला बंदी घालणे.

अशा विविध उपाययोजना केल्याने पाणथळमृदेचा जलनिस्सारण थांबून मृदेची / जमिनीचा सुपिकता वाढते.

कारखान्यातील दूषित पाण्याचा जमीन व पाणी यावर होणारा परिणाम-

पाणी हा पर्यावरणातील सजीवांना आवश्यक असणारा मूलभूत घटक आहे. पृथ्वीवर पाणी मुबलक असले तरी उपलब्ध पाण्याचे वितरण फारच विषम असून, पाण्याचा नियोजित व संवर्धित वापर ही काळाची गरज आहे. पृथ्वीवर केवळ ३ टक्के पाणी गोड्या पाण्याच्या स्वरूपात उपलब्ध आहे; पण या गोड्या पाण्यापैकी २.९९७% पाणी बर्फाच्या स्वरूपात ध्रुवीय प्रदेशातील बर्फाच्या टोप्याच्या स्वरूपात तसेच हिमनद्यांच्या स्वरूपात आढळून येते. याचाच अर्थ पृथ्वीवरील ०.००३% पाणी मानवी वापरास उपलब्ध आहे. परंतु हे उपलब्ध पाणी दिवसेंदिवस विविध कारणांनी प्रदूषित होत चालले आहे. यापैकी कारखान्यातून बाहेर पडणाऱ्या दूषित पाण्यामुळे अनेक समस्या निर्माण होत आहेत.

१) खतनिर्मिती उद्योगातून बाहेर पडणाऱ्या दूषित पाण्यामुळे 'बायोॲक्सूमलेशन' होते. त्यामुळे जमिनीत क्षारांचे प्रमाण वाढवून जमीन नापीक बनते. तसेच यामुळे पाण्यात नायट्रोजनचे प्रमाण वाढून ऑक्सिजनची मात्रा कमी होते.
२) गंगा नदीच्या पाण्यात विविध कारखान्यातील त्याज्यपदार्थ, अपद्रव्ये, सांडपाणी, मैलापाणी सोडले जाते. यामुळे गंगा नदी भारतातील सर्वात प्रदूषित नदी आहे असे सिद्ध झाले आहे. त्यामुळे पाण्यात विद्राव्य प्रदूषके कमाल मर्यादेपलीकडे वाढली आहेत. त्यामुळे पाण्यात सल्फाइड्स, फ्ल्युरीइड्स इ. घटकांचे प्रमाण वाढले आहे.
३) पाण्यात विद्राव्य असलेले नायट्रेट व फॉस्फेट्स या घटकांमुळे जलसाठ्यांतील वनस्पतींची वाढ जोमाने होते. यास यूट्रॉपिकेशन असे म्हणतात. या अतिरिक्त वाढीमुळे पाण्याची चव व वास बदलतो. परिणामी जलसाठ्यांत अधिक प्रमाणात सेंद्रिय रसायने साचत जातात. हे सेंद्रिय घटक विघटित करण्यासाठी अधिक प्रमाणात प्राणवायू वापरला जातो. त्यामुळे पाण्यातील ऑक्सिजनचे प्रमाण कमी होते.

४) पाण्यात आम्ल, लवण तसेच पारा, शिसे यासारखे विषारी घटक कारखान्यातून सोडले गेल्याने पाणी पिण्यास अयोग्य बनते.

५) समुद्रातून खनिजतेल वाहतूक करताना कारखान्यातून तेलयुक्त पाणी बाहेर पडल्यानंतर ते पाणी जलाशये, नद्या, सरोवरे इत्यादींवर तवंगाच्या स्वरुपात असल्याने या अडथळ्यांमुळे पुरेसा ऑक्सिजन पाण्यात विरघळू शकत नाही. त्यामुळे 'पाणी प्रदूषण' होते.

६) ऊर्जानिर्मितीच्यावेळी प्रचंड पाणी लागते. एक हजार मेगॅवॅट क्षमतेच्या अणूकेंद्रास दर मिनिटाला ६० लाख लीटर पाणी लागते. औष्णिक वीजनिर्मितीसही असेच पाणी लागते. यासाठी वापरलेले पाणी १०° ते १२° से. ग्रे. ने उष्ण होते. उष्ण पाण्यामुळे ऑक्सिजनचे प्रमाण घटते. त्यामुळे पाणी प्रदूषित होते तसेच जमिनीवरील विघटक मरण पावतात.

७) कारखान्यात औद्योगिक प्रक्रिया करताना १ टन पोलादास २,५०,००० लीटर, १ टन कागदास २ ते १० लाख लीटर व १ टन नॉयलॉनला २ कोटी लीटर पाणी लागते. आज लक्षावधी टन रसायने औद्योगिक प्रकिया करताना पाण्यात सोडतात; त्यामुळे जमीन व पाणी प्रदूषण होते.

८) कारखान्यातून बाहेर पडणारी अपमार्जक, रसायनयुक्त पाणी जमिनीवर सोडल्यास जमीन पानथळ व क्षारयुक्त तसेच भूगर्भजल गढूळ बनते.

अशाप्रकारे कारखान्यातून बाहेर पडणाऱ्या दूषित पाण्याचा जमीन व पाणी यासारख्या महत्त्वाच्या साधन संपत्तीवर प्रतिकूल परिणाम होत असल्याने क्षारयुक्त जमीन, मृदा धूप, भूगर्भजलपातळीत घट, पिण्याच्या पाण्याचा प्रश्न, परिसंस्थेचा ऱ्हास, पर्यावरणानाची अवनती, मानवाला पाणी व दूषित अन्न सेवनांतून होणारे अनेक साथीचे रोग, घटत चाललेली जमिनीची उत्पादकता, वांशिकआजार इत्यादींसारखे भयानक परिणाम एकंदर पृथ्वीवरील जीवसृष्टीला भेडसावताना दिसत आहेत.

अशा प्रकारचे जलप्रदूषण रोखण्यासाठी शासनाने विविध कायदे, उपक्रम व योजना राबवण्यास सुरुवात केली आहे.

१) १९६८ - कीटकनाशकांच्या वापरावर बंदी.
२) १९७४ - जलप्रदूषक नियंत्रक कायदा.
३) १९८६ - पर्यावरण संरक्षण कायदा.
४) १९८६ - गंगा कृती योजना.
५) १९८९-९० - नापीक जमीन विकास योजना.
६) १९९५ - राष्ट्रीय स्तरावर नदी संवर्धन योजना.

प्रश्न

१. पृथ्वीवर उपलब्ध असलेल्या ७१% पाण्यापैकी ..... टक्के पाणी मानवास उपयुक्त अशा गोड्या स्वरूपात आहे.

(१) २९ (२) ०.०८ (३) २.२ (४) वरीलपैकी नाही.

२. पॉप्युलेशन इंटरनॅशनल (अमेरिका) या जागतिक संस्थेच्या सर्वेक्षणानुसार वार्षिक सरासरी पर्जन्याच्या बाबतीत भारताचा ...... क्रमांक लागतो.

(१) दुसरा (२) सातवा (३) पहिला (४) सहावा

३. दरडोई पाणी वापरात भारत देशाचा जगात ...... क्रमांक लागतो.

(१) दुसरा   (२) सातवा   (३) सहावा   (४) पहिला

४. ..... या जलशास्त्रज्ञाने पाणी टंचाईचा सूचकांक प्रथम विकसित केला.

(१) क्लार्क   (२) फॉकेनमार्क   (३) डॉ. रथ   (४) प्रा. सेन

५. खालीलपैकी कोणत्या कारणांमुळे पाणी टंचाईसदृश्य परिस्थिती निर्माण होते ?

(१) वाढती लोकसंख्या   (२) जलसिंचनाच्या अयोग्य पद्धती

(३) मानवी राहणीमानाचा उच्च दर्जा   (४) वरीलपैकी सर्व

६. नदीजोड प्रकल्पाची आवश्यकता खालीलपैकी कोणत्या कारणांसाठी आहे ?

(१) पाणीपुरवठ्यातील विषमता कमी करणे.

(२) मुबलक पाणी असलेल्या नदीखोऱ्यातील पाणी कमी पाणी असलेल्या नदीखोऱ्यात वळविणे.

(३) देशाचे जलसिंचनाखालील क्षेत्र वाढविणे.

(४) वरीलपैकी सर्व.

७. पृथ्वीला ...... ग्रह असे म्हणतात?

(१) जल   (२) वायु   (३) तेज   (४) भू

८. जलविज्ञान शास्त्राचा प्रवर्तक ..... या शास्त्रज्ञाला म्हणतात?

(१) गॅलिलिओ   (२) हॅले   (३) न्यूटन   (४) पॅरा

९. गंगा-कावेरी जोड प्रकल्प खालीलपैकी कोणत्या कारणांमुळे व्यवहार्य ठरला नाही?

(१) प्रचंड खर्च   (२) पर्यावरणीय विवाद

(३) शासनाची उदासीनता   (४) वरीलपैकी १ व २ दोन्हीही

१०. नद्याजोड प्रकल्प ही योजना जगातील ...... क्रमांकाची योजना असणार आहे?

(१) दुसऱ्या   (२) तिसऱ्या   (३) सहाव्या   (४) सातव्या

११. भारतामध्ये 'राष्ट्रीय जल जाळे योजना' अंतर्गत .... नद्या कालव्यांच्या साहाय्याने जोडल्या जाणार आहेत.

(१) २०   (२) २३   (३) २६   (४) ३१

१२. गंगा-कावेरी जोड कालवा प्रकल्पाची योजना .... यांनी तयार केली.

(१) यशवंतराव चव्हाण   (२) शंकरराव चव्हाण

(३) के.एल.राव   (४) शरद पवार

१३. .... यांनी नद्याजोड प्रकल्प हा दुष्काळावर रामबाण उपाय नाही असे मत मांडले.

(१) प्रा. सेन   (२) प्रा. राव

(३) डी. रथ   (४) यांच्यापैकी नाही.

१४. भारतातील प्रमुख नद्याची संख्या .... इतकी आहे?

(१) १०   (२) १२   (३) १४   (४) १६

१५. महाराष्ट्र शासनाने भूजल सर्वेक्षण यंत्रणेची स्थापना ...... साली केली.

(१) १९७२   (२) १९८६   (३) १९९१   (४) १९९२

१६. महाराष्ट्रात पाणलोटक्षेत्र व जलसंधारण कार्यक्रम .... पासून सुरू झाला.

(१) १९९२   (२) १९९१   (३) १९९०   (४) यापैकी नाही.

१७. भूजल पातळी .... या कारणांमुळे खालावते.

(१) वाढती लोकसंख्या   (२) आधुनिक कृषी व उद्योग

(३) शहरी जीवनपद्धती   (४) वरीलपैकी सर्व

१८. पडणाऱ्या पावसाच्या संवर्धनासाठी खोल जमिनीत खालीलपैकी कोणती पद्धत अतिशय महत्त्वाची आहे ?

(१) जमिनीच्या वरच्या थरात बदल करणे.

(२) जमिनीच्या वरच्या थरात विशिष्ट आंतररचना करणे.

(३) खोल नांगरट करणे.

(४) जमिनीशी उभे आच्छादन करणे.

१९. पिकांची पाण्याची गरज कशाशी संबंधित असते ?

(१) इव्हापोट्रान्सपिरेशन   (२) सॉईल मिनरॉलॉजी

(३) ड्राय मॅटर कन्टेंट ऑफ द प्लेट   (४) पोटेन्शिअल ॲबसॉर्बशन कोइफिशिएन्ट

२०. पाणलोट क्षेत्र आधारित जमीन व पाणी संवर्धन योजना मुख्यत: कशावर आधारित असते ?

(१) पाणलोट क्षेत्र व्यवस्थापन तंत्रज्ञान   (२) जमीन आणि माती संवर्धन

(३) पिकांचे नियोजन   (४) जमिनीच्या वापराच्या क्षमतेनुसार वर्गवारी करणे.

२१. खालीलपैकी कोणत्या कार्यक्रमाच्या विकासाला भारत सरकारच्या कृषी मंत्रालयाने हातभार लावला आहे ?

(१) कोरडवाहू प्रदेशासाठी राष्ट्रीय पाणलोट क्षेत्र विकास कार्यक्रम.

(२) वाळवंट विकास कार्यक्रम.

(३) अवर्षणप्रवण क्षेत्र कार्यक्रम.

(४) वरीलपैकी सर्व.

२२. भूजल संवर्धनात पुढीलपैकी कोणत्या बाबींचा समावेश होत नाही ?

(१) समतल चर खोदणे   (२) लूज बोल्डर स्ट्रक्चर

(३) वृक्ष लागवड   (४) ठिबक व तुषार सिंचन

२३. जलसंधारण करताना समपातळीत बांध घालण्याचा उद्देश कोणता ?

(१) जमिनीची धूप कमी करणे.   (२) जमिनीची उत्पादकता वाढविणे.

(३) भूजल पातळी वाढविणे.   (४) झाडांच्या मुळाभोवती ओलावा निर्माण करणे.

२४. .... सालापासून भारत सरकार राष्ट्रीय पाणलोटक्षेत्र विकास कार्यक्रम राबवत आहे.

(१) १९८६   (२) १९८५   (२) १९८४   (४) १९८२

२५. पावसाच्या पाण्यापैकी .... टक्के पाणी बाष्पीभवनाद्वारे हवेत उडून जाते.

(१) १०-२०   (२) २०-३०   (३) ३०-४०   (४) ४०-५०

२६. महाराष्ट्रात विहिरींद्वारे ..... टक्के सिंचन होते.

(१) ४६   (२) ५६   (३) ६६   (४) यापैकी नाही.

२७. महाराष्ट्रातील सिंचनाखालील एकूण क्षेत्राचे पिकाखालील सिंचन क्षेत्राचे प्रमाण .... टक्के आहे?

(१) १७.३   (२) १९   (३) ३८.७   (४) यापैकी नाही.

२८. पिकाची पाण्याची गरज मोजण्यासाठी ...... हे उपकरण वापरले जाते.
(१) क्युसेक्स मीटर (२) हायग्रोमीटर
(३) टेन्शियो मीटर (४) पर्जन्यमापक

२९. जलसिंचनाचे पाणी वाहून जाण्याचे प्रमाण कमी करण्यासाठी खालीलपैकी कोणत्या पद्धतीचा अवलंब करतात ?
(१) मल्चिंग (२) ॲन्टीट्रान्सपरन्ट केमिकल्सचा वापर
(३) छाटणी (४) वरील सर्व

३०. ठिबक जलसिंचन ही .... ने जगाला दिलेली देणगी आहे.
(१) संयुक्त संस्थाने (२) जपान (३) इस्राईल (४) यापैकी नाही.

३१. ठिबक जलसिंचनामुळे खालीलपैकी कोणते फायदे होतात ?
(१) पाण्याची बचत (२) उत्पादनात वाढ
(३) आंतरमशागतीचा खर्च वाचतो (४) वरीलपैकी सर्व

३२. ठिबक सिंचन योजना राबविणारे .... हे पहिले राज्य आहे.
(१) महाराष्ट्र (२) गुजरात (३) पंजाब (४) हरियाणा

३३. देशामधील ..... ठिबक सिंचन महाराष्ट्रात आहे.
(१) ६० टक्के (२) ४० टक्के (३) ३० टक्के (४) २० टक्के

३४. ठिबक व तुषार सिंचन योजना महाराष्ट्रात ...... पासून राबविली जाते.
(१) १९८६-८७ (२) १९९१-९२
(३) १९६२-६३ (४) १९५१-५२

३५. तुषारसिंचन पद्धत ..... प्रदेशात उपयोगी पडत नाही.
(१) मैदानी (२) जेथे वाऱ्याचा वेग जास्त असतो अशा
(३) पर्वतीय (४) वरील सर्व

३६. तुषार सिंचनामुळे पारंपरिक जलसिंचनाच्या तुलनेने .... पर्यंत पाण्याची बचत होते.
(१) ३५ टक्के (२) २० टक्के (३) ५० टक्के (४) ६० टक्के

३७. ठिबक सिंचन व तुषार सिंचन या शेतीला पाणी देण्याच्या ..... पद्धती आहेत.
(१) पारंपरिक (२) तांत्रिक (३) प्रगतिशील (४) वरील सर्व

३८. पाणथळ मृदेतून पाण्याचा निचरा योग्य पद्धतीने व लवकर करून अशा जमिनीची उत्पादकता वाढवण्यासाठी भारत सरकारने ...... ची स्थापना केली.
(१) राष्ट्रीय जलसंपदा विभाग (२) राष्ट्रीय हायड्रॉलॉजी प्रकल्प
(३) नापीक जमीन विकास विभाग बोर्ड (४) राष्ट्रीय वाळवंट विकास कार्यक्रम

३९. चुकीची जोडी ओळखा.
(१) जलप्रदूषण नियंत्रक कायदा १९७२
(२) गंगा कृती योजना १९८६
(३) राष्ट्रीय नदी संवर्धन योजना १९९२
(४) कीटकनाशकांच्या वापरावर बंदी १९६८

४०. जल व भूमी व्यवस्थापन संस्थेचे (वाल्मी) चे मुख्यालय .... येथे आहे?
(१) पुणे (२) औरंगाबाद
(३) मुंबई (४) नागपूर

४१. महाराष्ट्र अभियांत्रिकी संशोधन संस्थेचा (मेरी) मुख्य उद्देश कोणता होता ?
(१) जमीन व पाणी यांच्या विकाससंबंधी प्रशिक्षण देणे.
(२) पाटबंधारे प्रकल्पासंबंधी संशोधन करणे व अभियंत्यांना प्रशिक्षण देणे.
(३) जलसिंचनाच्या नवनवीन पद्धतींचा शोध लावणे.
(४) वरीलपैकी सर्व.

४२. 'पाणी पंचायत' शी संबंधित कोण आहेत ?
(१) विलासराव देशमुख (२) बाबा आढाव
(३) अण्णा हजारे (४) विलासराव साळुंके

४३. गोकुळ प्रकल्प ...... जिल्ह्यात राबवला जातो.
(१) सिंधुदुर्ग (२) रत्नागिरी (३) रायगड (४) ठाणे

४४. ...... पद्धतीने शेतीला पाणी दिल्याने मृदेची धूप अधिक होते.
(१) तुषार सिंचन (२) ठिबक सिंचन
(३) मोकाट पाणी देणे (४) मटका सिंचन

४५. हरियाली कार्यक्रम भारतात केव्हा राबवण्यात आला ?
(१) २००३ (२) २००५ (३) २००७ (४) २०११

४६. महाराष्ट्रात आदर्श गाव-प्रकल्प व संकल्प कार्यक्रम केव्हा सुरू झाला ?
(१) १९९२ (२) १९९५ (२) २००० (४) वरीलपैकी नाही.

४७. जमीन क्षारयुक्त होण्याची खालीलपैकी कोणती कारणे आहेत ?
(१) शेतीला जास्त पाणी देणे.
(२) शेती समपातळीत नसणे.
(३) अधिक पाणी लागणाऱ्या पिकांची वर्षभर लागवड करणे.
(४) वरील सर्व.

४८. चढ-उताराच्या जमिनीवर कोणती सिंचन पद्धती उपयुक्त ठरते ?
(१) आळे पद्धत (२) फवारा पद्धत (३) सरी वरंबा (४) मोकाट पद्धत

४९. वॅक्स कोटिंगसारखे फवारे शेतात मारल्याने खालीलपैकी कोणता फायदा होतो ?
(१) जमिनीची उत्पादकता वाढते.
(२) पाण्याचे जमिनीत संवर्धन होऊन जमिनीत ओलावा टिकून राहतो.
(३) पिकाला किडीचा प्रादुर्भाव होत नाही.
(४) वरील सर्व.

५०. कोरडवाहू शेतीच्या शाश्वततेसाठी मृदेचा .... थर अतिशय महत्त्वाचा असतो.
(१) वरचा (२) मधला
(३) खालचा (४) यापैकी कोणतेही नाही.

उत्तरे

१. २	२. १	३. ३	४. २	५. ४	६. ४	७. १
८. ४	९. ४	१०. १	११. ३	१२. ३	१३. १	१४. ३
१५. १	१६. १	१७. ४	१८. २	१९. १	२०. १	२१. १
२२. ४	२३. ३	२४. १	२५. ३	२६. २	२७. १	२८. ३
२९. ४	३०. ३	३१. ४	३२. १	३३. १	३४. १	३५. २
३६. १	३७. २	३८. ३	३९. १	४०. २	४१. २	४२. ४
४३. २	४४. ३	४५. १	४६. १	४७. ४	४८. ४	४९. २
५०. २						

२

महाराष्ट्राचा आर्थिक भूगोल
(Geography of Maharashtra)

महाराष्ट्रातील खनिज संपत्ती -

प्रस्तावना - मृदा, वने, पाणी, इत्यादीप्रमाणेच खनिजेही देखील एक महत्त्वाची नैसर्गिक साधन संपत्ती आहे. आर्थिक विकासात, उद्योगधंद्यांच्या वाढीत खनिज संपत्ती महत्त्वाची भूमिका बजावत असते.

खनिज संपत्तीच्या वितरणाचा अभ्यास केल्यानंतरच आपणास असे लक्षात येते की, खनिज संपत्तीकरिता महाराष्ट्र हे राज्य फारसे प्रसिद्ध नाही. महाराष्ट्रातील एकूण क्षेत्रफळापैकी १२.३३% क्षेत्रात खनिजसंपत्ती आढळते. भारतातील सर्व प्रकारच्या खनिजांपैकी ३.३% खनिजांचे उत्पादन महाराष्ट्रात होते.

महाराष्ट्रातील खनिजांचे वितरण विषम स्वरूपाचे आहे. महाराष्ट्रात विशेषत: दोनच भागांत खनिजकर्म उद्योगांचा मोठ्या प्रमाणात विकास झालेला आढळून येतो. राज्यातील बरीचशी खनिजसंपत्ती बेसाल्ट खडकाच्या बाह्य क्षेत्रात विशेषत: स्फटिकयुक्त व रूपांतरित खडकात पाहावयास मिळते.

महाराष्ट्रात दगडी कोळशाव्यतिरिक्त मँगनीज व लोहखनिज मोठ्या प्रमाणात आढळते. याशिवाय बॉक्साईट, चुनखडी, क्रोमाईट, डोलोमाईट, इल्मेनाईट व बांधकामाचे खडक इ. साठे वैशिष्ट्यपूर्ण आहेत. याशिवाय, बुलफ्रॅम, तांबे, शिसे व फेरस इ. साठे महाराष्ट्रात आहेत.

महाराष्ट्रातील खनिज संपत्तीने विपुल असणारे प्रदेश -

१) **पूर्व विदर्भ -** चंद्रपूर, गडचिरोली, भंडारा, गोंदिया, नागपूर व यवतमाळ हे जिल्हे
२) **कोकण -** सिंधुदुर्ग, रत्नागिरी, रायगड व ठाणे हे जिल्हे
३) **द. महाराष्ट्र -** कोल्हापूर जिल्हा

महत्त्वाची खनिजे व त्यांचे वितरण -

१) मँगनीज - मँगनीजलाच 'मंगल' असे म्हणतात. हा महत्त्वाचा आणि अतिशय उपयोगी धातू आहे. औद्योगिक युगात या खनिजाला विशेष महत्त्व आहे.

उपयोग - रंग, रसायने, काच, बॅटरी, प्लॅस्टिक, पिग-आयर्न, उच्च दर्जाची पोलाद निर्मिती इ. साठी उपयोग होतो.

साठे - भारताच्या एकूण साठ्यापैकी (१६१ दशलक्ष टन) ४०% मँगनीजचे साठे महाराष्ट्रात आहेत. मँगनीजचे प्रमुख साठे, भंडारा, नागपूर व सिंधुदुर्ग या जिल्ह्यांत आहेत.

वितरण -

१) नागपूर – नागपूर जिल्हा मँगनीज उत्पादनात महत्त्वाचा आहे. या जिल्ह्यात सुमारे सावनेरपासून रामटेकपर्यंत पसरलेल्या २५ कि.मी. लांबीच्या पट्ट्यात मँगनीज सापडते, याशिवाय रामटेक तालुक्यातील मनसेर आणि सावनेर कोटेगाव, गुमगाव, खापा, रामडोंगरी ही क्षेत्रे मँगनीजच्या दृष्टीने महत्त्वाची आहेत. या सर्व भागात उच्च दर्जाचे मँगनीज कमी खोलीवर सापडते. येथील मँगनीजच्या बहुतेक खाणी खुल्या आहेत.

२) भंडारा – भंडारा जिल्ह्यातील मँगनीज साठे भारतातील मोठ्या साठ्यांपैकी एक आहेत. या जिल्ह्यात तुमसर तालुक्यात मँगनीजचा मोठा साठा आहे. येथील कुरमुडा, चिखला, डोंगरी बुद्रुक व सीतासावंती येथे मोठ्या प्रमाणात मँगनीज सापडते. याशिवाय इतर तेरा ठिकाणी लहान लहान साठे विखुरलेले आहेत.

३) सिंधुदुर्ग – महाराष्ट्रातील दक्षिण भागातील सिंधुदुर्ग जिल्हा मँगनीज उत्पादनाच्या दृष्टीने महत्त्वाचा आहे. सिंधुदुर्ग जिल्ह्यात सावंतवाडी व वेंगुर्ला परिसरात जांभ्या खडकात दगडाच्या (धोंड्याच्या) स्वरूपात मँगनीज सापडते.

उत्पादन – मँगनीजच्या भारतातील मोठ्या साठ्यापैकी सर्वाधिक साठा भंडारा जिल्ह्यात आहे. मँगनीजच्या साठ्यांचा विचार करता महाराष्ट्राचा भारतात चौथा क्रमांक लागतो, मात्र उत्पादनात मध्य प्रदेशनंतर दुसरा क्रमांक लागतो. देशातील मँगनीजच्या एकूण उत्पादनापैकी २४% उत्पादन महाराष्ट्रातून मिळते.

महाराष्ट्रात नागपूरजवळ कन्हान व भंडारदरा जिल्ह्यात तुमसर येथे मँगनीज शुद्ध करण्याचे कारखाने आहेत. निम्न प्रतीचे मँगनीज खनिज हे भिलाई पोलाद कारखान्याला वापरले जाते, तर उच्च प्रतीच्या मँगनीजच्या खनिजांची काही भागात निर्यात केली जाते.

२) लोहखनिज – लोहखनिज (अशुद्ध लोखंड) हे महत्त्वाचे खनिज आहे. सध्याच्या लोहयुगात या खनिजास अत्यंत महत्त्व आहे. लोहाचा मोठ्या प्रमाणात उपयोग कारखाने व तेथील यंत्रसामग्री बनवण्यासाठी होत असल्याने सध्याचे युग हे लोखंडाचे युग आहे असे म्हटले जाते.

उपयोग – कार्यालयात वापरल्या जाणाऱ्या टाचणीपासून ते कारखान्यातील अवजड यंत्रांपर्यंत वस्तू लोखंडापासून बनविल्या जातात. शेतीसाठी अवजारे, घराची दारे, विजेचे खांब, रेल्वेरूळ, वाहने इत्यादीसाठी लोखंडाचा उपयोग होतो.

साठे – भारतातील २% लोहखनिजाचे साठे महाराष्ट्रात आहेत. हा साठा कमी वाटत असला तरी लोहाचा दर्जा व त्याचे उत्पादन चांगले आहे.

वितरण

महाराष्ट्रात चंद्रपूर, भंडारा, गडचिरोली, गोंदिया, नागपूर या जिल्ह्यात टॅकोनाईट आणि रायगड, सिंधुदुर्ग, कोल्हापूर, रत्नागिरी जिल्ह्यात जांभा खडकात लोहखनिज आढळते.

१) चंद्रपूर – या जिल्ह्यात लोहखनिजाचा मोठा साठा असून ते उच्च दर्जाचे (मॅग्नेटाईट) लोह खनिज आहे. चंद्रपूर जिल्ह्यात लोहारा (२०० मीटर क्षेत्रात), अंसाला (४०० मीटर क्षेत्रात), पिंपळगाव या क्षेत्रात मोठे साठे आहेत. याशिवाय रत्नापूर, चिमूर, भिसी इ. भागात लोहखनिज साठे आहेत.

२) गडचिरोली – येथील देऊळगाव हे मोठे लोहखनिज क्षेत्र आहे. याशिवाय पुसेस, सुरजागड, भामरागड, दमकोट, पडवी इत्यादी क्षेत्रांत लोहखनिज साठे आहेत. सुरजागड येथील लोहखनिज बिडाच्या लोखंडांच्या कारखान्यास पुरवले जाते.

३) गोंदिया - लोहखनिजाचा मोठा साठा गोंदिया जिल्ह्यात आहे. गोरेगाव तालुक्यात खुर्शीपार व आंबेतलाव क्षेत्रात ६ दशलक्ष टन इतका लोहखनिज साठा आहे.

४) नागपूर - येथील भिमापूर तालुक्यात कमी प्रमाणात लोहखनिज सापडते.

५) सिंधुदुर्ग - हा लोहखनिज उत्पादनात दक्षिण महाराष्ट्रातील सर्वात महत्त्वाचा जिल्हा आहे. येथे मोठा लोहखनिज साठा आहे. सिंधुदुर्ग जिल्ह्यातील वेंगुर्ले तालुक्यातील रेडी, टाका, अंसाली, शिरोडा, आजगाव व नानांसा तर सावंतवाडी तालुक्यातील तळोणे, किन्हाळा, सताडी, सातोली, ठाकूरवाडी, तेंडाली, नळेवाडी, अशिस व कवठाणी या ठिकाणी लोहखनिज साठे आहेत.

६) कोल्हापूर - कोल्हापूर जिल्ह्यात शाहूवाडी व राधानगरी तालुक्यात लोहखनिज साठे आहेत.

उत्पादन - देशातील इतर राज्यांच्या तुलनेने महाराष्ट्रात लोहखनिजाचे उत्पादन कमी आहे. चंद्रपूर हा महाराष्ट्रातील खनिज संसाधनात सर्वात जास्त समृद्ध जिल्हा आहे.

असे असले तरी सध्या महाराष्ट्राचे लोहखनिज उत्पादन १९८१ नंतर घटतच चाललेले आहे.

वर्षे	१९६१	१९७१	१९८१	१९९१	२००१	२००२-०३
लोहखनिज (हजार टनांमध्ये)	३८२	६१३	१४५६	६४५	३३	३५

महाराष्ट्रातील लोह खनिज देशातील लोह पोलाद कारखान्यास वापरले जाते. तसेच ते निर्यातही होते.

३) बॉक्साईट - बॉक्साईट हे जांभा खडकात सापडते. या खनिजापासून ॲल्युमिनिअम मिळते.

उपयोग - ॲल्युमिनिअम हे हलके असून ते एक उत्तम विद्युत्‌वाहक आहे, म्हणून ॲल्युमिनिअमचा उपयोग विद्युत् उपकरणे, विजेच्या तारा, यंत्रसामुग्री इ. बनवण्यासाठी तसेच भांडी, विमाने आणि विमानांचे तसेच वाहनांचे सुटे भाग बनविण्यासाठी होतो. लोह - पोलादाच्या कारखान्यांत बॉक्साईटचा उपयोग होतो.

साठे - महाराष्ट्रात देशाच्या एकूण उत्पादनापैकी २१% टक्के बॉक्साईट उत्पादन होते. महाराष्ट्रात दक्षिण व कोकण भागात बॉक्साईटचे साठे केंद्रित झाले आहेत. महाराष्ट्राच्या दक्षिण भागात कोल्हापूर, सातारा, सांगली जिल्ह्यात आणि कोकणातील ठाणे, रायगड, रत्नागिरी व सिंधुदुर्ग जिल्ह्यात बॉक्साईटचे साठे सापडतात.

१) सातारा - महाबळेश्वर व कोयनेच्या खोऱ्यात पाटण भागात हलक्या प्रतीचे बॉक्साईट सापडते.

२) सांगली - कृष्णेच्या खोऱ्यात

३) ठाणे - या जिल्ह्यात तुंगार टेकड्यांच्या परिसरात ८० चौ. कि. मी. क्षेत्रात बॉक्साईट सापडते.

४) रायगड - श्रीवर्धन, मुरूड, रोहा, महाड

५) रत्नागिरी - येथे बॉक्साईटचा मोठा साठा आहे. या जिल्ह्यात मंडणगड, दापोली येथे २ दक्षलक्ष टनांच्या आसपास बॉक्साईट सापडते.

६) सिंधुदुर्ग - आंबोली भागात ४५ दक्षलक्ष टनांच्या आसपास बॉक्साईट सापडते.

उत्पादन - देशातील इतर राज्यांच्या तुलनेत महाराष्ट्रात बॉक्साईट साठे कमी असले तरी बॉक्साईटचे उत्पादन जास्त आहे. महाराष्ट्रातील बॉक्साईट रत्नागिरी व बेळगाव या ठिकाणी असलेल्या ॲल्युमिनियमच्या कारखान्यात वापरले जाते.

४) क्रोमाईट - भारतातील क्रोमाईटच्या एकूण साठ्याच्या सुमारे १०% क्रोमाईटचा साठा महाराष्ट्रात आहे व तो भंडारा जिल्ह्यात मौनी, नागपूर जिल्ह्यात टाका, सिंधुदुर्ग जिल्ह्यात कणकवली, बागदा, जानवली येथे आढळतो. किमती खड्यावर प्रक्रिया करण्याचे उद्योग, धातू उद्योग व रसायन उद्योगासठी क्रोमाईटचा उपयोग होतो.

५) चुनखडी - महाराष्ट्रात भारताच्या ९% साठा चुनखडकाचा आहे व उत्पादन केवळ २% आहे. महाराष्ट्रात चुनखडीचे ४००० द.ल.टन साठे आहेत. चुनखडकापासून चुना मिळतो. चुनखडीच्या मातीत कंकरापासून चुना उपलब्ध होतो. चुनखडकापासून सिमेंट तयार करतात.

महाराष्ट्रात यवतमाळ, गडचिरोली, चंद्रपूर जिल्ह्यात विंध्ययन खडकात चुनखडीचे साठे आहेत. चंद्रपूर जिल्ह्यात वरोडा तालुक्यात पुरूकेश, कोंडारा, कागमोहन, राजुरा तालुक्यातील चांदूर, सांगोडा, अवरपूर येथे चुनखडक आहेत. यवतमाळ जिल्ह्यात राजूर, मांजरी, वांजरी, शिंदोला, मुकुटवन येथे चुनखडीचे साठे आहेत. अहमदनगर जिल्ह्यात कंडूर, कामूर, खांडेरावाडी येथे व राज्यात इतरत्र कनिष्ठ प्रकारचे चुनखडीचे साठे आहेत.

६) डोलोमाईट - राज्यातील ९०% डोलोमाईटचा उपयोग लोह-पोलाद निर्मितीसाठी केला जातो. व उरलेले डोलामाईट खत कारखान्यात वापरतात. डोलोमाईटयुक्त चुनखडीचे साठे, चंद्रपूर, गडचिरोली, यवतमाळ जिल्ह्यात आहेत.

७) कायनाईट - हिऱ्यांना पैलू पाडण्याच्या उद्योगात व रसायन, सिमेंट, काचसामान, विजेच्या उपकरण निर्मिती उद्योगात कायनाईटचा उपयोग केला जातो. महाराष्ट्रात भंडारा जिल्ह्यात साकोली तालुक्यात पिंपळगाव, मोगरा, दहेगाव व गार्काभोंगा येथे कायनाईटचे तसेच सिलिमिनाईटचे साठे आहेत.

इतर खनिजे - महाराष्ट्रात सिलिकायम वाळूचे सिंधुदुर्ग जिल्ह्यात वेंगुर्ला तालुक्यात वेटोरा, फोंडा, वालावल, चंदवण येथे साठे आहेत. या वाळूचा उपयोग काचकाम व ओतीव कामाच्या साच्यात केला जातो.

महाराष्ट्रात कोकणच्या किनाऱ्यावर रायगड, ठाणे व मुंबई लगतच्या भागात मीठ उत्पादन घेतले जाते. ठाणे जिल्ह्यात वसई, भाईंदर, डहाणू भागात मिठागरे आहेत. मिठाचा उपयोग आहारात व खत, रासायनिक उद्योगांमध्ये केला जातो.

तक्ता क्र. २.१ : महाराष्ट्रातील खनिजे व त्यांचे प्रमुख उत्पादक जिल्हे

अ.क्र.	खनिजे	उत्पादक जिल्हे
१	लोहखनिज	चंद्रपूर, नागपूर, गडचिरोली व गोंदिया
२	मँगेनीज	भंडारा, नागपूर, सिंधुदुर्ग
३	बॉक्साईट	कोल्हापूर, रत्नागिरी, रायगड, ठाणे
४	क्रोमाईट	भंडारा, सिंधुदुर्ग, रत्नागिरी
५	चुनखडी	यवतमाळ, गडचिरोली, चंद्रपूर, नागपूर, नांदेड
६	डोलोमाईट	यवतमाळ, रत्नागिरी, गडचिरोली, नागपूर, चंद्रपूर
७	सिलिकामय वाळू	सिंधुदुर्ग, रत्नागिरी
८	कायनाईट	भंडारा

अ.क्र.	खनिजे	उत्पादक जिल्हे
९	ग्रॅनाईट व पट्टीताश्म	चंद्रपूर, गडचिरोली व सिंधुदुर्ग
१०	वालुकाश्म	चंद्रपूर, नागपूर, अमरावती
११	कार्टझाईट	भंडारा
१२	संगमरवर	नागपूर
१३	अभ्रक	पूर्व विदर्भ
१४	गॅलियम	नागपूर
१५	मीठ	कोकण
१६	टंगस्टन	नागपूर

महाराष्ट्रातील ऊर्जासाधने -

प्रस्तावना - काम करण्याची शक्ती किंवा क्षमता म्हणजे 'ऊर्जा' होय. ऊर्जा ही समाजाची प्राथमिक गरज आहे. ऊर्जाशक्तीच्या उपलब्धतेवर आर्थिक विकास अवलंबून असतो. पृथ्वीवर आपणास विविध स्वरूपांत ऊर्जा उपलब्ध होत असते.

महाराष्ट्रात प्रामुख्याने उद्योग, वीजनिर्मिती, वाहतूक, दळणवळण या उद्योगांना मोठ्या प्रमाणात विद्युत् निर्मितीसाठी ऊर्जा खनिजांचा वापर केला जातो.

ऊर्जा साधनांचे प्रकार - ऊर्जासाधनांचे प्रामुख्याने दोन प्रकार पडतात.

१) पारंपरिक ऊर्जासाधने - जी ऊर्जासाधने क्षय असतात. म्हणजे एकदा वापरल्यानंतर पुन्हा वापरता येत नाहीत. त्यास पारंपरिक ऊर्जासाधने असे म्हणतात. उदा. दगडी कोळसा, खनिज तेल, जलविद्युत्, नैसर्गिक वायू, अणूशक्ती

२) अपारंपरिक ऊर्जासाधने - जी ऊर्जासाधने अक्षय असतात म्हणजे पुन्हा पुन्हा या ऊर्जा साधनांचा वापर करता येतो. उदा. सौरऊर्जा, पवनऊर्जा, सागरी लाटा, भू-औष्णिक व टाकाऊ पदार्थांपासून निर्माण केलेली ऊर्जासाधने

पारंपरिक ऊर्जासाधने -

१) दगडी कोळसा - याचा वापर औष्णिक ऊर्जा निर्माण करण्यासाठी केला जातो. देशातील ७०% वीजनिर्मिती दगडी कोळशापासून होते. या विजेस 'औष्णिक वीज' असे म्हणतात.

उपयोग - औष्णिक ऊर्जा निर्माण करण्यासाठी रेल्वे इंजिन चालविण्यासाठी, खते व रसायन उद्योगांत कच्चा माल म्हणून दगडी कोळशाचा उपयोग होतो.

साठे - भारतातील एकूण साठ्यांपैकी ४% दगडी कोळशाचे साठे महाराष्ट्रात आहेत. ते प्रामुख्याने राज्यातील चंद्रपूर, यवतमाळ आणि नागपूर या जिल्ह्यांत आहेत.

वितरण -

१) चंद्रपूर - राज्यातील एकूण साठ्यापैकी ७०% साठे चंद्रपूर जिल्ह्यात आहेत. चंद्रपूर तालुक्यात - चंद्रपूर, घुगुस, बल्लारपूर, राजुरा तालुक्यात - सास्ती, भद्रावती तालुक्यात - मांजरी, वरोडा तालुक्यात - वरोडा, घुमुस - तेवासा व चांदा येथे राज्यातील सर्वात मोठे कोळसा क्षेत्र आहे.

२) यवतमाळ - वणी तालुक्यात - वणी व राजूर, मोरगाव तालुक्यात - अष्टोना, दिगुस तालुक्यात - चिंचोली, उमरखेड तालुक्यात - ठाणकी.

३) नागपूर - नागपूर जिल्ह्यात उमरेड, सावनेर या कामठी तालुक्यातील गावात दगडी कोळशाचे साठे आहेत. उमरेड तालुक्यात दगडी कोळसा उच्च प्रतीचा आहे.

महाराष्ट्रातील दगडी कोळशाचा उपयोग राज्यामधील औष्णिक केंद्रे (खापरखेडा, बल्लारपूर, पारस) याचप्रमाणे रेल्वे इंजिनासाठी इंधन म्हणून केला जातो. राज्यातील आठ (८) औष्णिक केंद्रांपैकी कोराडी (नागपूर) हे सर्वात मोठे औष्णिक विद्युत केंद्र आहे.

२) खनिजतेल व नैसर्गिक वायू

स्तरित खडकात आढळणाऱ्या खनिज तेलाचे भारतात सुमारे ५५ कोटी टन साठे असणे अंदाजित आहे. यातील बहुतेक साठे आसाम, गुजरात व मुंबईनजीक समुद्रातील 'मुंबई हाय' (बॉम्बे हाय) क्षेत्रात एकवटलेले आहेत. याशिवाय गोदावरी, कृष्णा व कावेरी या नद्यांच्या त्रिभुज प्रदेशांत व ईशान्येकडील राज्य, गंगा नदीच्या खोऱ्यात तेलाचे साठे आढळतात.

'बॉम्बे हाय' - मुंबईपासून १७६ कि.मी. अंतरावर अरबी समुद्रात 'बॉम्बे हाय' हा खनिजतेल व नैसर्गिक वायू उत्खननाचा प्रकल्प आहे. ०३-०२-१९७४ रोजी 'बॉम्बे हाय' येथे सागर सम्राट ही पहिली खनिजतेल विहीर खोदली गेली. या क्षेत्रात भारतातील एकूण खनिज तेलाच्या ५०% खनिज तेलाचे उत्पादन होते. याशिवाय 'वसई हाय' येथेही तेलक्षेत्र आहे.

नैसर्गिक वायू - भारतात नैसर्गिक वायूचे सुमारे ६२८ अब्ज घनमीटर साठे असून मुंबईजवळ 'बॉम्बे हाय' क्षेत्रात नैसर्गिक वायूचे सर्वात मोठे साठे आहेत. या क्षेत्रात मिळणारा नैसर्गिक वायू उरण बंदरात साठविला जातो. तेथेच औष्णिक विद्युत केंद्र आहे.

भारतात दरवर्षी ८०० कोटी घनमीटर एवढा नैसर्गिक वायू वापरला जातो.

३) औष्णिक विद्युत

औष्णिक विद्युत ही दगडी कोळसा व खनिज तेल यापासून तयार केली जाते. औष्णिक विद्युतनिर्मिती क्षेत्रे प्रामुख्याने दगडी कोळसा व खनिजतेल क्षेत्र, रेल्वे मार्गाजवळ उभारलेली आहेत.

१) कोकणातील औष्णिक विद्युत केंद्रे - कोकणात चोला (११८ मेगावॅट) व तुर्भे (ट्रॉम्बे) या ठिकाणी औष्णिक विद्युत केंद्रे आहेत.

२) पश्चिम महाराष्ट्रातील औष्णिक विद्युत केंद्रे - पश्चिम महाराष्ट्रात नाशिक जिल्ह्यात एकलहरे (९१० मेगावॅट) येथे औष्णिक विद्युत् केंद्र उभारले आहे.

३) खानदेश औष्णिक विद्युत केंद्र - खानदेशात जळगाव जिल्ह्यात भुसावळजवळ फेकरी (४८२.५ मेगावॅट) येथे औष्णिक विद्युत केंद्र उभारले आहे.

४) मराठवाड्यातील औष्णिक विद्युत केंद्र - मराठवाड्यात बीड जिल्ह्यात परळी (६९० मेगावॅट) येथे औष्णिक विद्युत् केंद्र उभारले आहे.

५) विदर्भातील औष्णिक विद्युत केंद्रे - महाराष्ट्रात औष्णिक विद्युत केंद्रांचा विकास मुख्यत्वेकरून विदर्भात झाला आहे. याचे मुख्य कारण म्हणजे स्थानिक उपलब्ध होणारा दगडी कोळसा होय. विदर्भात एकूण ४ औष्णिक विद्युत केंद्रे आहेत.

तक्ता क्र. २.२

अ.क्र.	औष्णिक विद्युत केंद्र	जिल्हा	क्षमता (मेगावॅट)
१	पारस	अकोला	६२.५
२	कोराडी	नागपूर	११००
३	खापरखेडा	नागपूर (वायव्य)	४२०
४	दुर्गापूर	चंद्रपूर	१८४०
५	बल्लारपूर	चंद्रपूर (दक्षिण)	

महाराष्ट्रातील सर्वात महत्त्वाचे औष्णिक विद्युत केंद्रे नागपूरजवळ कोराडी येथे आहे.

४) जलविद्युत - जलविद्युत उत्पादनात भारतात महाराष्ट्राचा प्रथम क्रमांक येतो. राज्यातील एकूण वीज उत्पादनात ५०% वीज ही जलविद्युत केंद्रामधून मिळते. महाराष्ट्रात पश्चिम भागात जलविद्युत निर्मितीची मोठी केंद्रे आहेत.

महाराष्ट्रातील प्रमुख जलविद्युत केंद्रे -

१) कोयना प्रकल्प - कोयना ही कृष्णा नदीची उपनदी असून सातारा जिल्ह्यात हेळवाकजवळील देशमुखवाडी येथे धरण बांधून कोयनेचे पाणी अडविले आहे. या प्रकल्पाची एकूण विद्युत् क्षमता १,९२० मेगावॅट आहे. या प्रकल्पातील कोयनानगर येथे ९८.७८ टी.एम.सी. क्षमतेचे १०३ मी. उंचीचे ५०५ मी. लांबीचे धरण बांधले आहे. चिपळूणमधील पोफळी येथे एक ५६० मेगावॅट क्षमतेचे वीज केंद्र उभारले आहे. कोयना प्रकल्पाचा पहिला टप्पा १९५४-६४ या काळात तर दुसरा टप्पा १९६५-७५ या काळात पूर्ण झाला. पहिल्या टप्प्यात २.४० लाख किलो वॅट दुसऱ्या टप्प्यात ५.४ लाख किलो वॅट तर तिसऱ्या टप्प्यात ३.२ लाख किलो वॅट वीजनिर्मिती क्षमता आहे. या प्रकल्पाच्या चौथ्या टप्प्यात जादा क्षमतेचे वीज उत्पादन केले जाणार असून, तेथून व १००० मेगावॅट विद्युतनिर्मितीपर्यंत क्षमता वाढवली जाणार आहे.

लेक टॅपिंग प्रयोग - महाराष्ट्राला वीजनिर्मितीमध्ये स्वयंपूर्ण करण्याच्या दृष्टिकोनातून १३ मार्च १९९९ मध्ये कोयना जलाशयात लेक टॅपिंगचा यशस्वी प्रयोग केला गेला. याद्वारे जलाशयाच्या तळाला भोक पाडून जमिनीखाली ८० मीटरवर उभारलेल्या बोगद्यातून ४.२ कि.मी. पर्यंत पाणी नेणे व तेथे बोगद्यातून आणलेले पाणी ५४८ मी. वरून वीजनिर्मिती करणाऱ्या संयंत्रावर सोडावयाचे अशी योजना आहे.

२) जायकवाडी प्रकल्प - जायकवाडी जलविद्युत प्रकल्पासाठी गोदावरी नदीवर धरण बांधण्यात आले. या नाथसागर जलाशयाच्या मदतीने सुमारे १२ मेगावॅट वीजनिर्मितीची क्षमता असलेला वीज प्रकल्प उभारण्यात आला आहे.

३) भिरा, खोपोली व भिवपुरी जलविद्युत प्रकल्प - कोकणात टाटा वीज मंडळाद्वारे रायगड जिल्ह्यात भिरा, खोपोली व भिवपुरी येथे जलविद्युत प्रकल्प आहे. मुळा नदीवर खोपोली (७२ मेगावॅट) व भिवपुरी (७२

मेगावॅट) ही जलविद्युत केंद्रे आहेत. भिरा केंद्रामध्ये टाटा कंपनीद्वारे १५० मेगावॅट क्षमतेची वीज निर्माण केली जाते.

४) येलदरी जलविद्युत प्रकल्प - मराठवाड्यात पूर्णा नदीवर परभणी जिल्ह्यातील जिंतूर तालुक्यातील येलदरी गावाजवळ धरण बांधले आहे. या धरणाद्वारे ५ मेगावॅट वीजनिर्मिती केली जाते.

याशिवाय महाराष्ट्रात	- सातारा, कोयना, धोम, कण्हेर,
रायगड	- भीरा (टाटा) खोपोली, भिवपुरी
ठाणे	- वैतरणा, भातसा
सिंधुदुर्ग	- तिलारी
पुणे	- वीर, भाटघर, पवना, पानशेत, वरसगाव
औरंगाबाद	- पैठण
कोल्हापूर	- राधानगरी
अहमदनगर	- भंडारदरा
सोलापूर	- उजनी
परभणी	- येलदरी
नागपूर	- पेच

हे महत्त्वाचे जलविद्युत प्रकल्प आहेत. वरील सर्व जलविद्युत प्रकल्पांमधून राज्याची जलविद्युत स्थापित क्षमता १५४३ मेगावॅट आहे.

५) अणुऊर्जा - आधुनिक काळातील हे एक अत्यंत महत्त्वाचे शक्तिसाधनच ठरले आहे. युरेनियम, थोरियम, प्लुटोनियम, रेडिअम, लिथिअम यांसारख्या किरणोत्सर्गी खनिजातील अणूंचे विघटन करून अणुशक्ती मिळवता येते. अणूंचे विघटन होत असताना त्यांच्या रचनेत बदल होऊन त्यामधून उष्णतेच्या रूपाने फार मोठी शक्ती बाहेर पडते. या उष्णतेपासून निर्माण झालेल्या बाष्पशक्तीवर विद्युत जनित्रे कार्यान्वित करून विद्युतनिर्मिती केली जाते. ज्या खनिजांपासून अणुशक्ती मिळवली जाते त्यामध्ये युरेनिअम हे सर्वात महत्त्वाचे खनिज आहे. १०० टन दगडी कोळशापासून जेवढी ऊर्जा मिळते तेवढी ऊर्जा केवळ २८ ग्रॅम युरेनिअमपासून मिळते.

डॉ. होमी भाभा हे भारतातील अणुऊर्जा संशोधनाचे जनक होत. भारतात १९६० पासून युरेनिअम व थोरियम या किरणोत्सर्गी खनिजांच्या साहाय्याने अणुऊर्जा कार्यक्रम राबविण्यास सुरुवात झाली.

भारतातील प्रमुख अणुऊर्जा प्रकल्प

तक्ता क्र. २.३

अ.क्र.	राज्य	अणुउर्जा प्रकल्प
१	महाराष्ट्र	तारापूर, उमरेड
२	राजस्थान	रावतभाटा
३	तमिळनाडू	कल्पकम, कुंडनकुलम
४	उत्तरपद्रेश	नरोरा
५	गुजरात	काक्रापारा
६	कर्नाटक	कैगा

येथे अणुविद्युत निर्मिती केंद्रे आहेत.

महाराष्ट्रातील अणुऊर्जा प्रकल्प - राज्याच्या एकूण विद्युत निर्मितीत अणुऊर्जेचा हिस्सा अगदी नगण्य म्हणजे २% हून ही कमी आहे.

१) तारापूर - राज्यातील ठाणे जिल्ह्यातील पालघर तालुक्यात पालघरपासून थोड्याच अंतरावर असलेल्या तारापूर येथे अणु विद्युत प्रकल्प आहे. हा भारतातील पहिला अणु विद्युत प्रकल्प होय.

येथे दोन अणुभट्ट्यांच्या साहाय्याने सन १९६९ पासून अणुऊर्जा विद्युतनिर्मिती करण्यास सुरुवात झाली. या भट्ट्यांमध्ये समृद्ध युरेनियम वापरले जात असून त्यांची प्रत्येकी २१० मेगावॅट विद्युतनिर्मिती करण्याची क्षमता आहे.

२) उमरेड - महाराष्ट्रात नागपूर जिल्ह्यातील उमरेड येथे अणुऊर्जा प्रकल्प विकसित होत आहे.

महाराष्ट्रातील अणुऊर्जा संशोधन केंद्रे -

महाराष्ट्रात मुंबईजवळ ट्रॉम्बे (तुर्भे) येथे 'भाभा ॲटोमिक रिसर्च सेंटर' ही देशातील अणुऊर्जा संशोधन व विकासाचे कार्य करणारी सर्वोच्च संस्था कार्यरत आहे. या संस्थेची स्थापना सन १९५७ मध्ये करण्यात आली. या संस्थेमार्फत अप्सरा, सीरस, झेरेलिना, पूर्णिमा आणि ध्रुव या संशोधन अणुभट्ट्या सुरू करण्यात आल्या आहेत.

अपरंपरागत ऊर्जा साधनसंपत्ती - दगडी कोळसा, खनिज तेल, नैसर्गिक वायू ही ऊर्जासाधने अपुनर्नूतनीकरणीय आहेत. यांचे साठे मर्यादित असून ते फार काळ टिकणारे नाहीत. त्यामुळे मानवाने या पारंपरिक ऊर्जासाधनांना पर्याय म्हणून प्राकृतिक, यांत्रिकी व रासायनिक प्रक्रियांद्वारे नूतनीकरण करता येईल अशा ऊर्जासाधनांचा शोध लावला आहे. या ऊर्जासाधनांना 'अपारंपरिक ऊर्जासाधने' असे म्हणतात. यामध्ये पवन ऊर्जा, सागरी लाटांपासून निर्माण होणारी ऊर्जा, सौर ऊर्जा अशा महत्त्वाच्या ऊर्जा साधनांचा समावेश होतो.

१) पवन ऊर्जा

अपारंपरिक ऊर्जा स्रोतांपैकी एक स्रोत - वाऱ्याच्या स्रोताचा उपयोग करून पवनचक्क्या चालविल्या जातात.

जेथे वाऱ्याचा वेग अधिक आहे व वार्षिक पवनऊर्जा घनता प्रति चौ. मि. ला. २०० वॅटपेक्षा अधिक आहे अशा ठिकाणी पवनचक्क्या उभारल्या जातात. उदा. उंच डोंगराळ सपाट प्रदेश, समुद्रकिनारपट्टीचा प्रदेश.

भारताचा पवनविद्युतनिर्मितीत जगात पाचवा क्रमांक लागतो. (१४६२८ मेगावॅट क्षमता)

महाराष्ट्राची पवनविद्युत क्षमता ३,६५० मेगावॅट असून राज्यातील २८ स्थाने पवनविद्युत प्रकल्प राबविण्यास अनुकूल आहेत. सध्या राज्यात ९ ठिकाणी सुमारे ३९३ मेगावॅटचे खासगी पवनऊर्जा प्रकल्प राबविण्यात आले आहेत.

१) सिंधुदुर्ग - सन १९९४ मध्ये राज्यातील पहिला १.५ मेगावॅट क्षमतेचा पवनफार्म उभारण्यात आला. सिंधुदुर्ग जिल्ह्यात जमसंडे (देवगड) येथे राज्यातील पहिला पवनविद्युत प्रकल्प उभारण्यात आला आहे.

२) सातारा - जिल्ह्यातील वनकुसवडे येथे ५०० मेगावॅट विद्युतनिर्मितीक्षमता असलेला पवनऊर्जा निर्मिती प्रकल्प विकसित होत आहे. हा आशिया खंडातील सर्वात मोठा पवनऊर्जा प्रकल्प गणला जातो.

सातारा जिल्ह्यात ७०३ पवनचक्क्या असून त्याचे वितरण वनकुसवडे (५५२), ठोसेघर (१०६), चाळकपाडी (४४), माळेवाडी (२५) असे आहे.

३) सांगली - गुढे - पाचगणी (३४), ढालगाव (१४) येथे पवनचक्क्या कार्यान्वित आहेत. कवठेमहांकाळ तालुक्यात अनेक ठिकाणी पवनचक्क्या आहेत.

४) अहमदनगर – अहमदनगर जिल्ह्यातील पारनेर तालुक्यात कवड्या डोंगरावर ४० पवनचक्क्या आहेत. येथे राज्यातील सर्वात मोठा पवनऊर्जा प्रकल्प 'महाराष्ट्रात एनर्जी डेव्हलपमेंट एजन्सी' (MEDA) तर्फे उभारण्याचे नियोजित आहे.

पवनऊर्जा निर्मितीत महाराष्ट्राचा तमिळनाडूनंतर देशात दुसरा क्रमांक लागतो. देशातील पवनऊर्जेच्या (२४८६.७६ मेगावॅट) १७% उत्पादन महाराष्ट्रात होते.

२) सौर ऊर्जा

अपारंपरिक स्रोतांपैकी हा एक प्रमुख स्रोत आहे. सौरऊर्जेचा उपयोग - १) सौर औष्णिक ऊर्जा, २) सौर फोटोव्होल्टॅक या दोन प्रकारांत करता येतो.

देशात राजस्थानमधील जोधपूर जिल्ह्यात मथानिया येथे १४० मेगावॅट क्षमतेचा एकात्मिक सौरऊर्जा प्रकल्प उभारण्यात येत आहे.

राज्यात औरंगाबाद जिल्हा सौर ऊर्जा व सौर शक्ती याबाबत पुढे आहे.

पर्यटन भूगोल परिचय -

प्रवास करणे हा माणसाचा छंद आहे. भारतात १८ व्या शतकापर्यंत परदेश गमनाबद्दल प्रायश्चित्त घ्यावे लागत असे, परंतु आज परदेशात प्रवास करणे हा माणसाचा आवडता छंद झाला आहे. पर्यटन ही भूगोलाची एक शाखा असून यांमध्ये पर्यावरण व नैसर्गिक सौंदर्याचा पर्यटनाच्या दृष्टिकोनातून अभ्यास केला जातो. पर्यटन हा मानवाचा निरनिराळ्या ठिकाणी होणारा हेतुपूर्वक प्रवास असून आधुनिक काळात पर्यटनाचा विकास होत आहे. आज पर्यटन उद्योग हा जगातील महत्त्वाचा उद्योग झाला आहे. पर्यटनामुळे मनोरंजनाबरोबर हवा, समुद्र, भूरूपे, किल्ले, स्मारके, वास्तु इ. चा अभ्यास होत आहे. निसर्गसौंदर्याचा आस्वाद घेणे, समुद्रात पोहणे, बर्फावरून घसरणे इ. गोष्टींतून आनंद घेणे हा पर्यटनाचा उद्देश झाला आहे. सध्या निसर्गसौंदर्याबरोबर धार्मिक, आर्थिक उद्देशानेही पर्यटनाचा विकास होत आहे.

पर्यटनाच्या व्याख्या -

१) ''एखादी व्यक्ती आपल्या वास्तव्याच्या ठिकाणापासून दुसऱ्या स्थळी सलग एक वर्षापेक्षा अधिक काळ न राहता आराम, उद्योग किंवा इतर कामांसाठी भ्रमंती किंवा प्रवास करते. त्या सर्वांचा अंतर्भाव पर्यटनात होतो.''

- जागतिक पर्यटन संघटना

२) एखाद्या देशात किंवा शहरात परदेशी व्यक्तीचे आगमन होऊन भ्रमंती करणे व परत स्वगृही जाणे म्हणजे पर्यटन होय. या भ्रमंतीत ती व्यक्ती निरनिराळी ठिकाणे पाहते व आनंद घेते.

- अर्थशास्त्रज्ञ व्ही. एस. हर्मन

पर्यटनाचे प्रकार

पर्यटक विविध प्रकारचे हेतू बाळगून पर्यटन करतात, परंतु पर्यटनस्थळाचे आकर्षण हा मुख्य हेतू समजला जातो. याबरोबर धार्मिक व पवित्र स्थळाला भेटी देणे, ऐतिहासिक किल्ले, स्मारके व वास्तु पाहणे, नैसर्गिक सौंदर्यसृष्टी इ. उद्देश ठेवून पर्यटनाचे पुढील प्रकार पडतात.

१) भौगोलिक पर्यटन – भौगोलिक पर्यटनात हवामान, पर्वत, समुद्र, धबधबे, सरोवरे, दऱ्या, थंड हवेची

ठिकाणे, जंगले इ. भौगोलिक घटकांचा समावेश होतो.

पर्यटनाच्या दृष्टीने भौगोलिक घटकांत नैसर्गिक बाबींचे जेवढे महत्त्व आहे तितकेच मानवनिर्मित घटकांचे महत्त्व आहे. महाराष्ट्रात सह्याद्री पर्वत व या पर्वतरांगांमधील किल्ले हे जगभरातील पर्यटकांना आकर्षिक करतात.

२) ऐतिहासिक पर्यटन - महाराष्ट्रात गेल्या कित्येक शतकांपासून पर्यटनावर ऐतिहासिक व सांस्कृतिक घटकांचा प्रभाव आहे. महाराष्ट्रात श्री छत्रपती शिवाजी महाराजांच्या पदस्पर्शाने पावन झालेले किल्ले, शिवकालीन मंदिरे, वेरूळ - अजिंठा येथील लेणी, दौलताबादचा किल्ला, बीबी का मकबरा, कोल्हापूरचा शाहू पॅलेस इ. ठिकाणे पर्यटकांना आकर्षिक करतात.

३) धार्मिक पर्यटन - भारतात तसेच जगातील अनेक देशांत प्राचीन काळापासून धार्मिक स्थळांना भेटी देऊन तीर्थाटन करतात. ही धार्मिक स्थळे पर्यटनाची केंद्रे झाली आहेत. भारतात हरिद्वार, अलाहाबाद, मथुरा, तिरुपती, पंढरपूर, आळंदी, शिर्डी ही हिंदुधर्मीयांची पवित्र देवस्थाने आहेत.

पाश्चात्त्य देशातील अभ्यासक व पर्यटक पुरातन संस्कृतीचा अभ्यास करण्यासाठी भारताला अनेकदा भेटी देतात. भारतात कुंभमेळा पाहण्यासाठी व गंगास्नान करण्यासाठी लाखो भाविक जमतात. अशा पर्यटनस्थळांचे महत्त्व दिवसें-दिवस वाढत आहे.

महाराष्ट्रातील पर्यटनस्थळे

महाराष्ट्राच्या भौगोलिक, सांस्कृतिक व धार्मिक वैशिष्ट्यांमुळे महाराष्ट्र हे भारतातील पर्यटनदृष्ट्या एक महत्त्वाचे राज्य आहे. महाराष्ट्रात पंढरीचा विठोबा, ज्ञानदेवांची आळंदी, कोल्हापूरची महालक्ष्मी, तुळजापूरची भवानी, शिर्डीचे साईबाबा, तुकोबांचे देहू, अष्टविनायक स्थळे इ. धार्मिक स्थळे महत्त्वाची असून अजिंठा, वेरूळ येथील लेण्या, कोकणची किनारपट्टी, सह्याद्रीच्या रांगेतील किल्ले तसेच अनेक पुरातन वास्तू इ. मुळे महाराष्ट्रात पर्यटकांची संख्या दिवसें-दिवस वाढत आहे.

१) धार्मिक स्थळे किंवा तीर्थस्थळे

महाराष्ट्र ही संतांची भूमी असूने अनेक मंदिरे, चर्च, मशीद यांसाठी प्रसिद्ध आहे. महाराष्ट्रात हिंदू, मुस्लीम, ख्रिस्ती, शीख, पारशी, जैन व बौद्ध धार्मिक स्थळे ही पर्यटनाची प्रमुख केंद्रे आहेत. गोदावरी, कृष्णा व तापी इ. नद्या व त्यांच्या उपनद्यांच्या काठांवर अनेक तीर्थस्थळे उदयास आली आहेत. चंद्रभागेच्या काठावर पंढरपूर, इंद्रायणीच्या काठावर आळंदी, कृष्णा व पंचगंगेच्या संगमावर श्री दत्तात्रेयांचे जागृत देवस्थान आहे. शिवशंकराच्या बारा ज्योतिर्लिंगांपैकी महाराष्ट्रात पाच ज्योतिर्लिंगांचे दर्शन घेऊन शिवउपासना करता येते.

१) पंढरपूर - महाराष्ट्रातील लोकांचे आराध्य दैवत विठोबा-रखुमाई यामुळे पंढरपूरला महत्त्व प्राप्त होते. आषाढी आणि कार्तिकी एकादशीला लाखो भाविक विठ्ठलाच्या दर्शनासाठी पालख्या घेऊन पंढरपूरला एकत्र येतात. पंढरपूर भीमा नदीच्या काठी असून पंढरपूर येथे चंद्राकार वळण घेतल्याने या नदीला 'चंद्रभागा' असे म्हणतात. आळंदी ते पंढरपूर पायी वारी करणारे लाखो भाविक आषाढी एकादशीला पंढरपूरला चंद्रभागेत स्नान करून विठ्ठलाचे दर्शन घेतात.

पंढरपूर हे सोलापूर जिल्ह्यातील प्रमुख तीर्थस्थळ असून येथील विठ्ठल मंदिर १४ व्या शतकात बांधले गेले आहे. येथील मंदिरास सहा प्रवेशद्वारे असून मुख्य प्रवेशद्वाराशी नामदेव पायरी हे प्रमुख ठिकाण असून मंदिर परिसरात अनेक छोटी मंदिरे आहेत. वारकरी विठ्ठलास श्रीकृष्णाचा अवतार मानतात.

२) आळंदी - इंद्रायणी नदीच्या काठावर पुणे शहरापासून २५ कि.मी. अंतरावर आळंदी हे तीर्थक्षेत्र

वसलेले आहे. संत ज्ञानेश्वरांच्या समाधीस्थानामुळे पवित्र झालेल्या आळंदीत लाखो वारकरी दर्शनासाठी गर्दी करतात. येथील मंदिराचे बांधकाम १५७० मध्ये झाले असून, येथे विठ्ठल-रखुमाईचे मंदिर, अजान वृक्ष, मुक्ताईचे मंदिर ही प्रेक्षणीय स्थळे आहेत. आषाढी, कार्तिकी एकादशीस लाखो भाविक ज्ञानेश्वरांच्या समाधीच्या दर्शनासाठी येत असतात. आषाढी एकादशीला ज्ञानेश्वरांची पालखी पंढरपूरला पोहोचते.

देहू - तुकाराम महाराजांचे जन्मगाव देहू हे इंद्रायणी नदीच्या काठावरील महत्त्वाचे तीर्थक्षेत्र आहे. देहू हे पुण्यापासून ३० कि.मी. अंतरावर असून येथे तुकाराम महाराजांचे मंदिर, मंदिराच्या जवळच संत तुकाराम महाराज व छत्रपती शिवाजी महाराज यांच्या भेटीचे ठिकाण तसेच संत तुकारामांचे घर पाहावयास मिळते.

तुकाराम महाराज भजन व अभंग रचनेसाठी भंडारा डोंगरावर जात असत. तेथील तुकारामांचे मंदिर पाहावयास मिळते. देहू येथे आषाढीची यात्रा भरते. येथून तुकाराम महाराज वैकुंठास गेले. त्यामुळे देहू हे महाराष्ट्रातील पवित्र देवस्थान मानले जाते.

शिर्डी - शिर्डी हे साईबाबांच्या वास्तव्याने पवित्र झालेले जागृत देवस्थान मानले जाते. आज सर्वात जास्त भाविक शिर्डीला भेट देतात. हे अहमदनगर जिल्ह्यातील महत्त्वाचे देवस्थान असून जवळच शनि देवाचे शिंगणापूर हे देवस्थान आहे. आज दक्षिण भारतातून लाखो भाविक शिर्डीला दर्शनासाठी येतात. साईबाबांनी सर्वधर्मसमभावाची शिकवण दिली. त्याच ठिकाणी आज द्वारकामणी नावाची मशीद असून तेथे चिरंतन ज्योत आहे. साधे राहणीमान म्हणून प्रसिद्ध असलेले शिर्डी आज भक्तांच्या देणग्यांमुळे महाराष्ट्रातील एक श्रीमंत देवस्थान झाले आहे.

अष्टविनायक - गणपतीची अनेक रूपे म्हणजेच अष्टविनायक होय. गणपतीला विनायक या नावाने ओळखले जाते. म्हणून महाराष्ट्रातील आठ प्रमुख गणपतीस्थळांना अष्टविनायक म्हणून ओळखतात. या आठ पैकी पाच स्थळे पुणे जिल्ह्यात असून, दोन रायगड, एक अहमदनगर जिल्ह्यात आहेत. मोरगावचा - मोरेश्वर, थेऊरचा चिंतामणी, लेण्याद्रीचा गिरिजात्मक, ओझरचा विघ्नहर, रांजणगावचा महागणपती ही पुणे जिल्ह्यातील विनायक मंदिरे असून, रायगड जिल्ह्यात महडचा श्री वरद विनायक व पालीचा श्री बल्लाळेश्वर तर अहमदनगर जिल्ह्यात सिद्धटेकचा श्री सिद्धीविनायक अशी आठ अष्टविनायक मंदिरे प्रसिद्ध आहेत. गणेश हा भक्तांचा सुखकर्ता, दुःखहर्ता व संरक्षणकर्ता असल्यामुळे चतुर्थीला अनेक भक्त या अष्टविनायकांच्या दर्शनासाठी गर्दी करतात.

जेजुरी - खंडोबाची जेजुरी हे महाराष्ट्रातील बहुसंख्य लोकांचे कुलदैवत असून येथे खंडोबाचे मंदिर आहे. खंडोबा हे धनगर जमातीचे आराध्य दैवत आहे. हे पुणे जिल्ह्यातील प्रमुख तीर्थस्थान असून जवळच दत्तात्रेयांचे देवस्थान नारायणपूर, सासवडचे सोपानकाका यांची मंदिरे आहेत. त्याच्या जवळच जेजुरीचा किल्ला असल्याने या देवस्थानाला ऐतिहासिक महत्त्व प्राप्त झाले आहे.

पैठण - औरंगाबाद जिल्ह्यातील गोदावरी नदीच्या काठावर पैठण हे शहर वसले आहे. संत एकनाथांची समाधी ज्ञानेश्वर उद्यान, नाथसागर, जलाशय, पक्ष्यांचे अभयारण्य इ. साठी पैठण प्रसिद्ध आहे. पैठणी शालू हे पैठणचे एक प्रमुख वैशिष्ट्य आहे. दर वर्षी नाथषष्ठीला पैठणमध्ये यात्रा भरते. संत एकनाथ, संत मुक्तेश्वर व संत भानुदास यांची मंदिरे हे पैठणचे एक महत्त्वाचे आर्कषण आहे.

महाराष्ट्रातील ज्योतिर्लिंगे

भारतात महादेवांच्या १२ मंदिरांना बारा ज्योतिर्लिंगे म्हणतात. पैकी महाराष्ट्रात औरंगाबादला घृष्णेश्वर, नाशिक जिल्ह्यात त्र्यंबकेश्वर, पुणे जिल्ह्यात भीमाशंकर, बीड जिल्ह्यात परळी वैजनाथ तर हिंगोली जिल्ह्यात औंढा नागनाथ ही पाच ज्योतिर्लिंगे आहेत.

१) औंढानागनाथ - हिंगोली जिल्ह्यात औंढानागनाथ हे एक ज्योतिर्लिंग आहे. हे मंदिर हेमाडपंती प्रकारचे असून याचे बांधकाम पांडवांनी अज्ञातवासाच्या काळात केल्याची आख्यायिका आहे. या मंदिराच्या परिसरात १२ ज्योतिर्लिंगाची छोटी मंदिरे आहेत. येथे १०८ शिवमंदिरे व औंढानागनाथाचे भव्य मंदिर आहे.

२) त्र्यंबकेश्वर - नाशिक जिल्ह्यात त्र्यंबकेश्वर हे एक ज्योतिर्लिंग असून त्याचे बांधकाम १७५५ मध्ये पेशवा बाळाजी बाजीरावाने सुरू केले. येथे महाशिवरात्री साजरी केली जाते, तसेच कुंभमेळा व निवृत्तीनाथांची यात्रा भरते. मंदिराची कलाकृती वैशिष्ट्यपूर्ण असून हे एक हेमाडपंती मंदिर मानले जाते.

३) घृष्णेश्वर - औरंगाबाद जिल्ह्यात अजिंठा-वेरूळ लेण्यांच्या जवळ घृष्णेश्वर हे बारा ज्योतिर्लिंगांपैकी एक ज्योतिर्लिंग आहे. हे मंदिर दगडावरील नक्षीकाम व संपूर्ण दगडाचे मंदिर म्हणून प्रसिद्ध आहे. मंदिराचे काम अहिल्याबाई होळकरांनी केले आहे.

४) भीमाशंकर - शेकरूसाठी प्रसिद्ध अभयारण्य व ज्योतिर्लिंगामुळे भीमाशंकर हे पर्यटकांसाठी आर्कषण बनले आहे. हे पुणे जिल्ह्यातील एक प्रमुख पर्यटनस्थळ आहे. भीमा नदीचे उगमस्थान, उंच डोंगररांगा, दाट वृक्ष इ. मुळे हे देवस्थान निसर्गरम्य वातावरणातील ज्योतिर्लिंग म्हणून प्रसिद्ध आहे.

५) परळी वैजनाथ - बीड जिल्ह्यातील परळी वैजनाथ हे एक ज्योतिर्लिंग आहे. अहमदनगर-परळी रेल्वेमुळे येथे भक्तांची संख्या वाढू लागली आहे. सुंदर दगडी बांधकाम, महादेवांची पिंड ही येथील मंदिराची प्रमुख वैशिष्ट्ये आहेत.

महाराष्ट्रातील साडेतीन शक्तिपीठे -

१) कोल्हापूरचे अंबाबाई मंदिर - महाराष्ट्रातील साडेतीन शक्तीपीठांपैकी एक कोल्हापूरचे अंबाबाईचे मंदिर आहे. याला महालक्ष्मी मंदिरही म्हटले जाते. पूर्ण दगडी कोरीव नक्षीकाम केलेले हे कोल्हापूरचे महालक्ष्मी मंदिर पुरातन स्थापत्यकलेचा सुंदर नमुना आहे. येथील मंदिरांचे दगड मोठ्या आकाराचे असून एकसलग दगडावर यादवांनी सुंदर कोरीव काम करून सुशोभित केले. अंबाबाई हे अनेक हिंदु कुटुंबांचे कुलदैवत म्हणून प्रसिद्ध आहे.

२) तुळजापूर - तुळजापूरची भवानी माता ही महाराष्ट्राची कुलदैवत (कुलस्वामिनी) असून ती महाराष्ट्रातील साडेतीन शक्तिपीठांपैकी एक आहे. पाडवा, बलिप्रतिपदा, पौर्णिमा व दर मंगळवारी तुळजाभवानीला अनेक भक्त भेट देतात. येथील देवीची पूजा, गोंधळी लोक करत असून ते अनेक शुभकार्यावेळी देवीचा गोंधळ घालतात. येथील देवीची मूर्ती अष्टभुजाधारी व महिषासुराचा वध करताना दाखविली आहे, म्हणून तिला महिषासुर मर्दिनी असे म्हणतात.

३) सप्तश्रृंगी - नाशिक जिल्ह्यातील वणीच्या सप्तश्रृंग गडावर हे देवस्थान आहे. येथील मूर्ती भवानी मातेप्रमाणे अष्टभुजाधारी असून ती डोंगराच्या कपारीवर कोरलेली आहे. सप्तश्रृंगी हे सुद्धा बहुसंख्य समाजाचे कुलदैवत आहे. नवरात्र महोत्सवात वणी येथे मोठी यात्रा भरते.

४) रेणुका देवी - नांदेड जिल्ह्यातील माहूर येथे रेणुका देवीचे मंदिर आहे. या देवीला अनेक नावांनी ओळखले जाते. यामध्ये यमाई देवी, एकवीरा देवी, यल्लमा देवी ही नावे प्रसिद्ध आहेत. नैसर्गिक सौंदर्याने युक्त मंदिराचा परिसर व दत्तात्रेयाचे मंदिर यामुळे मंदिर परिसरात भाविकांची गर्दी असते. विशेषत: नवरात्र महोत्सवात येथे भाविक गर्दी करतात.

वैद्यकीय पर्यटन

भारतात वैद्यकीय प्रगती पुरातन काळापासूनच झालेली आहे. भारतात योग विद्या, आयुर्वेद याचा अभ्यास व विकास ऋषीमुनी करत असत. आज या नैसर्गिक उपचारांबरोबर आधुनिक उपचारपद्धतीत झालेली प्रगती यामुळे परदेशी पर्यटक भारतातील मुंबई, दिल्ली, कोलकाता, बंगळुरू अशा मोठ्या शहरांत वैद्यकीय सेवेसाठी येतात, कारण भारतातील उच्च दर्जांची रुग्णालये, सर्व सुविधा व कमी दरातील सेवेमुळे जगात भारतातील उपचारपद्धतींबद्दल आदर निर्माण होत आहे.

भारतात आधुनिक यंत्राद्वारे तपासणी व अनेक रोगांवरील उपचार यामुळे परदेशी रुग्ण भारतात येण्याचे प्रमाण वाढत आहेत. यामुळे भारताला परकीय चलन प्राप्त होते. वैद्यकीय पर्यटनामुळे या देशाला जगामध्ये विशेष महत्त्व प्राप्त झाले आहे. भारतातील आयुर्वेदाने अनेक असाध्य रोगांवर नियंत्रण आणले आहे, त्यामुळे ही उपचारपद्धती जगात प्रसिद्ध होत आहे.

महाराष्ट्रात मुंबई, पुणे, नागपूर ही शहरे वैद्यकीय पर्यटनात अग्रेसर आहेत.

पर्यावरणाभिमुख / पर्यावरणषोषक पर्यटन (Eco-Tourism)

प्रस्तावना - निसर्गाशी मैत्री साधण्याच्या दृष्टीने पर्यावरण आणि पर्यटन यांचा अगदी जवळचा संबंध आहे. ॲग्रो टुरिझम (कृषी पर्यटन), ॲडव्हेंचर टुरिझम (साहसी पर्यटन), हेरिटेज टुरिझम (वारसा पर्यटन) इ. पर्यटनांचे प्रकार लोकप्रिय होत चालले आहेत. भारतामध्ये तसेच जगामध्ये नैसर्गिक विविधतेची देणगी लाभलेली दिसून येते. इको टुरिझम ही आधुनिक संकल्पना १९८० च्या दशकात उदयास आली. त्याचा मुख्य उद्देश निसर्ग व पर्यावरणाचे संरक्षण व संधारणा करणे हा होता.

विकसित देशामध्ये नागरिकांच्या पुढाकारामुळे 'इको-टुरिझम' यशस्वीरीत्या राबवण्यात येत आहे, यामुळे ग्रामीण भागातील लोकांचा पर्यटनात सहभाग वाढून सामाजिक व आर्थिक सुधारणांना वेग येतो. तसेच ग्रामीण भागातील लोकांना पर्यावरण जागृतीचे शिक्षण दिल्याने निसर्गाचे संवर्धन होते.

पर्यावरणपोषक पर्यटनाची व्याख्या -

१) 'ग्रामीण भागातील पर्यटनस्थळासंदर्भातील ग्रामीण जीवन, त्यांची कला, संस्कृती आणि वारसा इ. ची माहिती व त्यांच्याशी संबंधित स्थानिक लोकांना आर्थिक व सामाजिक दृष्ट्या पर्यटनाची अंतर्गत क्रिया वाढवणे तसेच तेथील वनस्पती, प्राणी, नैसर्गिक साधनसंपदा यांचे संरक्षण व संवर्धन करणे म्हणजे पर्यावरणपोषक पर्यटन होय.

२) 'जे पर्यटन करताना अरण्ये, नदी, झाडे-झुडपे, पशू-पक्षी इ. चे संरक्षण व संवर्धन व्हावे, तसेच आपले पर्यटन तेथे राहणाऱ्या स्थानिक लोकांना फायदेशीर व्हावे. आपल्या निसर्गावर परिणाम होणार नाही, याची काळजी घेणे व पर्यटनातूनही निसर्गाचे संधारण करणे म्हणजे 'इको टुरिझम' होय.

पर्यावरणपोषक पर्यटनाची वैशिष्ट्ये -

१) पर्यावरणामध्ये जे नैसर्गिक सौंदर्य असते त्यामध्ये विविध प्रकारच्या वनस्पती, प्राणी इ. मुक्तपणे फिरत असतात व त्याचेच रूपांतर नंतरच्या काळात उद्याने व अभयारण्यात होते. उदा. रेहेकुरी अभयारण्य, राधानगरी इ.

२) आयुर्वेदिक औषधे, फळे व मनाची शांतता इ. पर्यटनामधून मिळते.

३) विविध वनस्पतीशास्त्रज्ञ व प्राणीशास्त्रज्ञ यांना ग्रामीण भागातील पर्यावरणपोषक पर्यटनामधील वनस्पती व प्राणी यांचा अभ्यास करता येऊ शकतो.

४) निसर्गातील पर्यटन हे पर्यावरण आणि हे मुद्दे पर्यटनाची 'वैशिष्टे' कशी होऊ शकतात? यादृष्टीने पर्यावरणाच्या संवर्धन व संरक्षणासाठी परस्परपूरक असावे.

५) निसर्गाचा कमीतकमी ऱ्हास कसा होईल या दृष्टीने निसर्गपर्यटनाचे आयोजन होणे गरजेचे असते.

६) निसर्गपर्यटनाला गेल्यानंतर कचरा न टाकणे, प्लॅस्टिकच्या पिशव्यांचा वापर टाळणे, झाडे न तोडणे, नवीन रस्ते निर्माण न करणे इ. गोष्टी कटाक्षाने पाळल्या पाहिजेत.

७) एखाद्या ग्रामीण भागात भरपूर गोष्टी पाहण्यासारख्या असतात. परंतु अभ्यासकांकडून पुरेशा माहितीअभावी त्या गोष्टी पाहिल्या जात नाहीत. म्हणून स्थानिक रहिवाशांच्या मदतीने माहिती मिळवली पाहिजे.

८) निसर्गातून उपलब्ध होणारी साधनसंपदा, तेथे तयार होणाऱ्या विविध वस्तू, खाद्य पदार्थ, यांची विक्री स्थानिक रहिवाशांमार्फत होते.

९) पर्यावरणाला कोणत्याही प्रकारची हानी होऊ न देता योग्यरीत्या त्याचे व्यवस्थापन करता येणे शक्य आहे.

१०) वाढती लोकसंख्या, वाढते नागरिकीकरण, वेगाने होणारे औद्योगिकीकरण, शेती पद्धतीतील बदल इ. मुळे वनांची संख्या कमी होत चालली आहे. यामुळे पर्यावरणावर याचा काय विपरित परिणाम होईल हे इको टुरिझम मार्फत बघता येईल.

११) निसर्गाच्या संरक्षणासाठी कायद्याची वाट न बघता स्वत:च नियम बनवून व स्वत:ला शिस्त घालून घेणे गरजेचे आहे.

महाराष्ट्रातील पर्यावरणपोषक पर्यटन

महाराष्ट्र राज्यामध्ये सह्याद्री पर्वत रांगा, सातपुडासारख्या पर्वतरांगा, टेकड्या, पठारी प्रदेश, नद्या, सरोवरे, ७२० कि.मी. लांबीचा समुद्रकिनारा, दुर्मीळ वनस्पती, प्राणी, पशु-पक्षी, ऋतू, पर्जन्य इ. बाबतीत नैसर्गिक विविधता आढळून येते. म्हणून अनेक उद्याने व अभयारण्यांची निर्मिती झालेली दिसून येते. उदा. ताडोबा राष्ट्रीय उद्यान, कोयना अभयारण्य, कर्नाळा पक्षी अभयारण्य, रेहेकुरी अभयारण्य, नागझिरा अभयारण्य, महाबळेश्वर, लोणावळा इ. महाराष्ट्र शासनाने २००६-०७ मध्ये पुढील १० वर्षांसाठी पर्यटन धोरण जाहीर केले आहे. त्यामध्ये पर्यावरणाभिमुख पर्यटनाला चालना देण्यासाठी मार्गदर्शक सफरी, ट्रेकिंग, साहस क्रीडा, जलक्रीडा, वनसफर, पक्षी निरीक्षण इ. चा समावेश केलेला आहे.

भारतातील पर्यावरणपोषक पर्यटन

भौगोलिक पर्यटन केंद्रे, भूपृष्ठरचना, हवामान, जलाशय, थंड हवामानाची ठिकाणे, धबधबा, सरोवरे, क्षरे, बीच (पुळण) अभयारण्ये, राष्ट्रीय उद्याने इ. भौगोलिक वैशिष्ट्यांमुळे भारतामध्ये जैविक विविधता व नैसर्गिक विविधता दिसून येते. भारत सरकारने इको टुरिझमच्या विकासाचे योग्य धोरण आखून त्याच्या अंमलबजावणीसाठी पूर्ण वेळ कार्यक्षम यंत्रणा निर्माण करणे गरजेचे आहे, यामुळे स्थानिक लोकांच्या सामाजिक व आर्थिक विकासाबरोबरच जैवविविधतेचे संवर्धन होण्यास मदत होईल. तसेच, शासकीय, अशासकीय व स्वयंसेवी संस्थांची मदत घेणे गरजेचे आहे. सर्वसाधारणपणे भारतामध्ये जून ते सप्टेंबर (पावसाळा ऋतू) आणि नोव्हेंबर ते फेब्रुवारी (हिवाळा ऋतू) या महिन्यांमध्ये नैसर्गिक सौंदर्य पाहण्यासाठी अनेक पर्यटक पर्यटनस्थळी भेट देण्यासाठी येतात आणि यातूनच इको टुरिझमचा विकास होतो.

उदा. व्हॅली ऑफ फ्लॉवर्स (valley of flowers), त्रिभुज प्रदेश, दक्षिण भारतामधील केरळ राज्यातील पेरियार नदीवर बांधलेल्या धरणाच्या पार्श्वभूमीवर घळईच्या silent valley प्रदेशात गवत खाणारे हरणांचे प्रकार, स्थलांतरित पक्षी यासाठी हे केंद्र पर्यटनाच्या दृष्टीने महत्त्वाचे आहे.

भारतातील पर्यावरणपोषक पर्यटनासमोरील आव्हाने -

१) योग्य प्रशिक्षित मार्गदर्शकांचा (Guides) तुटवडा

२) नियोजनांचा अभाव

३) स्थानिक लोकांना प्राधान्य देऊन त्यांचा विकास करणे आवश्यक

४) विकास प्रकल्पामध्ये स्थानिक लोकांचा सहभाग कमी

५) विविध सोई-सुविधांचा अभाव

जागतिक इकोटुरिझम परिषद

१९ ते २२ मे २००२ मध्ये कॅनडातील क्युबेक शहरामध्ये ही परिषद आयोजित करण्यात आली होती. यामध्ये 'क्युबेक जाहीरनामा' प्रसारित झाला. त्यामधील काही तरतुदी खालीलप्रमाणे -

१) शाश्वत विकास (Sustainable Development) साधणे

२) स्थानिक, विभागीय, राज्य, राष्ट्रीय स्तरांवर धोरणे आखाणे.

३) ज्या परिसंस्था धोक्यात आल्या आहेत त्यांचे संरक्षण करणे

४) निसर्ग संवर्धन व शाश्वत विकास साधण्यासाठी तरुणांचा व लोकसमुदायाचा सहभाग वाढवणे

५) निसर्ग, संस्कृती, पारंपरिक ज्ञान, जनुकीय संसाधने, आदिवासींचा जमीन व संपत्तीचा अधिकार यांचे संरक्षण करणे

आंतरराष्ट्रीय इको टुरिझम संशोधन केंद्र (ICER) ची स्थापना ८ ऑगस्ट १९९३ मध्ये क्वीन्सलँड (ऑस्ट्रेलिया) येथे झाली. इको टुरिझमचे महत्त्व लक्षात घेऊन २००२ हे वर्ष आंतरराष्ट्रीय 'इको टुरिझम वर्ष' म्हणून घोषित केले.

महाराष्ट्रातील संरक्षित वने

वने ही एक नैसर्गिक संपदा आहे. या नैसर्गिक वनस्पतींच्या वितरणात मोठी असमानता दिसून होते. वनांच्या वितरणावर हवामान, मृदा, जलप्रणाली या प्राकृतिक घटकांचा परिणाम दिसून येतो.

२००८-०९ राज्य वन अहवालानुसार महाराष्ट्रात ६१९३९ चौ.कि.मी. एवढे क्षेत्र वनाखाली असून ते राज्याच्या एकूण भौगोलिक क्षेत्राच्या २०.१% टक्के, देशाच्या एकूण वनक्षेत्राच्या ८% आहे. यामध्ये १७.२% अतिघनदाट वने, ४३.४% मध्यम घनतेची वने, ३९.४% कमी घनतेची वने आहेत.

महाराष्ट्रात एकूण भूभागापैकी २०.१% क्षेत्र वनाखाली आहे. वास्तविक ही आकडेवारी ३३% असणे पर्यावरणीय दृष्टिकोनातून गरजेचे आहे. त्यामुळे शासनाने वनसंवर्धन व संरक्षण करण्याच्या दृष्टीने काही वने आरक्षित केले आहेत. महाराष्ट्रात वनांची देखभाल करण्यासाठी झाडांच्या विविध जाती विकसित व संगोपन करण्यासाठी शासनाने राज्यात २० संशोधनकेंद्रे सुरू केली आहेत.

महाराष्ट्रात प्रधान मुख्य वनसंरक्षक असून त्यांचे प्रमुख कार्यालय नागपूरला आहे. अशी राज्यात ९ कार्यालये आहेत.

२००७-०८ च्या अहवालानुसार महाराष्ट्रात सर्वाधिक वनाचे क्षेत्र गडचिरोली जिल्ह्यात (१३,०२८ चौ.कि.मी.) त्याखालोखाल चंद्रपूर, अमरावती, नाशिक आणि यवतमाळ जिल्ह्यांचा क्रमांक लागतो. याउलट सर्वात कमी वनांचे क्षेत्र लातूर जिल्हात (४३ चौ.कि.मी.) आहे. त्याखालोखाल मुंबई शहर व उपनगर, उस्मानाबाद, रत्नागिरी आणि परभणी हे जिल्हे आहेत.

महाराष्ट्रात २००८-०९ वनविभागाच्या अहवालानुसार ४५५३६ चौ.कि.मी. राखीव वन क्षेत्र व ९२०८ चौ.कि.मी. संरक्षित वनक्षेत्र आहे.

राखीव वनक्षेत्र - (४५५२६ चौ.कि.मी.)

तक्ता क्र. २.४

अ.क्र.	जिल्हा	राखीव वनक्षेत्र (चौ.कि.मी.)
१	गडचिरोली	८९४३
२	धुळे-नंदुरबार	३९६७
३	अमरावती	३४५५
४	चंद्रपूर	३२७९
५	यवतमाळ	२७५५
६	ठाणे	२३१०

महाराष्ट्रात सर्वाधिक राखीव वनक्षेत्र गडचिरोली जिल्हात, तर सर्वात कमी राखीव क्षेत्र लातूर (०४ चौ.कि.मी.) आहे.

संरक्षित वनक्षेत्र - (९२०८ चौ.कि.मी.)

तक्ता क्र. २.५

अ.क्र.	जिल्हा	राखीव वनक्षेत्र (चौ.कि.मी.)
१	गडचिरोली	३८४२
२	भंडारा-गोंदिया	१०६५
३	ठाणे	९५९
४	नागपूर	८३६
५	चंद्रपूर	८१५

महाराष्ट्रात लातूर, उस्मानाबाद, हिंगोली, परभणी, सोलापूर, सिंधुदुर्ग आणि रत्नागिरी जिल्हात संरक्षित वनक्षेत्र नाही.

याशिवाय महाराष्ट्रात अवर्गीकृत वनक्षेत्र (६०९१ चौ.कि.मी.) सर्वांत जास्त अवर्गीकृत वनक्षेत्र भंडारा-गोंदिया जिल्ह्यात आहे. खासगी वने (५२३ चौ.कि.मी.) सर्वाधिक खाजगी वने सिंधुदुर्ग जिल्ह्यात आहेत.

असे असले तरी महाराष्ट्रामध्ये उपलब्ध असलेल्या वनस्पतीच्या प्रकाराचे संरक्षण व संवर्धन करणे आवश्यक आहे, कारण राज्यात एकूण भौगोलिक क्षेत्रफळापैकी १७% क्षेत्र अरण्याखाली आहे. राष्ट्रीय वनधोरणानुसार ते ३३.३% असणे आवश्यक आहे. त्यासाठी कठोर नियम, कायदे, जागृती व उत्तेजन देणे आवश्यक आहे.

१) इ. स. १९८६ पर्यावरणीय संरक्षण कायदा

२) इ. स. १९८३ राष्ट्रीय वन्य जीव कृती आराखडा

३) इ. स. १९८२ सामाजिक वनीकरण कार्यक्रम

४) इ. स. १९८८ शासनाच्या वतीने 'वनश्री' पुरस्कार दिला जातो

५) २००६-०७ संत तुकाराम वनग्राम योजना

महाराष्ट्रातील किल्ले

पर्यटनाच्या दृष्टीने किल्ल्यांना खूप महत्त्व आहे. पर्यटनातून मानवाला परिसराचा अभ्यास, पर्यावरणाची माहिती, प्रदूषणा बद्दलची जागरूकता यांची माहिती मानवाला मिळते. निसर्ग आणि मानव यांच्यातील परस्परसंबंध, सहकार्य आणि असहकार्य यातून शोधता येते. त्यातून आपले व्यक्तिमत्त्व घडते, विकसित होते. सर्वस्पर्शी बहुअनुभवी होण्यास मदत होते. हाच तर शिक्षणाचा मूलभूत हेतू आहे, जो पर्यटनातून मिळणाऱ्या अनौपचारिक शिक्षणातून साधायला अनुकूल पर्यावरण तयार होते. म्हणूनच पर्यावरणाचा खरा प्रत्यक्ष अनुभव पर्यटनातून मिळतो. किल्ल्यांच्या पर्यटनातून आपणास इतिहास, भूगोल, पर्यावरण, पर्यटन भूगोल, संस्कृती, समाज, आर्थिक भूगोल यासारख्या विविध विषयांची माहिती व वास्तव ज्ञान मिळते.

महाराष्ट्र म्हणजे किल्ल्यांचे आगरच होय. महाराष्ट्रात जेवढे आणि जितक्या प्रकारचे किल्ले आहेत तेवढे जगाच्या पाठीवर इतरत्र कोठेही नाहीत. यात सुमारे अडीच हजार वर्षांपूर्वी बांधल्या गेलेल्या लोहगडापासून अडीचशे वर्षांपूर्वी बांधला गेलेला सासवडचा मल्हारगड आहे. सातवाहन, राष्ट्रकुट, शिलाहार यादव अशा राजवटीपासून बहमनी, आदिलशाही, मुघली अशा यावनी सत्ता, किल्ल्यांचा सुवर्णकाळ व इतिहासाचे सोनेरी पान म्हणता येईल असा शिवकाल आणि पेशवाई, इंग्रजांपर्यंतची राजवट या किल्ल्यांनी पाहिला आहे.

स्वराज्याच्या रक्षणाचे एक प्रमुख साधन म्हणून किल्ल्यांचा उलेख प्राचीन काळापासून आढळतो. महाराष्ट्राला लाभलेल्या डोंगरी प्रदेशात किल्ल्यांचे महत्त्व अनन्यसाधारण होते. शिवकालात तर या किल्ल्यांचे महत्त्व आणखीनच वाढले. म्हणून शिवकाळात किल्ल्यांना 'जागते पहारेकरी' असे म्हणत.

किल्ल्यांचे प्रकार -

१) गिरिकोट - डोंगरी किल्ले

२) जलालिका - जलदुर्ग / जंजिरे

३) ग्रामकोट - सपाटीवरील भुईकोट किल्ले

४) गव्हर-गुहा, वार्क्ष - दाट अरण्यातील किल्ला किंवा वनदुर्ग

५) दारुदुर्ग / मेढेकोट - लाकडाची तटबंदी उभारून बांधलेला किल्ला

६) इष्टिकादुर्ग - खंदकाने वेढलेला व चुना-विटांत बांधलेला किल्ला

महाराष्ट्रातील जिल्हानिहाय किल्ले -

(१) जिल्हा पुणे

१) सिंहगड
२) पुरंदर
३) शिवनेरी
४) लोहगड
५) विसापूर
६) तुंग
७) तिकोना
८) राजगड
९) तोरणा
१०) हडसर
११) जीवधन
१२) चावंड
१३) कोरीगड
१४) दौलतमंगळ (भुलेश्वर)
१५) नारायणगड
१६) रोहिडा
१७) वज्रगड
१८) सिंदोळा
१९) चाकण
२०) निमगिरी
२१) मल्हारगड (सोनोरी)
२२) राजमाची
२३) सुप्याची गढी
२४) इंदापूरची गढी
२५) शनिवारवाडा
२६) जाधव गढी
२७) कोकणदिवा

(२) जिल्हा सातारा

१) प्रतापगड
२) अजिंक्यतारा
३) महिमानगड
४) वर्धनगड
५) नांदगिरी
६) सज्जनगड
७) चंदन
८) वंदन
९) पांडवगड
१०) वासोटा
११) वसंतगड
१२) कऱ्हाडचा कोट
१३) वारूगड
१४) संतोषगड
१५) वैराटगड
१६) केंजळगड
१७) कमळगड
१८) मधुमकरंदगड
१९) महिमंडनगड
२०) मोरगिरी / गुणवंतगड
२१) दातेगड
२२) जंगली जयगड
२३) भूषणगड
२४) सदाशिवगड
२५) शिरवळ / सुभानमंगळ

(३) जिल्हा कोल्हापूर

१) पन्हाळगड
२) पावनगड
३) विशाळगड
४) रांगणा
५) भुदरगड
६) सामानगड
७) महिपालगड
८) पारगड
९) कलानिधी गड
१०) गंधर्वगड

(४) सांगली जिल्हा

१) भूपाळगड
२) मिरजेचा भुईकेट
३) सांगलीचा भुईकोट
४) प्रचितगड
५) मच्छिंद्रगड

(५) ठाणे जिल्हा

१) अर्नाळा
२) कल्याण / दुर्गाडी
३) मलंगगड
४) माहुली
५) सिद्धगड
६) दातिवरे
७) मनोर
८) वसई
९) शिरगाव
१०) सेगवाह
११) गोरक्षगड
१२) आगाशी
१३) अशेरी
१४) कोहोज
१५) अलिबाग
१६) असावा
१७) केळवे
१८) भवनगड
१९) गंभीरगड
२०) ठाणे
२१) बेलापूर

२२) तारापूर

२३) बळवंतगड

२४) भैरवगड

२५) पारसिकचा किल्ला

२६) माहीम

२७) डहाणू

२८) येदवण

२९) पळसगड

३०) काळदुर्ग

३१) तांदूळवाडीचा किल्ला

३२) धारावीचा किल्ला

(६) रायगड जिल्हा

१) रायगड

२) चांभारगड

३) खांदेरी

४) उंदेरी

५) थळचा किल्ला

६) जंजिरा

७) पद्मदुर्ग / कासा

८) तळगड

९) घोसाळगड

१०) कर्नाळा

११) सुधागड

१२) सरसगड

१३) सोनगड

१४) सुरगड

१५) हिराकोट

१६) घारापुरी

१७) चंदेरी

१८) ढाक

१९) तुंगी

२०) उरणचा किल्ला

२१) प्रबळगड

२२) बिरवाडी

२३) माणिकगड

२४) मोराडी

२५) राजकोट

२६) रेवदंडा

२७) सर्जेकोट (अलिबाग)

२८) सागरगड

२९) सांकशी / बद्रुद्दीन

३०) कावळ्या किल्ला

३१) सिद्दीचा कोट

३२) कोतळीगड

३३) पेबचा किल्ला

३४) चंद्रगड (ढवळगड)

३५) पाचाडचा कोट

३६) सामराजगड

३७) लिंगाणा

३८) रतनगड

३९) मानगड

४०) मंगळगड

४१) कुलाबा

४२) अवचितगड

४३) कुर्डूगड

४४) इरशाळगड

४५) भिवगड

४६) पळसगड

(७) सिंधुदुर्ग जिल्हा

१) सिंधुदुर्ग

२) विजयदुर्ग

३) सर्जेकोट (मालवण)

४) हनुमंतगड

५) सिंधगड

६) खारेपाटण

७) नांदोस

८) भगवंतगड

९) भरतगड

१०) मनोहरगड

११) राजकोट (मालवण)

१२) रेडीचा किल्ला (यशवंतगड)

१३) देवगड

१४) कोटकामते

१५) मनसंतोषगड

१६) रामगड

१७) महादेवगड

१८) निवती

१९) बांदे

२०) आवर / आवडकोट

२१) कुडाळचा किल्ला

२२) पद्मगड

२३) वेताळगड

२४) शिवगड

(८) रत्नागिरी जिल्हा

१) रत्नागिरीचा किल्ला / भगवती किल्ला

२) अंजनवेल / गोपाळगड

३) जयगड

४) पूर्णगड

५) फतेगड

६) बाणकोट

७) मैमतगड

८) कनकदुर्ग

९) पालगड

१०) यशवंतगड (जैतापूर)

११) मंडणगड

१२) महिपतगड
१३) सुमारगड
१४) रसाळगड
१५) राजापूरची गढी
१६) सुवर्णदुर्ग
१७) साठवली
१८) भैरवगड
१९) गोविंदगड
२०) विजयगड

(९) नाशिक जिल्हा

१) अंकाई
२) टंकाई
३) जवळ्या
४) रवळ्या
५) अचला
६) अहिवंत
७) औंढा
८) अंजनेरी
९) कवनाई
१०) त्र्यंबकगड
११) गाळणा
१२) पिसोळगड
१३) बलवंतगड
१४) धोडप
१५) इंद्राई
१६) कांचन / कचना
१७) कोळधेर
१८) चांदवड
१९) बितनगड
२०) साल्हेर
२१) मुल्हेर
२२) रतनगड
२३) साल्होटा
२४) हर्षगड
२५) रामसेज
२६) वाघेरा
२७) कंक्राळा
२८) गाळणा
२९) चौलेर
३०) देरमाळ
३१) मार्कंडा
३२) मालेगाव
३३) भास्करगड
३४) मोरा
३५) हातगड
३६) हरगड
३७) घरगड
३८) त्रिंगलवाडी
३९) लळिंग
४०) बासगड
४१) बहुला
४२) राजधेर

(१०) नगर जिल्हा

१) नगरचा किल्ला
२) हरिश्चंद्रगड
३) रतनगड
४) पेमगिरी / शहागड
५) अलंग
६) कुलंग
७) मदन
८) खर्ड्याचा किल्ला
९) बहादूरगड (पेडगावचा किल्ला)
१०) कुंजरगड / कोंबड किल्ला
११) कलालगड
१२) भैरवगड
१३) पट्टा (विश्रामगड)
१४) पाबरचा किल्ला

(११) महामुंबईतील किल्ले

१) फोर्ट (बॉम्बे कॅसल)
२) वरळी
३) शिवडी
४) शिव
५) माहीम
६) वर्सोवा
७) धारावी / काळा किल्ला

(१२) गोवा

१) आग्वाद
२) तेरेखोलचा किल्ला
३) फोंड्याचा किल्ला
४) सातेरीचा किल्ला
५) मार्मागोवा
६) अंजदीव
७) अलोर्ना
८) गाश्पर दियश
९) बाणस्तरीचा किल्ला
१०) कुंभार जुव्याचा किल्ला

(१३) सोलापूर-उस्मानाबाद जिल्हा

१) सोलापूरचा किल्ला
२) अकलूजचा किल्ला
३) मंगळवेढ्याचा किल्ला
४) माचणूर
५) धारूर
६) नळदुर्ग
७) भूम-परांडा

अभयारण्य

महाराष्ट्रात अभयारण्य हा पर्यटकांचा एक आकर्षणाचा भाग आहे. नैसर्गिक सौंदर्याने बहरलेला वाघ, बिबट्या, हरिण, गवा, नीलगाय, कोल्हा, लांडगा, सांबर, ससा अशा विविध प्राण्यांनी युक्त असा प्रदेश महाराष्ट्र शासनाने अभयारण्य म्हणून घोषित केला आहे. महाराष्ट्रात चिखलदरा, ताडोबा, नागझिरा, पेंच, बोरडॅम, दाजीपूर इ. ठिकाणे अभयारण्य म्हणून घोषित केली आहेत. या अभयारण्यांत पर्यटकांना वन्यप्राणी जवळून पाहावयास मिळतात, कारण त्यांसाठी स्वतंत्र जीप व गाईडची सुविधा या प्रकल्पात केलेली असते.

१) चिखलदरा - समुद्रसपाटीपासून ११८ मी. उंचीवरील वाघ, बिबटे, अस्वल, सांबर यांसाठी प्रसिद्ध असे अभयारण्य म्हणजे चिखलदरा होय. हे ठिकाण अमरावती जिल्ह्यात आहे. या अभयारण्यात ट्रायबल म्युझिक, सीमाडोह तलाव, पंडित नेहरू गार्डन, गावीलगड व नरनाला किल्ला इ. ठिकाणे पर्यटन स्थळे म्हणून प्रसिद्ध आहेत. अमरावतीपासून १०० कि.मी. अंतरावरील चिखलदरा येथे ऑक्टोबर ते जून या काळात पर्यटकांची गर्दी असते.

२) पेंच - नागपूर जिल्ह्यातील पेंच नदीवरून या उद्यानास पेंच हे नाव देण्यात आले. या उद्यानाचे ४ विभाग पडतात. १९७५ मध्ये महाराष्ट्र शासनाने याला राष्ट्रीय उद्यान म्हणून घोषित केले. या उद्यानात अनेक प्राणी, पक्षी, मासे व त्यांच्या अनेक प्रजाती आढळतात. वाघ व बिबळ्या यांसाठी हे अभयारण्य आरक्षित आहे. याबरोबर यात भेकर, अस्वल, सांबर, नीलगाय, लंगूर, कोल्हे, माकडे, लांडगे यांसारखे विविध प्राणी आढळतात. हे अभयारण्य पावसाळ्यात पर्यटनासाठी बंद असते.

३) दाजीपूर - गवा व सांबर यांसाठी प्रसिद्ध असलेले अभयारण्य आहे. कोल्हापूर जिल्ह्यात असून हे समुद्रसपाटीपासून १२०० मी. उंचीवर आहे. या अभयारण्याजवळ राधानगरी डॅम आहे. जास्त पर्जन्य व विविध वृक्षांच्या जाती यामुळे या प्रेक्षणीय स्थळाचे सौंदर्य वाढले आहे.

४) बोरडॅम - बोर नदीवरील बोरडॅम हा प्रकल्प आहे. वाघ, बिबळ्या, नीलगाय, चितळ, सांबर, हरिण, ससा यांसाठी बोरडॅम हे अभयारण्य प्रसिद्ध आहे. बोरडॅम अभयारण्य पाहण्यासाठी वर्षभर पर्यटक येतात. हा प्रकल्प वर्धा जिल्ह्यात असून, तो नागपूरपासून ३५ कि.मी. अंतरावर हा व्याघ्र प्रकल्प आहे.

महाराष्ट्रातील उद्याने

ताडोबा राष्ट्रीय उद्यान - ताडोबा हे वाघासाठी आरक्षित राष्ट्रीय उद्यान असून चितळ, नीलगाय, भेकर, बिबळ्या, रानडुक्कर, गवा, रानकुत्रे, अस्वल, असे विविध प्राणी या उद्यानात आढळतात. या उद्यानासाठी ६२५.४ चौ. कि.मी. क्षेत्रफळ १९९० मध्ये आरक्षित करण्यात आले.

गुगामल राष्ट्रीय उद्यान - अमरावती जिल्ह्यात गुगामल राष्ट्रीय उद्यान वाघांसाठी आरक्षित करण्यात आले आहे. तलाव, दाट वृक्ष, विविध प्राणी यांमुळे हे उद्यान पर्यटकांसाठी आकर्षण ठरत आहे. या उद्यानाचे क्षेत्रफळ १६७३.९३ चौ.कि.मी. आहे.

नवेगाव राष्ट्रीय उद्यान - पक्ष्यांसाठी प्रसिद्ध असलेले नवेगाव राष्ट्रीय उद्यान नागपूर जिल्ह्यात १३६० चौ. कि.मी. भूभागावर विस्तारले आहे. या उद्यानात विविध प्राणी व पक्षी असून उद्यानात कोलू पटेल नावाचा तलाव आहे. उद्यानात उंच मनोरा असून, त्यावरून संपूर्ण उद्यानाचे मनमोहक सौंदर्य पाहता येते.

संजय गांधी राष्ट्रीय उद्यान - मुंबईजवळ बोरिवलीच्या डोंगराळ भागात १०४ चौ. कि.मी. विस्ताराचे हे उद्यान ससा, भेकर, लंगूर, सांबर, उदमांजर, ससा इ. साठी प्रसिद्ध आहे. शहराला जवळ असल्याने येथे पर्यटकांची गर्दी वर्षभर असते. येथे या प्राण्यांबरोबरच विविध पक्षीही पाहावयास मिळतात.

पेंच राष्ट्रीय उद्यान - (पंडित जवाहरलाल राष्ट्रीय उद्यान) - नागपूरजवळ ६० कि.मी. अंतरावर पेंच नदीवर २९९ चौ.कि.मी. क्षेत्रात हे उद्यान आहे.

हे उद्यान विविध सरपटणारे प्राणी, ढाण्या वाघ, बिबळे, गवे, रानम्हशी, सांबर, चितळ, कोल्हे, लांडगे, नीलगाय यासारख्या वन्य प्राण्यांसाठी तसेच विविध पक्ष्यांसाठी प्रसिद्ध आहे.

चांदोली राष्ट्रीय उद्यान - सांगली जिल्ह्यातील बत्तीस शिराळा तालुक्यात वारणा नदीवर चांदोली येथे चांदोली धरण बांधण्यात आले आहे. या धरणाच्या पाणलोट क्षेत्रात विविध नैसर्गिक वनस्पती, पक्षी व वन्य प्राणी आहेत. या उद्यानाने ३१७.६७ चौ.कि.मी. क्षेत्र व्यापलेले आहे.

राज्यात ६ राष्ट्रीय उद्याने व २४ अभयारण्ये आहेत.

तक्ता क्र. २.६

अ. क्र.	राष्ट्रीय उद्याने	स्थळ	क्षेत्रफळ (चौ.कि.मी.)
१)	ताडोबा राष्ट्रीय उद्यान	चंद्रपूर	६२५.४०
२)	पेंच राष्ट्रीय उद्यान	नागपूर	२९९.००
३)	नवेगाव राष्ट्रीय उद्यान	भंडारा	१३३.८८
४)	बोरिवली राष्ट्रीय उद्यान (संजय गांधी)	मुंबई	६७.७७
५)	चांदोली राष्ट्रीय उद्यान	सांगली	३१७.६७
६)	गुगमल राष्ट्रीय उद्यान	अमरावती (चिखलदरा)	१६७३.९३

महाराष्ट्रातील व्याघ्र प्रकल्प

महाराष्ट्रात अभयारण्यांची संख्या जास्त आहे. त्यात विविध प्राणी व पक्षी असलेले दिसून येतात.

भारतात ४० पेक्षा जास्त 'व्याघ्र प्रकल्प' आहेत. इ. स. १९७३ पासून भारतात व्याघ्र प्रकल्पाची सुरुवात झाली. त्याचा प्रमुख उद्देश भारतात वाघांच्या संख्येचे जतन करणे, वाघांची निवासस्थाने संरक्षित करून त्यांचे संरक्षण व संवर्धन करून पर्यावरणाचे समतोल राखणे हा होय.

भारतात सर्वात मोठा व्याघ्र प्रकल्प - नागार्जुनसागर व्याघ्र प्रकल्प (३५५८ चौ.कि.मी.) आंध्रप्रदेश राज्यात आहे, तर सर्वात लहान व्याघ्र प्रकल्प 'पेंच प्रकल्प' (२५७ चौ.कि.मी.) महाराष्ट्रात आहे.

महाराष्ट्रातील व्याघ्र प्रकल्प -

१) मेळघाट व्याघ्र प्रकल्प - (क्षेत्र १६७३.९३ चौ.कि.मी.) महाराष्ट्रातील अमरावती जिल्हात हा व्याघ्र प्रकल्प आहे. त्याचे मुख्यालय अमरावती येथे आहे. चिखलदरा हे थंड हवेचे ठिकाण याच प्रकल्पांतर्गत आहे.

या व्याघ्र प्रकल्पात पट्टेदार वाघ, बिबट्या, रानकुत्रे, रानगवे, अस्वल, सांबर आदी वन्य पशूचे संरक्षण व संवर्धन केले जाते.

२) पेंच व्याघ्र प्रकल्प (क्षेत्र २५७.९८ चौ.कि.मी.) नागपूर जिल्ह्यात पेंच नदीवर हा प्रकल्प पंडित जवाहरलाल नेहरू राष्ट्रीय उद्यान आणि व्याघ्र प्रकल्प या नावाने प्रसिद्ध आहे.

३) 'ताडोबा' व्याघ्र प्रकल्प (क्षेत्र - ११५.५४ चौ.कि.मी.) - चंद्रपूर जिल्ह्यात 'ताडोबा राष्ट्रीय' उद्यान आहे. या प्रकल्पाची स्थापना इ. स. १९५५ साली झाली असून हे महाराष्ट्रातील सर्वात जुने सुरक्षित क्षेत्र आहे.

ताडोबा हे वाघांबरोबरच ताडोबा या जलाशयातील मगरींकरिता प्रसिद्ध आहे.

महाराष्ट्रातील एकमेव मगर प्रजनन केंद्र येथे आहे.

४) सह्याद्री व्याघ्र प्रकल्प (क्षेत्र - ७४१.१२ चौ.कि.मी.) : महाराष्ट्रातील सर्वाधिक जैविक विविधतेने नटलेले क्षेत्र आहे. युनोस्कोने जगातील २५ वन क्षेत्रे संरक्षित केली आहेत. त्यापैकी हे एक महत्त्वाचे क्षेत्र आहे. येथे पेहरी वाघांचे अस्तित्व आहे.

तक्ता क्र. २.७

अ.क्र.	व्याघ्र प्रकल्प	स्थळ	क्षेत्रफळ (चौ.कि.मी.)	वाघांची संख्या
१)	मेळघाट व्याघ्र प्रकल्प (गुगामल राष्ट्रीय उद्यान)	अमरावती	१६७३.९३	५
२)	पेंच व्याघ्र प्रकल्प	नागपूर	२५७.९८	२५
३)	ताडोबा व्याघ्र प्रकल्प	चंद्रपूर	११५.५४	२०
४)	सह्याद्री व्याघ्र प्रकल्प	पश्चिम घाट	७४१.१२	३९

प्रश्न

१. महाराष्ट्रातील खनिज संपत्तीच्या दृष्टीने ..... हा समृद्ध प्रदेश आहे.
(१) खानदेश (२) विदर्भ (३) कोकण (४) मराठवाडा

२. सौरशक्ती पुढीलपैकी कोणत्या प्रकारची शक्ती आहे?
(१) व्यापारी (२) अपारंपरिक (३) पारंपरिक (४) हे सर्व

३. लोहखनिज उत्पादनात महाराष्ट्राचा भारतात ...... क्रमांक लागतो.
(१) पहिला (२) दुसरा (३) तिसरा (४) चौथा

४. भारतातील एकूण लोहखनिजांपैकी .... टक्के साठा महाराष्ट्रात आहे.
(१) ४ (२) २ (३) ३ (४) यापैकी नाही.

५. महाराष्ट्रात .... जिल्ह्यात लोहखनिजांच्या सर्वाधिक खाणी आहेत.
(१) भंडारा (२) गडचिरोली (३) चंद्रपूर (४) नागपूर

६. 'इको' पर्यटन म्हणजे काय?
(१) आरोग्य पर्यटन (२) ग्रामीण पर्यटन (३) धार्मिक पर्यटन (४) हे सर्व

७. महाराष्ट्रात सर्वाधिक वनक्षेत्र ...... जिल्ह्यात आहे.
(१) भंडारा (२) गडचिरोली (३) सोलापूर (४) रत्नागिरी

८. भारतातील ..... टक्के मँगनीजचे उत्पादन महाराष्ट्र राज्यात होते.
(१) २४ (२) ३० (३) ३५ (४) ४०

९. हिऱ्यांना पैलू पाडण्यासाठी .... खनिजाचा उपयोग हेतो.
(१) डोलोमाईट (२) कायनाईट
(३) क्रोमाईट (४) यापैकी नाही.

१०. खालीलपैकी कोणती ऊर्जा अपारंपरिक स्वरूपाची आहे ?
(१) दगडी कोळसा (२) खनिज तेल (३) भू-औष्णिक (४) अणुशक्ती

११. महाराष्ट्रातील सर्वात मोठे औष्णिक विद्युत केंद्र कोठे आहे ?
(१) कोराडी (२) खापर खेडा (३) पारस (४) यापैकी नाही.

१२. बॉम्बे हाय येथे .... साली पहिली खनिजतेल विहीर खोदली गेली.
(१) १९७२ (२) १९७३ (३) १९७४ (४) १९७५

१३. बॉम्बे हाय क्षेत्रात भारतातील एकूण खनिज तेलाच्या ..... टक्के खनिज तेलाचे उत्पादन होते.
(१) ५० (२) ६० (३) ७० (४) ८०

१४. भारतातील सर्वात मोठा नैसर्गिक वायूचा साठा ...... राज्यात आहे.
(१) गुजरात (२) महाराष्ट्र (३) आसाम (४) ओरिसा

१५. जलविद्युत निर्मितीत महाराष्ट्राचा कितवा क्रमांक लागतो ?
(१) पहिला (२) दुसरा (३) तिसरा (४) चौथा

१६. लेक टॅपिंग प्रयोग ...... शी संबंधित आहे.
(१) जलविद्युत (२) जलसिंचन (३) एक व दोन (४) यापैकी नाही.

१७. लेक टॅपिंग प्रयोग .... या जलाशयात राबवण्यात आला.
(१) जायकवाडी (२) येलदरी (३) पानशेत (४) कोयना

१८. .... हे भारतातील अणुऊर्जा संशोधनाचे जनक आहेत.
(१) डॉ. ए. पी. जे. अब्दुल कलाम (२) डॉ. होमी भाभा
(३) डॉ. विजय भटकर (४) यापैकी नाही.

१९. अणुऊर्जा निर्मितीसाठी ...... खनिज सर्वात महत्त्वाचे आहे.
(१) थोरियम (२) प्लुटोनियम (३) रेडिअम (४) युरेनिअम

२०. योग्य जोड्या लावा.

	राज्य	अणुऊर्जा प्रकल्प
अ)	महाराष्ट्र	I) रावतभाटा
ब)	राजस्थान	II) कल्पकम
क)	तमिळनाडू	III) तारापूर
ड)	गुजरात	IV) काक्रापारा

	अ	ब	क	ड
(१)	IV	III	II	I
(२)	III	I	II	IV
(३)	III	II	I	IV
(४)	IV	III	I	II

२१. सध्याच्या काळातील सर्वात महत्त्वाची खनिज संपदा कोणती?
(१) सोने (२) कथिल
(३) खनिज तेल व नैसर्गिक वायू (४) बॉक्साईट

२२. महाराष्ट्रातील सर्वात मोठे राष्ट्रीय उद्यान कोणते?
(१) बोरिवली (२) पेंच (३) गुगामल (४) ताडोबा

२३. भारतातील पहिला अणुविद्युत प्रकल्प कोठे आहे?
(१) तारापूर (२) उमरेड (३) पालघर (४) खारघर

२४. भारतात .... सालापासून अणुऊर्जा कार्यक्रम राबविला जातो.
(१) १९३० (२) १९४० (३) १९४७ (४) १९५०

२५. पंडित जवाहरलाल नेहरू राष्ट्रीय उद्यान कोणत्या जिल्ह्यात आहे?
(१) नागपूर (२) चंद्रपूर (३) मुंबई (४) भंडारा

२६. 'भाभा ॲटोमिक रिसर्च सेंटर' या संस्थेची स्थापना .... मध्ये झाली.
(१) १९५७ (२) १९६७ (३) १९९३ (४) यापैकी नाही.

२७. भारताचा पवनविद्युत निर्मितीत ...... क्रमांक लागतो.
(१) दुसरा (२) तिसरा (३) चौथा (४) पाचवा

२८. महाराष्ट्रातील पहिला पवनऊर्जा प्रकल्प .... जिल्ह्यात उभारण्यात आला.
(१) सातारा (२) सांगली (३) सिंधुदुर्ग (४) रत्नागिरी

२९. 'ताडोबा' व्याघ्रप्रकल्प कोणत्या जिल्ह्यात आहे?
(१) बुलढाणा (२) चंद्रपूर (३) गडचिरोली (४) कोल्हापूर

३०. मेळघाट व्याघ्रप्रकल्पामुळे कोणत्या प्रदेशातील वन्य पशुसंवर्धन हेते?
(१) कोकण (२) मराठवाडा (३) खानदेश (४) विदर्भ

३१. महाराष्ट्रातील कोणत्या जिल्ह्यात सर्वात जास्त जंगलाखाली क्षेत्र आहे?
(१) रत्नागिरी (२) गडचिरोली (३) भंडारा (४) रायगड

३२. भाभा ॲटोमिक रिसर्च सेंटर ही संस्था कोठे आहे?
(१) मुंबई (२) दिल्ली (३) कोलकता (४) हैदराबाद

३३. पंढरपूर हे तीर्थस्थळ कोणत्या नदीच्या काठावर वसले आहे?
(१) भीमा (२) गोदावरी (३) कृष्णा (४) कावेरी

३४. खालीलपैकी कोणत्या तीर्थक्षेत्राच्या ठिकाणी नदीने विशिष्ट असा अर्धवर्तुळाकार आकार घेतल्याने नदीचे तसे नाव पडले आहे?
(१) देहू (२) आळंदी (३) पंढरपूर (४) नाशिक

३५. अष्टविनायक या धार्मिक स्थळांपैकी कोणते गणपती मंदिर रायगड जिल्हात आहे?
(१) सिद्धटेक (२) पाली (३) लेण्याद्री (४) ओझर

३६. संत एकनाथांचे समाधी मंदिर कोठे आहे?
(१) देहू (२) आळंदी (३) पंढरपूर (४) पैठण

३७. भारतातील १२ ज्योतिर्लिंगांपैकी किती ज्योतिर्लिंग महाराष्ट्रात आहेत?
(१) दोन (२) तीन (३) पाच (४) आठ

३८. नांदेड जिल्हातील माहूर येथे ..... देवीचे मंदिर आहे.
(१) रेणुका (२) सप्तश्रृंगी (३) तुळजापूर (४) यापैकी नाही.

३९. पुढीलपैकी कोणती अणुभट्टी नाही?
(१) पृथ्वी (२) ध्रुव (३) पूर्णिमा (४) सायरस

४०. महाराष्ट्रातील पुढीलपैकी कोणत्या जिल्ह्याच्या ठिकणी इतिहास प्रसिद्ध अंजठा-एलोरा लेणी आहे?
(१) नांदेड (२) नाशिक (३) औरंगाबाद (४) अकोला

४१. .... धातूस 'मंगल' असे म्हणतात.
(१) बॉक्साईट (२) लोह खनिज (३) मॅगनिज (४) कायनाईट

४२. पर्यावरणाभिमुख पर्यटनाचा मुख्य उद्देश कोणता अहे?
(१) निसर्ग व पर्यावरणाचे संरक्षण व संवर्धन करणे.
(२) पर्यटन व्यवसायाचा विकास करणे.
(३) निसर्ग सौंदर्यात वाढ करणे.
(४) वरीलपैकी नाही.

४३. इको टुरिझम संकल्पना केव्हा उदयास आली?
(१) १९५३ (२) १९६३ (३) १९७३ (४) १९८०

४४. इको टुरिझमचे कोणते फायदे आहेत?
(१) ग्रामीण भागातील लोकांचा पर्यटनात सहभाग वाढून सामाजिक व आर्थिक विकास वाढवणे.
(२) ग्रामीण भागातील लोकांना पर्यावरण जागृतीचे शिक्षण दिल्याने निसर्गाचे संवर्धन होणे.
(३) निसर्ग व पर्यावरणाचे संरक्षण व संवर्धण करणे.
(४) वरील सर्व

४५. कॅनडातील .... या शहरामध्ये जागतिक 'इको-टुरिझम परिषद' आयोजित करण्यात आली होती.
(१) ओटावा (२) टोरॅन्टो
(३) क्युबेक (४) एड्मॉन्टन

४६. .... हे आंतरराष्ट्रीय इको-टुरिझम' वर्ष म्हणून घोषित केले होते.
(१) १९८२ (२) १९९२ (३) २००२ (४) २०१२

४७. माळढोक पक्षी अभयारण्य ...... जिल्ह्यात आहे.
(१) सोलापूर (२) अहमदनगर (३) बीड (४) लातूर

४८. महाराष्ट्र सरकारने २००६ साली पर्यटन धोरण विकसित केले. खालीलपैकी कोणते विधान हा पर्यटन धोरणाचा भाग नाही?
(१) किनारी नियंत्रण कायद्यात सुट
(२) अविकसित प्रदेशातून सुट
(३) मालमत्ता आणि अकृषी करातून सुट
(४) करमणूक करातून सूट

४९. योग्य जोड्या जुळवा.

देवस्थान / मंदिर	ठिकाण
अ) काळाराम मंदिर	I नंदुरबार
ब) श्री. स्वामी समर्थ	II नासिक
क) खंडोबा	III जेजुरी
ड) दत्त क्षेत्र	IV अक्कलकोट

	अ	ब	क	ड
१)	I	II	III	IV
२)	II	IV	III	I
३)	II	IV	I	III
४)	I	IV	III	II

५०. महाराष्ट्र राज्याच्या एकूण भौगोलिक क्षेत्रफळापैकी .... % क्षेत्र जंगलाखाली आहे.
(१) १७ (२) २१ (३) २४ (४) ३३

५१. महाराष्ट्र प्रधान मुख्य वनसंरक्षक यांचे प्रमुख कार्यालय .... येथे आहे.
(१) मुंबई (२) रत्नागिरी (३) गडचिरोली (४) नागपूर

५२. पवन ऊर्जेची मुख्य वैशिष्ट्ये कोणती आहेत ?
(१) प्रदूषणमुक्त (२) अविनाशी संपत्तीसाधन
(३) आधुनिक तंत्रज्ञानयुक्त (४) ही सर्व

५३. भारतातील पहिला पर्यटक जिल्हा कोणता आहे ?
(१) पुणे (२) सिंधुदुर्ग (३) रत्नागिरी (४) नागपूर

५४. वसई किल्ला .... जिल्ह्यात आहे.
(१) ठाणे (२) मुंबई (३) रायगड (४) रत्नागिरी

५५. योग्य जोड्या जुळवा लावा.

स्थळ	राष्ट्रीय उद्यान
अ) नागपूर	I) गुगामल राष्ट्रीय उद्यान
ब) चंद्रपूर	II) नवेगाव राष्ट्रीय उद्यान
क) भंडारा	III) ताडोबा राष्ट्रीय उद्यान
ड) अमरावती	IV) पेंच राष्ट्रीय उद्यान

	अ	ब	क	ड
(१)	IV	II	III	I
(२)	III	II	IV	I
(३)	III	IV	II	I
(४)	IV	III	II	I

५६. महाराष्ट्रातील सर्वात लहान राष्ट्रीय उद्यान कोणते आहे ?
(१) गुगामल राष्ट्रीय उद्यान (२) पेंच राष्ट्रीय उद्यान
(३) नवेगाव राष्ट्रीय उद्यान (४) यापैकी नाही.

५७. लाकडाची तटबंदी उभारून बांधलेल्या किल्ल्यास काय म्हणतात?
(१) गिरिकोट (२) मेढेकोट (३) ग्रामकोट (४) वार्क्ष

५८. महाराष्ट्रात प्रमुख किल्ल्यांची सर्वात जास्त संख्या ...... जिल्ह्यात आहे.
(१) पुणे (२) रायगड (३) सातारा (४) कोल्हापूर

५९. चिखलदरा हे अभयारण्य .... जिल्ह्यात आहे.
(१) अमरावती (२) जालना (३) धुळे (४) नागपूर

६०. दाजीपूर अभयारण्य .... या प्राण्यांसाठी प्रसिद्ध आहे.
(१) वाघ (२) गवा व सांबर (३) हत्ती (४) हरिण

६१. महाराष्ट्रात सर्वात जास्त अभयारण्यांची संख्या ..... प्रशासकीय विभागात आहे.
(१) अमरावती (२) पुणे (३) नागपूर (४) नाशिक

६२. बोरडॅम हे अभयारण्य पुढीलपैकी कोणत्या जिल्ह्यात आहे?
(१) कोल्हापूर (२) पुणे (३) वर्धा (४) भंडारा

६३. लोहखनिज उत्पादित करणारे जिल्हे उतरत्या क्रमाने लावा.
(१) चंद्रपूर, गडचिरोली, नागपूर व गोंदिया (२) चंद्रपूर, नागपूर, गडचिरोली व गोंदिया
(३) चंद्रपूर, गोंदिया, गडचिरोली व नागपूर (४) चंद्रपूर, गोंदिया, नागपूर व गडचिरोली.

६४. लोहखनिजाच्या दर्जानुसार लोहखनिजांचे प्रकार चढत्या क्रमाने लावा.
(१) मॅग्नेटाईट, हेमॅटाईट, लिमोनाईट, सिडेराईट (२) सिडेराईट, लिमोनाईट, हेमॅटाईट, मॅग्नेटाईट
(३) सिडेराईट, हेमॅटाईट, लिमोनाईट, मॅग्नेटाईट (४) लिमोनाईट, सिडेराईट, मॅग्नेराईट, हेमॅटाईट

६५. महाराष्ट्रात वैद्यकीय पर्यटन दृष्ट्या .... वैशिष्ट्यपूर्ण आहे.
(१) पुणे (२) मुंबई (३) औरंगाबाद (४) नाशिक

६६. योग्य जोड्या लावा.

किल्ल्यांचा प्रकार	किल्ला
अ) गिरिकोट	नगरचा किल्ले
ब) जलालिका	रायगड
क) ग्रामकोट	जंजिरा

	अ	क	क
(१)	II	I	III
(२)	III	I	II
(३)	II	III	I
(४)	I	II	III

६७. महाराष्ट्रात डोंगरी किल्ल्यावरून जिल्ह्याचे नाव असलेला एकमेव किल्ला ...... आहे.
(१) रायगड (२) सिंधुदुर्ग (३) रत्नागिरी (४) अहमदनगर

६८. सामाजिक वनीकरण कार्यक्रमाची सुरुवात कधी झाली?
(१) १९५२ (२) १९६२ (३) १९७२ (४) १९८२

६९. कर्नाळा अभयारण्य कशासाठी प्रसिद्ध आहे?
(१) वाघ (२) पक्षी (३) सांबर (४) काळवीट

७०. अष्टविनायकाची सर्वात जास्त स्थळे ..... जिल्ह्यात आहेत.

(१) रायगड   (२) अहमदनगर   (३) पुणे   (४) रत्नागिरी

७१. महाराष्ट्राच्या नकाशामध्ये प्रमुख फळ उत्पादन करणारे जिल्हे छायांकित केलेले आहेत. ते जिल्हे खाली दिलेल्या फळांच्या नावाशी योग्य जोड्या लावा.

(१) केळी   (२) द्राक्षे   (३) आंबा   (४) संत्री

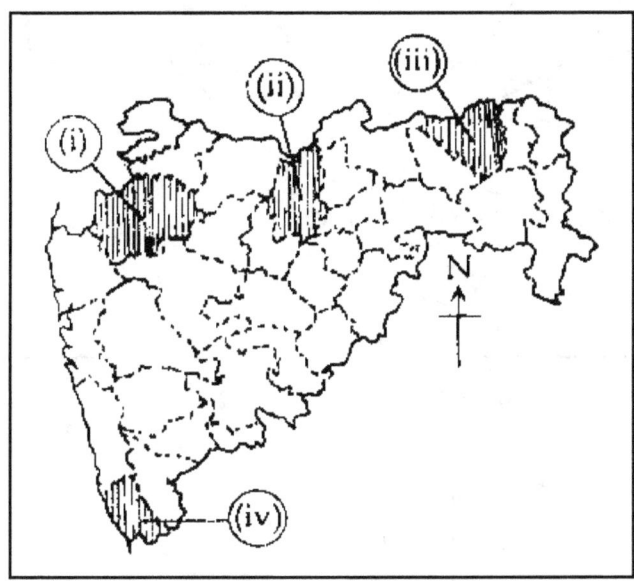

सांकेतिक :   अ   ब   क   ड
(१)   I   II   III   IV
(२)   II   I   IV   III
(३)   IV   III   II   I
(४)   II   III   I   IV

७२. महाराष्ट्रातील खालीलपैकी कोणत्या प्रदेशात मोठ्या प्रमाणात जंगले व प्राणी आहेत ?

(१) विदर्भ   (२) मराठवाडा

(३) कोकण   (४) हे सर्व

७३. कोणता पारंपरिक ऊर्जा स्रोत मानव वापरासाठी सहज-सुलभ आहे ?

(१) कोळसा   (२) खनिज तेल

(३) नैसर्गिक वायू   (४) बायोगॅस

७४. महाराष्ट्राच्या नकाशामध्ये (i), (ii), (iii) आणि (iv) किल्ल्यांची ठिकाणे दाखविलेली आहेत. खाली दिलेल्या नावाबरोबर जोडी लावा.

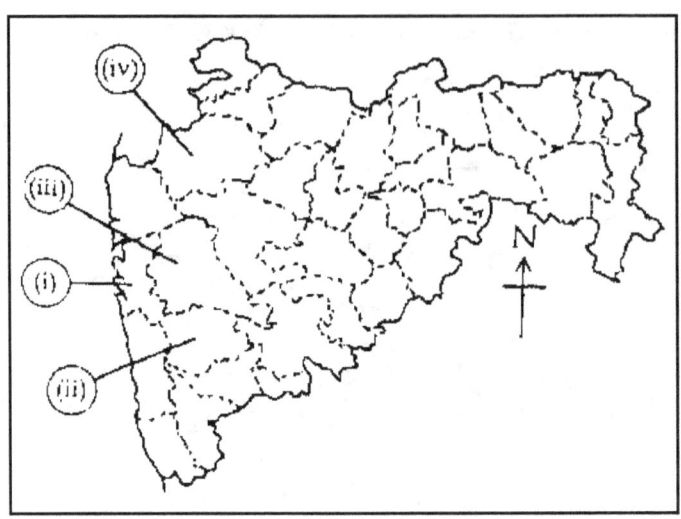

(a) रायगड   (b) प्रतापगड   (c) ब्रह्मगिरी   (d) राजगड

सांकेतिक :	a	b	c	d
1)	i	ii	iii	iv
2)	iv	iii	ii	i
3)	i	ii	iv	iii
4)	ii	i	iii	iv

७५. जोड्या लावा.

जिल्हे	थंड हवेची ठिकाणे
अ) सातारा	i) माथेरान
ब) रायगड	ii) आंबोली
क) सिंधुदुर्ग	iii) चिखलदरा
ड) अमरावती	iv) महाबळेश्वर

	अ	ब	क	ड
१)	II	I	IV	III
२)	III	II	I	IV
३)	IV	I	II	III
४)	IV	iI	I	III

उत्तरे

१. २	२. २	३. २	४. २	५. ३	६. ४	७. २
८. २	९. २	१०. ३	११. १	१२. ३	१३. १	१४. २
१५. १	१६. १	१७. ४	१८. २	१९. ४	२०. ३	२१. २
२२. ३	२३. १	२४. २	२५. १	२६. १	२७. ४	२८. ३
२९. २	३०. ४	३१. २	३२. १	३३. १	३४. ३	३५. २
३६. ४	३७. ३	३८. १	३९. १	४०. ३	४१. ३	४२. १
४३. ४	४४. ४	४५.	४६. ३	४७. १	४८. १	४९. २
५०. १	५१. ४	५२. ४	५३. २	५४. १	५५. ४	५६. ४
५७. २	५८. १	५९. १	६०. २	६१. ३	६२. ३	६३. १
६४. २	६५. २	६६. ३	६७. १	६८. ४	६९. २	७०. ३
७१. २	७२. १	७३. ४	७४. ३	७५. ३		

३

महाराष्ट्राचा मानवी व सामाजिक भूगोल

(Physical Geography)

प्रास्ताविक

भूगोल हे सर्वसमावेशक, आंतरविद्याशाखीय शास्त्र आहे. भूगोलात प्राकृतिक, सामाजिक, सांस्कृतिक आणि आर्थिक घटकांचा सविस्तर अभ्यास केला जातो. पृथ्वीवर अस्तित्वात असलेले प्राकृतिक घटक हा भूगोलाचा आत्मा आहे. असे असले तरी मानवाशिवाय या घटकांना अर्थ नाही, म्हणून मानवी भूगोलाला विशेष महत्त्व प्राप्त झाले आहे.

प्राकृतिक घटकांचा उपयोग मानव आपल्या मूलभूत व इतर गरजा भागविण्यासाठी करीत आहे. यातून निसर्ग व मानव यातील निकटचा परस्पर संबंध लक्षात येतो. मानव हा पृथ्वीवरील सर्वात बुद्धिमान व क्रियाशील प्राणी आहे. मानवाने नैसर्गिक पर्यावरण, प्राकृतिक घटक यांचा चरितार्थासाठी, जीवनासाठी जो उपयोग करून घेतला आहे, त्याचा अभ्यास 'मानवी भूगोला'त केला जातो. यावरून भूगोलाच्या अभ्यासात प्राकृतिक भूगोलाबरोबरच मानवी भूगोलाला विशेष महत्त्व असलेले लक्षात येते.

मानवी भूगोलाचे महत्त्व विशद करण्यासाठी विविध भूगोलतज्ज्ञांनी अनेक व्याख्या केलेल्या आहेत. त्यातील महत्त्वाच्या व्याख्या पुढीलप्रमाणे-

रॅटझेल यांना आधुनिक काळातील मानवी भूगोलाचे जनक मानले जाते. 'अँथ्रोपोजिऑग्राफी' या ग्रंथात म्हटले आहे की, 'मानवी समाज व भूपृष्ठ यांच्यातील क्रमबद्ध अभ्यास म्हणजे मानवी भूगोल.'

एल्सवर्थ हंटिन्टन (Ellsworth Huntington) यांनी केलेली व्याख्या अशी - 'भौगोलिक पर्यावरण व मानवी व्यवसायगुण यांच्या परस्पर संबंधाचे स्वरूप व वितरण यांचा अभ्यास म्हणजे मानवी भूगोल होय.'

यानंतर ग्रिफ्रिथ टेलरने 'जा-थांबा निसर्गवाद' मांडला. सन १९३० मध्ये मानवी भूगोलाचे विभाजन सांस्कृतिक भूगोल आणि सामाजिक भूगोल अशा दोन शाखांत करण्यात आले. २० व्या शतकात मानवी भूगोलाची व्याप्ती अतिवेगाने वाढत गेली व त्यानंतर राजकीय भूगोल, सामाजिक भूगोल, कृषि भूगोल, औद्योगिक भूगोल, वस्तीभूगोल, नागरी भूगोल, वाहतूक भूगोल, लोकसंख्या भूगोल, वैद्यकीय भूगोल इ. शाखांची उत्पत्ती मानवी भूगोलातून झाली.

लोकसंख्या भूगोल ही मानवी भूगोलाची एक प्रमुख शाखा आहे. विसाव्या शतकाच्या पूर्वार्धात या ज्ञानशाखेचे महत्त्व दिवसेंदिवस वाढतच गेल्याने लोकसंख्या भूगोल हा आंतरविद्याशाखीय विषय म्हणून जागतिक स्तरावर अभ्यासला जाऊ लागला.

जे. आय. क्लार्क यांच्या मते 'लोकसंख्यावितरण, घटना, स्थलांतर, लोकसंख्येची वैशिष्ट्ये यांच्यातील क्षेत्रीय विविधता ही स्थलीय स्वरूप व विविधतेशी कशी निगडित आहे याविषयीचा अभ्यास म्हणजे लोकसंख्या भूगोल होय.

थोडक्यात, एखाद्या भौगोलिक भागातील लोकसंख्येची लोकसंख्याशास्त्रात्मक व भौगोलिक गुणवत्ता कशी वैविध्यपूर्ण आहे याविषयी शास्त्रीय पद्धतीने केलेले विवेचन व त्यांचे मानवी आर्थिक, सामाजिक आणि सांस्कृतिक पडसाद स्पष्ट करणे हा लोकसंख्या भूगोलाचा विषय आहे.

लोकसंख्या भूगोलात जनन, मर्त्यता, स्थलांतर, लोकसंख्या घनता, लिंग गुणोत्तर, शहरी व ग्रामीण लोकसंख्या इ. लोकसंख्येच्या गुणवैशिष्ट्यांचा शास्त्रीय अभ्यास केला जातो. त्यापैकी स्थलांतर हे एक महत्त्वाचे लोकसंख्याशास्त्रीय वैशिष्ट्य आहे.

स्थलांतर

जनन, मर्त्यता व स्थलांतर हे लोकसंख्या रचनेत बदल घडवून आणणारे तीन महत्त्वाचे घटक आहेत. जनन व मर्त्यता या दोन घटकांपेक्षा स्थलांतर हा मूलभूत घटक आहे. जनन, मर्त्यता या घटना जीवशास्त्रीय असून त्या सामाजिक, आर्थिक आणि राजकीय घटकांनी प्रभावित होतात, तर स्थलांतर हा घटक मानवी परिवर्तनाचा परिपाक असतो. स्थलांतर या घटकामुळे लोकसंख्येच्या आकारात, स्वरूपात मोठा व जलद गतीने बदल घडून येतो. स्थलांतर ही घटना क्रियाशील व अत्यंत गुंतागुंतीची आहे.

स्थलांतर ही भौगोलिक घटना असून ती मानवाची एक गरज आहे. मानवी वंशवादाचा सिद्धांत मांडताना ग्रिफिथ टेलरने असे मत मांडले की कष्टप्रद जीवनाचा प्रदेश सोडून सुखी, संपन्न आणि आनंदी जीवन जगण्यासाठी सतत भ्रमण करणे ही मानवाची प्रवृत्ती आहे. त्यातून मानवाची सर्वांगीण प्रगती होते.

स्थलांतरच्या अनेक व्याख्या तज्ज्ञांनी मांडल्या आहेत. लोकसंख्याशास्त्रीयदृष्ट्या स्थलांतर म्हणजे एका ठिकाणाहून दुसऱ्या ठिकाणी मानवाची होणारी हालचाल असा अर्थ निघत असला तरी स्थलांतर या संकल्पनेत अंतर, हेतू, उद्देश, स्थल, काळ आणि इच्छा या घटकांना विशेष महत्त्व आहे.

केनेथ कोमेचर यांच्या मते - 'स्थलांतर म्हणजे एखाद्या व्यक्तीने किंवा व्यक्ती समुहाने एका भौगोलिक किंवा राजकीय विभागातून दुसऱ्या भौगोलिक किंवा राजकीय विभागात तात्पुरता किंवा कायमस्वरूपी केलेला इष्ट स्वरूपाचा बदल.'

युनायटेड नेशन्सच्या मते, 'स्थलांतर म्हणजे व्यक्तीने किंवा समूहाने एका भौगोलिक विभागातील निवास सोडून दुसऱ्या भौगोलिक विभागात किंवा प्रदेशात कायमस्वरूपी वास्तव्यासाठी जाणे होय.'

स्थलांतराचे प्रकार

युनायटेड नेशन्सच्या मते स्थलांतराचे प्रामुख्याने दोनच प्रकार आहेत.

१) अंतर्गत स्थलांतर

२) आंतरराष्ट्रीय स्थलांतर

परंतु स्थलांतर ही अत्यंत क्लिष्ट व गुंतागुंतीची घटना असल्याने स्थलांतराच्या प्रकारांचा विचार करताना काळ, मानवी इच्छा, स्थलांतरितांचे प्रमाण आणि सीमा या निकर्षांच्या आधारे पुढील प्रकार पडतात.

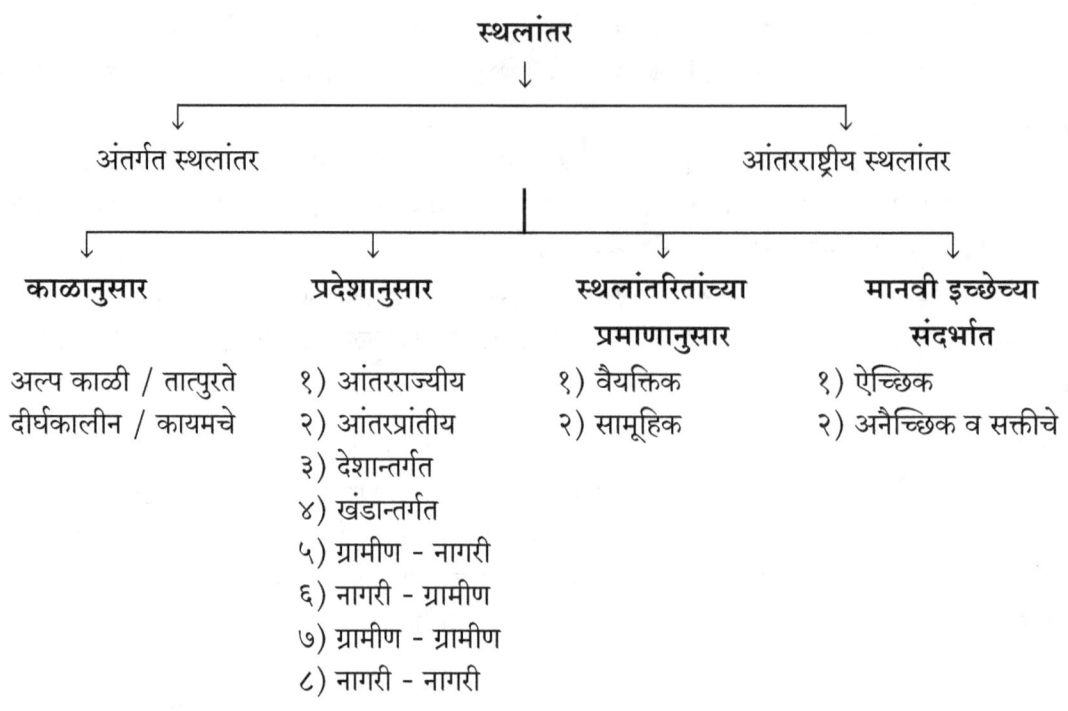

स्थलांतर

- अंतर्गत स्थलांतर
- आंतरराष्ट्रीय स्थलांतर

काळानुसार

- अल्प काळी / तात्पुरते
- दीर्घकालीन / कायमचे

प्रदेशानुसार

१) आंतरराज्यीय
२) आंतरप्रांतीय
३) देशान्तर्गत
४) खंडान्तर्गत
५) ग्रामीण - नागरी
६) नागरी - ग्रामीण
७) ग्रामीण - ग्रामीण
८) नागरी - नागरी

स्थलांतरितांच्या प्रमाणानुसार

१) वैयक्तिक
२) सामूहिक

मानवी इच्छेच्या संदर्भात

१) ऐच्छिक
२) अनैच्छिक व सक्तीचे

स्थलांतराची कारणे

स्थलांतर ही गुंतागुंतीची प्रक्रिया आहे. स्थलांतरावर नैसर्गिक, आर्थिक, सामाजिक आणि राजकीय घटकांचा मोठा प्रभाव पडतो. स्थलांतर हे प्रामुख्याने अनुकूल व प्रतिकूल अशा प्राप्त परिस्थितीवर अवलंबून असते. स्थलांतर हे प्रतिकूल परिस्थितीवरून होत असेल तर त्यास प्रेषक (Push Factor) तसेच अनुकूल परिस्थितीत होत असेल तर त्यास वेधक (Pull Factor) असे म्हणतात.

उदा. नापीक मृदा क्षेत्रातून सुपीक मृदा क्षेत्रात स्थलांतर होते.

यावरून स्थलांतरावर परिणाम करणारे घटक प्रामुख्याने दोन गटांत विभागता येतात.

तक्ता क्र. ३.१

प्रेषक घटक (Push Factor)	वेधक घटक (Pull Factor)
नैसर्गिक / भौगोलिक घटक	
१) नैसर्गिक आपत्ती - भूकंप, ज्वालामुखी, दुष्काळ टोळधाड, महापूर, साथीचे रोग, भूमिपात.	१) संपदा उपलब्धता - खनिजे, भूमी, शेतीयोग्य जमीन, जलसंपदा, वनसंपदा
२) हवामान - चक्रीवादळे, अतिशीत व उष्ण लहरी, हिमप्रपात, हिमवादळे, प्रतिकूल हवामान, त्सुनामी	२) हवामान - हवामान, कार्यक्षमता प्रेरक हवामान, शेतीस अनुकूल हवामान, विविध उद्योगास अनुकूल हवामान
३) मृदा - नापीक, कमी कसदार क्षारयुक्त, दलदलयुक्त मृदा	३) सुपीक, कसदार मृदेची उपलब्धता

मानवनिर्मित घटक	
i) आर्थिक - बेकारी, दारिद्र्य, कुपोषण, संसाधन अपूर्णता, शेतीची खालावलेली स्थिती, खनिज संपदेचा अभाव	i) आर्थिक - शहरीकरण, औद्योगिकीकरण, खनिज संपदांची उपलब्धता, उच्च राहणीमान, अधिक वेतन, रोजगारांच्या संधी
ii) मानवी इच्छा - शारीरिक व मानसिक अनास्था, अपेक्षाभंग, छळ, तणाव, अशांतता, आंदोलन, छळ, अस्वास्थ्य व दहशतवाद	ii) मानवी इच्छा - प्रेरणा, नवीन भौगोलिक भागाचे आकर्षण, शांतता, सुरक्षितता
iii) राजकीय - राजकीय नकारात्मक ध्येय धोरणे, राजकीय अस्थिरता, युद्ध, लढाई	iii) राजकीय - सकारात्मक राजकीय धोरणे, राजकीय स्थिरता
iv) धार्मिक, सामाजिक छळ, अत्याचार दबाब, गुलामगिरी, रूढी, परंपरा, वांशिक वाद, सांस्कृतिक वाद	iv) धार्मिक, सामाजिक शांतता, विविध सुख-सुविधा, स्थैर्य, आधुनिकता, सामंजस्य, सांस्कृतिक एकात्मता
v) अतिरिक्त लोकसंख्या	v) पर्याप्त, न्यून लोकसंख्या

वरील विविध नैसर्गिक, मानवनिर्मित घटकांपैकी काही घटक स्थलांतरासाठी वेधक / अनुकूल असतात, तर काही घटक स्थलांतर करण्यास प्रवृत्त करतात. त्यास प्रेषक असे म्हणतात.

स्थलांतराचे परिणाम

स्थलांतराचे परिणाम जाणून घेण्यासाठी विशेष प्रयत्न सुरुवातीच्या काळात झाले नाहीत, परंतु एकविसाव्या शतकामध्ये 'जग हे एक घर' ही संकल्पना विकसित झाली. देशात येणाऱ्या व जाणाऱ्या लोकांच्या स्थलांतरामुळे ज्या देशातून निर्गमन होते, त्या आणि आगमनक्षेत्रातील सामाजिक, आर्थिक आणि राजकीय पर्यावरणावर मोठा परिणाम होतो. थोडक्यात, स्थलांतराचे आगमनक्षेत्र व निर्गमनक्षेत्र या दोन्हीवर अनुकूल आणि प्रतिकूल अशा दोन्ही प्रकारचे परिणाम होतात. ते जाणून घेण्यासाठी स्थलांतराच्या परिणामांची चर्चा सविस्तर करणे महत्त्वाचे आहे.

१) लोकसंख्येचा आकृतिबंध बदलतो - व्यक्ती आणि व्यक्तीचा समूह ज्या प्रदेशात स्थलांतर करतात तेथील लोकसंख्या वाढते, याउलट ज्या प्रदेशातून स्थलांतर होते तेथील लोकसंख्या घटते.

उदा. - कामधंद्याच्या निमित्ताने कोकणातून मुंबईला मोठ्या प्रमाणात स्थलांतर होत असल्याने कोकणातील लोकसंख्या वाढीचा वेग मंदावला तर मुंबईची लोकसंख्या झपाट्याने वाढत चालली आहे, त्यामुळे आगमनक्षेत्रात लोकसंख्या-घनता वाढते. याउलट निर्गमन क्षेत्रात लोकसंख्या-घनता कमी होते.

२) वयोरचना व लिंगरचनेत बदल - स्थलांतर करणाऱ्या व्यक्तीत १५ ते ६० वयोगटातील व्यक्तींची संख्या जास्त असते, त्यामुळे निर्गमनक्षेत्रात ६० पेक्षा जास्त वयोगटातील वृद्ध तसेच ०-१५ वयोगटातील बालव्यक्तींची संख्या वाढते, तर आगमनक्षेत्रात प्रौढ वर्ग (कार्यकारी) लोकसंख्या वाढते.

स्थलांतरितांमध्ये पुरुषांचे प्रमाण जास्त असते, त्यामुळे निर्गमनक्षेत्रात लिंगगुणोत्तरात मोठी तफावत निर्माण होते. आगमनक्षेत्रात पुरुषांची संख्या वाढते, तर निर्गमनक्षेत्रात स्त्रियांची संख्या वाढते.

उदा. इ. स. २००१च्या जनगणनेनुसार मुंबईमध्ये दर हजार पुरुषांमागे ७७४ स्त्रिया होत्या.

३) जनन व मर्त्यतादरात बदल - जनन या प्रक्रियेत बहुतांशी तरुण वर्ग सहभागी असतो, त्यामुळे स्थलांतरित क्षेत्रात जन्मदर वाढतो तर निर्गमनक्षेत्रातील जन्मदर घटतो.

४) समायोजनाच्या समस्या - स्थलांतरित समूह किंवा व्यक्ती नवीन ठिकाणी एकदम अनुरूप होत नाहीत. त्यांना तेथील हवामान, आहार-विहार, गरजा यांची सवय व्हायला काही काळ लागतो. त्यामुळे अनेक समस्या निर्माण होतात. उदा. मध्य महाराष्ट्रातील सौम्य हवामानातून स्थलांतरितांना मुंबई येथील दमट-आर्द्र हवामानात अनुरूप होताना आरोग्याविषयी अनेक समस्यांना तोंड द्यावे लागते.

५) भाषावादाची समस्या - भाषावादाला स्थलांतरामुळे खतपाणी मिळते. भारतातील हिंदी-अहिंदी, मराठी-कन्नड, प्रादेशिक भाषावाद याचे प्रतीक आहे.

६) सामाजिक अस्थिरता - समाज, धर्म, जाती, वंश, पंथ यातील भेदामुळे सांस्कृतिक वाद विकोपाला जातात, त्यामुळे समाजात अस्थिरता, अराजकता, धर्मयुद्ध, सामाजिक तणाव निर्माण होतो. उदा. हिंदु-मराठी भाषिक, हिंदु-मुस्लीम प्रांतवाद, गटबाजी, जातीयवाद निर्माण होऊन शांतता भंग पावते.

७) साधनसंपत्तीवरील परिणाम - सामान्यत: अतिरिक्त लोकसंख्येच्या प्रदेशातून न्यून, पर्याप्त लोकसंख्येच्या व मुबलक साधनसंपत्ती असलेल्या प्रदेशात लोक स्थलांतर करतात, त्यामुळे तेथील साधनसंपत्तीवर ताण पडतो, तर काही वेळेस मानवी साधनसंपदा व नैसर्गिक साधनसंपदा यांत अधिक चांगले संतुलन निर्माण होते. म्हणजे स्थलांतरामुळे मानवी साधनसंपत्तीचे पुनर्विभाजन होते.

८) वेतनात बदल - एखाद्या प्रदेशात उद्योगधंद्यांचे मोठ्या प्रमाणात केंद्रीकरण होते तेव्हा रोजगार मिळवण्यासाठी लोक मोठ्या प्रमाणात अशा क्षेत्रात स्थलांतरित होतात. त्यावेळी प्रथम योग्य प्रमाणात वेतन मिळते. नंतर मोठ्या प्रमाणात स्थलांतरितांचे प्रमाण वाढल्याने मजुरांचा पुरवठा वाढतो. तेव्हा वेतनाची पातळी कमी होते.

याउलट ज्या प्रदेशातून स्थलांतरित अन्यत्र जातात तेथे मजुरांच्या संख्येत घट झाल्याने मजुरांची मागणी वाढते व पुरवठा कमी होतो. त्यामुळे मजुरांची मागणी वाढून वेतनपातळी वाढते.

९) नागरिकीरणाच्या समस्या - ग्रामीण भागातून शहरी भागात होणाऱ्या स्थलांतराचे प्रमाण अधिक आहे. त्यामुळे आगमनक्षेत्रात राहण्याची जागा, प्रदूषण, विषारी वायू, धूळ यासारख्या समस्यांना तोंड द्यावे लागते. तसेच नागरी भागातील मूलभूत सोयीसुविधांवर ताण पडून झोपडपट्टी, पाणीपुरवठा, वाहतुकीच्या समस्या, आरोग्याच्या समस्या इत्यादींत मोठ्या प्रमाणात वाढ होते.

१०) रोगांचा प्रसार - औद्योगिक प्रदेशात प्रदूषणामुळे आरोग्याच्या अनेक समस्या भेडसावतात.

विशिष्ट प्रदेशातील विषाणूमुळे होणाऱ्या रोगांचा प्रसार होतो. उदा. मलेरिया, एड्स, स्वाईन फ्ल्यू इत्यादी. तसेच हवेतून जलदरीत्या साथीच्या रोगांचा प्रसार होतो.

११) दोन भिन्न वंशाच्या किंवा भिन्न समूहांच्या लोकांत शरीरसंबंध आल्यास त्यांच्यातील जीवशास्त्रीय स्वभावधर्म बदलतात.

१२) बुद्धीवहन - निर्गमनक्षेत्रातून कुशल, हुशार, बुद्धिवादीवर्ग स्थलांतरित झाल्यावर निर्गमनक्षेत्राची मोठी हानी होते. मनुष्यबळ, निर्णयक्षमता, विकास खुंटतो, याउलट आगमनक्षेत्राचा विकास मोठ्या प्रमाणात होतो.

१३) राष्ट्रीय हित जोपासण्यात व्यत्यय - स्थलांतराची प्रक्रिया अनियोजी असल्याने मूलभूत गरजांची पूर्तता करताना अनेक समस्या निर्माण होतात. त्यातून राजकीय धोरणे, नियोजन, नियम, राष्ट्रीय हित व एकात्मता इ. अंमलबजावणी करताना अडथळा निर्माण होतो. राष्ट्रहिताचे निर्णय, लोककल्याणकारी निर्णय राबवताना अनेक समस्या निर्माण होतात.

१४) विकासात तफावत - निर्गमन व आगमनक्षेत्रातील विकासात मोठी तफावत निर्माण झाल्यास देशात गरीब व श्रीमंत यांच्यातील दरी वाढतच जाते व त्यातून प्रादेशिक असमतोलासारखे प्रश्न निर्माण होतात.

१५) स्थलांतरामुळे विचारमंथन, सांस्कृतिक देवाण-घेवाण, सामाजिक संक्रमणे इत्यादींमुळे विकासाला चालना मिळते.

१६) संसाधनांच्या विकासाला व वापराला चालना मिळते.

१७) ग्रामीण भागातील लोकांचे स्थलांतरामुळे राहणीमान उंचावते.

१८) निर्गमन व आगमन या दोन्ही क्षेत्रांना विज्ञान, तंत्रज्ञानाची ओळख होते.

अशा प्रकारे स्थलांतर या घटकामुळे निर्गमन व आगमन अशा दोन्ही क्षेत्रांवर अनुकूल व प्रतिकूल परिणाम होतात.

महाराष्ट्रातील ग्रामीण वस्त्या

महाराष्ट्रातील एकूण लोकसंख्येच्या ७५% लोकसंख्या ग्रामीण वस्त्यांतून निवास करते. आकार आणि आकृतिबंध या दृष्टीने महाराष्ट्रातील ग्रामीण वस्त्यांत सारखेपणा आढळत नाही. 'जसे हवामान तशी घरे' असा प्रकार ग्रामीण भागातील घरांच्या रचनेबाबत आढळून येतो. तसेच जमीन आणि पाण्याची उपलब्धता याचा ग्रामीण अधिवासाच्या स्थानांवर प्रभाव पडतो.

महाराष्ट्रात घरांच्या प्रकारावरून 'कच्ची घरे' व 'पक्की घरे' असे दोन प्रकार पडतात. राज्यात ग्रामीण भागात कच्च्या घरांचे प्रमाण जास्त आढळते. गवत, दगड, माती, विटा, कौले, सिमेंटचे पत्रे, लाकूड किंवा पालापाचोळ्याने तयार केलेले छप्पर या प्रकारच्या घरांना कच्ची घरे म्हणतात. झोपड्या कच्च्या घरांमध्ये सामावल्या जातात. घरांच्या प्रकारावरून त्यात राहणाऱ्यांच्या आर्थिक स्थितीचा अंदाज येतो. सर्वसाधारण गरीब लोक कच्च्या घरात, झोपड्यांमध्ये राहतात.

राज्यात आर्थिक दृष्ट्या सक्षम कुटुंबांची घरे ही सिमेंट, लोखंड, पत्रा, स्लॅब, विटा इत्यादींमुळे मजबूत, अधिक सुरक्षित तसेच आकर्षक स्वरूपाची असतात, त्यामुळे ऊन, वारा, पावसापासून, थंडीपासून पुरेसे संरक्षण होते. अशा घरांच्या भिंतींना प्लॅस्टर केलेले असते. या घरांना 'पक्की घरे' म्हणतात. ही घरे एकमजली, अनेकमजली देखील असतात.

महाराष्ट्रातील घरांच्या प्रकारांचे प्रादेशिक वितरण

महाराष्ट्रातील ग्रामीण भागातील वस्त्यांवर तेथील प्राकृतिक उठाव, हवामान आणि उपलब्ध साधनसंपत्तीचा मोठा प्रभाव पडलेला दिसून येतो.

१) महाराष्ट्र दख्खनच्या / देशावरील / पठारावरील घरे - या भागात पावसाचे प्रमाण कमी आहे. येथील घरे मातीच्या विटांपासून / भेंड्याची बांधलेली आहेत. स्थानिक काळ्या दगडाचा भिंती बांधण्यासाठी उपयोग केला जातो. घरांचे छत म्हणजे लाकडी पट्ट्या टाकून त्यावर माती टाकली जाते. याला धाब्याची किंवा माळवदी घरे म्हणतात.

लाकूड उष्णतेचे दुर्वाहक असल्याने उन्हाळ्यात उष्णतेपासून संरक्षण व्हावे तसेच घरे थंड राहावीत म्हणून अशाप्रकारची घरे बांधली जातात.

परंतु आधुनिकीकरण, वाहतूक व दळणवळणाच्या साधनांचा विकास, लाकडाचा अपुरा पुरवठा व वाढत्या किंमती इत्यादींसारख्या समस्यांमुळे आता घरांच्या स्वरूपात बदल झालेला दिसून येतो. उदा. कौले, सिमेंटचे पत्रे, स्लॅब, लोखंड इत्यादींचा वापर छते घालण्यासाठी होऊ लागला आहे.

२) कोकणातील घरे - कोकणात ४०० सें.मी. पेक्षा जास्त पाऊस पडतो, त्यामुळे तेथील घरे उतरत्या छपराची, कौलारू किंवा नारळ-पोफळीच्या पानांनी शाकारलेली असतात.

घरापुढे अंगण, तुळशी-वृंदावन तसेच बागा दिसून येतात. कोकणातील घरे विखुरित स्वरूपाची किंवा पुंजक्यासारखी असतात.

३) सह्याद्री घाटमाथा व पर्वतरांगाचा डोंगराळ प्रदेश - सह्याद्रीच्या घाटमाथ्यावर आदिवासी वा भटक्या जमाती राहतात. (भिल्ल, कोळी, लमाण, ठाकूर, वारली, कातकरी). या भागात भरपूर पाऊस असल्याने घरे उतरत्या छपराची असतात. स्थानिक जंगल संपत्तीमुळे बऱ्याच ठिकाणी छत, वनस्पतींच्या फांद्या, पाने यासारख्या भागांपासून तर भिंती कुडाच्या असतात. घरे विखुरित प्रकारची असतात. जंगल क्षेत्रात संरक्षणाच्या दृष्टीने घरांचे पुंजके आढळतात. काही भागात गोलाकार झोपड्यांची निवासस्थाने आढळतात.

ग्रामीण वसाहतीचे प्रकार

महाराष्ट्रातील ग्रामीण वसाहतीच्या प्रकारावर विविध घटकांचा अनुकूल व प्रतिकूल परिणाम झालेला दिसून येतो. सर्वसाधारणपणे अनुकूल प्राकृतिक, आर्थिक, सामाजिक आणि राजकीय घटक ज्या भौगोलिक भागात असतात तेथे केंद्रित प्रकारच्या वसाहती, याउलट परिस्थितीत विकेंद्रित / विखुरित प्रकारच्या वस्त्या आढळून येतात.

१) केंद्रित / सधन वसाहती - एकापेक्षा जास्त कुटुंबे, घरे एकत्र येऊन वस्त्यांचे केंद्रीकरण होते, वस्त्यांमधील अंतर खूपच कमी असते. अशा वस्त्यांना केंद्रित वसाहती असे म्हणतात.

उदा. नद्यांची सपाट मैदाने

२) विखुरलेल्या वसाहती - एक किंवा एकापेक्षा जास्त कुटुंबे जेव्हा परस्परांपासून थोड्या दूर अंतरावर राहतात, तेव्हा निर्माण होणाऱ्या वसाहतीला 'विखुरलेली वसाहत' असे म्हणतात.

महाराष्ट्रातील वस्त्यांचे प्रकार -

१) कोकणातील घरे - महाराष्ट्रात कोकणात झोपडीवजा घरे जास्त प्रमाणात आढळतात. त्यात निवारा व धान्यसाठा हे दोन मुख्य उद्देश आढळतात. शिवाय गुरांसाठी गोठा, नारळ, आंबे व इतर उत्पादने साठवून ठेवण्याची व्यवस्था असते. कोकणात जास्त पावसाच्या भागात घरे दुपाखी असतात. पावसाचे पाणी घराच्या छपरावरून सहजपणे वाहून नेण्यासाठी ही रचना आढळते. कोकणात नारळाच्या झावळ्यांचा वापर जास्त केला जातो. भाताच्या पेंढ्यांनी घर शाकारले जाते. कोकणात ठाणे, रायगड, सिंधुदुर्ग या जिल्ह्यांत काही ठिकाणी आदिवासी जमाती गवताने शाकारलेल्या झोपड्यांत राहतात. आदिवासींची घरे उंचवट्यावर झाडांच्या आश्रयाने बांधलेली असतात. खोपट्या म्हणजे झोपड्या. या झोपड्यांच्या भिंती बांबूच्या काठ्यांनी, शेणमातीने सारवलेल्या असतात. काही खोपटी लहान असतात. खोपटीत एकच दार व दालन असते. छपरांवर पावसापासून, उन्हापासून संरक्षण म्हणून पळसाची पाने किंवा पेंढ्या असतात. कौलारू घरे क्वचित असतात. लोकांची आर्थिक स्थिती अतिशय गरिबीची

असते. कोकणातील कोळी लोकांचे कौलारू किंवा झोपड्यांचे निवारे असतात. घरासमोर अंगणात तुळस, माड, आंबा, नारळ यांची झाडे लावलेली असतात. कोकणातील चांगल्या आर्थिक परिस्थितीचे लोक विटांची पक्की घरे बांधू लागले आहेत.

२) राज्यातील घाटमाथ्यावर व पर्वतराईच्या डोंगराळ प्रदेशावरील घरे - राज्यातील घाटमाथ्यावर व जास्त पावसाच्या भागात घरांचे जोते उंच असतात. जास्त पावसाच्या माऱ्यामुळे घरांच्या भिंतींची झीज होऊ नये म्हणून माथेरान, महाबळेश्वर, पन्हाळा, पाचगणी अशा घाटमाथ्यावरील प्रदेशात घरांना पालापाचोळ्यांचे-कुडांचे आवरण घातलेले असते. घरांचे छत हे गवताच्या पेंढ्यापासून तयार केलेले असते. गरिबांची घरे चंद्रमौळी झोपडीसारखी असतात. घराच्या सर्व बाजूंनी दगडी उंचवट्याचा बांध घातला जाते. पावसाळ्यात झोपडीत ओल शिरते, म्हणून पालापाचोळ्यांचा थर ओट्यावर अंथरतात.

थोडक्यात, सह्याद्रीच्या घाटमाथ्यावर लहान-लहान टेकड्यांच्या प्रदेशात गोलाकार, शंकू-आकाराची गवतांनी शाकारलेली छपरे असणाऱ्या झोपड्या आढळतात, तर रस्त्याच्या, दुतर्फा असणारी खेड्यांमधील घरे दगडांची व चांगली बांधलेली असतात.

३) महाराष्ट्र पठारावरील घरे - महाराष्ट्र पठारावर दगडी घरांचे प्रमाण जास्त आहे. कमी पावसाच्या दुष्काळी भागात घरांच्या बांधणीत दगड-मातीचा उपयोग केला जातो. उदा. बार्शी, सोलापूर, लातूर, किल्लारी, नांदेड, अहमदनगर तसेच मध्य महाराष्ट्रातील अवर्षणप्रवण भागात दगड-मातीची घरे जास्त आहेत. घरांच्या बांधणीत दगडांच्या भिंती, मातीच्या भिंती व मातीचे छत यांचा उष्णतेपासून संरक्षणार्थ जास्त उपयोग होतो.

दख्खनच्या पठारावर नदीकाठच्या सधन कृषिक्षेत्रात घरे दगड-विटांची, सिमेंट व लाकूड वापरून बांधलेली असतात. सधन शेतकरी गावात किंवा शेतात सिमेंटचे स्लॅबचे एकमजली घर बांधतात. घरात शहरासारख्या सर्व सोई उपलब्ध असतात. महाराष्ट्रात दुष्काळप्रवण भागात गरिबीचे प्रमाण जास्त आहे, त्यामुळे अशा भागात दगड-मातीची घरे बांधलेली असतात. घरात स्वयंपाकघर हे बैठकघराला लागून किंवा एकत्र असते. बाजूला गोठा बांधलेला असतो. दुष्काळप्रवण भागात गरिबाचे घर पत्र्याचे किंवा कौलारू असते. घराच्या भिंती मातीच्या कच्च्या विटांच्या असतात. भिंती रुंद असतात. घराचे छप्पर हे पालापाचोळ्याने शाकारलेले किंवा मातीच्या स्लॅबचे असते.

४) कोकणाप्रमाणेच विदर्भातील गडचिरोलीच्या डोंगर भागात व भंडारा, गोंदियाच्या जास्त पावसाच्या भागात घरे दुपाखी असतात. पावसाचे पाणी घराच्या छपरावरून सहजपणे वाहून जाण्यासाठी ही रचना आढळते.

चंद्रपूर, गोंदिया, भंडारा जिल्हास गोंड लोकांची वस्ती आढळते. माती, बांबू, तुराट्या व कुडाची घरे असतात. १०-१२ घरांच्या गटाला 'वाडा', 'गुडा' किंवा 'टोला' म्हणतात.

धाब्याची घरे

डोंगराळ प्रदेशातील घर

कोकणातील घरे

कौलारू घर

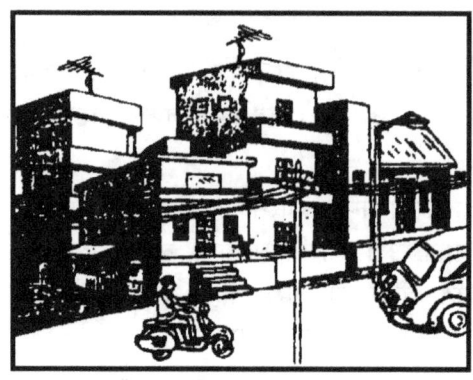

पठारातील घरे-शहर

वारली झोपडी

पठारातील घर-खेडे

वाडा

आकृती : ३.१

शहरी व ग्रामीण वस्त्यामधील समस्या विश्लेषण प्रकरण ५ (पाच) मध्ये दिलेले आहे.

प्रश्न

१. आधुनिक काळातील मानवी भूगोलाचे जनक कोण व ते कोणत्या ग्रंथामध्ये म्हटले आहे ?

(१) रॅटझेल ॲन्थ्रोपोजिऑग्राफी. (२) एल्सवर्थ हंटिन्गटन

(३) अल-इद्रीसी (४) कोलंबस

२. 'जा-थांबा निसर्गवाद' कोणी मांडला.

(१) ग्रिफिथ टेलर (२) एल्सवर्थ हंटिन्टन

(३) रॅटझेल (४) होम्बोल्थे

३. भारताच्या इतर राज्यातून महाराष्ट्रात होणाऱ्या स्थलांतरितरितांमध्ये कोणत्या राज्यातील स्थलांतरितांची संख्या सर्वात जास्त आहे.

(१) गुजरात (२) आंध्रप्रदेश (३) बिहार (४) उत्तर प्रदेश

४. महाराष्ट्रात भारताच्या सर्व दिशांनी स्थलांतर होत असते. याबाबतीत खालीलपैकी कोणते विधान सत्य आहे.

(१) महाराष्ट्रात होणारी १/३ स्थलांतरे ही बिहारमधून होतात.

(२) बंगालमधून येणारे ३०% पेक्षा जास्त स्थानांतरित पुरुष हे मुंबई उपनगर व ठाणे जिल्ह्यात येतात.

(३) पुण्यात येणारे बहुसंख्य स्थलांतरित पुरुष उत्तर कर्नाटक मधून येतात.

(४) नागपूरला येणारे स्थलांतरित पुरुष हे उत्तर कर्नाटकमधून येतात.

५. स्थलांतरामध्ये कोणाचे स्थलांतर जास्त असते?

(१) वृद्ध स्त्रिया (२) १५ वर्षाखालील मुले

(३) तरुण पुरुष व स्त्रिया (४) तरुण पुरुष

६. महाराष्ट्रातील सर्वात जास्त स्थलांतर कोठे होते?

(१) पुणे व पिंपरी चिंचवड (२) नागपूर

(३) नाशिक (४) बृहन्मुंबई

७. खालीलपैकी कोणती आदिवासी जमात महाराष्ट्रात 'आदिम जमात' या संज्ञेत अंतर्भूत नाही?

(१) माडीया गोंड (२) भिल्ल (३) कोरकू (४) पावरा

८. सीमान्त क्षेत्रातील शेतजमिनीचे प्रमाण वेगाने कमी होऊन नागरीकरणाचा प्रभाव वाढत जातो. त्यामुळे शहराच्या सीमा दिवसेंदिवस वाढत आहेत. हे मत कोणी मांडले होते.

(१) डॉ. अब्दुल कलाम (२) डॉ. ॲलीस कोलम

(३) आर. ई. पेहल (४) एन्. बी. के. रेडी

९. स्थलांतरामुळे आगमन क्षेत्रात आचार-विचारांचे आदान-प्रदान होऊन नवीन जीवनपद्धती-संस्कृती निर्माण ......

(१) होत नाही (२) होईलच असे नाही.

(३) होते (४) यापैकी कोणतेही नाही.

१०. स्थलांतरामुळे सामाजिक संक्रमणाला वाव ......

(१) मिळत नाही (२) मिळेलच असे नाही

(३) मिळतो (४) यापैकी कोणतेही नाही.

११. अंतर्गत स्थलांतरामुळे कशाचे संवर्धन होते?

(१) संस्कृती (२) असहिष्णुता (३) सहनशीलता (४) निर्भयता

१२. आंतरराष्ट्रीय स्थलांतरामागील सर्वात प्रभावशाली घटक ...... आहे.

(१) सामाजिक (२) भौगोलिक (३) ऐतिहासिक (४) राजकीय

१३. देशत्यागी स्थलांतरामुळे प्रदेशामधील लोकसंख्या .....

    (१) वाढेल असे नाही.   (२) वाढते.

    (३) कमी होते.   (४) हे सर्व

१४. पुढील समाजांना त्यांच्या संख्येनुसार चढत्या क्रमात लावा.

    (१) पारशी, ख्रिश्चन, जैन, बौद्ध, मुस्लिम   (२) पारशी, ख्रिश्चन, बौद्ध, जैन, मुस्लिम

    (३) पारशी, ख्रिश्चन, जैन, मुस्लिम, बौद्ध   (४) पारशी, जैन, ख्रिश्चन, बौद्ध, मुस्लिम

१५. भारतामधील ...... हे स्थलांतरामागील प्रमुख कारण आहे.

    (१) प्रादेशिक विषमता   (२) प्रादेशिक समानता

    (३) प्रादेशिक संलग्नता   (४) यापैकी कोणतेही नाही.

१६. निर्गमन क्षेत्रात स्थलांतरामुळे बुद्धिवंतांची जी उणीव निर्माण होते त्याला ..... असे म्हणतात.

    (१) बुद्धीग्रहण   (२) बुद्धी आदान-प्रदान

    (३) बुद्धी अतिरिक्तता   (४) बुद्धीवहन

१७. नागरीकरणाच्या सर्व समस्या ...... झालेल्या सर्व भागात आढळतात.

    (१) कृषीकरण   (२) निमकृषी व निमओसाड

    (३) औद्योगिकीकरण   (४) यापैकी कोणतेही नाही.

१८. समाजाची खालीलपैकी काय अपेक्षा असते?

    (१) शेतकऱ्यांकडून राष्ट्राची उन्नती घडावी.

    (२) बुद्धिवंतांकडून राष्ट्राची उन्नती व सेवा घडावी.

    (३) कामगारांकडून राष्ट्राची उन्नती व सेवा घडावी.

    (४) वरील सर्व.

१९. पूर्वीच्या काळात नगराच्या चार भिंतींमध्ये शक्तीचे अधिकाधिक .... होत असे.

    (१) अपसरण   (२) केंद्रीकरण   (३) अभिसरण   (४) केंद्रोत्सारीकरण.

२०. .... असलेल्या व्यक्तींच्या सापेक्ष दृष्टिकोनातून मोठ्या व स्थायी स्वरूपाच्या वसाहती म्हणजे नगर होय.

    (१) सामाजिक समरूपता   (२) सामाजिक समानता

    (३) सामाजिक विषमरूपता   (४) हे सर्व

२१. पूर्वीच्या काळात नगराची लोकसंख्या वाढू लागल्यावर सैन्याचे प्रमुख काम काय होते?

    (१) नवीन प्रदेश काबीज करणे.   (२) नगराचे संरक्षण करणे.

    (३) लोकसंख्येची जोपासना करणे.   (४) हे सर्व

२२. ग्रामीण व नागरी कार्याचे संमिश्रण पाहावयास मिळते, याला .... असे म्हणतात.

    (१) शहर   (२) नागरी खेडे   (३) नगरवाडी   (४) यापैकी नाही.

२३. एका बाजूला मोठ्या नगरांचे बाह्य स्वरूप चांगले वाटते, तर त्याच्या समस्यांमुळे दुसरी बाजू..... झालेली आहे.

    (१) अत्यंत साधी व सुलभ   (२) साधारण गुंतागुंतीची व सुलभ

    (३) अत्यंत गुंतागुंतीची व क्लिष्ट   (४) साधारण क्लिष्ट व साधी

२४. विकसनशील देशात मोठी नगरे आर्थिक दृष्ट्या ...... राजकीय दृष्ट्या अस्थिर, जैविकदृष्ट्या घसरलेली आणि सामाजिक दृष्ट्या असमाधानकारक बनत चाललेली आहेत.

(१) कमकुवत   (२) कणखर   (३) सक्षम   (४) हे सर्व

२५. नागरी जीवनाचा कॅन्सर हे कशाला म्हणतात.

(१) झोपडपट्टी   (२) भूमीच्या अती उच्च किमती
(३) स्थलांतर   (४) घनदाट वस्ती

२६. नागरी जीवनात ...... यामुळे आरोग्यविषयक गंभीर समस्या निर्माण होतात.

(१) दैनिक वस्तूंचा पुरवठा   (२) भूमीच्या जास्त किमती
(३) प्रदूषण   (४) यापैकी कोणतेही नाही.

२७. महानगरांचा ताण कमी करण्यासाठी खालीलपैकी कोणती उपाय-योजना योग्य ठरेल?

(१) लोकसंख्येचे केंद्रीकरण   (२) लोकसंख्येचे विकेंद्रीकरण
(३) स्थलांतर   (४) हे सर्व

२८. ग्रामीण-नागरी पट्ट्यांकडे त्यांच्या पदार्थांची .... म्हणून पाहिले जाते.

(१) विल्हेवाट लावणारी आगरे   (२) सुयोग्य विल्हेवाट लावण्याची आगरे
(३) विल्हेवाटीची योग्य निचरा करणारी आगरे   (४) यापैकी कोणतेही नाही.

२९. शहरी वस्त्यांमध्ये कोणत्या प्रकारच्या समस्या आढळतात?

(१) भूमी समस्या   (२) झोपडपट्टी समस्या
(३) वीज व पाणीपुरवठा समस्या   (४) हे सर्व

३०. ग्रामीण व नागरी पट्ट्यातील झपाट्याने बदलणाऱ्या भूदृश्यामुळे ...... यामुळे या पट्ट्यात अनेक अडचणींची भर पडते.

(१) प्रशासकीय कार्यक्षमता व त्यामधील ताठरता
(२) प्रशासकीय कार्यक्षमता व यामधील दुबळेपणा
(३) प्रशासकीय संथपणा व त्यामधील दुबळेपणा
(४) वरीलपैकी कोणतेही नाही.

उत्तरे

१. १	२. १	३. ४	४. ३	५. ३	६. ४	७. १
८. २	९. ३	१०. ३	११. १	१२. ४	१३. ३	१४. १
१५. १	१६. ४	१७. ३	१८. २	१९. २	२०. २	२१. १
२२. ३	२३. ३	२४. १	२५. १	२६. ३	२७. २	२८. १
२९. ४	३०. २					

४

पर्यावरण भूगोल
(Environmental Geography)

प्रस्तावना :

पृथ्वीवर अस्तित्वात असलेली जीवसृष्टी हा पर्यावरणाचाच एक मूलभूत भाग आहे, म्हणून जीवसृष्टीवर पर्यावरणीय घटकांचा जसा सातत्याने परिणाम होतो, त्याचप्रमाणे जीवसृष्टीचाही पर्यावरणीय व्यवस्थेवर परिणाम होत असतो.

पर्यावरणीय घटकांचे अजैविक व जैविक घटक असे दोन प्रमुख प्रकार पडतात. कोट्यवधी वर्षांपासून पृथ्वीवर अस्तित्वात असलेल्या विविध सजीवांचे पर्यावरणातील जैविक व अजैविक घटकांशी दृढ संबंध प्रस्थापित झाले आहेत. या आंतरसंबंधांची उकल करण्याचे वैज्ञानिकांनी विस्तृत प्रयत्न केले. डार्विन, रिटर, हॅकेल, बकल, ओडम या शास्त्रज्ञांची, जीवसृष्टी, मानव आणि पर्यावरण यांच्या संदर्भातील संशोधने आजही पायाभूत ठरली आहेत. एकोणिसाव्या शतकापासून सजीव, त्यांचे पर्यावरण व भौगोलिक वितरण यांचा शास्त्रीय अभ्यास मोठ्या प्रमाणावर सुरू झाला. यातूनच पर्यावरण अभ्यासास उपयुक्त अशी 'परिस्थितिकीशास्त्र' (Ecology) ही ज्ञानशाखा विकसित झाली.

४.१ परिस्थितिकीशास्त्र (Ecology) :

पृथ्वीवर पर्यावरणाच्या घटकांचे दोन मुख्य गट आहेत.

१. अजैविक किंवा भौतिक घटक (Abiotic or Physical Factors)

२. जैविक किंवा अभौतिक घटक (Biotic or Non-Physical Factors)

या दोन प्रमुख घटकांपासून पृथ्वीचे दृश्य पर्यावरण तयार झाले आहे. त्यातूनच पृथ्वीवरची विविध आवरणे अस्तित्वात आली. पृथ्वी सूर्यापासून अलग झाल्यावर तप्त वायुगोलाच्या रूपात होती. काळाच्या ओघात तापमान कमी होऊन तिला वायुरूप अवस्थेतून द्रवरूप व नंतर घनरूप अवस्था प्राप्त झाली, असा शास्त्रीय तर्क आहे. वायू, द्रव व घन या अवस्थांच्या संक्रमणामधून पृथ्वीवर तीन भौतिक आवरणे तयार झाली व सजीवांचे आवरण नंतर तयार झाले.

अमिबासारख्या अतिसूक्ष्म सजीवांपासून मानवापर्यंतचे विविध जीव कालौघात उत्क्रांत झाले असे चार्ल्स डार्विन या वैज्ञानिकाने सर्वप्रथम सप्रमाण सिद्ध केले. सजीवांच्या या आवरणास जिवावरण असे म्हणतात. जिवावरणात तीन मुख्य घटक आहेत.

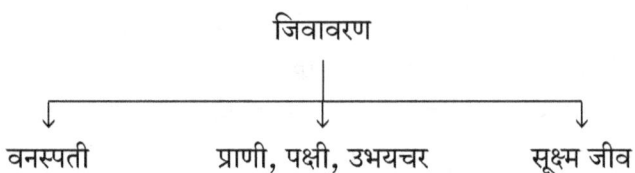

जिवावरण

वनस्पती | प्राणी, पक्षी, उभयचर | सूक्ष्म जीव

थोडक्यात वनस्पती, प्राणी, पक्षी, उभयचर व सूक्ष्म जिवांचे मिळून जे जैविक आवरण तयार झाले त्यास जिवावरण असे म्हणतात.

अर्न्स्ट हॅकेल (१८३४-१९१९) या वैज्ञानिकाने सर्वप्रथम सजीवांचा अधिवास व पर्यावरण यांच्यातील आंतरसंबंध व आंतरक्रिया यांचा शास्त्रीय दृष्टिकोनातून अभ्यास करण्याचा यशस्वी प्रयत्न केला. परिस्थितिकीशास्त्र ही संज्ञा हॅकेलनेच सर्वप्रथम इ.स. १८५९ मध्ये प्रसृत केली. Oikos + logy = Ecology असे त्याचे विश्लेषण केल्यास 'Oikos' म्हणजे धर व 'logy' म्हणजे शास्त्र असा अर्थ प्रतीत होतो. यावरून परिस्थितिकीशास्त्र म्हणजे सजीवांच्या आपापसांतील व पर्यावरणातल्या पारस्परिक संबंधांचे अध्ययन होय. सजीवांचे भौगोलिक स्थान व त्यांच्यावर प्रत्यक्षपणे प्रभाव टाकणाऱ्या पर्यावरणीय घटकांची क्रिया यांचा शास्त्रीय अभ्यास म्हणजेच परिस्थितिकीशास्त्र होय. पर्यावरणशास्त्रातील विविध मूलतत्त्वे ही परिस्थितिकीशास्त्राशी निगडित आहेत. उदाहरणार्थ, सजीवांवर परिणाम करणारे पर्यावरण व पर्यावरणात बदल घडवून आणणारे सजीव यांच्यामुळे जी जीवदृश्ये निर्माण होतात किंवा सजीव आणि पर्यावरणातील आंतरसंबंधामुळे ज्या समस्या निर्माण होतात, त्यांची उकल करण्यासाठी परिस्थितिकीशास्त्राचा उपयोग होतो.

आधुनिक काळात मानव-पर्यावरण संघर्ष तीव्र झाल्यामुळे सजीव-पर्यावरण यांच्यातील क्रिया-प्रक्रियांच्या अभ्यासाला वाढते महत्त्व प्राप्त होत आहे. शिवाय परिस्थितिकीशास्त्र या विषयाचा भूगोल, जीवशास्त्र, भूगर्भशास्त्र, रसायन, भौतिक इत्यादी शास्त्रांशी संबंध येत असल्याने तो आंतरविद्याशाखीय विषय आहे.

४.२ परिसंस्था (Ecosystem) :

सजीवांचा अधिवास हा पर्यावरणातील अजैविक व जैविक घटकांनी साकार झालेला असतो. सजीवांची निर्मिती, वाढ व क्षय हा जीवनक्रम त्यांच्या अधिवासीय पर्यावरणातच पूर्ण होत असल्याने अधिवासातील पर्यावरणाचे सजीवांवर प्रभुत्व असते. म्हणजेच सजीव आणि त्यांचा अधिवास किंवा पर्यावरणीय घटक यांच्यात अन्योन्य संबंध असतो. या दृढ संबंधातूनच सजीव आणि पर्यावरणीय घटकात एक प्रकारचे संघटन किंवा आकृतिबंध निर्माण होतो त्यास परिसंस्था म्हणतात.

परिसंस्था ही संज्ञा म्हणून सर्वप्रथम ए. जी. टान्सले या शास्त्रज्ञाने इ. स. १९३५ मध्ये पुरस्कृत केली.

'सजीव ज्या ठिकाणी निर्माण होतात, वाढतात व क्षय पावतात त्यास अधिवास किंवा सजीवांचे निवासस्थान असे म्हणतात.' पर्यावरणातील प्रत्येक अधिवास अजैविक (abiotic) व जैविक (biotic) घटकांचा बनलेला असतो. जैविक घटकांत मूलतत्त्वे, वनस्पती, प्राणी व सूक्ष्म जिवांचा समावेश होतो. जैविक सृष्टीत हालचाल, श्वसन, पोषण, पुनरुत्पादन, उत्सर्जन असे गुणधर्म आढळतात. महाकाय प्राण्यांपासून शैवाल, अमिबासारख्या अतिसूक्ष्म सजीवांचा जैविक घटकात समावेश होतो. अजैविक घटकांमध्ये भौतिक घटक आहेत. कार्बन, नायट्रोजन, ऑक्सिजन, हायड्रोजन, कॅल्शिअम, मॅग्नेशिअम, लोह, सोडियम व पोटॅशिअम यासारखी मूलद्रव्ये रासायनिक घटक असून ते पृथ्वीवरच्या वातावरण, मृदावरण व जलावरणातून सजीवांद्वारे ग्रहण केले जातात. या भौतिक व रासासनिक मूलद्रव्यांचा सजीवांच्या शरीररचनेत सहभाग असतो. या रचनेला कार्यान्वित होण्यासाठी किंवा चयापचय क्रियेसाठी ऊर्जेची नितांत गरज असते. सूर्य हे या ऊर्जेचे प्रमुख उगमस्थान आहे. सजीव मरण पावल्यावर त्यांच्या

शरीराचे विघटन होते. विघटन - क्रियेत सूक्ष्म जीव भाग घेतात. विघटनामुळे भौतिक व रासायनिक द्रव्ये पुन्हा मुक्त होतात व वातावरणात मिसळून जातात. अशा प्रकारे पर्यावरणातील अजैविक पदार्थ जैविकांकडे, जैविकांकडून विघटकांकडे व परत पर्यावरणाकडे सजीवामार्फत मार्गक्रमण करतात. या चक्राकार प्रणालीस परिसंस्था असे म्हणतात.

जैविक-अजैविक घटकांतील आंतरक्रियांचे ऊर्जा वापर करून झालेले क्रमबद्ध संघटन व संयोजन यामुळे परिसंस्था साकार होतात. परिसंस्थेत सजीवांचे अजैविक व जैविक घटकांवर अवलंबित्व असल्याचे दिसून येते.

परिस्थितिकीशास्त्रात परिसंस्था हे अभ्यासाचे एकक मानले जाते. अर्थात निसर्गातील सर्वच अधिवास परिपूर्ण परिसंस्था असतातच असे नाही, तर पृथ्वीवर सौरऊर्जा, भौतिक घटक, रासायनिक द्रव्ये यांचे वितरण सर्वत्र सारखे नाही. परिसंस्थेला आवश्यक घटकांचे क्षेत्रीय वितरण वैविध्यपूर्ण असल्याने जगाच्या विविध भौगोलिक क्षेत्रांत परिसंस्थांची वैशिष्ट्ये बदलतात. उदा. अंटार्क्टिका खंडावरील परिसंस्था आदर्श वा परिपूर्ण नाही. या ध्रुवीय अधिवासात प्रतिकूल पर्यावरणामुळे (अत्यंत कमी तापमान, बर्फाच्छादित जमीन, मंद सौरप्रारण) प्रबल समायोजक गुणधर्म (strong adaptative characters) असलेले पेंग्वीन, सील यासारखे तुरळक सजीवच स्वत:चे अस्तित्व टिकवू शकतात. म्हणून ध्रुवीय परिसंस्था (polar ecosystems) पृथ्वीवरील इतर परिसंस्थांपेक्षा वैशिष्ट्यपूर्ण आढळतात. याउलट विषुववृत्तीय अधिवासक्षेत्रात अनुकूल परिस्थितीमुळे वैविध्यपूर्ण परिसंस्थांची रेलचेल आढळते.

पर्यावरणामध्ये अजैविक व जैविक घटकात आंतरक्रिया चक्राकार असतात तशाच त्या गतिमानही असतात. पृथ्वीवरील सजीव सृष्टी पर्यावरणातील जैविक व अजैविक घटकांच्या आपापसातील आदानप्रदानाद्वारे बांधलेली असते.

वरील विवेचनाच्या आधारे परिसंस्थेच्या महत्त्वाच्या व्याख्या दिल्या आहेत.

४.३ व्याख्या :

१) 'सजीव घटक व पर्यावरणातील घटक यांच्यातील क्रमबद्ध आंतरक्रियांचे वैशिष्ट्यपूर्ण संघटन म्हणजे परिसंस्था.'

२) एफ. आर. फॉसबर्ग यांच्या मते, 'एक किंवा अनेक सजीव, त्यांचे भौतिक-जैविक स्वरूपाचे प्रभावी पर्यावरण यांच्यातील आंतरक्रियांमुळे कार्यान्वित होणारी पद्धती किंवा वैशिष्ट्यपूर्ण प्रणाली म्हणजे परिसंस्था होय.'

फॉसबर्गच्या मते म्हणूनच परिसंस्थेत क्षेत्रीय संबंध, प्राकृतिक घटकांचे गुणधर्म, वसतिस्थान, परिस्थितिकी नियंत्रण, सजीव, त्यांची मूलभूत घटना, ऊर्जा, चलनवलनाचे आकृतिबंध व त्यामुळे निर्माण झालेल्या श्रेणी यांचा समावेश होतो. पर्यावरणातील परिसंस्था ही एक गतिमान; पण संतुलित अशी गुंतागुंतीची घटना आहे. परिसंस्थेतील एखाद्या सामान्य घटकातील विकृतीदेखील परिसंस्थेच्या प्रकृतीत आमूलाग्र बदल घडवून आणू शकते अथवा संपूर्ण परिसंस्थेचे अस्तित्व धोक्यात आणू शकते. तथापि काही परिसंस्था स्वनियंत्रण क्रियेत अतिशय प्रबल असतात व त्यामुळे त्यांचे संतुलन आपोआप होऊ शकते.

४.४ परिसंस्थेची वैशिष्ट्ये :

१) परिसंस्थेत सजीव व निर्जीव घटकांचे विशिष्ट परिस्थितीत क्रमबद्ध व्यवस्थापन (organization) निर्माण होते. या व्यवस्थेत सौरऊर्जा, अजैविक (भौतिक व रासायनिक) मूलद्रव्ये व जैविक घटक कार्यान्वित होतात. याला कार्यान्वित परिसंस्था (functional ecosystem) असे म्हणतात.

२) परिसंस्थेतील प्रत्येक घटकाचे स्थान व कार्य ठरलेले असते. ते बऱ्याच वेळा इतर घटकांना प्रेरक व पूरक स्वरूपाचे असल्यामुळे परिसंस्था कार्यान्वित होतात.

३) परिसंस्था जिवंत व चिरस्थायी स्वरूपाच्या आहेत, कारण परिसंस्थांमधील सजीव त्यांचे अस्तित्व नवनवीन

पिढ्यांच्या रूपात अबाधित ठेवतात.

४) सौरऊर्जेच्या सतत स्रोतामुळे परिसंस्थांचे अस्तित्व अबाधित आहे.

५) परिसंस्थांच्या अभ्यासात भौतिक व जैविक घटकांइतकेच काळालादेखील महत्त्व आहे. काळाच्या ओघात पर्यावरणातील घटकांचे गुणधर्म व वर्तन बदलते.

४.५ परिसंस्थेची मूलभूत तत्त्वे (Cardinal Principles of Ecosystem) :

पर्यावरणातील नैसर्गिक अधिवास, अजैविक व जैविक घटकांनी युक्त असतात. कोणत्याही अधिवासात सजीवांच्या आपापसात तसेच त्यांच्या सभोवतालच्या पर्यावरणातील अजैविक घटकांशी सतत पारस्परिक क्रिया-प्रक्रिया होत असतात. या संपूर्ण प्रक्रियेत ऊर्जेची गरज सूर्याकडून भागवली जाते व पोषक द्रव्यांची देवाण-घेवाण होत राहते. निसर्गातील अशा साधारण परिपूर्ण जैव-अजैव अधिवासास परिसंस्था असे म्हटले जाते.

एकाच परिसंस्थेत विविध जीवजाती जीवन जगतात व या जीवजातींचे पर्यावरणाशी सुसंवादित साहचर्य असते. परिसंस्थांचे विशिष्ट कार्यात्मक अस्तित्व मुख्यत: खालील तीन मूलभूत तत्त्वांवर आधारित आहे.

१) परिसंस्था रचना

२) पोषक द्रव्यांचे चक्रीकरण

३) ऊर्जास्रोत

४.६ परिसंस्था - रचना (Structure of Ecosystem) :

सजीवातील व पर्यावरणीय घटकांशी असणाऱ्या परस्परावलंबत्वातून परिसंस्थांचा प्रकार, आकार व रचना साकार होतात. परिसंस्था रचनेत प्राणी व वनस्पती यांच्यातील अन्योन्य संबंधामुळे परस्परावलंबित्व (interdependence) निर्माण होते, म्हणून वनस्पती व प्राणी यांच्यातील विशिष्ट संबंधास परिसंस्था - रचना असे म्हणतात.

'परिसंस्थेतील सजीवांच्या अन्योन्य अवलंबित्वास किंवा आंतरसंबंधास परिसंस्था रचना असे म्हणतात.'

पर्यावरणदृष्ट्या परिसंस्था रचनेचा अभ्यास स्थान, वितरणक्षेत्र व काळ या संदर्भात केला जातो. पर्यावरणातील विविध नियंत्रण घटकांमुळे सजीवांची गुणवैशिष्ट्ये ठरत असतात. परिसंस्था - रचनेत म्हणूनच वैविध्यपूर्ण सजीव आढळतात. अतिप्रतिकूल पर्यावरणात मात्र विविधता फारच कमी असते. अंटार्क्टिकातील पेंग्वीन व ऑस्ट्रेलियातील कांगारू जगात इतरत्र आढळत नाहीत. या महान खंडांची इतर खंडांपासून झालेली भौगोलिक विलगता हे प्रमुख कारण आहे. अंटार्क्टिका व ऑस्ट्रेलियातील परिसंस्था रचना म्हणूनच वेगळ्या व वैशिष्ट्यपूर्ण आहेत. परिसंस्था रचना चिरस्थायी असल्या तरी परिवर्तनशील असतात. कालप्रवाहात अजैविक व जैविक घटकांमधील बदलामुळे परिसंस्था रचनेतदेखील बदल घडून येतात.

पोषक द्रव्यांचे चक्रीकरण व ऊर्जास्रोत यांच्या कार्यवाहीसाठी परिसंस्थेची रचना ही आवश्यक बाब आहे. परिसंस्था - रचनेतील परस्परावलंबित्वाशिवाय पोषक द्रव्य - चक्रीकरण व ऊर्जाविनिमय होऊ शकणार नाही. परिसंस्था रचनेतील घटकजिवांचे स्थान व कार्य ठरलेले असते. त्यावरून परिसंस्था रचनेतील श्रेणी किंवा पातळी ठरतात.

परिसंस्थेचे घटक :

१) अजैविक घटक (निर्जीव)

२) जैविक घटक (सजीव)

१) अजैविक घटक (Abiotic Factors) : पर्यावरणातील भौतिक व रासायनिक घटकांचा समावेश अजैविक घटकात होतो. जल, वायू, मृदा, खनिजे, सूर्यप्रकाश हे भौतिक घटक आहेत, तर कार्बन, हायड्रोजन, ऑक्सिजन, नायट्रोजन, कॅल्शियम, लोह, मॅग्नेशिअम, सोडियम, पोटॅशियम यांसारखे रासायनिक घटक परिसंस्था - रचनेत प्रविष्ट होतात. हे पदार्थ हवा, पाणी, जमिनीमध्ये असतात. या पदार्थांचा वनस्पती व प्राणी यांच्या शरीररचनेत प्रवेश होतो. या रचनेसाठी सूर्यापासून मिळणारी बाह्य ऊर्जा वापरली जाते. उदा. दैनिक तापमान कक्षा, वार्षिक पर्जन्य, ऋतूंचे वितरण, मृदा प्रकार, सजीवांचे साहचर्य या बाबींचे अध्ययन परिसंस्था - रचनेत केले जाते. प्रत्येक सजीवावर या घटकांचा एकत्रित परिणाम होत असतो. प्रत्येक जिवाची या घटकातील बदल सहन करण्याची एक विशिष्ट क्षमता असते. नियंत्रक मर्यादेच्या कक्षेतच सजीवांचे परिसंस्थेतील अस्तित्व अबाधित राहते. कोणत्याही घटकाचे प्रमाण जरुरीपेक्षा कमी-जास्त झाल्यास ते जिवांना घातक ठरते. जैविक समूह, जैविक समाज व जैविक संघटनावर विपरित परिणाम घडतात. परिसंस्था - रचनेतील अशा प्रभावी घटकांना शेलफोर्ड व लिबिंग यांनी 'नियंत्रण घटक' असे म्हटले. परिसंस्थेची सर्व रचना या नियंत्रण-घटकांवर अवलंबून असते.

पृथ्वीतलावर जल व तापमान या घटकांचे वनस्पती-प्राणी-जैविक समाजांवर परिसंस्था रचनेत अत्यंत महत्त्वाचे नियंत्रण आहे. उदा. वृक्षांची वने साधारणत: ७५ सें.मी. (वार्षिक) पेक्षा जास्त पर्जन्यक्षेत्रात, गवताळ प्रदेश २५ ते ७५ सें.मी. (वार्षिक) पर्जन्यक्षेत्रात तर २५ सें.मी. (वार्षिक) पेक्षा कमी पर्जन्यक्षेत्रात तुरळक खुरट्या, वाळवंटीय वनस्पतीच आढळतात. पर्जन्याइतकेच तापमान व सूर्यप्रकाश तीव्रतेचे नियंत्रणात तेवढेच महत्त्व आहे. विषुववृत्तीय परिसंस्थेत उच्च तापमान, स्वच्छ व मुबलक सूर्यप्रकाश, विपुल पर्जन्य यामुळे सदाहरित वर्षावने आहेत. जैविक समूहांच्या अनेकविध जाती-प्रजाती येथे आहेत. पर्वताच्या परस्परविरोधी बाजूंवर सूर्यप्रकाश तीव्रता, पर्जन्यवितरण कमीअधिक असल्याने परिसंस्थेच्या क्षितिजसमांतर वितरणावर व रचनेवर परिणाम झालेला दिसतो. परिसंस्था - रचनेतील स्तरांचा व भौगोलिक घटकांचा अशा तऱ्हेने नियंत्रक किंवा प्रवर्तक घटक म्हणून प्रभाव असतो. परिसंस्था - रचनेचा ऊर्ध्वस्तर व अध:स्तर प्रणालींचा अभ्यास कोणत्या घटकांचा प्रभाव (उदा. तापमान, पर्जन्य) कसा कार्य करतो यावर प्रकाश टाकतो.

२) जैविक घटक (Biotic Factors) : पर्यावरणातील जैविक घटकांमध्ये मुख्यत्वे वनस्पती, प्राणी व सूक्ष्म जीव यांचा समावेश होतो. परिसंस्था - रचनेतील जैविक घटकांचे अस्तित्व, स्थान, कार्यानुसार खालीलप्रमाणे तीन प्रकार पडतात.

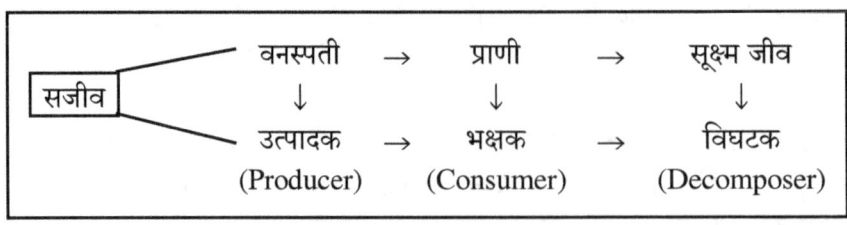

सजीव				
वनस्पती	→	प्राणी	→	सूक्ष्म जीव
↓		↓		↓
उत्पादक (Producer)	→	भक्षक (Consumer)	→	विघटक (Decomposer)

आकृती क्र.४.१

i) उत्पादक (Producer) : वनस्पती (विशेषत: हरित) पर्यावणातील साध्या असेंद्रिय पदार्थांपासून सूर्यप्रकाशाच्या उपलब्धतेत सेंद्रिय पदार्थ तयार करतात. हे सेंद्रिय पदार्थ म्हणजे वनस्पतींचे अन्न असते. प्रकाशसंश्लेषणाद्वारे वनस्पती स्वत:चे अन्न तयार करतात म्हणून त्यांना स्वयंपोषी (autotrophs) असे म्हणतात. प्रकाशसंश्लेषण क्रियेत सौरऊर्जा वापरली जाते व तिची साठवण वनस्पती कार्बोहैड्रेटच्या (शर्करा) स्वरूपात करून

ठेवतात. यातील काही ऊर्जा वनस्पती वापरतात, काही ऊर्जेचे उत्सर्जन होते. प्राणी वनस्पतींचा उपयोग अन्न म्हणून करतात. प्राण्यांचे अन्न वनस्पती निर्माण करतात म्हणून वनस्पतींना उत्पादक असे म्हणतात.

ii) भक्षक (Consumers) : सर्व प्राणी अन्नाच्या गरजेसाठी वनस्पतींवरच अवलंबून असल्याने परावलंबी असतात, म्हणून त्यांना परपोषी (Heterotrophs) असे म्हणतात. मांसभक्षक प्राणीदेखील ज्या प्राण्यांचे भक्षण करतात ते प्राणी अन्नासाठी वनस्पतींवरच अवलंबून असल्याने त्यांनाही परपोषी म्हणतात. प्राणी वनस्पतींचे अन्न म्हणून प्रत्यक्ष वा अप्रत्यक्ष ग्रहण किंवा भक्षण करतात म्हणून त्यांना भक्षक असे म्हणतात.

प्राण्यांमध्ये विविध जैविक समाज असल्याने त्यांच्या अन्नसवयी, जीवनक्रम पद्धतीत बराच फरक आढळतो. तसेच प्राणी हे वनस्पतींपेक्षा जैविक क्रियांमध्ये जास्त सक्रिय असल्यामुळे भक्षक म्हणून प्राण्यांचे वर्गीकरण करावे लागते.

अ) प्राथमिक भक्षक - जे प्राणी प्रत्यक्षरीत्या वनस्पतींवर अवलंबून असतात त्यांना प्राथमिक भक्षक म्हणतात. उदा. ससा तृणभक्षक म्हणून गवतावर अवलंबून असतो.

ब) द्वितीयक भक्षक - जे प्राणी प्राथमिक भक्षकांवर अवलंबून असतात त्यांना द्वितीयक भक्षक असे म्हणतात. उदा. कोल्हा सशाचे भक्षण करतो म्हणून कोल्हा या संदर्भात द्वितीयक भक्षक ठरतो.

क) तृतीयक भक्षक - जे प्राणी द्वितीयक भक्षकांवर अवलंबून असतात त्यांना तृतीयक भक्षक असे म्हणतात. उदा. चित्ता कोल्ह्याचे भक्षण करतो म्हणून चित्ता तृतीयक भक्षक होय.

प्राथमिक, द्वितीयक, तृतीयक याप्रमाणे भक्षक-श्रेणी (trophic levels) निर्माण होतात.

भक्षक श्रेणीनुसार ऊर्जाविनिमय एका स्तराकडून दुसऱ्या स्तराकडे संक्रमित होतो. ऊर्जेच्या विनिमयात काही ऊर्जेचा ऱ्हास होत जातो. प्राथमिक उत्पादकांकडून (निम्न श्रेणी) द्वितीयक, तृतीयक भक्षकांकडे ऊर्जेचे संक्रमण होताना जिवांच्या संख्येत तुलनात्मक घट होत जाते.

iii) विघटक (Decomposers) : जिवाणू, बुरशी, कवके यासारखे सूक्ष्म जीव परिसंस्था - रचनेत विघटकाचे कार्य करतात. सर्वसाधारणपणे सूक्ष्म जीव हरितद्रव्य विरहित असतात, त्यामुळे ते स्वत:चे अन्न तयार करू शकत नाहीत. म्हणून प्राण्यांप्रमाणेच सूक्ष्म जिवांना परपोषी म्हणतात. काही जिवाणू कुजणाऱ्या मृत वनस्पती अथवा प्राण्यांच्या शेष पदार्थापासून पेशीत साठलेल्या सेंद्रिय पदार्थांचे विघटन करतात म्हणून त्यांना विघटक असे म्हणतात. बहुसंख्य जिवाणू मातीतील कार्बनी पदार्थांपासून अन्न मिळवतात. प्रथिने, शर्करा व मेद या कार्बनी सेंद्रिय पदार्थांचे विघटकांद्वारे विघटन होऊन असेंद्रिय पदार्थ पुन्हा पर्यावरणात मुक्त केले जातात. म्हणून परिसंस्था - रचना कार्यान्वित होताना विघटकांचे महत्त्व अनन्यसाधारण असते.

४.७ ऊर्जा उपयोजनेतील विविध घटकरचना व स्तर :

पुढील आकृतीत दाखविल्याप्रमाणे वनस्पती, प्राणी व सूक्ष्म जीव यांच्यातील ऊर्जावापराच्या विविध स्तरांतून काही प्रमाणात उष्णतेचे उत्सर्जन होते.

काही प्रकारच्या रंगविरहित बुरशी, अळंबी त्यांच्या पर्यावरणातील रासायनिक पदार्थातून ऊर्जा मिळवतात. या क्रियेला रासायनिक संश्लेषणक्रिया (Chemical photosynthesis) म्हणतात. यातूनही उष्णतेचे उत्सर्जन कुजवण्याच्या किंवा विघटनाच्या क्रियेतून होतच असते.

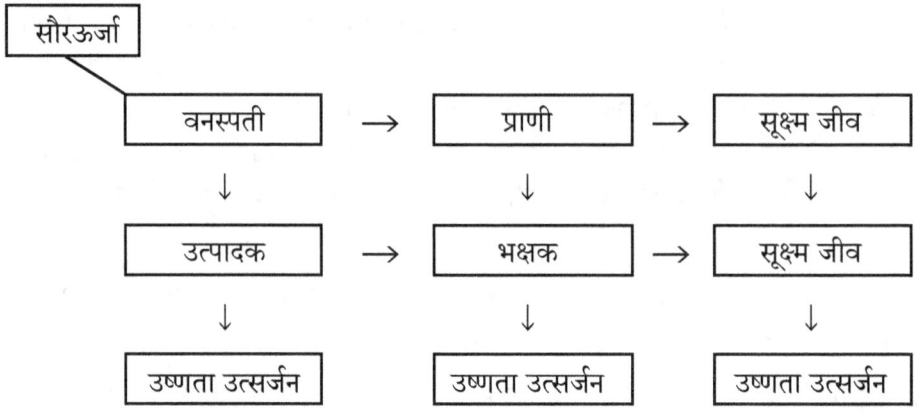

४.८ ऊर्जास्रोत (Energy Flow in the Ecosystem) :

परिसंस्था कार्यान्वित होण्यासाठी बाह्य ऊर्जेची मूलभूत गरज असते, कारण वेगवेगळ्या आंतरक्रियांसाठी किंवा रासायनिक क्रिया-प्रक्रियांसाठी ऊर्जा आवश्यक असते. पृथ्वीला सूर्यापासून मुख्यत्वे सौरऊर्जा मिळते. हीच मूलभूत ऊर्जा पृथ्वीवरील परिसंस्था - रचनांना कार्यान्वित करण्यास उपयोगी ठरते, म्हणून परिसंस्था - रचना बाह्य ऊर्जेवर अवलंबून असतात. विशेषत: हिरव्या वनस्पती साध्या असेंद्रिय पदार्थांपासून सौरऊर्जेच्या साहाय्याने क्लिष्ट सेंद्रिय पदार्थ पेशी तयार करतात. सजीवांचा अंत झाल्यावर हे सेंद्रिय पदार्थ विघटकांद्वारे विघटित होऊन असेंद्रिय स्वरूपात पर्यावरणात परत मिळतात.

१. सेंद्रिय पदार्थ तयार होताना काही ऊर्जा वापरली जाते.
२. निर्मिती - प्रक्रियेत काही ऊर्जेचा वापर होतो.
३. सेंद्रिय पदार्थांत काही प्रमाणात ऊर्जेचा विलय होतो.
४. सेंद्रिय पदार्थांचे विघटन होताना काही ऊर्जा मुक्त होते.

पोषक द्रव्यांच्या पेशीनिर्मितीसाठी सजीवांना ऊर्जा आवश्यक असते. प्राण्यांना हालचाल करण्यासाठी देखील ऊर्जा आवश्यक असते, म्हणून प्राण्यांनी ग्रहण केलेली पोषक द्रव्ये दोन प्रकारे उपयोगी पडतात.

१) ग्रहण केलेल्या पोषणद्रव्यांचा काही भाग पेशीनिर्मितीसाठी वापरला जातो.
२) पोषणद्रव्यांचे विश्लेषण करून बराचसा भाग ऊर्जानिर्मितीसाठी वापरला जातो.

वरील क्रिया - प्रक्रियांत जे असेंद्रिय व सेंद्रिय टाकाऊ पदार्थ निर्माण होतात, त्यांचे उत्सर्जन केले जाते. तथापि हे उत्सर्जित पदार्थ वनस्पतींना, इतर काही सूक्ष्म जिवांना, प्राण्यांना पोषक द्रव्य म्हणून उपयोगी ठरतात व पोषक द्रव्यांचे चक्रीकरण सातत्याने कार्यान्वित होत राहते.

४.९ परिसंस्थेचे कार्य व अन्नसाखळी (Functioning of Ecosystem and Food Chain) :

प्रत्येक परिसंस्थेत वनस्पती, प्राणी व सूक्ष्म जिवांचे जैविक समाज एकत्र राहतात. विविध जैविक समाजांचे उत्पादक, भक्षक व विघटक असे तीन वर्ग आहेत. उत्पादक जीवसमाज (हिरव्या वनस्पती) प्रकाशसंश्लेषणाद्वारे

सौरप्रकाश ऊर्जेचे रासायनिक ऊर्जेत रूपांतर करतात. यासाठी कार्बनडाय ऑक्साईड, पाणी व हरित द्रव्यांचा उपयोग केला जातो. शर्करेच्या स्वरूपात वनस्पती स्वयंनिर्मित अन्नाची साठवण करतात. सर्व प्राणी अन्नाच्या गरजेसाठी प्रत्यक्ष व अप्रत्यक्षरीत्या वनस्पतींवर अवलंबून असतात. तृणभक्षक प्राणी वनस्पतींचे भक्षण करून ऊर्जा मिळवतात. हे तृणभक्षक प्राणी इतर मांसभक्षक प्राण्यांचे (भक्ष्य) अन्न असते. तृणभक्षक प्राण्यांकडून मांसभक्षक प्राण्यांकडे ऊर्जेचे संक्रमण होते. लहान मांसभक्षक प्राण्यांकडून नंतर ही ऊर्जा मोठ्या मांसभक्षक प्राण्यांकडे संक्रमित होते. ऊर्जेच्या अथवा अन्नाच्या क्रमवार संक्रमणाला अन्नसाखळी (Food Chain) असे म्हणतात.

अन्नसाखळ्यांचे दोन मुख्य प्रकार आहेत.

१. तृणभक्षक अन्नसाखळी

२. मृत वनस्पती व प्राणिजन्य अवशेष अन्नसाखळी

कोणत्याही अन्नसाखळीचे भक्ष्य व भक्षक (prey and predator) असे दोन मुख्य घटक असतात. विविध अन्नसाखळ्यांची खाली काही उदाहरणे दिली आहेत.

१. गवत → गाय → वाघ

२. गवत → ससा → लांडगा → वाघ

३. शैवाल → प्राणिजन्य प्लँक्टन → मासे → मानव

४. शैवाल → कृमी → बेडूक → साप → मुंगुस

ऊर्जाविनिमय स्तर :

अशाप्रकारे अन्नऊर्जा निम्नस्तरीय जिवांकडून (वनस्पती) उच्चस्तरीय जिवांकडे (मांसभक्षक प्राणी) संक्रमित होते. इ.स. १९४२ मध्ये लिंडमन या शास्त्रज्ञाने अन्नऊर्जा संक्रमणाच्या विविध पातळ्यांना ऊर्जाविनिमय स्तर (Trophic Level) असे नाव दिले.

अन्नसाखळीतील उत्पादकांकडून विविध स्तरांतल्या भक्षकांकडे अन्नऊर्जेच्या विविध पातळ्यांना ऊर्जाविनिमय स्तर असे म्हणतात. गवत व वृक्ष या संमिश्र परिसंस्थेत गवत, झाडे या हिरव्या वनस्पती प्राथमिक स्तरावर असतात. (T_1) प्राथमिक भक्षक हे बेडूक, ससे, उंदीर यासारखे लहान भक्षक तर (T_2) द्वितीयक स्तरावर आहेत लांडगे, कोल्हे हे दुय्यम मांसभक्षक (T_3) तर मोठे प्राणी, पक्षी (वाघ, सिंह, गरुड, गिधाड) हे चतुर्थक स्तरावर (T_4) असतात. जिवाणू, बुरशी या विघटकांचा स्तर (T_5) पाचव्या क्रमांकावर असतो. अशा तऱ्हेने परिसंस्थेची कार्यपद्धती व रचना विविध ऊर्जाविनिमय स्तरांवर आधारित असते.

'स्वयंपोषक उत्पादक (वनस्पती) स्तरांकडून विविध प्रकारच्या परपोषक भक्षकांकडे अन्नऊर्जेचे क्रमशः संक्रमण म्हणजे अन्नसाखळी होय.'

अन्नसाखळीत प्रत्येक संक्रमणाचे वेळी काही ऊर्जा वापरली गेल्याने क्षय पावते, म्हणून परिसंस्था कार्यान्वित राहण्यासाठी चिरस्थायी बाह्य ऊर्जेचा सतत पुरवठा व्हावा लागतो.

४.१० अन्नजाळी (Food web) :

तृणभक्षक अन्नसाखळी हिरव्या वनस्पतींपासून सुरू होते तर मांसभक्षक प्राण्यांनंतर ती थांबते. प्राथमिक उत्पादक, तृणभक्षक व मांसभक्षक क्रमशः असणाऱ्या अन्नसाखळ्या निसर्गात तुरळक आढळतात, कारण कोणताही भक्षक त्याचे भक्ष्य विविध मार्गांनी मिळवू शकतो व एकाच परिसंस्थेत एकापेक्षा अधिक ऊर्जाविनिमय स्तरांवर कार्यशील राहू शकतो. तसेच एक जीव अनेक भक्षकांचे लक्ष्य असू शकतो. परिणामी विविध अन्नसाखळ्या

एकमेकांशी संबंधित व आंतरभेदक असतात. यातूनच अन्नजाळ्यांची (Food web) निर्मिती होते.

'अन्नसाखळ्यांच्या परस्परसंबंधाने अनुबंधित झालेल्या जाळीस अन्नजाळी असे म्हणतात.'

कोणत्याही अन्नजाळीत उपलब्ध असलेली अन्नऊर्जा परिसंस्थेतील सजीवांना पूर्णत: उपयोगी पडत नाही. ग्रहण केलेल्या ऊर्जेपैकी काही ऊर्जेचे उत्सर्जन होते, काही ऊर्जा परावर्तित होते, काही ऊर्जा शोषली जाते तर काही ऊर्जा विविध क्रियांसाठी खर्ची पडते. उदा. एखाद्या परिसंस्थेमध्ये विशिष्ट काळात १०० उष्मांक (Calaries) असतील तर वनस्पतीग्रंथीमध्ये १० उष्मांक एवढीच ऊर्जा साठवली जाईल. तिचा वापर ती वनस्पती खाणाऱ्या सशाला उपलब्ध होईल; पण सशाने भक्षण केलेल्या १० उष्मांकांपैकी एखादाच उष्मांक त्याच्या शरीरात भर घालू शकेल. उरलेले ९ उष्मांक पर्यावरणात नष्ट होतील. सशाला खाणारा लांडगा १ उष्मांक भक्षण करील. तथापि, त्याला प्रत्यक्षात १/१० एवढीच ऊर्जा उपयोगी पडेल. ९/१० ऊर्जा निघून जाईल. यावरून असे दिसून येते की, अन्नसाखळीत ऊर्जेचे प्रमाण प्राथमिक उत्पादकांकडून (वनस्पती) उच्चस्तरीय भक्षकांकडे (मोठे प्राणी, पक्षी) होताना कमी कमी होत जाते. अन्ननिर्मिती स्थानाजवळ असणाऱ्या तृणभक्षक व मांसभक्षक सजीवांना जास्त अन्नऊर्जा उपलब्ध असते. प्राण्यांना वनस्पतींपेक्षा कमी अन्नऊर्जा उपलब्ध होते. अन्नसाखळीत विविध स्तरांवर ऊर्जेचे संक्रमण होताना ऊर्जेचा क्षय होत जातो.

४.११ परिस्थितिक मनोरा (Ecological Pyramid) :

ऊर्जाविनिमय स्तररचनेत एका जीवाकडून दुसऱ्या जीवाकडे ऊर्जेचे हस्तांतरण होत असताना मूळ ऊर्जा कमी कमी होत जाते. परिणामी निम्नस्तराकडून (वनस्पती) उच्चस्तरांकडे जीवसंख्या कमी होत जाते. निम्नस्तराकडून उच्चस्तराकडे कमी होत जाणाऱ्या या परिस्थितिक रचनेले परिस्थितिक मनोरा असे म्हणतात. परिस्थितिक मनोऱ्याची संकल्पना सर्वप्रथम चार्ल्स एल्टन (इ.स. १९२७) या ब्रिटिश परिस्थितिकी शास्त्रज्ञाने मांडली. एल्टनला परिसंस्थेमध्ये ऊर्जाविनिमय निरीक्षणात असे आढळून आले की, ज्या पक्ष्यांवर कोल्हे जगतात ते पक्षी कोल्ह्यांपेक्षा जीवसंख्येने जास्त आहेत. जे पक्षी कीटकांवर जगतात ते कीटक पक्ष्यांपेक्षा कितीतरी पटींनी जास्त आहेत. एल्टनने हे विविध जीवसमूह आलेखाच्या स्वरूपात मांडल्यावर मनोऱ्यासारखी रचना तयार झाली. या रचनेला त्याने परिस्थितिक मनोरा असे नाव दिले.

परिस्थितिक मनोऱ्यात उत्पादक वनस्पती (१) जीव, पायाभूत असतात, त्यावर तृणभक्षक (२) प्राथमिक (३) द्वितीयक (४) तृतीयक (५) मांसभक्षक जिवांची संख्या कमी होत जाऊन मनोऱ्याचा शिरोबिंदू तयार होतो.

परिस्थितिक मनोऱ्याचे तीन प्रकार पडतात.

१. संख्येचा मनोरा (Population Pyramid)

२. जैविक वस्तुमानाचा मनोरा (Biomass Pyramid)

३. ऊर्जेचा मनोरा (Energy Pyramid)

संख्येच्या मनोऱ्यात प्रत्येक ऊर्जाविनिमय स्तरातील जीवसंख्या दर्शविली जाते. जैविक वस्तुमान मनोऱ्यात ऊर्जाविनिमय स्तरातील सर्व जैविक वस्तुमान दर्शविले जाते. ऊर्जा मनोऱ्यात प्रत्येक स्तरावरील ऊर्जा हस्तांतराचा ओघ दर्शविला जातो.

कोणत्याही परिसंस्थेच्या परिपूर्ण विकासास ऊर्जेबरोबरच पोषक द्रव्यांच्या पर्याप्त चक्रीकरणाची नितांत गरज असते.

४.१२ परिसंस्थेचे प्रकार :

परिसंस्थेचे मुख्यत्वे
१) नैसर्गिक परिसंस्था व २) मानवी परिसंस्था असे दोन प्रकार पडतात.
या मुख्य प्रकारांचे उपप्रकार पुढीलप्रमाणे आहेत.

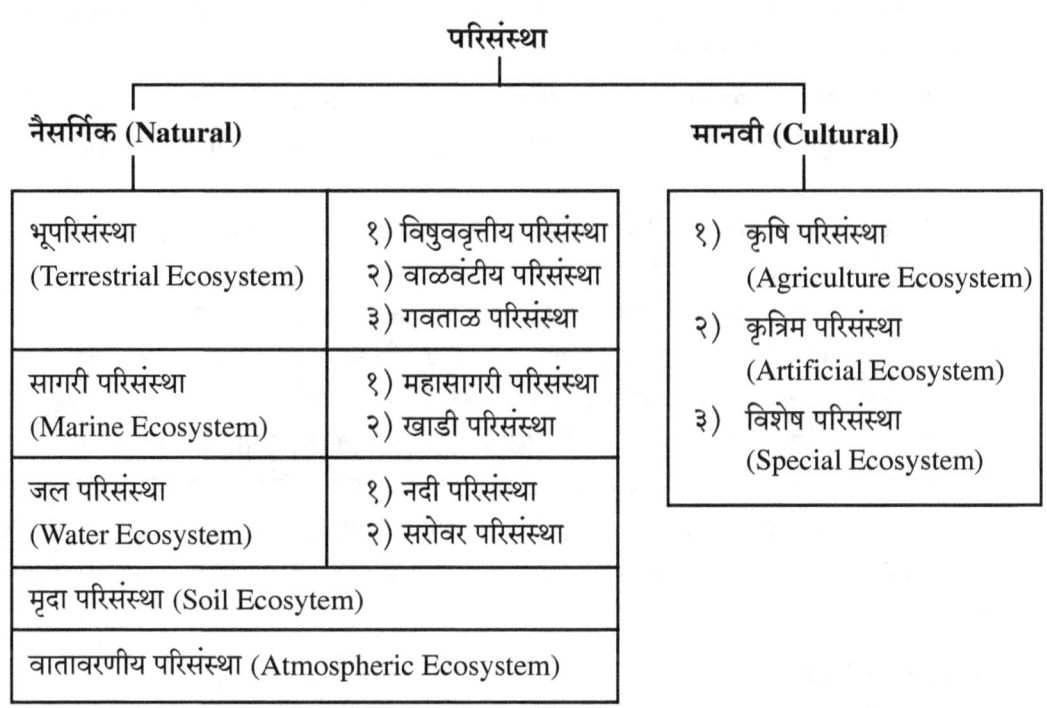

परिसंस्था

नैसर्गिक (Natural)

भूपरिसंस्था (Terrestrial Ecosystem)	१) विषुववृत्तीय परिसंस्था २) वाळवंटीय परिसंस्था ३) गवताळ परिसंस्था
सागरी परिसंस्था (Marine Ecosystem)	१) महासागरी परिसंस्था २) खाडी परिसंस्था
जल परिसंस्था (Water Ecosystem)	१) नदी परिसंस्था २) सरोवर परिसंस्था
मृदा परिसंस्था (Soil Ecosytem)	
वातावरणीय परिसंस्था (Atmospheric Ecosystem)	

मानवी (Cultural)

१) कृषि परिसंस्था (Agriculture Ecosystem)
२) कृत्रिम परिसंस्था (Artificial Ecosystem)
३) विशेष परिसंस्था (Special Ecosystem)

१. भूपरिसंस्था : या परिसंस्थेचे प्रमुख तीन उपप्रकार आहेत.

अ) जंगल परिसंस्था – या परिसंस्था हवामानाच्या शुष्क ते आर्द्र क्षेत्रात विविध स्वरूपात आढळतात. या परिसंस्थेतील वनस्पती व प्राण्यांची विविधता तापमान व आर्द्रता या दोन भौगोलिक घटकांवर अवलंबून असते. उदा. उष्ण कटिबंधात विषुववृत्तीय प्रदेशात सदाहरित वर्षावने असल्याने वनस्पती व प्राण्यांच्या सर्वोच्च जातीप्रजाती या ठिकाणी आहेत. जैविक समाजात जीवसमूहातील सर्वात जास्त वैविध्यता या भौगोलिक क्षेत्रात असल्याने येथील परिसंस्था अत्यंत गुंतागुंतीच्या आहेत. मोसमी हवामान प्रदेशात पानझडी वृक्षांची मिश्र जंगले असून बराचसा भाग मानवाने कृषि परिसंस्थेखाली आणला आहे. येथील वनस्पती जीवसमूहांची बेसुमार कटाई झाल्याने येथील जंगल परिसंस्था धोक्यात आल्या आहेत. धूप, अवर्षणे, अतिवर्षण, वादळे, टोळधाडी यासारख्या भयानक समस्या पर्यावरणाचा तोल ढळल्याने निर्माण झाल्या आहेत. उच्च अक्षांश - क्षेत्रात समशीतोष्ण हवामानामुळे सदाहरित सूचीपर्णी व पानझड प्रकारच्या जंगल परिसंस्था आहेत. येथील भौगोलिक घटक प्रबल नियंत्रक असल्यामुळे सूचीपर्णी वनस्पती व वैशिष्ट्यपूर्ण प्राणिजीवन आढळते. समायोजन क्षमतेचे जैविक समाजच अस्तित्वात आहेत.

ब) गवताळ परिसंस्था – पृथ्वीवर माफक पावसाच्या क्षेत्रात (२५ सें.मी. ते १२५ सें.मी. वार्षिक) जंगल व वाळवंटे यांच्या दरम्यानच्या प्रदेशात गवताळ परिसंस्था आढळतात. या परिसंस्था खंडांच्या अंतर्गत भागात आहेत. (सुदान, प्रेअरी, पंपास, डाउन्स, व्हेल्ड, स्टेप्स इत्यादी) कमी पर्जन्यामुळे वृक्ष तुरळक असतात. गवताचे

प्रमाण जास्त असते. उत्तर व दक्षिण अमेरिका, ऑस्ट्रेलिया व आफ्रिका खंडात या परिसंस्था वैशिष्ट्यपूर्ण स्वरूपात आढळतात. अल्पकालीन गवताच्या अस्तित्वाने मृदेत सेंद्रिय पदार्थांचे प्रमाण जास्त असते. बऱ्याच भागांत यांचे रूपांतर कृषी परिसंस्थेत झाले आहे. गहू, मका ही प्रमुख पिके होतात. सुदान, डाउन्स, ब्राझील या क्षेत्रांत पूर्वी प्राण्यांचे अनेक प्रकार आढळत. गवा, हरिण, ससे, कोल्हे, लांडगे, हत्ती याबरोबरच वाघ, सिंह, चितळ, पाणगेंडा यासारखे हिंस्र पशू होते. हल्ली पाळीव प्राण्यांची अतिचराई, शिकार व मिश्रशेती यामुळे या परिसंस्था नैसर्गिक अवस्थेतून विराण अशा कृत्रिम अवस्थेत बदलत आहेत.

क) वाळवंटीय परिसंस्था - या परिसंस्थांचे १) उष्ण वाळवंटीय परिसंस्था व २) शीत वाळवंटीय परिसंस्था असे दोन प्रमुख प्रकार आहेत. दोन्ही उपप्रकारांत आवश्यक स्वरूपात पाणी हा मूलभूत नियंत्रक घटक आहे.

उष्ण वाळवंटीय परिसंस्था बहुदा खंडांच्या पश्चिम भागात आहेत. (सहारा, व्हिक्टोरिया, अरेबिया, अटाकामा, कोलोरॅडो इ.) वार्षिक पर्जन्य अत्यंत कमी (२५ सें.मी. पेक्षा कमी), अनिश्चित व कित्येक वर्षे पर्जन्याचा अभाव असू शकतो. तापमान जास्त असल्याने बाष्पीभवनाचा वेग फार जास्त असतो. जमिनीवर वालुकामय आवरण असल्याने पोषक द्रव्ये अल्प व पार्यता (Permeability) जास्त असते. या नियंत्रक घटकांमुळे येथे हिरव्या वनस्पती फक्त पाणथळ जागीच अल्प प्रमाणात असतात. बाभूळ, कॅक्टस, झुडपे यासारख्या समायोजनक्षमतेच्या विशिष्ट जाती अल्प प्रमाणात वाढतात. पाण्याची गरज कमी असणारे प्राणी, सर्प, विंचू, घुशी, उंदीर बिळे करून राहतात व निशाचर वर्तनाचे असतात. वनस्पती व प्राण्यांचे जैविक समाज अत्यंत मर्यादित असले तरी येथील प्रतिकूल पर्यावरणावर मात करण्याचे जीवसमूहांचे तंत्र अजब आहे. नैसर्गिक देणगीचा या सजीवांना फार उपयोग होतो.

वनस्पती व प्राणी दीर्घ मुदतीपर्यंत पाण्याशिवाय जगू शकतात. येथील परिसंस्था प्रतिकूल पर्यावरणामुळे फारशा क्लिष्ट नसतात.

शीत वाळवंटीय परिसंस्था :

टुंड्रा व अंटार्क्टिका परिसंस्था शीत वाळवंटीय परिसंस्था या नावाने ओळखल्या जातात. या क्षेत्रात अति कमी तापमानामुळे पाणी बर्फाच्या स्वरूपातच असते. अल्पकालीन उन्हाळे व दीर्घकालीन हिवाळे यांचा परिणाम वनस्पती व प्राण्यांच्या परिसंस्थेवर होतो. वनस्पतींचे जीवनचक्र अल्पायुषी तर प्राणी ऋतुनुसार अन्न, संरक्षण व पुनरुत्पादनासाठी स्थलांतर करतात. टुंड्रा प्रदेशात मानव पूर्णत: प्राण्यांवर अवलंबून असल्याने भटकंती करतो. परिसंस्था प्रतिकूल काळात सुप्त अवस्थेत असतात. आर्क्टिक व अंटार्क्टिक हिमक्षेत्रात लिचेन, शैवाल, नेचे, सेज या वनस्पती तर बीव्हर, मिंक, मार्टिन, ओटर, अस्वले, कुत्रे, रेनडिअर यांसारखे मर्यादित जीवसमूह आढळतात. परिसंस्थांच्या कार्यात येथे तापमान हा घटक नियंत्रक ठरतो. जैविक क्रियांना आवश्यक तापमान नसल्यामुळे वनस्पती, प्राणी व मानव समाज मर्यादित आहेत.

२. जलपरिसंस्था - नदी परिसंस्था, तळी व सरोवरातील परिसंस्था, खाडी परिसंस्था व सागरी परिसंस्था असे जलपरिसंस्थेचे चार प्रकार आहेत.

अ) नदी परिसंस्था – नदीचे पाणी प्रवाही असते व ऊर्जाविनिमय अस्थिर असल्याने या परिसंस्था परिपूर्ण नसतात. जीवसमूह व जैविक समाजाच्या स्थैर्यास बाधा येते. नदीचे खनन तीव्र असल्यामुळे प्रवाहपात्रात काही ठिकाणी थोड्याफार प्रमाणात स्थिर परिसंस्था निर्माण होतात. वनस्पतीजन्य पदार्थ, गाळ यामुळे प्लँक्टनची निर्मिती चांगली होते. प्लँक्टनमुळे मासे, जलचर, उभयचर प्राणी वाढतात. जलपर्णी, जलवनस्पती, लव्हाळी, शैवाल यांचे

जीवनसमूह वाढलेले दिसतात. जगातल्या काही मोठ्या नद्यांच्या जलप्रणालीत भौगोलिक व मानवी घटकांच्या परिणामांमुळे नदी परिसंस्थांमध्ये बिघाड झाले आहेत. अतिगाळ संचयन, महापूर, पात्र परिवर्तन, धरणे, जलसाठे, टाकाऊ पदार्थांचा प्रवेश यासारख्या कारणांचा उल्लेख करणे आवश्यक आहे. भारतात गंगा नदी सर्वात प्रदूषित नदी झाली आहे. हजारो कारखान्यांतील त्याज्य पदार्थ दररोज गंगा नदी व तिच्या उपनद्यांमध्ये सोडले जातात.

ब) तळी व सरोवरातील परिसंस्था - तळी व सरोवरातील परिसंस्थेला गोड्या पाण्यातील परिसंस्था असेही म्हणतात. भूगर्भशास्त्रीयदृष्ट्या तळी व सरोवरांची निर्मिती अलीकडच्या काळातील आहे. सरोवरांच्या विस्तारावर, आकारावर परिसंस्थांचे स्वरूप अवलंबून असते. विशाल सरोवरात परिसंस्थांचे विविध स्तर निर्माण होतात. किनारी भागात उथळ पाण्यामुळे गवत व वनस्पती वाढतात. या ठिकाणी कृमी, अळी, उभयचर प्राणी आढळतात. अंतर्गत खोल पाण्याच्या भागात मासे, खेकडे व मृदुकाय प्राण्यांचे वास्तव्य असते. जलपृष्ठावर प्लँक्टनचे वैपुल्य असते. पाण्याच्या खोलीनुसार तापमान कमी होत जाते. सूर्यप्रकाश कमी होतो, परिणामी सजीवास प्रतिकूल पर्यावरण तयार होते व जैविक समूहांचे प्रमाणदेखील कमी होते.

क) खाडी परिसंस्था - क्षारयुक्त पाणी व गोडेपाणी यातील संक्रमण अवस्था खाडीच्या भागात आढळते. नदी व समुद्र अथवा आखात व समुद्र या क्षेत्रांमध्ये खाडी परिसंस्था आढळतात. संक्रमण अवस्थेमुळे खाडी परिसंस्था स्वतंत्ररीत्या वैशिष्ट्यपूर्ण असते. खाडीप्रदेश बऱ्याच ठिकाणी उथळ असतात. जीवसमूहांना अन्नाची उपलब्धता विविध स्वरूपात विपुल प्रमाणात असते. भरती-ओहोटी, समुद्रप्रवाह, लाटा, नद्यांचा जलौघ या घटकांमुळे ऊर्जा संक्रमण वेगाने होते. पोषक द्रव्यांच्या पुरवठ्याबरोबरच त्याज्य पदार्थांचे वहनही होत असते. अशा अनुकूल पर्यावरण रचनेत विविध जीवसमूहांना जीवनविकासात वाव मिळतो. खाडी परिसंस्थेत जलनिमग्न गवत, खोल चिखलातील सूक्ष्म जीव व शैवाल तसेच पृष्ठभागावर वनस्पतीजन्य व प्राणिजन्य प्लँक्टन यांचे क्षितिजस्तर आढळतात. उत्पादक जीवसमूहांप्रमाणेच भक्षक जीवसमूहांचे अस्तित्व वैविध्यपूर्ण असते.

ड) सागर परिसंस्था - जल परिसंस्थेत सागर परिसंस्था अत्यंत वैशिष्ट्यपूर्ण व विशाल आहेत. या परिसंस्थांत विविध प्रकारच्या जलवनस्पती, जलचर, उभयचर प्राणी आढळतात. वनस्पतीजन्य प्राथमिक जीव विपुल प्रमाणात वाढतात. सूक्ष्म, एकपेशीय व क्लोरोफिलयुक्त वनस्पती, प्राणिजन्य प्राथमिक जिवांकडून भक्षण केले जातात. यांचा उपयोग तृणभक्ष्यी, सर्वभक्ष्यी परोपजीवी प्राण्यांच्या अन्नसाखळीत अत्यंत महत्त्वाचा ठरतो. प्राणिमात्रात मासे, कीटक, सरपटणारे प्राणी यांचे वैपुल्य असते. मृत वनस्पती व प्राण्यांचे अवशेष तळाशी साचतात, म्हणून सागरतळावर अनेक जीवजाती राहतात. सागराच्या मध्यस्तरीय भागात मात्र सजीव अत्यल्प असतात. सागराचा पृष्ठभाग व तळभागच जैविक समाजांना एकत्र नांदवतो.

सागरी किनारे, खाड्या, आखात, सामुद्रधुनी या भागात व उथळ क्षेत्रात प्लँक्टनच्या मुबलकतेमुळे सागरी प्राणी व मासे भरपूर आढळतात. तळाकडील पोषक द्रव्ये, लाटा, समुद्रप्रवाह व भरती - ओहोटीमुळे उथळ भागाकडे किंवा किनारी भागाकडे आणले जातात. येथे जैविक उत्पादनास व प्रजनन प्रक्रियेस पोषक पर्यावरण निर्माण होते. पर्यायाने अनेक लहान-मोठ्या परिसंस्था अस्तित्वात येतात.

हरितगृह परिणाम (Green House Effect) :

उष्णतेच्या उत्सर्जनावर होणारा वातावरणाचा परिणाम हा एखाद्या काचेच्या पेटीतील उष्णतेवर होणाऱ्या परिणामासारखा आहे. भूपृष्ठावरून उत्सर्जित होणारी उष्णता वातावरणामुळे एकदम उत्सर्जित होत नाही. पृथ्वीवरील वातावरण हे पृथ्वीभोवती हरितगृहाचे काम करते. अन्यथा उत्सर्जनाने पृथ्वीवरील सर्व उष्णता निघून जाऊन पृथ्वीचे तापमान खाली गेले असते. मात्र तसे होत नाही. वातावरणाच्या या संरक्षक कवचाच्या परिणामास 'हरितगृह

परिणाम' असे म्हणतात. तथापि या वातावरणात दिवसेंदिवस प्रदूषण वाढत आहे. नैसर्गिक वायुप्रमाण विचलित झाले आहे. कार्बन-डाय-ऑक्साइड, क्लोरोफ्ल्युरोकार्बन व इतर वायूंचे प्रमाण वाढत असल्याने हरितगृह घटना विकृत होत आहे. हरितगृह वायु - उत्सर्जनाबाबत जगातील प्रमुख राष्ट्रांचा सहभाग वाढता आहे हे लक्षात येते. याचा परिणाम हरितगृह कार्यावर होत असल्याचे वैज्ञानिकांच्या लक्षात आले आहे. शास्त्रज्ञांच्या मते १९९० पासून वातावरणातील हे परिणाम पृथ्वीवर प्रकर्षाने जाणवायला सुरुवात झाली. तर एकविसाव्या शतकाच्या सुरुवातीला पृथ्वीचे सरासरी तापमान १.५° सेल्सिअसपेक्षा जास्त वाढले.

पृथ्वीचे तापमान व हरितगृह परिणाम (Global Warming and Green House Effect) :

पृथ्वीच्या तापमानाचे मापन पृथ्वीकडे सूर्यामार्फत येणारी औष्णिक ऊर्जा व पृथ्वीकडून त्या ऊर्जेचे उत्सर्जन होण्याचे प्रमाण यांच्या संतुलनावरून निश्चित होते. वातावरणातील बाष्प, CO_2, मिथेन वायू आणि इतर हरितगृह वायुंमुळे सौरऊर्जा काही प्रमाणात राखून ठेवली जाते. मानवाच्या आधुनिक काळातील हालचालींमुळे हरितगृह वायुंच्या प्रमाणात वाढ होत असल्याने वातावरणात पूर्वीपेक्षा जास्त प्रमाणात उष्णता असल्याने पृथ्वीचे तापमान वाढत आहे.

विविध उद्योगधंदे, कारखान्यातील उत्सर्जनात CO_2, CO, N_2O, CFC असतात. हे वायू इन्फ्रारेड किरणांचे शोषण करतात. गेल्या दोन-तीन दशकांत सूर्यप्रकाशातील उष्णतारक्षक वायूंचे हे प्रमाण वेगाने वाढत असल्याचे वैज्ञानिकांना जाणवले आहे. या वायूंचा तपांबरातील वाढत्या प्रमाणाचा कल असाच सुरू राहिला तर पृथ्वीच्या वातावरणात मोठे बदल घडण्याची शक्यता आहे. या बदलांमुळे नैसर्गिक व मानवी व्यवस्थांवर आघात होईल.

पुढील सारणीत तपमानवाढीस कारणीभूत ठरणाऱ्या वायूंचे उत्सर्जन-प्रमाण दर्शविले आहे. या वायूंचे मापन प्रत्यक्ष निरीक्षणांवर व हिमखंडांच्या पृथक्करणावर आधारित आहे. हिमखंड पृथक्करणावरून १६०००० वर्षांपूर्वीचे प्रमाण अनुमानित करता येते. मौना-लो या हवाई बेटावरील प्रयोगशाळेत १९५८ पासून प्रत्यक्ष निरीक्षणे केलेली आहेत.

तक्ता क्र. : ४.१

वायू	हवेतील प्रमाण		वार्षिक वाढीचा	वार्षिक वाढीचे
	औद्यो. क्रांतीपूर्वी	१९८६	वर्तमान दर	प्रमाण (टक्के)
कार्बन-डाय-ऑक्साईड	२७५ ppm	३४६ ppm	१.४ ppm	०.४
मिथेन	०.७५ ppm	१६५ ppm	१७ ppm	१.०
CFC_S - 12 o	४०० ppt	१९ ppt	५.०	
CFC_S - 11 o	२३० ppt	११ ppt	५.०	
नायट्रस ऑक्साइड	२८० ppb	३०५ ppb	०.६ ppb	०.२
तपांबरातील ओझोन	अज्ञात	३५ ppb	अज्ञात	अज्ञात

संदर्भ : EPA (U.S.A.) Washington, D.C. draft 1988. (ppm = particles per million, ppb = particles per billion, ppt = particles per trillion)

वरील सारणीवरून विविध हरितगृह वायूंचे प्रमाण कसे वाढते आहे हे लक्षात येते, CO_2 व CFC, N_2O यांच्या प्रमाणातील वाढ लक्षणीय आहे. या वायूंच्या नैसर्गिक प्रमाणाने पृथ्वीचे तापमान १३° सें. होते किंवा हे वायू अजिबात नसल्यापेक्षा त्यांनी पृथ्वीला ३३° सें. एवढे तपमान प्रदान केले आहे. तपमानवर्धक कार्बन कणांच्या तेवढ्याच प्रमाणातल्या CFC कणांनी कार्बनकणांपेक्षा २०००० पट जास्त उष्णता राखली जाते. तर मिथेन कणांची २० ते ३० पट जास्त उष्णता राखली जाते.

हवामानातील बदल - १९८८ मध्ये CO_2 चे प्रमाण मौना-लो येथील निरीक्षणांवरून ३५१ ppm एवढे म्हणजे पूर्वीपेक्षा २० ते २५ टक्क्यांनी जास्त असल्याचे आढळून आहे. आंतरहिमानी (Interglacial period) काळात CO_2 पातळी ३०० ppm पेक्षा थोडी कमी होती तर हिमयुगात ती २०० ppm च्या आसपास होती. औद्योगिक क्रांतीच्या प्रारंभी CO_2 पातळी २८० ppm झाली.

गेल्या दहा वर्षांत वातावरणातील CO_2 पातळीत ७० ppm ची भर पडली आहे. यातली २५ टक्के वाढ ही १९६० नंतर घडली आहे. सध्याचा CO_2 पातळीवाढीचा ०.४ टक्के दर असाच चालू राहीला तर वातावरणीय CO_2 पातळी २०७५ मध्ये औद्योगिक क्रांतीच्या प्रारंभकाळापेक्षा दुप्पट होण्याचा धोका आहे.

प्रारूप अभ्यास (Model Studies) व संगणक अनुमानानुसार पृथ्वीच्या तापमानात १.५ ते ४.५ एवढी वाढ होईल यात वैज्ञानिकांना शंका नाही. वातावरणातील CO_2 पातळी दुप्पट झाल्यावर हे बदल जाणवतील. त्यासाठी ७५ ते १०० वर्षांचा काळ लागेल. पण CO_2 बरोबरच इतर वायूंच्या पातळीतही वाढ होत असल्याने पृथ्वीच्या तपमानवाढीचा धोका २०३० पर्यंतच संभवतो.

हरितगृह वायूंच्या उत्सर्जनात संयुक्त संस्थाने या देशाचा प्रथम क्रमांक असून त्या देशातून सुमारे १००० अब्ज मे. टन हरितगृह वायू वातावरणात सोडले जातात. त्यानंतर रशिया, ब्राझिल, चीन, भारत, जपान, जर्मनी, ग्रेटब्रिटन, फ्रान्स व कॅनडा या देशांचा क्रमांक लागतो. या सर्व देशांमधून सुमारे ६५ टक्के हरितगृह वायू वातावरणात सोडले जातात. सध्या जगात हरितगृह वायूंचे उत्सर्जन करणारे ५० देश आहेत. त्यापैकी वरील १२ प्रमुख देश आहेत. या बारा देशांमध्ये औद्योगिक विकास मोठ्या प्रमाणात झालेला असून स्वयंचलित वाहनांची संख्याही फारच आहे. तसेच या देशांमध्ये क्लोरोफ्ल्युरो कार्बनचा वापरही मोठ्या प्रमाणात होत आहे. त्यामुळे या देशांमध्ये हरितगृह वायूंचे उत्सर्जन अधिक प्रमाणात होते. हरितगृह वायूंच्या वाढत्या प्रमाणाला प्रामुख्याने ऊर्जा उत्पादन, CFC उत्पादन, कृषी क्रिया, भूमिउपयोजनात बदल व इतर औद्योगिक क्रिया कारणीभूत असतात.

हरितगृह परिणामांची कारणे - हरितगृह परिणामास म्हणजेच पृथ्वीच्या सरासरी तापमान वृध्दीस प्रामुख्याने कार्बन डाय ऑक्साईड, मिथेन, नायट्रस ऑक्साईड, क्लोरोफ्ल्युरो कार्बन व ओझोन इत्यादी वायू कारणीभूत असतात. या वायूंना हरितगृह वायू असे म्हटले जाते हे आपण पाहिले आहे.

१) कार्बन डाय ऑक्साईड (CO_2) - हा प्रमुख हरितगृह वायू आहे. दगडी कोळसा, खनिजतेल, नैसर्गिक वायू यासारख्या जीवाश्म इंधनांच्या अपूर्ण ज्वलनाच्या वेळी कार्बन डाय ऑक्साईड वायू वातावरणात सोडला जातो. कारखान्यांच्या धुराड्यातून व स्वयंचलित वाहनांच्या बहि:सारकातून कार्बन डाय ऑक्साईड हा वायू बाहेर पडतो. तसेच जंगलांना लागलेल्या आगींमुळेही कार्बन डाय ऑक्साईड वायू निर्माण होतो. जीवाश्म इंधनांच्या ज्वलनामुळे व इतर काही कारणांमुळे वातावरणातील कार्बन डाय ऑक्साईड या हरितगृह वायूचे इ.स. १८५० पासून आत्तापर्यंत सुमारे २५ टक्के प्रमाण वाढले आहे. औद्योगिक क्रांतीपूर्वी म्हणजेच १८५० पूर्वी या वायूची तीव्रता २८० ppm होती. सध्या याची तीव्रता ३६५ ppm पेक्षाही वाढलेली आहे. यामुळे पृथ्वीच्या सरासरी

तापमानात वाढ झालेली आढळते. सध्या या वायूची तीव्रता दरवर्षी १.५ ppm ने वाढत असल्याने तापमान वृध्दीही वेगाने होत आहे. दरवर्षी १८ अब्ज मे. टन कार्बन डाय ऑक्साईड वायू वातावरणात मिसळत असून सुमारे ४९ टक्के तापमान वृध्दी या वायुमुळे होत आहे.

२) क्लोरो फ्ल्युरो कार्बन (CFC) - क्लोरो फ्ल्युरो कार्बन (CFC) हा एक प्रमुख हरितगृह वायू आहे. क्लोरो फ्ल्युरो कार्बनचा उपयोग फोम फुगविण्यासाठी, वातानुकूलित यंत्र, रेफ्रिजरेटर, एरोसोल व विद्रावक पदार्थ म्हणून मोठ्या प्रमाणात केला जातो.

क्लोरो फ्ल्युरो कार्बन हरितगृह परिणामास सुमारे १५ टक्के कारणीभूत आहे. सध्या जगात क्लोरो फ्ल्युरो कार्बन या हरितगृह वायूचे दरवर्षी ७ लक्ष मे. टन उत्पादन होते. भारतात या वायूचे दरवर्षी ५००० मे. टन उत्पादन होते. वातावरणातील या वायूची तीव्रता मात्र १ ppm पेक्षा कमी आढळते. परंतु या वायूचा एक मॉलिक्यूल कार्बन डाय ऑक्साईडच्या एक मॉलिक्यूलपेक्षा १५,००० पट अधिक तापमान वृध्दी करतो. त्यामुळे क्लोरो फ्ल्युरो कार्बनमधील वाढ ही हरितगृह परिणामास म्हणजेच तापमान वृध्दीस मोठ्या प्रमाणात कारणीभूत ठरते. तसेच हा वायू ओझोन थराच्या ऱ्हासालाही कारणीभूत ठरतो.

३) मिथेन (CH_4) - मिथेन या हरितगृह वायूची निर्मिती नैसर्गिक व मानवी कारणांमुळे होते, परंतु नैसर्गिकरीत्या निर्माण होणाऱ्या मिथेनपेक्षा मानवी कारणांमुळे निर्माण होणाऱ्या मिथेनचे प्रमाण फारच कमी असते. हा वायू नैसर्गिकरित्या कार्बनी पदार्थाच्या निर्मितीत दलदलीसारख्या ठिकाणी निर्माण होतो. तसेच कचऱ्याच्या ढिगाच्या विघटनामुळेही हा वायू निर्माण होऊन वातावरणात मिसळतो. त्याचप्रमाणे प्राण्यांचे शेण सडताना व प्राण्यांच्या मलमूत्रातून मिथेन हा वायू बाहेर पडतो. मिथेन बॅक्टेरिया, मिथेनोकोकस, मिथेनोसर्सिनो इ. जिवाणूंमार्फतही मिथेन वायू बाहेर पडतो.

पश्चिम जर्मनीतील शास्त्रज्ञांनी केलेल्या एका पाहणीनुसार एक गाय दररोज सुमारे २०० ग्रॅम मिथेन उत्पन्न करू शकते. भाताच्या कचऱ्यामधून मिथेन मोठ्या प्रमाणात बाहेर पडतो. चीनमध्ये केलेल्या एका परीक्षणानुसार संपूर्ण जगात शेतीमधून दरवर्षी १५ कोटी मे. टन मिथेन बाहेर पडत असावा असा अंदाज आहे. या वायूचे प्रमाण दरवर्षी १ टक्क्यांने वाढत आहे.

४) नायट्रस ऑक्साईड (N_2O) - या वायुमुळेही पृथ्वीच्या तापमानात वाढ होत आहे. तसेच ओझोन थराचाही ऱ्हास होत आहे. हा वायु वातावरणात सुमारे १५० वर्षे अस्तित्वात राहतो. हरितगृह जीवाश्म इंधनाच्या ज्वलनामुळे आणि शेतीतील नायट्रोजनयुक्त रासायनिक खतांच्या वापरामुळे नायट्रस ऑक्साईड उत्पन्न होतो. औद्योगिक क्रांतीपूर्वी या वायूची तीव्रता २२८ ppb होती, तर सध्या ती ३८० ppb पेक्षाही जास्त वाढलेली आहे. या वायूचे पृथ्वीच्या सरासरी तापमान वृध्दीमध्ये सुमारे ६ टक्के योगदान आढळते. या वायूचे वातावरणातील प्रमाण दिवसेंदिवस वाढत असून त्याचा वार्षिक वाढीचा दर ०.३ टक्के आहे.

५) ओझोन (O_3) - विशेषत: वस्त्रोद्योग व तेल उद्योगातून या वायूची उत्पत्ती मोठ्या प्रमाणात होते. तसेच वातावरणातील अनेक रासायनिक क्रियांमधूनही ओझोन वायूची निर्मिती होते. उदा. नायट्रोजन डाय ऑक्साईड हा विषारी वायू विघटित होऊन नवजात ऑक्सिजन निर्माण होतो व या नवजात ऑक्सिजनची ऑक्सिजनच्या अणूंबरोबर क्रिया होऊन ओझोन वायू निर्माण होतो. वास्तविक वातावरणाच्या स्थितांबर या थराच्या वरच्या भागात ओझोन वायूचा एक नैसर्गिक थर अस्तित्वात आहे. तो थर सूर्याकडून येणारे अतिनील किरण शोषून घेतो. अन्यथा हे अतिनील किरण पृथ्वीवर येऊन जीवसृष्टीच्या अस्तित्वाला मोठा धोका पोहोचला

असता. परंतु अलीकडे याचाही ऱ्हास होऊ लागला आहे. त्यामुळे तापमान वृध्दी होत आहे. ओझोनचा वार्षिक वाढीचा दर ०.५ टक्के आढळतो.

६) जलबाष्प - जलबाष्प हा एक महत्त्वाचा हरितगृह वायू मानला जातो. वातावरणात सुमारे १४,००० घन कि.मी. पाण्याएवढे जलबाष्प कायम स्वरूपात आढळते. जलबाष्प हे देखील इतर हरितगृह वायूंप्रमाणेच तापमान वृध्दीस कारणीभूत ठरते.

हरितगृह परिणामाचे दुष्परिणाम -

हरितगृह परिणाम ही एक जागतिक पर्यावरणीय समस्या असून या परिणामामुळे पृथ्वीच्या सरासरी तापमानात वृध्दी होऊन त्यामुळे अनेक दुष्परिणाम होतील. ते पुढीलप्रमाणे -

अ) हवामानात परिवर्तन - हरितगृह परिणामामुळे पृथ्वीवरील हवामानात अनेक प्रकारची परिवर्तने घडून येतील. अशा हवामान परिवर्तनांचे सध्याच्या जीवसृष्टीवर विविध प्रकारचे विपरित परिणाम होतील.

१) कार्बन डाय ऑक्साईडची तीव्रता सध्याच्या दराने सातत्याने वाढत राहिल्यास इ.स. २०३० पर्यंत त्याची तीव्रता ६०० ppm पर्यंत वाढेल. यामुळे पृथ्वीचे सरासरी तापमान १.५° ते ४.५° सें. वाढेल. तापमान वृध्दी प्रामुख्याने उत्तर गोलार्धात उच्च अक्षवृत्तीय प्रदेशात मोठ्या प्रमाणात होईल.

२) पृथ्वीच्या सरासरी तापमानात वाढ झाल्यामुळे पर्जन्य प्रणालीत बदल होईल. उन्हाळ्यात उच्च अक्षवृत्तीय व उच्च मध्य अक्षवृत्तीय प्रदेशात पर्जन्य प्रमाण ५ टक्क्यांनी वाढेल, तर हिवाळ्यात पर्जन्यप्रमाण १५ टक्क्यांनी वाढेल.

३) हरितगृह परिणामामुळे पृथ्वीच्या सरासरी तापमानात वृध्दी होईल व तापमान वृध्दीमुळे पृथ्वीवरील बर्फ वितळेल. बर्फ वितळल्यामुळे सागरजलाची पातळी २० ते १४० सें.मी. ने वाढेल असा अंदाज आहे. गेल्या शतकापेक्षा सध्याच्या शतकात सागरजलाची पातळी ३० सें.मी. वाढलेली आढळते. सध्या सागरजलाची पातळी दरवर्षी ४ ते ६ सें.मी. ने वाढत असून ही वाढ गेल्या १०० वर्षांपेक्षा २ ते ६ पट अधिक आहे.

सागरजलाची पातळी वाढल्यामुळे समुद्रकिनारपट्टीलगतचा बराचसा भूभाग जलमय होईल. बांगलादेश, मालदीव, उत्तर व वायव्य युरोप, भूमध्यसमुद्र किनाऱ्यालगतचा प्रदेश, कॅनडाचा उत्तर भाग व उत्तर सैबेरिया या भागात जलाची पातळी वाढल्यामुळे मोठा भूभाग जलमग्न होण्याचा धोका आहे.

४) अनेक हवामानशास्त्रज्ञांच्या मते तापमान वृध्दीमुळे सागरी वादळांची संख्या व तीव्रताही फारच वाढेल. यामुळे सध्याच्या वादळांच्या दुप्पट हानिकारक वादळे निर्माण होऊ शकतील. यातील वाऱ्याचा वेग ताशी ३६० कि.मी. एवढा असू शकेल.

५) काही हवामानशास्त्रज्ञांच्या मते तापमान वृध्दीमुळे संभाव्य बाष्पीनिरास वाढून ज्या भागात पर्जन्य प्रमाण कमी आहे, तेथे पाण्याची तीव्र टंचाई निर्माण होईल.

६) तापमान वृध्दीमुळे भूखंडाचे मध्यभाग कोरडे बनतील, समुद्रकिनाऱ्यावर पर्जन्यमान वाढेल. हिवाळ्याचे दिवस कमी होतील तर उन्हाळ्याचे दिवस वाढतील. यामुळे हवेत बाष्प वाढेल, पण जमिनीत बाष्प उरणार नाही. त्यामुळे माती मोकळी होईल.

७) पृथ्वीवरील बर्फ वितळल्यामुळे उघड्या पडलेल्या हिमप्रदेशाची उष्णता परावर्तकता कमी होऊन पृथ्वीच्या उष्णताग्रहणात वाढ होईल, परिणामी पृथ्वीचे सरासरी तापमान आणखी वाढेल.

८) तापमान वृध्दीमुळे भूप्रदेशाची शुष्कता वाढून पाण्याची तीव्र कमतरता निर्माण होईल, त्यामुळे दुष्काळांची तीव्रता व प्रमाण सतत वाढेल.

९) पृथ्वीच्या सरासरी तापमानात वृध्दी झाल्यास पृथ्वीवरील वायुभार स्थिती, वारे व पर्जन्य यामध्ये मोठे बदल होऊन हवामान परिवर्तने होतील.

ब) मानवी रोगांमध्ये वाढ - जागतिक आरोग्य संघटनेच्या (WHO) अहवालानुसार ग्रहीय तापमान वृध्दीमुळे मानवी रोगांमध्ये वाढ होईल. मलेरिया व इतर उष्णकटिबंधीय रोग समशीतोष्ण कटिबंधातही पसरतील. तसेच स्थानिक हवामान परिवर्तनामुळे म्हणजेच स्थानिक तापमानवृध्दीमुळे रोगजंतूंच्या आणि रोगप्रसार करणाऱ्या डास, माश्या यासारख्या कीटकांच्या संख्येत वाढ होईल. तसेच रोगजंतूंचे प्रमाणही वाढेल. ज्या भागात रोगप्रसारक कीटक आढळत नाहीत, तेथेच या रोगप्रसारक कीटकांची उत्पत्ती होईल.

क) शेतीवरील परिणाम - हरितगृह वायूंमध्ये वाढ झाल्यामुळे शेतीवर पुढील दोन प्रकारचे परिणाम होतील.

१) कार्बन डाय ऑक्साईडचा प्रत्यक्ष परिणाम - कार्बन डाय ऑक्साईड या हरितगृह वायूची तीव्रता वाढल्यास काही पिकांचे दर हेक्टरी उत्पादन वाढेल. उदा. गहू व बार्ली या पिकांचे उत्पादन ४० टक्के वाढेल असा अंदाज आहे. पिकांच्या विभिन्न जातींची प्रकाशसंश्लेषणात्मक अनुकूलता कार्बन डाय ऑक्साईडच्या वाढत्या प्रमाणात बदलत जाते. उदा. बीट, टोमॅटो व अल्फाल्फा या पिकांच्या प्रकाशसंश्लेषण क्रियेवर कार्बन डाय ऑक्साईडमध्ये थोडी वाढ झाली तरी त्याचा जलद परिणाम होतो.

सर्वसाधारणपणे कार्बन डाय ऑक्साईडची तीव्रता वाढल्यास मका, ऊस, ज्वारी, बाजरी यासारख्या पिकांपेक्षा गहू, तांदूळ, बार्ली, भूईमूग, कापूस, बीट, बटाटा, केळी, नारळ यासारख्या पिकांची प्रकाशसंश्लेषणात्मक अनुकूलता किंवा प्रतिक्रिया अधिक वाढेल.

२) हवामान परिवर्तनाचे कृषी परिसंस्थेवरील परिणाम - तापमान वृध्दीमुळे खालील नैसर्गिक घटकांमध्ये बदल होऊन त्याचा कृषी परिसंस्थेवर परिणाम होईल.

१) बाष्पीभवनात वाढ
२) पाणी व जमिनीच्या तापमानात वाढ
३) जमिनीतील पाण्याची कमतरता
४) बर्फवृष्टीचा कालावधी कमी
५) लागवडीखालील क्षेत्रात वाढ
६) पिकांवरील रोगांमध्ये वाढ
७) सूक्ष्म जिवाणूंच्या क्रियांमध्ये वाढ

३) सागरी जीवनसृष्टीवरील दुष्परिणाम - वातावरणात कार्बन डाय ऑक्साईड या हरितगृह वायूचे प्रमाण वाढल्यास कार्बनिक आम्ल पर्जन्याचे प्रमाण वाढेल. या आम्ल पर्जन्यामुळे नद्या व इतर जलाशयांची - विशेषत: सागरजलाची - आम्लता वाढेल. त्यामुळे नद्या व सागरी भागातील जीवसृष्टीवर विपरित परिणाम होईल. पाण्यातील असंख्य मासे मरतील. तसेच तेथील जलपरिसंस्थांचे अस्तित्व धोक्यात येईल.

४) प्राणीजीवनावरील दुष्परिणाम - हरितगृह परिणामामुळे पृथ्वीचे सरासरी तापमान वाढेल व त्यामुळे प्राणीजीवनावर विविध दुष्परिणाम होतील. तापमान वृध्दीमुळे काही प्राण्यांच्या जाति स्थलांतर करू लागतील. तसेच प्राण्यांच्या काही जाति नामशेष होतील. तापमान वृध्दीचा विशेष परिणाम पक्षीजीवनावर होईल. पक्ष्यांचे स्थलांतर फारच मोठ्या प्रमाणात घडून येईल व अनेक पक्ष्यांच्या जाति कायमच्या नष्ट होतील. प्राण्यांच्या स्थलांतरामुळे परिस्थितिकी व्यवस्थेत आमूलाग्र बदल होईल.

जैव विविधता (Bio- Diversity) -

'पृथ्वीवरील जीवसृष्टीमध्ये विविध सजीव विविध परिसंस्थांमध्ये, वेगवेगळ्या प्रदेशांत म्हणजे अगदी वाळवंटी प्रदेशापासून सदाहरित जंगलांपर्यंत आणि पर्वतांच्या शिखरापासून महासागरातील खोल गर्तांपर्यंत भिन्न आकारमानाचे, आकाराचे, रंगाचे आणि निरनिराळ्या गुणसूत्रांचे कमी-अधिक आयुष्यमानाचे व आंतरसंबंध असलेले आढळतात त्यास जैविक विविधता म्हणतात.'

सजीवांच्या या विविधतेमुळेच हे जग अद्भुत, रम्य, मनोहारी आणि सुंदर झालेले आहे. जिवावरणातील निसर्गामध्ये असलेली भिन्नता विशद करण्यासाठी जैव विविधता ही संज्ञा वापरली जाते.

जैव विविधतेच्या पातळ्या - जैव विविधता तीन स्वरूपांत अथवा पातळ्यांवर वर्णन केली जाते.

१) गुणसूत्रीय विविधता असलेले सजीव (Genetic diversity)

२) जातीय विविधता - जीव संहातीमध्ये असलेल्या विविध सजीव जाती (Species diversity)

३) परिसंस्था विविधता – परिस्थितिकी/परिसंस्था मध्ये असलेले विविध सजीव (Ecology / Ecosystem diversity)

१) गुणसूत्रीय विविधता असलेले सजीव (Genetic diversity) : जीवसृष्टीतील प्रत्येक प्राणी अथवा वनस्पती जाती ही दुसऱ्या प्राणी अथवा वनस्पती जातीपेक्षा गुणसूत्रीय गुणधर्मानुसार वेगवेगळी असते. कारण गुणसूत्रीय अनेक संयुक्ततेच्या शक्यता असतात व त्यामुळे प्रत्येक सजीव हा वैशिष्ट्यपूर्ण गुणधर्माचा दिसून येतो. ही गुणसूत्रीय विविधता निरोगी संकरासाठी जीवसृष्टीमध्ये अत्यंत महत्त्वपूर्ण आहे. जर एकाच जीवसंहातीमध्ये गुणसूत्रीय विविधतेचे प्रमाण कमी झाले तर अनेक जाती नष्ट होण्याची भीती आहे. वन्यजातींच्या विविधतेमधून आपणास अन्नधान्याच्या विविध जाती तसेच अनेक पाळीव प्राणीजाती हजारो वर्षांच्या संकरामधूनच मिळालेल्या आहेत.

२) जातीय विविधता : जीव संहातीमध्ये असलेल्या विविध सजीव जाती (Species diversity) - एकाच जीवसंहातीमध्ये अनेक प्रकारचे सजीव आढळतात. ही विविधता नैसर्गिक परिसंस्थांमध्ये आणि कृषिपरिसंस्थांमध्येही आढळते. विषुववृत्तीय प्रदेशातील सदाहरित जंगल प्रदेशात जीवसंहातीमध्ये असलेली विविधता जास्त आहे. नैसर्गिक स्वरूपातील जंगल परिसंस्थेमध्ये वनस्पतींच्या विविध जाती आढळतात व त्यामधून फळे, इंधन, लाकूड, डिंक, औषधी भाग, जनावरांचे खाद्य इ. स्थानिक लोकांना उपयुक्त उत्पादने मिळतात. विविध जातींच्या वैविध्याच्या संपन्नतेमुळे नैसर्गिक जंगल संपदांचे महत्त्व अधिक आहे. संपन्न जैवविविधता ठिकाणांमध्ये अजूनही अनेक नवनवीन जैव जाती शोधल्या जात आहेत. आपल्या देशात अशी महत्त्वाची संपन्न जैवविविधता आढळणारी तीन ठिकाणे आहेत व तेथे जैव विविधता विपुल प्रमाणात आढळते.

३) परिसंस्था विविधता : परिस्थितिकी/परिसंस्थांमध्ये असलेले विविध जातींचे सजीव (जैवविविधता) (Ecology / Ecosystem diversity) - एकाच परिसंस्थेमध्ये विविध जातींचे सजीव आढळतात व त्यामुळे अशी परिसंस्था जैवविविधतेच्या दृष्टीने समृध्द, संपन्न असते. अन्नसाखळी व अन्नजाळी, पुनर्चक्रीकरण इ. क्रिया नैसर्गिक स्वरूपात घडत असल्यामुळे विविध जीव संहाती सुखेनैव अधिवास करीत असतात. पृथ्वीवर अनेक प्रकारच्या परिसंस्था आढळतात व त्यांच्यामध्ये परस्परसंबंध निर्माण झालेले असतात. परिसंस्था विविधता ही भौगोलिक प्रदेशानुसार आढळते. उदा. जंगलातील, गवताळ प्रदेशातील, वाळवंटीय, पर्वतीय इ. तसेच जलाशयातील म्हणजे सागरातील, गोड्या पाण्यातील, सरोवरातील इ.

जैव विविधतेमधील उत्क्रांती (Evolution of Bio-diversity) :

सुमारे साडेतीन अब्ज वर्षांपूर्वी पृथ्वीवर सजीवांची उत्पत्ती झाली असे मानले जाते. सजीव निर्माण झाल्यानंतर त्यामध्ये विविधता निर्माण झाली. अगदी एकपेशीय सजीवापासून अनेकपेशीय सजीवांची उत्पत्ती झाली व त्यामधूनच पुढे प्राणी व वनस्पती निर्माण झाल्या. जीवसृष्टीमधील उत्क्रांती ही प्रामुख्याने सजीवाने सभोवतालच्या परिस्थितीबरोबर कशाप्रकारे समायोजन करून घेतले याच्याशी निगडित आहे. हवामानात झालेली परिवर्तने, अनेक हिमयुगे, खंडांचे झालेले वहन, निसर्गत:च निर्माण झालेले अडथळे, इत्यादी घटनांमुळे अनेक सजीव एकत्र येऊन अथवा विभागले जाऊन त्यामधून लक्षावधी वर्षांपासून हळूहळू अनेक नवनवीन प्रजाती निर्माण झाल्या.

जैविक संकर व स्थलांतर याचाही परिणाम त्यांच्या अधिवासावर झाला व त्यामधून जीवसृष्टीमध्ये विविधता निर्माण झाली. बदलत्या काळामध्ये त्यातील काही जाती नामशेष झाल्या व पुन्हा नवीन जाती अस्तित्वातही आल्या. उत्क्रांती ही प्रक्रिया हळूहळू घडून येत असल्यामुळे लक्षावधी वर्षांच्या काळामधून पृथ्वीवर जैवविविधता निर्माण झाली आहे. २० हजार वर्षांपूर्वी जेव्हा मानव पृथ्वीवर अवतरला तेव्हा पृथ्वीवर अत्यंत समृध्द जीवसृष्टी होती असे मानले जाते.

जैवविविधतेचे मूल्य अथवा उपयुक्तता -

जैवविविधता ही परिस्थितिकीचे संवर्धन, पोषणमूल्यांचे चक्र, मृदानिर्मिती, हवेचे अभिसरण आणि शुध्दता, जागतिक जीवनाला पाठिंबा (वनस्पती CO_2 घेतात व O_2 सोडतात), परिसंस्थेतील पाण्याचे संतुलन राखणे, जलविभाजक संरक्षण, नद्या व ओढे वर्षभर अबाधित राखणे, धूप नियंत्रण आणि स्थानिक पूर नियंत्रण या सर्व गोष्टींसाठी आवश्यक आहे. अन्न, वस्त्र, निवारा, ऊर्जा, आरोग्य या मानवी गरजा प्रत्यक्ष, अप्रत्यक्षपणे जीवावरणातील जैवविविधतेच्या स्रोताशी निगडित आहेत. आदिवासी जमाती, जंगलामधून विविध वन्य पदार्थांचे संकलन करतात. तसेच मच्छीमार जलाशयातील मासेमारीवर आपली उपजीविका करतात, शेतकरी स्थानिक पर्यावरणानुसार विविध जातींच्या बी-बियाणांचा वापर शेतीसाठी करतात. शहरी भागात राहणारे लोकही नैसर्गिक परिसंस्थांमधून मिळणाऱ्या वस्तूंद्वारेच आपल्या गरजांची पूर्तता करतात.

जैवसंपदेचे संवर्धन हे मानव निरंतर स्वरूपात अबाधित राहण्यासाठी अत्यंत आवश्यक आहे. मानवी विकास या जैविक विविधतेशी सुसंगत होणे आवश्यक आहे. मानवी जीवनमान उंचावण्यासाठी जे विविध प्रयत्न केले जात आहेत त्यामध्ये जैवविविधता संवर्धन यास अधिक महत्त्व आहे. अशाप्रकारे अन्न, वनौषधी, पर्यावरणातील संतुलन, सामाजिकदृष्ट्या व सौंदर्यात्मक दृष्टिकोनातून जैवविविधतेला अनन्य महत्त्व आहे.

भारत हा महाविविधतेचा देश -

भारतीय उपखंडावर घडलेल्या भूवैज्ञानिक घटनांमुळे आपल्या देशात मोठ्या प्रमाणात जैवविविधता आढळून येते.

जगात जैवविविधतेने समृध्द असलेले दहा ते पंधरा देश असून भारत हा त्यातील प्रथम क्रमांकाचा देश आहे. भारतात सुमारे ३५० सस्तन प्राण्यांच्या जाती आहेत, १२०० पक्ष्यांच्या जाती आहेत. ४५३ सरपटणाऱ्या प्राण्यांच्या जाती आहेत आणि ४५,००० वनस्पतींच्या जाती आढळतात. यापैकी बहुतेक आवृत्तबीजी वनस्पती (अशी वनस्पती जिच्या फळात बी असते.) (Angiosperuous) आढळतात. भारतात ५०,००० जातींचे कीटक आढळतात. याशिवाय ज्ञात नसलेल्या अनंत जाती आपल्या देशात असाव्यात असा अंदाज आहे. तसेच असा अंदाज केला जातो की भारतातील वनस्पतींच्या एकूण जातींपैकी १८ % भारतीय स्थानिक स्वरूपाच्या असून त्या जगात इतरत्र

कोठेही आढळत नाहीत. तसेच फुलझाडांच्या स्थानिक जातींचे प्रमाण जास्त असून त्यातील ३३ % इतरत्र कोठेही आढळत नाहीत. भारतात आढळणाऱ्या उभयचर प्राण्यांपैकी ६२ % प्राणी भारताशिवाय इतरत्र आढळत नाहीत. सरड्यांच्या विविध जातींपैकी ५० % जाती स्थानिक स्वरूपाच्या आहेत.

तक्ता क्र. : ४.२

अ. क्र.	जीवसंहाती	भारताचा जागतिक क्रमवारीतील क्रमांक	सजीवांची भारतातील संख्या
१	सस्तन प्राणी	८ वा	३५०
२	आवृत्तबीजी वनस्पती	१५ ते २०	१४,.५००
३	पक्षी	८ वा	१,२००
४	उभयचर प्राणी	१५ वा	१८२
५	सरपटणारे प्राणी	५ वा	४५३

भारताचे जैवभौगोलिक वर्गीकरण -

भारत जैवभौगोजिक दृष्टीने सोयीस्करपणे दहा विभागांत विभागला जाऊ शकतो.

हवामान, वनस्पती रचनेचे स्वरूप, सस्तन प्राण्यांच्या जाती, पक्षी, सरपटणारे प्राणी, कीटक आणि इतर अपृष्ठवंशीय प्राणी या आधारे त्यांचे वर्गीकरण करता येऊ शकेल. ह्या प्रत्येक विभागात पर्यावरण वैविधता आढळते. वने, गवताळ प्रदेश, तलाव, नद्या, पर्वत, टेकड्या या सर्व क्षेत्रांत वेगवेगळ्या वनस्पती व प्राणीजाती आहेत.

भारताचे जैवभौगोलिक विभाग -

१) बर्फाच्छादित पर्वतमय हिमालयातील लडाखचा प्रदेश
२) हिमालयाच्या पर्वतरांगा, काश्मीरमधील दऱ्या, हिमाचल प्रदेश, उत्तरांचल, हिमालयातील नद्या
३) तराई भाग
४) गंगा व ब्रह्मपुत्रा नद्यांची मैदाने
५) राजस्थानातील थर चे वाळवंट
६) दख्खनच्या पठारावरील रुक्ष गवताळ प्रदेश (गुजरात, महाराष्ट्र, आंध्रप्रदेश, कर्नाटक आणि तमिळनाडू)
७) भारताची उत्तरपूर्व राज्ये
८) महाराष्ट्र, कर्नाटक व केरळमधील पश्चिम घाट
९) अंदमान आणि निकोबार बेट समूह
१०) पश्चिम व पूर्व किनापरट्टीवरील वाळूमय किनारे, जंगले व झुडुपे

पृथ्वीवरील जैवविविधता ही प्रामुख्याने पारिस्थितिक प्रदेशानुसार वितरित झालेली आढळून येते.

१) जगात १००० पेक्षाही जास्त पारिस्थितिक प्रदेश आहेत. यापैकी सुमारे २०० प्रदेश जास्त संपन्न व दुर्मीळ आहेत. या प्रदेशांना 'जागतिक २००' ही संज्ञा वापरली जाते.

२) जगातील १८ संपन्न जैववैविधिक प्रदेशांमध्ये ५०,००० पेक्षा जास्त वनस्पती आढळतात व हे प्रमाण

जागतिक वनस्पती जीवनाच्या २० % आहे. ३) जगातील या जैवसंपन्न भागापैकी ज्या देशात जास्त प्रदेश आहेत त्याला 'महाजैववैविध्य देश' म्हणून ओळखले जाते. आपल्या देशात अनेक दुर्मीळ जातींचा नाश होत चाललेला आहे, कारण वन्यप्रदेश दरवर्षी कमी कमी होत चाललेले आहेत. आपल्या देशातील जगन्मान्य असलेल्या जैवविविधतेचे संपन्न प्रदेश म्हणजे (१) ईशान्य भारत, (२) पश्चिम घाट आणि (३) अंदमान व निकोबार बेटे हे जगातील सर्वात संपन्न असे जैवविविधतेचे प्रदेश मानले जातात व या प्रदेशात प्राणी व वनस्पतींचे समृध्द असे जीवसंहाती आढळतात. भारतातील बहुतेक सर्व स्थानिक व प्रादेशिक जीवसंहाती याच ३ भागांत आढळतात. एकट्या अंदमान व निकोबार बेटांमध्ये सुमारे २२०० फुलवनस्पतींच्या जाती आढळतात व १२० नेचे (Fern) वनस्पतींच्या जाती आढळतात. ईशान्येकडील राज्यात भारतातील ६३ % सस्तन प्राणी आढळतात. याच राज्यांमध्ये १५०० स्थानिक वनस्पतींच्या प्रजाती आढळतात. पश्चिम घाटामध्ये सरपटणाऱ्या प्राण्यांच्या प्रजातींचे प्रमाण जास्त आहे व सुमारे १५०० वनस्पतींच्या प्रजाती आढळतात. अंदमान, निकोबार, लक्षद्वीप व गुजरात आणि तमिळनाडूच्या किनाऱ्यावर प्रवाळांच्या अनेक प्रजाती आढळतात.

जागतिक, राष्ट्रीय आणि स्थानिक जैवविविधता –

१) आज जगामध्ये १.८ दशलक्ष जीवजाती अस्तित्वात आहेत, असे शास्त्रज्ञ मानतात. तसेच काही शास्त्रज्ञांच्या मतानुसार ही संख्या १.५ ते २.० दशलक्ष असावी. म्हणजे अजूनही काही जीवजातींचा शोध घेतला गेलेला नाही.

२) जैवविविधतेने समृध्द असलेले बहुतेक देश पृथ्वीवर विषुववृत्ताच्या दक्षिणेस आढळतात. आणि त्यांची अर्थव्यवस्था विकसनशील स्वरूपाची आहे. मात्र जैवविविधतेचा नाश करणारे आणि उपभोग घेणारी बहुतेक राष्ट्रे उत्तर भागात आढळतात आणि ती आर्थिक दृष्टीने विकसित झालेली आहेत.

३) या देशांमध्ये जैवविविधतेचे प्रमाण कमी आहे, म्हणूनच उत्तरेकडील ही राष्ट्रे जैवविविधता ही जागतिक संपदा आहे या विचाराने प्रेरित झाली आहेत.

४) जैवविविधता ही जगाचा अमूल्य ठेवा आहे आणि त्यामध्ये सर्व राष्ट्रांना समान भाग मिळाला पाहिजे या विचाराने सर्वच संपदावरील हक्क विचारात घेतल्यास खनिज तेल, युरेनियम, बौध्दिक संपदा आणि तांत्रिक ज्ञान हा संपूर्ण जगाचा ठेवाच मानला पाहिजे.

५) भारताप्रमाणेच जैविक विविधतेच्या दृष्टीने संपन्न असणारी राष्ट्रे म्हणजे ब्राझिल, मलेशिया, इंडोनेशिया ही आहेत. या देशांमध्ये सापडणाऱ्या जीवसंपदा आपल्या देशापेक्षा भिन्न आहेत. आपल्या देशातील जैवविविधता आर्थिक विकासाचा प्रमुख स्रोत या दृष्टीने संवर्धित करणे आवश्यक आहे. भारताप्रमाणे महाविविधतेने नटलेल्या राष्ट्रांमध्ये तांत्रिक विकासाच्या जोरावर या जीवजातींचे जैवतंत्रज्ञान गुणसूत्रीय अभियांत्रिकीच्या साहाय्याने शोषण केले जात आहे.

जैवविविधतेला भेडसावणारे धोके (Threats of Bio-diversity) -

पृथ्वीवरील विविध प्रदेशांत असलेल्या काही जीवजाती नष्ट होणे अथवा त्यांचा नाश होणे ही सर्वसाधारण नैसर्गिक प्रक्रिया आहे. उत्क्रांतीच्या प्रक्रियेमध्ये काही सजीव नामशेष होणे व त्याजागी इतर जाती अस्तित्वात येणे हे अखंड चालणारे चक्र आहे. एखाद्या संतुलित परिसंस्थेमध्ये साधारणत: दर दहा वर्षांमध्ये एका जीवजातीचा नाश होतो असे मानले जाते, मात्र गेल्या काही वर्षांत वाढती लोकसंख्या व औद्योगिक विकास यामुळे जीवजाती नाश होण्याचा वेग वाढलेला आहे, त्यामुळे अनेक जीवसंहाती, उपजाती, प्रजाती नष्ट झालेल्या आहेत व त्यांच्या अस्तित्वाला धोका निर्माण झाला आहे. पारिस्थितिकीचे अभ्यासक इ. ओ. विल्सन यांच्या अंदाजानुसार दरवर्षी १०,००० सजीव नामशेष होत आहेत.

नैसर्गिक धोके - प्राणी व वनस्पती यांच्या अवशेषांच्या अभ्यासावरून शास्त्रज्ञांनी असे अनुमान काढले आहे की, मानव भूतलावर अवतरण्याअगोदरच अस्तित्वात असलेल्या सजीवांच्या सुमारे ९९ % जाती नामशेष झाल्या. त्यानंतर काही जीव जाती अथवा जीवसंहातीही नामशेष झाल्या. विशेषत: डायनासोर जेंव्हा नामशेष (६.५ कोटी वर्षापूर्वी) झाले तेव्हाचा कालखंड जैविक समूह नष्ट होण्याचा मानला जातो. पृथ्वीवर घडलेल्या काही आकस्मिक संकटाचा तो परिणाम आहे, असे अभ्यासावरून सांगितले जाते. पृथ्वीवरील हवामानात झालेली परिवर्तने म्हणजे सजीवसृष्टीला महान आपत्ती ठरली व त्यामध्येच अनेक सजीव नामशेष झाले.

मानवी हस्तक्षेपामुळे जैववैविधतेला निर्माण झालेला धोका -

१) पर्यावरणातील मानवी हस्तक्षेप हा अलीकडील काळातील सर्वात मोठा धोका जैववैविधतेला नष्ट करत आहे. गेल्या १००० वर्षांमध्ये लक्षावधी हेक्टर जंगल क्षेत्र, गवताळ क्षेत्र हे व्यापारी जंगले अथवा शेतजमिनी करण्यासाठी नष्ट झालेले आहे. पृथ्वीवरील सुमारे १० % भागावर आज शेती केली जात आहे. तर २० % भाग कुरणासाठी वापरला जात आहे. जिवावरणाचा सुमारे ४० % भाग मानवी समूह प्रत्यक्षपणे उपयोगात आणत आहे अथवा अप्रत्यक्षपणे त्यामध्ये हस्तक्षेप करून विविध परिसंस्थांना धोका उत्पन्न करीत आहे. प्रचंड वेगाने वाढणारी लोकसंख्या आणि अल्प वेगाने वाढणारी लोकसंख्या आणि अल्पकाळात होणारे फायदे अथवा विकासाचे आराखडे जैवविविधतेला नामशेष करण्यासाठी जबाबदार घटक झालेले आहेत.

२) जगात आज अस्तित्वात असलेल्या संपन्न, समृध्द अशा जैवविविधतेच्या ठिकाणांनी कमी क्षेत्र व्यापलेले असले तरी तेथे जैविक विविधता फार मोठ्या प्रमाणात आढळते. तथापि हव्यासू व स्वार्थी वृत्तीचा मानव आपल्या अल्पकाळात मिळणाऱ्या फायद्यासाठी हा भागही वापरू लागला आहे, अथवा हे प्रदेश प्रदूषणयुक्त होऊ लागले आहेत.

३) आपल्या देशात जंगलप्रदेश व कुरणे शेतजमिनीसाठी वापरली जात आहेत. शेती व्यवसायाचे हे अतिक्रमण आर्द्रतायुक्त जमिनीवरही होत आहे. कुरणे अतिचराईसाठी वापरली जात आहेत. या सर्व गोष्टींचा परिणाम जैव विविधता नष्ट होण्यावर होत आहे. नैसर्गिक वनाप्रमाणे पुनर्लागवडीने तयार केलेले वनविभाग नैसर्गिक जैव विविधता जोपासण्यास असमर्थ असतात. इंधनासाठी वापरले जाणारे लाकूड वृक्षतोड करून मिळवतात. अतिचराईमुळे त्या भागातील अनेक वनस्पती नष्ट होतात.

४) काही जंगलभागात कृत्रिम (मानवनिर्मित) वणवे लावले जातात व जमीन शेतीसाठी अथवा जनावरे चारण्यासाठी उपयोगात आणली जाते त्याचाही परिणाम वनस्पती नष्ट होण्यावर होतो. काही वनस्पती व गवताच्या बियाणांची आयात आपल्या देशात (उदा. काँग्रेस गवत) झाली आहे व ते वेगाने स्थानिक वनस्पतींना नष्ट करीत आहेत, त्यामुळे स्थानिक पर्यावरणात वाढणाऱ्या असंख्य जीवजातीही नष्ट होत आहेत. पश्चिम घाट (सह्याद्री) भागात आदिवासी, जंगल निवासी लोक झाडांच्या फांद्या तोडून जमिनीवर पसरवितात. शेतजमिनीची राखेमुळे उत्पादकता वाढते या समजुतीने त्या पेटवतात. अनेक वर्षांपासून ही पध्दती अमलात आणत आहेत.

५) काही वन्य पशू, पक्ष्यांचे आकर्षण व सुंदर स्वरूपही त्यांच्या नाशाला करणीभूत आहे असे दिसते, कारण त्यांची शिंगे, कातडी, हाडे, पंख, लोकर इत्यादींसाठी स्वार्थी लोक आर्थिक फायद्यासाठी त्यांची शिकार करीत आहेत व असे पशू - पक्षी नामशेष होऊ लागले आहेत.

६) काही वनौषधी अतिवापरामुळे नष्ट होऊ लागल्या आहेत. खरं म्हणजे आपणाला या जीवसृष्टीतील सजीवांना अथवा जीवसंहातीला अस्तित्व नाकारण्याचा काहीच अधिकार नाही. नैतिकदृष्ट्या ते अत्यंत अयोग्य तर आहेच त्याचबरोबर आपलेही अस्तित्व आपण धोक्यात आणत आहोत याचे भान आपण राखले पाहिजे.

भारतातील वैशिष्ट्यपूर्ण आणि धोक्यात आलेल्या जैवजाती -

वनस्पती व प्राण्यांच्या विविध जाती आज आपणास फार तुरळक ठिकाणी अथवा संरक्षित जंगलातच पाहावयास मिळतात. वैशिष्ट्यपूर्ण प्राण्यांपैकी वाघ, हत्ती आणि गेंडे हे ठरावीक क्षेत्रातच दिसून येतात, तर रानटी गाढव, काळवीट, माकडे, डुकरांच्या बुटक्या जाती इत्यादि सस्तन प्राणी फारच कमी प्रदेशात शिल्लक राहिले आहेत. बगळे, करकोचे, सारसपक्षी, माळढोक व काही हिंस्र पक्षी इत्यादी पक्ष्यांच्या वैशिष्ट्यपूर्ण जाती कमी ठिकाणी आज पाहावयास मिळतात. काही उभयचर व सरपटणाऱ्या प्राण्यांच्या जातींना अथवा अपृष्ठवंशीय प्राण्यांना अस्तित्वासाठी धोके निर्माण झालेले आहेत.

अनेक सजीवांच्या अधिवास क्षेत्रात माणसाचा हस्तक्षेप दिवसेंदिवस वाढतच चालला आहे. महत्त्वपूर्ण वृक्ष, झाडे, झुडपे, खुरट्या वनस्पती इत्यादी ज्या प्रदेशात हजारो वर्षांपासून सुखेनैव वाढत आहेत असेही मानवी कृतीपासून वाचलेले नाहीत व त्यामुळे त्यांचे अस्तित्व धोक्यात आले आहे. औषधी उपयुक्ततेमुळे अनेक वनस्पती अतिरिक्त स्वरूपात वापरल्या जात असल्याने त्यांचेही प्रमाण फार कमी झाले आहे.

पर्यावरण संरक्षण कायदे :

१) पर्यावरणीय संरक्षण कायदा १९८६ (Environment Protection Act, 1986) : सांस्कृतिक आणि ऐतिहासिक दृष्टीने आपल्या देशात पर्यावरणाला पूर्वीपासूनच प्राधान्य दिलेले आढळते. पर्यावरण व संपदा संवर्धनासाठी स्टॉकहोम येथे झालेल्या जागतिक परिषदे अगोदर (१९७२) भारत सरकारने पर्यावरणाचे महत्त्व ओळखलेले होते आणि या परिषदेनंतर जागतिक स्वरूपात पर्यावरणसंवर्धनाचे प्रयत्न सुरू झाल्यानंतर इ.स. १९७६ साली भारत सरकारने ४२ व्या घटना दुरुस्तीअंतर्गत 'पर्यावरण संरक्षण कलम' (Article 48 A) समाविष्ट केले. त्याचप्रमाणे 'राष्ट्रीय पर्यावरण नियोजन समिती'ची स्थापना करून पर्यावरणविषयक विविध घटनांवर शिफारशी मागविल्या. विशेषत: प्रदूषण नियंत्रण, पर्यावरण संवर्धन, परिसंस्था संवर्धन, जैविक विविधता या गोष्टींना त्यामध्ये महत्त्व दिले होते. इ.स. १९८६ मध्ये बहुव्यापक असा पर्यावरण संरक्षण कायदा आपल्या देशात अस्तित्वात आला. त्याअगोदर म्हणजे १९८४ साली भोपाळची वायूगळती दुर्घटना होऊन गेली होती व त्याचा परिणाम जीवित व वित्त हानीबरोबरच पर्यावरणावरही झालेला होता. या व इतर घटकांचाही विचार त्यामध्ये करण्यात आला होता.

कायद्याची उद्दिष्टे :

पर्यावरण संरक्षण कायदा १९८६ प्रामुख्याने पर्यावरण संरक्षण, विविध प्रदूषकांचे नियंत्रण, दुर्घटना निराकरण, अपघातग्रस्तांचे शीघ्र पुनर्वसन, पर्यावरणास हानी पोहोचविणाऱ्यांना शिक्षेची तरतूद आणि सुरक्षितता व आरोग्य संवर्धन या उद्दिष्टांची पूर्ती होण्यासाठी करण्यात आलेला आहे. या कायद्यातील तरतुदी पुढीलप्रमाणे आहेत -

(१) वरील उद्दिष्टांची पूर्तता करण्याबरोबरच पर्यावरण संरक्षणासाठी व आवश्यक कार्यवाहीसाठी रचनात्मक व परिणामकारक यंत्रणांची उभारणी शासनाद्वारे करणे

(२) या कायद्यानुसार पर्यावरणाची गुणवत्ता राखण्यासाठी शासनाला पर्यावरण संरक्षण, नियंत्रण आणि पर्यावरण प्रदूषणमुक्त राहण्यासाठी नियमावली तयार करणे व नियमांचे पालन करण्यासाठी देखरेख करण्याची अनुमती आहे.

(३) पर्यावरणाची हानी होत असेल तर त्याविरुध्द कोणताही पर्यावरणप्रेमी नागरिक कोर्टामध्ये तक्रार दाखल करू शकतो व त्या तक्रारीवर ६० दिवसांत गुन्हेगारास शिक्षा करण्याची तरतूद करण्यात आली आहे.

(४) या कायद्यानुसार शिक्षेची तरतूद करण्यात आली आहे. पर्यावरण संरक्षण कायद्याचे उल्लंघन केल्यास

गुन्हेगारास ५ वर्षे सक्तमजुरी किंवा १ लाख रुपयांपर्यंत दंड होऊ शकतो अथवा दोन्हीही शिक्षा करण्याची तरतूद आहे. शिक्षेचा कालखंड ७ वर्षांपर्यंत वाढविला जाऊ शकतो.

(५) विशेष अधिकार म्हणून धोकादायक वस्तू अथवा घटकांचे परीक्षण करण्याची अथवा हाताळण्याची परवानगी कोणालाही न देता फक्त शासनाच्या अधिकृत पथकाद्वारेच त्याची पाहणी अथवा परीक्षण केले जाईल अशी तरतूद आहे.

(६) या कायद्यानुसार हवा, पाणी आणि मृदा यांचे नमुने गोळा करून त्यांचे परीक्षण करण्याचे अधिकार शासनास आहेत व त्याचा उपयोग पुरावा म्हणून सादर केल्यास तो ग्राह्य मानण्याची तरतूद आहे.

(७) एखाद्या उद्योगाचे पर्यावरण संरक्षणाच्या दृष्टीने उत्पादन अथवा प्रक्रिया धोकादायक वाटल्यास ते बंद करण्याचे अधिकार शासनास देण्यात आलेले आहेत. शासनाने प्रदूषण नियंत्रण बोर्डाची स्थापना केली असून त्याद्वारे पर्यावरण संरक्षणाचे कार्य केले जाते.

(८) कोणत्याही ठिकाणी प्रवेश करण्याची व निरीक्षण करण्याची परवानगी शासनाच्या अधिकृत व्यक्तींना अथवा संस्थांना देण्यात आलेली आहे.

२) हवा प्रदूषण नियंत्रण कायदा १९८१ (Air Prevention & Control Pollution Act, 1981): हवा शुद्ध राखण्यासाठी व हवेचे प्रदूषण नियंत्रण करण्यासाठी १९८१ साली हा कायदा करण्यात आला. त्यासाठी केंद्र व राज्य 'पाणी व हवा प्रदूषण नियंत्रण बोर्ड' स्थापन करण्यात आले. या बोर्डास स्थावर व जंगम हस्तगत करण्याचा अथवा तिची विल्हेवाट लावण्याचा अधिकृत अधिकार व दर्जा देण्यात आला आहे व त्याद्वारे हे बोर्ड कोर्टात दावा करण्यास सक्षम मानण्यात आले आहे.

हवा प्रदूषणाशी संबंधित समस्यांची पडताळणी करण्यासाठी हवा शुद्धता मापके या कायद्यांतर्गत निर्धारित करण्यात आलेली आहेत. या कायद्याद्वारे हवा प्रदूषण कमी अथवा नियंत्रित करण्यासाठी विविध माध्यमांची उपाय करण्यास मदत झाली आहे.

कायद्यातील तरतुदी :

१) या कायद्यानुसार भारतातील कोणत्याही नागरिकास विषारी अथवा अपायकारक आणि ठरवून दिलेल्या राष्ट्रीय प्रमाणित मर्यादेपेक्षा जास्त प्रदूषित हवेचा त्रास झाला तर त्याला कायदेशीर संरक्षणाची तरतूद निर्माण करण्यात आली आहे.

२) राज्यमंडळांना हवेतील प्रदूषक उत्सर्जनाच्या प्रमाणित मर्यादा निश्चित करण्यास सांगण्यात आले आहे.

३) कारखाने व वाहने यामधून उत्सर्जित होणाऱ्या धुराचे प्रमाण जास्तीतजास्त किती असावे याचीही मर्यादा ठरविण्यात आली आहे.

४) कायद्यानुसार ठरवून दिलेल्या मानकांपेक्षा प्रदूषित द्रव्यांचे उत्सर्जन जास्त असल्यास त्याविरुद्ध गुन्हा नोंदविला जाऊन शिक्षेची तरतूद करण्यात आली आहे.

५) इ.स. १९८८ साली मोटार वाहन कायदा अस्तित्वात येऊन त्यानुसार प्रत्येक वाहनाला सरकारमान्य संस्थांमधून वाहनातून बाहेर पडणाऱ्या पदार्थांची तपासणी करून घेणे बंधनकारक असून त्यांचे प्रमाणपत्र घेणे आवश्यक आहे.

६) वाहन उत्पादकांसाठीही हा कायदा लागू असून वाहननिर्मिती करताना हवाप्रदूषण होणार नाही अशी व्यवस्था वाहनामध्ये असली पाहिजे हे बंधनकारक केले आहे.

७) इ.स. २००० साली हवेतील प्रदूषक उत्सर्जनाच्या मर्यादांमध्ये दुरुस्ती करण्यात आली असून त्यानुसार

वाहन उत्पादक व वाहन मालक यांच्यासाठी स्वतंत्र नियमावली व मापके ठरविण्यात आली आहेत. उदा. दिल्ली शहरासाठी हायकोर्टाने १९९९ साली युरो-१ व युरो-२ प्रदूषण मापन निश्चित केले आहेत. त्यापैकी युरो-२ मापनानुसारच तपासणी केली जाते.

३) जल प्रदूषण नियंत्रण कायदा १९७४ (The Water Prevention & Control Pollution Act, 1974) : ज्या पाण्यातील भौतिक, रासायनिक व जैविक गुणधर्मांमध्ये बदल होऊन त्याची शुध्दता व गुणवत्ता, द्रवरूप, घनरूप अथवा वायुरूप पदार्थ प्रत्यक्ष अथवा अप्रत्यक्षपणे मिसळल्याने कमी होते व ते सजीवांच्या आरोग्याला हानी पोहोचविते, त्या पाण्याला प्रदूषित पाणी समजले जाते. विविध स्वरूपांतील जलाशय म्हणजे नदी, नाले, सरोवरे, धरणे, तलाव, विहिरी, कूपनलिका, भू-अंतर्गत पाण्याचे साठे, भूगर्भातील पाण्याचे साठे, समुद्रकिनारे, खाड्या, समुद्र या ठिकाणाचे शुद्ध पाणी विविध प्रदूषकांद्वारे दूषित होत असल्याने त्यांचा समावेश जलप्रदूषण ठिकाणामध्ये करण्यात आलेला आहे.

भारत सरकारने पर्यावरण संरक्षण व सार्वजनिक आरोग्याच्या दृष्टीने भारतातील जलप्रदूषण नियंत्रण करण्यासाठी १९७४ मध्ये Water Act, 1974 असा कायदा केला. भारतातील पाण्याची गुणवत्ता राखणे व जलप्रदूषणाचे नियंत्रण करणे हा या कायद्याचा प्रमुख उद्देश आहे. या कायद्यान्वये केंद्र आणि राज्यात 'केंद्रीय जलप्रदूषण नियंत्रण बोर्ड' (Central Water Pollution Control Board) निर्माण करण्यात आले व प्रत्येक राज्यात जलप्रदूषण नियंत्रण बोर्ड (State Water Pollution Control Board) निर्माण करण्यात आले. या कायद्याचे सामान्यत: घटनात्मक व कार्यात्मक स्वरूप व तरतुदी पुढीलप्रमाणे आहेत.

कायद्याची घटना :

जलप्रदूषण मध्यवर्ती नियंत्रण मंडळ हे एकूण १७ सदस्य संख्येचे राहील. त्यात मध्यवर्ती मंडळाचा एक अध्यक्ष, सरकारचे प्रतिनिधी म्हणून केंद्रीय सरकारने नेमून दिलेले ५ अधिकारी असतील. तसेच State Water Pollution Control Board यातील ५ प्रतिनिधी केंद्र सरकारने नियुक्त केलेले असतील. शेती, मासेमारी, कारखाने व इतर उद्योगांतील ३ बिगर सरकारी व्यक्तींची निवड केलेली असेल. २ व्यक्ती खासगी कंपन्या किंवा महामंडळाचे प्रतिनिधी असतील व पूर्णवेळ सचिव सभासद असतील.

कार्य :

मध्यवर्ती जलप्रदूषण मंडळाचे कार्य दोन स्तरांवर चालते.

१) मध्यवर्ती मंडळाचे राष्ट्रीय स्तरावरील कार्य

२) राज्य मंडळाचे राज्यस्तरावरील व केंद्रशासित प्रदेशासंबंधी कार्य

राष्ट्रीय स्तरावर मध्यवर्ती जलप्रदूषण मंडळाची पुढीलप्रमाणे ९ कार्ये असतील :

१) मध्यवर्ती सरकारला जलप्रदूषण नियंत्रण आणि पाण्याच्या गुणवत्तेची काळजी या दृष्टीने मार्गदर्शन करणे

२) राज्य मंडळांना तांत्रिक साहाय्य व मार्गदर्शन करणे, संशोधन व उपाययोजनांसाठी चालना देणे

३) राज्यवार मंडळामध्ये संघटनात्मक कामास चालना देणे व त्यांचे या संदर्भातील प्रश्न सोडविणे किंवा वाद मिटविणे

४) विविध माध्यमांतून जलप्रदूषण नियमांसाठी बहुव्यापी कार्यक्रम आखणे

५) जलप्रदूषण नियंत्रणासाठी प्रशिक्षित व्यक्तीसाठी नियोजन व संघटन तयार करणे

६) जलप्रदूषणविषयी तांत्रिक व सांख्यिकी (संख्यात्मक) माहिती गोळा करून तिचे निष्कर्ष प्रकाशित करणे जलप्रदूषणविषयक परिणामकारी उपाययोजना प्रकाशित करणे, प्रदूषित पाण्यावर प्रक्रिया कशा कराव्या,

टाकाऊ सांडपाण्याचा प्रश्न कसा सोडवावा याविषयी माहितीचे प्रसारण करणे

७) राज्यमंडळांच्या माहितीनुसार जलप्रदूषणाविषयीची प्रमाणित कक्षा ठरविणे.

८) पिण्याच्या पाण्याची गुणवत्ता राखण्यासाठी, प्रदूषित पाण्यापासून काळजी घेण्यासाठी व पाण्याचे प्रदूषण नियंत्रित करण्यासाठी राष्ट्रव्यापी कार्यक्रम आखून त्याची कार्यवाही करणे

९) वर वर्णन केलेल्या कार्यासाठी जलप्रदूषण नियंत्रणाला आवश्यक इतर कार्यांची आखणी व कार्यवाही करणे

राज्य मंडळांनी केंद्रशासित प्रदेशांसाठी तसेच मध्यवर्ती मंडळाने पुढील कार्ये करावी :

१) केंद्रशासित प्रदेशातील कारखान्यांच्या जलप्रदूषण संदर्भात शासनास माहिती देणे व मार्गदर्शन करणे

२) प्रदूषण अपद्रव्ये आणि सांडपाणी यांच्यावर प्रक्रिया करण्याची मानके ठरविणे.

३) सांडपाण्याची विल्हेवाट लावण्याच्या पद्धती तसेच भूपृष्ठावर प्रदूषित पदार्थ टाकण्याच्या पद्धतीत सुधारणा करणे

४) प्रक्रिया व प्रदूषित पाण्याची विल्हेवाट लावण्याच्या आर्थिक आणि विश्वासार्ह पद्धती विकसित करणे

५) वापरलेल्या पाण्याच्या गुणवत्तेचे मानक ठरविणे, प्रवाही पाण्याचे व जलसाठ्यांचे वर्गीकरण करणे व त्यांच्या संदर्भात प्रदूषणाची मर्यादा ठरविणे

६) पाणी प्रदूषके व प्रदूषित पाण्यावरील प्रक्रिया करणाऱ्या पद्धतींची तपासणी करणे

जलप्रदूषण नियंत्रण मंडळाची उद्दिष्टे व पद्धती :

१) सर्व ठिकाणी प्रमाणित केलेल्या राष्ट्रीय दंडकानुसार तांत्रिक व आर्थिकदृष्ट्या सुसह्य असणाऱ्या पद्धतीचे पाण्याच्या प्रदूषणाच्या उगमस्थानाजवळ नियंत्रण करणे. विशिष्ट ठिकाणी मात्र विशिष्ट मानक किंवा दंडक ठरवून देणे. नैसर्गिक पाण्याचा दक्षतापूर्वक वापर प्रवर्तिक करणे, ज्यामुळे प्रदूषणाच्या उगम स्रोताजवळ कमी खर्चात प्रदूषण नियंत्रण करणे शक्य होईल.

२) सांडपाणी आणि प्रदूषित पाणी यांचा पुनर्वापर किंवा पुनर्चक्रीकरण जास्तीतजास्त प्रमाणात करून (विशिष्ट प्रक्रियेनंतर) ते पाणी शेतीत जलसिंचनासाठी आणि औद्योगिक गरजांसाठी वापरणे, प्रदूषण नियंत्रणाच्या शिफारशीनुसार नवीन कारखान्यांचे स्थानिकीकरण व जुन्या कारखान्यांच्या बाबतीत जेथे आवश्यक आहे तेथे रचनात्मक बदल घडवून आणणे

३) नैसर्गिक जलसंपदांचे (सागर, नद्या, सरोवरे) विभागवार वर्गीकरण करून पाण्याची उपभोग्यता आणि पाण्याचे प्रमाण यासंबंधी शिस्त निर्माण करणे व नियमावली तयार करणे

४) ज्या ठिकाणी पिण्याच्या पाण्याबद्दल प्रदूषण प्रवर्तनता आहे अशा ठिकाणी पाण्यावर प्रक्रिया करण्याच्या यंत्रणेची उभारणी करणे तसेच असलेल्या यंत्रणेत गुणात्मक बदल करणे

थोडक्यात, मध्यवर्ती मंडळाचे मुख्य उद्दिष्ट देशातील पिण्याच्या पाण्याचा प्रदूषणापासून बचाव करणे हे आहे व पाण्याची गुणवत्ता शक्य तेवढ्या जास्तीतजास्त प्रमाणात टिकविण्यासाठी उचित व सुरक्षित उपाययोजना लागू करणे अशा स्वरूपाचे आहे.

जलप्रदूषण नियंत्रण मंडळे व त्यांच्या कार्यक्रमाविषयी आंतरराष्ट्रीय स्तरावरच्या परीक्षणात्मक सूचना :

वैयक्तिक व सार्वजनिक आरोग्याच्या दृष्टीने पाणी ही मानवाची मूलभूत गरज आहे. मात्र पाण्याची जागतिक, प्रादेशिक व राष्ट्रीय स्तरावरील गुणवत्ता गंभीरपणे खालावलेली आहे. जागतिक आरोग्य संघटनेच्या प्रादेशिक संचालकाने पुढील सूचना केलेल्या आहेत.

जागतिक स्तरावर तसेच राष्ट्रीय व राज्यस्तरावर जलप्रदूषण नियंत्रणाविषयी आखलेले कार्यक्रम व भूमिका

जलप्रदूषणाचा एकूण विचार करता अतिशय तोकडी आहे. त्यातील त्रुटी दूर करण्यासाठी सर्व स्तरांवर शक्य तेवढ्या उगमस्रोतांकडून साहाय्य घेऊन हा गंभीर प्रश्न सोडविण्याचे आणखी प्रयत्न करणे आवश्यक आहे. जलप्रदूषण नियंत्रणासाठी केलेली आर्थिक गुंतवणूक केवळ साथीच्या आजारांवर नियंत्रण ठेवणार नाही, तर राहणीमानाच्या दर्जात महत्त्वाच्या सुधारणा घडवून आणील.

डॉक्टर ॲबेन वुलमन या पर्यावरणतज्ज्ञाच्या मते प्रशासक व धोरणात्मक निर्णय करणारे कायदे फक्त नियमावली प्रसिद्ध करून मोकळे होतात; पण प्रत्यक्षात मात्र पाण्याच्या गुणवत्तेबद्दल फारशी काळजी घेतली जात नाही. दरवर्षी लाखो लोक पाण्याच्या प्रदूषणामुळे बळी पडतात. सांडपाण्याची दुर्लक्षित व्यवस्था हे या गंभीर समस्येचे मूळ आहे हे लक्षात घेणे आवश्यक आहे.

भारतासारख्या देशात जलप्रदूषणविषयक कायदे असूनदेखील राज्याराज्यांतील साहचर्य, केंद्र व राज्ये यांच्यातील सहकार्य, प्रदूषण मंडळांची कार्यवाहीतील उणीव हे मोठे प्रश्न आहेत. कायदे होऊनदेखील त्याची वक्तशीर व शिस्तबद्ध अंमलबजावणी होणे तेवढेच गरजेचे आहे. भारतात शहरी भागांमध्ये उघड्या गटारांचे अस्तित्व दिसते, तर बरेच उद्योजक प्रक्रिया न करता प्रदूषित पाणी कोठेतरी सोडून देतात. त्यामुळे जलप्रदूषणाबरोबर भूप्रदूषण ही होते. महाराष्ट्रामध्ये साखर कारखान्यांच्या परिसरात असे प्रश्न आता उघडकीस येऊ लागले आहेत. प्रदूषणाच्या नियंत्रणाबाबत शासन आणि जनसामान्य यांच्यात संघटनात्मक सुसंवाद होणे गरजेचे आहे. नियोजनकर्त्यांच्या योजना, सरकारी कायद्यात्मक तरतूद, कार्यवाही करणारी यंत्रणा, उद्योजक व सार्वजनिक संस्था यांचे सर्व स्तरांवरील एकजुटीने होणारे प्रयत्न जलप्रदूषण नियंत्रणाला अनुकूल ठरतील.

प्रदूषण नियंत्रणाचे फायदे अमलात येण्यापूर्वी पुढील गोष्टींची गरज आहे :

१) शासकीय स्तरावरील प्रामाणिक इच्छाशक्ती व जिद्द
२) प्रदूषण नियंत्रक विविध कार्यक्रमांमध्ये संघटन व सहकार्याची गरज
३) शासकीय क्षमतेत सुधारणा आणि शासकीय यंत्रणेच्या विविध कार्यक्रमांबाबत कृतिशीलता
४) प्रदूषण नियंत्रणासाठी आवश्यक भांडवल उभारणी व भांडवल उभारणीचा शोध घेणे
५) भौगोलिक विविधता व क्षेत्रानुसार प्रदूषण नियंत्रणाबद्दल उचित संशोधनाची गरज
६) प्रदूषण संरचनेची निर्मिती केल्यावर तिची देखभाल व परिणामकारकता वाढविण्याची गरज
७) विविध प्रकारच्या सार्वजनिक व सरकारी संस्थांचा सक्रिय सहभाग व मार्गदर्शनाची गरज
८) सर्वसामान्य लोकांच्या जागरूकतेची गरज
९) पर्यावरणीय शिक्षणाच्या प्रसारणाची गरज
१०) सर्वसामान्य जनतेची सरकारी यंत्रणेला सहकार्य देण्याची गरज

शिक्षा तरतूद :

या कायद्यातील कलम ७ (उपविभाग २० व ३२) नुसार शिक्षेची तरतूद करण्यात आली आहे. जलशुद्धतेची मानके प्रमाणित केलेली असून ज्या व्यक्ती अथवा संस्थांकडून त्याचे उल्लंघन होईल त्यास रु. ५००० दंड करण्यात येईल किंवा ३ महिन्यांपर्यंत सजा होऊ शकते व ती ६ महिन्यांपर्यंत वाढविली जाऊ शकते.

४) वन्य जीव संरक्षण कायदा १९७२ (Wild life Protection Act, 1972) : जे पशू, पक्षी व इतर उभयचर प्राणी पाळीव स्वरूपाचे नसतात त्यांना वन्यजीव असे संबोधले जाते. अलीकडील काळात मासे, बेडूक, कासव व इतर लहान प्राणी व काही वनस्पतींचाही समावेश वन्यजिवांत केलेला आहे. पर्यावरणातील विविध परिसंस्था संतुलित राहण्याच्या दृष्टिकोनातून वन्यजिवांचे रक्षण करणे अत्यंत महत्त्वाचे आहे. परिसंस्थेमधील प्रत्येक

सजीवाची भूमिका महत्त्वपूर्ण असते. अन्न साखळी व अन्नजाळीमध्ये सजीवांचे अस्तित्व आवश्यक आहे. परिसंस्था संतुलनाबरोबरच पशुधन वाढीसाठी, औषध निर्माण कारखान्यासाठी व इतर व्यापारी दृष्टीनेही वन्यजिवांना महत्त्व आहे. शिवाय सृष्टीसौंदर्य वाढविण्यासाठीही त्यांचा सहभाग बहुमोल आहे.

व्यापारी दृष्टीने व स्वार्थासाठी विविध वन्य जिवांचा अलीकडील काळात मोठ्या प्रमाणात नाश होऊ लागल्यामुळे त्यांचे अस्तित्व अबाधित राहण्यासाठी कायद्याची आवश्यकता निर्माण झाल्याने १९७२ साली वन्यजीव संरक्षण कायदा अस्तित्वात आला. या कायद्यामध्ये भारत सरकारचे वन्यजिवांचे आयात-निर्यात धोरण, अस्तित्वात असलेल्या व ऱ्हास पावत चाललेल्या विविध जातींचे संरक्षण, संवर्धन आणि आंतरराष्ट्रीय व्यापाराविषयीचे संकेत याविषयींच्या तरतुदी आहेत. इ.स. २००१ साली २९ दुर्मीळ जाती निर्यात करण्यावर बंदी घालण्यात आली. केंद्र व राज्य सरकार यांच्या संयुक्त विद्यमाने राज्यपातळीवर आणि जिल्हा पातळीवर सुकाणू समितीची स्थापना करून त्याद्वारे बेकादेशीर वन्य जिवांची (पशू, पक्षी) हत्या करणे अथवा जिवंत स्वरूपात निर्यात करण्यावर देखरेख करून नियंत्रण व बंदी घालण्यात आलेली आहे. 'वाघ संरक्षण संघटन गट' स्थापन करून त्याद्वारे वाघाची कातडी व इतर अवयव यांच्यासाठी बेकायदेशीरपणे केलेल्या शिकारीवर बंदी घालणे व देखरेख ठेवणे हे कार्य केले जाते.

वन्य जीव रक्षण भारतीय बोर्ड :

ही संस्था वन्यजीव संवर्धन करण्यासाठी स्थापन करण्यात आली असून देशाचे पंतप्रधान या संस्थेचे अध्यक्ष असतात. या संस्थेची कार्यप्रणाली पुढीलप्रमाणे ठरविण्यात आली आहे.

१) राष्ट्रीय पातळीवर वन्यजीव व जंगले हे प्राधान्य विभाग मानले जावेत व त्यासाठी मोठ्या रकमेची तरतूद करण्यात यावी.

२) वन्य जिवांची आश्रयस्थाने, निवास क्षेत्र सुरक्षित ठेवले जावेत व अनधिकृत अथवा बेकायदेशीरपणे वन्य जिवांना धोका पोहोचविणाऱ्यांना त्वरित व जबर शिक्षा देण्यात यावी.

३) संरक्षित क्षेत्र व वन्यजीव अभयारण्ये, पर्यटन केंद्र म्हणून विकसित करावी, मात्र त्यामुळे वन्यजीवांना धोका उत्पन्न होणार नाही याची दक्षता घ्यावी.

४) वन्यजिवांना पारंपरिक स्वरूपातील (शिकार) होणाऱ्या धोक्याशिवाय कीटकनाशके अथवा इतर घटकांपासून धोका होणार नाही यासाठी प्रयत्न केले जावेत.

५) वन्यजीव रक्षणासाठी कार्य करणाऱ्या बिगर सरकारी संस्थांना शासनाने व समाजाने सहकार्य करून मदत करावी.

६) सामाजिक जागृती निर्माण होण्यासाठी दूरदर्शनसारख्या प्रसारमाध्यमांद्वारे डिस्कव्हरी, नॅशनल जिओग्राफी व ॲनिमल प्लॅनेट या वाहिन्यांप्रमाणेच प्रसारभारतीद्वारे आपल्या देशातील वन्यजीव दर्शन दाखविण्यासाठी प्रयत्न करावेत.

७) राष्ट्रीय उद्याने, अभयारण्ये यांच्या सीमारेषेपासून १० कि.मी. पर्यंतचा भूप्रदेश सुरक्षित पट्टा घोषित करण्यात यावा, तसेच या भागावरील अतिक्रमणे व बेकायदेशीर चालणाऱ्या गोष्टींवर बंदी घालण्यात यावी.

८) प्रत्येक संरक्षित भागाच्या देखरेखीसाठी प्रशिक्षित वन अधिकाऱ्याची नेमणूक करण्यात यावी.

९) या संस्थेद्वारे वन्यजीव कृती आराखडा अमलात आणण्यासाठी सदैव प्रयत्न केले जावेत.

राष्ट्रीय वन्य जीव कृती आराखडा :

इ.स. १९८३ साली राष्ट्रीय वन्यजीव कृती आराखडा कार्यान्वित झाला. या आराखड्यामध्ये काही दुरुस्त्या करून (२००२ ते २०१६) या पुढील कालखंडासाठी कृती कार्यक्रम आखण्यात आला आहे. त्यामध्ये वन्य प्राणी, पक्षी वनस्पती यांच्या संरक्षणासाठी व संवर्धनासाठी पुढील बाबी विचारात घेण्यात आल्या आहेत.

१) संरक्षित क्षेत्राचा विकास करणे व त्याची वाढ करणे
२) संरक्षित क्षेत्रामध्ये व्यवस्थापन परिणामकारकपणे राबविणे
३) वन्यजीव व दुर्मीळ जातींचे संवर्धन करणे
४) वन्यजीव (प्राणी, पक्षी व वनस्पती) यांच्या बेकायदेशीर व्यापारावर बंदी घालणे
५) वन्यजीव संशोधन
६) वन्यजीव रक्षणासाठी समाजाचा सहभाग वाढविणे, समाज जागृती करणे व शिक्षण देणे
७) वन्यजीव क्षेत्रांचा पर्यटनासाठी विकास करणे

क्योटो परिषद -

हरितगृह वायूचे उत्सर्जन हे ग्लोबल वॉर्मिंगचे एक प्रमुख कारण आहे. या हरितगृह वायूंमध्ये कार्बनडाय ऑक्साईड, नायट्रस ऑक्साईड आणि पृथ्वीच्या वातावरणावर असलेला ओझोन वायूचा थर ओझोन या सह इतर अनेक वायूंचा समावेश होतो. सूर्यापासून निघणाऱ्या अतिनील किरणांपासून आपले रक्षण करत असतो. ते किरण थेट आपल्यापर्यंत पोहोचले तर आपले जगणे अशक्य होऊन जाईल, पण हरितगृह वायूमूळे ओझोनचा थर विरळ होत चालला आहे आणि पृथ्वीवरचे तापमान वाढत चालले आहे.

या हरितगृह वायूंच्या उत्सर्जनाला अनेक घटक कारणीभूत असले तरी इंधनाच्या ज्वलनातून निर्माण होणारा कार्बन हा महत्त्वाचा वायू त्यात प्रमुख आहे. जगभरातच वाहनांचा वापर मोठ्या प्रमाणात होत आहे. त्यामुळे सर्वच देश याला जबाबदार असून आता हे थांबविले पाहिजे ही भावना त्यांच्यात मूळ धरू लागली आहे त्यासाठी गेल्या काही वर्षांपासून सातत्याने काही प्रयत्न जाणीवपूर्वक केले जात आहेत.

जपानमधील क्योटो या शहरात १९९७ मध्ये संयुक्त राष्ट्रसंघाच्या नेतृत्वाखाली असाच एक लक्षणीय प्रयत्न झाला. 'क्योटो परिषद' म्हणून हा प्रयत्न प्रसिध्द आहे. या परिषदेत ३७ औद्योगिक देशांना आणि युरोपियन समुदायाला हरितगृह वायू उत्सर्जनात कपातीसाठी बंधने घालण्यात आली. नोव्हेंबर २००९ पर्यंत १८७ देशांनी या करारावर स्वाक्षरी केली, पण या कराराच्या अनेक बाबी आक्षेपार्ह आहेत.

उदा. १९९० साली मोजलेल्या कर्बवायू उत्सर्जनाच्या पातळीनुसार जगातील सर्वात जास्त औद्योगिकीकरण झालेल्या अमेरिकेकडून ३६ % या वायूचे उत्सर्जन होते. पण त्याच्यापुढे कपातीसाठी केवळ ७ % उद्दिष्ट ठेवण्यात आले. या उत्सर्जनात आंतरराष्ट्रीय हवाई वाहतूक आणि जहाज वाहतुकीद्वारे होणारे उत्सर्जन धरण्यात आले नाही. यातही अमेरिकेचा वाटा मोठा आहे याकडे दुर्लक्ष करण्यात आले.

क्योटो करारातील पाच प्रमुख तत्त्वे -

१) या कराराला बांधील असलेल्या देशांनी हरितगृह वायूंचे उत्सर्जन निर्धारित पातळीपर्यंत कमी करणे
२) हरितगृह वायू उत्सर्जनात कपात करण्यासाठी धोरणे आखणे, उपाययोजना आखणे आणि त्यांची अंमलबजावणी करणे
३) या वायूचे उत्सर्जन शोषण्यासाठी प्रयत्न करणे
४) पर्यावरण बदलासाठी विकसनशील देशावर दबाव पडू नये यासाठी निधीची उभारणी करणे
५) या कराराचे मूल्यमापन करणे, वेळोवळी त्यातील प्रगतीसंबंधी माहिती देणे आणि तो करार एकसंध राहील व त्याचा गैरवापर होणार नाही यासाठी प्रयत्न करणे

सध्या कार्बनडाय ऑक्साईडचे प्रमाण गेल्या आठ लाख वर्षांत सर्वाधिक आहे. त्याचे परिणाम गंभीर होणार आहेत यात शंका नाही.

प्रश्न

१. पर्यावरणशास्त्र या शाखेत ..... व ..... घटकांच्या आंतरसंबंधांचा अभ्यास केला जातो.
(१) जैविक, अजैविक (२) जैविक, रासायनिक
(३) नैसर्गिक, जैविक (४) यापैकी नाही.,

२. भारतात पर्यावरण व वन मंत्रालय आणि आय. आय. टी. दिल्ली यांनी एकत्रितपणे देशातील प्रदूषित शहरांचे सर्वेक्षण केले आहे. या सर्वेक्षणानुसार महाराष्ट्रातील उतरत्या क्रमाने प्रदूषित शहरे कोणती?
(१) चंद्रपूर-डोंबिवली-औरंगाबाद-तारापूर (२) चंद्रपूर-औरंगाबाद-डोंबिवली-तारापूर
(३) तारापूर-औरंगाबाद-चंद्रपूर-डोंबिवली (४) तारापूर-चंद्रपूर-औरंगाबाद-डोंबिवली

३. पर्यावरणाचा अभ्यास करणाऱ्या ज्ञानशाखेस कोणत्या नावाने ओळखले जाते?
(१) पर्यावरणशास्त्र (२) परिस्थितिकीशास्त्र (३) पर्यावरण भूगोल (४) यापैकी सर्व

४. खालीलपैकी कोणत्या गटातील अभ्यासकांचे संशोधन हे परिस्थितिशास्त्र की अभ्यासात उपयुक्त ठरले आहे?
(१) हंबोल्ट, डार्विन, रिटर, हॅकेल, ओडम (२) वेबर, डार्विन, रिटर, बकल, ओडम
(३) डार्विन, रिटर, हॅकेल, बकल, ओडम (४) डार्विन, रिटर, हॅकेल, वेगनर, ओडम

५. परिस्थितिकीशास्त्र ही संज्ञा सर्वप्रथम .... या वैज्ञानिकाने प्रस्तृत केली.
(१) अॅ. हॅकेल (२) का. रिटर (३) अ. वेबर (४) चा. डार्विन

६. खालीलपैकी कोणती भारतीय नदी जगातील नष्ट होणाऱ्या मार्गावरील दहा नद्यांपैकी एक आहे?
(१) गंगा (२) यमुना (३) गोदावरी (४) कृष्णा

७. खालील विधानांचा नीट विचार करा.
भारतातील जैवविविधतेची कारणे -
(१) हवामान स्थितीमधील विविधता (२) भूगर्भ रचनेतील बदल
(३) देशाचे स्थान व विस्तार (४) अफाट मानवी लोकसंख्या
कोणती विधाने बरोबर आहेत?
(१) १, २ आणि ३ (२) २, ३ आणि ४ (३) १, ३ आणि ४ (४) २,३ आणि ४

८. खालीलपैकी कोणता वायू पृथ्वीवर हरितगृह परिणाम करतो?
(१) ऑक्सिजन (२) नायट्रोजन (३) कार्बन डाय ऑक्साईड (४) हे सर्व

९. ..... च्या प्रवाहामुळे परिसंस्था जिवंत ठेवली जाते.
(१) ऊर्जा (२) हरितद्रव्य (३) पाणी (४) वनस्पती

१०. जैविक, प्राकृतिक व रासायनिक घटकांमधील परस्परसंबंध व गतिशीलता म्हणजे .... होय.
(१) अधिवास (२) जीवसंहती (३) जीवावरण (४) परिसंस्था

११. प्राथमिक उत्पादकांकडून अन्नसाखळीच्या शेवटच्या ऊर्जा स्तरावरील घटकांकडे जातांना ऊर्जेचे प्रमाण ..... जाते.
(१) स्थिर (२) वाढत (३) कमी-कमी होत (४) कमी-अधिक होत

१२. परिसंस्था ही संज्ञा सर्वप्रथम ..... या शास्त्रज्ञाने मांडली.
(१) अ. हॅकेल (२) ए. टान्सले (३) का. रिटर (४) चा. डार्विन

१३. सजीव ज्या ठिकाणी निर्माण होतात, वाढतात व क्षय पावतात त्यास.... असे म्हणतात.
(१) जीवसहंती (२) अधिवास (३) परिसंस्था (४) यापैकी सर्व

१४. पृथ्वीच्या तापमानातील वाढ हे प्रामुख्याने कशाचे फलित आहे ?
(१) ओझोन वायूचा क्षय (२) कार्बन डाय ऑक्साईडच्या प्रमाणात झालेली वाढ
(३) जंगल तोड (४) पृथ्वीचे परिभ्रमण

१५. ..... परिसंस्थेने पृथ्वीच्या पृष्ठभागावरील सर्वात जास्त क्षेत्र व्यापलेले आहे.
(१) वाळवंटी (२) सागरी (३) पर्वतीय (४) गवताळ

१६. वनस्पतीचे सेवन प्राणी अन्न म्हणून भक्षण करतात म्हणून त्यांना .... असे म्हणतात.
(१) भक्षक (२) उत्पादक (३) विघटक (४) यापैकी नाही

१७. द्वितीयक भक्षकावर अवलंबून असणाऱ्या प्राण्यांना ..... असे म्हणतात.
(१) सर्वभक्षी (२) तृणभक्षक (३) मांसभक्षक (४) यापैकी नाही

१८. बरोबर जोडी ओळखा.
(१) १९६३ - वन्य जीव संरक्षक कायदा (२) १९८३ - गजराज प्रकल्प
(३) १९९३ - मगर प्रसवण प्रकल्प (४) १९८१ - हवा प्रदूषण नियंत्रण कायदा

१९. निर्वनीकरण झाल्याने त्याचे परिणाम आणि आघात .... घटकांवर पडलेले आहेत.
(१) पर्यावरण (२) आर्थिक व सामाजिक
(३) भौगोलिक (४) हे सर्व

२०. वैश्विक वातावरणातील बदलामुळे...... परिणाम संभवतात.
(१) हवामानाच्या नैसर्गिक बदलाचा धोका
(२) विषाणू रोगांचे स्थान बदल होण्याची शक्यता
(३) ओझोनक्षयामुळे कातडीचा कर्करोग व डोळ्यांना इजा
(४) वरील सर्व

२१. वनस्पतींना .... असे म्हणतात.
(१) परपोषी (२) स्वयंपोषी (३) विघटक (४) हे सर्व

२२. क्योटो करार ..... मध्ये संमत करण्यात आला.
(१) १९८६ (२) १९९७ (३) १९९० (४) १९७२

२३. क्योटो करार मसुद्यानुसार १९९० हे आधारवर्ष मानून .... या प्रमुख वायूच्या उत्सर्जनात घट करणे.
(१) कार्बन डाय ऑक्साईड (२) मिथेन
(३) नायट्रस ऑक्साईड (४) वरील सर्व

२४. ऊर्जेच्या अथवा अन्नाच्या क्रमवार संक्रमणाला ..... असे म्हणतात.
(१) अन्नसाखळी (२) परिसंस्था (३) जैवविविधता (४) यापैकी नाही.

२५. गवत-ससा - ..... - वाघ - मानव
वरील अन्नसाखळीचा योग्य क्रम लावा.
(१) बेडूक (२) साप (३) लांडगा (४) गाय

२६. कार्बन डायऑक्साईड, जलबाष्प आणि हायड्रोजन वायूंच्या हरितगृह परिणांमामुळे भूपृष्ठावरील तापमान वाढते कारण -
(१) हे वायू सौर ऊर्जेला भूपृष्ठापर्यंत पोचू देतात.
(२) हे वायू हरितगृह परिणामाचे घटक नाहीत.
(३) या वायूचा भूपृष्ठावरील तापमान वाढविण्यात कोणताही सहभाग नाही.
(४) हे वायू भूपृष्ठाद्वारे उत्सर्जित उष्णता ग्रहण करतात आणि तिला परत भूपृष्ठाकडे उत्सर्जित करतात.

२७. वाळवंटी परिसंस्था ...... परिसंस्थेचे उदाहरण आहे.
(१) जल (२) वातावरणीय (३) भू (४) या सर्व

२८. कृषि हे ......परिसंस्थेचे उदाहरण आहे.
(१) मानवी (२) नैसर्गिक (३) मानव व नैसर्गिक (४) यापैकी नाही

२९. फेब्रवारी २००६ मध्ये महाराष्ट्र शासनाने पर्यावरण ऱ्हास रोखण्यासाठी ..... वर बंदी घातली.
(१) वृक्षतोड (२) वन्यशिकारी (३) प्लॅस्टिक पिशव्यांवर (४) उद्योगधंद्यांवर

३०. ..... राज्य वाघाचे राज्य म्हणून गणले जाते.
(१) मध्यप्रदेश (२) उत्तरप्रदेश (३) आंध्रप्रदेश (४) आसाम

३१. परिस्थितिकी मनोऱ्याची संकल्पना ..... या शास्त्रज्ञाने मांडली.
(१) एल्टन (२) हॅकेल (३) टानस्ले (४) डार्विन

३२. हरितगृह वायूंच्या नैसर्गिक प्रमाणाने पृथ्वीचे तापमान .... अंश सेल्सिअसवर होते.
(१) १२ (२) १३ (३) ० (४) ११

३३. हरितगृह वायूंचे सर्वाधिक उत्सर्जन .... या देशातून होते.
(१) रशिया (२) चीन (३) जपान (४) संयुक्त संस्थान

३४. जगात जैवविविधतेच्या दृष्टीने भारताचा .... क्रमांक लागतो.
(१) पहिला (२) दुसरा (३) सातवा (४) वरीलपैकी नाही

३५. 'जागतिक २००' ही संज्ञा .... शी संबंधित आहे.
(१) जैवविविधता (२) क्योटो करार
(३) परिसंस्था (४) प्रदूषण नियंत्रक देश

३६. .... ही एक आदर्श परिस्थितिकी संस्था आहे.
(१) वाळवंटी (२) गवताळ (३) वने (४) यापैकी नाही

३७. भारताचा राष्ट्रीय प्राणी ..... आहे.
(१) वाघ (२) अस्वल (३) सिंह (४) हत्ती

३८. पर्यावरणासंबंधी पहिली जागतिक परिषद .... येथे झाली.
(१) रिओ-दी-जानिरो (२) क्योटो (३) कोपनहेगन (४) स्टॉकहोम

३९. पर्यावरण संरक्षक कायदा .... यांनी लोकसभेत मांडला.
(१) शरद पवार (२) कपिल सिब्बल (३) राजीव गांधी (४) श्रीमती इंदिरा गांधी

४०. जागतिक संवर्धन दिवस .... रोजी साजरा करतात.
(१) ५ जून (२) ७ डिसेंबर (३) ३ डिसेंबर (४) १४ ऑगस्ट

४१. जागतिक पर्यावरण दिन .... रोजी साजरा करतात.

(१) ५ जून (२) ११ जुलै (३) ३ डिसेंबर (४) १४ ऑगस्ट

४२. कोणत्याही जीवाच्या सभोवतालच्या नैसर्गिक स्थितीला .... म्हणतात.

(१) हवामान (२) पर्यावरण (३) जीवावरण (४) हे सर्व

४३. भारत देशात जगद्मान्य जैवविविधता संपन्न प्रदेश किती आहेत ?

(१) तीन (२) दहा (३) पाच (४) दोन

४४. भारतातील जगद्मान्य जैवविविधता संपन्न प्रदेश खालील पैकी कोणते आहेत ?

(१) अंदमान व निकोबार बेटे, पश्चिम घाट व पूर्व घाट

(२) ईशान्य भारत, पश्चिम घाट व पूर्व घाट

(३) अंदमान व निकोबार बेटे, ईशान्य भारत व पश्चिम घाट

(४) अंदमान व निकोबार बेटे, पश्चिम घाट व तराई भाग

४५. आवाजाची तीव्रता मोजण्यासाठी ..... हे एकक वापरतात.

(१) रिश्टर स्केल (२) मिलिमीटर

(३) डेसिबेल (४) यापैकी नाही

४६. जोड्या लावा.

कायदे	वर्षे
अ) पर्यावरण संरक्षक कायदा	१) १९७४
ब) हवा प्रदूषण नियंत्रक कायदा	२) १९७२
क) जल प्रदूषण नियंत्रक कायदा	१) १९८६
ड) वन्य जीव संरक्षक कायदा	१) १९८१

पर्याय-

(१) अ-३, ब-४, क-१, ड-२ (२) अ-३, ब-१, क-२, ड-४

(३) अ-३, ब-४, क-२, ड-१ (४) अ-३, ब-१, क-४, ड-२

४७. राष्ट्रीय वन्य जीव कृती आराखडा ..... साली कार्यान्वित झाला.

(१) १९८३ (२) १९७२ (३) १९८६ (४) १९८१

४८. पर्यावरण कायद्याची प्रमुख वैशिष्ट्ये म्हणजे ....

(१) भारत सरकारची पर्यावरण संरक्षणाबाबतची दृढता व खात्री दर्शविणारा कायदा

(२) प्रत्येक उद्योगास अनुमती प्रमाणपत्र बंधनकारक करणारा कायदा

(३) अभयारण्ये व राष्ट्रीय वने इत्यादींची स्थापना

(४) १ व २

४९. भारतात केंद्रीय प्रदूषण नियंत्रण मंडळाने मोठ्या प्रमाणात पर्यावरणाचे प्रदूषण करणारे..... उद्योग निर्धारित केले आहेत.

(१) २० (२) १३ (३) १७ (४) २३

५०. भारत सरकारने ..... घटना दुरुस्ती अंतर्गत 'पर्यावरण संरक्षण कलम' समाविष्ट केलेले आहे.
(१) ४२ व्या (२) ७२ व्या (३) ७४ व्या (४) यापैकी नाही

५१. इ. स. ..... साली मोटार वाहन कायदा अंमलात आला.
(१) १९८६ (२) १९८७ (३) १९८८ (४) १९८९

५२. ..... या वातावरणाच्या थरात ओझोन वायूचे केंद्रीकरण झालेला एक थर आढळतो.
(१) तपांबर (२) स्थितांबर (३) मध्यावरण (४) दलांबर

५३. जागतिक ओझोन दिन..... रोजी साजरा करण्यात येतो.
(१) १६ सप्टेंबर (२) ५ जून (३) ३ डिसेंबर (४) ११ जुलै

५४. ..... ही ओझोन वायूच्या ऱ्हासाची कारणे आहेत.
(१) मिथाईल क्लोरोफार्मचा अतिवापर (२) सूर्याचा प्रखर प्रकाश
(३) नायट्रोजनयुक्त रासायनिक खतांचा अतिवापर (४) वरीलपैकी सर्व

५५. प्राकृतिक पर्यावरणात स्वयंनियमन करणाऱ्या अंतर्रचित व्यवस्थेला ..... म्हणतात.
(१) होमियोस्टॅटिक मेकॅनिझम (२) प्रकाश संश्लेषण
(३) जैव-रासायनिक प्रक्रिया (४) नैसर्गिक प्रक्रिया

उत्तरे

१. १	२. १	३. २	४. ३	५. १	६. १	७. १
८. ३	९. १	१०. ४	११. ३	१२. २	१३. २	१४. २
१५. २	१६. १	१७. ३	१८. ४	१९. ४	२०. ४	२१. २
२२. २	२३. १	२४. १	२५. ३	२६. ४	२७. ३	२८. १
२९. ३	३०. १	३१. १	३२. २	३३. ४	३४. १	३५. १
३६. ३	३७. १	३८. ४	३९. ३	४०. ३	४१. १	४२. ३
४३. १	४४. ३	४५. ३	४६. १	४७. २	४८. ४	४९. ३
५०. १	५१. ३	५२. २	५३. १	५४. ४	५५. १	

५

लोकसंख्या भूगोल (महाराष्ट्र संदर्भासह)

(Populstion Geography)

प्रस्तावना

लोकसंख्या भूगोलात मानवी भूगोलाची महत्त्वपूर्ण शाखा आहे. मानवी लोकसंख्या वाढीचे तीन मुख्य घटक आहेत. i) जन्म, ii) मृत्य, iii) स्थलांतर

यापैकी स्थलांतर हा मूलभूत घटक प्रादेशिक लोकसंख्यावाढीवर परिणाम करतो. याचा सखोल अभ्यास आपण प्रकरण २.३ 'मानवी व सामाजिक भूगोल' यामध्ये केलेला असल्यामुळे पुढील मुद्यांचा समावेश या प्रकरणात करण्यात आला आहे.

ग्रामीण वस्त्यांचे प्रकार व आकृतिबंध

वस्ती दोन घटकांतून निर्माण होते. यातील पहिला घटक मानव हा अतिशय अस्थिर घटक असून, वस्ती निर्मितीचा हा मूलाधार आहे. तर घरे / घर हा वस्तीचा स्थिर आविष्कार, दुसरा महत्त्वाचा घटक आहे. यातील पहिल्या घटकाचा म्हणजे मानवाचा सखोल अभ्यास लोकसंख्या भूगोलात केला जातो. तर मानवनिर्मित वस्ती, वस्तीचे प्रकार, आकृतिबंध, आकार, घरांमधील अंतर इ. घटकांचा सखोल अभ्यास वस्ती भूगोलात केला जातो. वस्त्यांचे प्रकार व आकृतिबंध यावर भौगोलिक पार्श्वभूमी त्याचप्रमाणे, आर्थिक, सामाजिक, राजकीय घटकांचाही प्रभाव दिसून येतो.

बऱ्याच वेळा वेगवेगळ्या वस्ती भूगोल अभ्यासकांकडून वस्ती प्रकार व आकृतिबंध या संज्ञा समानअर्थी वापरल्या जातात.

उदा. (Eigh) इच व त्रिवार्ता यांच्या मते, वस्त्यांचे दोन मुख्य प्रकार पडतात ते म्हणजे, १) केंद्रित वस्त्या, २) विकेंद्रित वस्त्या होय. तर या विचारवंतांच्या मते, ग्रामीण वस्त्यांचे दोन मुख्य आकृतिबंध आढळतात. ते म्हणजे, १) केंद्रित वस्त्या, २) विखुरलेल्या वस्त्या होय.

एम्री जोन्स (E. Jones) यांच्या मते 'वस्त्यांचे आकृतिबंध म्हणजे एका घराचा दुसऱ्या घराशी / इमारतीशी असलेला वैशिष्ट्यपूर्ण आंतरसंबंध होय. मोठ्या प्रमाणावरील / स्थलनिर्देशक नकाशावर वस्त्यांचे वेगवेगळे आकृतिबंध पाहण्यास मिळतात.

वस्त्यांचे प्रकार व आकृतिबंध यातील मुख्य फरक म्हणजे वस्त्यांचे प्रकार हे घरांची संख्या व घरांमधील अंतर यावर अवलंबून असतात, तर वस्त्यांचे आकृतिबंध वस्त्यांना प्राप्त झालेल्या वेगवेगळ्या भूमिती आकाराशी

(△, □, ◯, □) संबंधित असतात. प्रदेशातील प्राकृतिक व सांस्कृतिक वैशिष्ट्यांनुसार वस्त्यांचे प्रकार व आकृतिबंध निश्चित होत असतात.

ग्रामीण वस्त्यांचे प्रकार – ग्रामीण वस्त्यांचे वर्गीकरण करताना वेगवेगळ्या अभ्यासकांनी त्यांनी अभ्यासलेल्या प्रदेशातील अनुभवजन्य ज्ञानाच्या आधारे वेगवेगळे प्रकार केले आहे.

उदा. अ) डी.सी.मोने यांनी ‘मानवी भूगोलाची ओळख’ या पुस्तकाची ओळख करताना वस्त्यांचे i) केंद्रित मोठे खेडे, ii) विकेंद्रित खेडे, iii) स्वतंत्र घर असे तीन मुख्य प्रकार केले.

ब) इनायत अहमद व आर.एल.सिंग यांनी वस्त्यांचे चार प्रकार केले.

i) केंद्रित वस्ती   ii) संमिश्र ग्रामीण वस्ती

iii) अपखंडित ग्रामीण वस्ती   iv) विखुरित ग्रामीण वस्ती

अनेक विचारवंतांनी वस्त्यांचे केंद्रित व विखुरित वस्त्या असे उपप्रकार केले आहे. वस्त्यांमधल्या घरांमधील अंतर, वस्त्यांचा एकूण बाह्य आकार, घरांची संख्या यावरून ग्रामीण वस्तीचे चार मुख्य प्रकार केले जातात.

i) सघन ग्रामीण वस्ती   ii) विखुरित ग्रामीण वस्ती

iii) संमिश्र ग्रामीण वस्त्या   iv) अपखंडित ग्रामीण वस्त्या

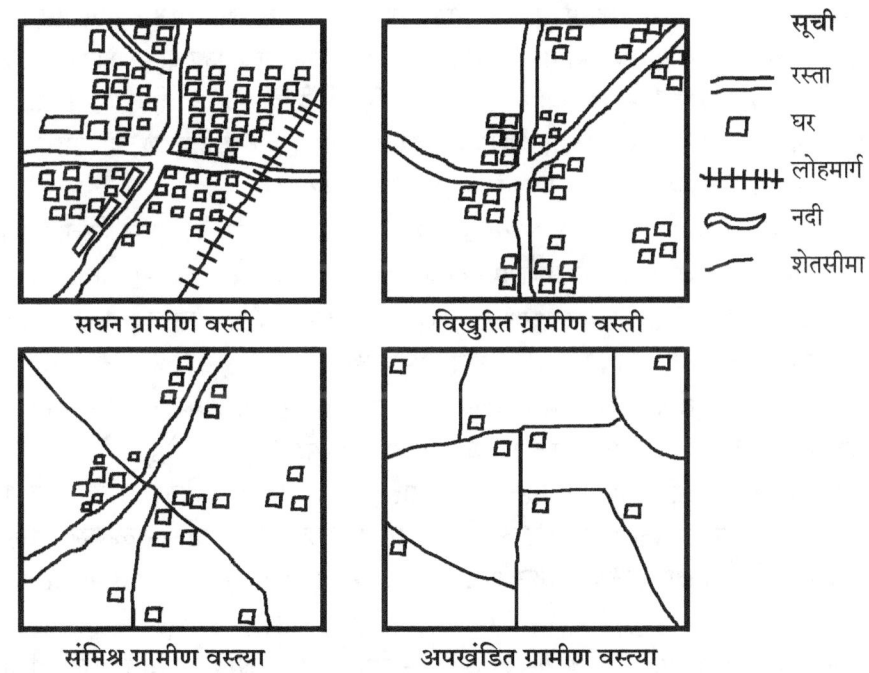

आकृती ५.१

i) सघन ग्रामीण वस्ती (Compact Settlement) जेव्हा वस्तीतील घरे एकमेकांना जोडून असतात किंवा दोन घरांमध्ये अतिशय कमी अंतर असते अशा वस्त्यांना सघन ग्रामीण वस्त्या असे म्हणतात. जागेअभावी एकमेकांना लागून घरे बांधलेली दिसतात, तर ग्रामीण वस्ती प्रकारातही दोन ते तीन मजली इमारती आढळतात. या वस्तीमधील रचनेत गल्ल्या किंवा बोळाच्या स्वरूपात रस्ते आढळून येतात.

सघन वस्त्या सामाजिक दृष्ट्या खूपच सुसंघटित झालेल्या असतात. अशा वस्त्यांमध्ये सामाजिक

संघटनेबरोबरच आर्थिक, धार्मिक व सांस्कृतिक विकास झालेला असून या कार्यांची लक्षणे स्पष्टपणे आढळून येतात. सांस्कृतिकदृष्ट्या सघन असलेल्या ग्रामीण वस्त्यांमध्ये इतर नागरी सुविधाही आढळून येतात.

उदा. - पक्के अंतर्गत रस्ते, गटार, सांडपाणी, पाणीपुरवठा, दिवाबत्ती इ. सुविधा आढळून येतात. भारतात सघन वस्त्या पठारी व मैदानी क्षेत्रात नद्यांच्या विकसित खोऱ्यात मोठ्या प्रमाणात आढळतात. सघन वस्तीत चावडी, चौक, पिंपळाचा पार, गावविहीर, मंदिरासारखी प्रार्थनास्थळे इ. चे अस्तित्व दिसते.

जरी केंद्रित वस्त्या सांस्कृतिक विकासांची केंद्रे असली तरीही या वस्त्यांमध्ये काही समस्या आढळून येतात. यामध्ये नाले, सांडपाण्याची दुरावस्था, त्यामुळे निर्माण होणारे प्रदूषण, गजबजाट, गोंगाट, ताठर सामाजिक व्यवस्था, नागरी स्वातंत्र्यावर गदा या समस्यांचा समावेश होतो.

उत्तर प्रदेशात गंगा, यमुनेच्या मैदानी भागात इतिहासाचा वारसा, संस्कृतीची वाटचाल, संरक्षणाची गरज व कृषी संस्कृती या सर्व घटकांच्या संयुक्त प्रभावामुळे सधन वस्त्या उत्क्रांत झाल्या. इतर सर्वत्र संरक्षण, शेती व्यवसाय व सामाजिक संघटनेच्या जाणिवेतून सघनीकरण ही प्रक्रिया घडली. भारतात जवळ-जवळ ७५% वस्त्या या सघन प्रकारच्या वस्त्या आहेत.

ii) विखुरित ग्रामीण वस्ती - जेव्हा ग्रामीण वस्तीतील तसेच वस्तीतील घरांमधील अंतर स्पष्टपणे विलग होत जाते अशा वस्त्यांना विखुरित वस्त्या असे म्हणतात. या प्रकारच्या वस्त्या भारतात हिमाचल प्रदेश, सह्याद्रीचा घाटमाथा, ईशान्य भारतातील आसाम, नागालँड, मिझोराम, अरुणाचल प्रदेश क्षेत्र या प्रदेशांत आढळतात. प्राकृतिक अथवा भौगोलिक घटकांप्रमाणे सांस्कृतिक कारणामुळे देखील विकेंद्रित वस्त्या निर्माण होतात. डोंगराळ भाग, वस्ती योग्य सलग जमिनीचा अभाव, मृदेची स्तरीय विविधता, जमिनीचे विभक्तीकरण, पाण्याचा अभाव, विकेंद्रित व्यवसाय इ. कारणांमुळे वस्त्यांचे विकेंद्रीकरण झालेले आढळून येते.

'एखादी झोपडी अथवा घर ते १०-२० झोपड्या किंवा घरे जास्त अंतरावर किंवा विलग-विलग पण एकाच नावाने ओळखल्या जाणाऱ्या वस्तीचा सामुदायिक भाग म्हणजे विकेंद्रित वस्ती होय.'

जम्मू-काश्मीर राज्य, सह्याद्री घाटमाथ्यावर महाराष्ट्रापासून केरळपर्यंत, आसाममध्ये डोंगराळ भाग या प्रदेशात विकेंद्रित अस्थायी व्यवसाय व सलग शेतजमिनीच्या अभावामुळे विखुरित वस्त्या आढळतात.

उत्तर प्रदेश, पश्चिम बंगाल, बिहारमध्ये पाण्याची उपलब्धता, सुपीक जमिनीची उपलब्धता हे घटक विखुरित वस्ती निर्मितीस कारणीभूत ठरले आहे. भूजलाच्या / पाण्याच्या सहज उपलब्धतेमुळे शेती व्यवसायाचा विकास होतो व अशा प्रदेशात शेतकरी शेतावर वसाहती करून राहतात, त्यामुळे विकेंद्रित वस्ती निर्माण होते. सामाजिक विषमता, जाचक सामाजिक व्यवसाय वस्तीतील विशिष्ट समूहांना जाचक झाल्यास मूळ वस्तीपासून लांब एकाकी / विकेंद्रित वस्त्या निर्माण झाल्याचे आढळून येते. भारतात यमुना, गंगा दुआब क्षेत्रात पाण्याच्या उपलब्धतेमुळे विखुरित वस्त्या आढळतात.

पंजाब, हरियाणा राज्यांतही अशा वस्त्या आढळून येतात. या वस्त्यांमध्ये सामाजिक एकता व सांस्कृतिक एकतेचा अभाव दिसतो, मात्र प्रदूषणमुक्त असलेल्या या वस्त्या आधुनिक काळात करमणुकीच्या सोई, वाहतूक, दळणवळणाच्या सोई यामुळे निर्माण झाल्या आहेत.

iii) संमिश्र ग्रामीण वस्ती - 'मुख्य वस्ती व तिच्या सभोवताली घरांचे विलग-विलग समूह असणाऱ्या घरांच्या प्रकारास संमिश्र ग्रामीण वस्त्या असे म्हणतात.' या एकत्रित सघन व विकेंद्रित वस्तीला एकच स्थलनाम असते. डॉ. आर. एल. सिंग या भूगोल तज्ज्ञाने अशा वस्त्यांना अर्धसघन वस्त्या असे म्हटले आहे. मुख्य वस्तीच्या जवळ उपवस्त्यांची निर्मिती होते. महाराष्ट्रात मुख्य ग्रामीण वस्त्यांच्या आसपास शेतावरच्या वस्त्या / वाड्या व

मुख्य वस्त्या मिळून संमिश्र वस्त्या निर्माण झाल्या आहेत. तथापि वाड्यांची स्थलनामे मूळ वस्तीपेक्षा भिन्न असतात. गंगेच्या मैदानी प्रदेशातही अशा वस्त्या आढळून येतात. महाराष्ट्रात आकाराने मोठ्या असलेल्या मुख्य वस्तीजवळ उपवस्त्या आढळतात.

उदा. अहमदनगर जिल्ह्यातील जेऊर व त्याभोवतीच्या ससेवाडी, वाघवाडी, तोडमलडवाडीसारख्या वस्त्या याचप्रमाणे वाळकी वस्तीजवळच्या जळवाडी, बोठेवाडी इ. वस्त्या.

iv) अपखंडित ग्रामीण वस्ती - एका वस्तीतील घरे एकमेकांपासून विलगपणे कमी-अधिक अंतरावर व अनियमित वसलेली असतात. अशा वस्त्यांना अपखंडित ग्रामीण वस्त्या असे म्हणतात. अशा वस्तीचे नाव एकच असते. अपखंडनाची प्रक्रिया बहुधा भूरचना, पाणीपुरवठा, शेतजमिनीची उपलब्धता, सामाजिक तत्त्वे, व्यावसायिक विकेंद्रीकरण अशा कारणांमुळे घडून येते.

उदा. भारतात पश्चिम बंगाल, गंगा-घागरा, गंगा-यमुना, दुआब क्षेत्रांत अपखंडित वस्त्या आढळतात.

ग्रामीण वस्त्यांचे आकृतिबंध - Patterns of Rural Settlement

लहान-लहान गृहसमूह विकसित होत असताना अनुकूल पर्यावरणात सघन / केंद्रित वस्त्या निर्माण होऊ लागतात. वस्तीची निर्मिती होत असताना प्राकृतिक व सांस्कृतिक घटकांना अनुसरून वस्त्यांना विविध आकार / आकृतिबंध प्राप्त होतात. प्रत्येक ग्रामीण आणि नागरी वस्तीला विशिष्ट आकार प्राप्त करून देण्यात जमिनीचा चढ-उतार, नद्यांचे प्रवाह, जलाशय, मृदेचे प्रकार, खाड्या, वनस्पतीचे आच्छादन, शेती क्षेत्राचा आकार यासारखे भौगोलिक घटक कारणीभूत ठरतात. भौगोलिक घटकांबरोबरच काही आर्थिक, ऐतिहासिक, सांस्कृतिक व राजकीय घटकांच्या प्रभावातूनही वस्त्यांना विविध आकार प्राप्त होतात. काही ऐतिहासिक घटक उदा. किल्ले, धार्मिक स्थळे, इ. ना अनुसरून वस्त्यांचे आकृतिबंध निश्चित होतात. याचप्रमाणे राजकीय घटकांच्या परिणामातून वस्त्यांची स्थाननिश्चिती व आकृतिबंधनिश्चिती होते.

सर्वसाधारणपणे, केंद्रित वस्ती प्रकारात विविध आकृतिबंध पाहण्यास मिळतात, तर विकेंद्रित वस्ती ही आकृतिबंध विरहित असते. स्थल निर्देशक नकाशांवर वस्त्यांचे विविध आकृतिबंध पाहण्यास मिळतात. काही प्रमुख आकृतिबंध खालीलप्रमाणे-

१) रेषीय / रेषाकृती आकृतिबंध - (Linear Settlement)

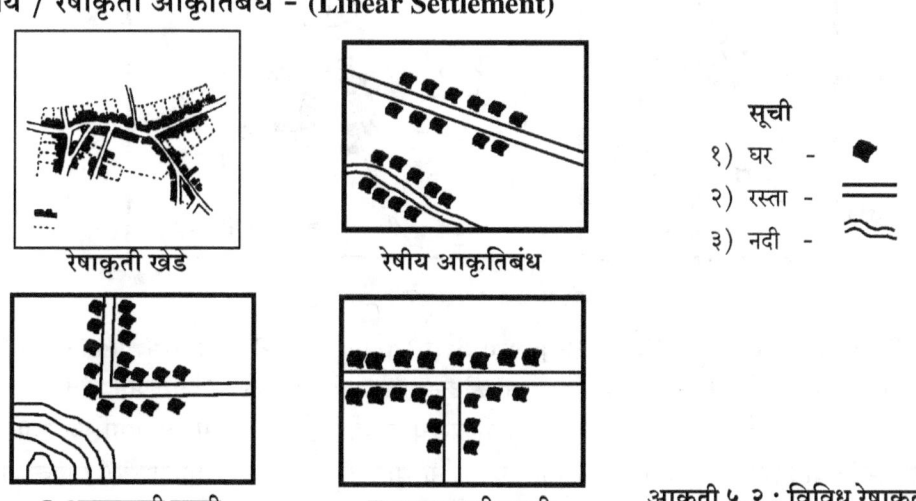

रेषाकृती खेडे
रेषीय आकृतिबंध
सूची
१) घर -
२) रस्ता -
३) नदी -
L आकाराची वस्ती
T आकाराची वस्ती

आकृती ५.२ : विविध रेषाकृती वस्त्या

नदी, कालवा किंवा रस्ता किंवा किनाऱ्यावर रेषीय वस्त्या उत्क्रांत होतात. जलभागाच्या काठाला / रस्त्याच्या कडेला समांतर रचनेत घरांची निर्मिती होते. वाहतूक मार्ग किंवा जलकाठांना अनुसरून लांब, सरळ वस्त्या विकसित झाल्याने त्यांना रेषीय वस्त्या असे म्हणतात. जगात सर्व भागांत रेषीय वस्त्या सरळ काठावर किंवा वाहतूक मार्गावर आढळून येतात. केरळमध्ये रेषीय वस्त्या लांबच लांब आढळून येतात किंवा भारतात इतर सर्वत्रही रेषीय वस्त्या आढळून येतात.

२) आयताकृती ग्रामीण वस्ती - (Rectangular Settlement) - आयताकृती वस्त्या मुख्यत: शेती क्षेत्राच्या आयताकृती आकारामुळे निर्माण झालेल्या दिसतात. आयताकृती आकारामुळे विस्तृत लांब-रुंद क्षेत्र निर्माण होते. हवा, प्रकाश, सौर ऊर्जा या दृष्टीने घरांची रचना सर्वसाधारण दृष्टीने पूर्व-पश्चिम, उत्तर-दक्षिण दिशेत केलेली दिसते.

भारतात आयताकृती आकृतिबंध छोटा नागपूरचे पठार, महाराष्ट्र, पश्चिम बंगाल, कर्नाटक राज्यांत मोठ्या प्रमाणात आढळून येते. महाराष्ट्रात कृष्णा खोऱ्यात मोठ्या प्रमाणावर आयताकृती वस्त्या आढळतात.

काही आयताकृती वस्त्यांमध्ये मध्यभागी खुली जागा किंवा मैदान असते. या मोकळ्या जागेभोवती वस्ती विकसित होते. अशा ग्रामीण वस्तीला पोकळ आयताकृती वस्ती म्हणतात. काही वेळा केंद्र भागात पूर्वीचा किल्ला, गढी, राजवाडा नष्ट झाल्याने मोकळी जागा निर्माण होते तसेच सांस्कृतिक दृष्ट्या नष्ट झालेल्या वास्तूची जागा अशुभ मानली जाते व तेथे वस्ती होत नाही. काही आयताकृती वस्त्यांच्या केंद्रभागी पाणवठ्याची ठिकाणे, मंदिर, चर्च, मशीद असतात व त्याभोवती आयताकृती वस्त्या साकार होतात. बऱ्याच वेळा मोकळ्या जागेत बाजार, शाळा, पंचायत चावडी, पार अशा सार्वजनिक उपयोगाच्या जागा असतात. त्यांच्याभोवती ग्रामीण वस्त्या आयताकार धारण करतात.

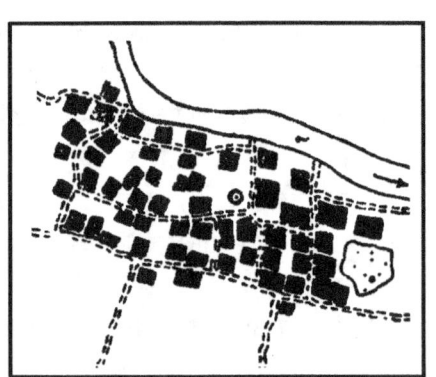

आकृती ५.३ : आयताकृती खेडे

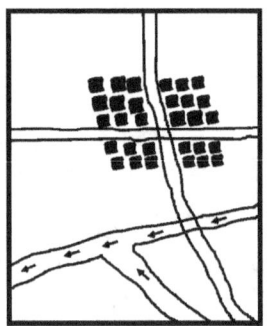

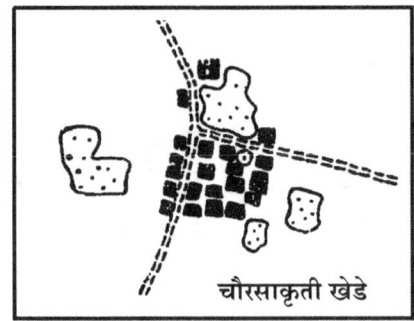

चौरसाकृती खेडे

आकृती ५.४ : चौरसाकृती ग्रामीण वस्त्या

३) चौरसाकृती ग्रामीण वस्ती - (Square Settlement) : सामान्यत: जेथे दोन रस्ते एकमेकांना छेदतात तेथे रस्त्याच्या दोन्ही बाजूंना वस्त्या विकसित होऊन त्यांना चौरसाकृती आकार प्राप्त होतो. चौरसाकृती वस्त्यांच्या आकारात वाढ होऊन त्यापासून आयताकृती वस्त्या निर्माण होतात. डोंगराळ भाग, जलभाग यामुळे आजूबाजूला वस्तीच्या विकासाला मर्यादा असल्यास वस्त्यांना चौरसाकृती आकार प्राप्त होण्यास पोषक परिस्थिती निर्माण होते.

आयताकृती वस्तीप्रमाणे चौरसाकृती वस्तीतही मोकळी जागा असल्यास त्यास पोकळ चौरसाकृती वस्ती असे म्हणतात. या वस्तीची इतर सामाजिक वैशिष्ट्येही आयताकृती वस्तीप्रमाणे असतात.

४) त्रिकोणाकृती वस्ती - (Triangular Settlement) : काही वस्त्यांच्या पार्श्वभूमीत भूरचनेमुळे, रेल्वेमार्गामुळे / जलभागामुळे विकासाला मर्यादा येतात व या घटकांच्या परिणामातून वस्त्यांना विविध आकार प्राप्त होतात. टेकडी, नाला, रस्ता, लोहमार्ग यामुळे वस्तीच्या तिन्ही बाजूंना मर्यादा आल्यास त्रिकोणाकृती वस्तीची निर्मिती होते. त्याचप्रमाणे दोन नद्यांच्या संगमाच्या प्रदेशात त्रिकोणाकृती वस्त्या आढळून येतात.

आकृती ५.५ : त्रिकोणाकृती वस्ती

५) गोलाकार किंवा अर्धगोलाकार वस्ती (Cirular Settlement) : वस्त्यांचा वर्तुळाकृती आकार सामान्यतः पाणीपुरवठा सुविधा, वाहतूक, संरक्षण, पर्वतांर्गत स्थान अशा घटकांमुळे निर्माण होतो. मध्यभागी पाण्याची सार्वजनिक गोल विहीर, तलाव किंवा वाळवंटी प्रदेशात पाणवठ्याभोवती गोलाकार वस्त्या निर्माण होतात. त्याचबरोबर मंदिराभोवती, किल्ल्याभोवती किंवा वाहतुकीचे मार्ग वर्तुळाकार असतील तर गोलाकार वस्त्यांची निर्मिती होते. याचबरोबर वस्ती विकासाला प्राकृतिक मर्यादा असतील तरीही वस्त्या गोलाकार बनतात.

उदा. पर्वताच्या अंतर्गत भागात गोलाकार दरी असेल किंवा वस्त्यांच्या वाढीस किमान एक किंवा दोन बाजूंनी प्राकृतिक किंवा सांस्कृतिक अडथळा असल्यास गोलाकार वस्त्यांची निर्मिती होते.

आकृती ५.६ : गोलाकार वस्ती

६) अरीय आकाराच्या किंवा ताराकृती ग्रामीण वस्त्या - (Radial Settlement) : ग्रामीण वस्तीच्या केंद्रातून ३-४ दिशांना वाहतूक मार्ग निघू लागले म्हणजे त्या वाहतूक मार्गाच्या दुतर्फा घरे निर्माण होतात. वर्तुळाच्या त्रिज्यांना अनुरूप असणारे रस्ते व त्याच्या बाजूला वस्ती असा आकृतिबंध निर्माण होतो. त्यास अरीय आकाराचा किंवा ताराकृती (Star) आकृतिबंध असे म्हणतात. सखल प्रदेशात वाहतुकीचे जाळे असल्यास अशा आकृतिबंधाची निर्मिती होते. .

ताराकृती खेडे

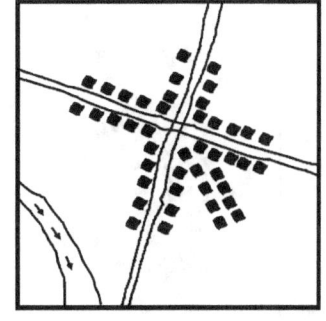

अरीय वस्ती

आकृती ५.७ : अरिय/ ताराकृती वस्ती

७) बहुभुजाकृती किंवा बहुकोनाकृती ग्रामीण वस्ती - (Polygonal Settlement) : काही वेळेस प्राकृतिक किंवा सांस्कृतिक घटकांना अनुसरून वस्त्यांना विविध भूमितीय आकार प्राप्त होतात. नर्मदा नदी खोऱ्यातील पठारी प्रदेशात अनेक मोठ्या खेड्यांना षटकोनी, अष्टकोनी व इतर बहुकोनाकृती आकार प्राप्त झाले आहेत. नदी खोऱ्याच्या सखल प्रदेशात सुपीक मृदा बहुकोनाकृती वस्तीच्या निर्मितीस साहाय्यक ठरतात.

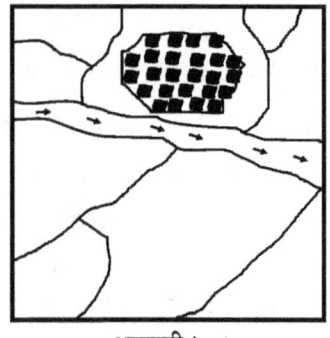

आकृती ५.८
बहुकोनाकृती / काटकोनी वस्ती

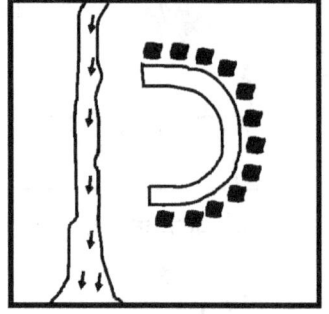

आकृती ५.९ नालाकृती वस्ती

८) नालाकृती ग्रामीण वस्ती - (Horse-shoe Pattern Settlement) : नद्या मैदानी प्रदेशात नागमोडी वळणे धारण करतात. यातूनच कुंडलकासार / नालाकृती सरोवराची निर्मिती होते. या अर्धवर्तुळाकार सरोवराभोवती वस्त्यांचे केंद्रीकरण होऊन वस्त्यांना नालाच्या आकाराप्रमाणे आकार प्राप्त होतो. अशा वस्त्या सखल मैदानी प्रदेशात निर्माण होतात.

९) द्विकेंद्रित ग्रामीण वस्त्या - (Double Nucleated Pattern) - एकच ग्रामीण वस्ती दोन वेगवेगळ्या केंद्रांवर काही सांस्कृतिक व प्राकृतिक घटकांमुळे विभक्त झाल्यास त्यांना द्विकेंद्रित वस्त्या म्हणतात. अशा दोन केंद्रांमध्ये टेकडी, नदी, नाला, रस्ते, सरोवर, लोहमार्ग हे आल्यामुळे निर्माण होतात. या वस्त्यांना दिशा, मूळ केंद्र व दुय्यम केंद्र यावरून स्थलनामे प्राप्त होतात.

उदा. महाराष्ट्रात अनेक वस्त्या नदीच्या किनाऱ्यावर विकेंद्रित प्रकाराच्या असून मूळ केंद्रित वस्तीला खुर्द असे म्हणतात. काहीवेळेस जुन्या मूळ वस्तीला जुने गाव, नवीन निर्माण झालेल्या वस्तीला नवे गाव असे संबोधले जाते. कालप्रवाहात दोन वेगवेगळ्या वस्त्यांची नावे वेगवेगळी आढळतात.

उदा. - शेंडी-पोखर्डी, राहुरी, कोल्हार-खुर्द इ. सामाजिक जातिव्यवस्थेमुळे बहुतेक खेडी द्विकेंद्रित स्वरूपाची आहेत. स्पृश्य लोकांची मुख्य वस्ती व तथाकथित अस्पृश्य लोकांची वस्ती असे दोन प्रकार पडतात. मूळ वस्तीचे स्थान अनुकूल ठिकाणी तर दुय्यम गाव-गावापासून जास्त अंतरावर असते.

द्वि-केंद्रिय खेडे

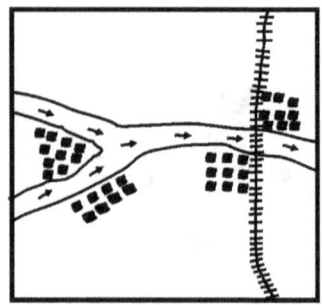

आकृती ५.१० : द्विकेंद्रित वस्त्या

१०) आकारहीन ग्रामीण आकृतिबंध - (Amorphus pattern) : जेव्हा वस्त्यांच्या केंद्रीकरणात अनेक घटकांच्या संयुक्त परिणामामुळे कोणताच विशिष्ट आकार प्राप्त होत नाही, अशा ग्रामीण वस्त्यांना आकारहीन ग्रामीण वस्त्या असे म्हणतात. अशा प्रकारच्या ग्रामीण वस्त्यांची उदाहरणे आधुनिक काळात पाहण्यास मिळतात. केंद्रित ग्रामीण वस्तीत नवनवीन घरांची भर विस्कळीतपणे पडते व आकारहीन वस्त्या निर्माण होतात. जेथे जागा / सोय असेल अशा ठिकाणी घरे निर्माण होतात व आकारहीन वस्तीनिर्मिती होते. विकेंद्रित वस्त्याही आकारहीन असतात.

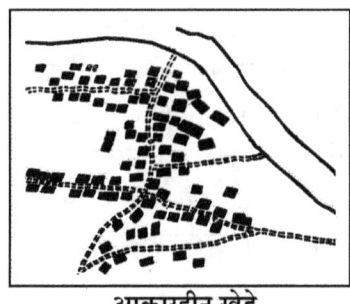

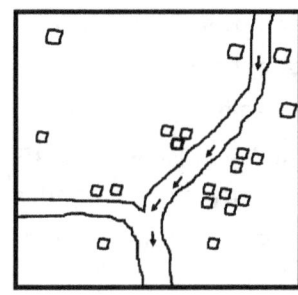

आकारहीन खेडे

आकृती ५.११ : आकारहीन वस्ती

नागरी वस्ती (Urban Settlement)

वस्तीचे ग्रामीण आणि नागरी असे वर्गीकरण करत असताना वेगवेगळ्या देशांत वेगवेगळे आधार विचारात घेतले जातात. यामध्ये वस्तीची लोकसंख्या हा सर्वात महत्त्वाचा घटक आहे. अनेक देशांमध्ये लोकसंख्येच्या आधारे नागरी वस्तीचे वर्गीकरण केलेले आढळून येते.

१) आंतरराष्ट्रीय संघटना (युनो) च्या मते, 'कायमस्वरूपी २०,००० पेक्षा जास्त लोकसंख्येची वस्ती म्हणजे नागरी वस्ती होय.'

२) जपानमध्ये ३०,००० पेक्षा जास्त लोकसंख्येची वस्ती म्हणजे नागरी वस्ती होय.

३) डेन्मार्कमध्ये २५० पेक्षा जास्त लोकसंख्येची वस्ती म्हणजे नागरी वस्ती होय.

४) फ्रान्समध्ये २००० पेक्षा जास्त लोकसंख्येची वस्ती म्हणजे नागरी वस्ती होय.

५) भारतासाठी जनगणना विभागाने खालील निर्बंध घालून दिले आहेत.

i) वस्तीची लोकसंख्या ५,००० पेक्षा जास्त असावी.

ii) लोकसंख्येची घनता ४०० लोक प्रति चौ.कि.मी. पेक्षा जास्त असावी.

iii) लोकसंख्येतील एकूण कामगार लोकसंख्येपैकी ७०% पेक्षा जास्त पुरुष कामगार शेती व्यतिरिक्त (द्वितीयक, तृतीयक) व्यवसायात गुंतलेले असावेत.

iv) ग्रामपंचायतीव्यतिरिक्त म्हणजे कॅण्टोनमेंट म्हणजेच कटक मंडळ, नगरपालिका किंवा महानगरपालिका या सारखी प्रशासनव्यवस्था असावी.

भारतामध्ये लोकसंख्येबरोबर लोकसंख्या घनता, आर्थिक व्यवसाय आणि प्रशासन व्यवस्था या ही घटकांचा विचार करण्यात आला आहे. इस्राईलमध्ये शेतीव्यतिरिक्त व्यवसाय करणाऱ्या सर्वच वस्त्यांना नागरी वस्त्या संबोधले जाते, मात्र, नागरी वस्तीची एक आदर्श व्याख्या भारतामध्ये करण्यात येते.

नागरी वस्ती भूगोल

शहरी किंवा नागरी वस्त्यांचा अभ्यास हा मानवी भूगोलाच्या अभ्यासाचा मुख्य भाग आहे. अनेक भूगोलतज्ज्ञांनी शहराची व्याख्या करताना त्यांचा आकार, लोकसंख्या, आकृतिबंध व त्या वस्तीतील लोकसंख्येची कार्ये इ. घटकांचा विचार केला आहे. एम्री जोन्स म्हणतात, 'शहर म्हणजे सर्वांना सर्व काही मिळण्याची जागा.'

नागरी वस्ती ही केंद्रित प्रकारची वस्ती आहे. जास्त लोकसंख्येची, केंद्रित वस्ती प्रकाराची, लोकसंख्येची घनता जास्त असलेली ही वस्ती असते. प्रामुख्याने या वस्तीमध्ये शेतीव्यतिरिक्त व्यवसायाचे प्राबल्य आढळून येते व प्रशासन व्यवस्था ही ग्रामपंचायतीव्यतिरिक्त उच्च दर्जाची असते. अशा वस्तीला शहर किंवा नगर असे म्हणतात.

शहरामध्ये जवळ जवळ २/३ लोक द्वितीयक आणि तृतीयक श्रेणीचे व्यवसाय करतात. ज्या वस्तीत विविध मानवी गरजा पूर्ण होतात अशा केंद्रित वस्तीला नागरी वस्ती असे म्हणतात.

नागरी वस्ती भूगोल ही प्रामुख्याने मानवी भूगोलाची महत्त्वाची शाखा असून केंद्रित स्वरूपाच्या नगर अथवा शहरांचा अभ्यास करते. या वस्तीची वैशिष्टये ग्रामीण वस्तीपेक्षा वेगळी असतात. त्यामुळे वस्ती भूगोलाच्या ग्रामीण वस्ती भूगोल व नागरी वस्ती भूगोल अशा स्वतंत्र शाखा अस्तित्वात आल्या आहे.

व्याख्या

१) ग्रिफिथ टेलर - शहरी वस्ती भूगोल म्हणजे, 'शहरांचे स्थान, आकृतिबंध, उत्क्रांती, वर्गीकरण याविषयी केलेला सविस्तर अभ्यास होय.'

२) एल. डी. स्टॅम्प - 'शहरांचा विकास आणि त्यावर परिणाम करणाऱ्या भौगोलिक घटकांचा अभ्यास म्हणजे नागरी वस्ती भूगोल.'

३) एच. एम. मेयर - 'शहर, त्याचं भौगोलिक स्थान, उत्क्रांती आणि वाढ होताना सभोवतालच्या प्रदेशाला सेवा देण्याचे कार्य करते या नागरी केंद्राचा अभ्यास म्हणजे नागरी भूगोल होय.'

नागरिकरण (Urbanization) -

नागरिकरण ही एक प्रक्रिया आहे- ज्याद्वारे ग्रामीण नागरी वस्तीचे रूपांतर शहरात होते.

सतत भर पडणाऱ्या लोकसंख्येमुळे जेव्हा एखाद्या नगराची क्षेत्रीय व कार्यनुरूप वाढ होत असते त्या प्रक्रियेस नागरिकरण असे म्हणतात. त्या प्रक्रियेमध्ये एखाद्या वस्तीस नगराची वैशिष्ट्ये प्राप्त होऊ लागतात.

वस्तीचे रूपांतरण होताना शहरी लोकसंख्या वाढत जाते. लोकसंख्यावाढीबरोबर घरांची संख्याही वाढत जाते व इतर नागरी सुविधांमध्ये ही वाढ होत जाते. कृषी संस्कृतीचे परिवर्तन औद्योगिक संस्कृतीत होत जाते. या संपूर्ण प्रक्रियेत लोक ग्रामीण जीवनाकडून नागरी जीवनाकडे वळतात, त्यामुळे नागरी वस्तीत कार्यात्मक, आर्थिक, सांस्कृतिक व सामाजिक बदल घडून येतात. नागरिकरण प्रक्रियेमुळे एकजिनसी मानवी प्रक्रियेचे मोठ्या भिन्न स्वरूपी प्रकारात रूपांतरण होते.

नगर हे ग्रामीण वस्त्यांपेक्षा लोकसंख्या व्यवसाय, कार्ये, सामाजिक व सांस्कृतिक रचना या दृष्टीने पूर्णपणे वेगळे आढळते. नगरातील सांस्कृतिक पर्यावरण मानवी वस्तीच्या विकासाला प्रेरक असते. भौगोलिक, सांस्कृतिक, ऐतिहासिक घटकांमुळे नगरातील मानवी समूहांचे क्षेत्रीय सामाजिक व सांस्कृतिक अभिसरण घडून येते, त्यामुळे नागरी जीवनात क्रांतिकारी बदल घडून येतात. नागरिकरण प्रक्रियेत नगराची कार्ये वाढू लागतात. नगराच्या सतत होणाऱ्या वाढीचा परिणाम सभोवतालच्या ग्रामीण प्रदेशावरही पडतो व ते प्रदेश खऱ्या अर्थाने नागरी प्रभाव क्षेत्र बनतात. सतत होणारे नागरिकरण नागरी क्षेत्रातील लोकांच्या जीवनावरही परिणाम करते.

नागरिकरणाचा त्या प्रदेशाच्या विकासाशी निकटचा संबंध असतो. प्रामुख्याने, नागरिकरणामुळे नागरी प्रभाव क्षेत्रामध्ये झपाट्याने बदल होऊन त्या वस्त्यांची कार्ये बदलतात व शेतीयोग्य जमिनीचे रूपांतरण कारखानदारी, रहिवास किंवा इतर कार्यात होतो. वरील सर्व विवेचनावरून हे स्पष्ट होते की, नागरिकरण ही एक प्रक्रिया आहे. या प्रक्रियेत नागरी लोकसंख्येत वाढ होते. खेड्यातील लोक शहरांकडे स्थलांतरित होतात. नागरिकरण प्रक्रिया स्पष्ट करताना शास्त्रज्ञांनी नागरिकरण प्रक्रियेच्या खालील व्याख्या दिल्या आहेत.

१) ऑनेस्ट बगेल - 'नागरिकरण ही एक अशी प्रक्रिया आहे, ज्या प्रक्रियेत ग्रामीण वस्तीचे नागरी वस्तीत रूपांतर होते.'

२) नेल्सन अँडरसन - 'ज्या ठिकाणी उद्योगशीलता अधिक प्रमाणात आढळते तेथे एक नवीन जीवन पद्धती तयार होते, त्यास नागरिकरण असे म्हणतात.'

३) डब्ल्यू. थॉम्प्सन - 'शेती व्यवसायाशी संबंधित खेड्यातील लोक जेव्हा व्यापार, उद्योग, शासकीय व्यवहार करण्यास शहरात स्थलांतर करतात त्यास नागरिकरण असे म्हणतात.'

४) मार्टीन कोल्सन - 'सभोवतालच्या ग्रामीण भागातून नागरी भागात होणाऱ्या लोकसमूहाच्या स्थलांतरास नागरिकरण असे म्हणतात.'

५) रॅझमन - 'नागरीकरण ही एक अशी प्रक्रिया आहे ज्यात लोकांच्या जीवनपद्धतीत बदल होऊन शेती व्यवसायातून बिगर शेती व्यवसाय केले जातात व मोठे समुदाय तयार होतात.'

६) युनो (संयुक्त राष्ट्रसंघ) - 'नागरीकरण हे ग्रामीण वस्त्यांचे स्थलांतर आहे. तसेच ते व्यवसायाचे व उत्पादनाचेही स्थलांतर आहे.'

वरील सर्व व्याख्यांवरून हे स्पष्ट होते की नागरीकरण प्रक्रियेत ग्रामीण भागातील लोक शहरी भागाकडे स्थलांतर करतात व शेतीव्यतिरिक्त व्यवसाय करतात.

नागरिकरणाची प्रक्रिया (Process of Urbanization)

किंग्स्ले डेव्हीस (१९६८) - (Kingsley Davis) यांच्या मते- 'लोकसंख्याशास्त्रीय दृष्ट्या नागरी लोकसंख्या प्रमाण वाढणे म्हणजे नागरिकरण. जर एखाद्या लोकसंख्येत ग्रामीण व शहरी स्थलांतर होत नसेल व ग्रामीण व शहरी लोकसंख्या एका समान दराने वाढत असेल तर त्या प्रक्रियेला नागरी लोकसंख्या वाढ असे संबोधतात.

नागरिकरणाची प्रक्रिया फक्त औद्योगिकीकरणामुळे घडून येत नसून प्रदेशातील आर्थिक व सामाजिक बदलाने नागरिकरण घडत असते. नागरिकरणाचा परिणाम प्रदेश व त्या ठिकाणची लोकसंख्या या दोहोंवर झालेला आढळतो.

नागरिकरणाचे टप्पे (Stages of Urbanization)

पाश्चिमात्य देशांच्या नागरिकरणाच्या प्रक्रियांचा अभ्यास करून किंग्स्ले डेव्हिस यांनी १९६८ मध्ये नागरिकरणाची प्रक्रिया खालील टप्प्यांत विभागली. डेव्हिसच्या मते, नागरिकरणाची प्रक्रिया जी अतिशय छोट्या ग्रामीण वस्तीपासून होते या प्रक्रियेस सुरुवात व शेवट आहे. डेव्हिसच्या मते, नागरिकरण ही अशी मर्यादित प्रक्रिया व चक्र आहे, ज्यातून देशाचा विकास होत असतो व देश ग्रामीण कृषीप्रधान अर्थव्यवस्थेकडून नागरी औद्योगिक व्यवस्थेकडे वाटचाल करत असतो. आजच्या विकसित देशात नागरिकरणाची प्रक्रिया सुमारे १०० वर्षांपूर्वी सुरू झाली तर अविकसित व विकसनशील देशात सध्या नागरिकरणाची सुरुवात होत आहे.

नागरिकरण प्रक्रिया चक्राकार गतीने होत असताना नागरिकरणाचा आलेख हा इंग्रजी 'S' या अक्षरासारखा असतो. मात्र, हा 'S' आकार दुबळा म्हणजे त्याचे वक्राकार बाकदार नसतात. तर तो 'S' आकार असतो.

१) पहिला टप्पा किंवा आरंभीचा टप्पा (Initial Stage) - नागरिकरणाची ही सुरुवातीची अवस्था होय. या अवस्थेत अतिशय कमी लोकसंख्या नागरी भागात राहते व लोकसंख्यावितरण विरळ झालेले आढळते. 'कृषीप्रधान' असलेली ही लोकसंख्या प्रारंभिक अवस्थेत जीवन जगत असते. या अवस्थेतील समाजजीवन हे परंपरागत काळ रूढीप्रिय असते. या अवस्थेत एकूण लोकसंख्येच्या २५% पेक्षा कमी लोकसंख्या नागरी भागात असते. लोक नागरी भागात ग्रामीण जीवन अनुभवतात. हे या अवस्थेचे महत्त्वाचे वैशिष्ट्य आहे.

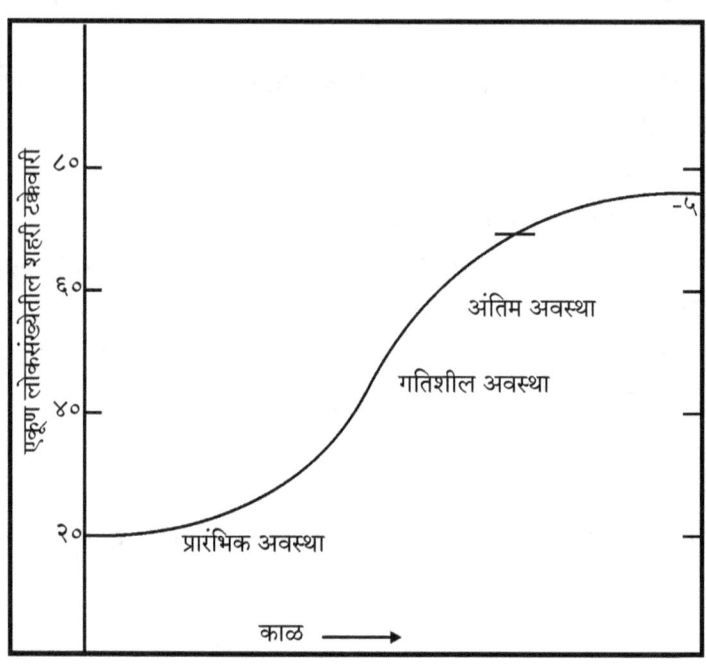

आकृती ५.१२ : शहरीकरणाचा आलेख आणि शहरीकरणाचे टप्पे

२) दुसरा टप्पा किंवा गतिमान वाढीचा टप्पा – (Acceleration Stage) - या अवस्थेत लोकसंख्येच्या वैशिष्ट्यांत प्रचंड बदल घडून येऊन लोकसंख्येचे वितरण हळूहळू बदलू लागले. नागरी लोकसंख्येचे प्रमाण २५% वरून वाढत जाऊन ५० किंवा ६० / ७०% पर्यंत जाऊन पोहोचते. नागरी वस्त्यांमध्ये फक्त लोकसंख्येचेच केंद्रीकरण घडून येत नाही तर आर्थिक व्यवसायाचे केंद्रीकरणही घडून येते. प्राथमिक व्यवसायातील लोकसंख्येचे प्रमाण कमी होत जाऊन द्वितीयक व तृतीयक व्यवसायातील लोकसंख्या वाढू लागते. रोजगाराच्या वाढत्या संधीमुळे नागरी प्रदेश आकर्षणकेंद्र बनतात व ग्रामीण-नागरी स्थलांतरामुळे शहरांची वेगवान वाढ होते. आपला देश सध्या नागरिकरणाच्या या अवस्थेत आहे.

३) तिसरा टप्पा किंवा शेवटचा टप्पा – (Mature Stage) - नागरी लोकसंख्या ५० किंवा ६० किंवा ७०% नंतर या अवस्थेत प्रवेश करते. नागरिकरणाचा दर या ठिकाणी थांबतो किंवा कमी होतो. याचा अर्थ असा नव्हे की, लोकसंख्या वाढ थांबते; तर नागरी लोकसंख्या वाढ व एकूण लोकसंख्या वाढ ही सारख्याच दराने होते. या अवस्थेत शहरांभोवती उपनगरे, ग्रामीण, नागरी विभाग यांचा पूर्णपणे विकास झालेला असतो व शहरी व ग्रामीण जीवन जवळजवळ सारखे असते. लोक ग्रामीण प्रदेशात नागरी जीवनमान अनुभवतात.

वरील तीन टप्प्यांत डेव्हिसने नागरिकरणाची प्रक्रिया विभागली असून, त्यांच्या मते तिसऱ्या अवस्थेत नागरिकरण शेवटच्या टप्प्यात पोहोचल्याने नागरी भागातील प्रदूषण, जागेचा अभाव, बेकारी व इतर पर्यावरणीय समस्यांमुळे लोक पुन्हा ग्रामीण भागाकडे स्थलांतर करू लागतात व नागरिकरणाच्या विरुद्ध प्रक्रिया सुरू होते.

आधुनिक काळातील नागरिकरण -

औद्योगिकीकरणानंतरचे नागरिकरण - पश्चिमेकडील देश व युरोपमध्ये काही ठिकाणी औद्योगिकी-करणापूर्वी काही शहरांची निर्मिती झाली होती. औद्योगिक क्रांतीपूर्वी उद्योगधंद्यांचा विकास मोठ्या प्रमाणावर झालेला नव्हता. त्यामुळे लोकसंख्येचे स्थलांतर अत्यंत कमी प्रमाणात होत होते. क्वचितच काही ठिकाणी मोठ्या शहरांची निर्मिती झालेली आढळून येते. मोठ्या शहरांची निर्मिती १९ व्या शतकात झालेली आढळते. १८ व्या शतकाच्या अंतिम दशकात (१८९० नंतर) इंग्लंडमध्ये औद्योगिक क्रांतीची सुरुवात झाली आणि १९ व्या शतकाच्या मध्यापर्यंत उद्योग धंद्यांचा प्रसार मोठ्या प्रमाणावर झाला. दगडी कोळसा, लोहखनिज निर्मिती, खाणकाम मोठ्या प्रमाणावर सुरू झाले. आधुनिक काळाच्या सुरुवातीस रेल्वे लाईन्सचा औद्योगिकीकरण व नागरिकरणावर फार मोठा प्रभाव आढळून येतो. या काळात ज्या ठिकाणी कारखाने सुरू झाले त्याठिकाणी नागरिकरण होऊन शहरांची निर्मिती झाली. १९ व्या शतकाला यंत्रयुग असे म्हणतात. जगातील वेगवेगळ्या देशांत औद्योगिकीकरणाला वेगवेगळ्या प्रकारे सुरुवात झाली. इ. स. १८५० नंतर जागतिक लोकसंख्येत वेगवान वाढ होऊन १९ व्या शतकात लोकसंख्येचा विस्फोट घडून आला.

औद्योगिक क्रांतीनंतर जगातील अनेक ठिकाणी मोठी शहरे निर्माण झाली. १८०९ मध्ये वाफेवर चालणाऱ्या इंजिनाचा शोध लागला. त्यामुळे इंग्लंड, अमेरिकेमध्ये १८२५ नंतर रेल्वे मार्गाची स्थापना झाली, त्यामुळे औद्योगिक उत्पादने व व्यापारात मोठ्या प्रमाणात वाढ झाली. अनेक लोहमार्गांवर नवीन शहरे निर्माण झाली. कामगारांचे रेल्वे मार्गाने शहरांकडे स्थलांतर सुरू झाले. त्यामुळे लहान शहरांचे मोठ्या शहरांत रूपांतर झाले. अनेक उपनगरे एकत्र येऊन संकलित शहरे तयार झाली. इंग्लंडमधील लंडन, संयुक्त संस्थानमधील वॉशिंग्टन, न्यूयॉर्क, भारतामधील मुंबई, दिल्ली यासारखी महानगरे निर्माण झाली. जगातील अनेक ठिकाणी शहरांची लोकसंख्या ५० लाखांपेक्षा जास्त आहे.

महानगराच्या निर्मितीमध्ये औद्योगिकीकरणाचा फार मोठा वाटा आहे. रोजगाराच्या उपलब्धतेमुळे स्थलांतर घडून येऊन लोकसंख्या वाढ होते. औद्योगिकीकरणामुळे तंत्रज्ञानात मोठ्या प्रमाणात भर पडत आहे. त्याचप्रमाणे, नवनव्या उद्योगांची निर्मिती होत आहे. त्यामुळे अकुशल, कुशल मजुरांचे शहरी भागाकडे स्थलांतर होत आहे. औद्योगिक क्रांतीनंतर मोठ्या प्रमाणावर जलमार्ग, विमान मार्ग, रस्ते, लोहमार्गाचा विकास झाला आहे. त्यामुळे स्थलांतर सहज शक्य झाले आहे व अनेक लोक नियमित स्थलांतर करत आहेत. वाहतूक मार्गाच्या विकासामुळे व्यापारात वाढ झाली आहे. या सर्व घटकांच्या एकत्रित परिणामातून आधुनिक काळात वेगाने नागरिकरण घडून येऊन मोठ्या शहरांची संख्या दिवसेंदिवस वेगाने वाढत आहे.

नगरांचे / शहरांचे वर्गीकरण

१) नगर : (Town) - ग्रामीण वस्तीचा विकास होऊन नगरांची निर्मिती होते. नगराची लोकसंख्या किती असावी याबाबत विचारवंतामध्ये मतभेद आहे. तरीही, ५००-१०,००० लोक वस्तीला नगर असे म्हणतात. काही विचारवंतांच्या मते नगरांची लोकसंख्या ४०,००० असते. तर काहींच्या मते ५० हजारांपेक्षा जास्त लोकसंख्या असलेल्या वस्तीला नगर असे म्हणतात.

२) शहर - (City) - नगरानंतरची श्रेणी म्हणजे शहर. नगरापेक्षा शहर हे आकाराने मोठे व लोकसंख्येने मोठे असते. ज्या नागरी लोकवस्तीची लोकसंख्या ५०,००० पेक्षा जास्त असते, तिला शहर म्हणतात. भारतात मात्र एक लाखा पेक्षा जास्त लोकसंख्या असेल त्या वस्तीला शहर म्हणतात. मार्क्स जेफरसनच्या मतानुसार ज्या नागरी लोकवस्तीची घनता दर चौ. मैलास १०,००० असेल त्या नागरी वस्तीला शहर असे म्हणतात.

भारतात सामान्यत: जिल्ह्याची ठिकाणे शहर वस्तीत असतात. शहरामध्ये नगरापेक्षा अधिक कार्ये चालतात.

३) महानगर - (Metropolis) - शहरांची कार्ये, आकार व लोकसंख्या वाढत जाऊन त्याचे रूपांतर महानगरात होते. महानगरांची लोकसंख्या १० लाखपेक्षा जास्त असते. त्यांना दशलक्षी शहर असे म्हणतात. शहरांची वेगवान वाढ होऊन शहराभोवतीच्या वस्त्या शहरात सामावू लागतात. प्रशासन संस्थांचा दर्जा बदलतो. प्रादेशिक राजधानी केंद्रे मोठी व्यापारी केंद्रे ही महानगरे म्हणून विकसित होतात. महानगर प्रकट झाल्यानंतर त्यांची कार्ये व व्यक्तिमत्त्व वेगाने वाढून नागरिकरणाचा वेगही वाढतो.

युरोपात वायव्य व पश्चिम भागात महानगरे प्रकट झाली. पॅरिस, बर्लिन व रोम संयुक्त संस्थानातील बोस्टन, वॉशिंग्टन, ऑस्ट्रेलियातील सिडनी, आफ्रिकेतील कैरो, आशियातील सिंगापूर, लाहोर, कराची व भारतातील राजधानी शहरे दिल्ली, अहमदाबाद, महाराष्ट्रातील नागपूर, पुणे, मुंबई इ. महानगरे आहेत.

४) संकलित नगरे - (Conurbation) - संकलित नगर ही संकल्पना सर्व प्रथम पी. गेडीज यांनी मांडली. या संज्ञेच्या संदर्भात पी. डब्ल्यू. फ्रीमन, आर. ई. डिकिन्स, ग्रिफिथ टेलर यांनीही अभ्यास केला. 'फॉसेटच्या मतानुसार अविभक्त नागरी विभाग म्हणजे संकलित नगर होय.' थोडक्यात, संकलित नगर ही मोठमोठ्या महानगरांची एक सलग मालिका असते. सामान्यत: या मालिकेतील शहरांची लोकसंख्या २० लाखांपेक्षा जास्त आहे. संकलित शहर हे प्रगत नागरिकरणाचे प्रतीक असते. आर्थिक, सामाजिक व सांस्कृतिक घटकांच्या अनुकूलतेतून दोन किंवा त्यापेक्षा अधिक नगरे वेगाने वाढून नगरांची मालिका तयार होते.

उदा. भारतात हुगळी नदीच्या काठावर कोलकाता व हावरा, नीरा नदीच्या काठावर पुणे, पिंपरी, चिंचवड ही नागरी क्षेत्रे प्रचंड विस्तारून संकलित नगरांची निर्मिती झाली. जपान, जर्मनी, रशिया, संयुक्त संस्थाने या देशांतही संकलित शहरे आढळतात.

५) प्रमहानगर किंवा अतिविशालनगर - (Megalopolis) - यामध्ये सामान्यत: ५० लाखांपेक्षा जास्त लोकसंख्या असणाऱ्या व एकापेक्षा जास्त शहराची मालिका असते.

प्रमहानगर ही संज्ञा मूलत: ग्रीक भाषेतील असून या शब्दाचा अर्थ एक अति विशालनगर किंवा विराटनगर असा होतो. ही संज्ञा सर्वप्रथम जॉन गॅटमन या अमेरिकन संशोधकाने वापरली.

अति वेगवान नागरिकरणामुळे प्रमहानगराची निर्मिती होत असल्याने प्रमहानगरे फक्त प्रगत देशात आढळतात. संयुक्त संस्थाने, ग्रेट ब्रिटन, चीन व भारत या देशांत प्रमहानगरे आढळतात. संकलित शहरातूनच पुढे प्रमहानगर सुरू होते.

जगातील सर्वांत मोठे प्रमहानगर संयुक्त संस्थानाच्या ईशान्य भागात बोस्टन ते वॉशिंग्टनपर्यंत निर्माण झाले. या विराट महानगरात बोस्टन, न्यूयॉर्क, पेनसिलव्हानिया, व्हर्जिनिया, उत्तर कॅरॉलिना व वॉशिंग्टन इ. शहरांची मालिकाच निर्माण झाली आहे. ही सर्व दशलक्षी शहरे आहेत.

प्राकृतिक व सांस्कृतिक घटकांचे प्राचुर्य असलेल्या क्षेत्रात प्रमहानगरांची निर्मिती होते. प्रमहानगरात उद्योगधंद्याच्या विकासाबरोबर आर्थिक, राजकीय, सामाजिक व सांस्कृतिक नेतृत्व देखील असते. भारतातील पुणे, मुंबई, कोलकाता याभोवती प्रमहानगर निर्मितीची प्रक्रिया सुरू आहे, तर जगातील टोकियो, पॅरिस, ओसाका, लंडन ही प्रमहानगरे आहेत.

नागरी वस्त्यांच्या आकृतिबंधाचे सिद्धांत (Theories of pattern of urban settlements)

नागरी वस्तीतील कार्ये अधिक गुंतागुंतीची किंवा संमिश्र स्वरूपाची व गतिमान असतात. नागरी वस्तीत निवासापासून ते उद्योगधंद्यातील उत्पादनापर्यंत विविध हालचाली सुरू असतात. ह्या हालचालींचे क्षेत्र ठरावीक असते. उदा. काही ठिकाणी निवासस्थाने असतात, एखाद्या ठिकाणी दुकाने असतात. त्या क्षेत्राच्या मर्यादेतच ह्या हालचाली अधिक ठळकपणे सुरू असतात. ज्या विशिष्ट क्षेत्रात एखादी हालचाल प्रभावीपणे चालू असते त्या क्षेत्राला त्या हालचालीचे कार्यक्षेत्र (Functional zone) असे म्हणतात. ह्या कार्यक्षेत्राची खालील पाच वैशिष्ट्ये आढळतात.

१) प्रत्येक शहरात प्रत्येक हालचालीचे निश्चित असे कार्यक्षेत्र असते.
२) एकाच कार्यक्षेत्रामध्ये या हालचालींत वैविध्य आढळते.
३) कार्यक्षेत्रामुळे नगरांचा आकृतिबंध निश्चित होतो.
४) शहराच्या आकृतिबंधाचा विचार या कार्यक्षेत्राच्या बरोबरच इमारतीची रचना व आराखडा या दोन घटकांच्या साहाय्याने केला जतो.
५) ही कार्यक्षेत्रे परस्परांशी संबंधित असतात.

नागरी वस्तीतील हालचालीच्या कार्यक्षेत्रांमुळे नागरी वस्तीचा आकृतिबंध समजतो. प्रत्येक शहराचा आकृतिबंध सारखा नसतो. नागरी वस्तीची कार्ये त्यांचे स्वरूप, कार्याच्या निर्मितीचा इतिहास व सर्व कार्यातील परस्परसंबंध यावर नागरी वस्तीचा आकृतिबंध अवलंबून असतो.

या आकृतिबंधाच्या संदर्भात पाश्चिमात्य तज्ज्ञांनी विशेष अभ्यास केला व आकृतिबंधाच्या संदर्भात सिद्धांत मांडला. जगातील कोणत्याही नगराचा आकृतिबंध या सिद्धांतातील आकृतिबंधाप्रमाणे असतोच असे मुळीच नाही. काहीवेळा एखादा स्वतंत्र आकृतिबंध एखाद्या शहराचा असू शकतो, तर काही वेळा या वेगवेगळ्या सिद्धांतांतील अनेक वैशिष्ट्ये एकाच नगराच्या आकृतिबंधात आढळतात. या सिद्धांतात प्रत्येक कार्यक्षेत्राची किंवा भूमीयोजन क्षेत्राची वैशिष्ट्ये शोधण्याचा प्रयत्न करण्यात आला आहे- जी वैशिष्ट्ये बहुतेक शहरात आढळत असतात अशा वैशिष्ट्यांचा विचार व विविध भूमिउपायोजन क्षेत्रांतील सहसंबंध यांचा विचार या सिद्धांतातून प्रामुख्याने करण्यात आला आहे.

नगराच्या आकृतिबंधांतील खालील तीन सिद्धांत अतिशय महत्त्वाचे मानले जातात.

१) समकेंद्र वर्तुळ सिद्धांत - (Concentric zone Theory)
२) वर्तुळ विभाग सिद्धांत - (The sector model)
३) बहुकेंद्र सिद्धांत - (The multiple Nuclei model)

१) समकेंद्र वर्तुळ सिद्धांत - (Concentric zone Theory)

हा सिद्धांत इ. डब्ल्यू. वर्गीस आणि त्यांच्या सहकार्यांनी मांडला. एकोणिसाव्या शतकात औद्योगिक शहरांच्या निर्मितीला सुरुवात झाली. त्याचवेळी नगरांची वाढ ही एका विशिष्ट पद्धतीने समकेंद्री वर्तुळाच्या स्वरूपात होत होती. उदा. फेड्रीक एन्जल्स यांनी अशा स्वरूपाची शहराची वाढ किंवा आकृतिबंध मँचेस्टर शहराच्या संदर्भात इ. स. १८४० साली अभ्यासला होता. १९२३ साली वर्गीस यांनी अमेरिकेतील शिकागो शहराचा सखोल अभ्यास करून त्या शहराचा आकृतिबंध सैद्धांतिक स्वरूपात मांडला. हा सिद्धांत मांडत असताना नागरी भूमी उपाययोजनांतील संमिश्रता स्पष्ट करताना वर्गीस यांनी वनस्पतीशास्त्रातील काही संकल्पनांचा आधार घेतला. स्पर्धा, प्रभाव, स्थैर्य

आणि विकास ह्या घटना वनस्पतींच्या वाढीच्या संदर्भात विचारात घ्याव्या लागतात. ह्याच संकल्पनांचा विचार नागरी लोकसंख्येची आर्थिक क्षमता आणि भूमि उपयोजन या संदर्भात करावा लागतो. शहरात मर्यादित क्षेत्रामुळे स्पर्धा असते. आर्थिकदृष्ट्या जे गट प्रभावी ठरतात, त्यांना त्यांच्या निवडीनुसार ठरावीक क्षेत्रात स्थैर्य लाभते व त्या क्षेत्राचा विकास होत असतो. आर्थिकदृष्ट्या जे लोक दुर्बल ठरतात त्यांना अशा क्षेत्र निवडीबाबत प्राधान्य मिळत नाही. त्यामुळेच आर्थिक क्रियाक्षेत्र आणि धनिकांचे वेगळे निवासक्षेत्र असे दोन भाग शहरात आढळतात.

वर्गीस यांच्या मतानुसार नागरी वस्तीत भूमी उपयोजन काही विशिष्ट पद्धतीने झालेले असते. भूमी उपयोजन समकेंद्री वर्तुळाच्या स्वरूपात होते. अशी साधारण पाच समकेंद्री वर्तुळे नगराच्या आकृतिबंधात आढळतात. या पाचही वर्तुळांतील भूमी उपयोजन खालीलप्रमाणे असते.

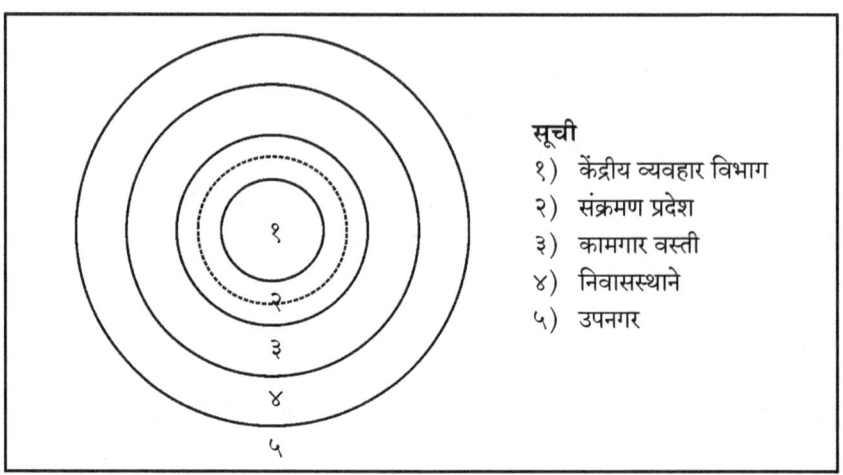

आकृती ५.१३ : वर्गीसचा सिद्धांत

अ) समकेंद्रवर्तुळ सिद्धांताचे विभाग -

१) केंद्रीय व्यवहार विभाग (CBD) (Central Business District) - शहराच्या मध्यवर्ती केंद्रीय व्यवहार विभाग असतो. नगरातील व्यापार, सांस्कृतिक आणि सामाजिक घडामोडींचे ते केंद्र असते. ह्या विभागात जाण्यासाठी अनेक वाहतूक मार्ग व वाहतूक व्यवस्था उपलब्ध असतात. कार्यालये, मोठी दुकाने, विविध वस्तूंची विक्री केंद्रे, उपाहारगृहे, चित्रपटगृहे या विभागात आढळतात. जमिनीची किंमत या विभागात सर्वाधिक असते.

२) संक्रमण प्रदेश (Transitional zone) - दुसरा विभाग संक्रमण प्रदेश असतो. या विभागातील भूमी उपययोजन संमिश्र स्वरूपाचे असते. विविध व्यापारी पतपेढ्या, दुकाने, लघु उद्योग, घरे, झोपड्या, यांच्या गर्दीमुळे ह्या विभागाची सुगमता बरीच कमी असते. निवासस्थानांची संख्या कमी असते. येथे राहणारे लोक हे कनिष्ठ मध्यवर्गातील असतात. हलक्या दर्जाची उपाहारगृहे व झोपड्या या विभागात आढळतात.

३) कामगार वस्ती (Labour settlement) - तिसऱ्या विभागात कामगारांची व नोकरदारांची घरे असतात.

या विभागात जुन्या इमारती आढळतात. दुसऱ्या विभागातील व्यापारी, कार्यालये व लघुउद्योग यामध्ये काम करणारे लोक या विभागात राहतात.

४) निवासस्थाने (Residence Zone) - चौथ्या विभागात मध्यम वर्गीयांची व श्रीमंतांची घरे असतात. अनेक एकमजली, दुमजली घरे, अत्याधुनिक अपार्टमेंट्स या विभागात असतात. अलीकडे औद्योगिक वसाहती या विभागाच्या बाह्य सीमारेषेवर निर्माण झालेल्या आढळतात. येथे राहणाऱ्या लोकांना सेवा पुरविणारे अनेक व्यवसाय या विभागात निर्माण झालेले असतात.

५) उपनगर (Suburban) - पाचव्या विभागात रोज शहरात जा-ये करू शकणारे लोक राहतात. हा विभाग नागरी व ग्रामीण प्रदेशा दरम्यानचा सीमाप्रदेश असतो. आवश्यक त्या सुविधा या विभागात आढळतात. श्रीमंत लोकांची आलिशान निवासस्थाने या विभागात असल्याने अनेक उच्चभ्रू करमणूक केंद्रे येथे आढळतात.

वर्गीस यांच्या मतानुसार गरिबांची घरे शहराच्या केंद्रीय विभागाजवळ असतात, तर धनिकांची घरे केंद्रीय व्यापार विभागापासून दूर असतात. वर्गीस यांच्या सिद्धांतात त्यांनी काही घटकांचा विचार केला आहे की जे समकेंद्री वर्तुळ आकृतिबंधात काही बदल घडवू शकतात.

उदा. - शहराच्या मध्यभागी एखादा उंचवट्याचा प्रदेश आल्यास तो उंचवट्याचा भाग धनिकांच्या निवासस्थानासाठी वापरला जाईल, कारण अशा उंचवट्याच्या ठिकाणी हवामान आल्हाददायक असते व नैसर्गिक सौंदर्य असते. तसेच विस्तृत कारखान्यामुळे त्या समकेंद्री वर्तुळाचा आकृतिबंध बदलू शकतो. वर्गीसना आणखी एक वस्तुस्थिती जाणवली होती की निवासी क्षेत्रात आर्थिक व सामाजिक प्रतिष्ठेनुसार प्रतवारी झालेली असते. एकाच प्रकारची आर्थिक आणि सामाजिक प्रतिष्ठा असलेले लोक एकत्र राहतात.

सिद्धांत मांडताना वर्गीसनी सर्व शक्यतांचा विचार केला होता. नंतरच्या काळात या सिद्धांतावर व आकृतिबंधाच्या स्पष्टीकरणावर टीका करण्यात आली.

ब) वर्गीसच्या सिद्धांतावरील आक्षेप

वर्गीसच्या सिद्धांतावर नंतरच्या काळात काही आक्षेप घेण्यात आले. त्यामध्ये खालील पाच महत्त्वाचे मानले जातात.

१) सिद्धांत मांडताना भूमी उपयोजना, मानवाच्या आर्थिक हालचालींच्या वितरणाचा क्षितिजसमांतर विचार करण्यात आला. अनेकमजली इमारतींचा वापर विविध हालचालींसाठी होतो, याचा विचार फारसा करण्यात आला नाही.

२) कोणत्याही विभागात विभागाचे वेगळेपणा सिद्ध होईल इतकी एकसंधता आढळत नाही, तर प्रत्येक विभागात लक्षात येईल इतके वैशिष्ट्य आढळते.

३) हा सिद्धांत विशिष्ट काळात विशिष्ट प्रदेशातील शहरांचा अभ्यास करून मांडला गेला. अमेरिकन शहरांचा १९२० मध्ये अभ्यास केला. त्यामुळे या सिद्धांताला अनेक मर्यादा पडतात. हा सर्वत्र सारख्या प्रमाणात लागू पडत नाही.

४) १९३० नंतर पाश्चिमात्य नगरांच्या आकृतिबंधात काही मूलभूत बदल झाले.

उदा. केंद्रीय व्यवहार विभागाचे महत्त्व कमी होऊन उपनगरीय व्यवहार विभाग निर्माण झाले. या नवीन बदलांमुळे ह्या सिद्धांताची उपयुक्तता आणखीनच कमी झाली.

५) औद्योगिकीकरणपूर्व शहरात आजही धनिकांची घरे शहरांच्या मध्यवर्ती भागात व कनिष्ठ मध्यमवर्गीयांची घरे मध्यवर्ती भागापासून लांब आढळतात, कारण नगराच्या मध्यवर्ती भागापासून जसजसे दूर जावे, तसतशी जमिनीची किंमत कमी कमी होत जाते. या वस्तुस्थितीचा विचार या सिद्धांतात नाही.

या सिद्धांतावर आक्षेप घेण्यात आले. तरीही या सिद्धांतात मांडली गेलेली केंद्रीय व्यवहार विभाग ही संकल्पना खूप अभ्यासली गेली.

क) केंद्रीय व्यवहार विभाग : स्वरूप - (Central Business District) (CBD)

शहराचा गाभा आणि केंद्रीय व्यवहार विभाग ह्या दोन्ही संकल्पना एकमेकांपासून भिन्न आहेत. शहराचा जो जुना भाग असतो, या भागाभोवती नागरी वस्तीची वाढ होते. मूळ वस्ती ज्या काळात निर्माण झालेली असते. त्या काळातील संस्कृतीचे प्रतिबिंब वास्तू, रस्ते यांच्या रूपाने शहराच्या गाभ्यात अस्तित्वात असते. हा गाभा अनियोजित स्वरूपाचा असतो.

५) केंद्रीय व्यवहार विभागाची वैशिष्ट्ये - (Characteristics of Central Business District.) - केंद्रीय व्यवहार विभाग म्हणजे शहराचा गाभा नाही. केंद्रीय व्यवहार विभाग पाश्चिमात्य शहरात किंवा ब्रिटिशांच्या आमदनीत विकसित झालेल्या शहरात आढळतो. केंद्रीय व्यवहार विभागाची खालील नऊ वैशिष्ट्ये महत्त्वाची मानली जातात.

१) हा विभाग शहरातील सर्वांत सुगम (Accessible) भाग असतो. सर्व वाहतूक मार्गांच्या मध्यवर्ती स्थानी असतो.

२) या विभागात व्यापारी हालचालींची स्पर्धा सुरू असते. ह्या हालचालींसाठी केंद्रीय व्यवहार विभाग हा सर्वांत योग्य विभाग असतो. ह्या स्पर्धेमुळे केंद्रीय व्यवहार विभागातील जमिनीच्या किमती सर्वांत अधिक असतात.

३) व्यापारी हालचालींची एक विशिष्ट साखळी केंद्रीय व्यवहार विभागात निर्माण झालेली असते.

४) अनेक लोकांशी वैयक्तिक व्यापारी संबंध ठेवणे शक्य असल्याने अनेक पतपेढ्या, कार्यालये या विभागात निर्माण झालेली असतात.

५) या विभागाचा विकास विसाव्या शतकात झाल्याने ह्या विभागात जुन्या इमारतींपासून नव्या अनेकमजली इमारतींपर्यंतच्या वास्तु आढळतात.

६) या विभागात कारखानदारीची वाढ झालेली नसते.

७) या विभागात निवासी लोकांची संख्या अगदीच मर्यादित असते, त्यामुळे दिवसा या विभागात अधिक लोकांची वर्दळ असते. रात्री हा भाग फारच शांत असतो. त्यामुळे केंद्रीय व्यवहार विभागाला 'अचेतन हृदय' (Dead heart) असे म्हटले आहे.

८) या विभागाची मर्यादा तीव्र नसते. एखाद्या सरळ रेषेने केंद्रीय व्यवहार विभागाची मर्यादा दाखविता येत नाही. केंद्रीय व्यवहार विभागाची मर्यादा ही सीमा भागाच्या स्वरूपात असते.

९) केंद्रीय व्यवहार विभागाच्या क्षितिज समांतर विस्ताराला मर्यादा असतात, त्यामुळे विभागाचा विस्तार उभ्या दिशेने गगनचुंबी इमारतीच्या स्वरूपात होत असतो.

२) वर्तुळ विभाग सिद्धांत (The sector model)

हॉईटचा वर्तुळ विभाग सिद्धांत

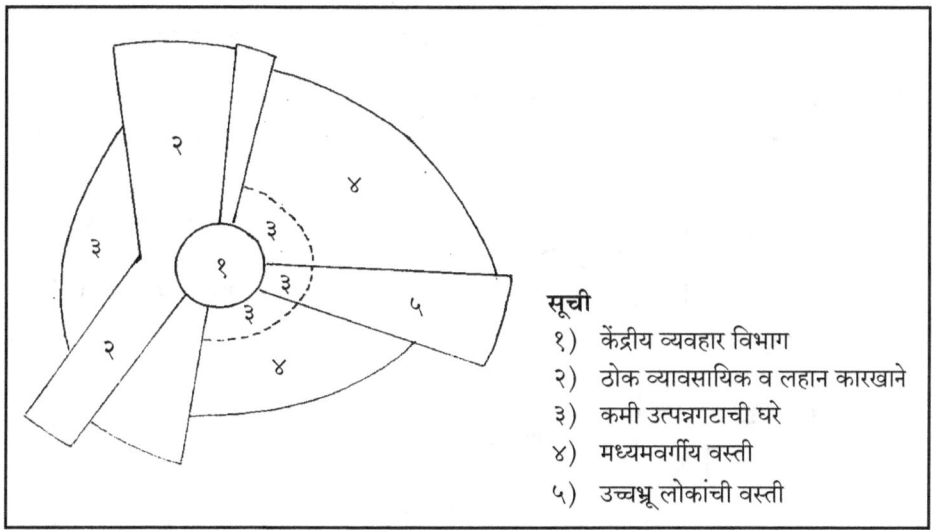

२
४
३
३
१
३
५
३
२
४
सूची
१) केंद्रीय व्यवहार विभाग
२) ठोक व्यावसायिक व लहान कारखाने
३) कमी उत्पन्नगटाची घरे
४) मध्यमवर्गीय वस्ती
५) उच्चभ्रू लोकांची वस्ती

आकृती ५.१४ : वर्तुळ विभाग सिद्धांत

वर्तुळ विभाग सिद्धांत होमर हॉईट (Homer Hoyt) यांनी मांडला. हा सिद्धांत म्हणजे वर्गीसच्या समकेंद्री वर्तुळ सिद्धांतातील सुधारणा होय. शहराच्या केंद्र भागापासून दूर जावे तसतशी जमिनीची किंमत कमी होत जाते. शहराच्या केंद्र भागात ती सर्वाधिक असते. या वस्तुस्थितीचा विचार हॉईट याने वर्तुळ विभाग सिद्धांत मांडताना केला आहे. जमिनीच्या किमतीचा विचार करता शहराचा आकृतिबंध वर्तुळाकृती न राहता वर्तुळ विभागात तो बदलतो. हा सिद्धांत मांडण्यापूर्वी हॉईटने चार गोष्टी खालीलप्रमाणे स्पष्ट केल्या होत्या.

१) प्रत्येक वर्गाची निवासक्षेत्रे केंद्रभागापासून दूर असतात व ती छोट्या विभागाच्या स्वरूपात अस्तित्वात असतात.

२) या विभागांची वाढ मध्यभागापासून असलेल्या अंतरावर अवलंबून नसते, तर त्या विभागाच्या दिशेवर अवलंबून असते.

३) शहरातील वाहतुकीच्या सोयी सर्व दिशांना सारख्या नसतात. वाहतूक साधनांमधील सुगमतेतील हा फरक विभागाच्या निश्चितीवर परिणाम करतो.

४) उच्चभ्रू निवासी क्षेत्रांच्या स्थानाचा परिणाम शहरांच्या विकास, वाढीवर होतो.

अ) वर्तुळ विभाग सिद्धांताचे विभाग - वरील सर्व गृहीत तत्त्वांचा विचार करून हॉईटने त्याचा सिद्धांत खालीलप्रमाणे पाच घटकांमध्ये वर्गीकृत केला.

१) शहराच्या मध्यभागी केंद्रीय व्यवहार विभाग असतो. या विभागाची वैशिष्ट्ये वर्गीस यांच्या सिद्धांतातील मताप्रमाणेच आहेत.

२) या केंद्रीय व्यवहार विभागांभोवती वर्तुळाकृती विभाग निर्माण न होता वर्तुळ विभाग निर्माण होतात. दुसऱ्या विभागात ठोक व्यापारी व लहान व्यावसायिक असतात. वाहतुकीच्या सोयींनुसार हा विभाग विकसित होत जातो.

३) तिसऱ्या क्रमांकाच्या विभागात श्रमिकांची घरे असतात.
४) चौथ्या विभागात मध्यमवर्गीयांची घरे असतात.
५) पाचव्या विभागात श्रीमंतांची, उच्चवर्गीयांची निवासस्थाने असतात.

हॉईटचा हा सिद्धांत समकेंद्री वर्तुळ विभाग सिद्धांताला पूरक असा आहे.

३) बहुकेंद्र सिद्धांत (The Multiple Nuclei Model.)

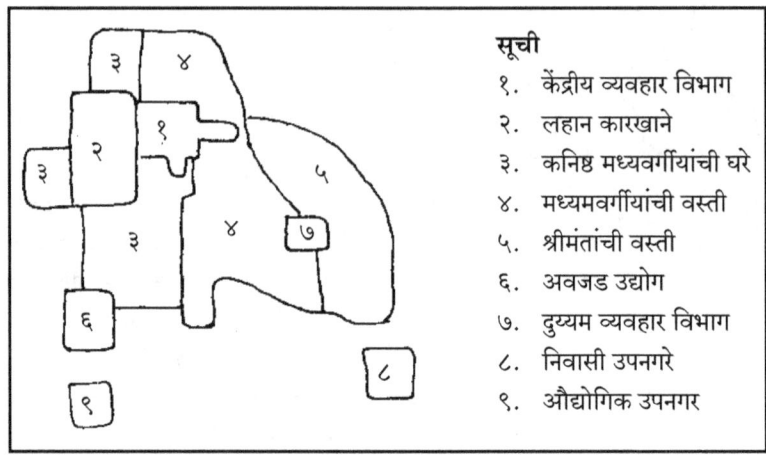

३
४
१
२
३
५
३
४
७
६
८
९
सूची
१. केंद्रीय व्यवहार विभाग
२. लहान कारखाने
३. कनिष्ठ मध्यवर्गीयांची घरे
४. मध्यमवर्गीयांची वस्ती
५. श्रीमंतांची वस्ती
६. अवजड उद्योग
७. दुय्यम व्यवहार विभाग
८. निवासी उपनगरे
९. औद्योगिक उपनगर

आकृती ५.१५ : बहुकेंद्र सिद्धांत

बहुकेंद्र सिद्धांत हॅरिस व उल्मन या दोन अभ्यासकांनी मांडला. समकेंद्री वर्तुळ विभाग सिद्धांत व वर्तुळ विभाग सिद्धांत या दोन्ही सिद्धांतांत शहराची वाढ एकाच केंद्राभोवती होते असे मांडले आहे. बहुकेंद्र सिद्धांतात नेमके विरुद्ध विचार मांडलेले आढळतात.

अ) बहुकेंद्र सिद्धांताची वैशिष्ट्ये -

१) शहराची वाढ एकाच केंद्रांभोवती न होता ती अनेक केंद्रांभोवती होत असते.
२) केंद्रांची संख्या शहराच्या आकारावर व विस्तारावर अवलंबून असते.
३) मोठ्या शहरात अशी जास्त व वैशिष्ट्यपूर्ण केंद्रे आढळतात.
४) शहराच्या वाढीचा प्रभाव सभोवतालच्या ग्रामीण वस्त्यांवर पडतो व त्यातून नागरीकरणाला सुरुवात होते.

ब) बहुकेंद्रांच्या निर्मितीची कारणे -

हॅरिस व उल्मन यांनी या बहुकेंद्रांच्या निर्मितीची निश्चित अशी खालील चार कारणे सांगितली आहेत.

१) प्रत्येक आर्थिक हालचालीला काही वैशिष्ट्यपूर्ण गोष्टींची आवश्यकता असते.
२) समान स्वरूपाच्या आर्थिक हालचाली एकत्र असणे योग्य ठरते.
३) काही हालचाली एकत्र असूच शकत नाहीत.
४) प्रत्येक हालचालीची गुंतवणूकक्षमता वेगवेगळी असते.

वरील सर्व कारणांमुळे शहरात केंद्रीय व्यवहार विभागाखेरीज अनेक केंद्रांची निर्मिती होते व शहरांची वाढ त्या केंद्रांभोवती होते.

क) बहुकेंद्र सिद्धांताचे विभाग

बहुकेंद्र सिद्धांताचे खालील नऊ विभाग आहेत.

१) पहिल्या विभागात शहरात एक केंद्रीय व्यवहार विभाग असतो.

२) दुसऱ्या विभागात केंद्रीय व्यवहार विभागाखेरीज ठोक विक्री करणारे व्यापारी व लघुउद्योग आढळतात.

३) तिसऱ्या विभागात कनिष्ठ वर्गातील श्रमिकांची घरे असतात. हा विभाग पहिल्या, दुसऱ्या व सहाव्या विभागाजवळ असतो. त्यामुळे या श्रमिकांना कामासाठी जा-ये करणे सोपे जाते.

४) चौथ्या विभागात मध्यम वर्गीयांची निवासस्थाने असतात.

५) पाचव्या विभागात श्रीमंतांची व उच्चमध्यम वर्गीयांची घरे असतात.

६) सहाव्या विभागात अवजड उद्योग विकसित होतात.

७) सातव्या विभागात उपकेंद्रीय व्यवहार निर्माण होतो. चौथ्या व पाचव्या विभागांतील लोकांना आवश्यक असणाऱ्या सर्व सेवा या विभागात निर्माण होतात.

८) हा विभाग शहराच्या सीमेबाहेर असतो. निवासी उपनगर या ठिकाणी असते.

९) हा विभागही शहराच्या सीमेबाहेर असतो. अवजड उद्योगांची स्थापना या विभागात होते.

या सिद्धांतानुसार अनेक शहरांची वाढ झालेली आढळते. आतापर्यंत पाहिलेल्या तीनही सिद्धांतांपैकी बहुकेंद्र सिद्धांत हा नगराच्या वाढीवर, विकासावर अधिक प्रकाश टाकतो. तथापि, कोणत्याही शहराची वाढ या तिन्ही सिद्धांतांप्रमाणे झालेली आढळत नाही. तिन्ही सिद्धांतामधील वाढीची वैशिष्ट्ये एकत्रितरीत्या शहराचा विकास स्पष्ट करू शकतात.

नागरी समस्या :

नागरीकरणाचे पर्यावरणावर विविध प्रकारचे दुष्परिणाम होतात. नागरीकरणामुळे पर्यावरणाच्या गुणवत्तेचा ऱ्हास होतो. त्यातूनच अनेक समस्या निर्माण होतात. या समस्या लक्षात घेतल्या म्हणजे नागरीकरणाचे पर्यावरणावरील परिणाम स्पष्टपणे निदर्शनास येतात. नागरीकरणामुळे नागरी भागातील नैसर्गिक व सांस्कृतिक पर्यावरणावर परिणाम होतो. ज्या देशांमध्ये अतिनागरीकरण घडून आलेले आहे, तेथे पर्यावरणीय समस्यांची तीव्रता अधिक आढळते. सर्वसाधारणपणे खालील पर्यावरणीय समस्या नागरी भागात निर्माण होत आहेत व त्यामुळे पर्यावरणाच्या गुणवत्तेचा ऱ्हास होत असल्याचे आढळते.

नागरीकरणाच्या समस्या खालीलप्रमाणे -

१) निवास समस्या - ही सर्वात महत्त्वाची समस्या आहे. नागरी भागात दिवसेंदिवस लोकसंख्येचे वाढते प्रमाण, विविध प्रकारचे उद्योगधंदे, दुकाने यामुळे राहण्यास घर मिळणे अतिशय कठीण झाले आहे. राहण्याच्या जागेची टंचाई निर्माण झाल्यामुळे कमीतकमी जागेत जास्तीतजास्त लोक राहात आहेत. जगातील सर्व देशांमध्ये नागरी भागात घरे बांधून देण्याचे काम चालू आहे; पण मागणीचे प्रमाण सारखेच वाढत असल्याने घरांची गरज पूर्ण होत नाही. उलट ती जास्त प्रमाणात वाढतच आहे.

भारतीय जनगणना २०११च्या आकडेवारीनुसार भारतातील व महाराष्ट्रातील घरांच्या उपलब्धतेविषयी खालील सारणीवरून कल्पना येते.

(भारत व महाराष्ट्रातील घरांची संख्या व घरांच्या वापराचे प्रमाण)

तक्ता क्र. : ५.१

		भारत	महाराष्ट्र
१)	घरांची संख्या	३३०,८३५,७६७	३३,५६९,७६२
२)	मोकळी घरे	२४,६७२,९६८	३,७६८,६९९
३)	उपयोगातील घरे	३०६,१६२,७९९	२९,८०१,०६३
४)	निवासी वापर	७७.१%	७७.८%
५)	निवासी व इतर वापर	२.८%	१.८%
६)	दुकान / ऑफीस	५.८%	६.६%
७)	शाळा / महाविद्यालय	०.७%	०.७%
८)	हॉटेल / लॉज / गेस्ट हाऊस	०.२%	०.४%
९)	कारखाने / वर्कशॉप	०.८%	०.३%
१०)	हॉस्पिटल / दवाखाना	०.२%	०.७%
११)	धार्मिक वापर	१.०%	१.३%
१२)	निवासाशिवाय इतर	११.०%	०.९%
१३)	बंद घरे	०.४%	९.५%

(Source - HH - Series Tables - Census of India 2011)

याशिवाय उपलब्ध घरांमधील खोल्यांच्या संख्येनुसार खालीलप्रमाणे स्थिती आढळून येते.

तक्ता क्र. : ५.२

	खोल्यांची संख्या	भारतातील स्थिती	महाराष्ट्रातील स्थिती.
१)	स्वतंत्र खोली म्हणता येत नाही असे	३.९%	४.२%
२)	१ खोली असलेली घरे	३७.१%	४२.०६%
३)	२ खोल्या असलेली घरे	३१.७%	३२.१९%
४)	३ खोल्या असलेली घरे	१४.५%	१३.४३%
५)	४ खोल्या असलेली घरे	७.४%	५.१७%
६)	५ खोल्या असलेली घरे	२.६%	१.४७%
७)	६ व त्यापेक्षा जास्त खोल्या असलेली घरे	२.८%	१.४२%

(Source - HH - Series Tables - Census of India 2011)

२) झोपडपट्टीची समस्या - राहत्या जागेच्या टंचाईमुळे नागरी भागात झोपडपट्ट्या किंवा गलिच्छ वस्त्यांची निर्मिती झालेली आढळते. आज विकसित व विकसनशील देशांमध्ये नागरी भागात फार मोठ्या प्रमाणात झोपडपट्ट्या किंवा गलिच्छ वस्त्या निर्माण झालेल्या आढळतात. उदा. मुंबई, कोलकाता, दिल्ली, चेन्नई, कराची, कोलंबो, शांघाय, ढाका यासारख्या शहरांमध्ये झोपडपट्ट्या किंवा गलिच्छ वस्त्यांचा प्रश्न गंभीर स्वरूपाचा झाला आहे. मुंबईतील धारावी झोपडपट्टी ही आशिया खंडातील सर्वात मोठी झोपडपट्टी आहे. विकसनशील देशांमधील महानगरांमध्ये राहत्या जागेच्या टंचाईमुळे लाखो लोक गलिच्छ वस्त्यांमध्ये तसेच फुटपाथ किंवा पुलांखाली राहात आहेत.

खालील सारणीत राज्यातील एकूण लोकसंख्येच्या किती टक्के लोकसंख्या झोपडपट्टीत राहते ते दर्शविले आहे.

तक्ता क्र. : ५.३

	राज्य	झोपडपट्टीत राहणारी लोकसंख्या (आकडेवारीची टक्केवारी)
१)	मेघालय	४१.३३%
२)	हरियाना	३३.०६%
३)	आंध्र प्रदेश	३२.६९%
४)	महाराष्ट्र	३१.६५%
५)	चंदीगड	२९.२७%

खालील सारणीत महाराष्ट्रातील प्रमुख शहरांमधील झोपडपट्टीतील लोकसंख्येची टक्केवारी दिलेली आहे.

तक्ता क्र. : ५.४

	शहर	झोपडपट्टीतील लोकसंख्या	शहराच्या एकूण लोकसंख्येशी प्रमाण %
१)	मुंबई	५.८ दशलक्ष	४८.८८%
२)	दिल्ली	१.८ दशलक्ष	१८.८९%
३)	कोलकाता	१.४ दशलक्ष	३२.५५%
४)	पुणे	०.५३ दशलक्ष	२०.९१%
५)	नागपूर	०.७२ दशलक्ष	३५.४२%
६)	ठाणे	०.४२ दशलक्ष	३३.३१%
७)	नाशिक	०.१४ दशलक्ष	१३.२१%
८)	पिंपरी-चिंचवड	०.१२ दशलक्ष संदर्भ : (जनगणना २००१)	१२.८५%

नागरी भागातील झोपडपट्ट्या किंवा गलिच्छ वस्त्या म्हणजे भयानक विषमतेचे प्रतीक असते. या वस्त्यांमध्ये सूर्यप्रकाश, स्वच्छता इत्यादी गोष्टींचा अभाव असतो, कारण त्या अतिशय दाटीवाटीने वसलेल्या असतात.

तसेच झोपडपट्ट्यांमध्ये अपुरा पाणीपुरवठा, शौचकूपांच्या अपुऱ्या सोयी व सांडपाण्याची गैरव्यवस्था यामुळे गलिच्छ वातावरण निर्माण होऊन वातावरणात दुर्गंधी निर्माण झालेली असते. झोपडपट्ट्यांमध्ये सामाजिक, आर्थिक, मानसिक व आरोग्यविषयक समस्या गंभीर स्वरूपात निर्माण होतात. तेथे सांस्कृतिक पर्यावरण बिघडून बकाल वातावरण निर्माण होते.

त्याचप्रमाणे राहत्या जागेच्या टंचाईमुळे नागरी भागात जागेचा प्रश्न सोडविण्यासाठी उंच उंच इमारती निर्माण होतात; परंतु या उंच इमारतींमुळे हवा तेवढा सूर्यप्रकाश नागरिकांना प्राप्त होत नाही. तसेच उंच इमारतींमुळे हवा खेळती राहात नाही. परिणामी अशा भागातही कोंदट वातावरण निर्माण होते.

३) पाणीपुरवठ्याचा तुटवडा – जेव्हा नागरीकरणाचे प्रमाण कमी होते व शहरांची वाढदेखील मर्यादित प्रमाणात होती, तेव्हा त्या शहरांमध्ये पुरेसा व शुद्ध स्वरूपात पाण्याचा पुरवठा होत असे; परंतु शहरांचा विकास झपाट्याने झाल्यामुळे सर्व ठिकाणी पुरेसा व शुद्ध पाण्याचा पुरवठा करणे अशक्य झाले आहे. जगातील बऱ्याच शहरांमध्ये नियमित व पुरेसा पाणीपुरवठा होत नाही, तसेच बऱ्याच वेळा कमी दाबाने पाणी सोडले जाते, त्यामुळे ते अपुरे असते.

पाणीपुरवठा – झकेरिया कमेटीच्या नुसार २ दशलक्षपेक्षा जास्त लोकसंख्येच्या शहरात प्रतिमाणशी प्रति दिनी २७२ लीटर पाणी पुरविले जावे व ५ लाख ते २ दशलक्ष दरम्यान लोकसंख्येच्या शहरात २०४ लीटर पाणी प्रति दिनी प्रति व्यक्ती उपलब्ध व्हावे, मात्र असे कोणत्याही शहरात होत नाही. व जे पाणी पुरविले जाते ते खालील स्रोतांपासून उपलब्ध होते.

तक्ता क्र. ५.५ : जनगणना २०११ च्या आकडेवारी नुसार

	पाणीपुरवठा	महाराष्ट्र	भारत
१)	शुद्धीकरण केलेले नळाचे पाणी	५६.३४%	३२.०%
२)	नळाचे परंतु शुद्धीकरण न केलेले	११.५५%	११.७%
३)	विहीर (झाकलेली)	२.२०%	१.६%
४)	विहीर (उघडी)	१२.२२%	९.४%
५)	हात पंप	९.८५%	३३.५%
६)	बोअरवेल	५.६६%	८.५%
७)	झरा	०.३४%	०.५%
८)	नदी	०.३६%	०.६०%
९)	तलाव	०.४०%	०.८०%
१०)	इतर	१.०३%	१.५०%

पावसाळ्यात सर्व लोकांना पुरेल एवढे पाणी शुद्ध होऊ शकत नसल्याने बऱ्याच वेळा गढूळ पाणी पुरविले जाते. हे पाणी दूषित असल्याने अनेक साथीचे रोग पसरले जातात. उदा. गॅस्ट्रो, कावीळ, विषमज्वर इत्यादी.

तसेच अपुऱ्या पाणीपुरवठ्यामुळे सार्वजनिक नळांच्या ठिकाणी पाण्यासाठी झुंबड उडालेली असते.

बऱ्याच वेळा पाण्यावरून भांडणे, मारामाऱ्या होतात. यामुळे तेथील समाजाचे मानसिक व सामाजिक स्वास्थ्य बिघडते.

४) वाहतूक समस्या - नागरीकरणामुळे नागरी भागात वाहतुकीची समस्या दिवसेंदिवस बिकट होत चाललेली आहे. वाहतुकीसाठी रस्तेमार्ग, लोहमार्ग व काही ठिकाणी जलमार्ग व हवाईमार्गही वापरात आणले जातात. रस्ते मार्गावरून बसेस, मोटारी, टॅक्सी, रिक्षा, मोटारसायकल यांचा वापर वाहतुकीचे साधन म्हणून मोठ्या प्रमाणात केला जातो. शहरांचा विकास मोठ्या प्रमाणात झाल्यामुळे शहरातील रस्त्यांवर वाहनांची व प्रवाशांची फारच गर्दी उसळलेली असते, त्यामुळे रस्ते अपुरे पडू लागले आहेत. काही कारणांमुळे वाहतूकव्यवस्था बंद पडली तर वाहनांची लांबच्या लांब रांग लागते व परत वाहतूकव्यवस्था सुरळीत करणे कठीण जाते. शहरात वाहतूक व्यवस्था बंद पडणे ही नित्याचीच बाब ठरत आहे. थोडे अंतर प्रवास करण्यासाठी प्रमाणापेक्षा फारच वेळ लागतो. तसेच प्रवासात गाड्या वेळेवर मिळण्यासाठी अतिशय धावपळ करावी लागते. कारखाने, शाळा, महाविद्यालये, प्रशासकीय कार्यालये येथे वेळेत पोहोचण्यासाठी अनेकांना एक किंवा दोन तास आधीच घरून निघावे लागते. पुन्हा घरी येतानाही तीच जीवघेणी धावपळ करावी लागते; परंतु यामुळे शारीरिक आणि मानसिक थकवा निर्माण होतो व त्याचा परिणाम कार्यक्षमता कमी होण्यावर होतो.

रस्त्यांवर वाहतूकसाधनांची गर्दी असल्याने बऱ्याच वेळा वाहनचालकांची थोडी जरी चूक झाली तरी अपघात होतात. त्यात बऱ्याच वेळा काही व्यक्ती मृत्युमुखी पडतात. भारतात सुमारे १७ दशलक्ष वाहने नागरी भागात केंद्रित झालेली आढळतात. विशेषत: दिल्ली, मुंबई, चेन्नई व कोलकाता या महानगरांमध्ये वाहनांचे फारच मोठे केंद्रीकरण झालेले आढळते.

भारतातील मुंबई, चेन्नई, अहमदाबाद व पुणे या शहरात रस्ते व इतर वाहतूक साधनांची सुगमता आहे, मात्र एकट्या दिल्लीतील समस्या विचारात घेतली तरी देशातील वाहतूकसमस्या लक्षात येतील २००४ मध्ये दिल्लीमध्ये ४४ लाख वाहने होती. ही संख्या एका सर्वेक्षणानुसार २०२१ मध्ये ८८ लाख इतकी होईल. गाड्यांची संख्या व रस्त्याची लांबी याचे गुणोत्तर दिल्ली शहरासाठी काढले असता

इ. स. १९७१ मध्ये ३ कि.मी. / प्रती वाहन
१९८१ मध्ये २ कि.मी. / प्रती वाहन
१९९१ मध्ये १.३ कि.मी. / प्रती वाहन
१९९८ मध्ये ०.६८ कि.मी. / प्रती वाहन
२००४ मध्ये ०.२३ कि.मी. / प्रती वाहन

इतका रस्ता उपलब्ध आहे. म्हणूनच असे म्हटले जाते की २०२१ मध्ये पायी चालणारी व्यक्ती दिल्लीमध्ये कारपेक्षा वेगाने जाईल.

५) ऊर्जासंपत्तीवर ताण - अतिनागरीकरणामुळे नागरी भागात विविध प्रकारच्या ऊर्जा संपत्तीवर प्रचंड ताण पडतो. नागरी भागात रस्त्यांचे जाळे व इमारतींची गर्दी यामुळे ऊर्जा वितरण करणे अवघड होते. जून २००५ मध्ये मुबलक पर्जन्यवृष्टी होऊनही विजेच्या अतिरिक्त मागणीमुळे संपूर्ण महाराष्ट्रात (मुंबई वगळून) (मार्च २००६ पर्यंत) शहरी भागात ५ तासांचे तर ग्रामीण भागात १२ तासांचे भारनियमन केले जात होते. ज्या शहरांमध्ये रेल्वेवाहतूक विद्युतशक्तींवर अवलंबून आहे, तेथे काही कारणांनी विद्युत पुरवठ्यात अडथळा आला तर रेल्वे वाहतूक बंद पडते. त्यामुळे आकस्मितपणे इतर वाहतूकयंत्रणेवर ताण पडतो.

६) **प्रदूषण** – नागरीकरणामुळे निर्माण होणाऱ्या विविध पर्यावरणीय समस्यांमध्ये प्रदूषण ही एक गंभीर समस्या आहे. प्रदूषणामुळे नागरी भागातील मानवी जीवनाचे अस्तित्व धोक्यात येते. प्रदूषणाचे दुष्परिणाम मानवाखेरीज पशुपक्षी, वनस्पती व इमारतींवरही मोठ्या प्रमाणात जाणवू लागले आहेत. प्रदूषण ही समस्या नागरी भागातच गंभीर स्वरूपात जाणवते. ग्रामीण भागात या समस्येची निर्मिती तीव्र स्वरूपात होत नाही. नागरी भागात खालील चार प्रकारचे प्रदूषण आढळते.

अ) हवा प्रदूषण – नागरी भागात विविध प्रकारच्या कारखान्यांचे केंद्रीकरण झालेले असते. तसेच प्रचंड लोकसंख्येमुळे स्वयंचलित वाहनांची संख्याही प्रचंड प्रमाणात असते. या विविध कारखान्यांमधून व स्वयंचलित वाहनांमधून जी विविध प्रकारची प्रदूषके बाहेर वातावरणात सोडली जातात, ती हवेत मिसळून हवेचे प्रदूषण होते. कारखान्यांच्या धुराड्यातून धूर, कार्बनचे सूक्ष्मकण आणि विषारी वायू वातावरणात सोडले जातात. ही प्रदूषके वातावरणात सोडल्यानंतर हवेत मिसळतात व हवा दूषित होते. कारखान्यांच्या धुराड्यातून जे विषारी वायू वातावरणात सोडले जातात, त्यामध्ये कार्बन मोनॉक्साईड, सल्फर डाय ऑक्साईड व कार्बनडाय ऑक्साईड इत्यादी विषारी वायूंचा समावेश होतो. मुंबई, कोलकाता, नवी दिल्ली, कानपूर, या शहरांमध्ये विविध प्रकारचे अनेक कारखाने असून या कारखान्यांमधून दररोज मोठ्या प्रमाणात विषारी वायू व इतर प्रदूषके वातावरणात सोडली जातात. त्यामुळे या शहरांमध्ये शुद्ध हवा मिळणे कठीण झाले आहे. स्वयंचलित वाहनांमध्ये खनिजतेल (पेट्रोल, डिझेल) इंधन म्हणून वापरले जाते. या इंधनांच्या अपूर्ण ज्वलनामुळे अनेक प्रकारचे विषारी वायू बाहेर पडतात. स्वयंचलित वाहनांमधून बाहेर पडणाऱ्या विषारी वायूंमध्ये प्रामुख्याने कार्बन मोनॉक्साईड, नायट्रोजन ऑक्साईड, हायड्रोकार्बन्स, आल्डेहाईड्स आणि लेड ऑक्साईड या विषारी वायूंचा समावेश होतो. हे विषारी वायू हवेत मिसळून हवा दूषित होते. सर्वसाधारणपणे नागरी भागात हवेचे जे प्रदूषण होते त्यापैकी सुमारे ५०% प्रदूषण हे स्वयंचलित वाहनांमधून बाहेर पडणाऱ्या विषारी वायूंमुळे होते. यावरील दोन कारणांखेरीज घरगुती कारणांमुळेदेखील हवेचे प्रदूषण होते. लाकूड, गोवऱ्या यांचा इंधन म्हणून उपयोग केल्यानंतर त्यांच्या ज्वलनातून जे विषारी घटक बाहेर पडतात, त्यामुळेही हवा दूषित होते; परंतु नागरी भागात अशा प्रकारे होणाऱ्या हवाप्रदूषणाचे प्रमाण फारच कमी आहे.

हवा प्रदूषणामुळे नागरी भागात मानवी आरोग्याला धोका निर्माण झाला आहे. श्वसनेंद्रियांच्या व मज्जासंस्थेच्या रोगांचे प्रमाण वाढले आहे. फ्ल्यू, दमा, क्षय, हृदयविकार, श्वासनलिकेचे व फुफ्फुसाचे कर्करोग यासारख्या रोगांचे प्रमाण वाढले आहे. इमारती व पुतळे हवा प्रदूषणामुळे वेगळे स्वरूप धारण करीत आहेत. मुंबईच्या ट्रॉम्बे भागात तेलशुद्धीकरण कारखाने, रासायनिक खत कारखाना व अणुभट्टी उभारलेली आहे. या विविध ठिकाणांहून बाहेर पडणाऱ्या दूषित वायूंमुळे चेंबूरला 'गॅस चेंबर' म्हणून ओळखले जाते. हवा प्रदूषणाचा नागरी भागातील वनस्पती जीवनावरही विपरित परिणाम झालेला आढळतो. नायट्रोजन ऑक्साईडमुळे वनस्पतींच्या प्रकाशसंश्लेषणाचा दर कमी होतो; परिणामी वनस्पतींची हानी होते.

ब) जलप्रदूषण – भारतातील बहुतेक शहरांमध्ये जलप्रदूषण ही एक गंभीर समस्या निर्माण झाली आहे. नागरी भागात कारखान्यांमधील व शहरांमधील सांडपाणी, सभोवताली असलेल्या नद्या, नाले, खाड्या व समुद्रांमध्ये सोडले जाते. यामुळे त्यातील पाणी दूषित होते. बऱ्याच वेळा हेच पाणी काही शहरांमध्ये पिण्यासाठी वापरले जाते. हे पाणी शुद्ध नसल्यामुळे अनेक रोग होतात. उदा. कार्बनी किंवा अकार्बनी संयुगेमिश्रित पाणी पिण्यात आल्यामुळे कॅन्सरसारखे भीषण रोग होतात. कार्बन टेट्रा क्लोराईडमुळे यकृतावर विपरित परिणाम होतो. कॅडमियम, क्रोमियम, एन्ड्रीन, बेंजीन तसेच फिनॉलमिश्रित दूषित पाणी जलचरांसाठी घातक असते.

आधुनिक काळात जलप्रदूषणाचे प्रमाण फारच वाढलेले आहे. भारतातील गंगा नदीच्या काठावरील शहरांमधून

गंगा नदीत सोडल्या जाणाऱ्या मैलापाणी व कारखान्यांमधील सांडपाण्यामुळे गंगा नदीचे प्रदूषण मोठ्या प्रमाणात झाले आहे. गंगा नदीत ११४ शहरांचे मलजल सोडले जाते. तसेच या नदीकाठावरील डी.डी.टी. फॅक्टरी, चर्मोद्योग व रबर कारखान्यांमधून दूषितके गंगा नदीत सोडली जातात. त्यामुळे पाणी दूषित झाले आहे.

आजच्या जगात सागरजलाचे प्रदूषण ही एक महत्त्वाची पर्यावरणीय समस्या आहे. सागरजलाच्या प्रदूषणास नागरीकरण मोठ्या प्रमाणात कारणीभूत आहे. जगातील अनेक मोठी शहरे समुद्रकिनारी वसलेली आहेत व सुमारे २/३ लोकसंख्या समुद्र किनारपट्टीलगत आहे. यामुळे मैला पाणी समुद्रात मिसळते व त्याचे प्रदूषण होते.

क) ध्वनिप्रदूषण - जेव्हा आवाजाची तीव्रता मानवाच्या सहनशक्तीपलीकडे जाते तेव्हा त्या मोठ्या आवाजामुळे ध्वनिप्रदूषण होते. नागरी भागात असे मोठे आवाज नेहमीच निर्माण होत असतात. महानगरांमध्ये तर या समस्येने फारच उग्र स्वरूप धारण केले आहे.

रस्त्यावरून आवाज करत जाणाऱ्या बसेस, मोटारी, दुचाकी वाहने व या वाहनांच्या हॉर्नचे आवाज, रेल्वे गाड्यांचा खडखडाट, कारखान्यांचे भोंगे, रेडिओ, टेपरेकॉर्डर, विविध कार्यक्रमांसाठी वापरले जाणारे कर्कश आवाजातील लाऊडस्पीकर, गर्दीचा आवाज, विमानांचा आवाज अशा विविध प्रकारे ध्वनिप्रदूषण होत असते. सर्वसामान्यपणे मनुष्य ८० डेसिबेल तीव्रतेचा ध्वनी सहन करू शकतो; पण नागरी भागात बऱ्याच वेळा ८० डेसिबेलपेक्षा जास्त तीव्रतेचा आवाज कानावर पडतो. त्यामुळे ध्वनिप्रदूषणासारखी गंभीर समस्या निर्माण होते. ध्वनिप्रदूषणामुळे श्रवणयंत्रणेत बिघाड, मनस्वास्थ्य बिघडणे, स्वभाव चिडखोर बनणे, निद्रानाश, अपचन, अनुत्साह असे परिणाम होतात. तसेच बहिरेपणा, रक्तदाब, हृदयविकार यासारखे आजारही निर्माण होतात. ध्वनिप्रदूषणामुळे मानवी शरीरावर, मनावर अनेक वेळा प्रतिकूल परिणाम होत जातो व हळूहळू दुर्बलपणा येऊ लागतो. आज जगातील नागरी भागात प्रामुख्याने मोठ्या शहरांमध्ये वरील परिणाम ठळकपणे दिसू लागले आहेत. उदा. शिकागो आंतरराष्ट्रीय विमानतळ जगातील सर्वात जास्त वर्दळीचा विमानतळ आहे. विमानतळाच्या १५ मैल त्रिज्येच्या भागातील बऱ्याच लोकांना बहिरेपणा आलेला आढळतो. अनेक लोकांना निद्रानाश झालेला आढळतो.

ड) घनकचरा प्रदूषण - प्रत्येक देशातील नागरी भागात नागरिकरणामुळे घनकचरा प्रदूषण ही एक गंभीर पर्यावरणीय समस्या निर्माण झालेली आहे. वाढत्या नागरीकरणामुळे तर कचऱ्याचे प्रमाण दिवसेंदिवस वाढतच आहे. नागरी भागात प्रामुख्याने घरातून टाकून दिलेले पदार्थ व कारखान्यातून टाकून दिलेले पदार्थ यांचा घन कचऱ्यामध्ये समावेश आढळतो. कचरा कुजल्यामुळे दुर्गंधी निर्माण होते. तसेच कचऱ्यामुळे जीवजंतूंचा प्रसार, रोगराई, अनारोग्य निर्माण होते. आज जगातील बहुतेक शहरांमध्ये कचऱ्याची योग्य विल्हेवाट लावली जात नसल्याने कचरा प्रदूषण मोठ्या प्रमाणात निर्माण झालेले आढळते.

उदा. संयुक्त संस्थानात दरवर्षी सुमारे १२५० लाख मे. टन केरकचरा (मलमूत्र सोडून) निर्माण होतो. भारतातील कोलकाता व मुंबई या दोन महानगरांमध्ये दररोज अनुक्रमे ४००० व ४५०० मे. टन कचरा निर्माण होतो. भारतात केरकचऱ्याच्या उत्पादनाचा दर प्रति व्यक्ती प्रति दिन ०.५ कि.ग्रॅ. आहे. जर्मनीमध्ये हेच प्रमाण १ कि.ग्रॅ. आहे. याचाच अर्थ नागरी भागात मोठ्या प्रमाणात केरकचऱ्याचे उत्पादन होते, त्यामुळे कचरा प्रदूषणही मोठ्या प्रमाणात होते.

विकसनशील देशांच्या नागरी भागाच्या तुलनेने विकसित देशांच्या नागरी भागात लोकांचे राहणीमान उच्च प्रतीचे असल्याकारणाने घनकचऱ्याचे उत्पादन ३ ते ४ पट अधिक आहे. परिणामी, कचरा प्रदूषणाचे प्रमाणही साहजिकच जवळपास ३ ते ४ पट अधिक आढळते.

७) जीवनस्पर्धा व अशांतता - नागरी भागात प्रचंड लोकसंख्येमुळे अत्यंत महत्त्वाची समस्या निर्माण होते, ती म्हणजे लोकसंख्येचा गुणात्मकदृष्ट्या होणारा ऱ्हास होय. मूलभूत गरजा पूर्ण करण्यासाठी तीव्र स्पर्धा निर्माण झाली की जीवनमान संघर्षमय बनते. परिणामी सांस्कृतिक मूल्ये ढासळू लागतात. भ्रष्टाचार, अनीति, काळा बाजार यांचे प्रमाण मोठ्या प्रमाणात वाढते. यातूनच सामाजिक व राष्ट्रीय भावनांचा क्षय होऊन जातीय व धार्मिक दंगली घडून येतात व समाजात अशांतता निर्माण होते.

८) जीवनावश्यक वस्तूंच्या पुरवठ्यात अडचणी - नागरी भागात लोकसंख्येची भरमसाठ वाढ, वाहतूक व्यवस्थेतील नाकेबंदी व त्यांची अकार्यक्षमता यामुळे जीवनावश्यक वस्तूंच्या पुरवठ्याबाबत अनेक अडचणी निर्माण होतात. अन्नधान्य, रॉकेल, गॅस, साखर, भाजीपाला वगैरे जीवनावश्यक वस्तू स्वस्त दरात व पुरेशा प्रमाणात उपलब्ध होत नाहीत. बऱ्याच वेळा कृत्रिम टंचाई निर्माण करून चढत्या भावाने वस्तूंची विक्री करणे ही एक नित्याची बाब होऊ लागलेली आहे.

जीवनावश्यक पदार्थांमध्ये कमी दर्जाचे पदार्थ टाकून भेसळयुक्त पदार्थ चांगल्या पदार्थांच्या भावाने विकतात. त्यामुळे चांगल्या दर्जाचे पदार्थ मिळणे तर कठीण झाले आहेच. त्याशिवाय भेसळयुक्त पदार्थांचा मानवी आरोग्यावर विपरित परिणाम होत आहे.

९) शैक्षणिक समस्या - नागरीकरणाचे सांस्कृतिक पर्यावरणावर जे विविध दुष्परिणाम होतात, त्यामध्ये शिक्षणविषयक समस्या हा एक महत्त्वाचा परिणाम आहे. नागरी भागात सर्व प्रकारच्या सुविधा असतात; परंतु तेथील लोकसंख्येच्या प्रमाणात शिक्षणाच्या सुविधा उपलब्ध नसतात. आज जगातील बहुतेक शहरांमध्ये प्राथमिक शाळांमध्ये मुलांना प्रवेश मिळणे कठीण होत आहे. बऱ्याच वेळा अशा शाळांमध्ये प्रवेशासाठी शाळांना देणगीदेखील दिली जाते. त्यातून भ्रष्टाचारास चालना मिळते. तसेच काही महाविद्यालये अतिशय कमी जागेत असल्याने त्यांना खेळाचे मैदान नसते. अशाही समस्या आढळतात. झोपडपट्टीत शैक्षणिक वातावरण नसल्याने तेथील बरीच मुले शाळेत जात नाहीत व त्यांचे शिक्षणात लक्षदेखील लागत नाही.

१०) औद्योगिक समस्या - काही नागरी भागांत उद्योगधंद्यांचे केंद्रीकरण झालेले आढळते. उदा. लंडन, मँचेस्टर, टोकिओ, बोस्टन, न्यूयॉर्क, पिट्सबर्ग, बीजिंग, मुंबई, कोलकाता, चेन्नई, दिल्ली इत्यादी शहरांमध्ये फार मोठ्या प्रमाणात उद्योगधंद्यांचे केंद्रीकरण झालेले आढळते. यामुळे नागरी भागात अनेक समस्या निर्माण होतात. उदा. प्रचंड प्रमाणात हवा, जल व ध्वनि प्रदूषण, वीजपुरवठ्यात अडचणी, आवश्यक कच्च्या मालाचा तुटवडा इ. नागरी भागात उद्योगधंद्यांच्या प्रमाणापेक्षा जास्त केंद्रीकरणामुळे वीजपुरवठ्यात तुटवडा निर्माण होत असल्याने प्रसंगी वीज कपातही करावी लागते.

११) उपनगरांची निर्मिती - नागरीकरणामुळे मुख्य नगरांची तर वाढ होतेच; परंतु मुख्य नगरासभोवताली उपनगरांची निर्मिती होते. या उपनगरांमध्ये सर्व नागरी सुविधा असतातच असे नाही. विशेषत: झोपडपट्ट्यांनी तयार झालेल्या उपनगरांमध्ये तर फारच समस्या असतात.

१२) जंगलसंपत्तीचा नाश - नागरीकरणामुळे कधीकधी जंगलसंपत्तीचा नाश होतो. जर एखाद्या नगरासभोवताली जंगल असेल, तर वाढत्या नागरीकरणाबरोबर त्या जंगलांचा नाश केला जातो. नगराचा विस्तार वाढत जातो व राहत्या जागेची टंचाई असते, तेव्हा लोक जंगल तोडून तेथे वस्ती निर्माण करतात. यामुळे लोकांचा जागेचा प्रश्न सुटतो, पण जंगलसंपत्तीचा मात्र नाश होतो.

ग्राम-नगर सीमान्त क्षेत्र (Rural Urban Fringe)

नागरी विभागाच्या बाह्य सीमा ओलांडून व ग्रामीण विभागाला सुरुवात होण्यापूर्वी नागरी व ग्रामीण प्रकारच्या भूमी उपयोजनाची सरमिसळ झालेला जो भाग असतो त्यास ग्राम-नगर सीमान्त क्षेत्र संबोधतात. या विभागात नागरी वा ग्रामीण विभागापेक्षा वेगळीच सांस्कृतिक दृष्ये पाहावयास मिळतात.

गॉलेज यांचे मते ग्राम-नगर सीमांत क्षेत्र म्हणजे 'भौगोलिक अनधिकृत भूमी' (Geographical no-man's land) होय. तर नगर व ग्रामीण विभाग यांच्या सीमेवरील या बहुविध प्रकारच्या भूमी उपयोजन असलेल्या विभागास 'श्री. वायसिंग'- अतिभिन्नतेचा प्रदेश- असे म्हणतात.

श्री. पहल (Pahl) या समाजशास्त्रज्ञाच्या मते- ग्रामनागरी सीमान्त क्षेत्रात नागरी भागातून लोक येतात. त्यातील बरेच लोक सुशिक्षित असल्याने येताना स्वत:बरोबर समाज-जागृतीची व राष्ट्रीय मूल्ये घेऊन येतात. त्यामुळे या विभागात सतत बदल होत असतात.

या विभागात सामान्यत: मध्यमवर्गीय, लगतच्या नगरावर अवलंबून असणारे लोक राहात असतात. या विभागाची खालील ठळक वैशिष्ट्ये आढळून येतात.

१) अत्यंत बदलशील व वैशिष्ट्यपूर्ण असलेला हा प्रदेश नागरी संस्कृतीशी पूर्णपणे एकरूप झालेला नसतो, तर तो अर्धग्रामीण असतो, कारण येथे राहणारे लोक हे ग्रामीण भागातील असतात. मात्र आर्थिक व सामाजिक दृष्ट्या ते नागरी भागावर अवलंबून असतात. विशेषत: रोजगारासाठी हे लोक नागरी भागावर अवलंबून असतात.

२) नगराचा विकास होत असताना परिसरातील काही ग्रामीण वस्त्या दुर्लक्षित राहतात किंवा शहर सीमा क्षेत्राच्या बाहेर असल्याने प्रशासकीय अडचणींमुळे विकासापासून दूर राहतात.

३) या क्षेत्रात कचरा डेपो, कत्तलखाने, स्मशाने, धान्याची कोठारे, दगडाची खाण, जनावरांचे कोंडवाडे व शहराबाहेरील परंतु महाग बाजारपेठा आढळून येतात.

४) नागरी वस्तीच्या सीमावर्ती क्षेत्रातील या प्रदेशात जमिनीच्या किमती अतिशय जास्त असतात. त्याचबरोबर शेताचा आकारही अतिशय लहान होत जातो, परंतु शेती अतिशय सखोलपणे केली जाते.

५) नागरिकरणाच्या परिणामातून या क्षेत्रातील भूमी उपयोजन सातत्याने बदलणारे असते.

६) ग्रामीण-नागरी स्थलांतराच्या परिणामातून शहराकडे येणारे लोक निवासासाठी प्रथम या क्षेत्राचा विचार करतात. यामुळे या भागात झोपडपट्ट्यांचीही निर्मिती होते.

७) मूळ रहिवासी व स्थलांतरित लोक यांच्यात सामाजिक तणाव निर्माण झालेला आढळतो.

८) भूमी उपयोजनाप्रमाणेच येथील लोकसंख्याही अस्थिर असते. व्यवसायासाठी किंवा निवासासाठी दुसरी चांगली जागा उपलब्ध झाली की लोक नवीन ठिकाणी जातात.

९) या ठिकाणचे भूमी उपयोजन सातत्याने कृषी भूमी उपयोजनातून निवासी वस्तीमध्ये बदलत जाते.

१०) वाढत्या वसाहतीच्या या क्षेत्रात नियोजनबद्ध वस्तीला वाव असतो, परंतु प्रत्यक्षात मात्र तसा विकास घडून येत नाही.

११) लोकोपयोगी सेवा-सुविधांचे केंद्रीकरण नागरी भागात झालेले असते. मात्र नव्याने विकसित होणाऱ्या या क्षेत्रात सेवा-सुविधांचा अभाव आढळून येतो.

अशा रीतीने नागरिकरणामुळे ग्राम-नगर सीमा क्षेत्रात वस्ती विकास घडून येतो. नगराच्या बदलत्या सीमांमुळे

काही दिवसांनंतर हा सीमान्त क्षेत्राचा भाग नागरी सीमांमध्ये समाविष्ट केला जातो. उदा. मुंबईतील तुर्भे-देवनार हा विभाग १९६० पूर्वी ग्राम-नगर विभागात होता. त्यामुळे या ठिकाणी खत कारखाना, तेल-शुद्धीकरण कारखाना, कत्तलखाना असे भूमी उपयोजन होते. मात्र आज हा भाग मुंबई शहराच्या जवळ-जवळ मध्यवर्ती भागात मोडतो.

नागरी प्रभाव क्षेत्र (Sphere of Urban Influence)

सततच्या वाढत्या लोकसंख्येमुळे एखाद्या शहराची क्षेत्रीय कार्यशील व काळानुरूप वाढ होते त्यास नागरिकरण असे म्हणतात. नागरी वस्ती ही ग्रामीण वस्तीपेक्षा लोकसंख्या आकार, व्यवसाय, कार्ये व व्यक्तिमत्त्व या दृष्टींनी वेगळी असते. नागरी वस्तीतील सांस्कृतिक पर्यावरण मानवी संस्कृतीच्या विकासाला पोषक असते. ऐतिहासिक, भौगोलिक, सांस्कृतिक व आर्थिक घटकांच्या मदतीने नागरी वस्तीतील मानवी समूहांमध्ये क्षेत्रीय, सामाजिक व कार्यात्मक परिवर्तन घडू लागते. नागरी जीवन क्रांतिकारक वेगाने बदलू लागते. हा बदल होत असताना त्याचा प्रभाव फक्त नागरी वस्तीपुरता मर्यादित न राहता, नागरी वस्तीचा प्रभाव ग्रामीण जीवनावर पडू लागतो. नगरामुळे प्रभावित होणाऱ्या अशा क्षेत्रास नागरी प्रभावक्षेत्र (Sphere of Urban lnfluence) असे म्हणतात. नागरिकरण ही प्रक्रिया सातत्याने नगराचे व प्रभावक्षेत्राचे व्यक्तिमत्त्व बदलायला कारणीभूत ठरते.

नागरी प्रभाव-क्षेत्राचा विस्तार, नागरी वस्तीचे स्थान, दोन नगरांमधील अंतर व नागरी वस्त्यांना जोडणारी दळणवळणाची साधने यावर अवलंबून असतो. भौगोलिक अंतराच्या मर्यादेपेक्षाही आधुनिक काळात दळण-वळणाच्या साधनांच्या विकासामुळे शहरांच्या प्रभावक्षेत्रात वाढ झालेली दिसते.

उदा. पूर्वी मुंबई ते लंडन हे अंतर बोटीने सहा महिन्यांत कापले जाई. जे आज बोटीनेच सुमारे २० ते २१ दिवसांत कापले जाते. तर विमानाने हे अंतर ११ तासांत पूर्ण केले जाते. तर मुंबई ते लंडनमधील दोन व्यक्ती दळण-वळण साधनाद्वारे काही सेकंदात संवाद करू शकतात.

वृत्तपत्रे, नियतकालिके, शैक्षणिक सुविधा, वैद्यकीय व करमणूक सेवा, दूरध्वनी सेवा, आकाशवाणी केंद्राचे कार्यक्रम, व्यापारी सेवा इ. सेवा नागरी भागातून ग्रामीण भागात पुरविल्या जातात. तसेच अन्नधान्य, भाजीपाला, दूध, मांस, फळे, कामगार (मजूर) इ. सेवा नागरी भागास ग्रामीण भागाकडून पुरविल्या जातात. या वेगवेगळ्या सेवा सुविधांसाठी ग्रामीण व नागरी वस्त्यांचे स्वतंत्र प्रभावक्षेत्र असते व ग्रामीण-नागरी वस्त्यांमध्ये परस्परावलंबित्व आढळून येते. वरील सुविधांचे वितरण विचारात घेऊन एखाद्या ग्रामीण किंवा नागरी वस्तीचे प्रभावक्षेत्र निश्चित करता येते जे प्रत्येक सेवेसाठी वेगळे असू शकते.

अ) नागरी भागातून ग्रामीण वस्तीस उपलब्ध होणाऱ्या सुविधा खालीलप्रमाणे आहेत. ज्याच्या आधारे शहराचे प्रभावक्षेत्र निश्चित करता येते.

१) शहरातील शाळा, महाविद्यालये किंवा विद्यापीठे यात शिक्षणासाठी येणारे विद्यार्थी सभोवतालच्या भागातून किती अंतरावरून येतात.

२) शहरातून प्रसिद्ध होणारी वृत्तपत्रे, विशेषत: स्थानिक दैनिक वृत्तपत्रे शहरातून ग्रामीण भागात किती दूरपर्यंत जातात ते क्षेत्र.

३) शहरातून ग्रामीण भागात स्थानिक लोकांना सुविधा सेवा पुरविण्यासाठी ये-जा करण्यासाठी बस सेवा पुरविले जाणारे क्षेत्र.

४) शहरातून प्रक्षेपित होणारे आकाशवाणी केंद्राचे कार्यक्रम कुठपर्यंत उपलब्ध होतात किंवा कुठपर्यंत ऐकले जातात ते क्षेत्र.

५) शहरातून ग्रामीण भागात व्यापारी व वैद्यकीय सुविधा पुरविले जाणारे क्षेत्र.

६) याशिवाय इतर नागरी सुविधा शहरातून ग्रामीण भागात पुरविल्या जातात ते क्षेत्र.

वरील सर्व सुविधा व सेवांचा विचार करून नागरी प्रभावक्षेत्र निश्चित करता येते.

ग्रामीण भागाकडून पुरविल्या जाणाऱ्या सेवा विचारात घेऊन ग्रामीण भागाचा शहरावरील प्रभाव निश्चित करता येता. यामध्ये ग्रामीण भागातून येणारे विद्यार्थी, पेशंट्स (रोगी), वकिलांसाठीचे अशील इ. याशिवाय अन्नधान्य, भाजीपाला, दूध, मांस यासारखे घटक विचारात घेऊन संख्यात्मक व गुणात्मक पद्धतीने निरनिराळे नकाशे तयार करता येतात. अनेक भूगोलअभ्यासकांनी असे वेगवेगळ्या शहरांचे प्रभावक्षेत्र दर्शविणारे नकाशे तयार केले आहेत. उदाहरणासाठी शहराचे प्रभावक्षेत्र दर्शविणारा नकाशा दिला आहे.

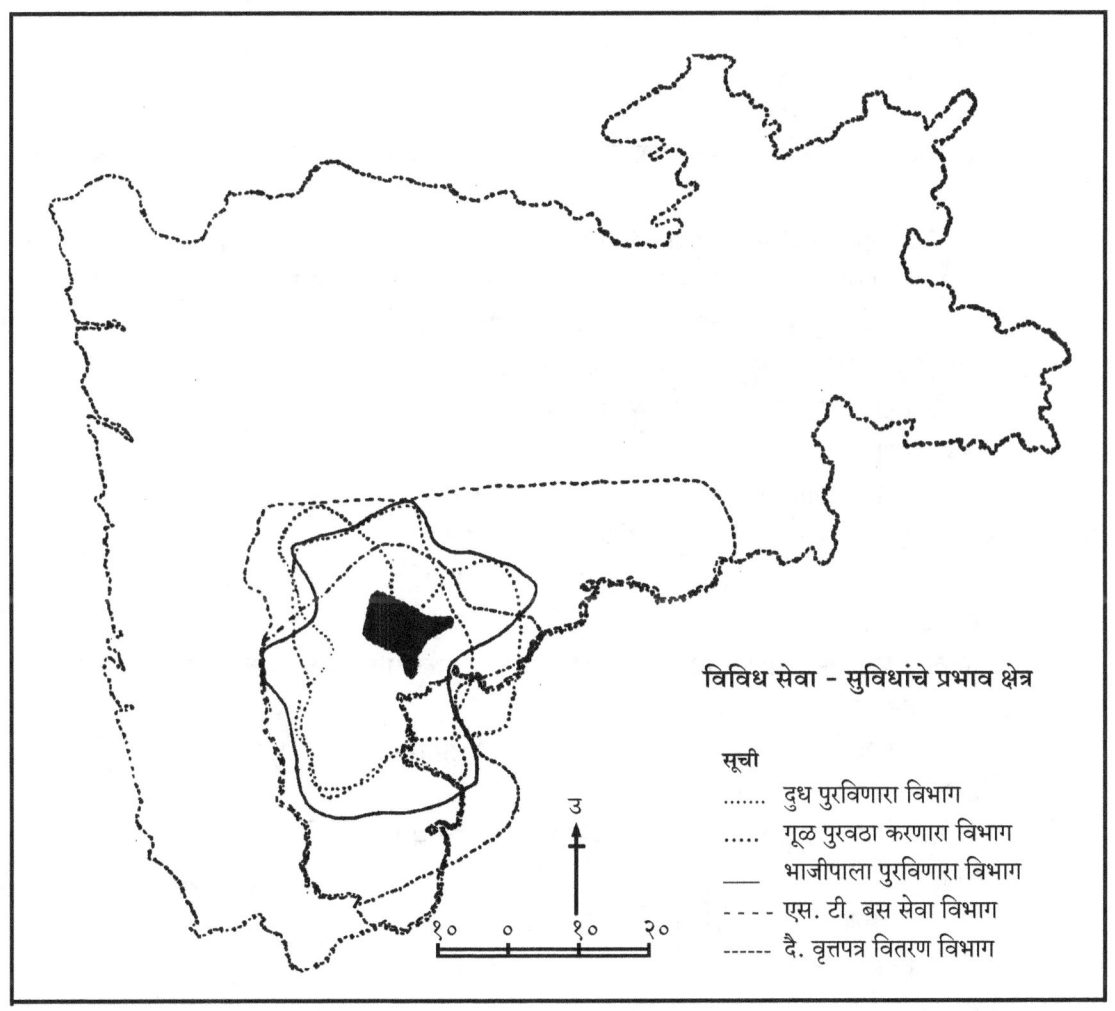

विविध सेवा - सुविधांचे प्रभाव क्षेत्र

सूची

.... दुध पुरविणारा विभाग

..... गूळ पुरवठा करणारा विभाग

___ भाजीपाला पुरविणारा विभाग

- - - - एस. टी. बस सेवा विभाग

------ दै. वृत्तपत्र वितरण विभाग

आकृती क्र. ५.१६

प्रश्न

१. जोड्या लावा.

अ गट	ब गट
अ) जागतिक टी. बी. दिन	१) ११ जुलै
ब) जागतिक आरोग्य दिन	२) २४ मार्च
क) जागतिक एड्स दिन	३) ७ एप्रिल
ड) जागतिक लोकसंख्या दिन	४) १ डिसेंबर

संकेतांक	अ	ब	क	ड
1)	III	II	I	IV
2)	I	II	III	IV
3)	II	III	IV	I
4)	IV	II	III	I

२. महाराष्ट्रात भारताच्या सर्व दिशांनी स्थलांतर होत असते. या बाबतीत खालीलपैकी कोणते विधान सत्य आहे ?

(१) महाराष्ट्रात होणारी एक-तृतीयांश स्थलांतरे बिहारमधून होतात.

(२) बंगालमधून येणारे ३० टक्क्यांपेक्षा जास्त स्थलांतरित पुरुष मुंबई उपनगर व ठाणे जिल्ह्यात येतात.

(३) पुण्यात येणारे बहुसंख्य स्थलांतरित पुरुष उत्तर कर्नाटकमधून येतात.

(४) नागपूरला येणारे स्थलांतरित पुरुष तमिळनाडूत येतात.

३. मानवी लोकसंख्या वाढीस कारणीभूत असणारे महत्त्वाचे घटक कोणते आहेत ?

(१) जन्म, मृत्यू (२) जन्म, स्थलांतर

(३) जन्म, मृत्यू, स्थलांतर (४) १ व २

४. वस्त्यांचे आकृतीबंधन ठरवण्याचा मुख्य निकष कोणता आहे ?

(१) घरांची संख्या (२) भूमितिक आकार

(३) घरांमधील अंतर (४) वरील सर्व

५. तापमानातील परिवर्तन, खाद्यसामग्रीची उपलब्धता / अनुपलब्धता आर्थिक व सामाजिक कारणामुळे .... घडून येते

(१) आंतर-प्रादेशिक स्थलांतर (२) नागरी- ग्रामीण स्थलांतर

(३) ठरावीक काळापुरते स्थलांतर (४) हंगामी स्थलांतर

६. महाराष्ट्रात सर्वात कमी औद्योगिक विकास असलेला प्रशासकीय विभाग कोणता ?

(१) अमरावती (२) पुणे (३) नाशिक (४) औरंगाबाद

७. मुख्य वस्ती व तिच्या सभोवताली घरांचे विलग-विलग समूह असणाऱ्या घरांच्या प्रकारास काय म्हणतात ?

(१) सघन ग्रामीण वस्त्या (२) विखुरित ग्रामीण वस्त्या

(३) संमिश्र ग्रामीण वस्ती (४) अखंडित ग्रामीण वस्ती

८. ग्रामीण व नागरी वसाहतीमधील फरक .... यांच्या आधारे करण्याचा प्रयत्न केला जातो.

(१) सामाजिक रचना (२) वसाहतीचा आकार

(३) लोकसंख्येची घनता (४) हे सर्व

९. २०११ जनगणनेनुसार भारताची लोकसंख्या घनता ....

(१) २५०-२९९ व्यक्ती प्रति चौ. कि. मी.

(२) ३००-३४९ व्यक्ती प्रति चौ. कि. मी.

(३) ३५०-३९९ व्यक्ती प्रति चौ. कि. मी.

(४) ४००-४५० व्यक्ती प्रति चौ. कि. मी.

१०. खालील विधान 'अ' आणि कारण 'र' वाचा

विधान अ - महाराष्ट्रातील पठारी प्रदेशात पुंजीकृत वस्त्यांचा आकृतीबंध आढळतो.

कारण र - महाराष्ट्रातील लाव्हा निर्मिती पठारी प्रदेशात सुपीक जमीन पाणी पुरवठ्याच्या चांगल्या सोयी व शेतीचा चांगला विकास आढळतो.

(१) 'अ' आणि 'र' ही दोन्ही विधाने सत्य असून 'र' हे 'अ' चे योग्य स्पष्टीकरण देते.

(२) 'अ' आणि 'र' ही दोन्ही विधाने सत्य असून 'र' हे 'अ' चे योग्य स्पष्टीकरण देत नाही.

(३) 'अ' सत्य असून 'र' असत्य आहे.

(४) 'अ' असत्य असून 'र' सत्य आहे.

११. मुंबईला ..... स्थान म्हणून महत्त्व आहे.

(१) तीर्थ

(२) साधन संपत्ती

(३) किनाऱ्यावरील परस्थ

(४) बेट

१२. कऱ्हाड .... .वसाहतीचे उदाहरण आहे.

(१) नद्यांच्या वळणावरील

(२) सरोवराच्या किनाऱ्यावरील

(३) नद्यांच्या संगमावरील

(४) नद्यांच्या काठावरील जुळ्या शहरांच्या

१४. एखाद्या महत्त्वाच्या व्यापारी मार्गावर बऱ्याचशा ग्रामीण आणि नागरी वसाहतीची निर्मिती होते याला .... असे म्हणतात.

(१) सीमावर्ती स्थिती

(२) रेषात्मक स्थिती

(३) मध्यवर्ती स्थिती

(४) वरील पैकी नाही

१५. २०११ च्या जनगणनेनुसार हरियाणा राज्याचे लिंगगुणोत्तर किती आहे ?

(१) ८५०-९५०/००० पुरुष

(२) ९०१-९५०/००० पुरुष

(३) ९५१-१०००/००० पुरुष

(४) वरीलपैकी नाही

१६. २०११ च्या जनगणनेनुसार जास्त लोकसंख्येची राज्ये उतरत्या क्रमाने लावा.

(१) महाराष्ट्र, उत्तर प्रदेश, बिहार, पश्चिम बंगाल

(२) उत्तर प्रदेश, महाराष्ट्र, बिहार, पश्चिम बंगाल

(३) उत्तर प्रदेश, बिहार, महाराष्ट्र, पश्चिम बंगाल

(४) उत्तर प्रदेश, पश्चिम बंगाल, बिहार, महाराष्ट्र

१७. २०११ च्या जनगणनेनुसार भारताचे लिंगगुणोत्तर किती आहे ?

(१) ९३३   (२) ९४०   (३) ९४३   (४) ९५०

१८. लोकसंख्येच्या दृष्टीने महाराष्ट्रातील सर्वात मोठा जिल्हा पुढीलपैकी कोणता आहे?

(१) मुंबई   (२) ठाणे   (२) पुणे   (४) नागपूर

१९. नालाकृती वस्त्यांची निर्मिती कोठे होते?
(१) नदीच्या काठालगत (२) सरोवराच्या सभोवताली
(३) कुंडलकासार सरोवराच्याभोवती (३) मैदानी प्रदेशात

२०. २०११ जनगणना अहवालानुसार महाराष्ट्राची लोकसंख्या .... इतकी आहे.
(१) १९ कोटी (२) ११ कोटी (३) १० कोटी (४) ९ कोटी

२१. लोकसंख्येच्या दृष्टीने भारतातील सर्वात लहान राज्य कोणते आहे?
(१) गोवा (२) मिझोराम (३) सिक्कीम (४) वरीलपैकी नाही.

२२. खालील राज्ये त्यांच्या लोकसंख्येच्या उतरत्या क्रमात लावा. हिमाचल प्रदेश, उत्तर प्रदेश, अरुणाचल प्रदोश, मध्य प्रदेश व आंध्र प्रदेश
(१) उत्तर प्रदेश, मध्य प्रदेश, आंध्र प्रदेश, हिमाचल प्रदेश व अरुणाचल प्रदेश
(२) उत्तर प्रदेश, आंध्र प्रदेश, मध्य प्रदेश, हिमाचल प्रदेश व अरुणाचल प्रदेश
(३) उत्तर प्रदेश, आंध्र प्रदेश, मध्य प्रदेश, अरुणाचल प्रदेश व हिमाचल प्रदेश
(४) उत्तर प्रदेश, मध्य प्रदेश, आंध्र प्रदेश, अरुणाचल प्रदेश व हिमाचल प्रदेश

२३. वर्तुळाच्या त्रिज्यांना असणारे रस्ते व त्याच्या बाजूला वस्ती अशा आकृतिबंधास .... असे म्हणतात.
(१) ताराकृती आकृतिबंध (२) गोलाकार आकृतिबंध
(३) आकारहीन आकृतिबंध (४) बहु कोनाकृती आकृतिबंध

२४. पुढीलपैकी कोणते विधान चुकीचे आहे ?
(१) महाराष्ट्राच्या लोकसंख्यावाढीचा वेग भारतापेक्षा कमी आहे.
(२) लोकसंख्या व क्षेत्रफळ दोन्ही बाबतीत महाराष्ट्र दुसऱ्या क्रमांकावर आहे.
(३) महाराष्ट्रांची लोकसंख्या दुप्पट होण्यास सन १९०१ पासून ६० वर्षे लागली.
(४) १९६१ पासून ४० वर्षात महाराष्ट्राची लोकसंख्या दुपटीपेक्षा अधिक झाली.

२५. मलेरिया हा भारत तसेच महाराष्ट्रामध्ये प्रसार पावलेला रोग आहे. मलेरिया बाबत कोणते विधान असत्य आहे ?
(अ) मुंबई ही मलेरियाची राज्यातील राजधानी आहे.
(ब) गडचिरोली जिल्हा हा महाराष्ट्रातील दुसऱ्या क्रमांकाचा मलेरिया ग्रस्त जिल्हा आहे
(क) महाराष्ट्र हे देशात आठव्या क्रमांकाचे मलेरियाग्रस्त राज्य आहे.
(ड) ओरिसा हे भारतातील सर्वाधिक मलेरियाग्रस्त राज्य आहे.
(१) फक्त अ (२) अ, ब, आणि ड
(३) अ, ब, आणि क (४) फक्त क

२६. भारतातील स्थलांतरित लोकसंख्येच्या बाबतीत खालीलपैकी कोणते विधान / ने योग्य आहे / आहेत ?
(अ) भारतातील २५% गरीब लोकसंख्या शहरात राहते.
(ब) भारतातील शहरी ते शहरी व शहरी ते ग्रामीण स्थलांतरित लोकसंख्येपेक्षा ग्रामीण ते शहरी लोकसंख्येचे स्थानांतर प्रमाण जास्त आहे.
(क) भारतातील स्थलांतरित होणाऱ्या लोकसंख्येच्या उतरत्या क्रमानुसार शहरी केंद्रे कोलकाता, मुंबई, दिल्ली अशी आहेत.
(ड) भारतांतर्गत सर्वात जास्त लोकसंख्येचे स्थलांतर विवाहामुळे होते.

२७. भारतातील कोणत्या शहरात भूमिगत रेल्वेमार्ग सुरू करण्यात आला आहे ?

(१) मुंबई   (२) वाराणशी   (३) कोलकाता   (४) चंडीगढ

२८. लोकसंख्येचा वार्षिक वाढीच्या प्रमाणात १० वर्षांचा काळ धरता चांगला दर्शक कोणता ?

(१) अंकगणितीय वार्षिक वाढीचे प्रमाण

(२) उत्तरोत्तर सुधारत जाणारे वाढीचे प्रमाण

(३) सरासरी वार्षिक प्रतिनिधीरूप वाढीचे प्रमाण

(४) दहा वर्षीय वाढ भागिले दहा

२९. मुंबई शहराचे 'स्थान' आणि 'स्थितीवैशिष्ट्य' मुंबईच्या विकासासाठी कारणीभूत आहे. कारण

(अ) मुंबई एक नैसर्गिक बंदर आहे व सागरी मार्गाने सर्व जगाशी जोडलेले आहे.

(ब) मुंबई देशाच्या सर्व भागांशी रस्ते व रेल्वे मार्गाने जोडलेले आहे ज्या मुळे देशाच्या इतर भागांशी समृद्ध असे आर्थिक, सामाजिक आणि सांस्कृतिक संबंध विकसित झालेले आहे.

(क) शासनाने मुंबईच्या विकासावर विशेष लक्ष पुरविलेले आहे.

(ड) मुंबई एक औद्योगिक शहर आहे.

वरील विधानापैकी कोणते बरोबर आहे ?

(१) अ   (२) ब   (३) अ आणि ब   (४) क आणि ड

३०. १९९१ मध्ये महाराष्ट्रात बृहन्मुंबई, पुणे, आणि नागपूर ही दशलक्षी शहरे होती. २००१ पर्यंत कोणती चार नवीन शहरे या गटात सामील झाली ?

(१) अकोला, अमरावती, यवतमाळ आणि बुलढाणा

(२) औरंगाबाद, अहमदनगर, नाशिक आणि जळगाव

(३) ठाणे, कल्याण-डोंबिवली, नाशिक आणि पिंपरी-चिंचवड

(४) कोल्हापूर, सांगली, सोलापूर आणि उस्मानाबाद

३१. पुणे येथील वायुप्रदूषण हे पुढीलपैकी कोणत्या एका प्रमुख कारणामुळे घडून येते ?

(१) रासायनिक कारखाने   (२) लोकसंख्येत वाढ

(३) कापडगिरण्यांमधील धूर   (४) स्वयंचलित वाहनांतून निघणारा धूर

३२. हा महाराष्ट्रातील कोणता जिल्हा आहे ?

(१) रत्नागिरी

(२) गडचिरोली

(३) सिंधुदुर्ग

(४) ठाणे

३३. क्षेत्रफळाच्या दृष्टीने महाराष्ट्रात सर्वात मोठा जिल्हा पुढीलपैकी कोणता आहे ?

(१) अहमदनगर   (२) मुंबई   (३) पुणे   (४) गडचिरोली

३४. क्षेत्रफळाचा विचार केल्यास भारतात महाराष्ट्र राज्य .... क्रमांकाचे राज्य आहे.
(१) ५ व्या (२) ४ थ्या (३) २ ऱ्या (४) ३ ऱ्या

३५. महाराष्ट्रातील कोणता जिल्हा आकाराने सर्वात लहान, पण लोकसंख्येने मोठा आहे ?
(१) जालना (२) लातूर (३) मुंबई (४) गडचिरोली

३६. अयोध्या हे शहर पुढीलपैकी कोणत्या नदीकाठी वसले आहे ?
(१) यमुना (२) चंबळ (३) शरयू (४) सरस्वती

३७. नागरीकरणाचा आलेख इंग्रजी .... या अक्षरासारखा असतो.
(१) J (2) S (3) U (4) यापैकी नाही.

३८. नागरीकरणाच्या आरंभीच्या टप्प्यात एकूण लोकसंख्येच्या ....% पेक्षा कमी लोकसंख्या नागरी भागात असते.
(१) २० (२) २५ (३) ३० (४) ३५

३९. भारतदेश सध्या नागरीकरणाच्या कोणत्या अवस्थेत आहे?
(१) पहिला टप्पा (२) गतिमान वाढीचा टप्पा
(३) तिसरा टप्पा (४) यापैकी नाही

४०. भारतातील सर्वात जास्त साक्षर लोकसंख्या .... राज्यात आहे.
(१) महाराष्ट्र (२) केरळ (३) आंध्रप्रदेश (४) तमिळनाडू

४१. जोड्या लावा.

अ) समकेंद्री वर्तुळ सिद्धांत	हॅरिस व उल्मन
ब) वर्तुळ विभाग सिद्धांत	इ. डब्ल्यू वर्गीस
क) बहुकेंद्र सिद्धांत	हॉईटस

संकेतांक	अ	ब	क
१)	I	II	III
२)	II	III	I
३)	I	III	II

४२. सन २०११ च्या जनगणनेनुसार महाराष्ट्रात नागरी लोकसंख्येची टक्केवारी किती आहे ?
(१) ४५.२ (२) ३३ (३) ४०.१ (४) २५.५

४३. ग्रामीण वस्तीच्या स्थानावर परिणाम करणारा सर्वात महत्त्वाचा घटक कोणता ?
(१) पाण्याची उपलब्धता (२) खनिजे (३) वाहतूक (४) उद्योग

४४. महाराष्ट्रातील दारिद्र्यरेषेखालील ग्रामीण कुटुंबाच्या टक्केवारीत .... जिल्ह्याचा पहिला क्रमांक आहे.
(१) नंदुरबार (२) पुणे (३) सातारा (४) गडचिरोली

४५. वर्गीस यांनी मांडलेल्या समकेंद्री वर्तुळ सिद्धांताची ४ आकृती पुढे दिली आहे. त्या आकृतीत ३ विभाग काय दर्शवितो.
(१) निवासस्थाने (२)उपनगर
(३) संक्रमण प्रदेश (४) कामगार वस्ती

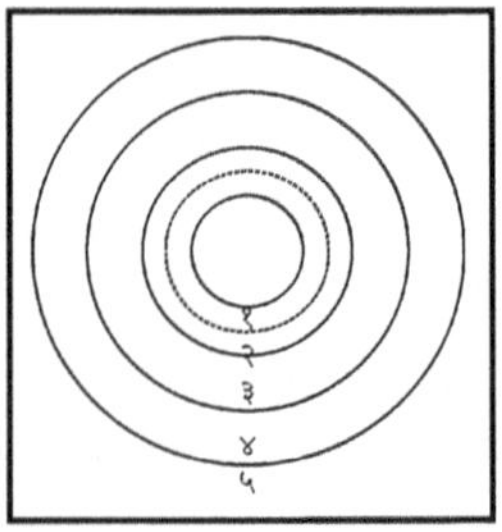

४६. ग्रामीण वस्त्यात कोणत्या स्वरुपाचे व्यवसाय जास्त प्रमाणात चालतात?
(१) प्राथमिक (२) द्वितीय (३) तृतीय (४) चतुर्थक

४७. हॅरिस व उल्मन यांनी मांडलेल्या शहराच्या आकृतीबंधाच्या सिद्धांताची आकृती पुढे दिली आहे. त्या आकृतीमध्ये ६ विभाग काय दर्शवितो?
(१) लहान कारखाने
(२) अवजड उद्योग
(३) निवासी उपनगरे
(४) औद्योगिक उपनगर

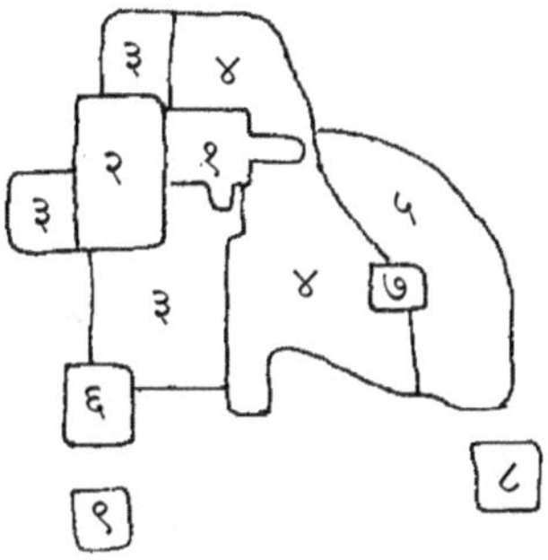

४८. भारतातील अनेक शहरांच्या ...... % पेक्षा जास्त लोकसंख्या झोपडपट्ट्यात राहते.
(१) २५ (२) ३३ (३) ४० (४) ५०

४९. होमर हाईट यांनी मांडलेल्या शहराच्या आकृतीबंधाची सिद्धांताची आकृती पुढे दिली आहे त्या आकृतीमध्ये विभाग ३ काय दर्शवितो?
(१) कमी उत्पन्न गटाची घरे
(२) मध्यम वर्गीय वस्ती
(३) उच्चभ्रू लोकांची वस्ती
(४) यापैकी नाही

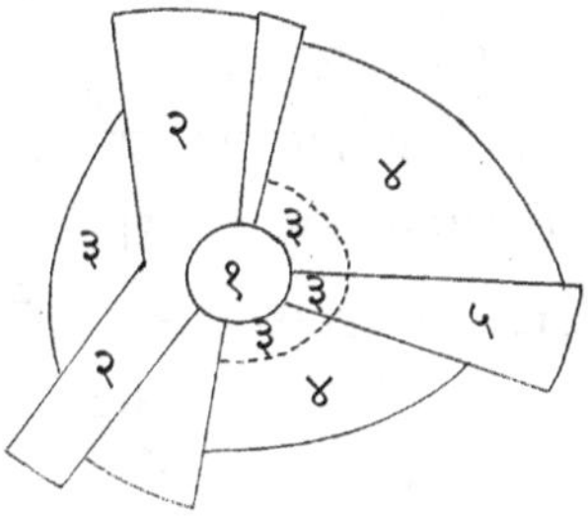

५०. नागरी विभागाच्या बाह्य सीमा ओलांडून व ग्रामीण विभागाला सुरवात होण्यापूवी जो नागरी ग्रामीण प्रकारचा भूमी उपयोजनाची जी सरमिसळ झालेली असते त्यास ...... असे म्हणतात.
(१) ग्राम - नगर सीमांत क्षेत्र (२) नगर - ग्राम सीमांत क्षेत्र
(३) नागरी प्रभाव क्षेत्र (४) उपनगर

उत्तरे

१. ३	२. ३	३. ३	४. २	५. ४	६. १	७. २
८. ४	९. १	१०. १	११. ३	१२. ३	१३. २	१४. १
१५. १	१६. २	१७. २	१८. २	१९. ३	२०. २	२१. ३
२२. २	२३. १	२४. २	२५. ४	२६. ४	२७. ३	२८. ३
२९. ३	३०. ३	३१. ४	३२. २	३३. १	३४. ४	३५. ३
३६. ३	३७. २	३८. २	३९. २	४०. २	४१. ३	४२. १
४३. १	४४. १	४५. ४	४६. १	४७. २	४८. २	४९. १
५०. १						

६

सुदूर संवेदन
(Remote Sensing)

व्याख्या

सुदूर संवेदन ही एक आधुनिक प्रणाली आहे. त्याचा वापर अनेक क्षेत्रांमध्ये केला जातो.

सुदूर संवेदन हे पृथ्वीवरील किंवा भूपृष्ठावरील विविध घटकांचे उपग्रहांच्या साहाय्याने घेतलेले चित्र किंवा केलेले सर्वेक्षण किंवा विविध घटकांची मिळवलेली माहिती होय.

हे हवाई छायाचित्र घेण्यासाठी प्रकाश, उष्णता व रेडिओ लहरी या विद्युतचुंबकीय ऊर्जेचा वापर केला जातो.

- भूपृष्ठावरील विविध घटकांचे संशोधन करण्यासाठी चुंबकीय (Electromagnetic Radiation) प्रभाव क्षेत्राचेच (force fillag) मापन केले जाते.
- तसेच पृथ्वीवरील तेल व खनिजसाठ्यांचे शोधन, जंगल, शेती, वसाहतींचे शोधन प्रामुख्याने हवाई छायचित्रणामुळेच होऊ शकले.
- विद्युत चुंबकीय वर्णपटाच्या, 'दृष्य' विभागाचा व तरंगलांबी विभागांचा (Spectral Regions) असाच उपयोग होऊ शकेल.
- १९६० च्या दरम्यान, औष्णिक अवरक्त (Thermal Infrared) व सूक्ष्म तरंग (microwave) विभागाचा उपयोग व मानवरहित उपग्रहाचे प्रयोग झाले.
- पूर्वीपेक्षा आधुनिक युगात या तंत्राची कमालीची प्रगती झाली आहे.
- इ. स. १९५७ मध्ये पहिला मानवी उपग्रह अवकाशात फिरू लागला आणि सुदूर संवेदनामार्फत असंख्य मानव उपयोगी सर्वेक्षणे करणे शक्य झाले.
- इ. स. १९६० मध्ये 'टिरॉस' हा हवामानाचा अभ्यास करणारा उपग्रह पृथ्वीभोवती फिरू लागला.
- असे अनेक उपग्रह अंतराळात फिरू लागले की ज्यामध्ये छायाचित्र (Photograph), (Images) घेण्याचे काम हे उपग्रह करतात.
- या छायाचित्राचा उपयोग इतर सर्वेक्षण पद्धतींमध्ये केला जातो.

  छायाचित्राचे प्रमाण -

  उदा. 1" = 16miles (1 : 1000000)
  1" = 8miles (1:500000)
  1" = 4miles (1:250000)

- या प्रमाणातील उपग्रही प्रतिमाचित्रे सध्या 'नासा'च्या सौजन्याने उपलब्ध आहेत.
- 'पृथ्वीवरील कोणत्याही घटकाशी अथवा वस्तुशी संपर्क न ठेवता ज्याबद्दल सर्व माहिती मिळवणे म्हणजे सुदूर संवेदन होय.'

सुदूर संवेदनाच्या महत्त्वाच्या दोन पद्धती आहेत.

१) माहिती संकलन - पृथ्वीवरील अनेक वस्तूच्या उत्सर्जित होण्याच्या विद्युत् चुंबकीय लहरी एखाद्या वाहकाच्या मदतीने आकाशात नेलेल्या संवेदनमापकाच्या साहाय्याने त्या वस्तूची माहिती गोळा करतात. ही माहिती दोन प्रकारची असते.

१) चित्ररूप २) सांख्यिकीय माहिती

२) माहिती विश्लेषण - १) निरीक्षण पद्धत २) संगणकीय पद्धत. या दोन पद्धतींनी माहितीचे विश्लेषण केले जाते.

(१) निरीक्षण पद्धत - या पद्धतीमध्ये प्रत्यक्ष छायाचित्र पाहून छायाचित्रातील वस्तू, तर्क, अनुमान, अनुभव किंवा आपल्या ज्ञानाच्या आधारे ओळखून विश्लेषण केले जाते.

उदा. त्या वस्तूचा आकार, रंग, छटा, स्थान, आकृतिबंध कसा आहे याचा आधार घेतला जातो.

(२) संगणकीय पद्धत - या पद्धतीत सांख्यिकीय स्वरूपात माहितीचे विश्लेषण संगणकाच्या मदतीने केले जाते. माणसाच्या डोळ्यापेक्षा संगणक अधिक सूक्ष्म आहे. त्यामार्फत २५६ वर्णछटांचे भेद ओळखले जातात. माणसाचे डोळे फक्त १५-१६ वर्णछटांचे भेद ओळखू शकतात. संगणकाच्या मदतीचा माहितीचे चित्रात रूपांतर होते. या पद्धतीत नैसर्गिक वनस्पती, मृदा, खडक, उतार इ. चे वर्गीकरणात्मक नकाशे तयार केले जातात.

प्रतिबिंब किंवा इमेजरी -

पृथ्वीवरील सर्व घटकांपासून विद्युत चुंबकीय लहरीचे परावर्तन होत असते. या लहरी सर्वात प्रथम ग्राऊंड डाटा रिसिव्हर करतात व नंतर टेपवर नोंदवविल्या जातात. उपग्रहामार्फत ही माहिती जमा होते व पुन्हा पृथ्वीवर स्थित असलेल्या उपग्रह नियंत्रण केंद्राकडे स्कॅन लाईनच्या स्वरूपात पाठवली जाते. या सर्व माहितीच्या आधारावर इमेजरी किंवा प्रतिबिंब तयार केले जाते.

या इमेजरी दोन प्रकारच्या असतात. १) कृष्ण धवल, २) रंगीत इमेजरी

सुदूर संवेदनासाठी आवश्यक घटक

सुदूर संवेदन हे एक उपयुक्त असे आधुनिक तंत्रज्ञान आहे. या तंत्राद्वारे दुरून माहिती इमेज किंवा छायाचित्राच्या स्वरूपात घेतली जाते.

यासाठी प्रमुख तीन घटकांची आवश्यकता असते.

१) सौर ऊर्जा २) सौर वर्णपट ३) संवेदक

१) सौर ऊर्जा - पृथ्वीवरील सर्व वस्तूंचा, घटकांचा मुख्य स्रोत म्हणजे सौर ऊर्जा होय.

सूर्यापासून विद्युत चुंबकीय लहरीच्या स्वरूपात ऊर्जा सर्वत्र उत्सर्जित केली जाते.

या लहरींचा वेग सुमारे ३,००,००० कि.मी. असतो. यामध्ये अनेक ऊर्जालहरी सामावलेल्या असतात. पण आपल्या डोळ्यांना त्यातील प्रकाशकिरणाचा दिसतात.

२) सौर वर्णपट - सूर्यापासून उत्सर्जित होणारी ऊर्जा वेगवेगळ्या लांबीच्या व वारंवारितेच्या लहरींच्या स्वरूपात असते. या संपूर्ण सौर ऊर्जेला सौर वर्णपट असे म्हटले जाते.

३) संवेदन - पृथ्वीवरील विविध घटकांची दूर वरून नोंद घेतली जाते व त्याच्या साहाय्याने प्रतिमा तयार केली जाते. त्या प्रतिमा तयार करणाऱ्या साधनास संवेदक असे म्हणतात. हे संवेदक अनेक प्रकारचे असतात. १) कॅमेरा, २) रडार, ३) स्कॅनर इत्यादी.

२) भारतीय सुदूर संवेदन उपग्रह कल्पनाचित्र -

- सर्व्हे ऑफ इंडिया भारतातील हवाई छायाचित्रांची यंत्रणा पाहते.
- एखाद्या क्षेत्राचे उपग्रहीय कल्पनाचित्रण पाहण्यापूर्वी त्या क्षेत्राचा भूभाग, उद्देश, प्रमाण (Scale), प्रकार, कॅमेरा, उड्डाणदिशा, वेळ व ऋतू ठरवावा लागतो.
- नवनवीन तंत्रज्ञानाच्या साहाय्याने पृथ्वीचे चित्रण घेता येणे सहज शक्य झाले आहे.

उपग्रह सुदूर संवेदन

- भारताने विविध उपग्रह पाठवून पृथ्वीच्या संबंधी विविध माहितीचे दूर संवेदन क्षेत्रात क्रांती घडवून आणली व त्यामुळे देशाच्या विकासत भर पडली.
- दर २२ ते २४ दिवसांनी एकाच ठिकाणची चित्रणे सांख्यिकी स्वरूपात प्राप्त होतात.

सुदूर संवेदनासाठी -

१) भूस्थिर उपग्रह - (Geostationary Satellite) - भूस्थिर उपग्रह म्हणजे पृथ्वीच्या परिवलनाच्या गतीने ३६,००० कि.मी. उंचीवर फिरतात.

याच्या साहाय्याने हवामान घटकांचा अभ्यास केला जातो.

२) सूर्यानुगामी उपग्रह - (Sunsynchronaus Satellite) - सूर्यानुगामी उपग्रहाची भ्रमणकक्षा उत्तर-दक्षिण ध्रुवीय वर्तुळाकार असून सुमारे १००० कि.मी. उंची असते.

हा कमी उंचीवर असल्यामुळे पृथ्वीच्या पृष्ठभागाचे स्पष्ट चित्रण घेतात.

भारतात हैद्राबाद येथे राष्ट्रीय दूरस्थ संवेदन अनुसंधान याच्या वतीने भारतीय उपग्रहामार्फत येणाऱ्या माहितीचे संकलन, विश्लेषण, प्रसारण ही कामे केली जातात व त्यानंतर माहितीचे ग्रहण व विश्लेषण करून इतर शिक्षण संस्था व संशोधन संस्थांना माहिति पुरवली जाते.

भारतातील काही संशोधनसंस्था पुढीलप्रमाणे -

१) नॅशनल रिमोट सेन्सिंग एजन्सी (NRSP), हैद्राबाद
२) विक्रम साराभाई स्पेस सेंटर, तिरुअनंतपुरम
३) इस्रो (ISRO) सॅटेलाईट सेंटर, बंगलोर
४) शार अवकाश संशोधन संस्था.
५) स्पेस ॲप्लिकेशन सेंटर, अहमदाबाद (SAS)

या संस्था सध्या भारतात कार्यरत आहेत.

भारतात इ. स. १९६३ पासून अवकाश संशोधनाला सुरुवात झाली व आर्यभट्ट नावाचा उपग्रह १९ एप्रिल १९७५ मध्ये अवकाशात सोडला गेला.

४) **फास्ट कलर कॉम्पेझिट (एफ. सी. सी.)**

| Blue | ← | Red | ← | Green | ← | NIR |

- NIR बॅण्ड हा हिरव्या रंगात मिश्र होतो व हिरवा रंग लाल बॅण्डमध्ये मिश्र होऊन लाल हा निळ्या रंगात मिश्र होऊन निळा रंग हा आकाशात पसरतो.

म्हणून यास फास्ट कलर कॉम्पोझिट (एफ.सी.सी.) असे म्हणतात.

५) नैसर्गिक साधनसंपत्तीसह सुदूर संवेदनाचा वापर करणे - सुदूर संवेदनाचा वापर हा नैसर्गिक साधनसंपत्तीच्या संशोधनात होत आहे. सुदूर संवेदनाच्या साहाय्याने भूपृष्ठाचे छायाचित्र घेऊन त्यावरील असणाऱ्या नैसर्गिक साधनसंपत्तीचे संवर्धन व संशोधन केले जाते.

१) **जंगल साधनसंपत्ती** - विविध जंगलांची छायाचित्रे घेऊन त्यांचे संशोधन केले जाते. तसेच त्यांच्या मध्ये असणाऱ्या वेगवेगळ्या जाती शोधल्या जातात.

२) **जलसंपत्ती** - सुदूर संवेदनाच्या साहाय्याने जलप्रदूषण कोणकोणत्या भागात जास्त आहे हे समजणे सहज सोपे झाले आहे. तसेच जलवनस्पतींचेही संशोधन करणे शक्य झाले आहे.

३) **खनिज संपत्ती** - सुदूर संवेदनामुळे कोणकोणत्या भागात खनिज साठे आहेत हे समजणे सोपे होऊन त्यांच्या संरक्षण व संवर्धनास मदत झाली.

४) **मृदासाधन संपत्ती** - वेगवेगळ्या ठिकाणी विविध प्रकारची मृदा असते. मृदेच्या सुपीकतेवरून तिची प्रत ठरते. सुपीक मृदा कुठे आहे याचे संशोधन सुदूर संवेदनामुळे करता येते.

वरीलप्रमाणे नैसर्गिक साधनसंपत्तीसह सुदूर संवेदनाचा वापर करणे सहज शक्य होते.

६) भौगोलिक माहिती यंत्रणा - GIS (Geographical Information Systems) - भूगोल ही विज्ञानाची एक शाखा म्हणून ओळखली जाते. विज्ञानात जसे विविध प्रकारचे शोध लावले जातात, त्याप्रमाणे भूगोल शास्त्रातही विविध प्रकारचे शोध लावले जातात. त्यालाच जोड म्हणून GIS म्हणजे भौगोलिक माहिती प्रणाली. हे तंत्रज्ञान मिळाले आहे.

१९६१ पासून याचा उपयोग मोठ्या प्रमाणावर केला जातो. या तंत्रज्ञानाची विलक्षण उपयुक्तता व खूप मोठ्या प्रमाणावर असलेली क्षमता- त्याचा उपयोग विज्ञान जगतात मोठ्या प्रमाणावर होत आहे व वैज्ञानिक जगात एक प्रमुख शास्त्र म्हणूनही गणले जाते.

या तंत्रज्ञानाचा उपयोग विविध क्षेत्रांमध्ये केला जातो.

१)   पृथ्वीवरील पर्यावरणीय व परिस्थितिक प्रकृती यांचे मोजणी, मापन करणे.

२)   पृथ्वीवरील भूपृष्ठीय, वातावरणीय व जैविक घटकांसंबंधी सांख्यिकी माहिती मिळवणे.

हे मुख्य काम या प्रणालीमध्ये केले जाते, म्हणून या प्रणालीला भौगोलिक माहिती प्रणाली असे म्हणतात.

इतर देशांबरोबर भारतालाही या तंत्रज्ञानाचा मोठा फायदा झाला आहे. भारतीय उपग्रहामुळे उपलब्ध होणाऱ्या उपग्रह प्रतिमांचा भूजल संचय, आपत्तींचा अंदाज घेण्यासाठी, भूमीची उपयोगिता याच्या अचूक मापनासाठी उपयुक्त ठरतात.

अशाच प्रकारे GIS तंत्रज्ञानाचा अनेक कामांमध्ये उपयोग केला जातो.

उदा. जमिनीचा कस, पिकांचा अभ्यास, त्यांचे वितरण, आर्द्रता, वनांचे वितरण, जातीचा अभ्यास इ. या प्रणालीमध्ये प्राथमिक माहिती आणि द्वितीय माहितीचा प्रामुख्याने अभ्यास केला जातो.

मुख्यतः या तंत्रात संगणक, दूरसंवेदन, संगणक उपग्रह प्रतिमा या साधनांचा उपयोग महत्त्वाचा आहे. या सर्व घटकांमुळे भूगोल शास्त्र फारच विकसित झाल्याचे आढळून येते.

जगामध्ये G.I.S. चा वापर सर्वप्रथम कॅनडामधील जमिनीच्या मुख्य मापनात एका प्रकल्पात १९६० मध्ये झाला आहे. परंतु आज या तंत्रज्ञानाचा उपयोग सर्वत्र म्हणजे जगभर केला जातो.

G.I.S. संदर्भात अनेक संगणक प्रणाली तयार केल्या जातात. याचा वापर अनेक क्षेत्रांमध्ये केला जातो. पूर नियोजन, भूकंप इ. अभ्यासांतही परिणामकारक उपयोग आहे.

व्याख्या – G.I.S. (जी.आय.एस.)

GIS च्या अनेक व्याख्या केल्या आहेत.

'एखाद्या भौगोलिक प्रदेशासंबंधी अवकाशीय, माहितीचे संकलन, साठवण, रूपांतरण आणि प्रदर्शन करणाऱ्या साधनांचा संच म्हणजे G.I.S. होय.'

G.I.S. साठी प्रमुख तीन घटकांची आवश्यकता असते.

१) भौगोलिक सांख्यिकी प्रणाली

२) संगणक प्रणाली

३) सांख्यिकी विश्लेषण व पृथक्करण

G.I.S. चे घटक –

G.I.S. चे प्रमुख घटक पुढीलप्रमाणे –

१) संगणक संहती   Hardware

२) संहिता   Software

३) माहिती   Data

४) वापरकर्ता   User

प्रश्न

१. उपग्रहाच्या माध्यमातून पृथ्वीपृष्ठावरील एखाद्या गोष्टीची जागा, त्याची गती व वेळ याची अचूक माहिती देणारी यंत्रणा म्हणजे .... होय.

(१) जी.आय.एस.   (२) जी.पी.एस.

(३) जी.एस.आय.   (४) यापैकी नाही.

२. प्रकाशामध्ये (दृश्य) .... असतात.

(१) लघु लांबीच्या व उच्च वारंवारिता लहरी   (२) दीर्घ लांबीच्या व निम्न वारंवारिता लहरी

(३) लघु लांबीच्या व निम्न वारंवारिता लहरी   (४) दीर्घ लांबीच्या व उच्च वारंवारिता लहरी

३. .... हे सर्वोत्तम आणि व्यापारी दृष्ट्या सर्वाधिक वापरले जाणारे भौगोलिक माहिती प्रणालीतील प्रतिमा प्रक्रियण कार्यक्रम सामग्री संच आहे.

(१) इरदास (Erdas) (2) मॅटलॅब (Matlab)
(3) एक्सेल (Excel) (4) फोटोस्मार्ट (Photosmart)

४. .... छायाचित्रातून जमीन व पाणी यांच्या सीमा स्पष्ट दिसतात.

(१) कृष्णधवल (२) इन्फ्रारेड (३) क्ष-किरण (४) यापैकी नाही.

५. राष्ट्रीय सुदूर संवेदना संस्था ...... येथे आहे.

(१) दिल्ली (२) कोलकाता (३) चेन्नई (४) हैदराबाद

६. सदिशा (Vector) आणि जाळी (Roster) Data (माहिती) .... मध्ये उपयोगात आणतात.

(१) जी.पी.एस. (२) रिमोट सेन्सिंग सिस्टिम
(३) जी.आय.एस. (४) हे सर्व

७. जोड्या लावा.

	यादी I (उपग्रह)	यादी II (देश)
a)	SPOT (स्पॉट)	१) भारत
b)	GOES (जीओस)	२) फ्रान्स
c)	Meteor-3 (मेटर - ३)	३) रशिया
d)	Insat (इन्सॅट)	४) यु.एस.ए

	a	b	c	d
(1)	2	4	3	1
(2)	2	4	1	3
(3)	4	2	3	1
(4)	4	2	1	3

८. हवाई छायाचित्राचा आदर्श आकार .... आहे.

(१) २३ × २३ सें.मी. (२) ९ × ९ सें.मी.
(३) १५ × १५ सें.मी. (४) ३० × ३० सें.मी.

९. .... या छायाचित्रातून (कल्पनाचित्र) जमीन व पाणी यांच्या सुस्पष्ट होतात.

(१) कृष्णधवल (२) इन्फ्रारेड
(३) क्ष-किरण (४) यापैकी कोणतेही नाही.

१०. भारताच्या इस्रो (ISRO) संस्थेने प्रक्षेपित केलेल्या इनसॅट (INSAT) ह्या भूस्थिर उपग्रहामुळे खालीलपैकी कोणती सुधारणा झाली आहे?

(१) बिनतारी दळणवळण यंत्रणा (२) हायवे यंत्रणा
(३) नद्यांची यंत्रणा (४) भूगर्भ पाहणी

११. इंडियन इन्स्टिट्यूट ऑफ रिमोट सेन्सिंग (Indian Institute of Remote Sensing) ही संस्था कोणत्या व्यापक संस्थेचा भाग आहे?

(1) GSI (2) CSIR (3) ISRO (4) DAE

१२. पुढीलपैकी कोणत्या आय.आर.एस. (IRS) उपग्रहीय सांख्यिकीमुळे यथार्थ वर्णन प्रतिमा तयार होऊ शकते ?
(1) IRS 1A/B (2) IRS 1C/D (3) Resource Sat 1 (4) Caotosat

१३. खाली काही वाक्य दिली आहेत. यावरून खालील पर्यायापैकी योग्य जो पर्याय निवडा.

A) भारतामध्ये नॅशनल नॅचरल रिसोर्सिंग मॅनेजमेंट सिस्टिम (NNRMS) चा आधार IRS (इंडियन रिमोट सेन्सिंग) आहे.

B) भारतामध्ये पृथ्वी निरीक्षणाचे विकासात्मक जबाबदारीचे काम नॅशनल रिमोट सेन्सिंग एजन्सी (NRSA) द्वारे केले जाते.

(१) फक्त (A) बरोबर आहे. (२) फक्त (B) बरोर आहे.
(३) (A) व (B) दोन्ही बरोबर आहे. (४) (A) व (B) दोन्ही चूक आहे.

१४. पृथ्वीच्या पृष्ठभागाची हवाई छायाचित्रातील प्रतिमा व उपग्रहीय प्रतिमा एकसारख्या वाटतात. परंतु त्यातील पहिली प्रतिमाही सदृश्य स्वरूप असते. तर नंतरची प्रतिमा …… असते.
(१) पृथक् (२) स्पष्ट (३) चित्रमय (४) अंकीय

१५. योग्य जोड्या लावा.

जी.आय.एस पॅकेज	देश
a. ARC / Info GIS	i) CABADA
b. SPANS GIS	ii) TYDAC (USA)
c. ISRO GIS	iii) ESRI (USA)
d. PAMAP GIS	iv) INDIA

	(a)	(b)	(c)	(d)
1)	ii	iii	iv	i
2)	i	ii	iii	iv
3)	iii	ii	iv	i
4)	iv	iii	ii	i

१६. स्थानिक पातळीवरून केल्या जाणाऱ्या जी.पी.एस. (जागतिक स्थान निश्चिती) सर्वेक्षणाकरता पायाभूत अंतराची मर्यादा १० ते १०० कि.मी. असते म्हणून त्यातून मिळणारी स्थान निश्चिती .... मि.मी. इतकी मिळवता येते.
(१) ४ ते १० मि.मी. (२) १ ते २ से.मी. (३) १५ ते २० मि.मी. (४) १ ते ४ मि.मी.

१७. जी.आय.एस. मध्ये बहुभुज (पॉलिगॉन) चा अर्थ काय आहे?
(१) 3D स्पेसचे समरूपी प्रदर्शन (२) 2D स्पेसचे विषमरूपी प्रदर्शन
(३) 2D स्पेसचे समरूपी प्रदर्शन (४) 3D स्पेसचे विषमरूपी प्रदर्शन

१८. राष्ट्रीय दूरसंवेदन संस्था (NRSA) ही संस्था कोठे आहे.
(१) दिल्ली (२) कलकाता (३) चेन्नई (४) हैदराबाद

१९. फॉल्स कलर कॉम्पोझिट म्हणजे.
(१) एका कलर बॅन्ड मधून दुसरा कलर बॅन्ड परावर्तित करणे.
(२) एका कलर बॅन्डमधून माहिती त्याच्या शेजारच्या बॅन्ड मधून परावर्तित करणे.
(३) कलर बॅन्ड वापरले जात नाही.
(४) वरील पैकी सर्व

२०. राष्ट्रीय सुदूर संवेदन संस्था (NRSA) चे बदललेले नाव कोणते?

(1) NRSA (2) NRSC (3) NDVI (4) SAT

२१. सुदूर संवेदनामध्ये खालील पैकी कोणत्या बॅन्डचा वापर केला जात नाही?

(१) लाल (२) निळा (३) हिरवा (४) काळा

२२. भारतात सुदूर संवेदनाचे कार्यालय कोठे आहे?

(१) देहराडून (२) हैदराबाद (३) अहमदाबाद (४) हे सर्व

२३. जी.पी.एस. म्हणजे

(१) जागतिक स्थान निश्चिती यंत्रणा (२) जागतिक उंची निश्चिती यंत्रणा

(३) जागतिक तापमान निश्चिती यंत्रणा (४) वरीलपैकी काही नाही.

२४. अ) ॲक्टीव सुदूर संवेदन ही यंत्रणा स्वतःची ऊर्जा वापरते.

ब) पॅसिव सुदूर संवेदन ही यंत्रणा सूर्याची ऊर्जा वापरते.

(१) 'अ' व 'ब' दोन्ही बरोबर आहेत आणि 'ब' हा 'अ' चे कारण आहे.

(२) 'अ' व 'ब' हे दोन्ही बरोबर आहेत. पण 'ब' हे 'अ' चे कारण आहे.

(३) 'अ' आणि 'ब' दोन्ही बरोबर आहेत.

(४) 'अ' आणि 'ब' दोन्हीही बरोबर नाहीत.

२५. उपग्रह छायाचित्रांमध्ये पिकांचा रंग कोणता दाखवला जातो?

(१) लाल (२) हिरवा (३) काळा (४) पिवळा

२६. भूकंपाचा अभ्यास करण्यासाठी खालीलपैकी कोणत्या उपग्रहाचा अभ्यास केला जातो?

(१) भूस्थिर उपग्रह (२) सूर्यानुगामी उपग्रह

(३) ध्रुवीय उपग्रह (४) वरील सर्व

२७. खालीलपैकी कोणत्या बॅन्डमधून सर्वात जास्त हिरव्या वनस्पतीची माहिती मिळते?

(1) NIR (2) Blue (3) Red (d) Green

२८. खालीलपैकी कोणत्या उपग्रहाद्वारे समुद्राचा अभ्यास केला जातो ?

(1) Resource SAT (2) Ocean SAT

(3) LISS (4) Wifs

२९. छायाचित्र तयार करताना जे परावर्तन एकत्र केले जाते ते परावर्तन कशाच्या रूपात असते?

(१) डिजिटल नंबर (२) ब्राइटनेस व्हॅल्यू

(३) रिफ्लेक्टंट्स (४) वरील सर्व

३०. भारतातील सुदूर संवेदनाचे पहिले कार्यालय कोणते व कुठे आहे?

(१) IRS, देहराडून (२) NRSC हैदराबाद

(३) CDAC, पुणे (४) वरील पैकी नाही.

३१. हवामानाचा अभ्यास करण्यासाठी खालील पैकी कोणते उपग्रह वापरतात?

(1) Resource SAT (2) Sea SAT

(4) Mata SAT (4) Ocean SAT

३२. IRS चे पूर्ण नाव

(1) Indian Remote Sensing   (2) Indian Resource Station

(3) Indian Resource Satellite   (4) Indian Remote Satellite

३३. सूर्य उगवण्याच्या आणि मावळण्याच्या वेळेस आकाश खालीलपैकी कोणत्या कारणामुळे लालसर व पिवळसर होते.

(१) परावर्तन   (२) विखुरणे   (३) शोषून घेणे   (४) हे सर्व

३४. ढगाळ वातावरणात भौगोलिक घटकांचा अभ्यास करण्यासाठी कोणत्या लहरींचा उपयोग होतो?

(१) थर्मल लहरी   (२) रेडिओ लहरी   (३) सदृश्य लहरी   (४) मायक्रोलहरी

३५. उपग्रहातील घड्याळ कोणत्या वेळेनुसार काम करते?

(१) तास   (२) सेकंद   (३) नॅनोसेकंद   (४) मिनिट

३६. भूस्थिर उपग्रहाची उंची किती असते?

(१) ७००० कि.मी.   (२) ८०,००० कि.मी.

(३) ९००० कि.मी.   (४) ३५,००० कि.मी.

३७. भारताने अवकाशात पहिला उपग्रह कधी सोडला?

(१) १९ एप्रिल १९७५   (२) २० मार्च २००१

(३) १० जानेवारी १९९५   (४) २ ऑक्टोबर १९६०

३८. कम्युनिकेशन उपग्रह हे

(१) भूस्थिर उपग्रह असतात.   (२) सूर्यानुगामी उपग्रह असतात.

(३) विषुववृत्तीय उपग्रह असतात.   (४) ध्रुवीय उपग्रह असतात.

३९. सूर्यकिरणांचे भूपृष्ठीय वस्तूंपासून होणारे परावर्तन वातावरणातून यशस्वी रीत्या उपग्रहापर्यंत पोहचते. त्या वातावरणातील भागाला काय म्हणतात?

(१) वातावरणातील पोकळी   (२) वातावरणीय खिडकी

(३) वातावरणीय लहरी   (४) यापैकी नाही.

४०. फॉल्स कलर कॉम्पोझिट मध्ये क्रमवार रंग खालील प्रमाणे असतात.

(१) हिरवा-निळा-पिवळा   (२) निळा-हिरवा-लाल

(३) हिरवा-निळा-लाल   (४) लाल-पिवळा-हिरवा

४१. GIS चे प्रमुख घटक

(1) Hardware   (2) Software   (3) Live ware   (4) all the aboue

उत्तरे

१. २	२. १	३. १	४. २	५. ४	६. ३	७. १
८. २	९. २	१०. १	११. ३	१२. १	१३. १	१४. ४
१५. ३	१६. ४	१७. १	१८. ४	१९. २	२०. २	२१. ४
२२. ४	२३. १	२४. २	२५. १	२६. १	२७. १	२८. २
२९. ४	३०. १	३१. ३	३२. १	३३. ३	३४. ४	३५. ४
३६. १	३७. १	३८. १	३९. २	४०. ४	४१.	

७

कृषी परिस्थितिकी

(Agroecology)

प्रस्तावना
७.१ कृषी परिस्थितिकीचा मानवाशी संबंध
७.२ कृषी परिस्थितिकीचा नैसर्गिक साधनसंपत्तीशी संबंध
७.३ कृषी परिस्थितिकीचे व्यवस्थापन व संवर्धन
७.४ पीक वितरण आणि उत्पादनाचे प्राकृतिक व सामाजिक पर्यावरणीय घटक
७.५ पीकवाढीचा हवामान घटक
७.६ पर्यावरणीय प्रदूषण आणि पिके, प्राणी व मानव यांच्या संबंधातील धोके

प्रस्तावना :

कृषी परिस्थितिकी (Agroecology) ही संज्ञा बेनसिन यांनी प्रथम वापरली. वनस्पती, प्राणी, मानव आणि पर्यावरण यांच्यात कृषीक्षेत्रामध्ये गुंतागुंतीचे संबंध आहेत. Ecology हा शब्दप्रयोग सर्वप्रथम १८५९ मध्ये हॅकेल याने केला. सजीवांचा अधिवास व त्यावर परिणाम करणाऱ्या पर्यावरणीय घटकाचा शास्त्रशुद्ध अभ्यास म्हणजे Ecology – परिस्थितिकी– होय. कृषी परिस्थितिकी आंतरविद्याशाखीय कृती असून कृषीकडे एक परिस्थितिकीय संस्था (Ecological system) या दृष्टीने पाहिले जाते. तसेच, परिस्थितिकीय जाळ्यामध्ये मृदा पर्यावरण, कृषी अर्थशास्त्र, वनस्पती, सूक्ष्म जीवजन्य, कीटक व इतर प्राण्यांसह जीवनाच्या विविध आंतरक्रियांचा समावेश होतो.

कृषी परिस्थितिकी : व्याख्या

(१) ‘कृषी पिके व पर्यावरणाच्या नातेसंबंधाच्या अध्ययनास कृषी परिस्थितिकी असे म्हणतात.’
(२) ‘कृषीप्रणालीच्या अंतर्गत वनस्पती, प्राणी, मानव आणि पर्यावरण यांच्या दरम्यान आंतरक्रियांचे अध्ययन म्हणजे कृषी परिस्थितिकी होय.’

कृषी परिस्थितिकीच्या विविध पद्धती

(१) कृषी परिसंस्था परिस्थितिकी
(२) कृषी अर्थशास्त्रीय परिस्थितिकी

(३) परिस्थितिकीय राजकीय अर्थव्यवस्था
(४) कृषी संख्या परिस्थितिकी

कृषी परिसंस्था

कृषी परिसंस्था हा मानवनिर्मित परिसंस्थेचा प्रकार आहे.

वैशिष्ट्ये –

(१) कृषी परिसंस्थेत आवश्यक असणारी ऊर्जा सौर ऊर्जेपासून मिळते. तसेच मजूर, रासायनिक खते, जंतुनाशके, कीटकनाशके, जलसिंचन यापासून मिळते.
(२) कृषी परिसंस्थेत विविध पिकांचे उत्पादन होत असल्यामुळे जैविक विविधता कमी होते.
(३) कृषी परिसंस्थेत पोषण रचना अतिशय साधी व सोपी असते.
(४) कृषी परिसंस्थेवर हवामान बदलाचा मोठा परिणाम होतो.
(५) कृषी परिसंस्थेचा कालावधी कमी असतो.
(६) कृषी परिसंस्थेत प्रभावी किंवा उपयुक्त पाने, वनस्पती व प्राणी यांची निवड कृत्रिम स्वरूपाची असते.

७.१ कृषी परिस्थितिकीचा मानवाशी संबंध (Agroecology and its relevance to Man)

कृषी परिस्थितिकी म्हणजे नैसर्गिक व मानवी क्रियांमुळे कृषीक्षेत्रात निर्माण झालेली वैशिष्ट्यपूर्ण परिस्थिती होय. नैसर्गिक घटकांच्या उपलब्धतेनुसार मानवाच्या क्रिया निरनिराळ्या असतात. प्राचीन काळापासून मानवाचे इतर जीवसमूहांबरोबर संबंध आलेले आहेत. नंतरच्या काळात कृषी विकासाचा प्रयत्न होत गेला. सध्याच्या काळात लोकसंख्यावाढीच्या परिणामामुळे कृषीवर दबाव वाढला व या लोकसंख्येला अन्नधान्य पुरवण्याचे कार्य वाढल्याने नवनवीन तंत्रज्ञानाचा वापर सुरू झाला, परंतु त्यामुळे मृदेचा कस व जमिनीचा पोत कमी होण्यास सुरुवात झाली.

कृषी परिस्थितिकी व मानवाचा परस्परसंबंध –

(१) कृषी उत्पादकता वाढवण्यासाठी स्थानिक शेतीचे ज्ञान असणे अत्यंत आवश्यक आहे, कारण त्यानुसारच नियोजन करावे लागते. उदा. ऊस या पिकाला पाणी जास्त लागते तेव्हा ज्या प्रदेशामध्ये जलसिंचन सुविधा उपलब्ध आहे, मजूर, कारखाने इ. जवळ आहेत तेथे उसाचे उत्पादन मोठ्या प्रमाणात घ्यावे.
(२) ग्रामीण भागामध्ये नवनवीन तांत्रिक धोरणानुसार कृषी विकास घडवून आणता येऊ शकतो.
(३) अन्न टंचाईमुळे भूक व कुपोषणाची समस्या निर्माण होते. यासाठी कोणकोणत्या प्रदेशांमध्ये कोणते पीक घ्यायचे, त्याची वाढ कशी करायची, त्याचे वितरण कशाप्रकारे करायचे याचा अभ्यास मानवाशी संबंधित आहे, म्हणून कृषी परिस्थितिकीचा अभ्यास महत्त्वाचा आहे.
(४) कृषी परिस्थितिकीमध्ये लघु जमीनधारकांना शाश्वतदृष्ट्या सखोल उत्पादनाकरिता पर्यावरणीय परवडणारा मार्ग मानवाने शोधणे
(५) कृषी परिस्थितिकीनुसार मृदेच्या सुपीकतेमध्ये सुधारणा करणे.
(६) नैसर्गिक साधनसंपत्तीचे व्यवस्थापन करून जैवविविधतेमध्ये सुधारणा घडवून आणणे.

(७) छोट्या शेतकऱ्यांची कार्यक्षमता वाढवण्यासाठी प्रयत्न करणे व त्यांना नवीन उपक्रम, तंत्रज्ञान वाढवण्यासाठी सहकार्य करणे

(८) परंपरागत कृषी ज्ञान व आधुनिक कृषी ज्ञान यांचा संबंध घालून बहुपीक पद्धती, वनशेती, पिके व पशुधनांचे संरक्षण व संवर्धन अशा पद्धती अवलंबिणे गरजेचे आहे

(९) कृषी परिस्थितिकी प्रणालीमध्ये दर हेक्टरी उत्पादकता वाढविणे व शाश्वत शेती करणे याकडे लक्ष देणे

७.२ कृषी परिस्थितीकीचा नैसर्गिक साधनसंपत्तीशी संबंध
(Agroecology and its relevance to Natural Resources)

ज्या वस्तूमधून मानवाच्या गरजा भागविल्या जातात त्या घटकाला किंवा मानवी जीवनास उपयोगी असलेल्या कोणत्याही घटकाला 'साधन संपदा' म्हणतात. साधनसंपत्ती या मानवनिर्मित व नैसर्गिक अशा दोन्ही प्रकारच्या आहेत. निसर्गामधील उपलब्ध असणारी जमीन, हवा, पाणी, सूर्यप्रकाश, वनस्पती, मासे, खनिजे, प्राणी यांचा समावेश नैसर्गिक साधनसंपत्तीमध्ये होतो, तर इमारती, कारखाने, वाहतुकीची साधने, कालवे, शासकीय संस्था इ.चा समावेश मानवी साधनसंपत्तीमध्ये होतो.

तक्ता क्र. ७.१ : साधनसंपत्तीचे वर्गीकरण

(अ) निर्मितीच्या आधारे साधनसंपत्तीचे वर्गीकरण	
नैसर्गिक साधनसंपत्ती	**मानवी साधनसंपत्ती**
हवा, पाणी, जमीन, प्राणी, पक्षी, नैसर्गिक वनस्पती, सौरशक्ती इ.	इमारती, रस्ते, जलसिंचन साधने, कारखाने, मानवाचे तंत्र, कौशल्य, राजकारण, आरोग्य इ.
(ब) जिवंतपणाच्या आधारे साधनसंपत्तीचे वर्गीकरण	
जैविक साधनसंपत्ती	**अजैविक साधनसंपत्ती**
मानव, प्राणी, पक्षी, मासे, वनस्पती पिके	पाणी, जमीन, खनिजे, शक्ती साधने
(क) अखंड वापरावर आधारित साधनसंपत्तीचे वर्गीकरण	
अक्षय साधनसंपत्ती	**क्षय साधनसंपत्ती**
सौरऊर्जा, पवनऊर्जा, भरतीऊर्जा, इ.	दगडी कोळसा, खनिजे तेल, नैसर्गिक वायू इ.

कृषी परिस्थितिकीचा नैसर्गिक साधनसंपत्तीशी संबंध

(१) कृषी उत्पादकता वाढवण्यासाठी कृषीसंबंधित घटकांची एकात्मता साधणे, जैविक कार्यक्षमता सुधारणे या गोष्टींकडे लक्ष देणे.

(२) उच्च जातीविविधता, मृदाप्रकार, नैसर्गिक कीड नियंत्रण, पोषणचक्र इ. साधनसंपत्ती ऱ्हास होऊ न देता त्यावर प्रतिबंध करणे आवश्यक आहे.

(३) कृषी परिसंस्थेत वनस्पती व प्राणी समुदायाचा प्राकृतिक व रासायनिक पर्यावरणाशी असणारा आंतरक्रियांचा संबंध अभ्यासता येतो

(४) वनस्पती वाढीसाठी अनुकूल जमीन/मृदा उपलब्ध करून देणे

(५) नैसर्गिक साधनसंपत्तीचा उपयोग करून कृषी परिसंस्थेमध्ये बदल घडवून आणणे

(६) निसर्गात उपलब्ध असणाऱ्या साधनसंपत्तीचा वापर करून मानवी साधनसंपत्तीचा विकास करणे

७.३ कृषी परिस्थितिकीचे व्यवस्थापन व संवर्धन (Sustainable Management and Conservation of Agroecology)

साधनसंपत्तीचा योग्य, दूरदृष्टीने व नियोजनपूर्वक उपयोग करणे म्हणजे साधनसंपत्तीचे संधारण होय. कृषी परिस्थितिकीय व्यवस्थापनामध्ये संतुलित पर्यावरण, शाश्वत उत्पादन, मृदा सुपीकता, कृषी परिसंस्था, नैसर्गिक कीड नियंत्रण, तंत्रज्ञानाचा उपयोग इ. गोष्टींचा अंतर्भाव होतो.

कृषी परिस्थितिकीचे व्यवस्थापन

कृषी परिस्थितिकीय व्यवस्थापन म्हणजे पोषणद्रव्ये, सेंद्रिय द्रव्ये, जल व मृदा संवर्धन, तण व्यवस्थापन, कीड नियंत्रण, रोग नियंत्रण, इ. चे संतुलन राखणे व पुनर्चक्रीकरण करणे होय.

(अ) पोषण द्रव्याचे चक्रीकरण : कृषीस आवश्यक प्राथमिक पोषण द्रव्ये नत्र, स्फुरद व पालाश पिकांची वाढ, पिकांचा रंग, मुळांचा विकास, पिकांमध्ये कळ्या, फुले, बिया, फळे यांच्या विकासास मदत व पिकांना पाण्याच्या ताणापासून वाचवणे, कीटक व रोगांविरुद्ध प्रतिकारकक्षमता वाढवणे इ. कार्यं करतात. तसेच कॅल्शियम, मॅग्नेशियम, गंधक इ. दुय्यक पोषक द्रव्येही कृषीवाढीस मदत करतात.

(ब) जल व मृदा संवर्धन : जमीन व पाणी यांच्या समस्या एकमेकांशी संबंधित असल्याचे दिसून येते. उदा. पाण्याच्या अतिवापराने पाण्याचा दर्जा व अयोग्य पद्धतीने केलेल्या शेतीमुळे जमिनीची होणारी धूप यामुळे जलसाठ्यातील गाळाचे प्रमाणे वाढते. मातीची कमीत कमी धूप होण्यासाठी समपातळीत बांध, मजगीकरण, ढाळीचे बांध इ. बांधावे. जलसंवर्धनासाठी पिकांची समपातळीत लागवड करावी आणि डोंगरावर आडवे चर खोदावे.

(क) तणव्यवस्थापन : पेरलेल्या पिकाच्या व्यतिरिक्त पिकांत उगवणारी नकोशी असलेली वनस्पती म्हणजे तण होय. तण हे मुख्य पिकांबरोबर पाण्यासाठी, जागेसाठी, अन्नघटकांसाठी आणि सूर्यप्रकाशासाठी स्पर्धा करत असतात, त्यामुळे पिकांच्या उत्पादनात घट होते. तण व्यवस्थापन हे हातकोळपे किंवा बैलाच्या साहाय्याने कोळपणी करून व तणनाशकांचा वापर करूनही करता येतो.

(ड) रोगनियंत्रण : पिकांना होणारे रोग हवा, जमीन व बिया यांच्यामार्फत होतात, तर त्यांची लागण सूक्ष्म जिवाणू, विषाणू किंवा बुरशीमुळे होते. हवेमार्फत होणाऱ्या रोगाचे नियंत्रण धुरळणी आणि बुरशीनाशके यांचा फवारा मारून करता येते.

(इ) कीड नियंत्रण : पिकांची नासधूस करून आर्थिक नुकसान करणाऱ्या कोणत्याही प्राण्यास वनस्पती कीड म्हणतात. त्यासाठी कीटकनाशक फवाऱ्याचा वापर करणे उदा. इण्डोसल्फान, डायमिथोएट इ.

(फ) सेंद्रिय द्रव्ये : नैसर्गिक खते, कंपोस्ट खते, मृदा जैविक क्रिया इ. सेंद्रिय द्रव्यपदार्थाच्या भरीमुळे

सेंद्रिय द्रव्य पदार्थांच्या पुरवठ्याची तरतूद होते.

(ज) वनशेती : वनशेतीसाठी पडीक जमिनीचा वापर करून माळरानावर घायपात, कोरफड यासारखी झाडे लावून मृदेचा थर निर्माण करण्याचा प्रयत्न करणे.

कृषी उत्पादकता राखण्यासाठी उपाययोजना / संवर्धन

(१) स्थानिक उपलब्ध साधनसंपत्तीचा पर्याप्त उपयोग करणे. उदा. वनस्पती, प्राणी, मृदा, जल, हवामान, मानवी साधनसंपत्ती इ.

(२) पर्यावरणाचे नुकसान करणाऱ्या व शेतकऱ्यांचे नुकसान करणाऱ्या बाह्य व अनूतनीक्षम घटकांच्या वापरात घट करणे.

(३) पीक प्रारूप (cropping pattern) व उत्पादित क्षमता आणि हवामान व भूरूपात पर्यावरणीय ताणतणाव यामध्ये सुधारणा करून सध्याच्या उत्पादनपातळीमधील शाश्वत प्रदीर्घ काळ राहील यांची खात्री करून देणे

(४) स्थानिक ज्ञान व शेतीपद्धतीचा पूर्ण फायदा घेणे

७.४ पीक वितरण आणि उत्पादनाचे प्राकृतिक व सामाजिक पर्यावरणीय घटक
(Physical and Social Environment as a factor of crop distribution and production)

पीक वितरण आणि उत्पादन यावर निरनिराळ्या घटकांचा प्रभाव पडतो. कृषी भूमी उपयोगातील प्रादेशिक भिन्नता अभ्यासण्यासाठी या घटकांचे योगदान महत्त्वाचे ठरते. पुढील घटक पीक उत्पादन व वितरणावर परिणाम करतात.

पीक वितरण व उत्पादनावर परिणाम करणारे घटक

प्राकृतिक घटक	सामाजिक घटक	आर्थिक घटक	तांत्रिक घटक
भूरचना	जमीनधारणा	भूधारकता	यांत्रिकीकरण
मृदा	शेतजमिनीचा आकार	भांडवल	जलसिंचन
हवामान	शेतजमिनीचे विभाजन	वाहतूक	खते व संजीवके
जलाशय	मजूर पुरवठा	विपणन	साठवण
	राहणीमान		
	शेती संशोधन		

(अ) पीक वितरण आणि उत्पादनाचे प्राकृतिक पर्यावरणीय घटक
(Physical Environment as a factor of crop distribution and production)

(१) भूरचना / भूप्रदेश : भूरचनेमध्ये भूउतार, समुद्रसपाटीपासूनची उंची, उंचसखलता इ.चा समावेश होतो. जगामध्ये सर्वांत जास्त कृषी क्षेत्र मैदानी प्रदेशात आहे. नद्यांच्या खोऱ्याचा प्रदेश व त्रिभुज प्रदेशात लोकांचे प्रमुख अन्न म्हणून सखोल उदरनिर्वाह शेतीपद्धतीने भाताचे पीक घेतले जाते. भारतामध्ये सतलज, गंगा-यमुनेचा मैदानी प्रदेश कृषीदृष्ट्या महत्त्वाचा आहे. या प्रदेशात गहू, ऊस, कापूस ही पिके मोठ्या प्रमाणात

पिकवली जातात. मैदानी प्रदेशात नद्यांनी वाहून आणलेल्या गाळाचे संचयन होत असते, त्यामुळे सुपीकता जास्त असते. वाहतुकीच्या साधनांचा उपयोग कृषी उत्पादनांची वाहतूक करण्यासाठी होतो. या सर्व कारणांमुळे लोकसंख्या जास्त प्रमाणात आढळते.

पठारी प्रदेशामध्ये शेती पावसावर अवलंबून आहे. पठारे लाव्हारसाच्या संचयनापासून बनलेली आहेत, त्यामुळे तेथे कापसाची काळी जमीन आढळते. उदा. भारतीय द्वीपकल्पीय पठार. पर्वतीय प्रदेशात पायऱ्या-पायऱ्यांचा उतार करून शेती केली जाते. तेथे प्रामुख्याने भात शेती आहे. हिमालयाच्या डोंगरउतारावर चहाचे मळे आहेत.

उंचीनुसार हवामान बदलते व उतारानुसार मृदेची जाडी व गुणवत्ता ठरते.

(२) मृदा : मृदेचे निरनिराळे प्रदेश आहेत व त्यानुसार भिन्न प्रकारची पिके त्या मृदेत घेतली जातात. सतलज-गंगा-ब्रह्मपुत्रा नदीच्या खोऱ्यात गाळाची मृदा सापडते की ज्या मृदेवर ऊस, तांदूळ, भाजीपाला, चहाची लागवड केली जाते. दख्खनच्या पठारावर कापसाची काळी मृदा आढळते. या मातीत लोह, ॲल्युमिनियम व ह्यूमसचे प्रमाण जास्त असते. काळ्या मृदेतून खरीप व रब्बी पिकांचे उत्पादन घेतले जाते. तृणधान्ये, तेलबिया, भाजीपाला, फळे आणि कापूस, ऊस, तंबाखू यासारख्या पिकांचे उत्पादन घेतले जाते. उष्ण कटिबंधीय प्रदेशात आर्द्र हवामानात जांभी मृदा तयार होते. ही मृदा फारशी सुपीक नाही, तरी या मृदेतून नाचणी, भात, कडधान्ये इ. पिके तसेच आंबा, काजू, यासारखी फळझाडे घेतली जातात. तांबडी मृदा ही तमिळनाडू, आंध्रप्रदेश, कर्नाटक, महाराष्ट्राचा नैर्ऋत्य/आग्नेय भाग या प्रदेशामध्ये आढळते. या मृदेत सेंद्रिय घटक व नायट्रोजनचा अभाव असतो. या मृदेतून पाण्याचा निचरा होत असल्याने ती जलसिंचनास प्रतिसाद देते. नाचणी, भात, तंबाखू या पिकांना ही मृदा अधिक उपयुक्त आहे. ज्या ठिकाणी अतिउष्णता, कोरडे हवामान व कमी पर्जन्य आहे या प्रदेशात वाळवंटी मृदा आढळते. यामध्ये ह्यूमसचे प्रमाण कमी असते. ओलावा धरून ठेवण्याची क्षमता कमी असते. कृत्रिम जलसिंचनाच्या सोयी उपलब्ध असल्यास जमिनीतून विविध पिके घेता येतात.

(३) हवामान : शेती व्यवसाय पूर्णपणे हवामानावर अवलंबून आहे. तापमान, आर्द्रता, पर्जन्य, सूर्यप्रकाश, धुके, दहिवर, वारे या हवामानाच्या घटकांवर तो अवलंबून आहे. (टीप - हवामान घटकाची सविस्तर माहिती पुढील मुद्यांमध्ये, हवामान: पीकवाढीचा एक घटक यामध्ये दिली आहे.)

(४) जलाशय : जलाशयामुळे तापमान व आर्द्रतेवर परिणाम होऊन जलाशयाजवळील प्रदेशात हवामानात बदल होताना दिसून येतो. उदा. किनारपट्टीच्या प्रदेशात समुद्रकिनाऱ्यालगत हवामान उष्ण व दमट असते. त्यामुळे तेथे भात, नारळ, सुपारी, अननस, आंबा, फणस, इ. पिके घेतात, परंतु अंतर्गत भागात नद्या, कालवे, शेततळी, धरणे, साठवण बंधारे, इ. ठिकाणी जलाशय निर्माण झाले आहेत. जलाशयामुळे पाण्याची उपलब्धता वाढल्याने पिकांचा आकृतिबंध बदलतो. शेतकरी धान्य पिकांच्या ऐवजी नगदी पिके घेऊ लागतात.

(ब) पीक वितरण व उत्पादनावर परिणाम करणारे सामाजिक पर्यावरणीय घटक :

(१) जमीनधारणा : आदिवासी समाजात स्थलांतरित शेती प्रकारात जमीन समुदायाची असते आणि व्यक्तिगत स्तरावर एखाद्या व्यक्तीला समाजातील इतर लोकांबरोबर पीक काढण्यास विशिष्ट काळासाठी परवानगी मिळते.

कूळ शेतकरी : शेतामध्ये जास्त कालावधीसाठी माणूस गुंतवणूक करत नाही. किती काळ शेतजमीन लागवडीखाली आहे यावरदेखील पीक प्रारूप व शेतीव्यवस्थापन अवलंबून असते.

अल्पकालीन जमीनधारा पद्धत : एका वर्षासाठी किमान खर्च करून कमाल उत्पन्न कमावण्याचा प्रयत्न केला जातो.

भारतातील जमीनधारा पद्धती : या पद्धतीमध्ये जमीन एका बाजूला आणि जमिनीचा मालक व कूळ दुसऱ्या बाजूला असतात. जमीनदार पद्धतीमध्ये खरे शेतकरी व कुळाची पिळवूणक केली जात असे, तर रयतवारी पद्धतीमध्ये कूळ शेतकऱ्यांना जमीन खाली करण्याची भीती, जमीनधारणेसंबंधी असुरक्षितता व गुंतवणूक इ. समस्यांना तोंड द्यावे लागते.

(२) शेतजमिनीचा आकार व शेतजमिनीचे विभाजन : कृषी भूमी उपयोजनांच्या प्रारूपावर आणि दरहेक्टरी उत्पादनावर शेतजमिनीचा आकार व विभाजनाचा प्रभाव पडतो. शेतजमिनीचा आकार मोठा असल्यास ट्रॅक्टर, नवनवीन कृषी अवजारे, कापणीच्या यंत्राचा उपयोग केला जातो, परंतु शेतजमिनीच्या तुकडीकरणामुळे शेतीचा आकार लहान होत चालला आहे. याचे प्रमुख कारण म्हणजे वाढती लोकसंख्या होय. शेतजमिनीचे दरमाणशी प्रमाण दिवसेंदिवस कमी होत आहे. शेताचा आकार लहान होत चालला असल्याने आधुनिक सुविधांचा वापर करणे, नवीन शेती प्रयोग करणे अवघड व खर्चीक असते. जमिनीचे बांध, रस्ते, आपापसातील वाद यामुळे जमीन पडीक राहते व विभाजनांमुळे शेतीचे नुकसान होते.

(४) मजूर पुरवठा : कृषी भूमी उपयोजन आणि पीक प्रारूप यामध्ये मजूर हा घटक महत्त्वाचा आहे. विविध पिके आणि कृषी प्रणालीनुसार मजुरांची मागणी बदलते. कृषी उद्योगामध्ये वर्षभरात मजुरांचे प्रमाण बदलते. पिकांच्या पेरणीच्या हंगामात आणि कापणीच्या हंगामात मजुरांचा अत्यंत तुटवडा असतो.

(५) राहणीमान : भारतामध्ये अजूनही गरिबांचे प्रमाण जास्त आहे, म्हणून उत्तम प्रकारच्या शेती उत्पादनांना मागणी कमी आहे. तसेच, प्रदेशानुसार आहारातही भिन्नता आढळते. उदा. किनारी प्रदेशात भात हे प्रमुख अन्न तर उत्तरेकडील मैदानी प्रदेशात आहारात गव्हाचा सामावेश होतो. औद्योगिकीकरण व नागरिकीकरण यामुळे राहणीमानात बदल होत आहे. नागरिकीकरणामुळे उत्पादनाची मागणी वाढत असल्याने पीक पद्धतीत बदल होत चालले आहेत.

(६) शेती संशोधन : भारतामध्ये पीक उत्पादन वाढीसाठी संकरित बी-बियाणे, नवीन यंत्रांचा वापर, रासायनिक व सेंद्रिय खतांचा वापर, हवामानातील बदलानुसार शेती, पीक घेण्याच्या पद्धती यावर संशोधन होणे गरजेचे आहे.

(७) रूढीप्रिय व परंपरेनुसार शेती : शेतजमिनीच्या उपयोगावर आहार, रूढी, परंपरा, राहणीमान इ. घटकांचा प्रभाव पडतो. महाराष्ट्रामध्ये अजूनही काही प्रदेशांतील शेतकरी परिश्रमापेक्षा रूढी व परंपरांवर विश्वास ठेवतात. अजूनही नवीन तंत्रज्ञानाचा प्रसार झालेला नाही. पारंपरिक पद्धतीने शेती करतात व ठरावीकच पिके घेतात त्यामुळे शेतीतून कमी उत्पादन मिळते.

७.५ हवामान : पीकवाढीचा घटक (Climatic Element as a factor of crop Growth)

पीकवाढीवर हवामान घटक प्रभाव पाडतो. कृषी भूमी उपयोजन व कृषी प्रारूप यावर हवामान घटकाचे नियंत्रण असते. वातावरणाद्वारे हवामानाच्या घटकांचा प्रभाव पिकांची वाढ आणि विकासावर होतो.

(१) सौरशक्ती (Solar Radiation) :

सूर्यप्रकाशाचे किरण पृथ्वीच्या पृष्ठभागावर सर्वत्र सारखेच पडत नाहीत. उदा. विषुववृत्तावर सूर्यकिरण वर्षभर लंबरूप पडतात, तर उत्तर व दक्षिण गोलार्धावर तिरपे पडतात. प्रकाशसंश्लेषण क्रिया, मृदा, तापमान,

जलसंपृक्तता इ. अनेक प्रक्रियांवर प्रभाव पडतो. ऋतू, उंची, अक्षवृत्त इ. नुसार सौरशक्ती प्राप्त होते. याचा परिणाम पिकाची वाढ व वितरणावर होत असतो. ज्या ठिकाणी सूर्याचे प्रखर किरण वनस्पतीवर पडतात त्या वनस्पतींची वाढ व विकास चांगला होतो. काही वेळेस पिकांची लागवड केल्यावर तापमान वाढल्यावर व पर्जन्य कमी पडल्यास पिके करपतात. उदा. भारतामध्ये फेब्रुवारी महिन्यात तापमान कमी असते व त्याचवेळेस गव्हाच्या लोंब्यात दाणे भरण्याच्या काळात सूर्यप्रकाशाची आवश्यकता असते, परंतु तसे न झाल्यास दाणे चांगले भरत नाहीत.

(२) तापमान (Temperature) :

प्रत्येक पिकासाठी सरासरी कमाल व किमान तापमानाची आवश्यकता असते. ज्या वनस्पतीची वाढ उबदार तापमानाच्या प्रदेशात होते तेथे काही वनस्पती मरण पावतात. उष्ण कटिबंधाच्या प्रदेशात सरासरी तापमान २०°C किंवा त्यापेक्षा जास्त असते तेथे पिकांची वाढ चांगली होते, म्हणून तेथे तांदूळ, कॉफी, रबर इ. ची लागवड केली जाते. समशीतोष्ण प्रदेशात उन्हाळ्याचे तापमान अनुकूल असते. परंतु हिवाळ्यात दहिवर, बर्फ यांचा विपरीत परिणाम होतो. सर्वसाधारणपणे दैनिक कमाल तापमानाची कक्षा १५°C-२५°C दरम्यान असणाऱ्या प्रदेशात बार्ली, ओट, गव्हाचे उत्पन्न घेतले जाते. तर कोको, कॉफी, खजूर, रबर आणि तंबाखूसाठी वर्षभर जास्त तापमानाची आवश्यकता असते. तापमान ४०°C पेक्षा जास्त असल्यास व पुरेसा पाणीपुरवठा न झाल्यास पिके कोरडी पडतात.

(३) पर्जन्य :

पर्जन्याचे प्रमाण बऱ्याचशा प्रदेशांत अनियमित व अनिश्चित स्वरूपाचे आढळते. काही भागांत पावसाची कमतरता व अल्प काळात पडणाऱ्या जास्त पावसामुळे पिकांचे नुकसान होते, तर काही ठिकाणी अतिपर्जन्यामुळे पिकांचे जास्त नुकसान होते. गहू, तांदूळ, हरभरा, तेलबिया इ. पिकांमध्ये दाणे भरण्याच्या वेळेस अपरिपक्वता होते. शेतीसाठी हवामानाची माहिती असणे आवश्यक असते. पिकांच्या वाढीच्या काळात व विशिष्ट हंगामात किती पाऊस पडतो यानुसार पिके घेणे महत्त्वाचे असते. उष्ण कटिबंधीय प्रदेशात तापमान जास्त, बाष्पीभवनाचा वेग जास्त व पर्जन्याचे प्रमाणही जास्त असल्याने पिके चांगली येतात.

(४) अवर्षण :

ज्या क्षेत्रात कमी पर्जन्यामुळे वनस्पती व कृषी उत्पादनाचा पुरवठा कमी होतो, त्यास अवर्षणप्रवण क्षेत्र म्हणतात. त्यामुळे उपासमार व भूकबळीची समस्या निर्माण होते. काहीवेळेस शेतजमिनी कोरड्या पडतात व त्या शेतीच्या दृष्टीने निरुपयोगी होतात.

(५) हवामानाचे आविष्कार :

(१) **अभ्राच्छादित आकाश :** अभ्राच्छादित आकाशामुळे सूर्याचे किरण अडवले जातात. त्यामुळे पिकांवर कीड पडते, रोग पडतात, त्यामुळे नुकसान होते. उदा. कापसाची बोंडे धरू लागल्यानंतर आकाश अभ्राच्छादित झाल्यास बोंडे खराब होतात.

(२) **चक्रीय वादळे :** अनेक सागरी पट्ट्यांलगत चक्रीवादळांचा तडाखा बसतो, त्यामुळे पिकांचे मोठे नुकसान होते. वादळांमुळे वेगाने वारे वाहतात व मोठे पूर येतात.

(३) **गारपीट :** काही वेळेस गारा पडून पिकांचे मोठ्या प्रमाणात नुकसान होते. भारतात आम्रसरीच्या काळात अनेक ठिकाणी गारा पडतात.

(४) **हिम :** हिमवृष्टीमुळे पिकांचे व चाऱ्याचे नुकसान होते. हिमाच्छादित कृषी क्षेत्रामध्ये परोपजीवी बुरशीच्या वाढीस योग्य हवामान असते मात्र यामुळे बियांचे नुकसान होते.

७.६ पर्यावरणीय प्रदूषण आणि पिके, प्राणी व मानव यांच्या संबंधातील धोके

(Environmental pollution and associated hazards to crops, animals and humans)

मानवी जीवनास आवश्यक असलेले घटक मानवी हस्तक्षेपामुळे दूषित बनले आहेत. चांगल्या आरोग्यासाठी स्वच्छ पेयजल व शुद्ध हवा आवश्यक असते, ते न मिळाल्यास शरीरावर विपरीत परिणाम होतो. पर्यावरणीय प्रदूषणाचे मानवाला वाईट परिणाम भोगावे लागतात. त्याबाबत आयपीसीसी मार्फत दरवर्षी जागतिक पर्यावरण परिषद आयोजित केली जाते. त्यात पीक प्रणाली, वनसंपदा आणि प्राणी यांच्यावर होणाऱ्या परिणामांची चर्चा केली जाते. पर्यावरण प्रदूषणाचे महत्त्वाचे धोके म्हणजे

(१) जैविक प्राण्यांच्या व वनस्पतींच्या जातीचा नाश, बहुविविधतेचा ऱ्हास
(२) नैसर्गिक आपत्तीच्या तीव्रतेत वाढ
(३) जमिनीची सुपीकता कमी होणे
(४) अन्नटंचाई
(५) मानवी स्थलांतरामुळे निर्माण झालेल्या समस्या

(१) हवा प्रदूषणाचे परिणाम :

तक्ता क्र. ७.२

अ.क्र.	प्रदूषके	मानव	प्राणी	वनस्पती
१	सल्फर डाय ऑक्साइड	नेत्ररोग, कर्णविकार		उत्पादनात घट. झाडांची वाढ खुंटते.
२	नायट्रोजन ऑक्साइड	श्वसनविकार हिमोग्लोबिनवर परिणाम	श्वसन, हृदय, मूत्रपिंडावर परिणाम	रंगाचा ऱ्हास होतो, अस्तर निघून जाते.
३	कार्बन मोनॉक्साइड	हिमोग्लोबिनवर परिणाम, हृदयविकार, मृत्यू, श्वसनरोग, फुफ्फुसविकार	अवयव शिथिलता, श्वासोच्छ्वासात अडथळा	झाडांच्या वाढीवर परिणाम
४	हायड्रोजन फ्लोराइड	–	हाडांची झीज, अवयव आकसून जाणे, ताठर होणे	पानांचा शेंडा गळणे, वाढ खुंटणे, फुले, फळे झडणे
५	फॉस्फरस, डी.डी.टी.	श्वासननलिकारोग, हृदयरोग, विषबाधेने मृत्यू, ॲनिमिया	अपंगत्व, झटके, येणे, विद्रूपता, रक्तनिर्मिती थांबणे	वनस्पतींची वाढ खुंटणे प्रकाशसंश्लेषण क्रिया थांबणे

(२) जलप्रदूषणाचे परिणाम :

जलप्रदूषणाचा मानवावर होणारा परिणाम : पारा या धातूमुळे अवयवांना बधिरता येते. शिशामुळे डोकेदुखी, अवयवांवर नियंत्रण नसणे, हिरड्या निळसर होणे, मेंदूवर परिणाम, मेंदूज्वर, मूत्रपिंडाचे विकार

होतात. मानवाने कीटकनाशके व जंतुनाशकांचा वापर वाढवल्याने पाणी प्रदूषित होऊन विषबाधा, मळमळ, जुलाब, नेत्ररोग, कॅन्सर, रक्तक्षय, इ. परिणाम होतात.

जलप्रदूषणाचा प्राण्यांवर होणारा परिणाम : आम्लयुक्त व अल्कलीयुक्त पाण्यामध्ये सूक्ष्मजीव व जलचर जगू शकत नाहीत. असेंद्रिय द्रव्ययुक्त पाण्यामुळे प्राण्यांमध्ये विकलांगता, शरीर आखडणे असे परिणाम दिसून येतात.

जलप्रदूषणाचा वनस्पतींवर होणारा परिणाम : प्रदूषणयुक्त पाण्यात विषारी द्रव्ये विघटित होत नाहीत. याचा जलवनस्पती, जलचरांवर विपरीत परिणाम होऊन त्या नष्ट होतात. जलकुंभी, जलपर्णी व शेवाळ जोमाने वाढू लागतात, त्यामुळे जलचरांना ऑक्सिजन मिळण्यात अडथळा येऊन ते मरतात व वनस्पती कुजतात.

(३) मृदा प्रदूषणाचे परिणाम :

मृदा प्रदूषण हे नागरी कचरा, किरणोत्सारी प्रदूषकांमुळे होत असते. नागरी कचरा वाढत जाऊन दलदल, घाण, दुर्गंधी यांची निर्मिती होऊन अनारोग्य पसरते. माश्या, उंदीर, घुशी यांमार्फत रोगसंक्रमण होऊन त्या रोगग्रस्त बनतात. औद्योगिक कचऱ्यामध्ये वाढ झाल्यामुळे वनस्पती रोगग्रस्त बनतात. मानवाने कृषी व्यवसायात प्रगती साधली परंतु विषारी कीटकनाशके व जंतुनाशके यांचे संक्रमण अन्नसाखळीतून-मातीतून मानवापर्यंत होते; यामुळे यकृतात गाठी होणे, आतड्यांची जळजळ, केस गळणे, इ. व्याधी निर्माण होतात.

(४) सागरी प्रदूषणाचे परिणाम :

सागरामध्ये सामावणारा घनकचरा, कारखानदारीमुळे निर्माण झालेले दूषित पाणी, तेल वाहतूक, अणूवीजनिर्मिती इ. कारणांमुळे सागरी जलप्रदूषण वाढते. अणूवीजनिर्मितीमुळे जी किरणोत्सारी द्रव्ये तयार होतात ती समुद्रात खोलवर सोडली जातात यामुळे संपूर्ण जलपरिसंस्था प्रभावित होते. त्यांचा संपर्क मानवाशी आल्यास गुणसूत्रे व जनुके (जीन्स) यांच्यात बदल घडून येऊन विकृती निर्माण होते. सागरी जलप्रदूषणामुळे जलचर मृत्यू पावतात. जगाच्या विविध भागांतून पक्ष्यांचे स्थलांतर होत असताना सागरी जलावर जो तेलकट थर बसतो त्यामुळे पक्ष्यांची उडण्याची क्षमता कमी होते.

(५) ध्वनिप्रदूषणाचे परिणाम :

ध्वनिप्रदूषणामुळे मानवाला कायमचा बहिरेपणा येऊ शकतो. निद्रानाशाचा विकार जाणवतो. जेव्हा ध्वनीची तीव्रता ९० डेसीबेलपेक्षा जास्त असेल तेव्हा मानवी कार्यक्षमता कमी होत जाऊन शारीरिक व मानसिकदृष्ट्या त्रास होतो. मानसिक तणाव, आत्मविश्वासाचा अभाव, डोकेदुखी, मळमळ, दमा, इ, आजारांची सुरुवात होते.

पक्षी स्थलांतरावर परिणाम होतो, प्राणी सतत घाबरताना दिसतात, वनस्पतींची वाढ खुंटते.

(**टीप :** प्रदूषणाविषयीची सविस्तर माहिती याच पुस्तकातील पर्यावरणीय भूगोलामध्ये अभ्यासा.)

प्रश्न

१. कृषी परिसंस्था ...... परिसंस्थेचा प्रकार आहे.
(१) जल (२) निसर्गनिर्मित (३) मानवनिर्मित (४) यापैकी नाही

२. झाडाचे आयुष्य कशावरून ओळखतात ?
(१) खोड (२) बुंधा
(३) फांद्या (४) खोडातील वर्तुळाकार रचनेवरून

३. वनस्पतीपेशीत काय नसते ?
(१) केंद्रक (२) हरितद्रव्य (३) पेशीभित्तीका (४) सेंट्रीऑल

४. पर्यावरण प्रदूषणास कारण ठरणाऱ्या...... वायूमुळे आम्लवर्षा होते.
(१) कार्बन-डाय-ऑक्साइड व नायट्रोजन
(२) नायट्रस ऑक्साइड व सल्फर-डाय-ऑक्साइड
(३) ओझोन व कार्बन-डाय-ऑक्साइड
(४) कार्बन-डाय-ऑक्साइड व कार्बन मोनॉक्साइड

५. हवा प्रदूषणामुळे होणाऱ्या ओझोनच्या थराच्या क्षयामुळे कोणता परिणाम होतो ?
(१) त्वचा कर्करोग (२) पटकी (३) अतिसार (४) मेंदूतील गाठ

६. डेक्कन शुगर इन्स्टिट्यूट कोणत्या ठिकाणी आहे ?
(१) पुणे (२) कोल्हापूर (३) अहमदनगर (४) नाशिक

७. खालीलपैकी कोणत्या वनस्पतीची बायोडिझेल उत्पादनासाठी पडीक जमिनीवर लागवडीसाठी शिफारस केलेली आहे ?
(१) जट्रोफा (वनएरंड) (२) कॅसिया (तरवड)
(३) युकॅलिप्टस (निलगिरी) (४) टीक (साग)

८. खालीलपैकी जमिनीची धूप न होऊ देणारी पिके कोणती?
(१) ज्वारी, हरभरा, (२) बाजरी, गहू
(३) ज्वारी, भुईमूग (४) चवळी, मूग, तूर

९. महाराष्ट्रातील रासायनिक खतांचा प्रतिहेक्टरी सरासरी वापर सन २००८-२००९ साली किती होता ?
(१) ११०.७ किलो / हे (२) १२७.४ किलो / हे
(३) १३५.७ किलो / हे (४) १४५.७ किलो / हे

१०. एक टन शेणखतापासून किती किलो नत्र जमिनीत टाकले जाते ?
(१) ५.६ कि. ग्रॅ. (२) १३.५ कि. ग्रॅ.
(३) १७.८ कि. ग्रॅ. (४) २४.८ कि. ग्रॅ.

११. सेंद्रिय खताची गुणवत्ता ठरवणाऱ्या प्रमाणकांमध्ये त्या सेंद्रिय खतात जलधारण क्षमता किती टक्के असावी लागते ?
(१) ३०% पेक्षा अधिक (२) २०% पेक्षा कमी
(३) १५% पेक्षा कमी (४) १० पेक्षा कमी

१२. शेती व्यवस्थापनात खालीलपैकी कोणती तत्त्वप्रणाली महत्त्वाची आहे ?
(१) जास्त खर्चाचे तंत्रज्ञान
(२) जास्तीत जास्त गुंतवणुकीत कमी फायदा
(३) अधिक उत्पादन आणि योग्य गुंतवणूक
(४) वरील सर्व

१३. महाराष्ट्रात ..... पासून राष्ट्रीय पीक विमा योजना लागू करण्यात आली आहे.
(१) २००४-०५ (२) १९९०-९१ (३) १९९९-२००० (४) २००५-०६

१४. परिसंस्था म्हणजे .... अभ्यास होय.
(१) सजीवांच्या सभोवतालच्या वातावरणाशी असलेल्या नात्यांचा
(२) सजीवांच्या सभोवतालच्या वातावरणाशी नसलेल्या नात्यांचा
(३) सजीवांचा नाश होण्याचा
(४) यापैकी नाही

१५. शेतीतील बेरोजगारी कमी करण्याचे साधन कोणते ?
(१) यांत्रिकीकरण (२) मोठे कृषी उद्योग
(३) लघु उद्योग (४) मोठे उद्योग

१६. आधुनिक शेती विकासामध्ये खते आणि जंतुनाशक औषधांच्या अतिरेकी वापरामुळे कोणता परिणाम होतो?
(१) मृदा प्रदूषण (२) जल प्रदूषण (३) वायू प्रदूषण (४) मृदा धूप

१७. भारतात कृषी क्षेत्राच्या कमी उत्पादकतेची काय कारणे आहेत ?
(१) सुधारित तंत्रज्ञान वापराचा अभाव
(२) आर्थिक दृष्ट्या न परवडणारी जमीन धारकता
(३) शेतकऱ्यांची कमी आर्थिक कवत
(४) वरील सर्व

१८. जपानमधील क्योटो शहरात १९९७ मध्ये झालेल्या क्योटो प्रोटोकॉलमध्ये खालील बाबींचा समावेश आहे.
(१) २००८-१२ दरम्यान कार्बन-डाय-ऑक्साइड वायूत ३०% पर्यंत कपात
(२) हरितगृह वायूच्या कपातीच्या निर्धारित भागाचे हस्तांतरण
(३) सिंथेटिक रासायनिक घटकाचे उत्पादन कमी करणे.
(४) हलोन वायूचे उत्पादन थांबविणे.

१९. पर्यावरणात राखेचे प्रदूषण (FlyAsh) कशामुळे होते.?
(१) ऑईल रिफायनरी (२) थरमल पॉवर प्लँट
(३) सीड प्रोसेसिंग प्लँट (४) स्ट्रीप मायनिंग

२०. ‘परिसंस्था’ (Ecosystem) ही संज्ञा सर्वप्रथम कोणी मांडली ?
(१) एफ. आर. फोसबर्ग (२) ए. जी. टान्सले
(३) आर. एल. लिंडमन (४) इ. पी. ओडम

२१. 'जागतिक संवर्धन दिन' (World conservation Day) कधी साजरा केला जातो ?

(१) ५ जून   (२) ७ डिसेंबर   (३) १४ ऑगस्ट   (४) ३ डिसेंबर

२२. (Silent valley project) सायलेंट व्हॅली प्रकल्प भारतामध्ये ..... राज्यात आहे.

(१) केरळ   (२) काश्मीर   (३) मध्यप्रदेश   (४) अरुणाचल प्रदेश

२३. खालीलपैकी कोणत्या कारणामुळे जलप्रदूषण होते ?

(१) २.४D आणि कीटकनाशके   (२) वाहनामधून निघणारा धूर

(३) विमाने   (४) कारखान्यामधील धूर

२४. खालीलपैकी कोणत्या शहरात 'जागतिक अन्न परिषद' भरविण्यात आली होती ?

(१) रोम   (२) बर्लिन   (३) मॉस्को   (४) पॅरिस

२५. महाराष्ट्रात ओलिताखालील जमिनीची कमाल धारणा मर्यादा (ceiling Limit) किती आहे ?

(१) ५.२८ हेक्टर   (२) ९.२८ हेक्टर   (३) ७.२८ हेक्टर   (४) ११.२८ हेक्टर

२६. 'आयकट' सुधारणा कशाशी संबंधित आहे ?

(१) रासायनिक खतांचा वाढता वापर   (२) पाण्याचा वापर

(३) सुधारित वाणांचा कार्यक्रम   (४) पीक संरक्षण

२७. 'किसान क्रेडिट कार्ड' योजना .... या संघटनेद्वारे तयार केली गेली.

(१) नाबार्ड   (२) आर बी आय

(३) आय सी आय सी आय   (४) जी आय सी

२८. शेतातील तणांचा नाश करण्यासाठी कोणत्या रसायनाचा उपयोग करतात ?

(१) डी. डी. टी.   (२) २-४ डी   (३) बी. एच. सी   (४) रोगोर रसायन

२९. जगामध्ये सर्वात जास्त कृषी क्षेत्र मैदानी प्रदेशात आहे, कारण

(१) नद्यांनी वाहून आणलेल्या गाळाचे संचयन झाल्यामुळे तेथील मृदा सुपीक असते.

(२) पर्जन्याचे प्रमाण जास्त असते.

(३) मैदानी प्रदेशात हवा उष्ण व दमट असते.

(४) वरील सर्व

३०. खालीलपैकी कोणते हवामान घटक पीकवाढीवर परिणाम करतात ?

(१) पर्जन्य   (२) तापमान   (३) सौरशक्तीचे वितरण   (४) वरील सर्व

उत्तरे

१. ३	२. ४	३. ४	४. २	५. १	६. १	७. १
८. ४	९. २	१०. १	११. १	१२. ३	१३. ३	१४. २
१५. ३	१६. ४	१७. ४	१८. २	१९. २	२०. २	२१. ४
२२. १	२३. १					

८

हवामान

(Climate)

८.१ हवामान
८.२ वातावरणाचे घटक
८.३ वातावरणाची संरचना
८.४ सौर उत्सर्जन व उष्मा समतोल
८.५ पृथ्वीचे औष्णिक संतुलन
८.६ हवामानाचे घटक

८.१ हवामान (Climate)

प्रस्तावना :

पृथ्वीचे वर्णन म्हणजे भूगोल होय. यामध्ये प्रामुख्याने शिलावरण, वातावरण, जलावरण आणि परस्परांशी निगडित असलेल्या अभ्यासाचा संबंध येतो. भूगोल या शास्त्राची सुरुवात या विषयांपासून होऊनच प्राकृतिक भूगोल ही शाखा निर्माण झाली. यात मानव-निसर्ग यांच्या परस्पर संबंधातून मानवी भूगोलाचीही शाखा अस्तित्वात आली, कारण मानव व भूगोल यांचा परस्परसंबंध अगदी जवळचा आहे. पृथ्वीवरील सर्व आवरणांचा संबंध एकमेकांशी संलग्नित आहे आणि यामधूनच जीवावरणाचा उदय होतो. म्हणून नैसर्गिक घटकांच्या वितरणासंबंधीचा विचार हवामानशास्त्रात केला जातो. मानवाच्या मूलभूत गरजा (अन्न, वस्त्र, निवारा इ.) यावर हवामानाचा परिणाम होतो, म्हणजेच मानवाच्या दैनंदिन जीवनावर हवामानाचा प्रत्यक्षरीत्या परिणाम पडतो. ज्या नैसर्गिक घटना घडतात, त्या ईश्वरामुळेच घडतात असा उल्लेख प्राचीन ग्रीक, रोमन, भारतीय संस्कृतीत आहे. उदा. इंद्राची पूजा पाऊस पडण्यासाठी करत असत. उष्णता, पर्जन्य, वारे, वादळ इ. ला नियंत्रित करणारी ईश्वरशक्ती आहे म्हणून सूर्य, चंद्र इ. देवदेवतांना प्रसन्न करण्यासाठी होम हवन करणे, पूजा करणे इ. प्राचीन काळापासून चालू होते.

हवामानशास्त्र (Climatology) :

हवामानशास्त्र climatology हा इंग्रजी शब्द ग्रीक भाषेतील 'क्लाइमा' या शब्दातून निर्माण झाला आहे. ॲरिस्टॉटलनी क्लाइमाचा उपयोग 'अक्षवृत्त' म्हणून केला व पृथ्वी गोलाकार असल्याने अक्षवृत्तानुसार हवामान

बदलते असे सांगितले. तसेच क्लाइमा या शब्दाचा अर्थ 'सूर्याचा उतार' होय. 'Klima' या शब्दावरून climate हा इंग्रजी शब्द हवामानासाठी प्रचलित आहे.

हवामानशास्त्र – व्याख्या :

(१) ऑस्टिन गिलर : 'हवामानशास्त्र म्हणजे पृथ्वीवरील दीर्घ कालावधीच्या निरीक्षणाद्वारे केलेला सरासरी हवामानस्थितीचा अभ्यास व कारणमीमांसा होय.'

(२) डब्ल्यू. जी. मूर : 'हवामानशास्त्र म्हणजे पृथ्वीवरील विविध प्रकारचे हवामान व त्याचा नैसर्गिक पर्यावरणावर होणारा परिणाम याचा अभ्यास करणारे शास्त्र होय.'

वातावरणशास्त्र (Meteorology) :

Meteorology हा शब्द ॲरिस्टॉटलनी Meteorologica नावाच्या ग्रंथातून घेतला आहे. याचा अर्थ 'अंतरिक्षाचे अध्ययन' होय. वातावरणाच्या विविध घटकांचा अभ्यास करताना त्याने भौतिकशास्त्र व रसायनशास्त्र याचा आधार घेतला आहे.

भारतीय मौसम विभागाने – Indian Meteorological Department - वातावरणशास्त्रास 'मौसम विज्ञान' असे संबोधले आहे.

वातावरणशास्त्राचा अभ्यास करण्यासाठी रडार, फुगे, कुत्रिम उपग्रह इ. चा उपयोग करतात. यामधून ढगांची उंची, जेटप्रवाहांचे स्वरूप, वातावरणातील आविष्कार इ.ची पूर्वसूचना वैमानिकांना मिळावी म्हणून या शास्त्राची एक शाखा 'वैमानिक मौसम विज्ञान' या नावाने प्रसिद्ध आहे. वातावरणाच्या भौतिक प्रक्रियांचा अभ्यास वातावरणशास्त्रात केला जातो. तसेच हवेच्या दैनिक स्थितीचाही अभ्यास केला जातो.

वातावरणशास्त्र हे भौतिकशास्त्राचे सिद्धांत व निरीक्षण यावर आधारित आहे.

(१) वातावरण (Atmosphere) : ग्रीक भाषेतील atmos या शब्दाचा अर्थ वाफ vapour तर sphere याचा अर्थ 'आवरण' असा होतो. ज्वालामुखीच्या क्रियेमुळे भूगर्भातील पाण्याची वाफ, वायू, इ. बाहेर येऊन त्यांच्या संयोगाने वातावरण तयार झाले आहे. चेंबरलेन यांच्या मते भूगर्भशास्त्रज्ञाच्या गृहीततत्त्वानुसार वातावरण याच प्रकारे तयार झाले असावे. भूपृष्ठाला लागून असलेल्या १६ कि.मी. विस्ताराच्या वातावरणांचा अभ्यास मानवाने प्रत्यक्षपणे केला आहे. तसेच, अग्निबाण, रॉकेट्स, कृत्रिम उपग्रह इ. स्वयंचलित उपकरणांद्वारे सुमारे ९६–१०० कि.मी. विस्ताराच्या वातावरणाचा अभ्यास केला. त्यापेक्षा जास्त उंचीवरील माहिती रेडिओलहरी, ध्वनिलहरी इ. द्वारे आली.

वातावरणाची व्याख्या :

(१) फिंच व त्रिवार्ता : 'पृथ्वीला सर्व बाजूंनी वेष्टिणारे आणि तिचे अविभाज्य अंग असलेले हवेचे जे आवरण आहे. त्याला वातावरण म्हणतात.'

(२) ए. ई. एम. गिडिज : 'पृथ्वीभोवती असणाऱ्या रंगहीन, गंधहीन, रुचिहीन हवेच्या आवरणाला वातावरण म्हणतात.

८.२ वातावरणाचे घटक (Composition of the Atmosphere)

वातावरण पुढील तीन घटकांनी बनलेले आहे.

(१) निरनिराळे वायू (२) पाण्याची वाफ किंवा जलबाष्प (३) धूलिकण

(१) निरनिराळे वायू (Gases) :

पृथ्वीवरील वातावरण हे अनेक वायूंच्या मिश्रणापासून बनलेले आहे, परंतु ते त्या सर्वांचे बनलेले एकजिनसी संयुग नाही. हवेतील जास्त वजनाचे वायू खालच्या थरात व हलके वायू वरील थरात आढळतात. उदा. समुद्रसपाटीपासून सुमारे २० कि.मी. उंचीपर्यंत कार्बनडाय ऑक्साइड (CO_2) वायू असतो तर १५० किमी. उंचीच्या पलीकडे हायड्रोजन (H_2) वायू असतो.

तक्ता क्र. ८.१ : वातावरणातील वायूंचे प्रमाण

अ. क्र.	वायू	रासायनिक सूत्र	शेकडा प्रमाण	
१	नायट्रोजन	N_2	७८.०८४	जड वायू
२	ऑक्सिजन	O_2	२०.९४	जड वायू
३	आरगॉन	Ar	०.९३	जड वायू
४	कार्बन डाय ऑक्साइड	CO_2	०.०३	जड वायू
५	निऑन	Ne	०.००१८२	हलके वायू
६	हेलियम	He	०.०००५	हलके वायू
७	क्रिप्टॉन	Kr	०.०००१	हलके वायू
८	झेनॉन	Xe	०.००००९	हलके वायू
९	ओझोन	O_3	०.००००६	हलके वायू
१०	हायड्रोजन	H_2	०.००००५	हलके वायू

(अ) नायट्रोजन (N_2) : नायट्रोजन वायू ऑक्सिजनची तीव्रता कमी करतो. तसेच हा वायू निष्क्रिय आहे. सजीवांच्या वाढीस असलेली आवश्यक संयुगे तयार करतो. झाडांच्या पेशी मजबूत होण्यास नायट्रोजनची गरज असते. वातावरणातील उल्कापात, वायुभार, वायुगती, प्रकाशपरिवर्तन इ. आविष्कार नायट्रोजनवर अवलंबून आहे.

(ब) ऑक्सिजन (O_2) : सजीवसृष्टीच्या श्वसनासाठी आवश्यक असा वायू आहे. प्राणी व मानवास त्यांच्या श्वसनक्रियेसाठी ऑक्सिजन मिळतो, त्यामुळे ज्वलनाची क्रिया मंद होते. श्वसनास हानिकारक असलेला शुद्ध ऑक्सिजन त्याची तीव्रता नायट्रोजन कमी करतो. भूपृष्ठापासून ४० कि.मी.पेक्षा जास्त उंच भागात फोटोकेमिकल्सची (प्रकाश रासायनिक क्रिया) क्रिया होऊन ऑक्सिजनपासून ओझोन व ओझोनपासून ऑक्सिजन वायू तयार होण्याची प्रक्रिया चालू राहते, त्यामुळे वायूंचे संतुलन राखले जाते. अतिउंचावर ऑक्सिजनचे प्रमाण कमी असते म्हणून गिर्यारोहकांना कृत्रिम ऑक्सिजन बरोबर घेऊन जावा लागतो.

(क) कार्बन डाय ऑक्साइड (CO_2) : कार्बन डाय ऑक्साइड वायूची निर्मिती प्राण्यांची श्वसनक्रिया, सेंद्रिय पदार्थांचे ज्वलन, वनस्पतींचे विघटन, ज्वालामुखी क्रिया या पासून होते. सूर्यप्रकाशात वनस्पती कार्बन डायऑक्साईडच्या साहाय्याने प्रकाशसंश्लेषण क्रियेद्वारे अन्न तयार करतात. म्हणून तो वनस्पतींच्या दृष्टिकोनातून महत्त्वाचा आहे. वनस्पती कार्बन शोषून घेतात व ऑक्सिजन बाहेर टाकतात. कार्बन डायऑक्साइड सूर्याकडून

येणारे सूर्यकिरण व पृथ्वीकडून उत्सर्जित झालेली उष्णता शोषून घेतो, त्यामुळे भूपृष्ठालगतचे वातावरण उबदार आहे, परंतु सध्याच्या काळात जीवाश्म इंधनाचे अपुरे ज्वलन, वृक्षतोड, वाहनांची वाढती संख्या, औद्योगिकीकरण इ. मुळे CO_2 मध्ये वाढ होऊन पृथ्वीच्या तापमानात वाढ घडून येत आहे.

(ड) ओझोन (O_3) : समुद्रसपाटीपासून सुमारे ४० कि.मी. उंचीवर ओझोन वायूचा थर आहे. सूर्यापासून येणारे अतिनील किरण (Ultraviolet Rays) अडवण्याचे कार्य हा थर करत असतो. दररोज सूर्योदयानंतर काही मिनिटे वातावरणाच्या खालच्या थरात ओझोनचे प्रमाण जास्त असते. वातानुकूलन, रेफ्रिजरेटर्स, दुर्गंधीनाशक, कीटकनाशक, रंगतुषार यामध्ये वापरण्यात येणारा क्लोरोफ्ल्युरो कार्बन (C.F.C.) या वायूच्या वाढत्या उत्सर्जनामुळे सुपरसॉनिक विमानांच्या उड्डाणामुळे निर्माण होणारा नायट्रोजन ऑक्साईड, कारखान्यातील धूर इ. मुळे ओझोन वायूच्या थराचा ऱ्हास होत चालला आहे.

ओझोन वायूच्या ऱ्हासामुळे त्वचेचा कर्करोग, तसेच फळांची व झाडांची वाढ न होणे हे परिणाम जाणवतात. ओझोन सजीवसृष्टीचे संरक्षण करतो म्हणून त्याला 'संरक्षक थर' असेही म्हणतात.

(२) पाण्याची वाफ किंवा जलबाष्प (Water Vapour) :

पाण्याची वाफ हा एक अदृश्य वायू म्हणून वातावरणाच्या खालच्या थरात १२ किमीपर्यंत असतो. वातावरणातील बाष्प हे तापमानावर अवलंबून असते. उदा. तापमान वाढले की बाष्पप्रमाण वाढते व कमी झाले की बाष्पाचे काही प्रमाणात सांद्रीभवन होते. वातावरणातील बाष्प उंचीनुसार कमी होत जाते. परंतु त्यांचे प्रमाण प्रदेश, तापमान, उंची, ऋतुमान इ. घटकांनुसार बदलत असते. भूपृष्ठाजवळ वातावरणात बाष्प सुमारे ३ ते ४% असते. उन्हाळ्यात बाष्पाचे प्रमाण कमी तर पावसाळ्यात जास्त असते. सागरभागावर बाष्पाचे प्रमाण नेहमी जास्त असते. तसेच विषुववृत्तीय पट्ट्यात जास्त पर्जन्यामुळे बाष्प जास्त असते. सुमारे १२ कि.मी. उंचीनंतर बाष्पाचे सांद्रीभवन होत असल्याने ते आढळत नाही. बाष्पामुळे दव, धुके, मेघ, पाऊस, गारा इ. आविष्कार अनुभवण्यास मिळतात.

(३) धूलिकण (Dust Particles) :

सेंद्रिय व असेंद्रिय पदार्थांपासून धूलिकण तयार होतात. त्यामुळे वातावरण अशुद्ध होते.

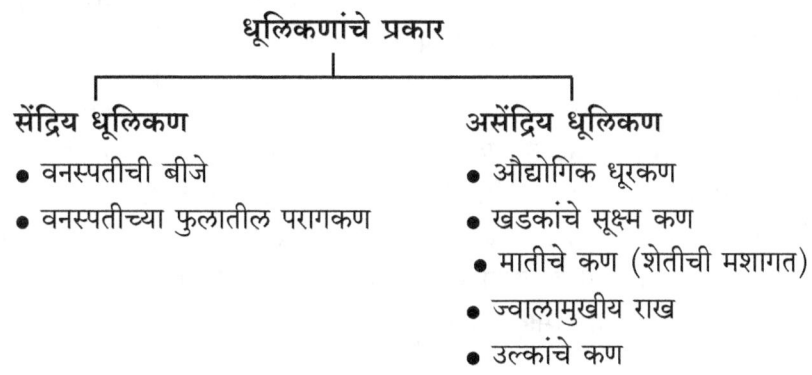

धूलिकणांचे प्रकार

सेंद्रिय धूलिकण	असेंद्रिय धूलिकण
● वनस्पतीची बीजे	● औद्योगिक धूरकण
● वनस्पतीच्या फुलातील परागकण	● खडकांचे सूक्ष्म कण
	● मातीचे कण (शेतीची मशागत)
	● ज्वालामुखीय राख
	● उल्कांचे कण

वातावरणामध्ये असेंद्रिय धूलिकणांचे प्रमाण जास्त असते. वातावरणातील धूलिकणांमुळे विकिरणाची क्रिया घडून सूर्यप्रकाश सर्व बाजूस पसरतो. जर धुळीचे कण वातावरणात नसते तर आकाशात दिवसाही तारे

दिसू लागले असते. म्हणजेच धूलिकणांच्या अस्तित्वामुळे आकाश निळे दिसते. तसेच वातावरणातील जलबाष्प काही धूलिकणांभोवती आकर्षित होऊन ढगांची निर्मिती होऊन पाऊसही पडतो. यांनाच 'जलाकर्षक अणू' म्हणतात.

८.३ वातावरणाची संरचना (Structure of Atmosphere)

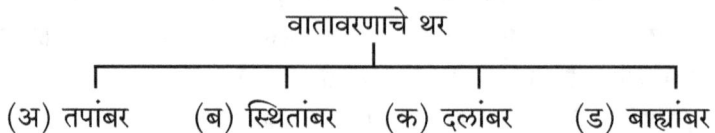

वातावरणाचे थर

(अ) तपांबर (ब) स्थितांबर (क) दलांबर (ड) बाह्यांबर

(अ) तपांबर (Troposhere) :

पृथ्वीच्या पृष्ठभागापासून सुमारे १३ कि.मी. उंचीपर्यंत असलेल्या वातावरणाच्या सर्वांत खालच्या भागाला तपांबर म्हणतात.

तपांबराचा विषुववृत्तावर १६ कि.मी., ध्रुवावर ९ कि.मी. इतका विस्तार आहे. या थरात उंचीनुसार तापमान कमी होत जाते. १६० मी. उंच गेल्यास १°से ने तापमान कमी होत जाते या दराला 'तापमानाचा ऱ्हास दर' (Lapserate) म्हणतात. वातावरणामधील ८० ते ९०% हवा तपांबरात असते. तपांबरातील वातावरणाला वहन (Conduction), उत्सर्जन (Radiation) व अभिसरण (Convection) या क्रियांमुळे उष्णता मिळते व याच क्रियांमुळे थंड होते, म्हणून अभिसरण क्रिया ही वारंवार होत असल्याने तपांबरास 'अभिसरण प्रवाहाचा विभाग' असेही म्हणतात. या क्रियेमुळेच भूपृष्ठाला लागून असणारी थंड हवा उष्ण होते व ती वरच्या भागात पोहोचवली जाते, त्यामुळे वातावरण तापते.

ढगांची निर्मिती, वारे, विजा, वादळ, पाऊस इ. हवेचे आविष्कार तपांबर थरातच आढळतात, म्हणून मानवी जीवनासाठी हा थर महत्त्वाचा आहे. समुद्रसपाटीवर हवेचा दाब सुमारे १०१३.२ मि. बा. असून तापमान २५.२° से. इतके असते.

तपस्तब्धी : तपांबरापासून ३ कि.मी. उंचीपर्यंतच्या पातळ थरास 'तपस्तब्धी' म्हणतात. या भागात तापमान सारखे असते. हा भाग अस्थायी स्वरूपाचा असून यामध्ये ढग, विजा, वादळे इ. आविष्कार आढळत नाहीत. हा थर तपांबर व स्थितांबर यांना अलग करतो म्हणून याला 'तपांबराचे छत' म्हणतात.

(ब) स्थितांबर (Stratosphere) :

तपस्तब्धीला लागून असलेल्या वरच्या थरास 'स्थितांबर' म्हणतात. या थराचा विस्तार ८० कि.मी. पर्यंत आहे. या थरात २५ ते ३० कि.मी. उंचीपर्यंत तापमान ४५° से असते व ते कायम तसेच स्थिर असते, म्हणून त्यास समताप क्षेत्र (Isothermal zone) म्हणतात. स्थितांबर थरामध्ये सूर्यापासून येणारी उष्णता शोषली जाते, त्यामुळे तापमान सारखे राहते. वातावरणाच्या या थरात उष्णतेचे संक्रमण होत नसल्याने हवेची हालचाल, आर्द्रता, मेघ, धूलिकण इ. चा अभाव असतो.

ओझोनांबर (Ozonoshere) :

पृथ्वीपासून सुमारे २५ ते ४० कि.मी. दरम्यान याचे आवरण आहे. यामध्ये ओझोन वायूचे प्रमाण जास्त आहे. ऑक्सिजनचे तीन अणू एकत्र आल्यानंतर ओझोनचा एक रेणू तयार होतो. असेच अणू सूर्यापासून निघणारे

अतिनील किरण शोषून घेतात, त्यामुळे काही प्रमाणात किरण पृथ्वीवर पडतात व तेथील प्राणी, वनस्पती व मानवांचे संरक्षण होते.

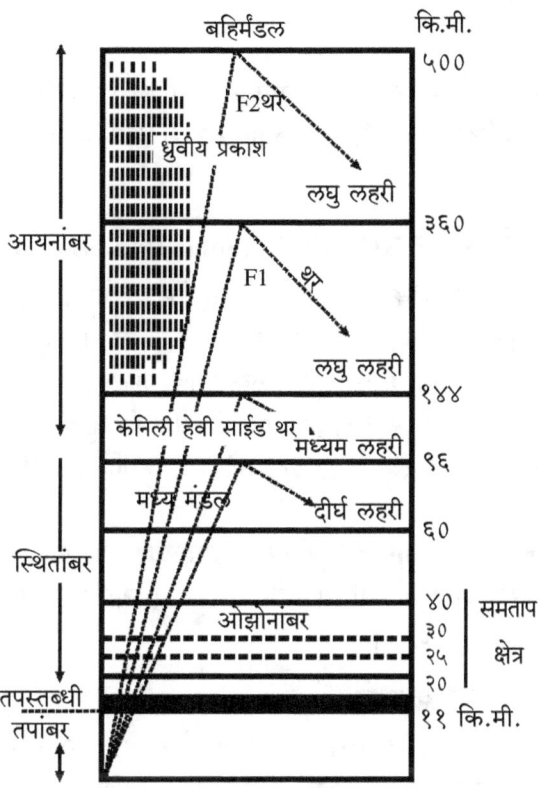

आकृती क्र ८.१ वातावरणाच्या थरांची रचना

(क) दलांबर (Ionosphere) :

स्थितांबराच्या वर सुमारे ४०० कि. मी. उंचीपर्यंत असलेल्या वातावरणाच्या पट्ट्यास 'दलांबर' म्हणतात. या थराच्या पलीकडे हवा विरळ असते. तसेच या थरामध्ये आयन्स (Ions) असतात. ते विद्युतभारित असतात. रेडिओ लहरी व रॉकेट उड्डाणांमध्ये आयनांबराचा शोध लागला. तसेच, या थरामधून विद्युतलहरी दूरचा प्रवास करून माहिती पोहोचवण्याचे काम करतात. दलांबराची उंची, दिवस–रात्र व ऋतुमानानुसार बदलते. म्हणून त्याचे पुढील उपथरही आढळतात.

(१) डी थर (D' Layer) : ८० ते ९६ कि. मी.च्या दरम्यान हा थर आहे. अशनी व उल्काखंड या थरात जळून खाक होतात. या थरामधून दीर्घ रेडिओ लहरी परावर्तित होतात.

(२) इ थर (E' Layer kennelly-Heavyside Layer) : पृथ्वीपासून ९६ ते १४४ कि. मी. उंचीपर्यंतच्या थरास 'इ' थर म्हणतात. 'मध्यम रेडिओ लहरी' परावर्तित होतात. तसेच या थरात ऑरोरा (Aurora) नावाचा ध्रुव प्रकाश चमत्कार पाहावयास मिळतो. हा थर रात्री दिसत नाही.

(३) एफ थर (F' Layer or Appleton Layer) : १४४ ते ३६० कि. मी. उंचीपर्यंतच्या वातावरणाच्या

थरास 'एफ' थर म्हणतात. या थरातून लघु रेडिओ लहरी परावर्तित होत असतात, म्हणून रेडिओचे कार्यक्रम आपणास ऐकायला मिळतात. या थरात F_1 असे F_2 दोन उपथर आहेत.

(ड) बाह्यांबर (Exosphere) :

या थराचा शोध १९५८ नंतर लागला. पृथ्वीपासून ५०० ते ७५० कि.मी. उंचीच्या वातवरणाच्या भागास 'बाह्यांबर' म्हणतात. यामध्ये हेलियम, हायड्रोजन, ऑक्सिजन (आयनीकृत) यासारखे हलके वायू असतात आणि येथे हवा अत्यंत विरळ आहे.

८.४ सौर उत्सर्जन व औष्णिक (उष्मा) संतुलन (Solar Radiation And Heat Balance)

सौरऊर्जा / सौरशक्ती : दर सेकंदाला ३,००,००० कि.मी. वेगाने प्रवास करणाऱ्या विद्युतचुंबकीय लघु लहरींच्या द्वारे सूर्याच्या पृष्ठभागापासून उत्सर्जित होणाऱ्या ऊर्जेला 'सौरशक्ती' म्हणतात.

सूर्याच्या पृष्ठभागाचे तापमान सुमारे ६०००°से. इतके आहे. पृथ्वीचे व पृथ्वीवरील वातावरण तापवण्याची एकमेव ऊर्जा हा सूर्य आहे. दर सेकंदाला २,९७,६०० कि.मी. वेगाने विद्युतभारित लहरी प्रवास करत असतात. त्यामुळे ८ मिनिटांमध्ये या लहरी सुमारे १४, ९०, ००० कि.मी. लांबीने प्रवास करतात व त्या सरळ पृथ्वीवर येत असतात.

सौरउत्सर्जन (Solar Radiation) : सूर्याच्या पृष्ठभागावर जी ऊर्जा निर्माण होते, तिला सौरऊर्जा म्हणतात. ही ऊर्जा उष्णतेच्या स्वरूपातच उत्सर्जित होते. अणूंच्या क्रिया-प्रक्रियांमुळे ही ऊर्जा सौरपृष्ठभागावरून विचलित होते त्यास 'सौरउत्सर्जन' म्हणतात.

सौरशक्तीच्या वितरणावर परिणाम करणारे घटक :

पृथ्वीच्या पृष्ठभागावर वेगवेगळ्या प्रकारचे हवामानाचे प्रदेश आढळतात, कारण उष्णता ग्रहण करण्याची क्षमता पृथ्वीवर एकसारखी दिसून येत नाही. उदा. विषुववृत्तीय प्रदेशात तापमान जास्त तर ध्रुवीय प्रदेशात तापमान कमी आढळते.

(१) सूर्यकिरणांचा प्रभाव : सूर्यापासून निघणारे किरण पृथ्वीवर पडताना ते किती अंशाचा कोन करतात यावर उष्णतेचे प्रमाण अवलंबून असते. पृथ्वी गोलाकार असल्याने ते सारख्याच अंशाचे कोन करत नाहीत. जर ९०° पेक्षा कोन लहान असेल तर सूर्यकिरण नेहमीच तिरपे पडतात. उदा. ध्रुवीय प्रदेश (तापमान कमी) आणि हा कोन ९०° असेल तर किरण लंबरूप राहून उष्णता जास्त मिळते. उदा. विषुववृत्तीय प्रदेश (तापमान जास्त) कर्कवृत्त (२१ जून) व मकरवृत्त (२१ डिसेंबर) रोजी सूर्यकिरण लंबरूप पडतात.

(२) प्रदेशाचे क्षेत्रफळ : विषुववृत्तीय प्रदेशामध्ये सूर्यकिरण क्षेत्रफळ कमी व्यापतात तर विषुववृत्ताच्या उत्तरेकडे आणि दक्षिणेकडे पोहोचणारे सूर्यकिरण जास्त क्षेत्रफळ व्यापतात, त्यामुळे ते जास्त जाड हवेच्या थरातून प्रवेश करतात म्हणून तेथे तापमान कमी असते.

(३) दिवस व रात्र यांचा कालावधी : ज्या ठिकाणी पृथ्वीवर दिवस मोठा असतो तेथे सौरशक्ती जास्त प्रमाणात मिळते व जेथे रात्र मोठी पण दिवस लहान असतो तेथे सौरशक्ती कमी प्रमाणात मिळते. २१ मार्च व २२ सप्टेंबर या दिवशी पृथ्वीवर १२ तासांचा दिवस आणि १२ तासांची रात्र असते. पृथ्वीवर ज्या ठिकाणी दिवस १२ तासांपेक्षा जास्त आहे त्या ठिकाणी मिळालेली उष्णता जास्त असते आणि रात्री उष्णतेचे उत्सर्जन कमी होऊन सौरशक्तीचे प्रमाण वाढते. याउलट ज्या ठिकाणी रात्र १२ तासांपेक्षा जास्त आहे त्या ठिकाणी

मिळालेली उष्णता कमी असते. तसेच २१ जून या दिवशी सूर्य कर्कवृत्तावर असतो त्यादिवशी सूर्याचे लंबरूप किरण या प्रदेशावर पडतात म्हणून तेथे दिनमान मोठे व दक्षिण गोलार्धात दिवस लहान असतो. २१ डिसेंबर या दिवशी सूर्य मकरवृत्तावर असतो. या दिवशी सूर्याचे लंबरूप किरण या प्रदेशावर पडतात, म्हणजेच दक्षिण गोलार्धात दिवस मोठा म्हणून उष्णता जास्त आणि रात्र लहान म्हणून उष्णता कमी असते (हिवाळा ऋतू). उत्तर गोलार्धामध्ये अशी परिस्थिती दिसून येते.

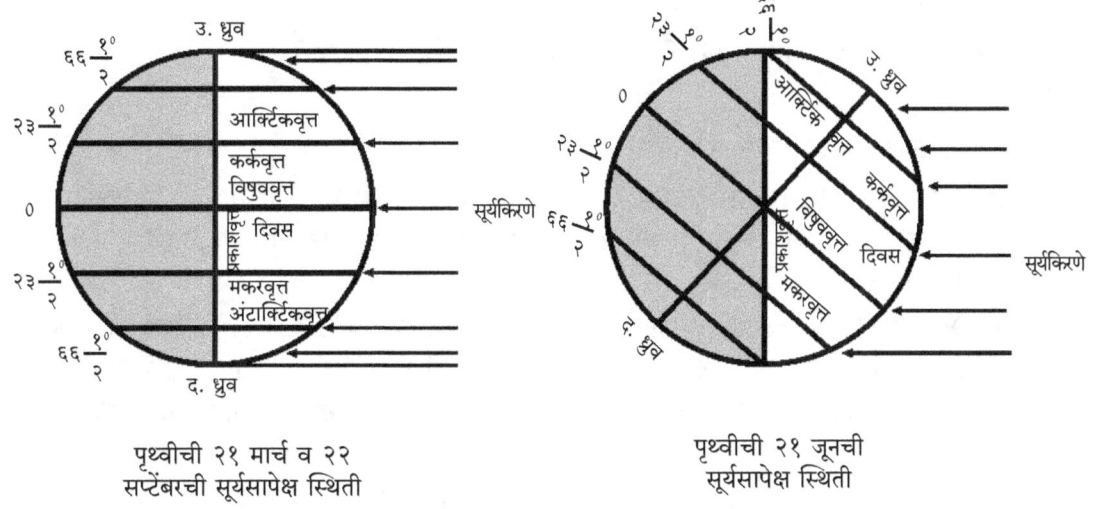

पृथ्वीची २१ मार्च व २२ सप्टेंबरची सूर्यसापेक्ष स्थिती

पृथ्वीची २१ जूनची सूर्यसापेक्ष स्थिती

आकृती क्र. ८.२

(४) पृथ्वी व सूर्य यांच्यामधील अंतर : भ्रमण करत असताना पृथ्वी कधी सूर्याच्याजवळ तर कधी सूर्यापासून दूर जाते. ३ जानेवारी या दिवशी पृथ्वी व सूर्य यामधील अंतर १४७ दशलक्ष कि.मी. असते. या स्थितीला 'उपसूर्यस्थिती' तर ४ जुलै या दिवशी पृथ्वी व सूर्य यामधील अंतर १५२ दशलक्ष कि.मी. असते. त्या स्थितीला अपसूर्य स्थिती म्हणतात, म्हणजेच जुलैपेक्षा जानेवारीमध्ये जास्त सौरशक्ती मिळते.

(५) जमीन व पाणी यांचे तापणे व थंड होणे : सूर्याच्या उष्णतेमुळे पृथ्वीवरील जमीन व पाणी एकाचवेळी तापत असले तरी उष्णताग्रहण सारख्याच प्रमाणात करत नाही, कारण जमीन लवकर तापते व लवकर थंड होते व पाणी उशिरा तापते व उशिरा थंड होते, म्हणून पृथ्वीवरील एकाच अक्षांशावर असलेल्या जलभागापेक्षा जमिनीचा भाग अधिक तापतो म्हणजेच दिवसा तापमान जास्त व रात्री तापमान कमी असते.

(६) जमिनीचा प्रकार : ज्या ठिकाणची जमीन वाळूमिश्रित आहे तेथे उष्णता असते. उदा. वाळवंट प्रदेश. तर जी जमीन गाळाची आहे तो भाग कमी प्रमाणात उष्णता ग्रहण करतो.

(७) घनदाट अरण्ये : ज्या ठिकाणी झाडांची संख्या दाट आहे तेथील जमीन फारशी तापत नाही. तसेच त्या जमिनीपासून उष्णताविसर्जनही होत नाही, त्यामुळे जमीन लवकर थंड होत नाही. तसेच, या प्रदेशात बाष्पाचे प्रमाणाही जास्त असते. त्यामुळे पर्जन्याचे प्रमाण वाढते.

(८) पाऊस व अभ्राच्छादित आकाश : आकाश अभ्राच्छादित असल्यास सूर्याची उष्णता जमिनीवर पोहोचण्यास अडथळा येतो, त्यामुळे जमीन लवकर तापत नाही तर आकाश निरभ्र असल्यास जमिनीवरून उष्णताग्रहण व उत्सर्जन मोठ्या प्रमाणावर होते त्यामुळे दिवसाचे तापमानही वाढते.

सौरशक्तीचा वातावरणावर परिणाम :

(अ) विकिरण (Scattering) : वातावरणात असंख्य प्रकारचे धूलिकण असतात तसेच हवेच्या कणांना सूर्यकिरण अडवले जाऊन सर्व बाजूंना पसरले जातात, यामुळे सौरशक्ती काही प्रमाणात नष्ट होते, या क्रियेला विकिरण म्हणतात.

(ब) परावर्तन (Reflection) : वातावरणात तरंगणाऱ्या असंख्य कणांमुळे सूर्यापासून येणाऱ्या उष्णतेच्या लहरी परावर्तन पावतात. यामुळे प्रकाशकिरणांची तीव्रता कमी होते.

(क) शोषण (Absorption) : वातावरणातील निरनिराळे वायू व जलबाष्प इ. घटकांमुळे सौरशक्ती शोषून घेतली जाते.

वातावरणातील तापमानाच्या तीन प्रक्रिया :

(अ) वहन (Conduction) : प्रथम सौरशक्तीमुळे पृथ्वीचा पृष्ठभाग तापतो. ही तापलेली हवा वातावरणाच्या खालच्या थराला उष्णता पुरवते. अशा रीतीने खालून वर उष्णता मिळून वातावरण तापते. या प्रक्रियेला वहन असे म्हणतात.

(ब) अभिसरण (Convection) : भूपृष्ठालगतची हवा उष्णतेने तापते, हलकी होते व ती वर जाण्याचा प्रयत्न करते, त्याचवेळेस वातावरणामधील थंड हवा भूपृष्ठालगत येते व ती हवा पुन: तापते व वर जाते. अशा प्रकारे हवेचे तापमान वाढते व वातावरणात उष्ण व थंड हवा अनुक्रमे वर व खाली प्रवाहित होते. या क्रियेला 'अभिसरण' असे म्हणतात.

(क) उत्सर्जन (Radiation) : पृथ्वीच्या पृष्ठभागापासून विविध लहरी बाहेर पडतात, याला उष्णतेचे उत्सर्जन असे म्हणतात.

८.५ पृथ्वीचे औष्णिक संतुलन (Heat Balance of the Earth)

औष्णिक संतुलन :

सूर्यापासून लघुलहरींच्या स्वरूपात येणाऱ्या व शोषण केल्या जाणाऱ्या सौरशक्तीचे प्रमाण आणि पृथ्वीपासून दीर्घ लहरींच्या स्वरूपात उत्सर्जित पावणाऱ्या सौरशक्तीचे प्रमाण समान राहून उष्णतेचे जे संतुलन राखले जाते त्याला 'औष्णिक संतुलन' असे म्हणतात.

सूर्यापासून लघु लहरींच्या स्वरूपात जर १००% सौरशक्ती पृथ्वीकडे येत असेल तर त्याचे विभाजन खालीलप्रमाणे करता येईल.

(अ) सौरशक्तीचे अवकाशामध्ये परावर्तन :			
(१) मेघांद्वारे	२७%		
(२) पृथ्वीचा पृष्ठभाग	०२%	३५% भूधवलता (Albedo)	
(३) धूलिकण व हवेचे कण यांचे विकिरण	०६%		
(ब) सौरशक्तीचे वातावरणात शोषण		१४%	
(क) पृथ्वीला मिळणारी सौरशक्ती			६५%
(१) सूर्यकिरणांद्वारे	३४%		
(२) आकाशातून होणाऱ्या सौरशक्तीचे उत्सर्जन	१७%	५१%	
		१००%	

स्पष्टीकरण : अवकाशामधून सौरशक्तीच्या होणाऱ्या परावर्तन क्रियेचा उपयोग (३५%) वातावरण अथवा भूपृष्ठ तापवण्यासाठी होत नाही. उर्वरित १४% सौरशक्ती वातावरण शोषून घेते. म्हणजेच ३५+१४ = ४९% सौरशक्ती पृथ्वीच्या पृष्ठभागावर पोहोचत नाही. एकूण १०० – ४९ = ५१% सौरशक्ती पृथ्वीवर पोहोचून तिचे रूपांतर उष्णतेत होते आणि वातावरण खालून वर तापत जाते.

पृथ्वीला मिळणाऱ्या ५१% सौरशक्तीपैकी ३४% सूर्यप्रकाशाच्या स्वरूपात प्राप्त होते आणि १७% सौरशक्ती आकाशातून होणाऱ्या सौरशक्तीच्या उत्सर्जनाने पृथ्वीच्या पृष्ठभागाला मिळते. ५१ + १४ = ६५% सौरशक्ती वातावरणाला मिळते.

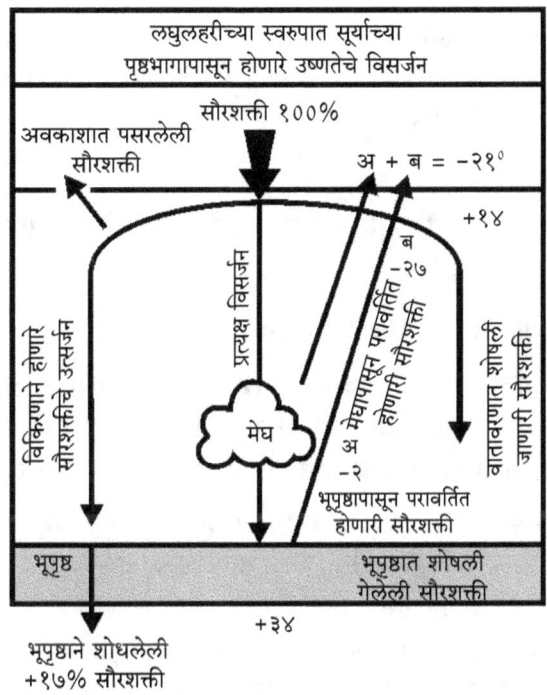

आकृती क्र. ८.३ लघुलहरींच्या स्वरूपात सूर्याच्या पृष्ठभागापासून उष्णतेचे होणारे विसर्जन

लघुलहरींद्वारे प्राप्त होणारी सौरशक्ती दीर्घलहरींद्वारे परत पाठवली जाऊन जो समतोल राखला जातो, त्यालाच 'भूमीचे उष्णता संतुलन' म्हणतात.

भूपृष्ठावरून होणारे उत्सर्जन :

(१) सौरशक्तीचे भूपृष्ठापासून उत्सर्जन –

    (अ) वातावरणाने शोषून घेतलेले   ६%   }   २३ %

    (ब) उत्सर्जनाने अवकाशाला मिळालेली उष्णता   १७%

(२) वातावरणापासून अवकाशामध्ये होणारे उत्सर्जन :   ५१%

    (अ) अभिसरण क्रिया   ९%   }

    (ब) बाष्पीभवन क्रियेद्वारे   १९%   २८%

अशाप्रकारे १७% उत्सर्जनाने अवकाशाला मिळालेली व वातावरणातून उत्सर्जित होणारी ४८% अशी एकूण ६५% सौरशक्ती वातावरणातून बाहेर अवकाशात फेकली जाते.

८.६ हवामानाचे घटक

(अ) तापमान

उष्णता (Heat) एक प्रकारची शक्ती आहे. त्यामुळे एखादी वस्तू उष्ण होत असते आणि तापमान हे त्या वस्तूतील उष्णतेचे प्रमाण दर्शवते.

वहनक्रियेमुळे हवेचे थर वातावरणात पसरतात. वातावरणातील हवेत असणाऱ्या उष्णतेची मोजणी केल्यास त्या मोजणीला तापमान म्हणतात.

हवेचे तापमान तापमापक यंत्राने (Thermometer) मोजले जाते. तापमापकाचे दोन प्रकार आहेत. (१) फॅरॅनाइट तापमापक (२) सेंटिग्रेड तापमापक

समताप रेषा (Isotherms)

नकाशावर पृथ्वीच्या पृष्ठभागावरील समान तापमान दर्शवणाऱ्या ठिकाणांना जोडणाऱ्या रेषेस समताप रेषा म्हणतात.

तापमानाचे वितरण (Distribution of Temperature) :

(१) तापमानाचे क्षितिज समांतर वितरण (Horizontal Distribution of temperature) : भूपृष्ठावर तापमानाचे समान वितरण होत नाही. उदा. विषुववृत्तीय प्रदेशावर सूर्यकिरण लंबरूप पडत असल्याने वर्षभर तापमान जास्त असते, तर विषुववृत्ताच्या उत्तर व दक्षिणेकडील प्रदेशात तापमान कमी असते.

(२) तापमानाचे ऊर्ध्ववितरण (Vertical Distribution of Temperature) : समुद्रसपाटीपासून जसजसे उंच जावे तसतसे तापमान कमी होत जाते. याला तापमानाचे ऊर्ध्ववितरण म्हणतात. उंचीनुसार तापमान कमी होण्याचा क्रम ऋतू, दिवस व स्थानानुसार भिन्न असतो. तापमान कमी होण्याचा दर १६० मी. ला १° से. असतो. पृथ्वीवरील वातावरण प्रत्यक्ष सूर्यकिरणांमुळे तापत नसून ते भूपृष्ठापासून उत्सर्जित होणाऱ्या उष्णतेमुळे खालून वर तापते, म्हणून उंचीनुसार हवेचे तापमान कमी होते. वातावरणातील पाण्याचे बाष्प, वायू या घटकांमुळे पृथ्वीपासून उत्सर्जित होणाऱ्या उष्णतेचे शोषण होते.

तापमानाची विपरितता (Inversion of Temperature) :

जास्त उंचीवर कमी तापमान व कमी उंचीवर जास्त तापमान अशी परिस्थिती असल्यास काहीवेळेस उंचीनुसार तापमान कमी होण्याऐवजी वाढलेले दिसते. त्या स्थितीला 'तापमानाची विपरितता' म्हणतात.

तापमानाची विपरितता खालील स्थितीवर अवलंबून असते –

(१) पर्वतीय दऱ्या : डोंगराळ भागात थंड हवा तिच्या वजनामुळे खाली घसरते व उष्ण हवा भूपृष्ठावर येते.

(२) निरभ्र आकाश : निरभ्र आकाशामुळे उष्णतेचे विसर्जन तीव्र गतीत होऊन तापमान कमी होते व हवा थंड होते.

(३) शांत व कोरडी हवा : वातावरणातील कोरड्या हवेत आर्द्रतेचे प्रमाण कमी असते, त्यामुळे त्या

हवेत उष्णता वाढून तापमानही वाढते. त्यामुळे ती हवा हलकी होऊन जास्त उंचीवर असणाऱ्या वातावरणाच्या थरात साचते.

(४) बर्फाच्छादित भूपृष्ठ : बर्फाच्या भूपृष्ठभागावर पडणाऱ्या सूर्यकिरणांपैकी ८०-९०% सूर्यकिरण परावर्तित होतात, त्यामुळे तेथे उत्सर्जनाची क्रिया जलद होते. ध्रुवीय प्रदेशात तापमानाची विपरितता नेहमीच घडते.

(५) शांत वातावरण : शांत वातावरणामध्ये हवेची हालचाल घडून येत नाही, त्यामुळे वातावरणाच्या खालच्या थरातील हवा वहनाने उष्ण झालेली असते.

(६) रात्रीमान / मोठा कालखंड : पृथ्वीवर रात्रीच्या वेळी सर्व सूर्य किरणांचे उत्सर्जन कमी असते. त्यामुळे भूपृष्ठावरील हवा थंड होऊन वातावरणातील हवा उष्ण होते. रात्रीमान मोठी असल्याने भूपृष्ठावरील हवा गार झालेली दिसते.

तापमानाच्या विपरिततेचे प्रकार (Types of Inversion of Temperature) :

(१) भूपृष्ठीय विपरितता (Surface Inversion) : ध्रुवीय प्रदेशात सूर्यकिरण तिरपे पडत असल्याने भूपृष्ठ थंड असतो, परंतु त्याचवेळेस त्याच्या संपर्कातील हवाही थंड होते, मात्र उत्सर्जनाने वातावरणात वरच्या थरात तापमान जास्त असते. म्हणजेच, कमी उंचीवर कमी तापमान आणि जास्त उंचीवर जास्त तापमान अशी उलट परिस्थिती निर्माण होते. याला 'भूपृष्ठीय विपरितता' म्हणतात. अशी परिस्थिती समशीतोष्ण कटिबंधीय प्रदेशात आढळते.

(२) संपर्कीय विपरितता (Advection Inversion) : ज्या ठिकाणी उष्ण व थंड वायुराशी एकत्र येतात तेथे उष्ण वायुराशी थंड वायुराशीवर आरूढ होते. थंड पृष्ठभागावरून उष्ण हवा वाहते, त्यामुळे पृष्ठालगत असलेली हवा थंड असते तेव्हा वरची हवा उबदार असते, याला 'संपर्कीय विपरितता' असे म्हणतात.

(३) औष्णिक विपरितता : जेव्हा वातावरणात अतिउंचीवर अस्थिरता निर्माण होते व वायुराशीत अधोगामी व ऊर्ध्वगामी हालचाल होते अशावेळेस उष्ण हवा थंड हवेच्या वरच्या बाजूस आलेली असते, याला औष्णिक विपरितता असे म्हणतात.

(ब) वायुदाब (Air Pressure) : वायुदाब म्हणजे हवेचे वजन होय. हवेला वजन असून तिचा दाब प्रत्येक वस्तूवर पडलेला असतो. परंतु हा दाब चारही बाजूंनी समान पडत असल्याने लक्षात येत नाही. 'हवेला वजन आहे' हे गेरिक या शास्त्रज्ञाने इ. स. १६५१ मध्ये सिद्ध केले.

हवेचा दाब मोजण्याचे परिमाण :

१९४० पासून हवेचा दाब मिलिबारमध्ये मोजला जात आहे. समुद्रसपाटीवर हवेचा दाब सर्वसाधारणपणे १०१३.२५ मिलिबार असतो.

(एक चौ. सें.मी. जागेवर १० लाख डाईन्समुळे पडणारा हवेचा दाब म्हणजे एक बार होय. एका बारचा हजारावा भाग म्हणजे मिलिबार होतो.) डाईन्स हे हवेचा दाब मोजण्याचे एकक आहे.

सध्या पाऱ्याचा वायुभारमापक व निर्द्रव वायुभारमापक हवेचा दाब मोजण्यासाठी वापरतात.

हवेच्या दाबावर परिणाम करणारे घटक :

(१) तापमान : एखाद्या ठिकाणची हवा तापल्यास तिच्या वजनात बदल होऊन ती प्रसरण पावते, त्यामुळे तिच्यातील घनता कमी होऊन हवा विरळ होते व अशा विरळ हवेचा दाब कमी असतो. जास्त तापमान असणाऱ्या प्रदेशात हवेचा कमी दाब निर्माण होतो.

तापमान कमी असणाऱ्या प्रदेशात हवा आकुंचन पावते, त्यामुळे तिच्यातील घनता वाढून जास्त दाब निर्माण होतो; म्हणजेच दोन्ही प्रक्रियांमुळे वातावरणात हवेची क्षितिजसमांतर व ऊर्ध्वगामी हालचाल निर्माण होऊन जास्त दाबाच्या प्रदेशाकडून कमी दाबाच्या प्रदेशाकडे वारे वाहू लागतात.

(२) समुद्रपाटीपासूनची उंची : समुद्रसपाटीवर वायुदाब जास्त असतो. समुद्रसपाटीपासून जसजसे उंच जावे तसतशी हवा विरळ होते व वायुदाब कमी होतो, म्हणून पर्वताच्या शिखरावर हवेचा भार कमी तर पायथ्याशी जास्त असतो. उंचीनुसार वायुभार कमी होण्यास पृथ्वीचे परिवलन व गुरुत्वाकर्षण शक्ती कारणीभूत होतात.

(३) जलबाष्प : बाष्पयुक्त हवेपेक्षा कोरड्या हवेचे वजन जास्त असते. वातावरणातील जलबाष्पाच्या अस्तित्वामुळे हवेचा दाब कमी असतो, तसेच पावसाळा या ऋतूमध्ये हवेत जलबाष्पाचे प्रमाण जास्त असल्यामुळे वायुदाब कमी असतो.

(४) पृथ्वीचे परिवलन व गुरुत्वाकर्षण शक्ती : पृथ्वीच्या केंद्राजवळ समुद्राचा भाग असल्याने वायुदाब जास्त तर पर्वत पृथ्वीच्या केंद्रापासून दूर असल्याने हवेचा दाब कमी असतो.

वायुदाब वितरण :

एखाद्या ठिकाणी तापमानात बदल झाल्यास हवेच्या घनतेत व दाबात बदल होतो. यावरून वायुदाबाचे दोन प्रकार पडतात.

(१) ऊर्ध्वगामी वितरण
(२) क्षितिजसमांतर वितरण

(१) ऊर्ध्वगामी वितरण : समुद्रसपाटीवर हवेची घनता जास्त राहून दाब जास्त असतो. जास्त उंचीवर हवेचा भार कमी होतो, कारण तेथे हवा हलकी व विरळ होऊन तिची घनता कमी होते. उदा. समुद्रसपाटीपासून सुमारे १८,००० फूट उंचीपर्यंत हवेचा दाब कमी होण्याचे प्रमाण कायम असते. या उंचीपर्यंत दर १०८ मी. उंचीला १३.६ मिलीबार याप्रमाणे हवेचा दाब कमी होत जातो. वातावरणातील ऑक्सिजनचे प्रमाण कमी होत असते.

(२) क्षितिजसमांतर वितरण : पृथ्वीवरील हवेचे तापमान, प्रदेशाची उंची, हवेची आर्द्रता इ. घटकांच्या कमी-अधिक परिणामामुळे क्षितिजसमांतर वितरण समभार रेषांनी दर्शविले जाते.

वायुभार प्रकार :

(१) हवेचा जास्त दाब प्रकार : जेव्हा हवेचा भार १०५० मिली. बार किंवा त्यापेक्षा अधिक असतो तेव्हा त्यास जास्त दाब म्हणतात.

(२) हवेचा कमी दाब प्रकार : जेव्हा हवेचा भार ९५० मिलीबार किंवा त्यापेक्षा कमी असतो तेव्हा त्यास कमी दाब म्हणतात.

वायुदाबाचे पट्टे (Air Pressure Belts) :

(१) विषुववृत्तीय कमी दाबाचा पट्टा (Equatorial Low Pressure Belt) : विषुववृत्ताच्या ५° उत्तरेस व दक्षिणेस अक्षवृत्तांच्या दरम्यान हवेचा कमी दाबाचा पट्टा आहे. या पट्ट्यामध्ये वर्षभर सूर्यकिरण लंबरूप पडतात. म्हणून येथील हवा तापून हलकी होते व प्रसरण पावून ऊर्ध्वगामी बनते त्यामुळे या प्रदेशात

हवेचा कमी दाबाचा पट्टा निर्माण झालेला असतो. या पट्ट्याला 'शांत पट्टा' असे म्हणतात.

(२) समशीतोष्ण कटिबंधीय जास्त दाबाचा पट्टा (Subtropical High Pressure Belt) : उत्तर व दक्षिण गोलार्धात कर्क व मकरवृत्ताजवळ २५° ते ३५° अक्षवृत्तादरम्यान हवेचे जास्त दाबाचे पट्टे निर्माण होतात. विषुववृत्तीय प्रदेशातून येणारी उष्ण व हलकी हवा या पट्ट्यात आल्यामुळे दोन प्रवाह निर्माण होऊन ते पृथ्वीच्या परिवलनामुळे खाली येतात, तर काही वेळेस अधोगामी दिशेने थंड व जड हवा ३०° अक्षवृत्ताच्या खाली उतरू लागते.

(३) उपध्रुवीय कमी दाबाचे पट्टे (Sub-polar Low Pressure Belt) : दोन्ही गोलार्धांत ६०° ते ७०° अक्षवृत्ता दरम्यान हवेचा कमी दाबाचा पट्टा तयार झालेला आहे. पृथ्वीच्या स्वांगपरिभ्रमणामुळे या पट्ट्यातील हवा बाहेर फेकली जाते. यामुळे हवा विरळ होऊन कमी दाबाचा पट्टा निर्माण होतो. सूर्यकिरणांपासून जरी कमी उष्णता मिळत असली तरी अनेक उष्ण सागरी प्रवाहांमुळे कमी दाबाची केंद्रे समुद्रावर आढळतात.

(४) ध्रुवीय जास्त दाबाचा पट्टा (Polar High Pressure Belt) : ध्रुवीय प्रदेशात अति थंड हवामानामुळे हवेचा जास्त दाबाचा पट्टा निर्माण झाला आहे.

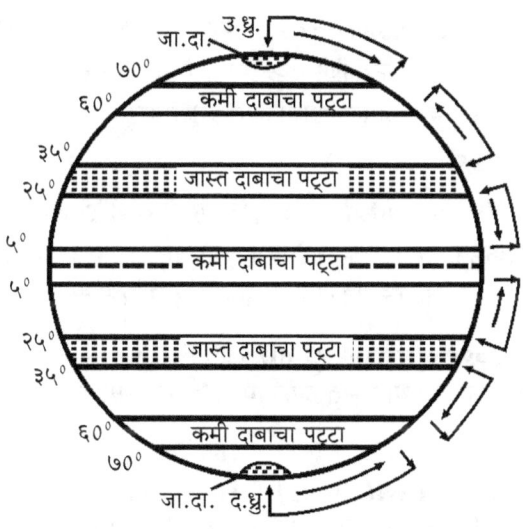

आकृती क्र. ८.४ हवेच्या दाबाच्या पट्ट्याचे वितरण

वायुदाबाचे ऋतूनुसार परिवर्तन :

उत्तर गोलार्धात जानेवारीत तापमान सर्वांत कमी तर जुलैमध्ये अधिक असते, त्यामुळे जानेवारीत वायुभार अधिक व जुलैमध्ये वायुभार कमी असतो.

वैशिष्ट्ये :

(१) वायुदाबाचे पट्टे जुलै महिन्यात उत्तरेकडे तर जानेवारीमध्ये दक्षिणेकडे सरकतात.
(२) हिवाळ्यात वायुदाब जास्त व तीव्र वायुभारउतार असतो.
(३) उत्तर गोलार्धात जमिनीचा भाग जास्त असल्याने कमी दाबाचे पट्टे खंडित झालेले असतात, तर दक्षिण गोलार्धात सागरीभाग जास्त असल्याने उन्हाळा व हिवाळ्यातसुद्धा कमी दाबाचा पट्टा अखंड असतो.

(४) जानेवारीमध्ये उत्तर पॅसिफिक व अटलांटिक महासागरावर कमी दाबाचे पट्टे निर्माण होतात, तर जास्त दाबाची केंद्रे कोलंबिया, युरेशिया, कॅलिफोर्निया व सहारा वाळवंटात असतात.

(क) वारे (Winds) :

वातावरणातील कमी-अधिक तापमानाच्या फरकामुळे क्षितिजसमांतर वायुदाबात फरक पडतो तेव्हा भूपृष्ठावर कधी जास्त दाबाचा तर कधी कमी दाबाचा पट्टा निर्माण होतो. तेव्हा जास्त दाबाच्या प्रदेशाकडून कमी दाबाच्या प्रदेशाकडे हवेची वाहण्याची क्रिया सुरू होऊन तिला जी गती प्राप्त होते त्या गतीला 'वारा' म्हणतात.

वाऱ्याची गती व दिशा यांना नियंत्रित करणाऱ्या शक्ती :

(१) वायुभाराचा उतार (Pressure gradient force) : वायुभाराची उताराची दिशा जास्त दाबाकडून कमी दाबाकडे असते. हवामानदर्शक नकाशात समभार वायुरेषा जवळ असल्यास त्या ठिकाणी हवेच्या भाराचा उतार तीव्र असतो. तेथे वारे अतिवेगाने वाहतात. ज्या ठिकाणी समभार रेषांमधील अंतर जास्त तेथे वायुभाराचा उतार मंद असतो व वाऱ्याची गती मंद असते.

(२) कोरिऑलिस प्रेरणा (Coriolis force) : पृथ्वी सूर्याभोवती फिरताना स्वतःभोवती २४ तासांत एक प्रदक्षिणा पूर्ण करते. त्यावेळेस तिच्या ठिकाणी एक प्रेरणाशक्ती कार्य करत असते तिला कोरिऑलिस प्रेरणा म्हणतात. पृथ्वीच्या स्वांगपरिभ्रमणामुळे जास्त दाबाच्या प्रदेशाकडून कमी दाबाच्या प्रदेशाकडे वाहणाऱ्या वाऱ्यांच्या मूळ दिशेवर परिणाम होतो.

(अ) फेरेलचा नियम (Ferrel's Laws) : पृथ्वीवर निर्माण झालेल्या कोरिऑलिस प्रेरणेमुळे उत्तर गोलार्धात हवेच्या जास्त दाबाकडून कमी दाबाकडे वाहणारे वारे आपल्या मूळ दिशेपासून विचलित होऊन उजवीकडे वळतात व दक्षिण गोलार्धात मूळ दिशेपासून डावीकडे वळतात.

(ब) भूआवर्ती वारे (Geostrophic wind) : भूपृष्ठापासून अति उंचीवरील वातावरणात हवेच्या दाबाची शक्ती व कोरिऑलिस प्रेरणा यांच्यात संतुलन निर्माण होऊन समभार रेषांना वारे समांतर वाहतात. अशा वाऱ्यांना भूआवर्ती वारे म्हणतात.

(३) गुरुत्वाकर्षणशक्ती (Gravitational force) : पृथ्वीच्या परिवलनामुळे उत्तर व दक्षिण ध्रुवाजवळील थंड हवा (गुरुत्वाकर्षणशक्तीमुळे) पृथ्वीकडे आकर्षित होऊन २५° ते ३०° अक्षवृत्तादरम्यान जमा होते.

(४) घर्षणशक्ती (Friction) : पृथ्वीच्या पृष्ठभागावरच्या भूखंडाचा किंवा जमिनीचा भाग समान उंचीचा नाही. त्याचा परिणाम वाऱ्याची दिशा व गतीवर होतो. उदा. भूप्रदेशावर भूरूपे जास्त असतील तर घर्षणांची क्रिया होऊन वाऱ्याची गती कमी होते व दिशाही बदलते. ते समभार रेषांवर समांतर वाहात नाहीत.

(५) केंद्रोत्सारी प्रेरणा (Centrifugal Force) : जेव्हा वारे चक्राकार गतीने फिरण्यास सुरुवात करतात तेव्हा ते समभार रेषांना समांतर वाहू लागतात व केंद्रोत्सारी प्रेरणा निर्माण होते.

वाऱ्याचे प्रकार (Types of Winds)

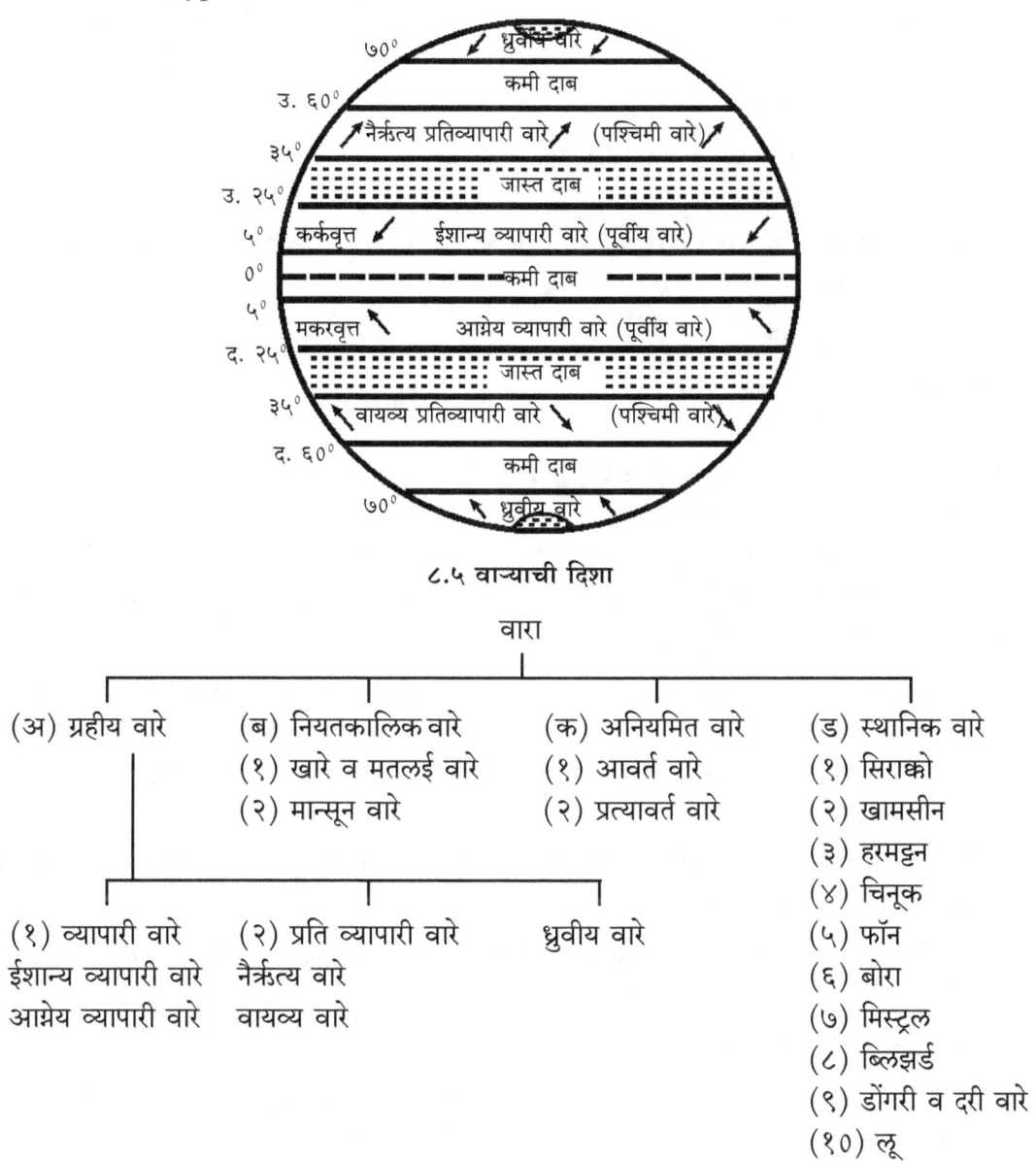

८.५ वाऱ्याची दिशा

```
                              वारा
   ┌──────────────┬──────────────┬──────────────┬──────────────┐
(अ) ग्रहीय वारे   (ब) नियतकालिक वारे   (क) अनियमित वारे   (ड) स्थानिक वारे
                  (१) खारे व मतलई वारे   (१) आवर्त वारे      (१) सिराक्को
                  (२) मान्सून वारे       (२) प्रत्यावर्त वारे  (२) खामसीन
                                                             (३) हरमट्टन
                                                             (४) चिनूक
   ┌──────────────┬──────────────────┬──────────────┐         (५) फॉन
(१) व्यापारी वारे   (२) प्रति व्यापारी वारे   ध्रुवीय वारे           (६) बोरा
ईशान्य व्यापारी वारे   नैर्ऋत्य वारे                              (७) मिस्ट्रल
आग्नेय व्यापारी वारे   वायव्य वारे                               (८) ब्लिझर्ड
                                                             (९) डोंगरी व दरी वारे
                                                             (१०) लू
```

(अ) ग्रहीय वारे (Planetary Wind) :

पृथ्वीवर निर्माण होणाऱ्या, जास्त दाबाच्या प्रदेशाकडून कमी दाबाच्या प्रदेशाकडे नियमितपणे वाहणाऱ्या वाऱ्यांना 'ग्रहीय वारे' म्हणतात.

(१) व्यापारी वारे (Trade Wind) : २५° ते ३५° उत्तर व दक्षिण अक्षवृत्तादरम्यानच्या हवेच्या जास्त दाबाच्या पट्ट्यांकडून विषुववृत्ताजवळील ०° ते ५° उत्तर व दक्षिण अक्षवृत्तादरम्यानच्या कमी दाबाच्या पट्ट्यांकडे वाहणाऱ्या वाऱ्यांना 'व्यापारी वारे' म्हणतात. पूर्वीच्या काळात या वाऱ्यांचा उपयोग जहाजे नेण्यासाठी होत असे म्हणून या वाऱ्यांना 'व्यापारी वारे' म्हणतात.

पृथ्वीच्या परिवलनामुळे फेरेलच्या नियमानुसार वारे उत्तर गोलार्धात उजवीकडे व दक्षिण गोलार्धात डावीकडे वळतात. साधारणत: हे वारे पूर्वेकडून पश्चिमकडे वाहतात म्हणून त्यांना 'पूर्वीय वारे' (Easterlies) म्हणतात.

व्यापारी वाऱ्याचे दोन प्रकार पडतात.

(अ) ईशान्य व्यापारी वारे : उत्तर गोलार्धात हे वारे ईशान्येकडून नैर्ऋत्येकडे वाहात असल्याने त्यांना 'ईशान्य व्यापारी वारे' म्हणतात.

(ब) आग्नेय व्यापारी वारे : दक्षिण गोलार्धात हे वारे आग्नेयेकडून वायव्येकडे वाहात असल्याने त्यांना आग्नेय व्यापारी वारे म्हणतात.

व्यापारी वाऱ्यांची वैशिष्ट्ये :

(१) बहुतेक प्रदेशांमध्ये व्यापारी वारे वर्षभर सारखे व नियमितपणे वाहतात, परंतु सागरी प्रदेशावर ते वेगाने वाहतात.

(२) उष्ण वाळवंटी भागात बऱ्याचवेळा हे वारे नियमितपणे वाहतात.

(३) व्यापारी वाऱ्यांचा वेग दर तासाला १६ ते २४ कि.मी. असतो.

(४) व्यापारी वारे उष्ण प्रदेशाकडे वाहात असल्याने त्यांच्यामध्ये बाष्पधारणशक्ती वाढते. त्यामुळे खंडाच्या पूर्वभागात पाऊस पडतो व हेच वारे पश्चिमेकडे जातात तसतसा त्यांच्यापासून पाऊस पडेनासा होतो.

(५) हिवाळ्यात हे वारे वेगाने वाहतात.

(२) प्रतिव्यापारी वारे (Anti-trade wind) : २५° ते ३५° उत्तर व दक्षिण अक्षवृत्तादरम्यान हवेच्या जास्त दाबाच्या पट्ट्यांकडून ६०° ते ७०° उपध्रुवीय कमी दाबाच्या पट्ट्यांकडे वाहणाऱ्या वाऱ्यांना प्रतिव्यापारी वारे म्हणतात. हे वारे पश्चिमेकडून पूर्वेकडे वाहतात म्हणून त्यांना 'पश्चिमी वारे' म्हणतात. प्रतिव्यापारी वाऱ्याचे दोन उपप्रकार पडतात.

(अ) नैर्ऋत्य प्रतिव्यापारी वारे : उत्तर गोलार्धात हे वारे नैर्ऋत्येकडून ईशान्येकडे वाहतात, म्हणून त्यांना नैर्ऋत्य प्रतिव्यापारी वारे म्हणतात.

(ब) वायव्य प्रतिव्यापारी वारे : दक्षिण गोलार्धात हे वारे वायव्येकडून आग्नेयेकडे वाहात असल्याने त्यांना वायव्य प्रति व्यापारी वारे म्हणतात.

प्रतिव्यापारी वाऱ्यांची वैशिष्ट्ये :

(१) प्रतिव्यापारी वारे थंड प्रदेशाकडे वाहात असल्याने खंडाच्या पश्चिम भागात वर्षभर पाऊस पडतो.

(२) या वाऱ्यांची दिशा व गती अनिश्चित असते.

(३) आवर्त व प्रत्यावर्तावर या वाऱ्यांचा परिणाम होतो.

(४) दक्षिण गोलार्धातील सागरी प्रदेशावर हे वारे नियमितपणे वाहतात.

(५) दक्षिण गोलार्धातील ४०° अक्षवृत्तापलीकडे हे वारे अतिवेगाने वाहतात व विशिष्ट आवाज करतात. यांना गरजणारे चाळीस वारे (Roaring Forties) म्हणतात.

(६) ५०° दक्षिण अक्षवृत्ताच्या पलीकडे सागरी भूभाग जास्त असल्याने ते अतिवेगाने वाहतात, म्हणून त्यांना खवळलेले पन्नास वारे (Furious Fifties) म्हणतात.

(३) ध्रुवीय वारे (Polar winds) : ध्रुवाजवळील जास्त दाबाच्या पट्ट्याकडून ६०° ते ७०° उपध्रुवीय कमी दाबाच्या पट्ट्याकडे वाहणाऱ्या वाऱ्यांना ध्रुवीय वारे म्हणतात.

ध्रुवीय वारे पूर्वेकडून पश्चिमेकडे वाहतात.

(ब) नियतकालिक वारे :

(१) खारे वारे व मतलई वारे : दिवस व रात्र यांच्या तापमानातील फरकामुळे हे वारे निर्माण होतात. दिवसाच्या वेळेस जमीन लवकर तापते, त्यामानाने पाणी हे उशिरा तापते. यामुळे जमिनीवर कमी दाबाचा तर समुद्रावर जास्त दाबाचा पट्टा निर्माण होतो. तेव्हा समुद्राकडून जमिनीकडे वारे वाहू लागतात त्यांना खारे वारे म्हणतात.

रात्रीच्या वेळेस पाणी मात्र उष्ण असते, परंतु जमीन थंड झालेली असते तेव्हा समुद्रावर कमी दाबाचा व जमिनीवर जास्त दाबाचा पट्टा निर्माण होतो. तेव्हा जमिनीवरून समुद्राकडे वारे वाहू लागतात त्यांना मतलई वारे म्हणतात.

(२) मोसमी वारे : भूपृष्ठावर ऋतुमानानुसार जे वारे आपल्या प्रवाहाची दिशा बदलतात त्या वाऱ्यांना 'मोसमी वारे' म्हणतात. मोसमी वारे हे समुद्राकडून जमिनीकडे वाहणारे खारे वारे व जमिनीकडून समुद्राकडे वाहणारे मतलई वारे होते.

(क) अनियमित वारे :

(१) आवर्त वारे (Cyclone) : काही स्थानिक कारणांमुळे हवेच्या दाबात बदल होत जाऊन मध्यभागी जास्त दाबाचे केंद्र निर्माण होते आणि त्याच्या सभोवती हवेचा जास्त दाब होतो त्यावेळेस वारे कमी दाबाच्या केंद्राकडे आकर्षिले जातात, त्यांना आवर्त वारे म्हणतात.

(२) प्रत्यावर्त वारे (Anticyclone) : काही स्थानिक कारणांमुळे हवेच्या दाबात बदल होत जाऊन मध्यभागी जास्त दाबाचे केंद्र निर्माण होते आणि त्याच्या सभोवती हवेचा कमी दाब होतो तेव्हा हे वारे सभोवतालच्या कमी दाबाच्या केंद्राकडे वाहू लागतात. त्यांना प्रत्यावर्त वारे म्हणतात.

(ड) स्थानिक वारे :

तक्ता क्र. ८.२

अ. क्र.	वाऱ्याचे नाव	वैशिष्ट्ये	खंड
(१)	सिराक्को	उष्ण व कोरडे	सहारा वाळवंट (आफ्रिका)
(२)	खामसिन	उष्ण व कोरडे	इजिप्त
(३)	हरमट्टन	अति उष्ण व कोरडे	गिनीचे आखात
(४)	चिनूक	–	रॉकी पर्वत (उ. अमेरिका)
(५)	फॉन	उष्ण व कोरडे	आल्प्स पर्वत (युरोप)
(६)	बोरा	थंड व कोरडे	द. युरोप
(७)	मिस्ट्रल	थंड व कोरडे	द. युरोप
(८)	ब्लिझर्ड	–	कॅनडा व सैबेरिया
(९)	लू	उष्ण व कोरडे	भारत

(ड) मान्सून (Monsoon) :

मान्सून उत्पत्ती (origin of monsoon) : इ.स. १६८६ मध्ये हॅले या हवामानशास्त्रज्ञाने मान्सून उत्पत्तीविषयी संकल्पना प्रथम मांडली. आजपर्यंतच्या संकल्पनांनुसार सागर व जमीन यांचे तापणे व थंड होणे यातूनच मान्सूनची उत्पत्ती झाली आहे.

मान्सून हा शब्द अरबी भाषेतील 'मौसिम' (Mausim) या शब्दापासून व मलेशियातील मलायी भाषेतील मोन्सीन या शब्दापासून आला असून याचा अथ 'ऋतू' (Season) असा होतो. अरबी समुद्रावरून वाऱ्यासाठी मोसम हा शब्द उपयोगात आणला. म्हणजेच हे वारे एका दिवसात बदलणारे नसून ऋतूंप्रमाणे ते बदलत असतात.

मान्सून / मोसमी वारे : 'भूपृष्ठावरून जे वारे उन्हाळ्यात आणि हिवाळ्यात म्हणजेच ऋतुमानानुसार आपल्या प्रवाहाची दिशा बदलतात अशा वाऱ्यांना मोसमी वारे म्हणतात.'

'भूपृष्ठावर आणि उंच वातावरणात ऋतुमानानुसार वाहणाऱ्या वाऱ्यांना मोसमी वारे असे म्हणतात.'

मोसमी वाऱ्यांच्या निर्मितीचे स्पष्टीकरण :

उन्हाळ्यात खंडाच्या अंतर्गत भागात प्रदेशाचे तापमान जास्त असल्याने कमी दाबाच्या हवेचा प्रदेश निर्माण होतो. त्यावेळेस हिंदी महासागरावरून जास्त दाबाच्या प्रदेशाकडून वारे विषुववृत्त ओलांडल्यावर कमी दाबाच्या केंद्राकडे खेचले जातात. सुरुवातीला या वाऱ्यांची दिशा आग्नेयेकडून वायव्येकडे असते, परंतु फेरलच्या नियमानुसार हे वारे विषुववृत्त ओलांडल्यानंतर मूळ दिशेमध्ये बदल करून उजवीकडे वळतात. त्यांची दिशा नैर्ऋत्येकडून ईशान्येकडे असल्यामुळे त्यांना 'नैर्ऋत्य मोसमी वारे' म्हणतात. सागराचे तापमान व हवेचा दाब यांच्यातील फरकामुळे हे वारे सागराकडून भूखंडाकडे वाहू लागतात.

मान्सून वाऱ्याचे दोन प्रकार पडतात, ते पुढीलप्रमाणे :

(१) उन्हाळी मोसमी वारे : उन्हाळ्यात आशिया खंडाचा भाग जास्त तापत असल्याने त्या ठिकाणी कमी वायुदाबाचे केंद्र निर्माण होते. त्याचवेळेस दक्षिण गोलार्धातील हिंदी व पॅसिफिक महासागरातील भागात जास्त वायुदाबाचे केंद्र निर्माण होते, त्यामुळे हिंदी व पॅसिफिक महासागरावरून आशिया खंडाकडे वारे वाहू लागतात. यांना उन्हाळी मोसमी वारे म्हणतात.

वैशिष्ट्ये : (१) महासागरावरून येत असल्यामुळे बाष्पयुक्त असतात. (२) आफ्रिकेचा पूर्व किनारा, थायलंड, चीन, जपान, कोरिया, आग्नेय आशिया, भारत, पाकिस्तान, बांगलादेश, इ भागात प्रभाव आहे.(३) हिंदी महासागरावरून बाष्पयुक्त वारे वाहून भारतात पाऊस देतात.

(२) हिवाळी मोसमी वारे : हिवाळ्यात आशिया खंडाच्या खंडांतर्गत भागात तापमान कमी असल्याने हवेच्या जास्त दाबाचा प्रदेश निर्माण होतो व हिंदी आणि पॅसिफिक महासागरावर तापमान जास्त असल्याने हवेच्या कमी दाबाचा प्रदेश निर्माण होतो म्हणजेच आशिया खंडाच्या मध्यवर्ती भागावरून हिंदी व पॅसिफिक महासागराकडे वारे वाहू लागतात. यांना हिवाळी मोसमी वारे म्हणतात.

वैशिष्ट्ये : (१) उत्तर गोलार्धात सप्टेंबर ते मार्चदरम्यान हिवाळा असतो. म्हणजेच तापमान कमी असल्याने जास्त दाबाचा पट्टा निर्माण होतो. याउलट हिंदी महासागरावर काही भागात तापमान जास्त असल्याने कमी दाबाचा पट्टा निर्माण होतो.(२) वारे महासागरावरून येत असल्याने व बाष्पयुक्त असल्याने भरपूर पाऊस देतात.

मान्सून वाऱ्याचे भारताच्या हवामानात महत्त्वाचे स्थान असून पुढील तीन घटकांचा परिणाम भारताच्या हवामानावर झालेला आहे.

(१) भारताचा भूमिखंडाचा भाग
(२) हिमालयाच्या उंच पर्वत रांगा व तिबेटचे पठार
(३) भूमीला लागून असलेला सागरीविभाग

(इ) वायुराशी व सीमा (Airmasses & Fronts) :

वातावरणाच्या स्थितीमधील परिवर्तन समजण्यात हवामानशास्त्रज्ञांना यश आले आहे. उदा. आर्द्रता, वायुभार, तापमान, वारे इ. घटकांवर आधारित असले तरी वायुराशीमुळे चक्रीवादळ, आवर्त व प्रत्यावर्त, टॉरनॅडो इ. हवेतील विक्षोभामुळे निर्माण होतात.

वायुराशीची व्याख्या :

वायुराशीचा अर्थ वायु + राशी म्हणजेच वाऱ्याची एकसंघ राशी होय.

(१) त्रिवार्ता : वायुराशी व वातावरणातील वायूचा किंवा हवेचा क्षितिजसमांतर असा एक जाड व विस्तृत भाग असतो, की ज्याचे तापमान व आर्द्रता सर्व ठिकाणी समान असते.

वायुराशीचे गुणधर्म :

(१) वायुराशीत आढळून येणारा एकजिनसीपणा येण्यासाठी ती हवा बराच काळपर्यंत उत्पत्तीस्थानाच्या प्रदेशात स्थिर राहण्याची गरज असते.
(२) वायुराशींच्या स्थलांतरामुळे तापमानाचे क्षितिजसमांतर वितरण होते.
(३) वायुराशी या उष्ण वा थंड असतात.
(४) वायुराशीचे उत्पत्तीक्षेत्रापासून दुसरीकडे संचलन झाल्यावरही वायुराशीचे भौतिक गुणधर्म बदलत नाहीत.
(५) वायुराशीतील तापमानाच्या उभ्या वितरणावर हवेच्या ऊर्ध्वगामी हालचाली अवलंबून असतात आणि या हालचालींवरच वायुराशीतील बाष्प, सांद्रीभवन क्रिया, पर्जन्याचे स्वरूप व प्रमाण इ. अवलंबून असतात.
(६) प्राकृतिकदृष्ट्या एकजिनसी व विस्तृत पृष्ठभाग असणे आवश्यक आहे.

वायुराशीचे वर्गीकरण (Classification of Airmasses) :

(अ) गुणधर्मानुसार वायुराशीचे वर्गीकरण :

(१) थंड वायुराशी (२) उष्ण वायुराशी

(१) थंड वायुराशी (Cold Airmass) : ध्रुवीय व आर्क्टिक भागात हवा थंड असल्याने या भागात थंड वायुराशी आढळतात. तापमान व सापेक्ष आर्द्रतेचे प्रमाण कमी असते. थंड वायुराशी उष्ण प्रदेशाकडे सरकल्याने खालचा हवेचा थर उष्ण होईल व अस्थिरता प्राप्त होईल. या वायुराशी जेव्हा सागरी जागांवरून प्रवास करतात तेव्हा त्या बाष्पग्रहण करून ते अभिसरण प्रवाहाद्वारे उंच जाऊन मेघांची निर्मिती होण्याची शक्यता असते.

थंड वायुराशीचे दोन उपप्रकार पडतात. (अ) महाद्विपीय थंड वायुराशी (ब) महासागरीय थंड वायुराशी

(२) उष्ण वायुराशी (Warm Airmass) : उष्ण वायुराशी उष्ण प्रदेशात निर्माण होत असल्याने या वायुराशी जेव्हा थंड प्रदेशाकडे सरकतात तेव्हा तो प्रदेश उबदार होतो. सापेक्ष आर्द्रता जास्त असते. या

वायुराशीचा खालचा भाग स्थिर व वरचा भाग अस्थिर असतो. उष्ण वायुराशीचे दोन उपप्रकार पडतात –
(अ) महाद्विपीय उष्ण वायुराशी (ब) महासागरीय उष्ण वायुराशी

उत्पत्तीनुसार वायुराशीचे वर्गीकरण

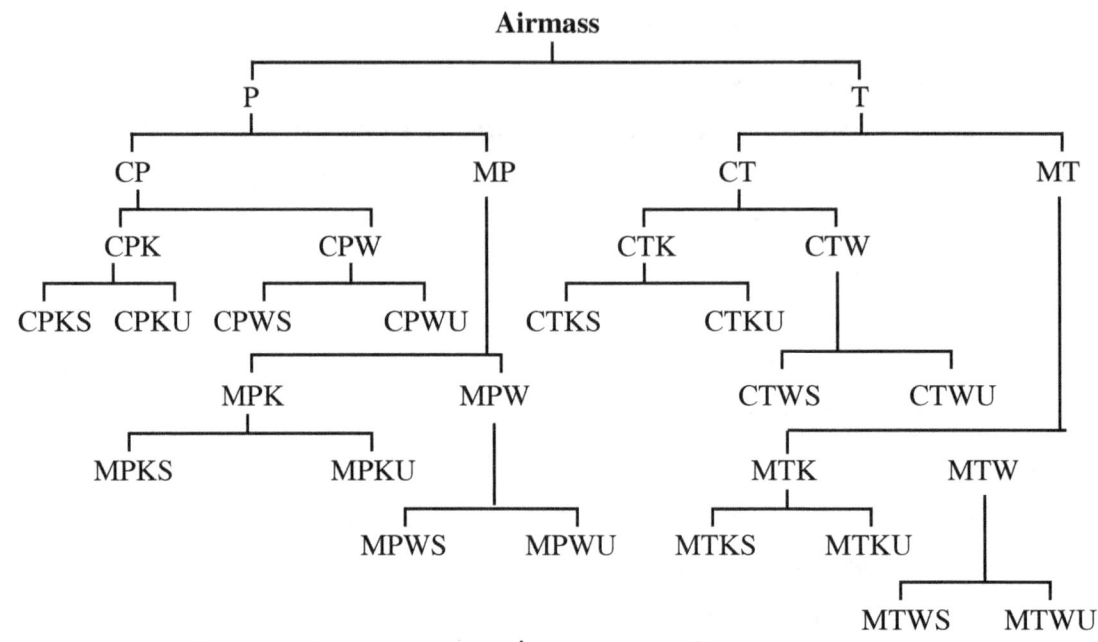

P- Polar - ध्रुवीय वायुराशी

CP- Polar Continental - ध्रुवीय प्रदेशातील
महाद्विपीय वायुराशी

MP- Polar Maritime - ध्रुवीय प्रदेशातील
महासागरीय वायुराशी

K- cold - थंड

W- warm - उष्ण

S- Stable - स्थिर

T- Tropical - उष्ण कटिबंधीय वायुराशी

CT- Polar Tropical - उष्ण कटिबंधीय महाद्विपीय
वायुराशी

MT - Tropical Maritime - उष्ण कटिबंधीय
महासागरीय वायुराशी

U- unstable - अस्थिर

(१) ध्रुवीय महाद्विपीय वायुराशी (Polar continental Airmass CP)

वैशिष्ट्ये – (१) हिवाळ्यात थंड त्यामुळे हवा जोरात वाहत नाही. (२) या वायुराशी हिवाळ्यात ज्या प्रदेशातून वाहतात तेथील हवा थंड व कोरडी बनवतात. (३) या वायुराशी उबदार जलभागावरून जातात तेव्हा उष्ण होऊन आर्द्रतेचे प्रमाण वाढवून अस्थिर होतात. (४) मेघ व पाऊस फारच कमी असतो, कारण हवा अति थंड व कोरडी असते. (५) उन्हाळ्यात भूपृष्ठाचे भाग उबदार असतात. प्रत्यावर्ताची स्थिती फारशी नसते. (६) उन्हाळ्यात अस्थिर वायुराशी निर्माण होतात आणि हवा स्वच्छ असते. (७) युरेशिया, उ. अमेरिका, ग्रीनलँड व आर्क्टिक प्रदेश, दक्षिण गोलार्ध अंटार्टिका प्रदेश येथे आढळतात.

(२) ध्रुवीय महासागरीय वायुराशी : (Polar Maritime Airmass MP)

वैशिष्ट्ये – (१) उबदार अशा सागरी भूभागावर याची निर्मिती होते, त्यामुळे त्यांच्यात आर्द्रतेचे प्रमाण वाढून वायुराशी अस्थिर बनतात. (२) खंडांतर्गत प्रदेशात प्रवेश केल्यानंतर त्यांची अस्थिरता वाढते. (३) किनारी व समुद्र भागावर क्युम्युलस मेघांची निर्मिती होऊन पाऊस पडतो. (४) प्रदेश- ग्रीनलंड, न्यूफाऊंडलंड, लॅब्राडोर, सं.संस्थाने, पूर्व किनारपट्टी (अटलांटिक) पॅसिफिक महासागराचा उत्तर भाग

(३) उष्ण कटिबंधीय महाद्विपीय वायुराशी (Tropical Continental Airmass)

वैशिष्ट्ये – (१) हिवाळ्यात व उन्हाळ्यात या वायुराशीची हवा कोरडी असते. (२) उन्हाळ्यात हवा अतिउष्ण राहते, त्यामुळे अस्थिरता दिसून येते. (३) वायुराशीच्या निर्मिती क्षेत्रातच हवामानावर परिणाम होतो. (४) प्रदेश- मेक्सिको, संयुक्त संस्थानांचा दक्षिण, वाळवंटी भाग

(४) उष्ण कटिबंधीय सागरी वायुराशी (Tropical Maritime Airmass)

वैशिष्ट्ये – (१) या वायुराशी उष्ण व आर्द्र असून त्या अस्थिर असतात. (२) वायुराशीची निर्मिती उष्ण कटिबंधीय सागरावर व नैसर्गिक वनस्पतींनी आच्छालेल्या भूखंडीय भागावर होते. (३) या वायुराशीचा खालील भाग आर्द्र व उष्ण असतो. (४) तापमान जास्त व सर्वत्र आर्द्रता सारखी असते.

फळी/ सीमा / पुरोभाग (Front) :

तापमान व आर्द्रता यांच्या कमी-अधिक प्रमाणावरून झालेल्या भिन्न गुणधर्मांच्या दोन वायुराशी जवळजवळ येऊन परस्परांत न मिसळता ज्या सीमेवर त्या एकमेकींना स्पर्श करतात त्या सीमेला वायुराशीची फळी म्हणतात. फळीनिर्मितीसाठी दोन प्रकारची स्थिती निर्माण होणे आवश्यक असते.

(१) परस्परांजवळील वायुराशींचे तापमान भिन्न असावे.

(२) तेथील वातावरणातील हवेचे प्रवाह केंद्राभिमुख असावेत.

फळ्यांचे प्रकार (Types of Front) :

(१) थंड फळी (Cold Front) : उबदार हवेच्या भागावर थंड हवेचे आक्रमण होते त्याला थंड फळी म्हणतात.

- थंड व उष्ण वायुराशी विरुद्ध दिशांनी वाहत असताना परस्परांजवळ आल्यानंतर थंड फळीची निर्मिती होते.
- थंड हवा उष्ण हवेच्या खालून पुढे सरकत असते व ती नेहमी मागे असते.
- फळीचा उतार १:४० ते १:१०० पर्यंत दिसून येतो.
- काही वेळेस १०० कि.मी. क्षेत्रात पाऊस पडतो.
- सागरावर थंड फळी आल्यास आर्द्रता व उष्णता वाढते.

(२) उबदार फळी (Warm Front) : जेव्हा उष्ण वायुराशी थंड वायुराशींवर आरूढ होते व भूपृष्ठावर त्या एका विशिष्ट सीमेवर विलग होतात त्यांना उबदार फळी म्हणतात. (A warm front is a front along which warm air replaces cold air)

- फळीचा उतार १:१०० ते १:४०० च्या दरम्यान असतो.
- हवा अस्थिर असल्यास उष्ण हवा थंड हवेवर जलद गतीने प्रवेश करते, त्यामुळे वायुराशीतील

संतुलन बिघडून आकाशात ढगांची निर्मिती होऊन पाऊस पडतो.

- काही वेळेस या फळीचे स्थानांतर झाल्यास वातावरणात बदल होतो.

(३) संयुक्त फळी (Occluded Front) : जेव्हा थंड फळी ही उबदार फळीच्या मागे येऊन जागा घेते तेव्हा तयार होणाऱ्या सीमेला संयुक्त फळी म्हणतात.

- संयुक्त फळीची आवर्त वादळात प्रत्यक्षाने निर्मिती होते.

(४) स्थिर सीमा (Stationary Front) : जेव्हा सीमेच्या पृष्ठभागावरच्या स्थितीची हालचाल होत नाही तेव्हा तिला स्थिर सीमा म्हणतात.

- वाऱ्याची हालचाल समांतर असते.

(फ) आवर्त (Cyclone) :

इंग्रजीतील 'cyclone' हा शब्द मूळ ग्रीक शब्द 'kyklos' यापासून तयार झालेला आहे. याचा अर्थ 'सापाचे वेटोळे' असा होतो. पृथ्वीवर भिन्न तापमान व आर्द्रता असलेल्या वायुराशींच्या परस्पर संपर्काने आवर्त निर्माण होतात.

आवर्ताच्या केंद्रभागी केंद्राभिसारी शक्ती कार्य करत असल्यामुळे सभोवतालच्या जास्त दाबाकडून कमी दाबाच्या केंद्राकडे वारे तीव्र गतीने आकर्षिले जाऊन चक्राकार वाहू लागतात, त्यांना आवर्त म्हणतात.

उत्तर गोलार्धात आवर्ताच्या केंद्राकडे बाहेरून वाहणाऱ्या वाऱ्यांची दिशा ही घड्याळाच्या काट्याच्या उलट दिशेने तर दक्षिण गोलार्धात घड्याळाच्या काट्याप्रमाणे असते.

निर्मिती स्थानानुसार आवर्ताचे प्रकार :

(१) उष्ण कटिबंधीय आवर्त (Tropical cyclone) : विषुववृत्तापासून १५° उत्तर व दक्षिण अक्षवृत्ताच्या दरम्यान सागरामध्ये उद्‌भवणाऱ्या आवर्ताला उष्ण कटिबंधीय आवर्त म्हणतात.

वैशिष्ट्ये

(१) विषुववृत्ताकडे व्यापारी वारे वाहात येत असल्याने त्या भागात हवेचे केंद्रीभवन होऊन सागर व जमीन यांच्या वायुराशीच्या संयोगाने आवर्ताची निर्मिती होते.

(२) सागराचा मोठा भाग, भिन्न तापमानाच्या वायुराशी, शांत हवा व जास्त तापमान इ. परिस्थितीमुळे हे आवर्त सागरी भागात उद्‌भवतात. (तापमान २७° से.)

(३) जमिनीचा किंवा सागराचा पृष्ठभाग तापून वातावरणात अभिसरणप्रवाह निर्माण होऊन पृथ्वीच्या परिवलनामुळे या प्रवाहांना चक्राकार गती मिळून आवर्त निर्माण होतात.

(४) आवर्ताचा व्यास ८० ते ३२० कि.मी. पर्यंत असतो.

(५) आवर्ताच्या केंद्रभागी हवेचा दाब ९६० मि.बा. व सभोवताली १०२० मि.बा. असतो.

(६) विषुववृत्ताजवळील शांत हवेच्या पट्ट्यात सागरावर ४० ते ५० कि.मी. वेगाने तर इतर ठिकाणी १२० कि.मी. वेगाने वारे वाहतात.

(७) सागरावरून वाहताना आवर्त वेगाने पुढे सरकतात, परंतु जमिनीशी संपर्क आल्यावर ते नाहीसे होतात.

(८) आवर्तांची वाहण्याची दिशा प्रथम पश्चिमेकडे व नंतर ध्रुवांकडे असते.

(९) आवर्ताच्या केंद्रभागी कमी भार असणाऱ्या स्थानाला 'आवर्ताचा डोळा' म्हणतात. येथे आकाश निळसर दिसते.

(१०) बाष्पाचे प्रमाण भरपूर असणाऱ्या सागरांच्या पश्चिम भागात आवर्ताची निर्मिती होते. उदा. बंगालचा उपसागर व अरबी समुद्र.

(११) आवर्तामधील पर्जन्याची सरासरी १५ ते २५ सें.मी. असते. अनुकूल परिस्थितीत ७५ ते १०० सें.मी. पर्जन्य पडतो. उदा. फिलीपाईन्समध्ये १९० सें.मी. पर्जन्याची नोंद झाली.

(१२) ५° ते ३०° उत्तर व दक्षिण अक्षवृत्तादरम्यान समुद्रावर कमी दाबाची लहान केंद्रे निर्माण होतात. त्यास 'उष्ण कटिबंधीय विक्षोम' (Tropical Disturbance) म्हणतात.

(१३) आवर्ताच्या मध्यभागी कमी दाबाचे केंद्र असून सभोवताली हवेचा दाब जास्त असतो. यामुळे अतिवेगवान वारे आवर्ताच्या चक्षूकडे आकर्षिले जातात. यालाच 'उष्ण कटिबंधीय वादळे' (Tropical storm) म्हणतात.

(१४) पॅसिफिक महासागरात फिलिपाईन्सच्या बेटसमूहात वादळे निर्माण होतात त्यांना 'टायफून्स' म्हणतात.

(१५) प्रदेश : मेक्सिको आखात, वेस्ट इंडिज बेट समूह, कॅरिबियन समुद्र (उत्तर अटलांटिक महासागर), चीन समुद्र, मेक्सिको व मध्य अमेरिका (उत्तर पॅसिफिक महासागर), मादागास्कर, मॉरेशिअस, (दक्षिण हिंदी महासागर), बंगालचा उपसागर, अरबी समुद्र इ.

(२) समशीतोष्ण कटिबंधीय आवर्त : भिन्न तापमान व आर्द्रता असलेल्या वायुराशीच्या परस्पर संपर्कामुळे आघाडी निर्माण होऊन आवर्ताची निर्मिती होते.

वैशिष्ट्ये :

(१) ३५° ते ६५° अक्षवृत्त दरम्यान निर्माण होतात.

(२) या आवर्ताचा हिवाळ्यात जास्त प्रभाव असतो.

(३) आवर्ताचा विस्तार ८०० ते २००० कि.मी. पर्यंत असतो, परंतु काही परिस्थितीत याचा विस्तार १०,००० कि.मी. पर्यंत असू शकतो.

(४) आवर्ताच्या केंद्रभागाजवळ हवेचा दाब कमी असतो. सभोवताच्या प्रदेशाकडे हवेचा दाब वाढत जातो. या मधील फरक १० ते २० मि.बा. इतका असतो.

(५) या आवर्ताची प्रवाहाची दिशा प्रतिव्यापारी वाऱ्यांच्या दिशेस (पश्चिमेकडून पूर्वेकडे) असते. परंतु तो वेग ऋतुनुसार बदलतो. (उन्हाळा-ताशी ३० कि.मी., हिवाळा ताशी ५० कि.मी.)

(६) उत्तर गोलार्धात आवर्तातील वाऱ्याची दिशा घड्याळाच्या काट्याच्या विरुद्ध दिशेने तर दक्षिण गोलार्धात घड्याळाच्या काट्याच्या दिशेने असते.

(७) समभाररेषा लंबवर्तुळाकार असतात.

(८) वाऱ्याचा वेग कमी असतो.

(९) वादळाचे स्वरूप धारण करीत नाहीत म्हणून विनाशकारी नसतात.

(१०) या आवर्तामध्ये चक्षू आढळत नाही.

(११) भिन्न गुणधर्मांच्या अडथळ्यांमुळे निर्माण होतात.

(१२) प्रदेश- कॅनडा, सं. संस्थाने (उत्तर पॅसिफिक महासागर) चीन समुद्र, उत्तर चीन, जपान, अंटार्क्टिका क्षेत्र.

(ग) आर्द्रता, सांद्रीभवन, पर्जन्य :

वातावरणामध्ये बाष्प हा घटक महत्त्वाचा असतो, कारण वातावरणात बाष्पाचे प्रमाण २ टक्क्यांपेक्षाही कमी असते. वातावरणातील बाष्पसाठा वायूंच्या स्वरूपात असल्यामुळे ते डोळ्यांनी दिसू शकत नाही. वातावरणातील बाष्पाच्या प्रमाणावर सांद्रीभवन व पावसाचे प्रमाण अवलंबून असते. तसेच प्राणी व वनस्पती जीवन बाष्पावरच अवलंबून असते.

बाष्पीभवन : ज्या क्रियेमुळे द्रवरूप किंवा घनरूप पाण्याचे रूपांतर वायुमध्ये होते त्या क्रियेला बाष्पीभवन म्हणतात.

बाष्पीभवनाची क्रिया हवेचे तापमान, कोरडेपणा व हालचाल यावर अवलंबून असते. उदा. हवा कोरडी व उष्ण असल्यास बाष्पीभवनाचा वेग जास्त असतो.

वैशिष्ट्ये :

(१) बाष्पीभवनाची क्रिया जलाशयाच्या भूभागावर जास्त प्रमाणात व जमिनीच्या भागावर कमी प्रमाणात चालते.

(२) ०° ते १०° उ. व द. अक्षवृत्तदरम्यान आरोह पर्जन्य पडत असल्याने बाष्पीभवन मोठ्या प्रमाणात चालते.

(३) १०° ते २०° अक्षवृत्ताच्या दरम्यान कोरडे व्यापारी वारे वाहात असल्याने सागरावर बाष्पीभवनाची क्रिया मोठ्या प्रमाणात घडून येते.

आर्द्रता (Humidity) : वातावरणात बाष्पाच्या स्वरूपात असलेल्या पाण्याच्या अदृश्य साठ्याला आर्द्रता म्हणतात.

हवेतील आर्द्रता 'आर्द्रतामापक' या यंत्राने मोजतात. हवेची आर्द्रता ही वातावरणातील बाष्पाच्या प्रमाणावर अवलंबून आहे, तर हवेतील बाष्पाचे प्रमाण हे हवेच्या बाष्पधारणशक्तीवर अवलंबून आहे व बाष्पधारणशक्ती हवेच्या तापमानावर अवलंबून आहे.

आर्द्रतेचे महत्त्व :

(१) ज्या भागातील वातावरणात आर्द्रतेचे प्रमाण जास्त असते तेथे पर्जन्य पडण्याची शक्यता असते. उदा. विषुववृत्तीय प्रदेश. तसेच आर्द्रतेचे प्रमाण कमी असणाऱ्या प्रदेशात पर्जन्य पडण्याची शक्यता कमी असते. उदा. उष्ण वाळवंटी प्रदेश

(२) ऋतुमानानुसार आर्द्रतेचे प्रमाण ठरलेले असते. उदा. पावसाळ्यात आर्द्रतेचे प्रमाण जास्त असते.

(३) आर्द्रतेचे प्रमाण जास्त असल्यास हवामान दमट असते व कमी असल्यास कोरडे असते.

(४) ज्या भागात वातावरणात आर्द्रतेचे प्रमाण जास्त असते तेथील तापमान कमी असते व ज्या भागात आर्द्रतेचे प्रमाण कमी असते तेथील तापमान जास्त असते.

आर्द्रतेचे प्रकार :

(१) निरपेक्ष आर्द्रता (Absolute Humidity) : विशिष्ट तापमानावर ठरावीक आकारमानाच्या हवेत असलेले बाष्पाचे प्रमाण म्हणजे त्या हवेची निरपेक्ष आर्द्रता होय. उदा. १ घनमीटर हवेत ३ ग्रॅम वजनाचे बाष्प

असेल तर ३ ग्रॅम ही एक मीटर हवेची निरपेक्ष आर्द्रता होईल.

निरपेक्ष आर्द्रता निरनिराळ्या ठिकाणी भिन्न स्वरूपाची असते.

उदा. विषुववृत्तीय प्रदेशातील निरपेक्ष आर्द्रता जास्त तर ध्रुवाकडे कमी होत जाते. उन्हाळ्यापेक्षा हिवाळ्यात आर्द्रतेचे प्रमाण कमी असते. उंचीनुसार हवा विरळ होत जात असल्याने तिच्या आकारमानात वाढ होऊन निरपेक्ष आर्द्रता कमी होते.

(२) विशिष्ट आर्द्रता (Specific Humidity) : ठरावीक वजनाच्या हवेत प्रत्यक्षात असलेले बाष्पाचे वजन म्हणजे त्या हवेची विशिष्ट आर्द्रता होय.

(३) सापेक्ष आर्द्रता (Relative Humidity) : हवेची निरपेक्ष आर्द्रता आणि त्याच तापमानावर त्या हवेची कमाल बाष्पधारणशक्ती यांच्या गुणोत्तराला सापेक्ष आर्द्रता म्हणतात.

सापेक्ष आर्द्रता ही टक्केवारीमध्ये व प्रमाणात व्यक्त करण्याची पद्धत आहे.

ज्यावेळी हवेची सापेक्ष आर्द्रता १००% असते त्यावेळी हवा दमट आहे असे म्हणतात; म्हणजेच याचा अर्थ हवा बाष्पाने संपृक्त होऊन तिची सापेक्ष आर्द्रता १००% असते. याउलट कोरडी हवा असल्यास सापेक्ष आर्द्रता कमी असते. तापमानात वाढ झाली की सापेक्ष आर्द्रता कमी होते याउलट तापमान कमी झाले की सापेक्ष आर्द्रतेत वाढ होते.

$$\text{सापेक्ष आर्द्रता} = \frac{\text{निरपेक्ष आर्द्रता}}{\text{हवेतील प्रत्यक्ष बाष्पाचे प्रमाण}} \times १००$$

दवांक किंवा दवबिंदू (Dew point) : ज्या विशिष्ट तापमानाच्या पातळीवर हवा बाष्पसंपृक्त होते, त्या तापमानाच्या पातळीला दवबिंदू म्हणतात.

सांद्रीभवन (Condensation) : हवेचे तापमान दवबिंदूच्या खाली गेल्यास ती हवा आवश्यक तेवढे बाष्प धारण करते व अतिरिक्त बाष्पाचे जलबिंदूत किंवा हिमकणांत रूपांतर होते या क्रियेला सांद्रीभवन असे म्हणतात.

सांद्रीभवनाचे प्रकार :

(अ) दव (Dew) : हिवाळ्यामध्ये रात्रीचा कालावधी जास्त असल्याने उष्णतेचे विसर्जन मोठ्या प्रमाणावर होऊन भूपृष्ठ थंड होते. त्याचवेळेस लोखंडाचे पत्रे, झाडांची पाने, गवताची पाने, दगड, इ. जास्त थंड होतात. त्यामुळे तेथील तापमान कमी होऊन सा. आ. १००% होते. म्हणजेच ती हवा बाष्पसंपृक्त होते. तेच तापमान कमी झाल्यास बाष्पांचे रूपांतर जलकणात होते व हे जलकण थंड पदार्थावर साचतात. यालाच 'दव' म्हणतात.

(ब) दहिवर (Frost) : दवांक गोठणबिंदूच्या खाली गेल्यावर बाष्पाचे सांद्रीभवन न होता संप्लवन घडून येते म्हणजे हिमकणांची निर्मिती होते व ते थंड वस्तूंवर साचतात. त्याला दहिवर म्हणतात. हिवाळ्यात याची निर्मिती जास्त होते. दहिवरामुळे पिकांचे नुकसान होते.

(क) धुके (Fog) : हवेतील बाष्पाचे सांद्रीभवन होऊन त्याचे सूक्ष्म जलकणांमध्ये रूपांतर होते व हे जलकण भूपृष्ठालगतच्या हवेतील धूलिकणांभोवती साचतात याला धुके म्हणतात.

(च) पर्जन्य (Rain fall) : बाष्पयुक्त हवा उंच जाऊन थंड झाल्यावर बाष्पाचे सांद्रीभवन होऊन जलकणांची निर्मिती होते. त्यापासून जलबिंदूंची निर्मिती होते. हे जलबिंदू एकत्र येऊन मेघ बनतात, स्वत:च्या जडत्वामुळे व गुरुत्वाकर्षामुळे हे जलबिंदू भूपृष्ठाकडे येऊ लागतात आणि पर्जन्याची निर्मिती होते.

पर्जन्याचे प्रकार (Types of Rainfall) :

(१) आरोह किंवा अभिसरण पर्जन्य (Convectional Rainfall) : हवेच्या अभिसरण प्रवाहामुळे पडणाऱ्या पावसास आरोह पर्जन्य म्हणतात.

सूर्याच्या उष्णतेमुळे भूपृष्ठ तापते त्यामुळे त्या भूपृष्ठाला लागून असलेली हवा वहनाने तापते, प्रसरण पावते व हलकी होऊन वर जाऊ लागते, त्यामुळे वातावरणात हवेचे अभिसरण प्रवाह सुरू होतात. वर जाणाऱ्या हवेत बाष्प असते. प्रसरण पावणाऱ्या हवेचे आकारमान कमी होऊन हवेची सापेक्ष आर्द्रता १००% होते. तीच हवा आणखी वर जाऊन थंड झाल्यास तिच्यातील जास्त बाष्पाचे सांद्रीभवन होऊन सूक्ष्म जलकणांची निर्मिती होते. ते एकत्र येऊन ढगांच्या रूपात वातावरणात तरंगत असतात. जलकण मोठे झाल्यावर ते हवेत तरंगू शकत नाहीत व शेवटी पावसाच्या थेंबांच्या रूपाने ते भूपृष्ठाकडे येऊन पर्जन्य पडतो.

वैशिष्ट्ये :

(१) ५° ते ५° उत्तर व दक्षिण अक्षवृत्तीय पट्ट्याच्या दरम्यान वर्षभर पर्जन्य पडतो.

(२) जोरात पाऊस पडत असल्याने पिकांच्या वाढीच्या दृष्टीने महत्त्वाचे आहे.

(३) ढगांच्या गडगडाटासह व विजेच्या लखलखाटासह पाऊस पडतो.

(२) प्रतिरोध पर्जन्य (Relief or Orographic Rainfall) : समुद्रावरून बाष्पयुक्त उष्ण हवा जमिनीकडे वाहात असताना पर्वत किंवा टेकड्यांसारखी भूरूपे यांचा अडथळा निर्माण होऊन तेथे जो पाऊस पडतो त्याला प्रतिरोध पर्जन्य म्हणतात.

बाष्पयुक्त वारे समुद्रावरून वाहात असताना बाष्प आणतात. हे वारे पर्वताला अडल्यानंतर पायथ्याकडून वरच्या भागाकडे जोराने वाहतात तेव्हा त्या हवेवरील दाब कमी होऊन हवा प्रसरण पावते व थंड होऊन तिचे तापमान कमी होते. हवा आणखी उंच गेल्यास त्या हवेचे तापमान कमी होऊन ती हवा बाष्पसंपृक्त होते. सापेक्ष आर्द्रतेत वाढ होऊन १००% होते व नंतर जास्त बाष्पाचे सांद्रीभवन होऊन सूक्ष्म जलकण तयार होतात व मेघांची निर्मिती होऊन पर्जन्य पडतो. ज्या प्रदेशात हा पाऊस पडतो त्या प्रदेशाला पर्जन्याभिमुख प्रदेश म्हणतात.

पर्वताच्या वरच्या भागाकडून ही बाष्पयुक्त हवा खाली उतरू लागल्यानंतर हवेचा दाब वाढून ती आकुंचन पावते व हवेचे तापमान वाढते, त्यामुळे बाष्प धारणशक्ती वाढून सापेक्ष आर्द्रता कमी होते. हे वारे उष्ण व कोरडे असल्याने पर्वताच्या विरुद्ध बाजूच्या पायथ्याला पाऊस देत नाहीत म्हणून त्या प्रदेशाला 'पर्जन्य छायेचा प्रदेश' म्हणतात.

वैशिष्ट्ये :

(१) जगात सर्वांत जास्त पर्जन्य बाष्पयुक्त वाऱ्यांना अडथळा येऊनच पडतो. उदा. चेरापुंजी, मौसीनरम (मेघालय)

(२) पर्वताच्या विरुद्ध बाजूस फारच कमी पर्जन्य पडतो. उदा. महाबळेश्वर येथे ६२३ सें.मी. पर्जन्य पडतो. तर वाई येथे ७५ सें.मी. पर्जन्य पडतो.

(३) पर्जन्याचे प्रमाण हे सागरापासूनचे अंतर, बाष्पयुक्त हवेचे तापमान, पर्वताचे स्वरूप व उंची यावर अवलंबून असते.

(३) आवर्त पर्जन्य (Cyclonic Rainfall) : आवर्त वाऱ्यापासून पडणाऱ्या पर्जन्यास आवर्त पर्जन्य म्हणतात. उष्ण कटिबंधीय आवर्ताच्या केंद्रभागी कमी भार असल्यामुळे सभोवतालच्या प्रदेशाकडून वारे जोराने

येतात व तेथे थंड होऊन पाऊस देतात. याला आवर्तपर्जन्य म्हणतात. थोड्याच वेळात जास्त पर्जन्य पडतो. आवर्तापासून पडणाऱ्या पावसामुळे नुकसान जास्त होते.

८.७ भारतीय मान्सून तंत्र

(१) मोसमी वारे :

मोसमी हा शब्द 'मौसम' या अरबी शब्दावरून आला आहे. याचा अर्थ ऋतू असा आहे. ऋतूनुसार बदलणाऱ्या वाऱ्यांना मोसमी वारे म्हणतात.

मोसमी वारे निर्माण होण्यासाठी आवश्यक परिस्थिती :

(अ) भूपृष्ठावरील परिस्थिती : उन्हाळा या ऋतूमध्ये भारताचा भूभाग अतिशय तापतो त्यामुळे तेथे कमी वायुदाबाचा प्रदेश तयार होतो. अति कमी वायुदाबाचे केंद्र वायव्य भारतात आणि पाकिस्तानमध्ये आहे. दक्षिण महासागरावरील हवेच्या जास्त दाबाच्या पट्ट्याकडून विषुववृत्ताकडे वाहणारे व्यापारी वारे खेचले जातात. फेरेलच्या नियमानुसार हे वारे उत्तर गोलार्धात उजवीकडे वळतात. म्हणजेच ते नैर्ऋत्येकडून ईशान्येकडे वाहू लागतात. यांना नैर्ऋत्य मोसमी वारे म्हणतात. हे वारे हिंदी महासागर, अरबी समुद्र व बंगालच्या उपसागरावरून वाहात असल्याने हे वारे बाष्पाने संपृक्त असतात व भारतात पाऊस देतात.

हिवाळ्यामध्ये भारताचा भूभाग थंड असतो, म्हणून तेथे जास्त दाबाचा पट्टा तयार होतो. तेथून व्यापारी वाऱ्याच्या दिशेबरोबर ईशान्येकडून नैर्ऋत्येकडून हिंदी महासागराकडे वारे वाहू लागतात. त्यांना ईशान्य मोसमी वारे म्हणतात.

हे वारे बहुधा हलके, कोरडे असतात. म्हणजेच ते पाऊस देत नाहीत. फक्त बंगालच्या उपसागरावरून आल्यानंतरच भारताच्या पूर्वकिनाऱ्यावर पाऊस देतात.

(ब) वातावरणाच्या थरातील परिस्थिती : मोसमी वाऱ्यापासून पाऊस पडण्याच्या क्षमतेवर वातावरणाच्या थराचा परिणाम होताना दिसून येतो. वरच्या वातावरणातील वायुदाब, जमिनीवरील दाबाशी असलेला संबंध आणि स्थितांबरात वाहणारे जेट प्रवाह यांचा परिणाम होताना दिसून येतो. तिबेट पठाराचा भूभाग तापल्यामुळे हिमालयावर असलेला स्थितांबरातील पश्चिमी जेट प्रवाहाचा पट्टा उत्तरेकडे सरकतो, त्यामुळे मोसमी वारे वाहतात. विषुववृत्तीय कमी दाबाचा पट्टा भारतावर सरकल्यामुळे तपांबराच्या वरच्या थरातील पूर्वीय वारे वाहू लागतात व ते हळूहळू जमिनीकडे सरकू लागतात व जमिनीवरील कमी दाबाच्या केंद्राशी मिळून हे मोसमी वारे सखोल केंद्राकडे खेचले जातात.

(२) मोसमी वाऱ्यांचा विस्फोट (Burst of the Monsoons) :

स्थितांबरातील पश्चिमी जेट वाऱ्यांचे उत्तरेकडे सरकणे, त्यांची जागा पूर्वीय जेट वाऱ्याने घेणे व वरच्या तपांबरातील पूर्वीय वाऱ्यांतील कमी वायुदाब विकसित होणे व जमिनीवर कमी वायुदाबाचे केंद्र स्थापन होणे यामुळे मोसमी वाऱ्यांचा विस्फोट होतो.

जूनच्या पहिल्या आठवड्यात भारतात उष्णता अधिक असल्याने अरबी समुद्रावरील जास्त वायुदाबाचे केंद्र नाहीसे होते व दक्षिण हिंदी महासागराकडून वायव्य भारताकडे सलग दाबाचा उतार तयार होतो. समुद्रावरील अडथळा नाहीसा झालेला असतो. हे वारे उतारानुसार भारतात पोहोचतात. या दाबातील बदल एकदम घडल्यामुळे मोसमी वाऱ्याची फुटी होते. मेघगर्जना व विजेच्या लखलखाटासह पाऊस कोसळतो. हे वारे भारतात जूनच्या पहिल्या आठवड्यात सुरू होतात. हिमालयामुळे हे वारे भारतापलीकडे जाऊ शकत नाहीत. ऑक्टोबरपासून हे वारे परतू लागतात.

उन्हाळा (उष्ण हवेचा कालावधी) मार्च ते मे :

२१ मार्च रोजी सूर्याचे किरण विषुववृत्तावर लंबरूप पडतात, त्यानंतर सूर्याचे भासमान भ्रमण उत्तर गोलार्धात सुरू होते. भारतामध्ये या काळात सूर्यकिरण लंबरूप पडतात. दिवसाचा कालावधी वाढून तापमान वाढते. त्यामुळे येथे कमी वायुदाबाचा प्रदेश निर्माण होतो. उदा. उत्तर भारतात मे महिन्यात जास्त तापमान असल्यामुळे तेथे कमी वायुभाराचा प्रदेश निर्माण होतो. तेथे उष्ण व कोरडे वारे वाहतात.

तापमान : उत्तर भारतामधील खंडांतर्गत भागात कमाल तापमान ४७° ते ४८° से. पर्यंत पोहोचते. उदा. राजस्थान वाळवंट (५०° से.) तर भारताच्या दक्षिणेकडील समुद्रकिनारी भागात २७° ते ३२° से. तापमान आढळते.

वायुदाब : उन्हाळ्यात जसजसे तापमान वाढते तसा वायुदाब कमी होत जातो. मे महिन्यामध्ये राजस्थान, पंजाब, हरयाणा, उत्तर प्रदेश या राज्यांत १००० मि.बा. पेक्षाही कमी वायुदाब असतो. त्याचवेळी दक्षिणेस १०१० मि.बा. पेक्षाही जास्त वायुदाब असतो.

लू (Loo) : उन्हाळ्यात उत्तर भारतात मे महिन्यामध्ये अतिउष्ण व कोरडे वारे पश्चिमेकडून पूर्वेकडे वाहतात त्यांना 'लू' म्हणतात.

नॉर्वेस्टर : पश्चिम बंगाल, ओरिसा या प्रदेशांत बंगालच्या उपसागरावरून बाष्पयुक्त वारे व वायव्येकडून येणारे उष्ण कोरडे वारे यामुळे गडगडाटी वादळांची निर्मिती होते, त्यांना 'नॉर्वेस्टर' म्हणतात. प. बंगाल व आसाममध्ये त्यांना 'कालबैसाखी' म्हणतात.

पर्जन्य : केरळ व कर्नाटकच्या किनारपट्टीवर पडणाऱ्या गडगडाटी वादळी पावसास चेरी ब्लॉसम शॉवर म्हणतात. हा पाऊस कॉफी या पिकाला पोषक असतो. त्याला कोकणात आम्रसरी म्हणतात.

पावसाळा (नैर्ऋत्य मान्सूनचा काळ) जून ते सप्टेंबर

उन्हाळ्यामध्ये उत्तर भारताचा भूभाग तापल्यामुळे कमी वायुदाबाचा पट्टा निर्माण होतो. त्याचवेळेस दक्षिणेस हिंदी महासागरावर कमी तापमान असल्याने जास्त वायुदाबाचा पट्टा निर्माण होतो. महासागरावरून येणारे आग्नेय वारे विषुववृत्त ओलांडल्यानंतर फेरेलच्या नियमानुसार मूळ दिशेपासून उजवीकडे वळतात व त्यांची वाहण्याची दिशा नैर्ऋत्येकडून ईशान्येकडे होते म्हणून त्यांना नैर्ऋत्य मोसमी वारे म्हणतात.

सर्वसाधारणपणे जूनच्या पहिल्या आठवड्यात केरळ किनारपट्टीवर हे वारे प्रवेश करतात. हे वारे बाष्प वाहून आणत असल्यामुळे पावसास सुरुवात होते. नंतर हा पाऊस उत्तरेकडे सरकतो व जुलैपर्यंत उत्तर भारतात पोहोचतो.

तापमान : खंडांतर्गत भागात तापमान : ३२° से. वायव्य भारत : ४६° से.

वायुदाब : दक्षिणेकडील सागरावर १०१० मि.बा. वायुदाब तर वायव्य भारतात ९९६ मि.बा. वायुदाब असतो. या वाऱ्यांचा वेग ताशी २० ते ६० कि.मी. इतका असतो.

नैर्ऋत्य मान्सून पाऊस : मान्सूनचे आगमन हे कधी लवकर तर कधी उशिरा होत असते. त्यामुळे यापासून पडणाऱ्या पावसास 'लहरी जुगारी' म्हणतात. एकूण वार्षिक पर्जन्यांपैकी ८०% पेक्षा जास्त पर्जन्य भारतीय नैर्ऋत्य मोसमी वाऱ्यापासून मिळतो.

(अ) अरबी समुद्र : अरबी समुद्रावरून येणारे नैर्ऋत्य मान्सून वारे १ जूनच्या दरम्यान केरळच्या किनारपट्टीवर येतात व ते अधिक प्रभावीपणे मोठ्या प्रदेशावर पाऊस देतात. सह्याद्री पर्वतरांग किंवा पश्चिम

घाटामुळे अडवले जाऊन कोकण (महाराष्ट्र), केरळ, कर्नाटक, इ. भागात भरपूर पाऊस पडतो. या भागात सरासरी २५० ते ३०० सें.मी. पेक्षाही जास्त पाऊस पडतो. भारतीय पठारावरून मध्य प्रदेशमधून ईशान्येला वारे पोहोचतात व बंगालच्या उपसागरात विलीन होतात.

(ब) बंगालचा उपसागर : बंगालच्या उपसागरावरून येणारे वारे पूर्वेस अराकान योमा पर्वतरांग व उत्तरेकडील हिमालय पर्वतरांग येथे मोसमी वारे अडवले जातात व पृथ्वीच्या परिवलनशक्तीमुळे या वाऱ्यांची दिशा पूर्वेकडून पश्चिमेकडे होते. बंगालच्या उपसागरावरून येणारे वारे गंगेच्या मैदानी खोऱ्यातून वायव्येकडे जातात, म्हणून प. बंगालच्या प्रदेशात जास्त पाऊस पडतो तसेच, बांगला देशमधून ब्रह्मपुत्रा नदीच्या खोऱ्यामधून मेघालय, आसाम, अरुणाचल प्रदेशपर्यंत जाते. या वाऱ्यापासून मेघालय राज्यातील खासी टेकडीच्या दक्षिण उतारावर असलेल्या मोसीनरम (११८७ सें.मी.) व चेरापुंजी (११५० सें.मी.) येथे प्रचंड पाऊस पडतो.

नैर्ऋत्य मान्सून परतीचा काळ (ऑक्टोबर ते डिसेंबर)

सर्वसाधारणपणे २३ सप्टेंबर नंतर सूर्याचे भासमान भ्रमण दक्षिण गोलार्धात सुरू होते. त्यामुळे तेथील तापमानात वाढ होऊन कमी दाबाचा पट्टा तयार होतो व उत्तर गोलार्धात दिनमानाचा कालावधी लहान होत असल्याने तापमान कमी होते व जास्त दाबाचा पट्टा निर्माण होतो, यामुळे नैर्ऋत्य मान्सून वाऱ्याचा जोर उत्तर भारतात कमी होऊ लागतो व ते दक्षिणेकडे आणि आग्नेय दिशेकडे सरकण्यास सुरुवात करतात. त्याला 'मान्सूनची माघार' (Retreat of Monsoon) म्हणतात.

मान्सून परतीचा कालावधी ऑक्टोबरपासून डिसेंबरपर्यंत चालतो. या काळात पंजाब, राजस्थान, हरियाणा, उ. प्रदेशात थंड व शुष्क हवेचे प्रवाह येतात. त्यामुळे पावसाचे प्रमाण कमी होऊन थंडी वाढते.

ऑक्टोबर हीट : दिवसा सूर्याच्या उष्णतेमुळे पावसाळ्यातील भिजलेला भाग कोरडा होतो तेव्हा बाष्पयुक्त हवेत वाढ होते. यालाच 'ऑक्टोबर हीट' म्हणतात.

हिवाळा (ईशान्य मान्सून काळ) जानेवारी – फेब्रुवारी :

२२ डिसेंबरला सूर्य मकरवृत्तावर असतो त्यामुळे उत्तर गोलार्धामधील असणाऱ्या भारतात सूर्यकिरण तिरपे पडतात म्हणजेच दिवस लहान असतो. तापमान कमी असते. हिवाळ्यातील कमी तापमानामुळे भारतीय उपखंडाच्या उत्तर भागात जास्त वायुभाराचा प्रदेश निर्माण होतो व दक्षिणेकडे कमी वायुभार निर्माण होतो. त्यामुळे हे वारे ईशान्येकडून नैर्ऋत्येकडे वाहतात, म्हणून त्यांना 'ईशान्य मोसमी वारे' म्हणतात.

जमिनीच्या प्रदेशावरून येत असल्याने हे वारे थंड व कोरडे असतात, त्यामुळे पाऊस पडत नाही.

तापमान : वायव्य भागात जानेवारीमधील तापमान १०° सें. पेक्षा कमी असते. पंजाब (१२.५° से.)गुजरात, म.प्रदेश, बिहार (२०° से)

वायुदाब : वायुभार – १०२० मि.बा. असतो.

८.८ पावसाचे पूर्वानुमान (Monsoon Forecast)

प्राचीन काळातील अंदाज – (हवेचा अंदाज)

पावसाचा शास्त्रशुद्ध अंदाज प्रामुख्याने आकाशदर्शन, ग्रहस्थिती, नक्षत्र, ढगांचा अभ्यास, पडणाऱ्या पावसाचे निरीक्षण यावर आधारित असतो.

१५ व १६ व्या शतकात उत्तर भारतातील घाघ व अड्डरी यांची हवामानाच्या अंदाजाविषयी काही

लोकगीते प्रसिद्ध होती. 'दिन में गर्मी रात में ओस । केहे घाघ बरखा सौ कोस ।' याचा अर्थ जर दिवसा गर्मी व रात्री दव पडत असेल तर पावसाची संभाव्यता कमी असते. तसेच, जेव्हा ढग पहाड व ऐरणाच्या आकाराचे असतात तेव्हा ते भरपूर पाऊस देतात.

प्राणी, पक्षी, कीटक इ.च्या हालचालीवरून हवेचा अंदाज मानव करत असे. उदा. मुंग्या जेव्हा आपली अंडी एका ठिकाणाहून दुसरीकडे घेऊन जातात तेव्हा पाऊस येणारच असे गृहीत धरले जाते. बेडकाचे ओरडणे व मोराने पिसारा पसरून नाचणे यावरून पावसाचा अंदाज बांधला जात असे. प्रवासाला निघताना नाविक आकाशाचा अभ्यास, ढगांची रचना व स्वरूप, वारा व वाऱ्याचा वेग, समुद्र लाटा, पाण्याचे तरंग इ. अभ्यास करत असत.

आधुनिक काळातील हवेचा अंदाज :

शास्त्रीय उपकरणे व अंतराळ यांच्या साहाय्याने व शास्त्रीय पद्धतीने वातावरणाचे निरीक्षण व अभ्यास पद्धतशीरपणे करण्यास सुरुवात झाली. संगणक, रेडिओ, टेलिग्राफ, अवकाश यान, मोसम उपग्रह इ. चा उपयोग होऊन हवामानाचा अंदाज करण्यात प्रगती झाली आहे. सन १९४३ मध्ये पास्कल या शास्त्रज्ञाने पर्वतीय प्रदेशात जाऊन उंचीनुसार हवेचा भार कमी होतो हे सांगितले. सन १७८४ मध्ये डॉ. जॅकरीज यांनी हवामानाचा अभ्यास करण्यासाठी वातावरणाच्या उंचीवर प्रवेश केला.

हवेच्या विविध अंगांचे निरीक्षण करून अभ्यास करणे, त्यावरून जास्त दिवसांच्या हवेच्या स्थितीचा अंदाज ठरवणे यासाठी हवामानखात्यातर्फे वेधशाळा स्थापन केल्या. या वेधशाळा जागतिक हवामान विज्ञान संघटनेशी (World Meterological Organization) संबंधित आहेत. अशा प्रकारे सर्वप्रथम १९२८ मध्ये हवेचे अंदाज वर्तवले गेले. भारतात हवामानखात्याचे मुख्य कार्यालय पुणे येथे आहे. (W.M.O. स्थापना १८८९)

पावसाचा अंदाज :

पाऊस मोजण्यासाठी पर्जन्यमापक वापरतात व तो मिलीमीटरमध्ये मोजला जातो. प्रामुख्याने दोन प्रकारची पर्जन्यमापके वापरतात.

(१) स्टोअरेज, रेनगेज - दररोजचा पाऊस मोजण्यासाठी

(२) रेकॉर्डिंग रेनगेज - पावसाची तीव्रता मोजण्यासाठी

हवेचा दाब, तापमान, वाऱ्याची स्थिती, वाऱ्याची दिशा, त्यांचा वेग यांची नोंद नकाशाद्वारे सकाळी ८.३० वा. घेतली जाते. याची सर्व नोंद वेधशाळेत घेतली जाते व २४ किंवा ४८ तासांचा अंदाज सांगितला जातो.

कमाल व किमान तापमानांची नोंद, वाऱ्याचा वेग, आर्द्रता, पर्जन्यमान, यांच्या नोंदीसाठी देशात स्वयंचलित हवामान केंद्रे (Automatic Weather Stations) कार्य करतात.

मान्सूनची पूर्वानुमानासाठी संकल्पना :

भारतात मान्सूनमुळे पाऊस पडतो. त्या पावसावर शेती व दैनंदिन जीवनही अवलंबून आहे, त्यामुळे मान्सूनचे आगमन, तीव्रता, स्वरूप, इ. परिस्थिती कशी असेल याची जिज्ञासा प्राचीन काळापासून भारतीयांना आहे.

मान्सूनविषयक वैज्ञानिक दृष्टिकोनातून अभ्यास करणारे गिल्बर्ट वांकर, यांनी १९१४ मध्ये हवेच्या भाराची स्थिती व मान्सूनपर्जन्य यातील सहसंबंधासाठी (Regression) मान्सूनच्या आगमनाविषयी अंदाज काढला आहे.

उदा. (१) हिमालयावर साचणारे बर्फ (२) द. अमेरिकेतील बर्फाच्या राशी (३) मे महिन्यामध्ये मॉरिशसवरील हवेचा दाब, (४) एप्रिल व मे मध्ये पूर्व आफ्रिकेतला पर्जन्य

हवामान विभागातर्फे देशाचे ३६ उपविभागांत विभाजन केले आहे.

(अ) हलका ते मध्यम स्वरूपाचा पाऊस : एखाद्या विभागात २५% अधिक 'स्टेशन्स'वर ७ सें.मी. पेक्षा कमी पाऊस होण्याची शक्यता असल्यास

(ब) मुसळधार पाऊस : एखाद्या विभागात २५% पेक्षा कमी 'स्टेशन्स'वर ७ ते १३ सें.मी. पेक्षा कमी पावसाची शक्यता असल्यास.

(क) अतिवृष्टी : १३ ते २५ सें.मी. पेक्षा अधिक पाऊस होण्याची शक्यता असल्यास

डॉ. वसंत गोवारीकर मॉडेल : १९८८

पुढील १६ घटकांवर मॉडेल हे निश्चित केले.

(अ) तापमान :
(१) मध्यभारताचे मे महिन्यातील तापमान
(२) भारताच्या पूर्व किनारा प्रदेशाचे मार्च महिन्यातील सरासरी तापमान
(३) उत्तर गोलार्धातील भूपृष्ठीय तापमान
(४) उत्तर भारतातील मार्च महिन्यातील तापमान
(५) एल. निनोची स्थिती
(६) मागील वर्षातील एल. निनोची स्थिती

(ब) वारे :
(७) उत्तर गोलार्धातील समुद्रसपाटीपासून २० कि.मी.वरील हिवाळ्यातील हवेच्या थरांची जागा.
(८) एप्रिलमध्ये ६ कि.मी.वरील हवेच्या थरांची जागा.
(९) जानेवारीमध्ये ३० कि.मी. उंचीवरील विभागीय हवेच्या थरांची जागा.

(क) बर्फवृष्टी :
(१०) हिमालयामधील जानेवारी ते मार्च महिन्यातील बर्फाचे आच्छादन व बर्फवृष्टी
(११) युरेशियातील डिसेंबरमधील बर्फवृष्टी व बर्फ आच्छादन

(ड) हवेचा दाब :
(१२) अर्जेंटिना (द.अमेरिका) येथील एप्रिल महिन्यातील हवेचा दाब
(१३) हिंदी महासागरावरील जानेवारी ते मे महिन्यातील विषुववृत्तीय हवेचा दाब
(१४) डार्विन (ऑस्ट्रेलिया) येथील वसंतऋतूमधील हवेचा दाब
(१५) ताहिती व डार्विन बेटांवरील दोलन निर्देशांक
(१६) उत्तर गोलार्धातील जानेवारी ते एप्रिल मधील भूपृष्ठीय दाबाचा सारखेपणा.

डॉ. गोवारीकर मॉडेलचा उपयोग करून दोन पद्धतींनी पावसाचा अंदाज व्यक्त केला जातो. पाऊस वार्षिक सरासरीपेक्षा किती जास्त पडेल किंवा किती कमी पडेल की नेहमीसारखाच पडेल याचा अंदाज घेणे. कोणत्या मापदंडाचा किती टक्के बरा किंवा वाईट परिणाम होतो हे निश्चित करून त्यानुसार सरासरीच्या किती टक्के पाऊस पडेल याचा अंदाज वर्तवणे. यानुसार १९९७, १९९९ आणि २००२ या वर्षीचे अंदाज खरे ठरले.

कृत्रिम उपग्रह व हवामानाचा अंदाज :

Cyber 20000 जगाच्या हवामानाची माहिती देते. पाऊस व वादळ जगाच्या कोणत्या भागात आहेत याची माहिती मिळते.

Regional Telecom Hub (RTH) - WMO ला १.५ तासात माहिती पोहोचवेल.

सुदूर संवेदन (Remote Sensing) -

डेहराडून येथे Indian Photo Interpretation Institution मार्फत अभ्यास करतात. हवेची दैनिक माहिती सुदूर संवेदनामार्फत घेतली जाते. या प्रणालीच्या साहाय्याने जी माहिती गोळा केली जाते ती छायाचित्राच्या स्वरूपात चित्रित होऊन नोंद केली जाते.

कृत्रिम उपग्रह व वातावरण :

(१) Tiros (Television Infrared Observation Satellites) वातावरणाचाअभ्यास करण्यासाठी १ एप्रिल १९६० रोजी Tiros हा उपग्रह सोडण्यात आला.

(२) NimBus Satellite वातावरणाच्या बदलाची माहिती घेण्यासाठी १९६४ मध्ये सोडला.

(३) INSAT - हवेचा अंदाज (Weather forecasting) घेण्यासाठी १९८२ मध्ये सोडला.

८.९ वातावरणीय आपत्ती (चक्रीवादळ, अवर्षण आणि पूर)

(अ) चक्रीवादळ (Cyelones) : वादळ ही एक वातावरणीय आपत्ती म्हणून महत्त्वाची ठरली आहे. अशा प्रकारची वादळे भारतात येतात. त्यांना चक्रीवादळ म्हणतात. बंगालच्या उपसागरात येणाऱ्या वादळांची संख्या अरबी समुद्रावर येणाऱ्या वादळांच्या संख्येपेक्षा जास्त आहे. बंगालच्या उपसागरावर जुलै आणि नोव्हेंबर महिन्यात तर अरबी समुद्रात मे, जून व नोव्हेंबर महिन्यात ही वादळे येतात.

विषुववृत्तीय प्रदेशाकडून येणारी उष्ण व बाष्पयुक्त वायुराशी व उत्तरेकडून येणारी थंड व कोरडी वायुराशी यांच्या संपर्कामुळे चक्रीवादळे निर्माण होतात. स्थानिक भागावरील वायुराशी व सागरी क्षेत्रातील वायुराशी ज्या प्रदेशात एकत्र येतात त्या क्षेत्रात चक्रीवादळे निर्माण होतात.

भारतामध्ये चक्रीवादळाचे स्थान बंगालच्या उपसागरात असून आंध्रप्रदेश, ओरिसा, प. बंगालची किनारपट्टी इ. ठिकाणी आहे. अरबी समुद्रामधील गुजरात किनारपट्टी व १०° ते १५° उत्तर अक्षवृत्ताच्या दरम्यान मे महिन्यात चक्रीवादळांची निर्मिती होते.

चक्रीवादळाची वैशिष्ट्ये :

(१) चक्रीवादळे व्यापारी वाऱ्याच्या दिशेने पुढे सरकतात.

(२) विषुववृत्तीय शांत हवेचा पट्टा दूर सरकल्यामुळे बंगालच्या उपसागरात चक्रीवादळे निर्माण होतात.

(३) चक्रीवादळात हवेचा दाब ८५० मि. बा. पेक्षा कमी असतो.

(४) मोठ्या प्रमाणात विजा चमकून मेघगर्जनेसह गारांचा पाऊस पडतो.

(५) चक्रीवादळाची गती एका तासाला सुमारे ११० ते १५० कि.मी. दरम्यान आढळून येते.

(६) चक्रीवादळामध्ये केंद्रभागापासून सभोवतालच्या क्षेत्रामध्ये हवेचा दाब वाढत जाऊन नंतर सर्व दिशांना सारखाच राहतो.

(७) किनारपट्टीवर वादळाच्या वेळी भरती लाटा व वादळाच्या लाटा एकत्र येऊन किनारपट्टी जलमय होते.

भारतातील चक्रीवादळे –

(१) पश्चिम बंगाल किनारपट्टी – १८ ऑक्टोबर १९७०
(२) आंध्रप्रदेशातील चक्रीवादळ – नोव्हेंबर १९७७
(३) गुजरात व राजस्थानमधील वादळ – ४ जून १९८४
(४) ओरिसा मधले चक्रीवादळ – २८-२९ ऑक्टोबर १९९९

चक्रीवादळाच्या निर्मितीची कारणे –

(१) जास्त तापमान – बंगालचा उपसागर व अरबी समुद्रावर पाण्याच्या जास्त तापण्यामुळे उन्हाळ्यातील तापमान २५° ते २७° से. पर्यंत जाते. तेथे हवेचे अभिसरण प्रवाह निर्माण होऊन कोरिऑलिस शक्तीमुळे वारे चक्राकार गतीने वर जातात व चक्रीवादळांची निर्मिती होते.

(२) आर्द्रता – जास्त तापमानामुळे बंगालचा उपसागर व अरबी समुद्रावर आर्द्रतेचे प्रमाण वाढते. विषुववृत्तीय शांत पट्ट्यातील सागर भागात हवा बाष्पयुक्त असते व उंच जाऊन तिचे सांद्रीभवन होते.

(३) आंतरउष्ण कटिबंधीय शांत पट्टा – विषुववृत्तीय कमी दाबाच्या पट्ट्याला शांत पट्टा म्हणतात. या पट्ट्याकडे कर्कवृत्त व मकरवृत्ताच्या जास्त दाबाच्या प्रदेशाकडून व्यापारी व मोसमी वारे वाहू लागतात, त्यामुळे केंद्रीभवनाची प्रक्रिया सुरू होऊन बंगालच्या उपसागरावरून बाष्पाचे प्रमाण वाढत जाऊन ढगांची निर्मिती होऊन पर्जन्यवृष्टी होते.

(४) वायुराशी – चक्रीवादळांची निर्मिती उष्ण व थंड वायुराशींच्या संपर्कामुळे होते असे काही तज्ज्ञांचे मत आहे. डॉ. के. आर. रामनाथन यांच्या मतानुसार बंगालच्या उपसागरात निर्माण होणारी चक्रीवादळे ही विषुववृत्ताकडून येणारी उष्ण व बाष्पयुक्त वायुराशी आणि कर्कवृत्ताकडून येणारी थंड व कोरडी वायुराशी यांच्या संयोगामुळे होतात.

(५) हवेची ऊर्ध्वगामी हालचाल – हवेची ऊर्ध्वगामी हालचाल झाल्यामुळे चक्रीवादळ होते.

चक्रीवादळाचे परिणाम

(१) जीवित व वित्तहानी – चक्रीवादळाच्या वेगामुळे व पर्जन्यामुळे जीवितहानी व वित्तहानी होते. भारतात दरवर्षी साधारण ८०० ते ९०० लोक मृत्युमुखी पडतात.

(२) मान्सूनचा परिणाम – मोसमी वाऱ्याच्या निर्मितीच्या काळात चक्रीवादळांची निर्मिती झाल्यास त्या प्रदेशात मान्सूनचा प्रभाव पडतो व पर्जन्यमान कमी होते.

(३) सागर किनाऱ्यावर होणारे परिणाम – विध्वंसक लाटा निर्माण होतात. सागरपातळीमध्ये वाढ होते. शेती, मानवी व्यवसाय व मासेमारीचे नुकसान होते.

(४) जमिनीची धूप – चक्रीवादळांचा तडाखा बसलेल्या क्षेत्रात नद्यांच्या पाण्यात अचानक वाढ होऊन नद्यांना महापूर येतात. महापुरामुळे प्रदेशातील गाळ वाहून जातो. जमिनी नापीक होऊन शेतीच्या उत्पादनात घट होते.

(ब) अवर्षण (Drought) : अवर्षणाची समस्या पर्जन्याच्या किंवा जलाच्या कमतरतेमुळे निर्माण होते. ही एक नैसर्गिक स्वरूपाची समस्या आहे. अवर्षणग्रस्त परिस्थिती पूर्ण ऋतूभर एखादे वर्ष किंवा कित्येक वर्षे विशिष्ट प्रदेशात दिसून येते. भारतीय हवामानखात्यानुसार जेव्हा एखाद्या क्षेत्रात सरासरी पर्जन्यापेक्षा ७५%

पर्जन्य कमी असेल तर अवर्षणाची स्थिती निर्माण होते. सरासरी पर्जन्यापेक्षा ५०% पर्जन्य कमी असेल तर भीषण अवर्षणाची स्थिती आणि २५ ते ५०% दरम्यान पर्जन्य असेल तर साधारण अवर्षण समजले जाते.

भारतीय कृषी आयोगाने भारतातील अवर्षणाची विभागणी तीन विभागांत केली आहे.

(१) वातावरणीय अवर्षण – एखाद्या प्रदेशात वार्षिक सरासरी पर्जन्यापेक्षा २५% किंवा त्यापेक्षाही जास्त टक्क्यांनी पाऊस कमी पडतो किंवा घट होते त्यास वातावरणीय अवर्षण म्हणतात.

(२) जलीय अवर्षण – भूपृष्ठावरील पाण्याचे प्रमाण कमी होऊन भूमिगत पाण्याची पातळी खालावणे, नद्या, ओढे, नाले, सरोवर, तलाव, विहिरी कोरडे पडणे.

(३) कृषी अवर्षण – शेतातील पिकांना पाणी न मिळाल्यामुळे पिकांची वाढ खुंटणे किंवा पिके करपून जाणे व त्यामुळे अन्नधान्य, चारा यांची कमतरता निर्माण होणे

अवर्षणाची व्याख्या

(१) जमिनीतील जास्तीत जास्त ओलावा बाष्पीभवनाने व वनस्पतीद्वारे बाष्पोत्सर्जनाने कमी होऊन जे दुर्भिक्ष आढळते त्या स्थितीला अवर्षण म्हणतात.

(२) वनस्पतीजीवन व पिके करपण्याइतपत प्रदीर्घ असलेला कोरडा काळ म्हणजे अर्वषण होय.

(३) अवर्षण स्थिती म्हणजे संभाव्य बाष्पीभवनाची पूर्ती न करणारी अशी पर्जन्याच्या अभावी होणारी पाण्याची कमतरता होय.

भारतातील अवर्षणग्रस्त प्रदेश (Drought Prone Regions in India)

भारतीय हवामान विभागानुसार (I.M.D.) देशात जेथे वार्षिक सरासरी पर्जन्य ७५ सें.मी. पर्यंत असतो तेथे अवर्षणाचा धोका जास्त असतो. भारताच्या एकूण क्षेत्रफळाच्या ३३% क्षेत्र अवर्षणग्रस्त आहे. देशात सर्वाधिक अवर्षणग्रस्त प्रदेश राजस्थानात असून त्यानंतर कर्नाटक, आंध्रप्रदेश, महाराष्ट्र, गुजरात या राज्यांचा क्रम लागतो.

तक्ता क्र. ८.३ : भारताच्या अवर्षणग्रस्त भागातील लोकसंख्या

वर्ष	राज्य	अवर्षणग्रस्त लोकसंख्या (कोटीमध्ये)
१९६६	बिहार-ओरिसा	५.५०
१९७०	राजस्थान-बिहार	१.७
१९७२	राजस्थान-उ.प्र. व म. प्र.	५.०
२०००	गुजरात, राजस्थान, मध्यप्रदेश, महाराष्ट्र	१५.७

अवर्षणाची कारणे –

(१) जंगलतोड – जेथे वनस्पतींचे प्रमाण जास्त असते तेथे जमिनीत पाणी मुरण्याचे प्रमाणही जास्त असते. वनस्पतीची पाने बाष्पोच्छ्वास करतात, त्यामुळे हवेत बाष्पाचे प्रमाण वाढते व पर्जन्यमान वाढण्यास मदत होते. जंगलतोडीमुळे जमिनीतील पाण्याचे बाष्पीभवन होऊन शुष्कता वाढते त्यामुळे भूमिगत पाण्याच्या पातळीत घट होते, त्यामुळे पर्जन्याचे प्रमाण देखील घटते.

(२) मोसमी वाऱ्याची अनिश्चितता – भारतात मोसमी वाऱ्यापासून पडणारा पाऊस हा अनिश्चित

व अनियमित स्वरूपाचा असतो. पावसाचे प्रमाणही सर्वत्र सारखे असत नाही. आर्द्रतेचे जास्त प्रमाण पिकास उपयुक्त असते.

(३) जलचक्रातील बिघाड – नैसर्गिक कारणांमुळे व मानवी हस्तक्षेपांमुळे जलचक्रात बिघाड होत आहे. सांद्रीभवन, ढगनिर्मिती, पर्जन्य या प्रक्रियेत अडथळा निर्माण होत आहे.

(४) एल निनो प्रभाव – पॅसिफिक महासागरातील पेरूच्या किनाऱ्यावर उष्ण पाण्याचे प्रवाह निर्माण होतात. दक्षिण आशियाकडे येणाऱ्या वाऱ्याचे प्रमाण खूप कमी झाल्याने आशियाच्या पूर्वकिनाऱ्यावर तापमान कमी होते व ढगांची निर्मिती कमी होऊन पाऊस कमी होतो.

(५) अण्वस्त्रांच्या चाचण्या – जगातील प्रगत राष्ट्रे सागरी भागात व वाळवंटी भागात अण्वस्त्रांच्या चाचण्या घडवून आणतात. त्यामुळे जलावरणातील पाण्याच्या स्वरूपात बदल होऊन बाष्पीभवन क्षमता कमी होते, त्यामुळे अवर्षण निर्माण होते.

(६) जेट प्रवाह – ३०° उत्तर व दक्षिण अक्षवृत्तावरील दोन्ही गोलार्धांत अतिउंचीवरील वातावरणाच्या थरात पश्चिमेकडून पूर्वेकडे वेगाने वाहणाऱ्या हवेच्या प्रवाहास जेट प्रवाह म्हणतात. तो काही वेळेस उत्तरेकडे तर काही वेळेस दक्षिणेकडे सरकतो, त्यामुळे भूपृष्ठालगतच्या हवेच्या स्थितीवर परिणाम होतो.

(७) इतर कारणे – वाढते नागरिकीकरण, वाढते औद्योगिकीकरण, वाढते प्रदूषण, भूमिगत पाण्याचा अतिवापर, धरणात साठणारा गाळ, मृदाधूप इ. कारणांमुळे अवर्षण होते.

अवर्षणाचे परिणाम

(१) जलचक्र संतुलन बदल – अवर्षणामुळे पाण्याची उपलब्धता कमी होते. बाष्पीभवनासाठी पुरेसे पाणी उरत नाही.

(२) अन्नधान्याचा तुटवडा – अवर्षणामुळे पाण्याची कमतरता निर्माण होते, शेतातील उभी पिके जळून जातात. उत्पादनात घट होते. परिणामी अन्नधान्याचा तुटवडा निर्माण होतो. कनिष्ठ दर्जाचे अन्न आयात करावे लागते, त्यामुळे उपासमार, अर्धपोषण, कुपोषण, भूकबळी इ. समस्या निर्माण होतात.

(३) पाण्याची टंचाई – भूजलपातळीत घट झाल्याने पिण्याच्या पाण्याची समस्या निर्माण होते. शेती व उद्योगधंदे पाण्याअभावी बंद पडतात.

(४) भूजल पातळीत घट – विहिरी, कूपनलिका यांची खोली वाढवली तरी पाणी मिळत नाही, कारण पर्जन्य कमी पडल्याने भूजल उपलब्ध होत नाही. विहिरीचे पाणी आटते, झरे वाहण्याचे बंद होतात. नद्या, नाले यांची पात्रे कोरडी पडतात.

(५) स्थलांतरात वाढ – अवर्षणग्रस्त प्रदेशात शेती व्यवसाय बंद पडतो व शेतीवर आधारित उद्योग व पाण्यावर अवलंबून असणारे उद्योगधंदेही बंद पडतात. या परिस्थितीमुळे मानव स्थलांतर करतो आणि खेडी ओस पडतात.

(६) बेकारी – पाण्यावर अवलंबून असणारे व्यवसाय अवर्षणामुळे बंद पडतात, त्यामुळे या व्यवसायांमध्ये गुंतलेले लोक बेकार होतात.

(७) महागाईत वाढ – अवर्षणामुळे कृषी उत्पादनात घट होते. मागणीच्या प्रमाणात उत्पादनात वाढ न झाल्याने शेती उत्पादनाच्या किमतीत वाढ होते.

(८) दारिद्र्य व उपासमार – शेती उत्पादनात घट झाल्याने व कोणतेही काम न मिळाल्याने उत्पन्नाचे मार्ग बंद होतात त्यामुळे दारिद्र्य पसरते.

(९) प्राणहानी – अन्नधान्याअभावी भूकबळींची संख्या वाढते. स्वच्छतेच्या अभावी अनेक रोग उद्‌भवतात. उत्पन्नाचे साधन नसल्याने लोक औषधोपचार करू शकत नाहीत, त्यामुळे मोठ्या प्रमाणात प्राणहानी होते.

(१०) वनस्पती जीवन – पाण्याअभावी वनस्पती सुकून जातात व नाहीशा होतात.

(११) प्राणीजीवनाचा ऱ्हास – अवर्षणामुळे वनांचा नाश होतो. पाणवठे नष्ट होतात, झरे, नद्या, तलाव कोरडे पडतात त्यामुळे प्राणी स्थलांतर करतात. जलचर प्राणी नष्ट होतात.

(१२) अर्थव्यवस्था कोलमडते – कृषी उत्पादनात घट, औद्योगिक उत्पादनात घट, अन्नधान्य टंचाई, भाववाढ इ. आर्थिक समस्या निर्माण होतात. जीवनावश्यक वस्तू आयात कराव्या लागतात. त्यामुळे चलनाचे अवमूल्यन होते. देश कर्जबाजारी होतो.

(१३) सामाजिक परिणाम – पाण्यावरून भांडणे, सामाजिक अशांतता, गुन्हेगारी, मारामाऱ्या, चोरी इ. प्रकार घडून येतात व मानवी जीवन असुरक्षित बनते.

(१४) राजकीय परिणाम – महागाईमुळे सर्व जनता सत्ताधारी पक्षाला पदत्याग करण्यास भाग पाडते, देशात राजकीय सत्तांतर घडते.

अवर्षणावर उपाय

(१) मृदा संधारण, (२) कमी पाण्यावर वाढ होणारी पिके घेणे, (३) वनीकरण कार्यक्रम राबवणे, (४) जलसंधारणाच्या योजना राबवून भूजलपातळी वाढवणे, (५) आधुनिक सिंचन पद्धतीचा वापर करणे (६) कोरडवाहू शेतीतंत्राचा विकास, (७) जलवळण योजनांद्वारे मोठ्या नद्यांचे पाणी अवर्षणग्रस्त प्रदेशाकडे वळविणे, (८) दुष्काळी कामाचे स्वरूप ठरविणे उदा. मोठी धरणे बांधणे, (९) तलाव, सरोवर यामधील गाळ काढणे, (१०) जलपुनर्भरण करणे, (११) जनजागृती

क) पूर (Flood) : पूर ही समस्या नैसर्गिक आणि वातावरणीय आपत्तीशी संबंधित आहे, त्याचप्रमाणे मानवी क्रियादेखील पूर येण्यास कारणीभूत आहेत. पूर (Flood) या संज्ञेचा अर्थ जरी नदीच्या पातळीत होणारी वाढ आणि बाजूचा प्रदेश जलमय होणे असा असला तरी ओढे, नद्या, सरोवर, सागरी लाटा, भूकंपामुळे निर्माण होणाऱ्या त्सुनामी यांचाही समावेश पूर संज्ञेत येतो.

पुराची व्याख्या :

जास्त पाणीपुरवठ्यामुळे नद्यांचे पाणी दोन्ही काठ ओलांडून काही दिवस राहते तेव्हा त्यास 'पूर' म्हणतात.

पूरग्रस्त्र प्रदेश –

तक्ता क्र. ८.४

वर्ष	ठिकाण	मृत्यूचे प्रमाण	वर्ष	ठिकाण	मृत्यूचे प्रमाण
१९४१	गंगेचा त्रिभुज प्रदेश		१९८८	पंजाब, काश्मीर	१०००
१९५२	हिमाचल प्रदेश	१७००	१९९८	ईशान्य भारत	१०००
१९५९	सूरत	१५००	२००४	पूर्वकिनारा (त्सुनामी)	२४००
१९७४	उ.प्रदेश	१४००	२००९	आंध्र व कर्नाटक	१९८

पुराची कारणे

(१) अतिवृष्टी – नदीच्या उगमक्षेत्रात किंवा पाणलोट क्षेत्रात प्रमाणापेक्षा जास्त पर्जन्यवृष्टी झाल्यास नदीच्या पाण्याच्या पातळीत अचानक वाढ होऊन पूर येतो. उदा. भारतात गंगा, यमुना, ब्रह्मपुत्रा, कृष्णा, गोदावरी इ. नद्यांना नेहमी महापूर येतो.

(२) बर्फ वितळणे – उन्हाळ्यामध्ये तापमानात वाढ होऊन बर्फाच्छादित प्रदेशातील बर्फ वितळून नद्यांना पूर येतो.

(३) धरण फुटणे – धरणक्षेत्रामध्ये अचानक पाऊस झाल्यास किंवा धरणाचे बांधकाम कमी दर्जाचे असल्यास धरणफुटी होऊन नदीला पूर येतो. उदा. १९६२ मध्ये मुठा नदीवरील पानशेत धरण फुटल्याने पुणे शहराचे नुकसान झाले.

(४) वृक्षतोड – जंगलतोड केल्याने जमिनीत मुरणाऱ्या पाण्याचे प्रमाण कमी होते. जोरात पाऊस झाल्यावर उतारानुसार हे पाणी वाहात येऊन नदीला मिळते व मोठ्या प्रमाणात पूर येतो

(५) जमिनीची धूप – जंगलतोड आणि इतर कारणांमुळे जमिनीची धूप होऊन नदीपात्रात गाळ साचला जातो, त्यामुळे नदीपात्र उथळ बनते, त्यामुळे पाऊस झाल्यानंतर पाणी या उथळ पात्रात न राहिल्याने बाजूला पसरते व पूर येते.

(६) चक्रीवादळ व मुसळधार पाऊस – चक्रीवादळांची निर्मिती होऊन त्या प्रदेशात पावसाचे प्रमाण वाढून नदीला अचानक पूर येतो.

(७) नदीपात्रातील मानवी हस्तक्षेप – नदीकाठावरील खेडी, शहरे, वस्त्या, टाकाऊ पदार्थ, केरकचरा, सांडपाणी इत्यादी मुळे नद्यांची पात्रे अरुंद होतात व नद्यांना पूर येतात. उदा. मुंबईमधील मिठी नदी.

(८) नद्यांची नागमोडी वळणे – नदीमार्गात नागमोडी वळणे असतात. पुराच्या वेळी नदीतील पाण्याची पातळी व वेग वाढतो तेव्हा नदी सरळ प्रवाहाने वाहते.

पुराचे परिणाम –

(अ) विधायक परिणाम –

(१) पूरमैदानाची निर्मिती – पुराचे पाणी नदीकाठच्या बाजूच्या प्रदेशात पसरते त्यावेळी पुराबरोबर वाहून आलेला गाळ बाजूच्या प्रदेशात साठून पूर मैदाने बनतात.

(२) प्रदूषित पदार्थांची विल्हेवाट – पुरामुळे नदीतील कचरा, कुजलेले पदार्थ, समुद्रात दूरवर नेले जातात, त्यामुळे जलप्रदूषणाची समस्या कमी होते.

(३) भूमिगत पाण्याच्या पातळीत वाढ – भूगर्भात पाणी मुरते व पाण्याची पातळी वाढून कूपनलिका व विहिरींच्या पाण्यात वाढ होते.

(४) शेतीचा विकास – पुरामुळे पूर मैदानांची निर्मिती होऊन तेथे नवीन गाळाचे संचयन होऊन मृदेची सुपीकता वाढते, त्यामुळे शेती व्यवसायाचा विकास चांगला होतो.

(ब) विध्वंसक परिणाम –

(१) प्राणहानी व वित्तहानी – जीविताची व मालमत्तेची प्रचंड प्रमाणात हानी होते.

(२) जमिनीची धूप – पुराच्या पाण्यामुळे जमिनीचा सुपीक थर वाहून जातो. याला जमिनीची धूप म्हणतात. त्यामुळे जमिनी नापीक बनतात. जमिनीची उत्पादनक्षमता कमी होते.

(३) वाहतूक व दळणवळणाची समस्या – पुरामुळे रस्ते, लोहमार्ग, पूल यांचे नुकसान होते, त्यामुळे पूरग्रस्तांचा संपर्क तुटतो व जीवनावश्यक वस्तूंचा व इतर साधनांचा तुटवडा निर्माण होतो त्यामुळे अनेक लोक मृत्युमृखी पडतात.

(४) रोगांचा प्रसार – पूर आल्यानंतर तो प्रदेश दलदलयुक्त होतो व विषमज्वर, कावीळ, मलेरिया, गॅस्ट्रो इ. रोगांचा प्रसार होतो.

(५) नदीपात्रात बदल – नद्यांना आलेल्या पुराचे प्रमाण जास्त असल्यास प्रवाहमार्गात बदल घडून येतो. नदी अचानक नवीन प्रदेशात उतारानुसार वाहते.

(६) भूमिपात घडणे – जास्त पर्जन्य झाल्याने नदीपात्रामध्ये पूरस्थिती निर्माण होते; परिणामी नदीक्षेत्रामधील भूभाग कोसळून नैसर्गिक बांध तयार होतो. पाण्याचा ओघ वाढून बांध फुटून नद्यांना महापूर येतात.

(७) जलप्रदूषणात वाढ – पुरामुळे आसपासच्या प्रदेशातील सर्व घाण, कचरा, नदीच्या पात्रात व विहिरीच्या पाण्यात मिसळून जलप्रदूषण होते.

(८) स्थलांतरात वाढ – गावे व वस्त्या वाहून गेल्यामुळे त्या गावांतील लोकांना कायमचे स्थलांतर करावे लागते.

पुरांचे नियंत्रण –

(१) पूरतट बांधणे, (२) वृक्षलागवड करणे, कुरणांचे संवर्धन करणे, (३) नद्यांचे प्रवाहमार्ग सरळ करणे

(४) नद्यांवर धरणे बांधणे, (५) पाणलोट क्षेत्रात जलव्यवस्थापन योजना राबविणे, (६) नद्यांच्या काठावर बांध किंवा संरक्षक भिंती बांधणे, (७) नद्यांचे पात्र खोल व रुंद करणे, (८) पाणी अडवा, पाणी जिरवा

कार्यक्रम राबविणे, (९) पूर कालवे काढणे, (१०) जलवळण योजना राबविणे

८.१० हवामान प्रदेश / हवामान विभाग (Climatic Region) :

भारताचे हवामान 'उष्णकटिबंधीय' मोसमी प्रकारचे आहे. पृथ्वीवर हवामानामध्ये विविधता आढळून येते. पृथ्वीवरील हवामान स्थितीच्या विविध गुणधर्मांची वर्गवारी केली जाते व त्यांच्या वैशिष्ट्यांनुसार वर्गीकरण / प्रदेश पाडले जातात. म्हणून तापमान, पर्जन्य, वारे, आर्द्रता इ. हवेच्या घटकांचा अभ्यास करूनच वेगवेगळ्या हवामानशास्त्रज्ञांनी भारताचे वेगवेगळे हवामान विभाग पाडले आहेत.

डॉ. कोपेन यांनी १९१८ मध्ये सरासरी वार्षिक व मासिक तापमान व पर्जन्यांवर आधारित वर्गीकरण केले. तापमानावरील पर्जन्याची सांख्यिकी व त्या प्रदेशातील वनस्पतीजीवन याचा तापमान व पर्जन्याशी संबंध जोडला आहे.

कोपेननी केलेले हवामान प्रकार व गट

तक्ता क्र. ८.५

कोपेनचे हवामान विभाग	चिन्ह	कोरडा ऋतू	तापमानाची तीव्रता
उष्ण कटिबंधीय पावसाळी हवामान विभाग	A	F(S)W M	f = प्रत्येक महिन्यात ६ सें.मी. पेक्षा जास्त वृष्टी S = उन्हाळा कोरडा, W = हिवाळा कोरडा M = अल्प शुष्क, ऋतू, शुष्क महिना ६ सें.मी. पेक्षा कमी वृष्टी.
कोरडा हवामान विभाग	B	–	S = स्टेप प्रकार, W = ओसाड किंवा वाळवंटी h = सरासरी वार्षिक तापमान १०° सें. पेक्षा जास्त k = सरासरी वार्षिक तापमान १८° सें. पेक्षा कमी
उबदार समशीतोष्ण पावसाळी हवामान	C	F S W	F = प्रत्येक महिन्यात वृष्टी S = हिवाळा अतिवृष्टीचा, उन्हाळा कोरडा W = उन्हाळा अतिवृष्टीचा, हिवाळा कोरडा a = उष्ण, महिन्यांचे सरासरी तापमान २२° सें. पेक्षा अधिक b = सर्व महिन्यांचे सरासरी तापमान २२° सें. पेक्षा कमी
मध्य कटिबंधीय दमट सूक्ष्म औष्णिक तापमान	D	F(S)W	a = उष्ण. महिन्यांचे तापमान २२° सें. b = इतर महिन्यांचे तापमान २२° सें पेक्षा कमी c = ३ महिने सरासरी तापमान १०° सें पेक्षा अधिक d = सर्वात कमी तापमान –३८° सें
उबदार ऋतू नसलेले ध्रुवीय हवामान	E	–	T = उष्ण. महिन्याचे सरासरी तापमान ० ते १०° सें F = उष्ण. महिन्याचे सरासरी तापमान ०° सें पेक्षा कमी

कोपेन यांनी भारताचे पाडलेले हवामान विभाग –

(१) अल्प कोरडा ऋतू असलेला उष्णकटिबंधीय मोसमी दमट हवामान प्रदेश (Monsoon Type with Short Dry Season)

वैशिष्ट्ये :

(१) कोरड्या ऋतूचा कालावधी कमी असतो.
(२) वार्षिक सरासरी पर्जन्यमान जास्त असल्याने बाष्पाचे प्रमाणही जास्त असते.
(३) वर्षभर तापमान १८ सें. पेक्षा जास्त असते.
(४) वार्षिक पर्जन्याचे प्रमाण ३०० सें.मी. पेक्षा जास्त असते.
(५) प्रदेश – कोकण किनारा, गोवा, कर्नाटक किनारा व केरळ.

(२) उन्हाळा कोरडा असणारे उष्ण व आर्द्र प्रदेश (Dry Season in summer- AS)

(१) तापमान वर्षभर १८° सें. पेक्षा जास्त व उन्हाळा कोरडा असतो.

(२) नैर्ऋत्य मान्सूनचा पाऊस थोडा पडतो परंतु मान्सून परतीचा पाऊस जास्त पडतो.

(३) वार्षिक सरासरी पर्जन्य ७५ ते १०० सें.मी. इतका असतो.

(४) प्रदेश - आंध्रप्रदेशचा दक्षिण किनारपट्टीचा भाग, पूर्व तमिळनाडू

(३) उष्ण कटिबंधीय सॅव्हाना हवामान प्रदेश (Tropical Savanna - AW)

(१) हिवाळा कोरडा म्हणून या प्रदेशास उष्ण, दमट व शुष्क हवामानाचा प्रदेश म्हणतात.

(२) उन्हाळ्यात वळवाचा पाऊस पडतो, सरासरी तापमान १८ सें. पेक्षा जास्त, पर्जन्य ७५-१२५ सें.मी. प्रदेश- गुजरात, महाराष्ट्र, द.व मध्य मध्यप्रदेश, ओरिसा, आंध्रप्रदेश ,प. तमिळनाडू, द. बिहार.

(४) निमशुष्क स्टेप्स हवामान प्रदेश (Semi and Steppe Climate BShw)

(१) कोरडा हिवाळा, उन्हाळ्यात पाऊस कमी, पर्जन्य - १२.५ ते २५ सें.मी.
प्रदेश - प. हरियाणा, नैर्ऋत्य पंजाब, महाराष्ट्र व कर्नाटक मधील पर्जन्यछायेचा प्रदेश

(५) उष्ण वाळवंटी हवामान प्रदेश (Hot Desert Type - Bwhw)

(१) वर्षभर तापमान १८° सें. पेक्षा जास्त, पर्जन्य अतिशय कमी (१२.५ सें.मी.) पेक्षा कमी, हिवाळा कोरडा, बाष्पीभवन वेग जास्त.

(२) प्रदेश - पश्चिम राजस्थान

(६) सतलज गंगा खोरे हवामान प्रदेश (Mild Temp. Rainy Climate, Monsson type with Dry winter - Wg)

(१) अतिथंड - महिन्याचे सरासरी तापमान १८° से. पेक्षा कमी, हिवाळा कोरडा

(२) नैर्ऋत्य मोसमी वाऱ्यापासून पाऊस पडतो.

(३) वार्षिक पर्जन्य ७५ सें.मी. पेक्षा जास्त

(४) प्रदेश - सतलज, गंगा नदीचे खोरे, माळव्याचे पठार

(७) ईशान्य हवामान प्रदेश (Cold snow forest Climate - DFc)

(१) अतिथंड महिन्याचे तापमान - ३° सें. पेक्षा कमी, उबदार महिन्याचे तापमान १०° सें. पेक्षा जास्त, उन्हाळा अल्पकाळ; वार्षिक पर्जन्य - २०० सें.मी. पेक्षा जास्त. प्रदेश - पूर्व आसाम, द. अरुणाचल प्रदेश, उत्तर नागालँड

(८) हिमालयीन हवामान प्रदेश (Himalayan Type - E)

(१) उंचीनुसार तापमान कमी होते, सरासरी तापमान १०° सें. पेक्षा कमी, पर्वत पायथ्याजवळ ६५ सें.मी. पाऊस तर पर्वतरांगांमध्ये ३०० सें.मी. पाऊस पडतो. हिवाळ्यात हिमवर्षाव, अति उंच भागात हिमवर्षाव जास्त असतो.

८.११ महाराष्ट्रातील पर्जन्यवृष्टीचे वितरण (Distribution of Rainfall in Maharashtra) (अभिक्षेत्रीय / स्थलात्मक व कालिक वितरण) (Spatial and temporal variability)

महाराष्ट्रातील हवामान

महाराष्ट्राचे हवामान मान्सून प्रकाराचे आहे. महाराष्ट्राच्या हवामानावर स्थान, स्थिती, पश्चिमेस अरबी समुद्र, सह्याद्री पर्वत इ. घटकांचा प्रभाव आढळून येतो. म्हणून महाराष्ट्रातील हवामान हे असमान स्वरूपाचे आहे.

उन्हाळ्यातील स्थिती

(अ) तापमान – पठारी प्रदेशामध्ये एप्रिल व मे महिन्यात तापमान जास्त असते. जळगाव, सोलापूर, नांदेड, परभणी, नागपूर, अकोला, अमरावती इ. भागात मे महिन्यामधील तापमान ४०° सें. पेक्षा जास्त असते. चंद्रपूर येथे मे महिन्यात राज्यात सर्वाधिक तापमान आढळते. किनारी प्रदेशात तापमान ४१° सें. पेक्षा जास्त वाढत नाही. (रत्नागिरी ३२.७° सें. मुंबई – ३३.५° सें.) महाराष्ट्रात मे महिन्यात ४२.५° सें. तापमान विदर्भाच्या पूर्व भागात आढळते. महाराष्ट्रात सर्वात जास्त तापमानाची नोंद १६ मे १९१२ रोजी चंद्रपूरला ४८.३° से. इतकी झाली आहे.

(ब) पर्जन्य – एप्रिल व मे मध्ये वळवाचा पाऊस पडतो. काही वेळेस ढगांचा गडगडाट, विजांचा कडकडाट होऊन वादळी वारे वाहतात.

हिवाळ्यात वायव्य भागात जास्त दाबाचा पट्टा दक्षिणेकडे सरकतो. तसेच हा पट्टा सागरावरही असतो. एप्रिल व मे महिन्यात महाराष्ट्राच्याही काही भागावरून वाहात जाऊन जास्त पाऊस देतात. यावेळेस आंब्याचा बहर असतो म्हणून या पावसास आंबेसरी म्हणतात. महाराष्ट्रात उन्हाळ्यात पावसाचे प्रमाण १ ते १२.५ सें. मी. आहे. महाराष्ट्रात उन्हाळ्यात सर्वांत जास्त पाऊस कोल्हापूर जिल्ह्यातील गडहिंग्लज व चंदगड तालुक्याच्या काही भागात १० ते १२.५ सें.मी. दरम्यान पडतो.

पावसाळा किंवा नैर्ऋत्य मान्सून वाऱ्याच्या काळातील हवामानाची परिस्थती :

(१) पर्जन्याचा कालखंड : महाराष्ट्रात ८५% पाऊस नैर्ऋत्य मान्सून वाऱ्यामुळे पडतो. कोकणच्या नैर्ऋत्य आणि पश्चिम भागावरून वाहणारे बाष्पयुक्त वारे सह्याद्री पर्वत ओलांडून महाराष्ट्राला पाऊस देतात. सर्वसाधारण जुलै महिन्यात जास्त पाऊस पडतो. परंतु तो पाऊस असमान वितरणाचा आहे. सप्टेंबर महिन्यानंतर नैर्ऋत्य मान्सून वारे क्षीण होतात. चार महिन्यांच्या काळात कोकण व सह्याद्री रांगांत पाऊस पडतो. नैर्ऋत्य मान्सून वाऱ्यापासून कोकणात सर्वात जास्त पाऊस पडतो. उदा. रत्नागिरी २४४ सें.मी. दक्षिण कोकणात अंबोलीत सर्वात जास्त ७०० सें.मी. पाऊस पडतो. हे वारे सह्याद्री पर्वत ओलांडून पूर्वेकडील पठारावर आल्यानंतर तापमानात वाढ होत जाऊन बाष्पधारणशक्ती वाढते व पावसाचे प्रमाण कमी होते, म्हणून हा प्रदेश अवर्षणग्रस्त म्हणून ओळखला जातो. उदा. नाशिक जिल्ह्यात मालेगाव येथे ४४ सें.मी., नगर जिल्ह्यात संगमनेर येथे ३७ सें.मी. इ. मराठवाडा विभागात बंगालच्या उपसागरावरून येणाऱ्या मान्सून वाऱ्याच्या शाखेच्या परिणामामुळे पावसाचे प्रमाण वाढते. उदा. औरंगाबाद ६० सें.मी., बीड ५६ सें.मी. तसेच विदर्भामध्येही पावसाचे प्रमाण जास्त आहे, कारण हा प्रदेश बंगालच्या उपसागरावरून येणाऱ्या मान्सून वाऱ्याच्या टापूत येतो. उदा. गडचिरोली जिल्हा १२९ सें.मी., चंद्रपूर १२० सें.मी., भंडारा १२६ सें.मी.

महाराष्ट्रातील पर्जन्य प्रदेश :

(१) २५० सें.मी. पेक्षा जास्त पावसाचा प्रदेश – कोकण व सह्याद्री पर्वत तसेच पुणे, सातारा, कोल्हापूर जिल्हा

(२) १५० ते २५० सें.मी. दरम्यान पाऊस पडणारे प्रदेश – मुंबई, ठाणे, पश्चिम नाशिक जिल्हा, गोंदिया इ.

(३) १०० ते १५० सें.मी. पाऊस पडणारा प्रदेश – पश्चिम घाटाच्या पूर्वेस असणारा नंदुरबारपासून दक्षिणेस असलेल्या कोल्हापूरपर्यंतच्या पट्ट्यात पाऊस पडतो. नाशिक, अ. नगर, पुणे, सातारा, सांगली,

कोल्हापूर, (प.भाग) भंडारा, गोंदिया व गडचिरोली जिल्ह्याचा ईशान्य भाग, चंद्रपूरचा नैर्ऋत्य भाग, नागपूर, अमरावती जिल्ह्याचा काही भाग.

(४) ७५ ते १०० सें.मी. पाऊस पडणारा प्रदेश – मराठवाडा – हिंगोली, नांदेड, प. विदर्भ - यवतमाळ, वाशिम, अमरावती (पूर्व भाग) पूर्व विदर्भातील वर्धा व नागपूर जिल्ह्याचा पश्चिम भाग

(५) ५० ते ७५ सें.मी. पाऊस पडणारा प्रदेश – मराठवाडा विभाग, धुळ्याचा पूर्वभाग, जळगाव जिल्हा, नाशिक, पुणे, सातारा.

(६) ३० ते ५० सें.मी. पाऊस पडणारा प्रदेश – खानदेश व प. महाराष्ट्र, सोलापूर जिल्हा, सर्वात कमी पावसाची नोंद सोलापूर जिल्ह्यातील अकलूज व कोल्हापूर जिल्ह्यातील कुरुंदवाड येथे ३१ सें.मी. पावसाची नोंद झालेली आहे.

(७) ३० सें.मी. पेक्षा कमी पाऊस पडणारा प्रदेश – सर्वात कमी पावसाची नोंद सातारा जिल्ह्यातील दहिवडी २९ सें.मी व म्हसवड येथे २९.९ सें.मी. आहे.

८.१२ महाराष्ट्राची कृषी हवामान क्षेत्रे (Agro-Climatic zones of Maharashtra)

राज्याचे कृषी हवामान विभाग करण्यामागे क्षेत्रीय साधनसंपत्तीचे वैज्ञानिक पद्धतीने व्यवस्थापन करून वाढत्या ५F (Food, Feed, Fodder, Fibre and Fuel)च्या गरजांची पूर्तता उपलब्ध नैसर्गिक साधने व पर्यावरणावर प्रतिकूल परिणाम न घडवता करणे असा उद्देश आहे. कृषी हवामान विभागाचे विभाजन करताना देशाचे १५ कृषी हवामान विभाग व ७२ उपविभाग केले आहेत. भारताच्या १५ विभागांपैकी महाराष्ट्रात VII (पूर्व महाराष्ट्र), IX (उर्वरित महाराष्ट्र), XII (कोकण) या विभागांमध्ये विभाजन आहे. याचा प्रमुख आधार पर्जन्य, जमीन, पीकपद्धती, नैसर्गिक वनस्पती व तपमान या सर्वांचा विचार करून महाराष्ट्राचे ९ कृषी हवामान विभाग खालीलप्रमाणे पाडले आहेत.

(१) दक्षिण कोकण किनारपट्टीचा प्रदेश (Very High Rainfall with Lateratic Soil) : या विभागात पावसाचे सरासरी प्रमाण ३१०० मि.मी. आहे. रत्नागिरी आणि सिंधुदुर्ग जिल्ह्यांचा समावेश होतो. भात व नागली ही पिके घेतली जातात.

(२) उत्तर कोकण किनारपट्टीचा प्रदेश (Very High Rainfall with Non-lateratic Soil) : पावसाचे सरासरी प्रमाण २६०० मि.मी. आहे. या विभागात ठाणे आणि रायगड जिल्ह्यांचा समावेश होतो. भात हे प्रमुख पीक असून, नागली व वरई ही सुद्धा महत्त्वाची पिके आहेत.

(३) पश्चिम घाट प्रदेश (Ghat Region) : सह्याद्री पर्वताच्या डोंगरमाथ्यावरील चिंचोळा पट्टा असून २.१० लाख हेक्टर त्याचे क्षेत्र समुद्रसपाटीपासून १००० ते २००० मी. उंचीवर आहे. या विभागाचा २२ ते २५% प्रदेश जंगलांनी व्यापलेला आहे. भात, नागली, खरीप ज्वारी ही पिके घेतली जातात.

(४) उपपर्वतीय विभाग (Transition 1) : सह्याद्रीच्या पूर्वेकडच्या उताराचा भाग आहे. नाशिक, पुणे, सातारा, कोल्हापूर व सांगली जिल्ह्यांतील १९ तालुक्यांत विस्तारलेला असून त्याचे क्षेत्रफळ १०,२८९ चौ. कि.मी. आहे. वार्षिक पावसाची सरासरी ७०० ते २५०० मि.मी. आहे. ज्वारी, बाजरी, भुईमूग, भात, नागली इ. खरीप पिके तसेच, ज्वारी, गहू, हरभरा, वाल इ. रब्बी पिके तसेच ऊस ही पिके घेतली जातात. बटाटा, कांदा, मिरची, वांगी इ. भाजीपाला पिकाखालील क्षेत्र ३२.९ हजार हेक्टर इतके आहे.

(५) पश्चिम महाराष्ट्र मैदानी प्रदेश (Transition 2) : धुळे, नगर, सांगली जिल्ह्याचे पश्चिमेकडील तालुके, नाशिक, पुणे, सातारा व कोल्हापूर जिल्ह्यातील तालुके समाविष्ट आहेत. एकूण क्षेत्रफळ १७.९१ लाख हेक्टर एवढे आहे. पर्जन्याचे प्रमाण ७०० ते १२५० मि.मी. आहे. सरासरी कमाल तापमान ४०° सें. एप्रिल व मे महिन्यात आणि ५° सें. किमान तापमान डिसेंबर महिन्यात असते. ज्वारी, बाजरी, भुईमूग, मूग, उडीद, तूर ही खरीप पिके, गहू हरभरा, ज्वारी ही पिके घेतली जातात व काही क्षेत्र हे भाजीपाला व फळझाडांच्या लागवडीखाली आहे.

(६) पश्चिम महाराष्ट्र कमी पावसाचा विभाग (Scarcity Zone) : सोलापूर, अहमदनगर, सांगली, पुणे, कोल्हापूर, धुळे, जळगाव, नाशिक जिल्ह्यांतील काही भागांचा समावेश होतो. पावसाचे प्रमाण ७५० मि.मी. पेक्षा कमी असून त्याचे वितरण असमान आहे. या विभागातील ७०.७५% क्षेत्र रब्बी पिकाखाली आहे व २५.३०% क्षेत्रावर बाजरी, सूर्यफूल, तूर, ज्वारी इ. पिके घेतली जातात.

(७) मध्य महाराष्ट्र पठारी विभाग (Assured Rainfall) : पावसाचे प्रमाण ७०० ते ९०० मि.मी. आहे. ज्वारी, कापूस, भुईमूग, सूर्यफूल, उडीद, मूग, तूर इ. खरीप पिके घेतली जातात.

(८) मध्य विदर्भ विभाग (Central Vidharbha Region) : पावसाचे प्रमाण ९५० ते १२५० मि.मी. आहे. जमीन काळ्या रंगाची असल्यामुळे कापूस, ज्वारी, तूर, कडधान्य, गहू, रब्बी ज्वारी, हरभरा ही पिके घेतली जातात.

(९) पूर्व विदर्भ विभाग (East Vidharbha Region High Rainfall with mixed rocks) : भंडारा, गडचिरोली जिल्हा, चंद्रपूर जिल्ह्याचा पूर्वेकडील विभाग, उमरखेड तालुका (नागपूर विभाग) इ. चा समावेश होतो. पावसाचे प्रमाण १२५० ते १७०० मि.मी. आहे. भात हे खरिपातील महत्त्वाचे पीक आहे, तर रब्बी, ज्वारी, हरभरा, गहू ही पिके हंगामात होतात.

८.१३ अवर्षणप्रवण क्षेत्र कार्यक्रम (Drought prone Area Programme)

राज्याच्या निरनिराळ्या भागांमध्ये पर्जन्याचे वितरण हे असमान आहे. त्यानुसार राज्याचे ९ कृषी हवामान विभाग पाडले आहेत. सुमारे ८५% क्षेत्र कोरडवाहू शेतीखाली आहे म्हणून महाराष्ट्र राज्य अवर्षणप्रवणक्षेत्र म्हणून ओळखले जाते. अवर्षणप्रवण क्षेत्र कार्यक्रम १९७४ मध्ये सुरू केला. या कार्यक्रमाचे स्वरूप सुरवातीला रोजगार पुरवणे हे होते. या कार्यक्रमाचा मुख्य हेतू जमिनीचे संवर्धन, जल संवर्धन, मानव व पशुसाधनसंपदा यांच्यामध्ये परिस्थिती संतुलन राखणे हा होता.

अवर्षणप्रवण क्षेत्र कार्यक्रमाची उद्दिष्टे :

(१) प्रत्यक्ष व अप्रत्यक्षपणे पाणवहाळावर अवलंबून असलेल्या गावातील लोकांचा आर्थिक विकास करणे व रोजगारनिर्मिती करणे

(२) दुष्काळाच्या परिणामाची तीव्रता कमी करण्यासाठी आणि पर्यावरणाचे संतुलन राखण्यासाठी जमीन, पाणी व नैसर्गिक साधनसंपदेचा वापर करणे

(३) साधेसोपे व कमी खर्चातील तांत्रिक उपाय आणि उपलब्ध ज्ञान व उपलब्ध साधनसंपत्तीचा वापर करू शकणाऱ्या संस्थांची व्यवस्था करणे

(४) गावातील पर्यावरणाचा समतोल राखण्यास मदत करणे

(५) आर्थिक विकास करण्याकरता गावातील मानवी व आर्थिक साधनसंपत्तीचा विकास करणे

अवर्षणप्रवण क्षेत्र कार्यक्रमाचे धोरण

(१) अवर्षणप्रवण क्षेत्र कार्यक्रमासाठीचा निधी केंद्र व राज्य सरकारकडून ५०:५० या प्रमाणात विभागला जातो.

(२) कार्यक्रमाचे नियोजन व अंमलबजावणीमध्ये लोकसमुदाय व स्वयंसेवी संस्थांचा सहभाग आवश्यक आहे.

(३) ग्रामीण भागात लोकसहभागाद्वारे व तांत्रिक सल्ल्याद्वारे प्रकल्प तयार करून त्याला पाणलोट संघाची मान्यता घेतली जाते व त्यानुसारच पुढील कायमस्वरूपाचे व्यवस्थापन पाणलोट समितीद्वारे केले जाते.

(४) कार्यक्रमासाठी खासगी जमीन, सार्वजनिक जमीन, महसूल व वनविभागाच्या जमिनींचा समावेश केला जातो.

(५) स्थानिक स्तरांवर काम करणाऱ्यांसाठी प्रशिक्षण कार्यक्रम आखणे

८.१४ कृषी, औद्योगिक व घरगुती क्षेत्रातील पाण्याच्या मागणीची समस्या
(Water Requirement in Agriculture, Industrial and Domestic sector, Problem of Drinking water)

पाण्याचे महत्त्व :

वृष्टी हा पाण्याचा एकमेव स्रोत आहे. नद्या, हिमनद्या, सरोवरे इ. द्वितीयक स्रोत आहेत. लोकसंख्या वाढत गेल्याने पाण्याची मागणी वाढली, त्यामुळे मर्यादित उपलब्धतेनुसार जलसंसाधनाची आवश्यकता आहे. पाण्यामुळे अनेक गरजा पूर्ण होतात. पाणी हे सजीवांचे जीवन आहे. घरगुती वापर, शेती, उद्योगधंदे, विद्युतनिर्मिती, जलवाहतूक, करमणूक इ. साठी पाण्याचा उपयोग होतो.

पृथ्वीचा २/३ भाग म्हणजे ७०.५% क्षेत्र पाण्याने व्यापले आहे त्यापैकी ९७% पाणी खारट (समुद्रात) आहे. राहिलेल्या ३% पाण्यापैकी २% पाणी बर्फ अवस्थेत आहे. उर्वरित १% पैकी ०.६०% पाणी जमिनीच्या ३०० फूट खोलीवर आहे व राहिलेले ०.४०% पाणी शेती व मानवासाठी उपलब्ध आहे.

भारतामधील पाण्याची उपलब्धता :

भारतात वार्षिक सरासरी ११९.४ सें.मी. पाऊस पडतो. भारताचे एकूण क्षेत्रफळ ३२८ दशलक्ष हेक्टर आहे. एकूण पावसाचे पाणी ४०० दशलक्ष हेक्टर मीटर मिळते. यापैकी ७० दशलक्ष हेक्टर मीटर पाण्याची वाफ होऊन आकाशात जाते. ११५ दशलक्ष हेक्टर मीटर पाणी जमिनीच्या पृष्ठभागावरून वाहत जाते. तसेच ११५ दशलक्ष हेक्टर मीटर पाणी हे ओढे, नाले, नद्यांमार्फत उताराच्या दिशेने वाहते, यालाच भूपृष्ठीय जल म्हणतात.

धरण व तळ्यात साठलेले पाणी – १५ दशलक्ष हेक्टरमीटर

धरणाच्या पाण्यापैकी वाफेद्वारे नष्ट होणारे पाणी – २०.५%

तळ्यातील पाण्यापैकी वाफेद्वारे नष्ट होणारे पाणी – ४०%

पाण्याची कालव्यातून होणारी गळती – २०-३०%

भारतातील पाण्याचा उपयोग :

भारतामध्ये वाढणाऱ्या लोकसंख्येला शुद्ध व स्वच्छ पिण्याच्या पाण्याचा पुरवठा करणे अवघड काम आहे. माणसाच्या शरीराला रोज सुमारे ५ लिटर पाण्याची आवश्यकता असते तसेच, दररोज सकाळी सरासरी ४० लिटर पाणी प्रत्येकाला विविध कारणांसाठी आवश्यक असते.

तक्ता क्र. ८.६ : शहरी भागातील दरडोई पाण्याचा वापर

अ.क्र.	उद्देश	पाण्याचा उपयोग दरडोई/दररोज/लिटर
१	स्वयंपाक व पिण्यासाठी	१५
२	आंघोळ	२०
३	कपडे धुणे	२०
४	भांडी घासणे	२०
५	फरशी धुणे	३०
६	शौचालय	४५
	एकूण	१५०

उद्योगधंद्यासाठी पाण्याचावापर :

वाढते शुद्धीकरण आणि औद्योगिकीकरणामुळे सिंचन प्रकल्पातील शेतीसाठीचे पाणी उद्योग व शहरांची तहान भागवण्यासाठी वळवले जाते. मिनरल वॉटर, मद्यनिर्मिती, इलेक्ट्रोकोटिंग, पावडर कोटिंग अशा उद्योगधंद्यांसाठी पाणी हा कच्चा माल असल्याने पाण्याची गरज वाढत चाललेली आहे.

कृषीमधील पाण्याची समस्या

महाराष्ट्रातील शेती व सिंचन

एकूण भौगोलिक क्षेत्र – ३,०८,००,००० हेक्टर

एकूण लागवडीखालील क्षेत्र – २,२६,१२,००० हेक्टर

पावसाच्या पाण्यावर अवलंबून क्षेत्र – १,९७,३७,०००, हेक्टर (८३%)

एकूण सिंचनाखालील क्षेत्र – ४,५८,००० हेक्टर (१७%)

महाराष्ट्रामधील प्रत्येक प्रदेशात किती पाणी आहे याचा अभ्यास करून महाराष्ट्र सिंचनसहयोग संस्थेचे अध्यक्ष डॉ. दि.मा. मोरे यांनी राज्यात कोणत्या भागात कोणते पीक किती क्षेत्रावर घ्यावे यासंबंधी पद्धत मांडली ती पुढीलप्रमाणे –

तक्ता क्र. ८.७

अ.क्र.	उद्देश	क्षेत्र (हेक्टर मध्ये)
१	फळबागा व भाजीपाला	३० लाख
२	ऊस	०७ लाख
३	भात	२० लाख
४	कापूस	४० लाख
५	डाळी (तूर, हरभरा)	४० लाख
६	तेलबिया (सोयाबीन, भुईमूग)	४० लाख
७	भरडधान्य (अन्नधान्य, चारा)	४० लाख

८.१५ आंतरपीक लागवड पद्धत व त्याचे महत्त्व

(Concept of intercropping and its importance)

व्याख्या – ज्या पीकपद्धतीत एकानंतर एक पिके न घेता एकाचवेळी दोन पिके जमिनीतून घेतली जातात त्यास आंतरपीक पद्धती म्हणतात.

उदा. (१) बाजरी+ तूर (मध्यम खोल जमिनीकरता २:१)
(२) बाजरी + मका (उथळ जमिनीकरता २:१)
(३) ज्वारी + तूर (मध्यम खोल ते खोल जमिनीकरता २:१)
(४) सूर्यफूल + भुईमूग ¯ (२:१)
(५) तूर + भुईमूग (मध्यम खोल जमिनीत २:१)
(६) सूर्यफूल + तूर (पर्जन्य प्रदेश)

आंतरपीक पद्धतीचे प्रकार –

(१) मिश्र आंतरिक पद्धत – दोन किंवा अधिक पिकांची शेतात भेसळ असते. आंतरपिके ओळीत समान अंतरावर नसतात.

(२) ओळीतील आंतरपीक पद्धत – या पद्धतीत मुख्य पीक आणि आंतरपिके समान ओळीत पेरलेली असतात.

(३) पट्टा आंतरपीक पद्धत – एकाच शेतात दोन किंवा अधिक पिकांचे पट्टे असतात. उसात ही पद्धत अंमलात आणली जाते.

(४) रिले आंतर पीक पद्धत – एकाच शेतात दोन किंवा अधिक पिके घेतात. मात्र पहिले पीक काढणीस तयार झाले की त्या पिकाची कापणी करण्यापूर्वी दुसऱ्या पिकांची पेरणी त्या शेतात करतात.

(५) खोडवा पीक पद्धती – एका पिकाची कापणी केल्यावर त्या शेतावर दुसऱ्या पिकाची पेरणी न करता तेच पीक पुन्हा वाढवतात. उदा. उसाचा खोडवा पीक.

(६) बहुमजली पीक पद्धती – उंच झाडाच्या सावलीत दोन किंवा अधिक पिके होतात. उदा. नारळाच्या बागेत सुपारी, अननस, कोको इ. पिके घेतात.

आंतरपीक पद्धत लागवडीचे फायदे

(१) काही पिके एकाच जमिनीतून घेतली असता त्यांची एकमेकांशी होणारी स्पर्धा अत्यंत कमी असते व त्यांचा एकमेकांच्या वाढीवर विपरीत परिणाम होत नाही.

(२) पिकांची उंची, मुळांची खोली व तयार होण्याचा कालावधी वेगवेगळा असल्याने त्यांची वाढ एकमेकांना पूरक असते.

(३) बाजरी व तूर या पिकाचे प्रमाण २:१ असे घेतल्यास बाजरीचे पीक सुरुवातीला झपाट्याने वाढते व नंतर तूर सावकाश वाढते. यामध्ये बाजरी पिकाचे उत्पन्न नेहमीप्रमाणेच मिळते व तूर पिकाचे उत्पन्न जास्त मिळते.

(४) या पद्धतीत घेतल्या जाणाऱ्या पिकांच्या दोन ओळींमधील व रोपांमधील अंतर कमी करून रोपांची हेक्टरी संख्या कायम राखली जाते.

(५) जमिनीचा पोत सुधारण्यास मदत होते.

बहुविध पीक पद्धत व त्याचे महत्त्व (Multiple cropping and its importance)

व्याख्या – एकाच जमिनीतून एका वर्षात दोनपेक्षा जास्त पिके घेणे या पीक पद्धतीस 'बहुविध पीक' पद्धती म्हणतात.

बहुविध पीक पद्धती वापरताना सिंचनाची सोय असावी. अत्यंत कमी दिवसात तयार होणाऱ्या पिकांचे चांगले वाण, रासायनिक खते व कीटकनाशके यांच्या वापरामुळे ही पद्धत फायदेशीर ठरते.

बहुवीध पीक पद्धतीचे फायदे –

(१) वर्षातील जास्त काळ जमीन पिकांखाली असल्याने जमीन वाळून टणक बनत नाही व धूपही कमी होते.

(२) प्रत्येक पिकाच्या पेरणीची व काढणीची वेळ वेगळी असल्याने मजुरांना वर्षभर काम मिळते.

(३) पिकांच्या जाती व प्रजातींमध्ये विविधता असल्याने पिकांचे किडी व रोगांपासून नैसर्गिक संरक्षण होते.

(४) हेक्टरी एकूण उत्पादन जास्त मिळते.

(५) प्रतिकूल हवामानाचा धोका कमी असतो. एखादे पीक बुडाले तरी इतर पिकांपासून उत्पन्न मिळते.

८.१६ सेंद्रिय शेती (Organic Farming)

व्याख्या – शेतावरील टाकाऊ सेंद्रिय पदार्थ व जैविक खतांचा वापर करून कालांतराने स्वयंपूर्ण होत जाणारी स्वयंविकासासाठी, स्वयंजीवी शेतीपद्धत म्हणजे सेंद्रिय शेती होय.

सेंद्रिय शेतीची सुरूवातच प्रथम निसर्गातून होते. सेंद्रिय शेतीमुळे मातीची सुपीकता कायम टिकून राहते. सेंद्रिय शेती करताना खालील तत्त्वे महत्त्वाची आहेत.

(१) जमिनीची मशागत करताना पारंपरिक साधनांचा वापर करावा. उदा. बैल, नांगर इ.

(२) सेंद्रिय खतांचा वापर अधिकाधिक करावा. सेंद्रिय खत शेतामध्येच तयार करावे व जमिनीवर त्याचे आच्छादन करावे.

(३) जैविक कीटकनाशकांचा वापर करून पीक संरक्षण करावे.

(४) शेतामधील तण काढताना मजुरांचा वापर करावा.

(५) जैविक खते, गांडूळ खते यांचा वापर करावा.

(६) हिरवळी खते व कंपोस्ट खते याचा वापर करावा.

सेंद्रिय पीक उत्पादन व्यवस्थापन

(१) जमिनीची कमीतकमी मशागत करणे.

(२) सेंद्रिय खते, गांडूळ खते, जैविक खते व हिरवळ खतांचा वापर वाढवणे.

(३) पीक पद्धतीमध्ये बदल करणे उदा. मिश्र पीक, आंतरपीक, बहुविध पिके घेणे.

(४) तणांचे आच्छादन करणे.

(५) पाण्याचा कमीत कमी वापर करून पाण्याचे नियोजन करता येते.

(६) किडींचे नियंत्रण.

स्थानिक साधनसंपत्तीचा वापर करणारी, कमी भांडवली खर्चाची, सेंद्रिय पदार्थांच्या योग्य वापराने जमिनीची उत्पादनक्षमता वाढवून व ती टिकवून धरणारी व शेतकरी कुटुंबाच्या पोषणविषयक व इतर गरजा पूर्ण करणारी निसर्गपूरक स्वयंपूर्ण शेती म्हणजे सेंद्रिय शेती होय.

महाराष्ट्रातील यवतमाळ व धुळे जिल्ह्यातील काही प्रगतिशील शेतकऱ्यांनी सेंद्रिय शेतीची सुरूवात केली. महाराष्ट्र राज्यामध्ये सुमारे ६.५ लाख हेक्टर क्षेत्र सेंद्रिय शेतीखाली आहे.

८.१७ शाश्वत शेती (Sustainable Agriculture)

व्याख्या – मानवाच्या मूलभूत गरजा भागवताना शेती या साधनसंपदेचे व्यवस्थापन करणे की ज्या योगे पर्यावरणाचा दर्जा व नैसर्गिक साधनसंपत्तीचे संवर्धन होईल याला शाश्वत शेती म्हणतात.

शाश्वत कृषीची आवश्यकता –

(१) औद्योगिक क्रांतीनंतर मानवी क्रियांमध्ये बदल झाल्याने मानवाचे विचार व दृष्टिकोन यामध्ये सुद्धा बदल झाला, त्यामुळे निसर्ग नियम व कार्यामध्ये मानवाने हस्तक्षेप वाढवला.

(२) औद्योगिकीकरण, नागरिकीकरण यामुळे होणारे प्रदूषण यामुळे कृषीसंबंधित पर्यावरणीय समस्या निर्माण झाल्या व उत्पादनात घट झाली.

(३) कृषी व्यवसायामध्ये नवीन आधुनिक तंत्रे, बी-बियाणे, कीटकनाशके, जंतुनाशके इ.चा वापर वाढला परंतु पर्यावरणीय समस्या निर्माण झाल्या.

(४) उच्च पैदास, संकरित वाण रोगराईला बळी पडतात.

(५) सखोल शेतीतंत्रामुळे नैसर्गिक साधनसंपत्तीवरील ताण वाढत आहे. मृदेची उत्पादकता कमी होत आहे. यामुळे पुढच्या पिढीला पुरेसे अन्न, शुद्ध पाणी व हवा मिळण्याची संभावना कमी होत चालली आहे, म्हणून शाश्वत कृषी अंतर्गत संमिश्र शेती पद्धती इ. मध्ये सुधारणा, पिकांची फेरपालट, पिकांच्या जातीची सुधारणा घडवून आणता येते.

प्रश्न

१. तापमानाची विपरीतता म्हणजे....

(१) वाढत्या उंचीबरोबर तापमान कमी होते.   (२) वाढत्या उंचीबरोबर तापमान स्थिर होते.

(३) वाढत्या उंचीबरोबर तापमानात वाढ होणे.   (४) वरीलपैकी कोणतेही नाही.

२. हवामानावर परिणाम करणारा .... हा महत्त्वाचा घटक आहे.

(१) वारे   (२) तापमान   (३) वृष्टी   (४) वायुभार

३. अश्व अक्षांश म्हणजे .....

(१) ०° अक्षांश   (२) ६०° अक्षांश   (३) ६६ अक्षांश   (४) ३०° अक्षांश

४. विषुववृत्तीय पट्ट्यातील तापमान .... असते.

(१) वर्षभर कोरडे व उष्ण   (२) वर्षभर उष्ण व दमट

(३) पावसाळ्यात दमट व उष्ण   (४) हिवाळ्यात दमट व थंड

५. आकाश दुपारच्या वेळेस निळे दिसते. कारण -

(१) निळ्या प्रकाशाचे मोठ्या प्रमाणात विकीरण होते.

(२) निळ्या रंगाचे प्रसरण कमी प्रमाणात होते.

(३) वातावरणातील कण निळा प्रकाश बाहेर सोडतात.

(४) वातावरण सर्व निळा प्रकाश सामावून घेते.

६. सूर्यकिरणांना पृथ्वीवर पोहचण्यास .... कालावधी लागतो.
(१) सुमारे १० मिनिटे (२) ५० सेकंद (३) सुमारे / मिनिटे (४) ८ सेकंद

७. डिसेंबर महिन्यात .... या ठिकाणी तापमान सर्वात जास्त उष्ण असते.
(१) दिल्ली (२) मद्रास (३) मुंबई (४) काश्मीर

८. भारतामध्ये सर्वात कमी पाऊस..... या ठिकाणी पडतो.
(१) फिरोजाबाद (२) श्रीहरिकोटा (३) जैसलमेर (४) जयपूर

९. बाष्पीभवनाचे प्रमाण खालीलपैकी कोणत्या घटकांवर जास्त अवलंबून असते.
(१) आर्द्रता (२) हवेचे तापमान
(३) वाऱ्याचा वेग (४) पाण्याच्या पृष्ठभागाचे क्षेत्रफळ
(१) फक्त (१) बरोबर (२) फक्त (१) व (२) बरोबर
(३) फक्त (१,२ व ४) बरोबर (४) सर्व बरोबर

१०. महाराष्ट्राचे कृषी हवामानानुसार किती विभाग पाडण्यात आले?
(१) ७ (२) १२ (३) १६ (४) ९

११. पश्चिम घाटाच्या पश्चिमेस .... प्रकारचा पाऊस पडतो.
(१) प्रतिरोध (२) आवर्त
(३) अभिसरण (४) मुसळधार

१२. ...... पद्धतीत एकापेक्षा जास्त पिके घेतात.
(१) एकपीक (२) मिश्रपीक (३) झूम (४) बहुविध

१३. बाजरीपिकात ..... पीक आंतरपीक म्हणून घेणे फायद्याचे आहे.
(१) उडीद (२) तूर (३) सोयाबीन (४) मूग

१४. LIST I आणि LIST II शी जोड्या लावा.

	List I	List II
a)	Isohaline	i) Rainfall
b)	Isoval	ii) Salinity
c)	Isohyte	iii) Velocity
d)	Isobar	iv) Pressure

Code	a	b	c	d
(1)	i	ii	iii	iv
(2)	ii	iii	iv	i
(3)	ii	iii	i	iv
(4)	i	iii	iv	ii

१५. वातावरणाच्या थरांचा योग्य तो क्रम लावा.
(१) तपांबर, स्थितांबर, दलांबर, बाह्यावरण
(२) तपांबर, दलांबर, बाह्यावरण, स्थितांबर
(३) तपांबर, स्थितांबर, बाह्यावरण, दलांबर
(४) दलांबर, बाह्याबरण, तपांबर, स्थितांबर

१६. उच्च तपांबरातील मर्यादित पट्ट्यातील उच्च प्रवेग वाऱ्यांना ..... म्हणतात.
(१) हरिकेन (२) जेटस्ट्रीम
(३) प्रतिव्यापारी (४) वातावरणीय व्यत्यय

१७. जोड्या लावा.

स्तंभ 'अ' (वारे)	स्तंभ 'ब' (प्रदेश)
(a) फॉन वारे	i) आफ्रिका
(b) खामसिन वारे	ii) आशिया व आफ्रिका
(c) चिनूक वारे	iii) युरोप
(d) सिरोक्को वारे	iv) उत्तर अमेरिका

Code	a	b	c	d
(1)	i	ii	iii	iv
(2)	ii	i	iii	iv
(3)	iii	iv	i	ii
(4)	iii	i	iv	ii

१८. ढगांची निर्मिती ..... स्थितीत होते.
(१) बाष्प ऊबदार झाल्यामुळे (२) बाष्प थंड झाल्यामुळे
(३) तापमान वाढल्यामुळे (४) हवेचा दाब वाढल्यामुळे

१९. सामान्यपणे ६०० मीटर उंचीवरून समभार रेषांना समांतर वाहणाऱ्या वाऱ्यास ..... म्हणतात.
(१) अनुप्रवण वारा (२) प्रचलित वारा
(३) भूवलनोत्पन्न वारा (४) वलनोत्पन्न वाटा

२०. नैर्ऋत्येकडे वाहणाऱ्या व्यापारी वाऱ्यांना ..... म्हणतात.
(१) नैर्ऋत्य वारे (२) पश्चिमी वारे (३) ईशान्य वारे (४) दक्षिणी वारे

२१. ओझोनचे सर्वाधिक प्रमाण ..... थरात आढळते.
(१) तपांबर (२) स्थितांबर (३) अयनांबर (४) बाह्यांबर

२२. जून २०१० मध्ये अरबी समुद्रावर निर्माण झालेल्या चक्रीवादळाचे नाव .... होते.
(१) लैला (२) औला (३) फेट (४) नर्गीस

२३. सुप्त बाष्पीभवन बाष्पोत्सर्जनाची (Potential Evapotranspiration) संकल्पना .... साली प्रथम मांडली.
(१) १९२५ (२) १९४८ (३) १९९१ (४) १९५५

२४. खालीलपैकी कोणते विधान उष्णकटिबंधीय आवर्ताच्या निर्मिती बाबतीत सत्य नाहीत.
(१) अगोदरच अस्तित्वात असणारा मोठ्या प्रमाणावरील प्रवाहाचा आकृतिबंध
(२) आर्द्र स्थिर हवा
(३) विषुववृत्तीय स्थान
(४) ऊबदार सागरपृष्ठीय पाणी

२५. वातावरणात कार्बन-डाय-ऑक्साईडचे प्रमाण .....% आहे.
(१) ०.०३% (२) २२%
(३) ०.०८% (४) ०.५%

२६. ..... सौरशक्ती 'भू-धवलता' नावाने ओळखली जाते.

(१) ५१% (२) ६५% (३) १९% (४) ३५%

२७. ईशान्य मौसमी वाऱ्यामुळे ..... राज्याच्या भागात पाऊस पडतो.

(१) गोवा (२) पंजाब (३) महाराष्ट्र (४) तमिळनाडू

२८. हवेचा दाब समान असणारी ठिकाणे किंवा प्रदेश एका रेषेत जोडली जातात त्यांना .... म्हणतात.

(१) समताप रेषा (२) समभाररेषा (३) समपर्जन्य (४) यापैकी नाही.

२९. फेरेलच्या नियमानुसार उत्तर गोलार्धात हवेच्या जास्त दाबाकडून कमी दाबाच्या प्रदेशाकडे वाहणारे वारे मूळ दिशेपासून .... वळतात.

(१) डावीकडे (२) उजवीकडे

(३) दक्षिणेकडे (४) उजवीकडून डावीकडे

३०. जेटप्रवाह ... मीटर उंचीवरून वाहतात.

(१) ९०००-१३,००० (२) २०००-६००० (३) ५०००-६००० (४) ६०००-१०,०००

३१. भारताने २००२ मध्ये ..... वातावरणशास्त्रीय उपग्रह अवकाशात सोडला.

(१) इनसॅट (२) मेटसॅट (३) टिरोस (४) जिओस

३२. वायुराशी निर्माण होण्यासाठी आवश्यक परिस्थिती कोणती ?

(१) पृष्ठावरील तापमान व आर्द्रतेचे गुणधर्म समान असतील

(२) प्रदेश उंच असेल

(३) प्रदेशादरम्यान जमीन व समुद्र असेल

(४) हवेचे परिचलन आवर्त प्रकारचे असेल

३३. ध्रुवीय सीमा सिद्धान्त (Polar Front Theory) ..... यांनी मांडला.

(१) बर्कनीज (२) लॅपॉर्ट व शॉ (३) कोपेन (४) बरजीरॉन

३४. अवर्षणप्रवण क्षेत्र कार्यक्रमासाठीचा निधी केंद्र व राज्य सरकारकडून ...... प्रमाणात विभागला जातो.

(१) ४०:६० (२) ५०:५० (३) ८०:२० (४) २५:७५

३५. आय. पी. सी. सी. म्हणजे

(१) इंडियन प्रिमिअर क्रिकेट कौन्सिल (२) इंडियन पोल्युशन कंट्रोल कौन्सिल

(३) इंडो-पाक क्रिकेट कौन्सिल (४) इंटरगव्हर्न्मेंट पॅनेल ऑन क्लायमेट चेंज

३६. 'जागतिक तापमान वाढ' ही संकल्पना सर्वप्रथम जनमानसात कोणी रुजवली ?

(१) वॅलेस ब्रोकर (२) डॉ. राजेंद्र पचौरी

(३) पॉल क्रुगमन (४) विल्यम गॉउड

३७. हवेमधील आर्द्रता .... घटकांवर अवलंबून असते.

(१) तापमान (२) स्थान (३) हवामान (४) वरील सर्व

३८. एखाद्या अक्षवृत्तावर एखाद्या ठिकाणी पोहोचणारी सौरशक्ती निरनिराळी असते.

(१) ऋतूपरत्वे सूर्यकिरणांनी पृथ्वीच्या पृष्ठभागाशी केलेला कोन बदलतो.

(२) दिवसाची लांबी बदलते.

(३) सूर्यापासूनचे अंतर बदलते.

(४) वरील सर्व.

३९. योग्य जोड्या लावा.

यादी I   यादी II

(वृष्टी प्रकार)   (आवश्यक परिस्थिती)

(a) अभिसरण पर्जन्य   i) कमी दाबाशी संबंध असतो.

(b) प्रतिरोध पर्जन्य   ii) हवेचे तापमान वाढल्याने

(c) आवर्त पर्जन्य   iii) समुद्रावरून येणारा ऊबदार हवेचा झोत हिवाळ्यात थंड जमिनीवरून जातो.

(d) सीमावर्ती पर्जन्य   iv) बाष्पयुक्त हवेस डोंगर उतारावरून वर सरकावेच लागते.

	a	b	c	d
(1)	III	I	IV	II
(2)	II	I	III	IV
(3)	IV	II	I	III
(4)	II	IV	I	III

४०. हवामानाच्या कोणत्या घटकामुळे हवेचा दाब बदलतो ?

(१) पाऊस   (२) वारा   (३) आर्द्रता   (४) यापैकी नाही.

४१. उष्ण कटिबंधीय आवर्तांच्या खालील वैशिष्ट्यांमधून योग्य पर्याय निवडा.

(अ) उष्ण कटिबंधीय आवर्तांच्या केंद्रस्थानी ऊबदार हवा असते.

(ब) उष्ण कटिबंधीय आवर्तांच्या केंद्रस्थानी ढग नसतात.

(क) उष्ण कटिबंधीय आवर्तांच्या दाबाचा उतार सौम्य असतो.

(ड) उष्ण कटिबंधीय आवर्तात सरासरी ५० ते १०० सें.मी. पाऊस पडतो.

योग्य पर्याय निवडा

(१) अ, ब आणि क   (२) ब, क आणि ड

(३) अ, ब आणि ड   (४) क आणि ड

४२. खालीलपैकी कोणता एक हरितगृह वायू नाही ?

(१) कार्बन-डाय-ऑक्साइड   (२) मिथेन

(३) नायट्रस ऑक्साइड   (४) आरगॉन

४३. हवामान वर्गीकरणासाठी बाष्पोत्सर्जन (Evapo transpiration) संकल्पना कोणी मांडली ?

(१) थॉर्नवेट   (२) कोपेन   (३) ऑस्टिन मिलर   (४) केन्ड्रयू

४४. खालीलपैकी कोणते वाक्य बरोबर आहे ?

(१) ९७% वातावरण हे २९ किमी पर्यंत आढळते.

(२) ९७% वातावरण ५० किमी पर्यंत आढळते.

(३) ७८% वातावरण २० किमी पर्यंत आढळते.

(४) यापैकी नाही.

४५. वातावरणामध्ये तापमानाचा सामान्य ऱ्हास दर ..... आहे.

(१) ६.०° से. / १००० मी.   (२) ५.५° से. / १००० मी.

(३) ६.५° से. / १००० मी.   (४) ३.०° से. / १००० मी.

४६. खालीलपैकी जागतिक तापमानवाढीची (Global warming) कारणे कोणती?

(अ) ओझोनच्या थराचा ऱ्हास

(ब) कार्बन-डाय-ऑक्साइडमध्ये होणारी वाढ

(क) क्लोरोफ्ल्युरोकार्बनमध्ये होणारी वाढ

(ड) ऑक्सिजनची वाढ

(१) फक्त अ   (२) फक्त अ व ब   (३) फक्त अ, ब व क   (४) वरील सर्व

४७. खालीलपैकी कोणत्या किरणांची तरंगलांबी जास्त असते?

(१) पिवळी किरणे (Yellow Rays)   (२) तांबडी किरणे (Red Rays)

(३) हिरवी किरणे (Green Rays)   (४) निळी किरणे (Blue Rays)

४८. ॲनरॉईड बॅरोमीटर (Aneroid Barometer) च्या साहाय्याने .... मोजतात.

(१) वातावरणीय दाब   (२) तापमान   (३) पर्जन्य   (४) वारा

४९. योग्य जोड्या लावा.

यादी I (हवेच्या दाबाचे पट्टे)   यादी II (अक्षवृत्त)

(a) विषुववृत्तीय कमी दाबाचा पट्टा   (i) २५°-३५° उत्तर आणि दक्षिण

(b) उपोष्ण जास्त दाबाचा पट्टा   (ii) ५°-५° उत्तर आणि दक्षिण

(c) उपध्रुवीय कमी दाबाचा पट्टा   (iii) ६०°-६५° उत्तर आणि दक्षिण

(d) ध्रुवीय जास्त दाबाचा पट्टा   (iv) ८५°-९०° उत्तर आणि दक्षिण

	a	b	c	d
(1)	II	I	III	IV
(2)	I	II	III	IV
(3)	III	IV	II	I
(4)	IV	III	II	I

५०. कोरिओलिस प्रेरणा कोणत्या कारणामुळे निर्माण होते?

(१) पृथ्वीच्या परिवलनामुळे   (२) चंद्राच्या आकर्षणशक्तीमुळे

(३) चंद्राच्या परिवलनामुळे   (४) ज्वालामुखीच्या उद्रेकामुळे

५१. मिस्ट्रल वारे.... मध्ये वाहतात.

(१) ब्रिटन आणि आयर्लंड   (२) नॉर्वे आणि स्वीडन

(३) स्पेन आणि फ्रान्स   (४) युरोप आणि आफ्रिका

५२. स्थानिक वारे ..... मुळे निर्माण होतात.

(१) गुरुत्वाकर्षणशक्तीमुळे   (२) चक्रीवादळामुळे

(३) घर्षणामुळे   (४) जमीन व पाणी यांच्या तापण्याच्या गुणधर्मामुळे

५३. खालीलपैकी कोणती उष्णकटिबंधीय आवर्ताची वैशिष्ट्ये आहेत ?

(१) उष्णकटिबंधीय आवर्ताचा आकार ८० ते ३०० कि.मी. च्या दरम्यान असतो.

(२) आवर्तामधील पर्जन्याची सरासरी १५ ते २५ सें.मी. पर्यंत असते.

(३) आवर्ताचा व्यास ८० ते ३२० कि.मी. पर्यंत असतो.

(४) वरील सर्व.

५४. विली-विली वारे ..... मध्ये वाहतात.

    (१) जपान   (२) चीन

    (३) ऑस्ट्रेलिया   (४) यु. एस. ए.

५५. योग्य जोड्या लावा.

    यादी I (हवामान प्रकार)   यादी II (वैशिष्ट्ये)

    (a) Af हवामान   (१) आर्द्र उष्णकटिबंधीय हवामान

    (b) Aw हवामान   (२) आर्द्र आणि कोरडे हवामान

    (c) Am हवामान   (३) मान्सून प्रकारचे हवामान

    (d) As हवामान   (४) कोरडा उन्हाळा

	a	b	c	d
(1)	I	II	III	IV
(2)	IV	III	II	I
(3)	III	II	I	IV
(4)	II	I	III	IV

५६. वातावरणाच्या बदलाची माहिती देणारा निम्बस उपग्रह (Nimbus Satellite) किती साली अवकाशात सोडण्यात आला ?

    (१) १९७२   (२) १९८२   (३) २००२   (४) १९६४

५७ योग्य जोड्या लावा.

    यादी I   यादी II

    (गवताळ प्रदेश)   (प्रदेश)

    (a) प्रेअरी   (i) यु. एस. ए.

    (b) पंपास   (ii) अर्जेंटिना

    (c) व्हेल्ड   (iii) दक्षिण आफ्रिका

    (d) डाऊन्स   (iv) ऑस्ट्रेलिया

	a	b	c	d
(1)	II	IV	I	III
(2)	III	I	IV	II
(3)	IV	III	I	II
(4)	I	II	III	IV

५८. सॅव्हाना प्रकारचे हवामान .... या ठिकाणी सापडते.

    (१) ५° ते २०° अक्षवृत्त   (२) १०° ते २०° अक्षवृत्त

    (३) १५° ते २०° अक्षवृत्त   (४) यापैकी नाही

५९. खालीलपैकी कोणत्या ठिकाणी सर्वात जास्त तापमानाची (५८° से.) नोंद झाली?

    (१) अझिझिया (सहारा वाळवंट)   (२) जाकोबाबाद (थर वाळवंट)

    (३) विषुववृत्त   (४) जयपूर

६०. भारतामध्ये आढळणारा खालीलपैकी कोणता प्रदेश अवर्षणप्रवण क्षेत्रामध्ये मोडतो ?

(१) गंगानदीच्या वरचा प्रदेश (२) अरवली पर्वताच्या पश्चिमेकडील प्रदेश

(३) तराई प्रदेश (४) यापैकी नाही

उत्तरे

१. ३	२. २	३. ४	४. २	५. १	६. ३	७. २
८. ३	९. ४	१०. ४	११. १	१२. ४	१३. २	१४. ३
१५. १	१६. २	१७. ४	१८. २	१९. १	२०. ३	२१. २
२२. ३	२३. २	२४. ३	२५. १	२६. ४	२७. ४	२८. २
२९. २	३०. ४	३१. २	३२. १	३३. १	३४. २	३५. ४
३६. १	३७. ४	३८. ४	३९. ४	४०. ४	४१. ३	४२. ४
४३. १	४४. १	४५. १	४६. ४	४७. २	४८. १	४९. १
५०. १	५१. ३	५२. ४	५३. ४	५४. ३	५५. १	५६. ४
५७. ४	५८. १	५९. १	६०. २			

मृदा

(Soil)

प्रस्तावना

९.१ मृदा निर्मितीची प्रक्रिया

९.२ मृदा निर्मितीचे घटक

९.३ मृदेचे गुणधर्म

९.४ मातीची उत्पादकता कायम ठेवण्यामध्ये खनिजे आणि सेंद्रिय घटक यांची भूमिका

९.५ वृक्ष / वनस्पतीस आवश्यक पोषक घटक

९.६ खते व खतांचे प्रकार

९.७ समस्याग्रस्त जमिनी व त्या लागवडीयोग्य करण्याच्या पद्धती

९.८ महाराष्ट्रातील मृदा धूप व जमीन ओसाड होण्याच्या समस्या

९.९ पाणलोट क्षेत्रानुसार मृदासंधारणाचे नियोजन

९.१० मृदा व जलसंधारणाअंतर्गत राबवण्यात येणारे कार्यक्रम

९.११ डोंगराळ, डोंगरउतारावर व दऱ्यांमधील जमिनीची धूप व पृष्ठवाह व्यवस्थापन, त्यांच्यावर परिणाम करणाऱ्या कार्यपद्धती व घटक

प्रस्तावना :

मृदा हा प्राकृतिक भूरूपे, नैसर्गिक वनस्पतीवर परिणाम करणारा घटक आहे. मृदेची निर्मिती खडकाच्या अपक्षयापासून होते. मृदेमध्ये खनिजांचे मिश्रण असल्याने त्याचा उपयोग वनस्पतीवाढीसाठी होतो, म्हणून अशा सर्व प्रकारचा अभ्यास मृदाशास्त्र (Pedology) या विषयामध्ये केला जातो.

मृदेची व्याख्या

(१) निरनिराळ्या प्रक्रियांमुळे भूपृष्ठावरील खडकांचे विखंडन होऊन तयार होणाऱ्या मातीच्या पातळ थराला 'मृदा' म्हणतात.

(२) खडकांच्या विदारण प्रक्रियेमुळे उर्वरित खनिजद्रव्ये, वनस्पती व प्राणिमात्रांच्या अवशेषांपासून सेंद्रिय द्रव्यांचा पुरवठा होतो आणि वनस्पतीच्या वाढीला आधार प्राप्त होतो याला मृदा म्हणतात.

मृदेची कार्ये (Functions of the soil)

(१) मृदा ओलाव्याचा आणि पोषणद्रव्यांचा पुरवठा करतात.

(२) मृदेच्या माध्यमाद्वारे वनस्पतीच्या बिया रुजल्या जातात. मृदेमार्फत वनस्पतीसाठी आवश्यक असणारे नायट्रोजन, फॉस्फरस, लोह इ. खनिजे पुरवली जातात.

(३) मृदेमुळे वनस्पतीच्या मुळांकडे पाणी येते. तसेच मृदा ही सच्छिद्र असल्याने ओलावा धरून ठेवते.

९.१ मृदा निर्मितीची प्रक्रिया (Soil forming process)

एखाद्या प्रदेशामध्ये प्राकृतिक, रासायनिक व जैविक क्रियांमुळे मृदा निर्मितीला मदत होते याला मृदानिर्मितीची प्रक्रिया म्हणतात.

मृदानिर्मिती अत्यंत मंद गतीने परंतु सातत्याने चालू असलेली गुंतागुंतीची व क्लिष्ट प्रक्रिया आहे. मृदेचा एक सें.मी.चा थर तयार होण्यास शेकडो वर्षं लागतात. मृदानिर्मितीची प्रक्रिया पुढीलप्रमाणे होते.

(१) मृदा गुणसंवर्धन (Soil Enrichment) :

सेंद्रिय व असेंद्रिय द्रव्य पदार्थांमध्ये भर घालणाऱ्या प्रक्रियांचा समावेश मृदा गुणसंवर्धनामध्ये केला जातो. वाहते पाणी, हिमनदी, वारा इ. सारख्या बहिर्गत प्रक्रियेद्वारा असेंद्रिय द्रव्यपदार्थांची भर पडते. मृदेच्या वरच्या क्षितिज थरावर द्रव्यपदार्थ आणि ऊर्जेची भर घातली जाते. वनस्पतीची पाने वरच्या थरामध्ये संचयित झाल्यामुळे ह्युमसची निर्मिती होते. तसेच मृदेच्या ऊर्ध्वगामी हालचालीमुळे भूमिगत पाण्यामधील विद्राव्य पदार्थ केशाकर्षण क्रियेमुळे, गांडूळ, मुंग्या इ. मुळे द्रव्यपदार्थ मृदेच्या पृष्ठभागावर आणले जातात.

(२) मृदेमुळे होणारा ऱ्हास (Losses from the Soil Body)

भूपृष्ठावरून वाहत्या पाण्यामुळे मृदेची धूप होऊन द्रव्यपदार्थ दूर नेले जातात. बाष्पोत्सर्जन प्रक्रियेमुळे वनस्पतीच्या पानांमधील पाण्याचा ऱ्हास होतो.

(३) द्रव्यपदार्थाचे स्थलांतरण (Translocation of materials)

(अ) निक्षालन किंवा अवक्षालन (Leaking or Eluviation) : लहान कणांची क्षितिजसमांतर दिशेत हालचाल होते, यामुळे मृदेच्या वरच्या थरात जाड व भरड कण राहतात.

(ब) केशाकर्षण क्रिया (Capillery Action) : भूमिगत पाण्यामधील विद्राव्य द्रव्यपदार्थाच्या ऊर्ध्वगामी हालचालीस केशाकर्षण क्रिया म्हणतात.

(क) सिलिकेशन (Silication) : क्षितिज थरांच्या बारीक कणांची क्षितिजसमांतर हालचाल होऊन सिलिकाचे प्रमाण वाढते याला सिलिकेशन म्हणतात.

(ड) विक्षारीकरण (Desalinization) : क्षार निघून जाण्याच्या प्रक्रियेला विक्षारीकरण म्हणतात.

(इ) सघनन (Compaction) : मृदेमधील हवेचे प्रमाण कमी होत जाणे याला सघनन म्हणतात.

(४) द्रव्यपदार्थाचे रूपांतरण (Transformation of materials)

प्राथमिक खनिजांचे विघटन होऊन दुय्यम खनिजांमध्ये रूपांतरण होणे तसेच खनिजे व द्रव्यपदार्थाचे विघटन होऊन नवीन खनिजे आणि सेंद्रिय द्रव्यांची निर्मिती होणे, ह्यूमसची निर्मिती होणे या सर्व प्रक्रिया रूपांतरणामध्ये होतात.

रूपांतरणाच्या प्रक्रिया पुढीलप्रमाणे –

(१) ऑक्सिडीकरण (Oxidation) – लोह ऑक्साइडची निर्मिती होणे.

(२) द्रावण (Solution) – विद्राव्य खनिजांचे द्रावण होणे.

(३) अवक्षेपण (Precipitation) – द्रावणापासून घन पदार्थाचे विद्राव्याचे विक्षेपण होणे.

(४) जलसंयोग (Hydration) – पाण्याच्या शोषणामुळे नवीन संयुगाची निर्मिती होणे.

(५) निर्जलीकरण (Dehydration) – पाण्याच्या ऱ्हासामुळे संयुगाचे स्वरूप बदलणे.

(६) अपघटन (Decomposition) – जैवरासायनिक प्रक्रियेमुळे खनिज व द्रव्यपदार्थ विस्कळीत होणे

९.२ मृदा निर्मितीचे घटक (Factors of soil formation)

मृदेचे स्वरूप सतत परिवर्तनशील असते. त्यामुळे मृदा गतिशील असतात. भूपृष्ठावर होणाऱ्या भौतिक, रासायनिक व जैविक घटकांचा प्रभाव मृदानिर्मितीवर होतो. यामधील काही घटक क्रियाशील तर काही घटक अक्रियाशील असतात. एच. जेन्नी (१९४१) यांनी मृदानिर्मितीचे सूत्र सांगितले आहे.

सूत्र – $S = f(cl, o, r, p, t)$

S = Soil	मृदा	
cl = climatic factor	हवामान घटक	Active factor (क्रियाशील घटक)
o = organism	जीव	
r = relief	भूरूप / भूउठाव	
p = parent Rock	मूळखडक	Passive factor (अक्रियाशील घटक)
t = time	कालावधी	

(१) हवामान (Climate)

खडकांचे अपक्षय होण्यावर तापमान, पर्जन्य, वारा, ओलावा या वातावरणीय घटकांचा प्रभाव पडतो. तापमान जास्त असेल तर बाष्पीभवन क्रिया जलद गतीने होऊन मृदेमधील जल संपुष्टात येते व मृदा कोरड्या बनतात, याउलट हिवाळ्यामध्ये तापमान कमी असल्याने मृदाजल टिकून राहते. अशा स्थितीत मृदेमधील सूक्ष्म जिवाणूंचे कार्य क्षीण होते. तापमान कमी असल्यास कार्बन डायऑक्साईड पाण्यात विरघळतो व सौम्य कार्बाम्ल तयार होते. दैनंदिन तापमान कक्षा अधिक असेल तर आकुंचन-प्रसरण प्रक्रियेमुळे खडकांचे कायिक विदारण जलद गतीने होते. त्यामुळे खडक फुटतात व त्यांचे बारीक कण वाऱ्याच्या वेगामुळे दुसरीकडे स्थलांतरित होतात. तसेच जास्त तापमान, अधिक आर्द्रता व भरपूर पाऊस ज्या ठिकाणी आहे तेथे रासायनिक विदारण वेगाने होते. या परिस्थितीत वनस्पती कुजण्याची क्रिया जोराने होते. जास्त पर्जन्य पडणाऱ्या प्रदेशामध्ये उबदार व आर्द्र प्रदेशामध्ये मोठ्या प्रमाणात सिलिका निघून जाते, म्हणून या मृदेमध्ये सामूची पातळी (pH) खाली जाते.

(२) जीव किंवा जीवशास्त्रीय घटक (Organism or Biological factors)

वनस्पती आच्छादन, प्राणी व सूक्ष्मजीवजंतू यांचा समावेश जीवशास्त्रीय घटकांमध्ये होतो.

(अ) वनस्पती : मृदा निर्मितीत वनस्पतींचे योगदान महत्त्वपूर्ण आहे. घनदाट अरण्य, हिरवीगार झाडे याचा परिणाम मृदेचे तापमान व आर्द्रता यावर होतो. जेव्हा वनस्पतीची मुळे मृदेमध्ये घुसतात तेव्हा तेथील

द्रव्यपदार्थाचा अपक्षय होऊन मृदेच्या गुणधर्मांमध्ये बदल होतो. वनस्पती सेंद्रिय द्रव्याचा पुरवठा मृदेला करत असतात. वनस्पतीच्या विघटनातूनच ह्यूमसची निर्मिती होते. घनदाट अरण्यामुळे बाष्पीभवनाचा वेग कमी होतो, यामुळे मृदाजलाचे बाष्पीभवन कमी होते व त्या आर्द्र राहण्यास साहाय्य होते.

(ब) प्राणी : लहान-मोठे प्राणी त्यांची बिळे, विवरे इ. सेंद्रिय आणि असेंद्रिय द्रव्यपदार्थांचे मिश्रण करतात. मृदेच्या परिवर्तनामध्ये ससा, चिचुंद्री, खार, उंदीर इ. प्राण्यांचा सहभाग असतो. तसेच मृदेमध्ये गांडूळ, वाळवी इ. प्राणी मृदा निर्मिती प्रकारात रूपांतर करतात.

(क) सूक्ष्म जीवजंतू : ह्यूमसमध्ये बुरशी, शेवाल, सूक्ष्मजंतू विभाजन करतात.

(३) भूउठाव / भूरूपे (Relief)

भूरूपांचा उतार, उंचसखलपणा यावर मृदेची खोली नियंत्रित होते. मृदा कण हे एका ठिकाणाहून दुसऱ्या ठिकाणी उतारानुसार वाहतात. उदा. उतार तीव्र असेल तर मृदाकण वाहून जाण्याचे प्रमाण अधिक असते. या प्रदेशामधील मृदा जाड असते. डोंगर व पर्वत उतारावर अशा मृदा असतात. याउलट मैदानी प्रदेशामधील मृदा सूक्ष्म कणांनी बनलेल्या असतात. या मृदा सुपीक असतात.

(४) मूळ खडक (Parent Rock)

मूळ खडक हा एक अक्रियाशील घटक आहे. याच्यामुळे मृदेसाठी कच्च्या मालाचा पुरवठा होतो. या प्रक्रियेमध्ये विदारण क्रिया महत्त्वाची आहे. मूळ खडकात असलेली मूलद्रव्ये मृदेत सापडतात. कायिक विदारण प्रक्रियेमध्ये खडकाचे विखंडन होते व त्याचे मृदेत रूपांतर होते. या क्रियेमध्ये मूळ खनिजे, क्षार आणि घटकद्रव्यांमध्ये काहीच फरक पडत नाही, तर रासायनिक विदारण प्रक्रियेमध्ये मूळ खडकाचे गुणधर्म बदलून नवीन गुणधर्माची मृदा तयार होते.

(५) कालावधी (Time)

मृदेची निर्मिती अतिशय मंद गतीने होत असते. भौतिक, रासायनिक व जैविक प्रक्रिया होऊन मृदानिर्मिती होते. पिके सतत घेणे, जलसिंचनाच्या सुविधा, खतांचा वापर, जंतुनाशकांचा वापर इ. घटकांमुळे मृदा अनुत्पादक बनतात.

९.३ मृदेचे गुणधर्म (Properties of Soil)

पिकांची वाढ होण्यासाठी जमीन महत्त्वाची असते. जमिनीचे पुढील ४ प्रमुख घटक आहेत. (१) माती (२) सेंद्रिय पदार्थ (३) हवा (४) पाणी. ज्या जमिनीमध्ये ४५% माती, ५% सेंद्रिय पदार्थ आणि २५% हवा व २५% पाणी असते अशा जमिनीत पिकांची वाढ चांगली होते. हे चार घटक प्रभावी ठेवायचे असतील तर जमिनीचे व्यवस्थापन करणे गरजेचे आहे. यासाठी सेंद्रिय पदार्थांचा वापर, जमिनीची मशागत, पिकांची फेरपालट इ. गोष्टींचा वापर करून सुपीकता वाढण्यास मदत होते.

(अ) मृदेचे भौतिक गुणधर्म (Physical Properties of Soil)

जमिनीचा उपयोग आणि वापर हा उत्पादनवाढीसाठी आवश्यक आहे, कारण पिकांच्या वाढीसाठी लागणारी पोषकद्रव्ये जमिनीतूनच मिळतात, परंतु ती योग्य प्रमाणात मिळतात का नाही याचा अभ्यास करणे गरजेचे आहे.

जमिनीच्या भौतिक गुणधर्मांमध्ये कणांची संख्या, कणांचा आकार, रूप, रचना यांचा समावेश होतो.

(१) पोत (Texture) : जमिनीचा पोत मातीच्या विविध आकाराच्या कणांच्या प्रमाणावरून ठरवला जातो. त्यावरून जमिनीचे पुढील प्रकार पडतात.

तक्ता क्र. ९.१

अ.क्र.	मातीच्या कणांचा आकार	व्यासाची मर्यादा (मि.मी.)	वैशिष्ट्ये
१.	जाड रेती (Coarse Sand)	०.२ ते २.००	मोठ्या आकाराच्या मातीच्या कणांचे प्रमाण जास्त असते.
२.	बारीक वाळू (Fine Sand)	०.०२ ते ०.२	लहान आकाराची वाळू
३.	पोयटा/गाळ (Silt)	०.००२ ते ०.०२	पोयटा किंवा गाळांचे प्रमाण जास्त
४.	चिकणमाती (Clay)	०.०००२ पेक्षा लहान आकाराचे कण	अतिसूक्ष्म कणांचे/गाळाचे प्रमाण जास्त

जमिनीमध्ये विविध आकारमानांचे कण आढळतात; त्यावरूनच जमिनीचा पोत ठरवला जातो. जमिनीतील कणांच्या आकारावर जलधारणक्षमता अवलंबून असते. उदा. ज्या मातीचे कण जास्त सूक्ष्म तितकी त्या जमिनीची जलधारणक्षमता अधिक असते, कारण ते मातीतील सूक्ष्म कणांत जाऊन साठते, त्यामुळे हे पाणी केशाकर्षणामुळे पिकास मिळण्यास मदत होते. याउलट भरड आकाराचे कण असल्यास ती जमीन पाणी धरून ठेवत नाही. उदा. वालुकामय मृदा.

(२) जमिनीची घडण (Structure) : नांगरट करणे, खत घालून पिकांची फेरपालट इ. मुळे जमिनीची घडण घडत असते.

(३) सच्छिद्रता (Porosity) : मातीच्या कणामध्ये हवा आणि पाणी मोकळी जागा व्यापते, तिला सच्छिद्रता म्हणतात. उदा. वाळूयुक्त मृदेमध्ये मोठ्या पोकळीचे प्रमाण जास्त असल्याने पाण्याचा जलद निचरा होतो. यामुळे या ठिकाणी गाळ निर्माण होत नाही, तसेच याचा परिणाम असा होतो की पाण्याअभावी पिके जळून जातात. (३०-४०% सच्छिद्रतेचे प्रमाण) याउलट चिकणमातीच्या जमिनीत ५०-६०% वर पोकळी असते, म्हणजेच पाण्याचा निचरा होण्यास वेळ लागतो.

(४) स्थिरता (Consistancy) : नांगरट करत असताना जेव्हा कोरडी माती घासली जाते तेव्हा प्रतिकारशक्ती निर्माण होते, तर माती ओली असेल तेव्हा तिचा आकार बदलतो. यावरून तिची स्थिरता समजते.

(५) रंग (Colour) : मातीमध्ये असणारे सेंद्रिय पदार्थ, लोह व इतर क्षार यानुसार मातीला विविध रंग प्राप्त होतात. मातीच्या रंगावरून जमिनीचा कस कसा आहे याची कल्पना येते. ज्या जमिनीत सेंद्रिय द्रव्याचे प्रमाण कमी असते ती जमीन फिकट रंगाची असते. ज्या मातीत सेंद्रिय पदार्थ व चुना जास्त आहे ती माती गडद रंगाची असते. तसेच लोहक्षारानुसार जमिनीस पिवळा, तांबडा इ. रंग प्राप्त होतात. हेमेटाईटमुळे लाल, लिमोनाइटमुळे पिवळा, सिलिकामुळे पांढरा रंग प्राप्त होतो.

(६) घनता (Density) : ज्या मातीत हेमेटाइट, मॅग्नेटाईट, लिमोनाइटसारखे खनिज पदार्थ जास्त असतील त्या मातीची घनताही जास्त असते. ज्या मातीत सेंद्रिय पदार्थाचे प्रमाण जास्त असेल तिची घनता कमी असते. ज्या मातीत सच्छिद्रतेचे प्रमाण जास्त आहे त्या मातीची आकारघनता कमी असते.

(७) तापमान (Temperature) : पिकांच्या वाढीकरता तापमान हा घटक महत्त्वाचा आहे, परंतु हा घटक स्थल व कालानुसार बदलतो. ९° से. पेक्षा कमी तापमान व ५०° से. पेक्षा जास्त तापमान पिकास हानिकारक असतात. तापमानाचा परिणाम रंगावर होत असतो. गडद रंगाच्या जमिनी हलक्या रंगाच्या जमिनींपेक्षा जास्त उष्णता शोषून घेतात, म्हणून त्या जास्त उष्ण असतात.

(ब) जमिनीचे रासायनिक गुणधर्म (Chemical properties of soil)

रासायनिक गुणधर्म जमिनीची सुपीकता वाढवतात. जमिनीमधील काही रासायनिक द्रव्ये पाण्याच्या निचऱ्याबरोबर वाहून जातात. उदा. शुष्क, कोरड्या हवामानाच्या प्रदेशातील जमिनीत कॅल्शियम भरपूर असते. परंतु उष्ण व दमट हवामानाच्या प्रदेशात कॅल्शियमच्या क्षारांचा निचरा होऊन नाहीसे होतात. महाराष्ट्रामध्ये अवर्षणप्रवण क्षेत्रामध्ये भरपूर कॅल्शियमच्या क्षाराच्या जमिनी आढळतात.

(१) कॅटायन एक्सचेंज कॅपॅसिटी (Cation exchange capacity) : ऋण व धन विद्युतभारित कणांमुळे वनस्पती अन्नद्रव्ये शोषून ठेवतात, त्यामुळे ती सर्व अन्नद्रव्ये जमिनीतून निचरा होऊन नाहीशी झाल्यास त्याचा पिकांना फायदा होत नाही.

(२) जमिनीचा सामू (PH) : जमिनीची आम्लता व विम्लता यांचा अभ्यास करणे फार गरजेचे आहे. कारण यावरच जमिनीचा पोत टिकून राहतो. प्रयोगशाळेमध्ये 'पीएच' मीटर यंत्राद्वारे आम्ल / विम्ल निर्देशांक पाहिला जातो. तो ०-१४ या दरम्यान असतो. जमिनीचा सामू ६.५ ते ८ च्या दरम्यान असल्यास पिकांच्या वाढीसाठी अत्यंत योग्य असतो. सामू ७ पेक्षा अधिक असेल तर विम्ल व ७ पेक्षा कमी असल्यास आम्ल असते. सामू ५.५ हून कमी किंवा ८.५ पेक्षा अधिक असल्यास पिकांची वाढ चांगली होत नाही. भात या पिकासाठी सामू ५ ते ७ च्या दरम्यान असणे आवश्यक आहे. ५.५ ते ७.५ च्या दरम्यान सामू असल्यास ज्वारी, बाजरी, मका, गहू, बटाटा ही पिके घेतली जातात. जी जमीन अतिशय आम्ल असते, त्यावर बुरशीजन्य रोग होतात व विम्ल जमिनीमध्ये पिकांना अपायकारक रोग होतात.

(३) चुना (Free lime - $CaCo_3$) : आम्लयुक्त लाल जमिनीस चुना दिल्यास आम्लता कमी होऊन सूक्ष्म जिवाणू मरतात. उष्ण कटिबंधातील व कमी पावसाच्या भागात मुक्त चुना जास्त असतो याचा परिणाम अन्नद्रव्यांच्या उपलब्धतेवर होतो.

(क) जमिनीचे जैविक गुणधर्म

(१) सूक्ष्म वनस्पती (Micro Flora) : सूक्ष्म वनस्पतींमध्ये जिवाणू, अळंबी, ऑक्टिनोमायसिटीज यांचा समावेश होतो. अन्नाचा पुरवठा, आर्द्रता, तापमान, हवा, जमिनीची प्रक्रिया यामुळे सूक्ष्म वनस्पतींच्या संख्येची घनता बदलते. जमीन आम्ल असेल तर अळंबीची संख्या जास्त असते, तर ज्या जमिनीचा भाग नेहमी ओला असतो तेथे शेवाळ जास्त असते.

(अ) जमिनीतील जिवाणू : जिवाणू हे स्वयंजीवी व परोपजीवी प्रकारचे आहेत. परोपजीवी जिवाणू जमिनीत जास्त प्रमाणात असतात. सहजीवी, असहजीवी, रायझोबियम, ॲझोटोबॅक्टर हे या गटात मोडतात. स्वयंजीवी गटातील नायट्रोसोमोनास आणि नायट्रोबॅक्टर हे जिवाणू आढळतात. हे जिवाणू पृष्ठभागाच्या २० ते ३० सें.मी. थरात असतात. येथे हवा चांगली खेळती असेल, तापमान २५° ते ३८° से. च्या दरम्यान असेल तर ते चांगले काम करतात. हे जिवाणू जमिनीत ५.० पेक्षा कमी असल्यास हालचाल थांबवतात. हिरवळी खते, न कुजलेले शेणखत, पेंढा मोठ्या प्रमाणात जमिनीत टाकला असल्याने कार्बनचा पुरवठा होतो.

(१) रायझोबियम – रायझोबियम सहजीवी पद्धतीने कार्य करते. हे जिवाणू कडधान्य पिकांच्या मुळावर ग्रंथी निर्माण करतात. वेगवेगळ्या पिकांना वेगवेगळ्या गटांचे रायझोबियम उपयुक्त ठरते. उदा. चवळी, हरभरा, वाटाणा, घेवडा, सोयाबीन, अल्फा व बरसीम असे ७ गट आहेत.

(२) ॲझोटोबॅक्टर – हवेतील नत्र शोषून घेऊन पिकांना उपलब्ध करून देतात. हे खत एकदल तृणधान्य पिके, तसेच फुलझाडे व फळांसाठी वापरता येते.

(ब) अळंबी : अळंबी वनस्पतींच्या मुळ्यांच्या सेंद्रिय पदार्थात आढळतात. अळंबी जीवोपजीवी असून जिवंत वनस्पतीच्या मुळ्यांवर जगतात व मर, करपा, काजळी आणि तांबेटा यासारख्या वनस्पती रोगांसाठी जबाबदार असतात. जी अळंबी रोगकारक नसते ती साधारणपणे जमिनीत उपयुक्त असते.

(क) ऑक्टिनोमायसिटीज : कोरड्या जमिनीमध्ये खालच्या थरात वाढतात आणि त्यांना जिवाणूपेक्षा कमी नत्र लागते. त्यांच्या फांद्या असलेल्या मायसिलियामुळे अळंब्यासारखे दिसतात व मायसिलियाचे लहान तुकडे होऊन ते जिवाणूसारखे दिसतात. सेंद्रिय पदार्थ जास्त प्रमाणात असलेल्या जमिनीत व किंचित आम्ल प्रक्रिया असताना ॲक्टिनोमायसिटीज मोठ्या संख्येने आढळतात. त्याचे प्रमुख काम सेल्युलोजसारख्या सेंद्रिय पदार्थाच्या प्रतिकारक भागाचे विघटन करणे हे असते.

(ड) शेवाळ / अझोला : याचा उपयोग भात खाचरामध्ये होतो. हे नत्र स्थिरीकरणाचे कार्य करतात. व सेंद्रिय पदार्थ जास्त प्रमाणात मिळवतात.

(इ) सूक्ष्म जिवाणू – प्रजीव एकपेशीय प्राणी असून जमिनीतील सेंद्रिय पदार्थांवर आणि जिवाणूंवर उपजीविका करतात. त्यांची संख्या कमी असते. तर सूत्रकृमी (निमॅटोड) हे अतिसूक्ष्म कृमी आहेत. अनेक प्रकारचे निमॅटोड जमिनीतील सूक्ष्म वनस्पतींवर व प्रजीवांवरही उपजीविका करतात.

९.४ मातीची उत्पादकता कायम ठेवण्यामध्ये खनिजे आणि सेंद्रिय घटक यांची भूमिका

मृदेमध्ये विविध प्रकारची खनिजद्रव्ये व सेंद्रिय घटक असतात. त्यांच्यामुळे जमिनीची सुपीकता व उत्पादकता वाढते, तसेच जमिनीचा कसही वाढतो.

(अ) हिरवळीची खते (Green Manures) : ताग, शेवरी, चवळी, गवार, धैंचा, बरसिम, गिरीपुष्प इ. पिके शेतात पिकवून पेरणीनंतर एक ते दीड महिन्यांनी जमिनीत गाडल्यास त्यांच्यापासून जमिनीस सेंद्रिय खतांचा पुरवठा होतो. अशा पिकांना हिरवळीची खते म्हणतात.

यामध्ये प्रामुख्याने झाडांचा पालापाचोळा, फांद्या आणि वनस्पतीचे अवशेष जमिनीमध्ये गाडले जातात. हिरवळीच्या खतापासून जमिनीची जलधारणशक्ती वाढते; याशिवाय पीकपोषक अन्नद्रव्यांची उपलब्धता वाढते. ही पिके जमिनीत अन्नपुरवठ्याबरोबर तिचे भौतिक व रासायनिक गुणधर्म बदलवतात. हिरवळीच्या खतापासून हेक्टरी ६०–९० किलो नत्र मिळते. जमिनीतील जिवाणूंची कार्यक्षमता वाढते. उदा. गिरीपुष्प जमिनीस नत्र मिळवून देते तर ताग व धैंचा स्फुरद, पालाश मिळवून देतात.

(ब) जैविक खते (Biofertilizers) : ज्या जैविक खतांमध्ये जिवाणू, कवक, शैवाल इ. सूक्ष्मजीवांचा वापर केला जातो त्यांना सूक्ष्मजैव खते (Microbial Fertilizers) म्हणतात.

ज्या खतांमध्ये जिवाणूंचा वापर सर्वाधिक केला जातो, त्यांना जिवाणू खते (Bacterial Fertilizers) म्हणतात. तसेच त्यांना बॅक्टेरियल इनॉक्युलंट, बॅक्टेरियल कल्चर किंवा जिवाणू संवर्धन असेही म्हणतात.

अर्थ – वातावरणातील नत्र स्थिर करणाऱ्या, जमिनीतील स्फुरद विरघळवणाऱ्या व सेंद्रिय पदार्थांचे विघटन करणाऱ्या सूक्ष्मजिवांची प्रयोगशाळेत वाढ घडवून आणणारी मिश्रणे तयार केली जातात त्यांना जैविक खते म्हणतात.

कार्य – (१) वातावरणातील नायट्रोजनचे शोषण करून नायट्रेट्समध्ये रूपांतर करतात. (२) सेंद्रिय पदार्थांचे विघटन करून त्यातील पोषकद्रव्ये उपलब्ध करून देतात. (३) पिकांच्या वाढीस उत्तेजन देणारे घटक तयार करून वाढीस प्रोत्साहन देतात.

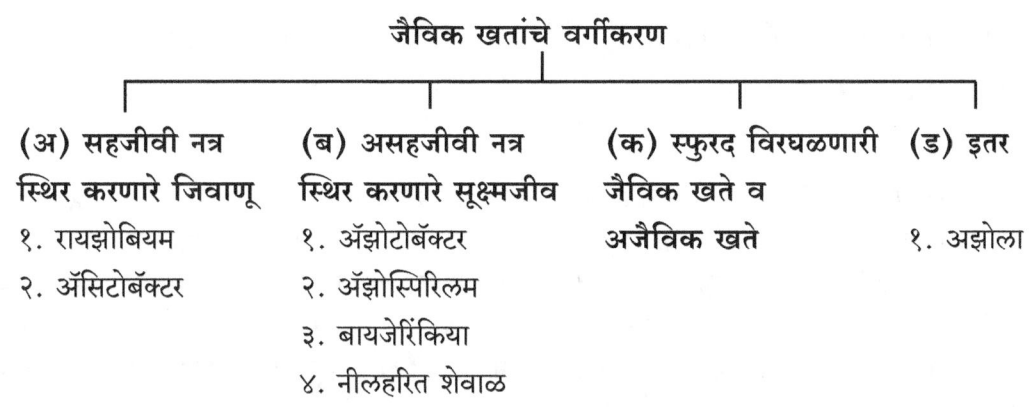

जैविक खतांचे वर्गीकरण

(अ) सहजीवी नत्र स्थिर करणारे जिवाणू	(ब) असहजीवी नत्र स्थिर करणारे सूक्ष्मजीव	(क) स्फुरद विरघळणारी जैविक खते व अजैविक खते	(ड) इतर
१. रायझोबियम	१. ॲझोटोबॅक्टर		१. अझोला
२. ॲसिटोबॅक्टर	२. ॲझोस्पिरिलम		
	३. बायजेरिंकिया		
	४. नीलहरित शेवाळ		

(अ) नत्र स्थिर करणारे सहजीवी जिवाणू

(१) रायझोबियम : रायझोबियम जिवाणू शेंगवर्गीय पिकांच्या मुळांवर गाठी निर्माण करतात. हे जिवाणू हवेतील नत्र शोषून घेऊन मुळावाटे पिकास उपलब्ध करून देतात. १०% साखर किंवा गुळाच्या मिश्रणात जिवाणूचे कल्चर मिसळून ते बियाणांवर शिंपडले जाते. बियाणांवर चुन्याचा पातळ थर देतात, कारण त्यामुळे जिवाणूंचा नाश होत नाही. या खतांच्या वापरामुळे कडधान्याच्या उत्पादनामध्ये १०-२५% ने वाढ होते. उदा. हरभरा (१५-२२%) मसूर (५-१७%) तूर (१६-१९%) इ.

(२) ॲसिटोबॅक्टर : ऊस व इतर शर्करायुक्त पिकांमध्ये मुळाद्वारे हे जिवाणू प्रवेश करून नत्राचे स्थिरीकरण करतात. हे जिवाणू ऊस पिकास ४०-५०% नत्राचा पुरवठा करतात.

(ब) नत्र स्थिर करणारे असहजीवी जिवाणू

(१) ॲझोटोबॅक्टर : शेंगवर्गीय पीक सोडून इतर सर्व एकदल व तृणधान्य पिकांना उपयोगी पडते. उदा. ज्वारी, बाजरी, ऊस, गहू, मका, कापूस, सूर्यफूल इ. टोमॅटो, वांगी, कोबी, मिरची, कांदा बटाटा इ. जिवाणूंच्या वाढीसाठी ओलसरपणा आवश्यक असतो व जमिनाचा सामू अल्प प्रमाणात विम्ल असावा लागतो.

(२) ॲझोस्पिरिलम : तृणधान्य व भाजीपाला पिकांच्या मुळामध्ये व मुळाभोवती राहून नत्र स्थिर करण्याचे कार्य करतात. नाचणी (१७.७%), ज्वारी (१७.९%), बाजरी (१५.४%) च्या उत्पादनात वाढ झाली.

(३) बायजेरिंकिया : मुख्यतः आम्लधर्मीय जमिनीत आढळतात व एकदल तृणधान्यांसाठी उपयोगी असतात. उदा. भात.

(४) नीलहरित शैवाल : एकपेशीय किंवा फांद्यांसह किंवा फांद्याविरहित तंतू असतात. भात खाचरामध्ये भरपूर पाणी असल्याने शैवालाची वाढ चांगली होते, म्हणून भातशेतीत त्याचा मोठ्या प्रमाणात वापर केला

जातो. भाताच्या शेतात शैवालाचे प्रमाण वाढल्यास ते जैविक क्रिया सतत चालू ठेवतात.

(क) स्फुरद विरघळवणारी जिवाणू खते

स्फुरद जमिनीत लवकर विरघळत नाहीत. जमिनीतील अविद्राव्य असेंद्रिय स्फुरदचे रूपांतर विद्राव्य स्वरूपात करण्यासाठी जे जैविक घटक वापरतात त्यांना स्फुरद विरघळवणारी जिवाणू खते म्हणतात.

रासायनिक स्फुरदयुक्त खतांचा वापर द्राव्य स्वरूपात पीकवाढीच्या नेमक्या कालावधीत होणे शक्य असते.

स्फुरद विरघळवणारी जिवाणू खते – स्युडोमोनास, मायक्रोकांकस, प्लेवोबॅक्टेरियम

स्फुरद विरघळवणारी सूक्ष्मजीव खते – पेनिसिलियन, फ्ल्युसेरियम, स्लेरोशियम इ.

(ड) इतर

(१) अॅझोला : अॅझोला एक पाणवनस्पती असून हिरवळीचे खत म्हणून वापरतात. १९५७ मध्ये व्हिएतनाममध्ये नेचे (Fern) या गटातील वनस्पतींचा अभ्यास करण्यात आला. अॅझोला या वनस्पतीचे अॅनाबेना अॅझोली या नीलहरित शैवालाबरोबर सहजीवन आढळते. भात शेतीमध्ये याचा वापर जास्त केला जातो. याच्या दोन पद्धती आहेत.

(अ) अॅझोला टाक्यांमध्ये टाकून वाढवतात, नंतर भातशेतात लागणीपूर्वी एक महिना अगोदर भाताच्या खाचरांमध्ये टाकतात व १० ते १५ दिवसांनी नांगराने गाडतात.

(ब) अॅझोला नर्सरीमध्ये वाढवून लागणीनंतर १० दिवसांनी भातशेतीत टाकतात व जमिनीत कोळप्याच्या साहाय्याने पुन्हा गाडतात. जनावरांच्या खाद्यात १:१ प्रमाणे अॅझोला टाकल्यास दूध उत्पादनात १५-२०% ने वाढ होते.

(क) गांडूळ खते (Vermi compost)

ज्या खतात गांडुळाची विष्ठा, नैसर्गिकरित्या कुजलेले पदार्थ, गांडुळांचे अंडीपुंज व उपयुक्त जिवाणूंचा समावेश असतो त्या खताला गांडूळ खत म्हणतात.

गांडूळ खताचे फायदे

(१) या खतात नत्र, स्फुरद, पालाश, कॅल्शियम, सूक्ष्मद्रव्ये इ. चे प्रमाण अधिक असते.

(२) गवत व झाडांच्या पानांचा थर साठून तयार झालेला घट्ट थर गांडूळ फोडतात.

(३) गांडुळे सेंद्रिय घटकांचे विघटन करतात.

(४) गांडुळे जमिनीची जलधारण शक्ती वाढवतात.

(५) जमीन भुसभुशीत होऊन पाणी मुरल्यामुळे सुपीक बनते व हवा खेळती राहते.

(६) जमिनीचा पोत सुधारतो व ह्युमसचे प्रमाण वाढते.

भारतात गांडुळाच्या ५० जाती आढळून येतात. कंपोस्ट निर्मितीसाठी लागणारा कालावधी गांडुळाच्या जातीवर, संख्येवर व जिवाणू यांच्या उपलब्धतेवर अवलंबून असतो. गांडूळ खतनिर्मितीनंतर त्याचा लवकरात लवकर वापर करावा.

गांडुळांचे संगोपन

(१) गांडुळांना सूर्यप्रकाश नको असतो.
(२) ओलसर जागा असणे आवश्यक असते.
(३) पक्षी, कोंबड्या इ. पासून रक्षण करावे लागते.
(४) पडणाऱ्या पावसापासून रक्षण करावे लागते.
(५) रासायनिक खतापासून रक्षण करावे लागते.
(६) शेतात कचरा जाळू नये, अन्यथा गांडुळे मरतात.

गांडुळ खताचा वापर

झाडाच्या बुंध्याभोवती खत टाकून त्यावर शेणखताचा ५ सेंमी. जाडीचा थर द्यावा. यावर १७ सें.मी. जाडीचे शेतातील टाकाऊ पदार्थ, उसाचे पाचट, गवत, भुस्सा इ. चे आच्छादन करावे व पाणी देऊन ओले करावे. गांडुळ खत बागायती पिकासाठी हेक्टरी ५ टन याप्रमाणे वापरावे.

९.५ वृक्ष/वनस्पतीस आवश्यक पोषक घटक (Essential factors of plant nutrients)

पिकांच्या वाढीसाठी अन्नद्रव्यांची गरज लागते. हायड्रोजन, ऑक्सिजन, कार्बन ही अन्नद्रव्ये हवा व पाणी यातून वनस्पतींना मिळतात. सर्व अन्नद्रव्ये पिकांना आवश्यक असतातच. त्यांच्या अभावांमुळे पिकांची वाढ चांगली होत नाही व उत्पादनही नियंत्रित होते. यावरून यांचे तीन गट केले आहेत.

(अ) जास्त प्रमाणात लागणारी अन्नद्रव्ये – नत्र, स्फुरद आणि पालाश
(ब) मध्यम प्रमाणात लागणारी अन्नद्रव्ये – कॅल्शियम, मॅग्नेशियम, गंधक
(क) सूक्ष्म प्रमाणात लागणारी अन्नद्रव्ये – लोह, मंगल, तांबे, जस्त, क्लोरीन, बोरॉन

(अ) जास्त प्रमाणात लागणारी अन्नद्रव्ये

(१) नत्र (नायट्रोजन) : नत्राच्या शोषणामुळे वनस्पतीच्या पानांची, खोडांची व फांद्यांची वाढ होते. मातीतील अन्नद्रव्यांची देवाण–घेवाण जलद होते. वनस्पतीस हिरवा रंग चढतो व त्या ठिसूळ बनतात. वनस्पतीस नत्राची उपलब्धता होण्यास जमिनीतील हवा, उष्णतामान, आर्द्रता, चुन्याचे प्रमाण, नत्र, कार्बन यांचे प्रमाण कारणीभूत असते. वनस्पतीस प्रथिने, हरितद्रव्ये, जमिनी आम्ल तयार करण्यासाठी नत्राचा उपयोग होतो. मातीतील काही जिवाणू व द्विदल धान्य पिकांच्या मुळांच्या मातीतील सूक्ष्म जिवाणूंमुळे हवेतील नत्र वनस्पतीस उपलब्ध होतो. तसेच जनावरांच्या खाण्यात वनस्पती आल्यावर शेणखतातून नत्र जमिनीत मिसळतो.

नत्राचे प्रमाण कमी झाल्यास वनस्पती कमजोर बनतात. उत्पादनाची प्रत खालावते तसेच लवकर कीड लागते.

(२) स्फुरद (फॉस्फरस) : वनस्पतींच्या फळांमध्ये किंवा बियांमध्ये स्फुरदाचे प्रमाण अधिक असते. उसात साखर बनविण्याच्या कार्यात स्फुरदाची आवश्यकता असते. मुळ्यांची वाढ होऊन बळकट बनतात. पिकांची वाढ चांगली होते. एकरी ४० टनाचे ऊस पीक सुमारे २७ किलो स्फुरद शोषून घेते.

(३) पालाश (पोटॅशियम) : वनस्पतीची जलग्रहणक्षमता वाढवते, यामुळे फळांची व पिकांची प्रतवारी सुधारते. झाडांच्या फांद्या बळकट होतात. ह्याच्या अभावाने पानांच्या कडा लालसर बनतात. तसेच कापसाचे उत्पादन घटते.

९.६ खते व खतांचे प्रकार

अनेक वर्षं त्याच जमिनीत घेत असलेल्या पिकांमुळे आणि अधिक उत्पन्न देणाऱ्या पिकांच्या नवीन वाणामुळे जमिनीतील सर्वच अन्नद्रव्यांचा साठा कमी होत आहे. जमिनीत अन्नद्रव्याचे प्रमाण योग्य ठेवण्यासाठी, पिकांच्या वाढीसाठी व अधिक उत्पादनासाठी खतांचा वापर करणे आवश्यक असते. पिकांना आवश्यक असलेली सर्व पोषक द्रव्ये जमिनीत असत नाहीत. म्हणून पिकांच्या वाढीसाठी पोषकद्रव्ये उपलब्ध करून देण्यासाठी खते देणे गरजेचे असते.

खतांचे प्रकार

(अ) सेंद्रिय खते	**(ब) रासायनिक खते**	**(क) जैविक खते**
(१) भरखते	(१) नत्रयुक्त खते	(१) ॲझोटोबॅक्टर
(२) जोरखते	(२) स्फुरदयुक्त खते	(२) रायझोबियम
(३) हिरवळीची खते	(३) पालाशयुक्त खते	(३) ॲसिटोबॅक्टर
(४) गांडूळ खत	(४) संयुक्त खते	(४) ॲझोस्पिरिलम
	(५) मिश्र खते	(५) बायजेरिंकिया
		(६) निळे-हिरवे शैवाल
		(७) ॲझोला
		(८) ट्रायकोडर्मा

(अ) सेंद्रिय खते (Organic Fertilizers)

वनस्पती व प्राण्यांच्या अवशेषांपासून मिळणाऱ्या खतांना सेंद्रिय खते म्हणतात. रायायनिक खतापेक्षा जैविक खताची मात्रा अधिक वापरावी लागते. तसेच ही खते पिकांना हळूहळू लागू पडतात.

फायदे –

(१) जमिनीचा पोत सुधारून तिची उत्पादनक्षमता वाढते व टिकते.
(२) पिकांच्या वाढीस आवश्यक असलेली पोषकद्रव्ये उपलब्ध होतात.
(३) जमिनीचा पोत सुधारतो तसेच जमिनीची जलधारणक्षमता व निचराशक्ती वाढते.
(४) जमिनीतील हवा खेळती राहून जमिनीचे तापमान कमी राहते.
(५) जमिनीच्या प्राकृतिक, रासायनिक व जैविक गुणधर्मांमध्ये सुधारणा घडून पीक-उत्पादनात वाढ होते.

सेंद्रिय खतांचे पुढील दोन प्रकार आहेत –

(१) भर खते : पोषकद्रव्यांचे प्रमाण कमी असल्याने भरखते रासायनिक खतांपेक्षा जास्त प्रमाणात वापरावी लागतात. ही खते पिकांना सावकाश लागू पडतात. जमिनीच्या प्राकृतिक गुणधर्मांत सुधारणा होते. त्यामुळे जमिनीचा पोत सुधारतो, जलधारणशक्ती वाढते व जमिनीचे आरोग्य सुधारते. उदा. कंपोस्ट खत, शेणखत, कोंबडी खत इ.

(२) जोर खते : जोर खते कमी प्रमाणात दिली तरी चालतात कारण यामध्ये पोषकद्रव्यांचे प्रमाण अधिक असते. उदा. मासळी खत, सर्व प्रकारच्या पेंडी, हाडांचा चुरा इ.

(ब) रासायनिक खते

(१) नत्रयुक्त खते : अमोनियम सल्फेट, अमोनियम क्लोराईड, कॅल्शियम नायट्रेट व युरिया ही नत्रयुक्त खते आहेत. युरिया हे खत अधिक प्रमाणात वापरतात. या खतांमुळे जमिनीतील आम्लता वाढून सामू कमी होतो. नंतरच्या कालावधीत या जमिनी नापीक बनतात. अशा जमिनी सुधारण्यासाठी चुना वापरावा लागतो, त्यामुळे अशा प्रकारची खते कमी वापरतात. कॅल्शियम नायट्रेटमुळे जमिनीतील क्षार वाढून जमिनी खारट बनतात. अशा जमिनी सुधारण्यासाठी सेंद्रिय खतांचा मोठ्या प्रमाणात वापर करावा लागतो.

(२) स्फुरदयुक्त खते : यामध्ये सुपर फॉस्फेट, डाय अमोनियम फॉस्फेट, बोनमील व रॉक फॉस्फेट ही खते आहेत. सुपर फॉस्फेट पाण्यात विरघळते, परंतु ही क्रिया हळू चालते व हे खत ठिबक सिंचनातून देणे शक्य होत नाही.

(३) पालाशयुक्त खते : पालाशयुक्त खते पोटॅश व पोटॅशियम सल्फेट स्वरूपात मिळतात. हे ठिबक सिंचनातून देता येते. ठिबक सिंचनातून युरिया व सुपर फॉस्फेट यांचे मिश्रण केल्यास फॉस्फरिक ॲसिड तयार होते त्यामुळे धोका निर्माण होण्याची शक्यता असते.

(४) संयुक्त खते : एकापेक्षा अधिक अन्नद्रव्ये संयुक्त अवस्थेत आणतात, त्यांना संयुक्त खते म्हणतात.

(५) मिश्र खते : रासायनिक प्रक्रियेचा वापर न करता एक किंवा अधिक अन्नद्रव्ये मिसळून तयार केलेल्या खतांना मिश्र खते म्हणतात.

९.७ समस्याग्रस्त जमिनी व त्या लागवडीयोग्य करण्याच्या पद्धती

(Problems of Soils and their Reclamation Method)

ज्या जमिनी पीक लागवडीसाठी आर्थिक दृष्टीने अकिफायतशीर बनतात अशा जमिनींना 'समस्याग्रस्त जमिनी' किंवा 'प्रश्न निर्माण झालेल्या मृदा' म्हणतात. अशा जमिनींमध्ये आम्लधर्मी व क्षारयुक्त जमिनींचा समावेश होतो. अशा जमिनी शुष्क व अर्धशुष्क हवामानात, निचऱ्याच्या प्रदेशात व अतिजलसिंचन क्षेत्रात निर्माण होतात, त्यामुळे मृदेची सुपीकता कमी होते.

क्षारयुक्त जमिनींचे ३ प्रकार केले जातात.

(१) खारवट जमीन (Saline soil)

जेव्हा विद्राव्य क्षाराचे प्रमाण बिया रुजण्यासाठी व पीक वाढीसाठी घातक ठरते तेव्हा त्या जमिनीस खारवट जमीन म्हणतात.

गुणधर्म :

(१) पांढऱ्या क्षारांचा पातळ थर जमिनीच्या पृष्ठभागावर साचतो.
(२) विद्राव्य क्षारांमध्ये सोडियम, कॅल्शियम, मॅग्नेशियम यांचा समावेश होतो.
(३) जमिनीचा सामू ८.५ पेक्षा जास्त असतो.
(४) जास्त क्षारांमुळे पाणी व अन्नद्रव्ये शोषून घेण्यास पिकांना जास्त ऊर्जा खर्च करावी लागते.
(५) पिकांची पाने पिवळी पडून वाढ खुंटते.

खारवट जमिनीची सुधारणा

(१) जमीन सपाट करून बांध घालून शेतात चर खोदावेत.

(२) जमिनीत निचऱ्याची व्यवस्था करावी. कारण पाण्याचा निचरा चांगला झाल्यास क्षार विरघळून जमिनीचा खारवटपणा कमी होईल. निचरा पुरेसा नसेल तर खोल नांगरट करावी.

(३) खारवट जमिनीत उसाचे चिपाड, गव्हाचा भुस्सा किंवा साळीचे कणीस इ. चे आच्छादन करावे. खारवट जमिनीत २५ टन कंपोस्ट, शेणखत किंवा हिरवळीची खते द्यावीत.

(४) ओलिताखालील शेत पडीक ठेवू नये.

(५) खारवट जमिनीत क्षार सहन करणाऱ्या पिकांची लागवड करावी. उदा. रताळे, कापूस, ऊस, तांदूळ, ज्वारी, बाजरी, सूर्यफूल इ. कांदा, खजूर, करंज इ. जमिनीतील क्षार शोषून घेतात.

(२) चोपण / अल्कलीयुक्त जमीन (Sodic / Alkaline soil)
गुणधर्म :

(१) विद्राव्य क्षारांचे प्रमाण कमी असते. सोडियम कार्बोनेट व बायकार्बोनेटच्या जास्त प्रमाणामुळे जमिनीला अल्कली गुणधर्म प्राप्त होतात.

(२) जमिनीचा सामू ८.५ पेक्षा जास्त असतो.

(३) चोपण जमिनीतून पाण्याचा निचरा चांगला होत नाही, त्यामुळे पावसाळ्यात त्या चिवट बनतात, तर उन्हाळ्यात टणक होतात.

(४) पृष्ठभाग राखाडी रंगाचा व भेगाळलेला दिसतो. टणक थरामुळे बियाण्यांची उगवणशक्ती कमी होते.

चोपण जमिनीची सुधारणा

(१) सोडियमयुक्त चोपण जमिनीला गरजेनुसार जिप्समची मात्रा द्यावी.

(२) शेणखत व कंपोस्ट खतांचा वापर जमिनीसाठी चांगला ठरतो.

(३) आम्लयुक्त रासायनिक खतांचा वापर करावा. उदा. सिंगल सुपर फॉस्फेट, अमोनियम सल्फेट

(४) खरीप हंगामात साळीचे, रब्बी हंगामामध्ये गहू, तांदूळ, सूर्यफूल आणि उन्हाळ्यात धैंचा किंवा बोरू ही पिके घेऊन ती जमिनीत गाडावीत.

(५) उसाची मळी, करडईचा भुस्सा व शेतातील टाकाऊ पदार्थांचा वापर करावा.

(३) खारवट-चोपण जमीन (Saline sodic soil)
गुणधर्म :

(१) विद्राव्य क्षारांचे व सोडियमचे प्रमाण जास्त असते.

(२) जमिनीचा सामू ८.५ पेक्षा कमी असतो.

(३) कॅल्शियम, मॅग्नेशियम क्लोराईड/सल्फेट व सोडियमचे क्षार जमिनीत साठतात.

(४) पृष्ठभाग पावसाळ्यात चिवट व उन्हाळ्यात तेलकट दिसतो.

खारवट चोपण जमिनीची सुधारणा –

(१) जमीन सपाट करून योग्य अंतरावर चर काढावेत.

(२) माती परीक्षणानुसार जिप्समची मात्रा गरजेच्या ५०% पहिल्या वर्षी आणि नंतर २ वर्षांनी सेंद्रिय खतात मिसळून द्यावी.

(३) जिप्सम, गंधक, आयर्न पायराईट यासारख्या भूसुधारकांचा वापर करावा. त्यानंतर भरपूर पाणी द्यावे, त्यामुळे क्षार वाहून जातात.
(४) क्षारांचा निचरा केल्यानंतर भात, गहू, कापूस, ऊस यासारखी पिके घ्यावीत.

९.८ महाराष्ट्रातील मृदा धूप व जमीन ओसाड होण्याच्या समस्या
(Problems of Soil Erosion and Degradation in Maharashtra)

मृदा धूप ही शेती विकासातील एक प्रमुख समस्या आहे. मृदेचे स्वरूप, पर्जन्याचे असमान वितरण, जंगलतोड, भू-उतार, भटकी शेती, गवताळ कुरणांचा अति वापर इ. शेती करण्याच्या अयोग्य पद्धती इ. कारणांमुळे मृदेची धूप होते. महाराष्ट्रामध्ये शेतकऱ्याचे जीवन मृदेवर अवलंबून आहे, त्यामुळे धूप होण्याची कारणे व भविष्यकाळात होणारे परिणाम यावर उपाय करणे गरजेचे आहे. मृदाधूप ही एक नैसर्गिक प्रक्रिया असून धूप झालेल्या ठिकाणी संतुलन राखण्याची क्षमता निसर्गात असते. १ सें.मी. मातीचा थर निर्माण होण्यासाठी १००-३०० वर्षांचा कालावधी लागतो.

जमिनीची धूप म्हणजे पाणी, वारा इ. मुळे शेतातील माती एका ठिकाणाहून दुसऱ्या ठिकाणी वाहून नेली जाणे होय. सुपीक माती वाहून गेल्यामुळे जमिनीच्या उत्पादनक्षमतेवर वाईट परिणाम होतो. त्यामधील नत्र, स्फुरद, पालाश इ. अन्नद्रव्ये वाहून नेली जातात. सध्या ९० लाख हेक्टर गाळाची मृदा व ७० लाख हेक्टर काळी मृदा आम्लता व क्षारयुक्त आहे. महाराष्ट्रात ४२.५०% जमिनीची धूप झाली आहे.

जमिनीच्या धूपांचे प्रकार

(१) सालकाठी धूप (Sheet Erosion) – जमिनीचा उतार कमी असलेल्या भागावरील मातीचा पातळ थर पावसाच्या पाण्याबरोबर निघून जातो.

(२) ओघळपाडी धूप (Rill Erosion) – जमिनीवरून पावसाचे पाणी वाहात असताना लहान ओघळ पडतात, त्यांना ओघळपाडी धूप म्हणतात.

(३) घळपाडी धूप (Slip Erosion) – ओघळपाडीनंतर मोठ्या घळींच्या जाळ्या पडतात त्यामुळे जमिनीची मशागत करणे अवघड जाते.

(४) प्रवाही काठपाडी धूप (Stream Erosion) – पावसाच्या पाण्याचा वेग वाढल्यानंतर ओघळ उत्पन्न होऊन नदी, नाले उगम पावतात व त्यामुळे नदीकाठच्या जमिनीची धूप होते.

(५) सागरजन्य धूप – किनाऱ्यालगतच्या प्रदेशावर व सागरी लाटा आदळतात त्यावेळी जमिनीची धूप होते.

(६) वाऱ्यामुळे होणारी धूप (Wind Erosion) – जमिनीवरील झाडे नष्ट केल्याने कोणताही अडथळा नसल्याने वाऱ्यामुळे मातीचे कण एका ठिकाणाहून दुसऱ्या ठिकाणी वाहून नेले जातात व जमिनीची धूप होते.

(७) झोड धूप (Splash Erosion) – पावसाच्या थेंबांचा आकार व गती यामुळे झालेल्या धुपीस झोड धूप म्हणतात. पिकाखालील जमिनीपेक्षा पडीक किंवा मोकळ्या जमिनीत याचे प्रमाण जास्त असते.

महाराष्ट्रामधील जमिनीची धूप होण्याची कारणे

(१) जमिनीचा उतार : जसजसा उतार वाढतो तसतसे मृदाधूपचे प्रमाणही वाढते, त्यामुळेच याचे प्रमाण असमान आहे. उदा. महाराष्ट्रामध्ये सह्याद्री पर्वतरांगांच्या उंच डोंगराळ प्रदेशात मृदाधूपचे प्रमाण जास्त आहे.

(२) मुसळधार पाऊस : पावसाचे थेंब मोठे व वेग जास्त असल्यास जमिनीच्या पृष्ठभागावरील माती सैल होते व प्रवाहाबरोबर वाहून जाते, म्हणून जमिनीची धूप होते. तसेच जेथे मुसळधार पाऊस पडतो तेथे पाणी जमिनीत लवकर मुरत नाही, त्यामुळे मृदाधूप वाढते. उदा. महाराष्ट्रातील ठाणे, रायगड, रत्नागिरी, सिंधुदुर्ग जिल्ह्यात जून ते सप्टेंबर या कालावधीत मुसळधार पर्जन्य पडून जमिनीची धूप होते.

(३) जमिनीचे स्वरूप : जमिनीच्या प्राकृतिक व रासायनिक गुणधर्मांतील फरकामुळे जमिनीची धूप जास्त होते. काळ्या चिकणमातीच्या जमिनीवर मृदाधूप कमी तर वाळवंटी जमिनीवर मृदाधूप जास्त आढळते. सेंद्रिय पदार्थांचे प्रमाण जमिनीत जास्त असेल तर तेथे मृदाधूप कमी असते व भूजलपातळी वर असते. उदा. महाराष्ट्र पठारावर काळी मृदा सापडत असल्याने मृदा धूप कमी होते.

(४) वनस्पतीचे आच्छादन : इंधन, कच्चा माल, वनसंकलन, वास्तुनिर्मिती, शेती यासारख्या कारणांमुळे वनस्पती किंवा झाडे यांची तोड होते. वनस्पतींच्या आच्छादनामुळे जमिनीचे ऊन, वारा, पाऊस, वाहते पाणी इ. पासून संरक्षण होते. वाहून जाणाऱ्या पाण्याचे प्रमाण व वेग झाडे कमी करतात. जास्त पाणी जमिनीत मुरण्यास मदत होते. परंतु निर्वनीकरणामुळे जमीन उघडी पडून मृदाधूप वाढलेली आहे.

(५) अतिचराई : महाराष्ट्रामध्ये शेतीला पूरक व्यवसाय म्हणून पशुपालन केले जाते. यामुळे जेव्हा शेळ्या, मेंढ्या, गाय, बैल, म्हैस इ. प्राणी कुरणात चरायला जातात तेव्हा गवताचे आच्छादन नष्ट होऊन जमीन उघडी पडते व ऊन, वारा, पाऊस इ. मुळे मृदाधूप वाढते.

(६) शेती करण्याची पद्धत : महाराष्ट्रामध्ये अजूनही पारंपरिक पद्धतीने शेती केली जाते. अनेक शेतकरी शेतीची नांगरणी उताराच्या दिशेने करत असल्याने पाण्याबरोबर माती वाहून जाते. शेतीच्या मशागतीची अयोग्य पद्धत व शास्त्रीय ज्ञानाचा अभाव यामुळे मृदाधूप वाढते.

जमीन ओसाड निर्माण झाल्यामुळे होणाऱ्या समस्या

(१) मातीचे कण वाहून जातात : वनस्पतीच्या दृष्टीने जमिनीच्या पृष्ठभागाचा १७.५ सें. मी. जाडीचा थर महत्त्वाचा आहे. वनस्पतीच्या ८०% मुळ्या पृष्ठभागात असून त्यांना लागणारी अन्नद्रव्ये आणि पाणी या भागातून शोषून घेतात. त्यामुळे जलधारणशक्ती व उत्पादनशक्ती कमी होते.

(२) धरणाच्या साठवणक्षमतेत घट : नदी, तलाव, धरणे इ.च्या पाणलोटक्षेत्रातून जमा होणाऱ्या पाण्याबरोबर मोठ्या प्रमाणात पोयटा व चिकणमाती वाहून येते. वर्षानुवर्षे गाळ साठत जाऊन धरणे पाण्याऐवजी गाळांनी भरून येतात, त्यामुळे धरणात पाणी साठवण्यास जागाच राहात नाही.

(३) शेतजमिनीच्या प्रमाणात घट : शेतजमिनीची धूप सतत होत राहिल्यास शेतीयोग्य मृदा वाहून जाते, त्यामुळे शेती उत्पादनाची घट होते.

(४) भूजलपातळीत घट : जमिनीवरून वाहणाऱ्या पाण्याला प्रतिबंध घातला नाही तर जमिनीमध्ये पाणी जिरत नाही, त्यामुळे भूगर्भजलाची पातळी खालावते. मृदाधूप झालेल्या जमिनीचा वरचा थर नाहीसा झाल्याने झाडेझुडपे, गवत यांचे प्रमाण कमी होते व जमिनीत पाणी मुरत नाही.

(५) पर्यावरणाचा असमतोल : मृदाधूपमुळे जमिनीचा वरचा थर नष्ट होऊन जमीन नापीक बनते, त्यामुळे शेती व शेतीवर आधारित उद्योगधंदे बंद पडतात.

(६) पुराच्या प्रमाणात वाढ : मृदाधूप झाल्याने ती मृदा नदीपात्रात साचून पात्र उथळ बनते व जेव्हा चांगला पाऊस पडतो तेव्हा पावसाचे पाणी नदीपात्रात सामावू शकत नाही, त्यामुळे पूरस्थिती निर्माण होते.

मृदाधूप व्यवस्थापन / धूप प्रतिबंधक उपाय

पाणी आणि वारा या दोन कारणांमुळे मृदाधूप होते. महाराष्ट्रामध्ये पाणी या घटकामुळे मृदाधूप होण्याचे प्रमाण जास्त आहे. पावसाच्या थेंबांमुळे मातीचे कण सुटे होतात व हे कण पाण्याच्या प्रवाहाबरोबर वाहून नेले जातात, त्यामुळे आवश्यक त्या ठिकाणी बांध घातले तर मातीचे कण वाहून जाण्यामुळे होणारी धूप रोखली जाईल. धूप प्रतिबंधक उपाययोजनेचा विचार करताना भूमी आणि जलसंरक्षणाचा विचार करणे आवश्यक आहे. त्यामध्ये खालील पद्धतींचा समावेश होतो.

(अ) व्यवस्थापन पद्धती

(१) पट्टेवार पद्धत : पिकांची पेरणी करताना शेताच्या उतारास आडवी किंवा काटकोनात करावी. भुईमूग, मटकी, हुलगा, सोयाबीन ही पिके धुपीला प्रतिबंध करतात, कारण ती जमिनीवर पसरतात व जमीन झाकतात, त्यामुळे ही पिके पाण्याची गती रोखतात व धूप कमी करतात.

(२) पिकांची फेरपालट : सतत एकाच प्रकाराची पिके घेतल्यास धूप मोठ्या प्रमाणात होते व सुपीकताही कमी होते. उदा. ऊस, ज्वारी, मका, बाजरी ही पिके दरवर्षी घेतली तर धूप जास्त होते, परंतु भुईमूग, हरभरा, मटकी इ. पिकांची फेरपालट केल्यास धूप कमी होते. जमिनीची सुपीकता वाढते.

(३) आच्छादन : जमिनीवरील आच्छादनात वनस्पतीचा पालापाचोळा, इतर अवशेष, पदार्थ यांचा समावेश असतो. आच्छादनामुळे पावसाचे पाणी जमिनीत मुरते, त्यामुळे जमिनीचे तापमान संतुलित राहते व धूप कमी होते. बाजरीची धसकटे, ज्वारीचा पाचोळा, भाताचा पेंढा किंवा टरफले इतर पालापाचोळा इ.चा आच्छादनासाठी वापर होतो.

(४) समपातळीत मशागत : जमिनीची मशागत करताना नांगरणी, पेरणी इ. कामे जमिनीच्या उतारानुसार आडवी करावी. त्यामुळे सरीवर बांध घातल्याप्रमाणे अडथळा निर्माण होतो.

(५) वृक्ष लागवड : झाडांचा पालपाचोळा जमिनीवर पडून तो कुजतो व सेंद्रिय पदार्थांची निर्मिती होते. झाडांची मुळे खोलवर गेल्यामुळे त्या मातीमध्ये पाणी धरून ठेवण्याची शक्ती वाढते. उदा. गवत, लिंबोरा, घायपात, कोरफड लावली जाते.

(६) बांधावर गवत लागवड : गवताच्या मुळ्या जमिनीत पसरल्यामुळे कणसमूह व सुटे कण गवताच्या जाळ्यात गुरफटून जातात, त्यामुळे बांध घट्ट होतात. अंजन, गारवेल, ब्ल्यू पॅनिक, खस इ. गवतांच्या जाती बांधावर लावाव्यात.

(ब) यांत्रिक पद्धती

(१) बांध घालणे (Bunding)

(अ) ताली घालणे – मातीची धूप रोखण्यासाठी व वाहून जाणाऱ्या पाण्याचे संरक्षण करण्यासाठी ताली घालावी.

(ब) समपातळीत बांध घालणे (Contour Bunding) : मातीचे बांध उतारानुसार घालावे, त्यामुळे उताराच्या दिशेनुसार वाहून जाणारी माती व पावसाचे पाणी अडवले जाते. यामुळे पाणी मुरण्यास मदत होते. यामुळे विहिरीच्या पाण्याच्या पातळीत वाढ होते.

(क) ढाळीचे बांध घालणे (Graded Bunding) : जास्त पर्जन्यक्षेत्रात जमिनीत पाणी साचू नये म्हणून जास्तीतजास्त पाण्याचा निचरा कसा होईल याकडे लक्ष दिले जाते. यासाठी बांधाच्या दर ३०मी. लांबीला ७.५ सें.मी. उतार देतात.

(२) ओटे पाडणे (Bench Terracing) : जमिनीचा उतार १०% व पर्जन्य १२५० मि.मी. पेक्षा जास्त असेल, तेथे ही पद्धत योग्य आहे. ओटा तयार करताना सांडपाणी जाण्यासाठी मार्ग ठेवतात.

(३) घळी व नाल्याचे नियंत्रण – लागवडीखालील क्षेत्राचे व चराऊ कुरण क्षेत्राचे नुकसान होऊ नये म्हणून उताराकडच्या बाजूला गवत व झाडे लावतात. कायमचे पाणी अडवणारे बांध, पाणी वाहून जाणारे बांध, पाणी अडवून खाली पडू देणारी बांधणी इ. घालतात.

९.९ पाणलोट क्षेत्रानुसार मृदासंधारणाचे नियोजन
(Soil conservation planning on Watershed basis)

जमीन व पाणी यांच्या समस्या एकमेकांशी संबंधित आहेत. उदा. पाण्याचा अतिवापर व शेतीची अयोग्य पद्धत यामुळे धूप होऊन धरणातील गाळाच्या साठ्यात वाढ होते. कृषी क्षेत्रासाठी आणि त्यावर आधारित देशाच्या सामाजिक, आर्थिक प्रगतीसाठी पाणी व मृदा संवर्धनाचा विचार केला पाहिजे.

पाणलोट क्षेत्र –

पाणलोट क्षेत्र हे एक असे भौगोलिक क्षेत्र असते जिथे पडलेले पाणी नद्या, नाले, ओढे यांच्या स्वरूपात राहून एका विशिष्ट ठिकाणी जमा होऊन बाहेर पडते. त्यानंतर त्याच्या बाहेर पडणारे पाणी दुसऱ्या पाणलोट क्षेत्रात वाहून जाते.

पाणलोट क्षेत्र विकास –

जमीन, पाणी व वनस्पती यांचे योग्य व्यवस्थापन करून पाणलोट क्षेत्रावर मृदेची धूप कमी होईल व पाण्याची उपलब्धता वाढेल अशा उद्देशाने पाणलोट क्षेत्रात आधुनिक शेतीव्यवस्थापन पद्धतीचा वापर करणे म्हणजेच पाणलोट क्षेत्र विकास होय.

पाणलोट क्षेत्रात मृदा संधारणाची कामे –

पाणलोट क्षेत्रातील पाणी अडवून त्याचा सिंचनासाठी उपयोग करणे व जमिनीची धूप नियंत्रित करणे यासाठी सामूहिक व वैयक्तिकरीत्या शेतकऱ्यांच्या स्तरावर अनेक कामे केली जातात. मृदा व जलसंधारण एकमेकांना पूरक आहेत. त्यासाठी विविध पद्धतींचा वापर केला जातो.

मृदा जलसंधारण पद्धती

अभियांत्रिकी पद्धती	**मशागतीच्या पद्धती**
१) समपातळीत बांधबंदिस्ती	१) समपातळीत मशागत
२) ढाळीचे बांध	२) पट्टापेर पद्धत
३) मजगीकरण	३) आंतरमशागत
४) मातीचे नालाबांध	४) जमिनीवर हिरवळीचे आच्छादन
५) सिमेंटचे नालाबांध	५) गवत व पिकाचे नियोजन
६) दगडी बांध	६) आंतरपीक व दुबारपीक योजना
७) सलग समतल चर	
८) ब्रशवूड डॅम	
९) शेततळी	
१०) गॅब्रियन स्ट्रक्चर	
११) पाझर तलाव	
१२) भूमिगत बंधारे	
१३) कोल्हापूर पद्धतीचे बंधारे	

अभियांत्रिकी पद्धत

(१) समपातळीत बांध (Contour Bunds) : ज्या भागात पावसाचे प्रमाण ७५०मि.मी. आहे व ते अनियमित आहे अशा प्रदेशात पावसाचे पाणी अडविण्यासाठी या बांधाचा उपयोग होतो. २ ते ३ टक्क्यांच्या उतारावरच्या जमिनीवर समपातळीत बांध घालणे फायदेशीर ठरते, तसेच ३०मी. उंचीचे बांध तयार करतात व दोन बांधांमधील अंतर ५ मी. पर्यंत ठेवतात. या पद्धतीमुळे वाहून जाणाऱ्या पाण्याला अडवून जमिनीत पाणी मुरण्यासाठी मदत होते.

(२) ढाळीचे बांध (Graded Bunds) : जास्त पावसाच्या प्रदेशामध्ये ज्या ठिकाणी जमिनीचा उतार ५-१०% पर्यंत आहे, परंतु पाणी मुरण्याचा वेग कमी आहे अशा उताराला आडव्या दिशेत त्रिकोणी आकाराचे ३० सें.मी. उंचीचे, ६% ढाळ असलेल्या व एकमेकांपासून ३ मीटर अंतरावर बांध घालतात. याचा फायदा असा होतो की, जास्तीचे पाणी कमी वेगाने शेताबाहेर काढून जमिनीची धूप कमी होते व उत्पादनात ५ ते १५% पर्यंत वाढ होते.

(३) मजगीकरण/ समपातळीत टेरॅसेस (Bench Terraces) : ८ ते २०% पेक्षा अधिक उतार असलेल्या प्रदेशात जमिनीची धूप रोखण्यासाठी ठरावीक रुंदी व उंचीच्या पायऱ्या पाडल्या जातात व जमीन सपाट केली जाते. सपाटीकरणानंतर जमिनीचा आकार बेंच / बाक / मेजासारखा होतो म्हणून त्यास Bench Terracing म्हणतात.

(४) मातीचे नालाबांध (Soil Nalabund) : भूगर्भातील पाण्याच्या साठ्यात वाढ होऊन शेतकरी कुटुंब वैयक्तिक वापरासाठी या पाण्याचा वापर करू शकतात. जास्तीतजास्त ४ मी. उंचीचा पाणीसाठा केला जातो.

(५) सिमेंट नालाबांध (Cement Nalabund) : पाणलोट क्षेत्र ४० हेक्टरपासून ५०० हेक्टरपर्यंत असावे व नाल्याच्या तळात पक्का खडक असणे गरजेचे आहे. नाल्याच्या तळाचा उतार ३ टक्क्यांपेक्षा कमी असावा व तळाची रुंदी ३० मी. पेक्षा जास्त असू नये. पक्क्या बांधामुळे शेजारील जमीन ओली होणार नाही अशी जमीन निवडणे आवश्यक आहे, तसेच महापुरानंतर पाणी बाहेर येणार नाही अशा ठिकाणी सिमेंट नालाबांध बांधावा.

(६) दगडी बांध (Gully Plugging) : लहान ओघळी अडवण्यासाठी ५ मी. पर्यंत रुंदीच्या ओघळीत दगडगोट्यांचा किमान ५ मी. उंचीचा बांध तयार करतात.

(७) सलग समतल चर (Continuous Contour Trench - C. C. T.) : समपातळीवरील बिंदू जोडणाऱ्या रेषेला 'कंटूर लाईन' म्हणतात. ज्या ठिकाणी चर घ्यायचे आहेत त्या ठिकाणी सर्वेक्षण करून कंटूर लाईन आखतात. यासाठी डंपी लेव्हल व कंटूर मार्कर या साधनांचा वापर करतात. या समपातळी रेषेवर ३० सें. मी. खोल ६० सें. मी. रुंद असे सलग चर खोदतात. या चरातून निघणारी माती चराच्या खालच्या बाजूला लावतात. काही वेळेस अशा मातीवर घायपाताची लागवड करतात की ज्यामुळे माती वाहून जात नाही व गेली तरी खालच्या चरामध्ये साठवली जाते. दोन झाडांमधील अंतर ४-६ मी. वर जमा केलेल्या सुपीक मातीच्या साहाय्याने चरामध्ये ढीग तयार करून फळझाडांची लागवड करावी.

(८) ब्रशवुड डॅम (Brushwood Dam) : अतिउतारावरून वाहात येणारी माती, वाळू, पालापाचोळा, सेंद्रिय पदार्थ इ. अडवून पाणी गाळून खाली सोडावे. पावसाच्या पाण्याच्या प्रवाहाची गती त्यामुळे कमी होते व जमिनीची धूपही कमी होते. तसेच, ज्या ठिकाणी हे पाणी मुरण्याचे प्रमाण जास्त आहे, त्या ठिकाणी वनस्पती लागवड करावी.

ब्रशवुड डॅम घालताना पुढील घटक महत्त्वाचे आहेत :

(१) पाणलोट क्षेत्र ५ हेक्टरपर्यंत असलेल्या नाला / ओघळ/ इंग्रजी यू आकाराचा पाण्याचा प्रवाह अडवून डॅम बांधावा.

(२) नाल्याच्या तळापासून कमाल खोलीच्या ठिकाणी १/२ मीटर उंचीवर बांध बांधावा.

(३) रुंदी एकूण चार ओळींत एक आड एक काठ्या व दोन काठ्यांमधील अंतर २० सें.मी. रुंदीच्या दिशेने ठेवावे.

(४) खुंट्यासाठी लाकूड वापरावे. लाकडे खुंट्यांमध्ये टाकण्यासाठी वाळलेला गवत पेंढा टाकावा व या गवताच्या पेंढ्यावर दगडाचा एक थर किंवा वाळूचा थर ५ सें.मी. द्यावा.

(५) बांध घातल्यानंतर हळूहळू माती साचते व या मातीवर पुढील वर्षी गवत लावून बांधाच्या खालील बाजूस तरवड, करवंद, घायपात, निवडुंग, निलगिरी, साग, बांबू यासारखी झाडे लावावीत.

(९) शेततळी : शेततळी बांधण्यासाठी सपाट व कमी उताराची जमीन आवश्यक आहे. मातीची खोली कमीतकमी २.५ ते ३ मी. पेक्षा जास्त असणे आवश्यक आहे. शेततळ्याची जागा शोधताना पाण्याचा उपयोग योग्य रीतीने होऊ शकेल असे स्थळ निवडावे. ज्या ठिकाणी पाणी झिरपण्याचा वेग जास्त आहे अशा ठिकाणी तळ्याच्या सर्व बाजूंचे व तळाचे पॉलिथीन फिल्मने अस्तरीकरण करावे. शेततळ्याचे आकारमान हे पर्जन्याचे प्रमाण, पाण्याची मात्रा इ. वर अवलंबून आहे. शेततळ्याची साठवणूकक्षमता ठरवल्यानंतर मातीच्या खोलीनुसार त्याची खोली ठरवून शेततळ्याचे क्षेत्रफळ ठरवले जाते. शेततळे खोदताना खोदाईच्या बाजूचा उतार एकास एक यापेक्षा कमी नसावा. ही माती तळ्याच्या तिन्ही बाजूंनी १ ते १.५ मीटर अंतर सोडून, संरक्षक बांध घालण्यास

वापरावी. एका बाजूने पाणी येण्यासाठी तोंडी व जास्तीचे पाणी बाहेर जाण्यासाठी सांडवा बांधून घ्यावा.

(१०) गॅब्रियन स्ट्रक्चर (कोरड्या पात्रासाठी कोरडे बांध) : नदीच्या पात्रात खेल खड्डा करून त्यात तारेची जाळी टाकली जाते व त्या जाळीमध्ये दगड व माती टाकली जाते. ही जाळी तारांच्या साहाय्याने बांधली जाते, यामुळे नाल्यातील पाण्याच्या जोरामुळे दगड व माती वाहून न जाता पाणी अडवले जाते.

(११) पाझर तलाव : पाणी पाझरास उपयुक्त ठिकाणी नाल्यात किंवा नाल्याच्या शेजारी तलाव खोदून बंधारा बांधून पावसाचे पाणी साठवले जाते.

(१२) भूमिगत बंधारे : पाण्याच्या पृष्ठभागावरील उपलब्धतेबरोबर भूपृष्ठाखाली वाहणाऱ्या पाण्याचा उपयोग करून घेण्यासाठी भूमिगत बंधारे बांधणे आवश्यक आहे.

(१) भूमिगत बंधारे खोलगट भागात, नदीनाल्यात, ओढ्यावर बांधणे गरजेचे आहे.
(२) उतार हा मध्यम व कमी असणे आवश्यक आहे.
(३) नाला क्षेत्र खोलगट नसून मध्यम स्वरूपाचे व पात्रातील उतारही कमी व मध्यम असावा.
(४) नाल्याचे पात्र ३०-५० मी. रुंदीचे असावे.
(५) कालव्याच्या लाभक्षेत्राच्या बाहेरील गावामध्ये भूमिगत बंधारे बांधावेत.
(६) नदीनाल्याच्या पात्रात प्रवाहाच्या दिशेने १५-३० मी. अंतरावर विहिरीजवळ भूमिगत बंधारे बांधावेत.

(१३) कोल्हापूर पद्धतीचे बंधारे : मोठा ओढा किंवा नदीच्या पात्रात सिमेंटने दगडी बांधकाम करून हे बंधारे बांधले जातात. या बंधाऱ्याच्या भिंतीत पाणी वाहून जाण्यासाठी मार्ग ठेवतात. पावसाचे प्रमाण कमी झाल्यावर भिंतीतील मार्ग लोखंडी दरवाजा किंवा फळ्या लावून बंद केला जातो.

अशा प्रकारे बंधारे बांधण्यास महाराष्ट्राचे माजी मुख्यमंत्री वसंतदादा पाटील यांनी प्रोत्साहन दिले, म्हणून यांना 'वसंत बंधारे' म्हणतात. याची सुरुवात कोल्हापूर जिल्ह्यात झाली म्हणून त्यांना 'कोल्हापूर पद्धतीचे बंधारे' म्हणतात.

मशागतीच्या पद्धती

(१) पट्टापेर पद्धत –
(२) समपातळीत मशागत
(३) आच्छादनाचा वापर
(४) वनस्पतींचा बांधासारखा उपयोग

(मृदाधूप व्यवस्थापन या प्रकरणामधील व्यवस्थापन पद्धतीचे मुद्दे अभ्यासावेत.)

(५) आंतर मशागत – तणांचा नाश करावा, कोळपण्या कराव्यात म्हणजे पाणी साठून राहते.

(६) आंतरपीक व दुबार पीकयोजना – जमीन पडीक न ठेवता एका पिकामागून दुसरे पीक घ्यावे.

(७) जैविक बांध – जमिनीच्या उतारानुसार समपातळीवर ६ ते १८ मी. अंतरावर सुबाभळीचे जैविक बांध घालावे. यामुळे जमिनीचा पोत सुधारून उत्पादनात वाढ होते.

(८) सपाट ओटे तयार करून आंतरमशागत करणे – जमिनीचा उतार १.५% पेक्षा जास्त असल्यास उतारानुसार आडव्या दिशेत ओटे तयार करावे. बाजरी व तूर ही आंतरपीक पद्धती घेतल्यानंतर एक महिन्याच्या पिकात आंतरमशागतीच्या वेळी बांध तयार केल्यास जमिनीची पाणी धरून ठेवण्याची क्षमता वाढते.

(९) रुंद सरी/ वरंबा पद्धत – पीक पेरणीनंतर ३-४ आठवड्यांनी पिकाच्या प्रत्येक ओळीनंतर जास्तीच्या पाण्याचा योग्य प्रकारे निचरा व्हावा हा उद्देश असतो. १०० सें.मी. रुंद वरंबा ह्यानंतर ५० सें.मी. रुंदीची व १५ सें.मी. खोलीची उथळ सरी करून शेतीची आखणी करतात. ज्या जमिनीत जास्त ठिकाणी पाणी साचते त्या ठिकाणी ही पद्धत उपयुक्त आहे.

(१०) मोठे वाफे तयार करणे – सारा संत्राच्या साहाय्याने वाफे तयार करावेत. जेवढा पाऊस पडतो तो रब्बी हंगामातील पिकांना उपयोगी पडतो. जमिनीच्या उतारानुसार ३ x ३ मीटर, ४ x ४ मीटर व १ x ६ मीटर आकाराचे वाफे तयार केल्यानंतर जमिनीत ओलावा टिकून राहतो.

९.१० मृदा व जलसंधारणअंतर्गत राबवण्यात येणारे कार्यक्रम

मृदा व जलसंधारण कार्यक्रमांमुळे जमिनीची सुधारणा होते व जमिनीत जास्त कालावधीपर्यंत ओलावा टिकून राहतो. महाराष्ट्र राज्यातील निव्वळ सिंचित क्षेत्र ३३.११ लाख हेक्टर होते. महाराष्ट्रात एकूण कृषी उत्पादनापैकी ८०-८५% उत्पादन कोरडवाहू शेतीतून होते, म्हणून कोरडवाहू शेतीतील उत्पादन वाढविणे व जमिनीची धूप थांबवणे यासाठी मृदा व जलसंधारणाची कामे हाती घेण्यात आली आहेत.

मृदा व जलसंधारणांतर्गत राबविण्यात येणारे कार्यक्रम पुढीलप्रमाणे –

(१) एकात्मिक पाणलोट क्षेत्र विकास कार्यक्रम
(२) पश्चिम घाट विकास कार्यक्रम
(३) नदी खोरे प्रकल्प
(४) पर्जन्यछायेखालील क्षेत्रासाठी राष्ट्रीय पाणलोट क्षेत्र विकास कार्यक्रम
(५) वसंतराव नाईक शेती स्वावलंबन अभियान अंतर्गत कार्यक्रम
(६) मराठवाडा पाणलोट विकास कार्यक्रम
(७) खारभूमी विकास कार्यक्रम
(८) विदर्भ पाणलोट विकास कार्यक्रम
(९) महाराष्ट्र राज्य जलसंधारण महामंडळाचे कार्यक्रम.

(१) एकात्मिक पाणलोट क्षेत्र विकास कार्यक्रम (Integrated Watershed Development Programme) : राज्यातील कोरडवाहू शेतीतील उत्पादन वाढविणे व नैसर्गिक साधनसंपदेचा ऱ्हास थांबवणे यासाठी राज्यांमध्ये १९८३ पासून पाणलोट क्षेत्र आधारित मृदा व जलसंधारणाची कामे हाती घेण्यात आली व त्यापैकी १२०७९ गावांमध्ये २५,७१८ पाणलोट क्षेत्रात कामे हाती घेतली गेली.

(२) पश्चिम घाट विकास कार्यक्रम (Western Ghats Devt. programme - WGDP) : WGDP कार्यक्रमाची सुरुवात १९७४-७५ पर्वतीय क्षेत्र विकास कार्यक्रमांतर्गत करण्यात आली. हा १००% केंद्रपुरस्कृत कार्यक्रम आहे. (९०% अनुदान व १०% कर्ज). महाराष्ट्र, कर्नाटक, गोवा, तमिळनाडू व केरळ या राज्यांमध्ये राबवला जात आहे. महाराष्ट्रामध्ये हा कार्यक्रम ११ जिल्ह्यांमधील ६२ तालुक्यांमध्ये राबविला जात आहे.

(३) विदर्भ पाटबंधारे विकास महामंडळ (VIDC) : स्थापना १ एप्रिल १९९७, मुख्यालय - नागपूर, उद्देश- प्रकल्प वेळेवर पूर्ण करणे व विदर्भाचा सिंचन अनुशेष भरून काढणे

(४) वसंतराव नाईक शेती स्वावलंबन अभियान : विदर्भातील शेतकऱ्यांचा आत्महत्येचा प्रश्न हाताळण्यासाठी राज्य शासनाने २००५-०६ ते २००७-०८ या ३ वर्षांकरिता १०७५ कोटी रु. देण्याची घोषणा

केली. तसेच पंतप्रधान विशेष साहाय्य पॅकेज २००६-०७ ते २००७-०८ या ३ वर्षांसाठी ३७५० कोटी रु. पुनर्वसन पॅकेज देण्यात आले.

(५) खार भूमी विकास कार्यक्रम १९४९ :

उद्देश

(१) समुद्राचे क्षारयुक्त खारे पाणी किनाऱ्यालगतच्या शेतजमिनीत शिरते. त्यावर उपाययोजना करणे

(२) पावसाचे पाणी अडवणे

राज्याच्या किनारी भागात ६५,००० हेक्टरहून अधिक खार जमीन आहे. रायगड (३१,८००हे.), ठाणे (२०,८०० हे.), सिंधुदुर्ग (७१०० हे.) रत्नागिरी (५७७० हे.)

(६) विदर्भ पाणलोट विकास मिशन : स्थापना-२८ फेब्रुवारी २००६

विदर्भातील काही जिल्ह्यांत भूगर्भात पाण्याचा साठा होऊनही खाऱ्या पाण्याचा पट्टा निर्माण झाल्याने पाण्याची टंचाई भासत असे, तर काही भागांत जास्त पाऊस होऊनही जलसंधारणाचे प्रमाण कमी आहे. शेतीसाठी लघुउद्योग व औद्योगिक क्षेत्राचा विकास करून शेतकऱ्यांच्या समस्या सोडविण्यासाठी अमरावती विभागातील अमरावती, यवतमाळ, अकोला, वाशिम, बुलढाणा आणि नागपूर विभागातील वर्धा या जिल्ह्यांमध्ये विकासकामांना सुरुवात झाली.

दरवर्षी या मिशनला १०० कोटी रु. पाणलोट विकास कार्यक्रमाकरता जलसंधारण विभागाकडून देण्यात येतात.

उद्दिष्टे

(१) कृषी आधारित उद्योगांची निर्मिती करून रोजगार मिळवून देणे.

(२) दीर्घकालीन शाश्वत रोजगार निर्मितीवर भर देणे.

(३) लोकसमुदाय व सहभागातून स्थानिक परिस्थिती व साधनसंपदेचा विचार करून प्रकल्प नियोजन करणे.

(४) पाण्याच्या संतुलनाविषयी जनजागृती व पाणी वापर कसा करावा यावर प्रबोधन करणे.

(५) पाणलोट प्लस या कार्यक्रमाचे नियोजन व त्याची अंमलबजावणी करणे

(७) मराठवाडा पाणलोट विकास मिशन : स्थापना २४ ऑक्टोबर २००५

वैशिष्ट्य –

नैसर्गिक वनस्पती, पाण्याची टंचाई, जास्त कोरडवाहू क्षेत्र, स्थलांतर इ. कारणांमुळे भूगर्भातील पाण्याची पातळी वाढवणे

उद्दिष्टे

(१) कृषी आधारित स्वयंरोजगाराची निर्मिती करून समाजाची आर्थिक उन्नती साधणे.

(२) ग्रामसभेच्या सहभागातून स्थानिक परिस्थिती व संसाधनांचा वापर करून प्रकल्प नियोजन करणे.

(३) दीर्घकालीन शाश्वत रोजगारनिर्मितीवर भर देणे.

(४) पाण्याच्या ताळेबंदीविषयी जनजागृती करणे.

(८) महात्मा ज्योतिबा फुले जलभूमी संधारण अभियान : जलसिंचन उपलब्धता वाढवण्यासाठी

माती व पाण्याचे संवर्धन करून पडीक जमिनीचा विकास, रोजगारनिर्मितीत वाढ, कृषिउत्पादन वाढ या बाबतीत सुधारणा करणे

उपक्रम

(१) पडीक जमिनीचा विकास करून रोजगार उपलब्धता वाढवणे.

(२) जलसाक्षरता चळवळ राबविणे, पाण्याचा योग्य वापर व पुनर्भरण, जमिनीचे धूप नियंत्रण, जनजागृती, लोकशिक्षण मोहीम, कमी पाणी वापराची पीक पद्धती इ. लोकशिक्षणाच्या माध्यमातून राबविणे

(३) विविध लघु पाटबंधारे प्रकल्पांमध्ये पाणी वापरसंस्था स्थापना करणे व त्यांचे व्यवस्थापन करणे

(४) पिण्याच्या पाण्याची टंचाई या समस्येवर मात करण्यासाठी पिण्याच्या पाण्याचे सर्व स्रोत पारंपरिक व अपारंपरिक माध्यमातून बळकट करणे

वरील कार्यक्रमाचा कालावधी २ वर्षांचा असून पारंपरिक पद्धतीने नाला बंडिंग, वनराई बंधारे, तलावातील गाळ काढणे इ. कामे, तसेच पाण्याची टंचाई असलेल्या भागात गावतळी, वळण बंधारे इ. कामे घ्यावयाची आहेत.

९.११ डोंगराळ, डोंगरउतारावर व दऱ्यांमधील जमिनीची धूप व पृष्ठवाह व्यवस्थापन, त्यांच्यावर परिणाम करणाऱ्या कार्यपद्धती व घटक

(Erosion and runoff Management in hilly, foot hills and valley lands, processes and factors affecting them)

डोंगराळ, डोंगर उतारावर व दऱ्यांमधील जमिनीची धूप व पृष्ठवाह व्यवस्थापन यांच्यावर खालील घटकांचा मोठ्या प्रमाणात प्रभाव पडतो.

(१) भूप्रदेशाचा उतार

(२) मृदा प्रकार व पोत

(३) पर्जन्य

(४) महापूर

(५) वाहणारे वारे

(६) स्थलांतरित शेती

(७) लागवडीच्या चुकीच्या पद्धती

(८) जमिनीचा अयोग्य वापर

(९) निर्वनीकरण

(१०) चराऊ कुरणांचा अतिरेकी वापर

डोंगराळ भागातील मृदाधुपेचे प्रकार

(१) चादर धूप – पावसाचे पाणी व वारा यांच्या प्रभावाने उतारानुसार भूपृष्ठाच्या भागाची झीज होते. या प्रकाराची झीज अत्यंत सावकाश व मंद गतीने होत असते.

(२) नालासदृश धूप – वाहत्या पाण्यामुळे नालासदृश धूप घडते. भूपृष्ठावर मोठ्या प्रमाणात खड्डे पडून जमीन ओबडधोबड होते. अशा प्रकारची धूप तीव्र उताराच्या प्रदेशात होते.

डोंगराळ भागातील मृदासंवर्धन

(१) पायऱ्या-पायऱ्यांची शेती – जास्त पावसाच्या प्रदेशात डोंगर उतारावर पायऱ्या पायऱ्यांची शेती केली जाते, त्यामुळे मातीचे वहन कमी होते.

(२) जमिनीची नांगरट – जमिनीची नांगरट काटकोनात केल्यास मृदा धुपेस आळा बसतो.

(३) भटक्या शेतीवर नियंत्रण – भटक्या शेतीमुळे वनांची तोड होते, त्यामुळे वनजमिनीवर ज्या ठिकाणी स्थलांतरित शेती होत होती तेथे शेती करण्यास कायद्याने बंदी घातली आहे.

(४) बांधबंदिस्ती – जमिनीला समपातळीत सऱ्या पाडाव्या लागतात, त्यामुळे वाहणाऱ्या पाण्याचा वेग मंदावतो व धूप होण्याचे थांबते. बांध घातल्यामुळे पाणी तेथेच मुरते व जमिनीचे कण वाहून जात नाहीत.

(५) पेबल मल्च – ज्या ठिकाणी पर्जन्य अतिशय कमी आहे, अशा प्रदेशात शेतीमध्ये वाळूमिश्रित खडी, दगडगोटे शेतावर पसरतात. याला पेबल मल्च म्हणतात.

(६) वनसंवर्धन – समपातळीत चर काढून वृक्षांची लागवड केली जाते. झाडाच्या दोन पट्ट्यांमध्ये वाढ केली जाते, त्यामुळे जमिनीची झीज कमी होते.

संदर्भग्रंथ –

(१) प्रा. एच. के. डोईफोडे - भूगोल व कृषी

(२) सवदी आणि कोळेकर - प्राकृतिक भूगोल

(३) सुहास दिवसे, तावरे, केळकर, माणगावे - कृषीशास्त्र

(४) डॉ. पी. एम. नागतोडे - हवामानशास्त्राची मूलतत्त्वे

(५) रंजन कोळंबे - कृषी शास्त्र आणि कृषीविकास

(६) ए. बी. सवदी - भूगोल व कृषी

प्रश्न

१. 'रोटेशन क्रॉप' पद्धत कशासाठी वापरतात ?

(१) सुयोग्य शेती करण्यासाठी   (२) जमिनीचा कस टिकून ठेवण्यासाठी

(३) उत्पादकता वाढवण्यासाठी   (४) नैसर्गिक पद्धतीने शेती करण्यासाठी

२. जमिनीची धूप थांबवण्यासाठी ..... हा चांगला उपाय आहे.

(१) खते वापरणे   (२) धरणे बांधणे

(३) बांध घालण   (४) ठिबक सिंचन व तुषार सिंचनाचा वापर करणे.

३. जमिनीचा निर्धारित उतार अथवा ढाळ कायम ठेवून शेती मशागत उताराच्या आडव्या दिशेने करण्याच्या पद्धतीस ..... म्हणतात.

(१) पट्टा पद्धत   (२) सामान्य मशागत पद्धत

(३) समपातळीवरील पद्धत   (४) बांध पद्धत

४. पावसाच्या पाण्याचे संधारण करण्याकरता प्रत्येक शेतकऱ्याने ..... पद्धत अवलंबणे गरजेचे आहे.
(१) ढाळाचे बांध (२) गवती बांध
(३) समतल मशागत (४) समतल बांध

५. तीन टक्क्यांपेक्षा कमी उतार असलेल्या जमिनीवर जलसंधारणाची खालीलपैकी कोणती पद्धत वापरतात ?
(१) चर खोदणे (२) समतल बांध (३) पायऱ्या पद्धत (४) ढाळाचे बांध

६. जमिनीचे असे क्षेत्र ज्याच्या पृष्ठभागावरील जमा झालेले सर्व पाणी एकाच चरीतून वाहून जाते, त्या क्षेत्राला...... म्हणतात.
(१) पाणलोट क्षेत्र (२) लाभ क्षेत्र (३) पाणी भरण क्षेत्र (४) यापैकी नाही

७. कमी पावसाच्या प्रदेशात ..... ही जलसंधारण पद्धत योग्य आहे.
(१) गवती बांध (२) ढाळीचे बांध (३) पट्टा पद्धत (४) समतल बांध

८. जमिनीचा पोत वाढवण्यासाठी ..... या पिकांची फेरपालट करावी.
(१) ज्वारी-गहू (२) भात-गहू (३) बाजरी-गहू (४) भुईमूग-गहू

९. ..... प्रकारच्या जमिनीची जलधारणाशक्ती अधिक प्रमाणात असते.
(१) उथळ (२) खोल (३) मध्यम खोल (४) यापैकी नाही.

१०. चोपण जमीन सुधारण्यासाठी .... भूसुधारकाचा वापर करतात.
(१) कोळसा (२) मीठ (३) चुनखडी (४) जिप्सम

११. मध्यम खोल जमिनीची खोली .... सें. मी. असते.
(१) २२.५ (२) ४५ (३) ६० (४) ९०

१२. चिकणमाती प्रकारच्या मातीच्या कणांचे आकारमान .... मि.मी. असते.
(१) ०.००२ (२) ०.०२ (३) ०.२ (४) २.०

१३. ..... सामू आम्लयुक्त जमीन दर्शवितो.
(१) ७ (२) ७ पेक्षा जास्त (३) ७ पेक्षा कमी (४) ५ ते ७

१४. .... च्या दरम्यानचा सामू चांगला असतो.
(१) ४.५ ते ५.० (२) ३.० ते ५.५ (३) ६ ते ७ (४) ६.५ ते ७.५

१५. उथळ जमिनीत ... मि.मी. पाणी उपलब्ध असते.
(१) १४०-१५० (२) २००-२२० (३) ९०-१०० (४) १८०-१९०

१६. ...... या अन्नद्रव्याच्या कमतरतेमुळे पाने लांबट होऊन मागील बाजू जांभळ्या रंगाची होते.
(१) नत्र (२) पालाश (३) स्फुरद (४) यापैकी नाही.

१७. .... या अन्नद्रव्याच्या कमतरतेमुळे झाडाची पाने पिवळी पडतात.
(१) स्फुरद (२) नत्र (३) पालाश (४) यापैकी नाही.

१८. ..... या अन्नद्रव्याच्या अभावाने नवीन पानांच्या शिरामधील भाग पिवळा होतो.
(१) पालाश (२) स्फुरद (३) लोह (४) यापैकी नाही.

१९. ..... जमिनीची सुधारणा करण्यासाठी पायराइटचा वापर करतात.
(१) चोपण (२) खारवट (३) आम्ल व विम्ल (४) यापैकी नाही.

२०. ..... खताच्या वापराने जमिनीची जलधारणशक्ती वाढते.
(१) रासायनिक (२) जैविक (३) सेंद्रिय (४) यापैकी नाही

२१. महाराष्ट्रातील जमिनीत.... या अन्नद्रव्याचे प्रमाण भरपूर आहे.
(१) नत्र (२) स्फुरद (३) पालाश (४) वरील सर्व

२२. ..... जीवाणू असहजीवी पद्धतीने हवेतील नत्र शोषून घेऊन पिकांना उपलब्ध करून देतात.
(१) ॲझोटोबॅक्टर (२) रायझोबियम (३) अझोस्पिरिलम (४) बायजेरिंकिया

२३. ..... जीवाणू आम्लधर्मीय जमिनीत आढळून येतो.
(१) रायझोबियम (२) ॲझोटोबॅक्टर (३) अझोस्पिरिलम ४५) बायजेरिंकिया

२४. ..... जीवाणू खताचा उपयोग भातखाचरामध्ये होतो.
(१) रायझोबियम (२) निळे हिरवे शेवाळ (३) ॲझोटोबॅक्टर (४) यापैकी नाही.

२५. भूमीगत पाण्यामधील विद्राव्य द्रव्य पदार्थाच्या ऊर्ध्वगामी हालचालीस ...... म्हणतात.
(१) विक्षारीकरण (२) सिलिकेशन (३) केशाकर्षणक्रिया (४) निक्षालन

२६. मातीचा पिवळा रंग .... .मुळे येतो.
(१) सिलिका (२) लिमोनाईट (३) हेमेटाईट (४) यापैकी नाही.

२७. जमिनीचा उतार कमी असलेल्या भागावर मातीचा पातळ थर पावसाच्या पाण्याबरोबर निघून जातो त्यास..... धूप म्हणतात.
(१) घळपाडी धूप (२) सालकाढी धूप (३) सागरजन्य धूप (४) ओघळपाडी धूप

२८. खार भूमी विकास कार्यक्रमाला ...... साली सुरुवात झाली
(१) १९८२ (२) १९४९ (३) १९३५ (४) १९६०

२९. जमिनीमध्ये नत्र: स्फुरद: पालाश यांचे प्रमाण किती असावे ?
(१) ४:३:२ (२) ४:२:१ (३) ३:२:१ (४) ६:४:१

३०. वनस्पतीची वृद्धी, प्रथिनांचे उत्पादन, वनस्पतींना हिरवा रंग मिळवून देणे इ. कार्य कोणते पोषण द्रव्ये करते.
(१) नत्र (२) स्फुरद (३) पालाश (४) मॉलिब्डेनम

३१. जमिनीस सर्वाधिक नत्र प्राप्त करून देणारे हिरवळीचे खत कोणते ?
(१) ताग (२) धैंचा (३) बरसिम (४) गिरिपुष्प

३२. ऊस व शर्करायुक्त पिकांसाठी .... जिवाणूखत वापरले जाते.
(१) रायझोबियम (२) ॲझोस्पिरीलम (३) ॲझोटोबॅक्टर (४) ॲसिटोबॅक्टर

३३. ॲझोटोबॅक्टर, बायजेरेंकिया ही जिवाणू खते ..... पिकांसाठी वापरली जात नाहीत.
(१) तृणधान्य (२) भाजीपाला (३) शेंगवर्गीय (४) यापैकी नाही

३४. भारताचा दर हेक्टरी खतांचा वापर .... किलो इतका आहे.
(१) ११०.५० किलो (२) २५० किलो (३) ७५.७६ किलो (४) ८७.५६ किलो

३५. ..... हे निसर्गशेती (सेंद्रिय शेतीचा) जनक होय.
(१) मसानाबू फुकुओका (२) मॉंटेकसिंग अहलुवालिया
(३) अण्णा हजारे (४) बाबा आमटे

३६. पिकांच्या वाढीसाठी नायट्रेट व अमोनियाचे प्रमाण ..... असते.
(१) ४०:६० (२) ८०:२० (३) ७०:३० (४) २०:८०

३७. Indian Agriculture Institute ची स्थापन ..... साली झाली.
(१) १९१५ (२) १९२८ (३) १९०५ (४) १९५२

३८. ..... हा दिवस महाराष्ट्रात 'जलसंधारण दिन' म्हणून पाळला जातो.
(१) १० ऑगस्ट (२) १५ सप्टेंबर (३) ४ ऑक्टोबर (४) १० मे

३९. पिकांच्या चांगल्या वाढीसाठी आणि विकासासाठी माती : हवा : पाणी यांचे प्रमाण ..... असावे.
(१) ५० : २५ : २५ (२) ४० : २० : ४० (३) ३० : ४० : ३० (४) ३० : ३० : ४०

४०. पाणी पुरवठ्यासाठी धरणांची उभारणी, जातीवंत जनावरांची पैदास, फलोद्यानशास्त्र व संरक्षण या विषयाबाबतच्या संकल्पना प्रथम ..... यांनी मांडल्या.
(१) न्यायमूर्ती माधव गोविंद रानडे (२) महात्मा ज्योतीबा फुले
(३) महाराजा सयाजीराव गायकवाड (४) लोकमान्य टिळक

४१. निचरा क्षेत्रामधून आणि जमिनीच्या पृष्ठभागावरून पावासाचा अपधाव एका विशिष्ट ठिकाणी पोहोचतो व बाह्यगमन मुखापाशी एकत्र येतो. अशा ठिकाणास ..... म्हणतात.
(१) टेरेसिंग (२) शेततळे (३) पाणलेट क्षेत्र (४) बांधबंदिस्ती

४२. 'जलमणी योजना' कशाशी संबंधित आहे?
(१) शहरांना शुद्ध पाणी पुरवठा पुरविणे. (२) विद्यार्थ्यांना पिण्याचे शुद्ध पाणी पुरविणे.
(३) पावसाचे पाणी साठविणे. (४) पाण्याचा जपून वापर करणे.

४३. महाराष्ट्रात नैसर्गिकरीत्या उपलब्ध असलेले पाणी .... विभागात सर्वाधिक आहे.
(१) विदर्भ (२) कोकण (३) उत्तर महाराष्ट्र (४) मराठवाडा

४४. पाण्याचे वाटप करण्यासंबंधी पाणी पंचायत मॉडेल, विलासराव साळुंखेच्या प्रयत्नाने पुणे जिल्ह्यातील कोणत्या तालुक्यात सुरू करण्यात आले?
(१) बारामती (२) खेड (३) पुरंदर (४) मावळ

४५. पडणाऱ्या पावसाच्या संवर्धनासाठी खोल जमिनीत खालीलपैकी कोणती पद्धत महत्त्वाची आहे?
(१) जमिनीच्या वरच्या थरात बदल करणे.
(२) जमिनीच्या वरच्या थरात विशिष्ट आंतररचना करणे.
(३) खोल नांगरट करणे.
(४) जमिनीशी उभे आच्छादन करणे.

४६. भारतामध्ये माती वाचवा (मिट्टी बचाओ) चळवळीला कोठे सुरुवात झाली?
(१) नागपूर (महाराष्ट्र) (२) म्हैसूर (कर्नाटक)
(३) दरभंगा (बिहार) (४) होशंगाबाद (मध्य प्रदेश)

४७. मृदा तयार होण्याच्या प्रक्रियेत कोणते क्रियाशील (Active) घटक आहेत?
(१) हवामान आणि प्रदेशाची स्वभाविक रचना
(२) वनस्पती आणि प्रदेशाची स्वभाविक रचना
(३) वनस्पती आणि भौतिक उगम (वंश)
(४) हवामान आणि वनस्पती

४८. खालीलपैकी कोणते जिवाणूखत उसामध्ये नत्र स्थिरीकरण करते?
(१) ॲझोटोबॅक्टर (२) ॲझोस्पीरिलियम (३) रायझोबियम (४) ॲसीटोबॅक्टर

४९. दख्खन पठारावर आढळणाऱ्या सुपीक, अपुरा निचरा, आणि चोपण व खारवटपणास प्रवृत्त होणारी जमीन कोणती ?

(१) खोल काळी जमीन (२) लाल जमीन

(३) तपकिरी जमीन (४) पोयट्याची जमीन

५०. खालीलपैकी कोणते पीक क्षारास कमी सहनशील आहे ?

(१) भात (२) ऊस (३) तीळ (४) कापूस

५१. शाश्वत शेतीच्या Sustainable Agriculture उद्दिष्टपूर्तीसाठी कोणत्या शेतीपद्धतीचा सहभाग महत्त्वाचा आहे ?

(१) सेंद्रिय शेती (२) कोरडवाहू शेती

(३) पावसावर आधारित शेती (४) चारा-गवत शेती

५२. विशिष्ट जातीचे तिच्या पर्यावरणाशी संबंधाच्या अभ्यासाला काय म्हणतात ?

(१) मेटेरॉलॉजी (२) ऑटइकॉलॉजी

(३) सिनेकॉलॉजी (४) टर्मिनॉलॉजी

५३. पाणलोट क्षेत्रविकास कार्यक्रमाचा मूलभूत गाभा .... या उद्दिष्टांशी संबंधित आहे.

(१) रोजगार हमी योजना (२) पर्यावरण जागृती

(३) मृदा व जलसंधारण (४) शेती वनीकरण

५४. दोन किंवा जास्त पिके एकाच वेळी परंतु ओळीचे बंधन न पाळता घेतली जातात त्या पीक पद्धतीला .... म्हणतात.

(१) मिश्रपीक पद्धती (२) आंतरपीक पद्धती

(३) बहुविध पीक पद्धती (४) रिले पीक पद्धती

५५. पावसाच्या पाण्याचे संधारण करण्याकरता प्रत्येक शेतकऱ्याने .... पद्धत राबविणे गरजेचे आहे.

(१) चर खोदणे (२) समतल बांध (३) ढाळाचे बांध (४) यापैकी नाही

५६. कडधान्य पिकाची उत्पादकता वाढविण्यासाठी खालीलपैकी प्रमुख अडचण कोणती ?

(१) अधिक उत्पादन देणाऱ्या वाणांची उपलब्धता नसणे.

(२) ऱ्हायझोबियम जिवाणू खतांचा तुरळक वापर

(३) कीड व रोगराईमुळे नुकसान होते.

(४) वरील सर्व

५७. महाराष्ट्रात 'जमीन सुधार योजना कायदा' कोणत्या वर्षापासून अमलात आला ?

(१) १९५१ (२) १९४७ (३) १९४८ (४) १९६५

५८. ज्वारी मध्ये तुरीचे पीक ३:३ ओळी या प्रमाणात घेण्याच्या पद्धतीस ..... म्हणतात.

(१) साखळी पीक पद्धती (२) आंतरपीक पद्धती

(३) दुहेरी पीक पद्धती (४) मिश्रपीक पद्धती

५९. पाणलोट क्षेत्रात गवतयुक्त पाणी मार्गाचा उपयोग .... होतो.

(१) झिरपण्याचा वेग वाढवण्यासाठी

(२) पाणी सुरक्षित काढून देण्यासाठी

(३) भूपृष्ठावरील पावसाचे पाणी वाहून जाण्याचे प्रमाण कमी करण्यासाठी
(४) वरील सर्व.

६०. मृदेचा रंग तपासण्यासाठी कोणता तक्ता वापरला जातो ?
(१) मृदा वर्ण तक्ता (२) मून्सेल वर्णमापन तक्ता
(३) हिप्सोमीटर तक्ता (४) यापैकी नाही

६१. महाराष्ट्रात 'पाणलोट विकास कार्यक्रम' केव्हा सुरू झाला ?
(१) १९९२ (२) १९८३ (३) १९८७ (४) १९८७

६२. जमिनीची धूप थांबवून ठेवण्यास मदत करणारी पिके कोणती ?
(१) वाटाणा व हरभरा (२) बटाटे (३) तंबाखू (४) मका

६३. मातीचा सामू काढण्यासाठी प्रयोगशाळेत... वापरतात.
(१) लिटमस पेपर (२) युनिव्हर्सल इंडिकेटर
(३) फेनॉल्फथॅलिन इंडिकेटर (४) मिथिल ऑरेंज

६४. 'जगा व जगू द्या' याप्रमाणे .... पद्धत कीडनियंत्रणासाठी उपयोगात आणली जाते
(१) एकात्मिक कीड व्यवस्थापन (२) जैविक कीड नियंत्रण
(३) कीटकनाशकाची फवारणी (४) वरील सर्व

६५. खालीलपैकी कोणती दुबारपीक पद्धती जमिनीची सुपीकता टिकवत; आणि वाढते ?
(१) भात-गहू (२) मका-रब्बी ज्वारी
(३) बाजरी-रब्बी ज्वारी (४) सोयाबीन-हरभरा

६६. .... वापरल्याने जमिनीची जलधारणशक्ती वाढते.
(१) रासायनिक खते (२) सेंद्रिय खते (३) मिश्र खते (४) वरील सर्व

६७. भारतातील १५ हवामान विभागांपैकी ... विभाग महाराष्ट्रात आहे.
(१) चार (२) सात (३) तीन (४) नऊ

६८. सेंद्रिय खताची गुणवत्ता ठरवणाऱ्या प्रमाणकांमध्ये त्या सेंद्रिय खतात जलधारणक्षमता .... टक्के असावी लागते.
(१) २०% पेक्षा कमी (२) ३०% पेक्षा अधिक
(३) १०% पेक्षा अधिक (४) ७०% पेक्षा अधिक

६९. महाराष्ट्रात जमिनीची झीज होण्यास कारणीभूत असलेला सर्वात महत्त्वाचा घटक कोणता ?
(१) वाऱ्याचा वेग व दिशा (२) पर्जन्याचे प्रमाण
(३) जमिनीचे रासायनिक गुणधर्म (४) जमिनीचे भौतिक गुणधर्म

७०. मजगीकरण पद्धती .... पिकांसाठी वापरली जाते.
(१) जिरायती (२) बागायती (३) खरीप व रब्बी (४) वरील सर्व

७१. मध्यवर्ती मृदा व जलसंधारण संशोधन व प्रशिक्षण संस्था कोठे आहे ?
(१) हैदराबाद (२) मुंबई (३) कोलकाता (४) देहराडून

७२. महाराष्ट्रात बागायत क्षेत्रात वाढ करण्यासाठी कोणते कार्यक्रम राबविले जातात ?
(१) शेततळी (२) वनराई बंधारे (३) नदीवर बंधारे बांधणे (४) वरील सर्व

७३. 'पाणी आडवा-पाणी जिरवा' या घोषणेनुसार ती योजना प्रथम .... जिल्ह्यात राबवण्यात आली.
(१) पुणे (२) जळगाव (३) नाशिक (४) अहमदनगर

७४. जमिनीत जागच्याजागी पाणी मुरवण्यासाठी कोणती प्रमुख कृषी पद्धत वापरतात?
(१) जैविक बांध (२) सपाट वाफे बांध (३) ढाळीचे बांध (४) समतल बांध

७५. पाणलोट क्षेत्राचा विकास करताना कोणता घटक विचारात घ्यावा लागतो ?
(१) गटउतार (२) कंटूरलाईन (३) वनसंपत्ती (४) वरील सर्व

७६. पाणी व्यवस्थापनावर 'पाणी पंचायत' हे पुस्तक कोणी लिहिले.
(१) बाबा आमटे (२) राजेंद्रसिंग (३) विलासराव साळुंके १४) मेधा पाटकर

७७. वनराई बंधारा बांधण्याचा उद्देश खालीलपैकी कोणता ?
(१) भूजलपातळी वाढविणे (२) मृदा व जलसंधारण
(३) पिकांना संरक्षित पाणी देणे (४) हे सर्व

७८. महाराष्ट्रामध्ये महापीक अभियानास केव्हापासून सुरवात झाली.
(१) २००१ (२) १९९२ (३) २०१० (४) २००५

७९. खालीलपैकी एक योग्य व अचूक उत्तर निवडा.
(अ) पिकांमध्ये तणे ही अनावश्यक वनस्पती आहे.
(ब) तणे पिकांबरोबर सूर्यप्रकाश आणि अन्नद्रव्यांसाठी स्पर्धा करतात.
(क) तणे जमिनीच्या सुपीकतेवर विपरीत परिणाम करतात.
(ड) तणे पिकांच्या उत्पादनावर परिणाम करतात.
(१) फक्त (अ) आणि (ब) बरोबर आहे. (२) फक्त (क) बरोबर आहे.
(३) फक्त (क) आणि (ड) बरोबर आहे. (४) सर्व विधाने बरोबर आहेत.

८०. शेतजमिनीला जास्त झालेले पाणी काढून टाकण्याच्या पद्धतीस ...... म्हणतात.
(१) पाणी मुरणे (२) पाणी वाहून जाणे
(३) पाण्याचा निचरा (४) यापैकी नाही.

उत्तरे

१. २	२. ३	३. ३	४. ४	५. २	६. १	७. १
८. ४	९. २	१०. ४	११. ३	१२. ३	१३. ३	१४. ४
१५. ३	१६. ३	१७. २	१८. ३	१९. १	२०. ३	२१. ३
२२. ३	२३. ४	२४. २	२५. ३	२६. २	२७. २	२८. २
२९. २	३०. १	३१. ४	३२. ४	३३. ३	३४. ४	३५. १
३६. २	३७. ३	३८. ४	३९. १	४०. २	४१. ४	४२. २
४३. २	४४. ३	४५. २	४६. ४	४७. ४	४८. ४	४९. १
५०. ३	५१. १	५२. २				

संदर्भसूची

मराठी संदर्भ

१) नागतोडे पी. एम., २००२, हवामानशास्त्राची मूलतत्त्वे, विद्या प्रकाशन, नागपूर.

२) वराट टी. एम., अहिरराव व इतर, १९९०, वस्ती भूगोल, गाज प्रकाशन, केडगाव, अहमदनगर.

३) कार्लेकर श्रीकांत, २०१३, भूरूपशास्त्राची मूलतत्त्वे, डायमंड पब्लिकेशन्स, पुणे.

४) लाटकर, आपटे, १९९८, राजकीय भूगोल, विद्या प्रकाशन, नागपूर.

५) सवदी ए. बी., २०१२, भूगोल व कृषी, निराली प्रकाशन, पुणे.

६) कोळंबे रंजन, २०११, कृषीशास्त्र आणि कृषिविकास, भगीरथ प्रकाशन, पुणे.

७) कांबळे बाळ (संपादित), २०१२, राज्यसेवा पूर्व परीक्षा पेपर-१ (जनरल स्टडीज), डायमंड पब्लिकेशन्स, पुणे.

८) दिवसे सुहास, तावरे, केळकर, १९९५, कृषीशास्त्र, कृषी, पुणे.

९) वराट टी. एम., बोरुडे शरद, २०१२, पर्यावरण भूगोल, विद्या बुक पब्लिशर्स, औरंगाबाद.

१०) सवदी ए. बी. व कोळेकर पी. एस., २००८, प्राकृतिक भूगोल, निराली प्रकाशन, पुणे.

११) थिटे चिंतामणी व रसाळ प्रसाद, २०१२, पाणलोट क्षेत्र विकास, कृषि ग्रंथ भांडार, पुणे.

१२) ढमढेरे एस. व्ही., २००९, महाराष्ट्रातील जलसंपदा, डायमंड पब्लिकेशन्स, पुणे.

१३) घारपुरे विठ्ठल, २००१, पर्यटन भूगोल, मनोहर पिंपळापुरे, पिंपळापुरे अॅण्ड कं. पब्लिशर्स, नागपूर.

१४) महाराष्ट्रातील आर्थिक पाहणी, महाराष्ट्र राज्य, २०१०-११, मुंबई.

१५) अहिरराव, धापटे, वराट व इतर, १९९५, लोकसंख्या, निराली प्रकाशन, पुणे.

इंग्रजी संदर्भ

1) Bhende Asha and Kanitkar, 2006, Principles of Population Studies, Himalaya Publishing House, Mumbai.

2) Census Report-2011, Govt. of India.

3) Critchfield Howard J., 1997, General Climatology, Prentice Hall of India Private Limited, New Delhi.

4) Enrich Environment Vol-02, 2009, Multidisciplinary International Research Journal.

5) Govt. of India, 2008, Common, Guideline for Watershed Development Project, Planning Commission, India.

6) Khullar D. R., 2009, India Comprehensive Geography, Kalyani Publisher, New Delhi.

7) Lal D. S., 1998, Climatology, Sharada Pustak Bhawan, Allahabad.

8) Northam R. M., 1975, Urban Geography, Jhonwilley and Sons, Newyork.

9) Padey P. N., 2004, General Geography of India, Nirali Prakashan, Pune.

10) Siddhartha & Mukherjee, 2008, Cities Urbanization and Urban Systems, Klsalaya Publication Pvt. Limited, New Delhi.

11) Sing L. R., 2005, Fundamentals of Human Geography, Sharada Pustak Bhawan, Allahabad.

12) Siddharta K, 2012, Atmosphere, Weather and Climate, Kalyani Publication Pvt. Ltd., New Delhi.

13) Text Books on Environment, NCERT Publication.

14) The Deccan Geographer Vol-50, 2012, International Geographical Journal.

15) Transaction Vol-30, 2008, Institute of Indian Geographer, Pune.

वेबसाईट्स

1) www.dird-pune.gov.in

2) www.eci.gov.in

3) www.maharashtra.gov.in

4) www.india.gov.in

5) www.globalgoals.in

6) www.deccangeographer.org.

7) http/www.mpkv.mah.nic.in

8) www.publicatondivision.nic.in

9) Wikipedia, the free Encyclopedia (2007)

10) http://www.censusindia.gov.in

11) http://environment.nationalgeographic.com.